AF743300

ഗ്രീൻ ബുക്സ്

പ്രണയലേഖനങ്ങൾ

മിഖായേൽ ഷിഷ്കിൻ

ജേർണലിസ്റ്റ്, അധ്യാപകൻ, നോവലിസ്റ്റ്.
1961 മോസ്കോവിൽ ജനനം.
അൽമ മേറ്റർ മോസ്കോ സ്റ്റേറ്റ് പെഡഗോഗിക്കൽ ഇൻസ്റ്റിറ്റ്യൂട്ടിൽനിന്ന് ജർമ്മനിലും ഇംഗ്ലീഷിലും ബിരുദം.

കൃതികൾ: Calligraphy Lesson, One Night Befalls Us All, Blind Musician, The Taking of Izmail, Saved language, Maidenhair, Russian Switzerland, Montreux-Missolunghi-Astapovo, In the Steps of Byron and Tolstoy.

പുരസ്കാരങ്ങൾ: Russian Booker Prize (2000), The Taking of Izmail 2006 Big Book Award, Maidenhair 2006 National Best-Seller Prize, Maidenhair 2011 Big Book Award, Pismovnik 2011 International Literature Award, Maidenhair (German translation), 2013 Best Translated Book Award, shortlist, Maidenhair (9).

വി.വി. കനകലത : നോവലിസ്റ്റ്, വിവർത്തക.
1961-ൽ തിരുവനന്തപുരത്ത് ജനനം.
അഡലിൻ യെൻ മായുടെ 'ചൈനീസ് സിൻഡ്രെല്ല' (ചൈനയിലെ സിൻഡ്രെല്ല - വിവർത്തനം) ഗ്രീൻ ബുക്സ് പ്രസിദ്ധീകരിച്ചു.

നോവൽ

പ്രണയലേഖനങ്ങൾ

മിഖായേൽ ഷിഷ്കിൻ

വിവർത്തനം

വി.വി. കനകലത

ഗ്രീൻ ബുക്സ്

green books private limited
gb building, civil lane road, ayyanthole,
thrissur- 680 003, kerala, ph: +91 487-2381066, 2381039
website: www.greenbooksindia.com
e-mail: info@greenbooksindia.com

original russian title

Pismovnik (Письмовник)

novel

by

mikhail shishkin

english

letter book

malayalam

pranayalekhanangal

translated by
v.v. kanakalatha

first published august 2019

منحة الترجمة
Translation Grant
صندوق منحة الشارقة للترجمة
Sharjah Translation Grant Fund

cover design : mansoor cheruppa

branches:
thrissur 0487-2422515
palakkad 0491-2546162
thiruvananthapuram 0471-2335301
calicut 0495 4854662
kannur 0497-2763038
ernakulam 8589095007

isbn : 978-93-88830-08-9

GBPL/1105/2019

മുഖക്കുറി

പ്രണയലേഖനങ്ങൾകൊണ്ട് ജീവിച്ചുതീർക്കേണ്ടിവന്ന രണ്ട് വ്യക്തികളുടെ കഥ പറയുന്നതോടൊപ്പം റഷ്യൻ ജീവിതത്തിന്റെ ആന്തരികലോകത്തേയും അനാവരണം ചെയ്യുന്ന കൃതി. സോവിയറ്റ് കാലഘട്ടത്തിനുശേഷമുള്ള റഷ്യൻ സാഹിത്യത്തിന്റെ ആധുനിക മുഖം.

കൃഷ്ണദാസ്
മാനേജിങ് എഡിറ്റർ

പ്രണയത്തിന്റെയും മനുഷ്യാവസ്ഥയുടെയും കഥകൾ

സോവിയറ്റ് യൂണിയന്റെ തകർച്ചയ്ക്കുശേഷം റഷ്യൻ സാഹിത്യത്തിന്റെ ഒരു ഉജ്ജ്വലമായ പുതിയ ഘട്ടം ഉയർന്നുവരികയാണ്. സർഗ്ഗാത്മകതയിൽ റഷ്യൻ സാഹിത്യം സടകുടഞ്ഞെഴുന്നേറ്റിരിക്കുന്നു എന്നതിന്റെ പ്രത്യക്ഷ ഉദാഹരണമാണ് പുതിയ റഷ്യൻ എഴുത്തുകാർ. സ്വെറ്റ്ലാന അലക്സിവിച്ച്, യെവ്ഗനി വൊദലാസ്കിൻ, മിഖായേൽ ഷിഷ്കിൻ, നരൈൻ അബ്ഗര്യൻ, മറീന സ്റ്റെപ്നോവ എന്നിങ്ങനെ പ്രതിഭാശാലികളായ എഴുത്തുകാർ ഇപ്പോൾ മലയാള സാഹിത്യത്തിലും കടന്നുവന്നിരിക്കുന്നു. ഇത് ശുഭോദർക്കമായ ഒരു തുടക്കമാണ്. പുതിയ ഒട്ടേറെ റഷ്യൻ പ്രതിഭകൾ റഷ്യൻ സാഹിത്യത്തിന്റെ ക്ലാസ്സിക് പാരമ്പര്യത്തിന്റെ തുടർച്ചയിലേക്ക് ഇപ്പോൾ കടന്നുവന്നിട്ടുണ്ട്. പ്രണയത്തിന്റെയും മനുഷ്യാവസ്ഥയുടെയും കഥകൾ പറയുന്ന ഈ പുസ്തകം സമകാല റഷ്യൻ സാഹിത്യത്തിന്റെ ആധുനിക മുഖമാണ്.

പ്രണയലേഖനങ്ങളെക്കുറിച്ച്

മനുഷ്യനെക്കുറിച്ചും അവന്റെ ദൗത്യത്തേയും പങ്കിനേയും കുറിച്ചുള്ള വ്യത്യസ്തവും പരസ്പരവിരുദ്ധവുമായ വീക്ഷണങ്ങൾ തമ്മിലുള്ള സംഘട്ടനമാണ് എക്കാലത്തേയും സാഹിത്യലോകത്തിന്റെ പ്രധാന സവിശേഷതകൾ. ഷിഷ്ക്കിന്റെ കൃതികളുടെയും ഉള്ളടക്കം എന്തെന്നാൽ മാനുഷികമായതിന്റെ ഹൃദയപക്ഷം അവതരിപ്പിക്കുന്നു എന്നതാണ്. എഴുത്തിന്റെ സാദ്ധ്യതകളുടെ അസാധാരണമായ ഒരു ശ്രേണിയാണ് "പ്രണയലേഖനങ്ങൾ" എന്ന കൃതിയിലൂടെ വെളിപ്പെടുത്തിയിരിക്കുന്നത്. എഴുത്തുകാരന് മനുഷ്യസ്വഭാവത്തെക്കുറിച്ച് ഒരു ഗുണാത്മകവീക്ഷണം ആവശ്യമാണ്. മനുഷ്യസ്വഭാവങ്ങളുടെ അസാധാരണവൈവിദ്ധ്യം, ബഹുവിധ കഴിവുകൾ,

വൈരുദ്ധ്യങ്ങൾ, പരാജയങ്ങൾ, വിജയങ്ങൾ എന്നിവയും മനുഷ്യന്റെ നിരന്തര വളർച്ചയും ചിത്രീകരിക്കുന്നതിന് ആവശ്യമായ ഏത് മാതൃകയും സാഹിത്യപക്ഷത്തുനിന്ന് നോക്കിയാൽ സ്വീകാര്യമാണ്. ഇവിടെ രണ്ടുപേർ പരസ്പരം കൈമാറുന്ന എഴുത്തുകളിലൂടെ അവർ പ്രണയഭാഷണങ്ങളുടെ മാഞ്ഞുപോകാത്ത മതിൽ പണിയുകയാണ്.

1961-ൽ മോസ്കോയിൽ ജനിച്ച ഒട്ടേറെ പുരസ്കാരങ്ങൾ നേടിയ മിഖായേൽ ഷിഷ്ക്കിന്റെ പുതിയ നോവൽ, "പ്രണയലേഖനങ്ങൾ" ഒരു സിംഫണിപോലെ പ്രണയരാഗങ്ങൾ ഉതിർക്കുന്ന വൊളോഡെൻകയുടെയും സാഷൻകയുടെയും കഥ പറയുന്നു. മനുഷ്യത്വത്തിന്റെ വിവിധ വീക്ഷണകോണുകളിലൂടെ നിസ്സഹായമായ മനുഷ്യാവസ്ഥകളുടെ വേദനകൾ പങ്കിടുന്നു.

കാലഘട്ടത്തിന്റെ അതിരുകൾക്ക് അതീതമായിട്ടാണ് നോവലിസ്റ്റിന്റെ ഭാവനാപ്രപഞ്ചം. 19-ാം നൂറ്റാണ്ടിലെ റഷ്യൻസേന അകപ്പെട്ട ഒരു ചൈനാസംഘർഷമാണ് നോവൽ വ്യാഖ്യാനവിധേയമാക്കുന്നത്. ചൈനയുടെ വിവിധ പ്രവിശ്യകളിൽ പ്രതികൂലസാഹചര്യങ്ങളിൽ, എന്തിനുവേണ്ടിയാണ് ഈ യുദ്ധം എന്നറിയാതെ മുറിവുകളും ചതവുകളുംകൊണ്ട് മരിച്ചുവീഴുന്നവരുടെകൂടെ യുദ്ധമുഖത്ത് ദാരുണമായ അവസ്ഥയിൽ അകപ്പെട്ട റഷ്യൻസേനയുടെ ഭാഗമായി, പൊള്ളുന്ന വിരഹാഗ്നിയുടെ തീക്കനലുകളായി ഗൃഹാതുരത്വസ്മൃതികളുടെ പ്രണയമന്ത്രങ്ങൾ ഉരുവിടുന്ന വൊളോഡെൻക... പ്രതികൂലമായ ഒരു കുടുംബസാഹചര്യത്തിൽ അകപ്പെട്ട സാഷൻകയുടെ കുട്ടിക്കാലം തൊട്ടുള്ള ഓർമ്മയുടെ വാതായനങ്ങൾ...

രണ്ട് വ്യക്തികൾ കൈമാറുന്ന ചിന്താസരണികളുടെ ലോകത്ത് കുടുംബബന്ധങ്ങളുടെ നേരും നെറികേടും തകർച്ചയും നന്മകളും തിന്മകളും തോൽവിയും വിജയങ്ങളും മനുഷ്യൻ എന്ന നിലയിലുള്ള ഉദാത്തഭാവനകളും എല്ലാം ചേർന്ന ഒരു സർഗ്ഗാത്മകവിരുന്ന്.

ബാലിക, യുവതി, ഭാര്യ എന്നിങ്ങനെ ജീവിതത്തിന്റെ പരിണാമങ്ങളിലൂടെ കടന്നുപോകുന്ന സാഷൻക. മാറുന്ന കാലാവസ്ഥകൾ. മഞ്ഞുവീഴ്ചകൾ. മോഹഭംഗങ്ങളുടെ നീറുന്ന വിചാരങ്ങൾ.

ജീവിതം എന്ന കപ്പൽ ഒരിടത്തും എത്തിച്ചേരുന്നില്ല. ഒരു തുറമുഖത്തിലും നങ്കൂരമിടാൻ കഴിയുന്നില്ല. മനുഷ്യന്റെ വിധി

എന്തായിരിക്കും? മനുഷ്യൻ എങ്ങോട്ട്? ആത്മീയമായ ഒരു പ്രപഞ്ചം. എഴുത്തുകളുടെ നെടുവീർപ്പുകളും സങ്കടങ്ങളും.

മോണോലിസയെക്കുറിച്ച് പറയുന്നു: "ഇപ്പോൾ എനിക്കറിയാം, അവർ എന്തിനാണ് പുഞ്ചിരിക്കുന്നത് എന്ന്. അവർ ചിന്തിക്കുന്നതിനു കാരണം അവർ അവിടെയും നമ്മൾ ഇവിടെയും ആണ് എന്നതിനാലാണ്. അവർ അവിടെനിന്ന് നമ്മെ നോക്കിച്ചിരിക്കുന്നു. അത് ഒരു പുഞ്ചിരി ഒന്നുമല്ല. നമുക്ക് ഇതുവരെ അറിയാത്തതെല്ലാം അവർക്ക് പണ്ടേ അറിയാം. അവിടെ എന്തോ ഉണ്ടെന്ന് നാം വിചാരിക്കുന്നു. എന്നാൽ അവർക്കറിയാം അവിടെ ഒന്നുമില്ല എന്ന്. നമ്മളൊക്കെ ഇത്ര വിഡ്ഢികളാണല്ലോ എന്നോർത്ത് മോണോലിസ വികൃതച്ചിരി ചിരിക്കുകയാണ്."

ഈ കൃതിയുടെ ആത്മാവിൽ നിത്യതയ്ക്കുവേണ്ടിയുള്ള ദാഹമാണ്. മരണത്തിന് എതിരായി ഒരു മതിൽ പണിയാൻ കഴിയുന്ന നിത്യതയുടെ ദാഹം. അഗാധമായ പ്രണയവികാരങ്ങൾ കൈമാറുമ്പോഴും, താത്ത്വികമായ സംവാദങ്ങളിലൂടെ നശ്വരതയെക്കുറിച്ച് സംസാരിക്കുന്ന ഷിഷ്ക്കിന്റെ മിക്ക കൃതികളും സ്ത്രീയും പുരുഷനും തമ്മിലുള്ള സംവാദത്തിന്റെ മാതൃകയിലുള്ളത്. രണ്ട് ഹീറോകൾ, പുരുഷനും സ്ത്രീയും അവർ അനുരാഗികളുടെ ഓർമ്മപ്പെരുക്കങ്ങളിലൂടെ ഒരു പുതിയ യഥാർത്ഥ്യം സൃഷ്ടിക്കുന്നു. ശരീരവും മനസ്സും തമ്മിലുള്ള ലയാത്മകതയിലൂടെ ചോദ്യങ്ങളും ഉത്തരങ്ങളും കണ്ടെത്തുന്നു. പ്രണയലേഖനങ്ങൾ കൈമാറുന്ന അവനും അവളും മിഖായേൽ ഷിഷ്ക്കിന്റെ കൃതികളുടെ ആത്മാവായിരിക്കുന്നു. "പ്രണയലേഖനങ്ങൾ" സൂക്ഷ്മവും ഋജ്ജുവുമായ മനുഷ്യാവസ്ഥയുടെ കഥകൾ പറയുന്ന നോവൽ ആയിത്തീരുന്നു.

- എഡിറ്റർ

ഞാൻ ഇന്നലത്തെ 'സായാഹ്ന വാർത്ത' തുറന്നു. അതിൽ നിറയെ എന്നെയും നിന്നെയും കുറിച്ചായിരുന്നു .

വീണ്ടും ആദികാരണങ്ങളെക്കുറിച്ചുള്ള വർത്തമാനങ്ങളിലേക്കാണ് നാം ചെന്നെത്തുന്നത് എന്ന് അതിൽ പറഞ്ഞിരുന്നു. പക്ഷേ, പള്ളിക്കൂടങ്ങളിൽ ഇപ്പോഴും അവർ ആക്രോശിക്കുന്നത് പഴയപടി തന്നെയാണ്. ആദ്യം വലിയ പൊട്ടിത്തെറി ഉണ്ടായെന്നും നിലനിന്നിരുന്നവ എല്ലാം തന്നെ ചിന്നിച്ചിതറിപ്പോയെന്നും...

എന്തിനധികം, പൊട്ടിത്തെറിക്കു മുമ്പേ എല്ലാ നക്ഷത്രപഥങ്ങളും നമുക്ക് കാണാൻ കഴിയുന്നതും കഴിയാത്തതും. അതുപോലെ തന്നെയായിരുന്നു ഭാവിയിലെ സ്ഫടികഗ്ലാസ്സുകൾ മണൽത്തരികളിൽ ഉണ്ടാകുന്നു എന്നും, മണൽത്തരികൾ ധാന്യങ്ങളെന്നപോൽ ഈ ജാലകത്തിന്റെ വിത്തുകളായി മാറുന്നുവെന്നുമുള്ള അറിവുകൾ. ഇപ്പോൾ എന്റെ ജാലകത്തിലൂടെ ദൃശ്യമാകുന്ന ഒരു ചെറുബാലൻ തന്റെ ടീഷർട്ടിനുള്ളിൽ ഒരു കാൽപന്തും തിരുകി വരുന്നത് ഞാൻ കാണുന്നുണ്ട്.

തരംഗദൈർഘ്യങ്ങളുടെ ചൂടും പ്രകാശവും ഒരു ബിന്ദുവിന്റെ ആഴങ്ങളിൽനിന്ന് വികാസം കൊള്ളുന്നുണ്ടായിരുന്നു. ഒരു കാൽപ്പന്തിന്റെ വലിപ്പം... ആദിയിൽ അത്രയേ ഉണ്ടായിരുന്നുള്ളൂ. അല്ലെങ്കിൽ ഒരു തണ്ണിമത്തന്റെ അത്ര. ഒരു പഴയ കടങ്കഥപോലെ നാമെല്ലാം തണ്ണിമത്തന്റെയുള്ളിലെ ദുരൂഹവിത്തുകളായിരുന്നു. ജനലുകളോ വാതിലുകളോ ഒന്നുമില്ലാത്ത അണ്ഡകടാഹത്തിന്റെ മുറിയിൽ നിന്ന് ഒരു പൊട്ടിത്തെറിയോടെ നമ്മൾ പുറത്തു വന്നു. തണ്ണിമത്തന്റെ വിത്തുകൾ ചിതറിത്തെറിച്ച് നമ്മൾ എവിടെയൊക്കെയോ പൊട്ടിമുളച്ച് വളർന്നു. ഒരു കൊച്ചു വിത്ത്. അത് മുളച്ച് വൻമരമായി മാറുന്നു. എന്റെ ജനാലപ്പടിയിലേക്ക് നീണ്ടുകിടക്കുന്ന വൃക്ഷശിഖരങ്ങൾ ആദിസ്മൃതിയുടെ അവശേഷിപ്പുകളായി തണ്ണിമത്തൻ പൊട്ടിത്തെറിച്ചതിന്റെ പൊരുളുകളെക്കുറിച്ച് ഓർമ്മപ്പെടുത്തുന്നു.

രണ്ടാമത്തെ ഓർമ്മ, ആൺകുട്ടിയാവാൻ കൊതിച്ച ഒരു പെൺകുട്ടിയുടെ കഥ. ചെറിയ കുട്ടിയായിരുന്നപ്പോൾ പെൺകുട്ടി ഒരു വിരുന്നിന്റെ ഭാഗമായി ഒരു പൂച്ചക്കുട്ടിയുടെ പ്രച്ഛന്നവേഷം ധരിച്ചു. രോമകട്ടിയുള്ള കാലുറയിട്ട പൂച്ചക്കുട്ടി. എല്ലാവരും കൂടി അവളുടെ വാല് പിടിച്ചു

വലിക്കാൻ തുടങ്ങി. അവസാനം വാൽ ഊരിപ്പോന്നു. വാലും കൈയിൽപ്പിടിച്ച് അവൾക്ക് അന്ന് അവിടെ നടക്കേണ്ടി വന്നു.

ഇനി വളരെ വർഷങ്ങൾക്കു മുമ്പ് മൂന്നാമത്തെ ഒരു കൊച്ചുവിത്ത് പൊട്ടിത്തെറിച്ചതിന്റെ കഥ. മുതുക് ചൊറിഞ്ഞുകൊടുക്കാൻ ഇഷ്ടപ്പെടുന്ന ഒരു ചെറുപ്പക്കാരനായി ഞാൻ മാറുകയായിരുന്നു. ഞാൻ നുണകളെ വെറുത്തിരുന്നു. പ്രത്യേകിച്ചും ദേവാലയത്തിലെ പ്രസംഗഘോഷണങ്ങൾ. ആത്യന്തികസത്യം മരണമാണെന്ന് ഓർക്കാതെ അമരത്വമെന്ന വാഹനത്തിൽ നമ്മെ കൊണ്ടുപോകുമെന്ന പാതിരിമാരുടെ നിരർത്ഥക പ്രസംഗങ്ങൾ ഞാൻ കഠിനമായി വെറുത്തു.

ഡ്രൂയിങ് ജാതകപ്രകാരം അയാളുടെ ഭാവിപ്രവചനങ്ങൾ ഉൾക്കൊള്ളുന്ന ക്യാരറ്റിന്റെ ചിത്രം. തന്റെ ഡയറിയും കയ്യെഴുത്തുപ്രതികളും തീയ്യിട്ട് നശിപ്പിച്ചതിനുശേഷം അയാളെഴുതിയത് തമാശയുള്ള വരികൾ. “പുരസ്ക്കാരങ്ങൾ എന്നെ കൈവെടിഞ്ഞിരിക്കുന്നു.” ഡയറിയിലെ അവസാനത്തെ വരി. ഞാനത് വായിച്ചത്, നീയെന്റെ കയ്യിൽനിന്ന് ആ നോട്ടുപുസ്തകം വാങ്ങി കീറിക്കളയുന്നതിനു മുമ്പ്.

തീക്കുണ്ഡത്തിലെ തീനാളങ്ങൾക്കെതിരെ തുറന്നുപിടിച്ച കൈകളുമായി നമ്മൾ നിൽക്കുമ്പോൾ നേർത്തുചുവന്ന മാംസത്തിനിടയിലൂടെ നിന്റെ കൈവിരലുകളിലെ അസ്ഥികൾ സുതാര്യമായി കാണുന്നുണ്ടായിരുന്നു.

ചൂടുള്ള, കത്തിയമർന്ന പേജുകൾ ചാരക്കൂമ്പാരമായി നമുക്കുമേൽ വന്നുവീണു.

അയ്യോ, അത് ഞാൻ മിക്കവാറും മറന്നു; പിന്നീട് നിലനിൽക്കുന്ന എല്ലാം തന്നെ തിരികെ ഒരൊറ്റ പൂർണ്ണവിരാമത്തിൽ എത്തിനിൽക്കുമല്ലോ.

നീ എവിടെയാണ്, വോവ്ക എന്ന ക്യാരറ്റ്?

ഇപ്പോൾ എന്താണ് നടന്നുകൊണ്ടിരിക്കുന്നത്?

പാവം കൊച്ചു ജൂലി ഒരുപാട് ശ്രമിക്കുകയും അയാൾക്ക് കത്തുകൾ അയയ്ക്കുകയും ചെയ്തു. എന്നാൽ കഠിനഹൃദയനായ സെന്റ് പ്രെക്സ് ചെറിയ കുറിപ്പുകളിലൂടെ അവളെ കളിയാക്കി. ചിലപ്പോൾ കവിതാരൂപത്തിൽ പ്രാസം ചേർത്ത്.

എന്റെ പ്രേമഭാജനമേ!

നീ എന്തിനാണ് അത് ചെയ്തത്?

ഞാൻ ചെയ്യാതെ വിട്ടിരുന്ന ഒരു കാര്യം യുദ്ധം തിരഞ്ഞെടുക്കുക എന്നതായിരുന്നു. എന്നാൽ സ്വാഭാവികമായും അതൊരു വലിയ തടസ്സമായിരുന്നില്ല. ഉണ്ടായിരുന്നെങ്കിൽത്തന്നെ തോൽപിക്കപ്പെടാത്ത നമ്മുടെ ഈ രാജ്യത്ത് അത് മാംസവും മദ്യവുമാണ്. അതെ, അതാണിത്. സുഹൃദ്‌രാജ്യങ്ങൾ കൊച്ചുകുട്ടികളെ അവരുടെ തോക്കുകളിലെ കുന്തമുനകളിൽ

പിടിച്ചുനിർത്തുകയും വൃദ്ധകളെ ബലാൽസംഗം ചെയ്യുകയും ചെയ്യുന്നു എന്ന പത്രവാർത്തകൾ കാണുമ്പോൾ നിങ്ങൾക്ക് ദിനപ്പത്രങ്ങൾ ശരിക്കൊന്ന് തുറക്കാനാവില്ല. നാവികന്റെ യാത്രക്കുപ്പായം ധരിച്ച് കൊല്ലപ്പെട്ട നിഷ്കളങ്കനായ സാറേവിച്ചിനോട് നിനക്ക് എന്തായാലും വല്ലാത്ത സഹാനുഭൂതി തോന്നും. സ്ത്രീകൾ, വൃദ്ധരും കുട്ടികളും എല്ലാം പതിവുപോലെ ഒരു ചെവിയിലൂടെ കടന്ന് മറ്റേ ചെവിയിലൂടെ പുറത്തു പോകും. ആ നാവികന്റെ യാത്രക്കുപ്പായം...

സൈനികരെ ആഹ്വാനം ചെയ്യുന്ന തകരപ്പാട്ടയിൽ മുഴങ്ങിയ ആ കാഹളനാദം മണിമുഴങ്ങുന്ന കെട്ടിടത്തിൽനിന്ന് വിരസമായി മുഴങ്ങിക്കേട്ടു, നിന്റെ മാതൃഭൂമി നിന്നെ വിളിക്കുന്നു!

നിർബ്ബന്ധിത സൈനികസേവനകേന്ദ്രത്തിൽ ഇങ്ങനെ ആലേഖനം ചെയ്തിരുന്നു, “ഓരോരുത്തർക്കും സ്വന്തമായ യുദ്ധഭൂമി ആവശ്യമാണ്.”

ഓ, തീർച്ചയായും അവരത് ചെയ്തു.

മെഡിക്കൽ ബോർഡിലെ വലിയ തലയോട്ടിപോലെ കഷണ്ടിയായ ഒരു ഉരുണ്ട ഡോക്ടർ എന്റെ കണ്ണുകളിലേക്ക് ശക്തമായി തുറിച്ചുനോക്കി.

“നീ എല്ലാവരേയും നിന്ദിക്കുന്നു. നിനക്കറിയുമോ, ഞാനും ഇതുപോലെ ആയിരുന്നു. ഞാൻ എന്റെ ആദ്യത്തെ ആശുപത്രിയിൽ ഒരു ഡോക്ടറായി സേവനമനുഷ്ഠിക്കാൻ തുടങ്ങിയ കാലത്ത് നിന്റെ അതേ പ്രായമായിരുന്നു. കാറ് തട്ടി പരുക്കേറ്റ ഒരു തെണ്ടിയെ അവർ കൊണ്ടുവന്നു. അയാൾക്ക് ജീവനുണ്ടായിരുന്നു, എന്നാൽ വല്ലാതെ മുറിവേറ്റിരുന്നു. ഞങ്ങൾ കാര്യമായി ഒന്നും ചെയ്തില്ല. ആ വൃദ്ധനെ ആർക്കും വേണ്ട എന്നും അയാളെ തിരക്കി ആരും വരില്ല എന്നും തീർച്ചയായിരുന്നു. ദുർഗന്ധവും ചെളിയും പേനും പഴുപ്പും. അവിടെയൊന്നും വൃത്തികേടാകാത്ത രീതിയിൽ ഞങ്ങൾ അയാളെ മാറ്റി ഇരുത്തി. എല്ലാ അർത്ഥത്തിലും ഒരു തുലഞ്ഞ മനുഷ്യൻ. അയാൾ മരിച്ചപ്പോൾ അയാളെ വൃത്തിയാക്കി മോർച്ചറിയിലേക്ക് മാറ്റാൻ നിയോഗിക്കപ്പെട്ടവൻ ഞാനായിരുന്നു. ഞാൻ ചെയ്തോട്ടെ എന്നു കരുതി എല്ലാവരും എന്നെ തനിച്ചാക്കി പോയി. ഒന്നു പുകവലിക്കാനായി ഞാൻ പുറത്തുപോയി ആലോചിച്ചു, എന്തിനാണ് വിഷമിക്കുന്നത്? ആ വൃദ്ധൻ എന്റെ ആരാണ്? അയാളെ എന്തിന് കൊള്ളാം? ഞാൻ പുകവലിച്ചുകൊണ്ടിരുന്നപ്പോൾ അയാൾ മരിച്ചു. ഇതാ ഞാൻ ഇവിടെ ചോരയും ചലവും തുടച്ചുമാറ്റുന്നു. അശ്രദ്ധയോടെയാണ് ഞാൻ ജോലി ചെയ്യുന്നത്. അയാളെ എത്രയും വേഗം ഫ്രീസറിൽ കയറ്റിവയ്ക്കാനായി മാത്രം ജോലിചെയ്യുകയാണ്. പെട്ടെന്ന് ഓർത്തു, ഇയാൾ ആരുടെയെങ്കിലും അച്ഛനായിരിക്കാൻ സാധ്യതയുണ്ട്. ഞാൻ ഒരു പാത്രം ചൂടുവെള്ളം എടുത്ത് അയാളെ കുളിപ്പിക്കാൻ തുടങ്ങി. ആ വൃദ്ധശരീരം അവഗണിക്കപ്പെട്ടതും ദയ അർഹിക്കുന്നതുമായിരുന്നു. ഞാൻ ഇതാ അയാളുടെ കാലുകൾ കഴുകുകയാണ്. അഴുകിയ, ബീഭത്സമായ, ഫംഗസ് തിന്നുതീർത്ത, നഖങ്ങളൊന്നും

ബാക്കിയില്ലാത്ത അയാളുടെ വിരലുകൾ വൃത്തിയാക്കുകയാണ്. മുറിവുകളും പൊട്ടുകളും സ്പോഞ്ചുകൊണ്ട് വൃത്തിയാക്കുമ്പോൾ ശബ്ദമില്ലാതെ അയാളോട് സംസാരിച്ചു: “അച്ഛാ, താങ്കൾക്ക് ജീവിതം കഠിനമായിരുന്നു അല്ലേ? ആരും ഇഷ്ടപ്പെടാനില്ലെങ്കിൽ ഒന്നും ഒരാൾക്ക് എളുപ്പമല്ല. താങ്കളുടെ ഈ വയസ്സിലും തെരുവിലെ ഭ്രാന്തൻനായയെപ്പോലെ അലഞ്ഞുതിരിയുന്നതിനെക്കുറിച്ച് താങ്കൾ എന്താണ് കരുതിയിരുന്നത്? എന്നാൽ അതൊക്കെ ഇപ്പോൾ അവസാനിച്ചിരിക്കുകയാണ്. താങ്കൾ വിശ്രമിക്കൂ. ഇപ്പോൾ എല്ലാം ശരിയായി. ആരും വേദനിപ്പിക്കില്ല. പിന്നാലെ നടന്ന് ഉപദ്രവിക്കില്ല.”

“അങ്ങനെ ഞാൻ അയാളെ വൃത്തിയാക്കിക്കൊണ്ട് കുറേ സംസാരിച്ചു. എനിക്ക് അറിയില്ല അത് അയാളുടെ മരണത്തിൽ ഏതെങ്കിലും രീതിയിൽ സഹായകമായി തീർന്നോ എന്നൊന്നും. എന്നാൽ ഇത് എന്നെ ജീവിക്കാനായി ഒരുപാട് സഹായിച്ചു.”

എന്റെ സാഷൻക!

വൊളോഡെൻക!

ഞാൻ സൂര്യാസ്തമയം കാണുകയാണ്. എന്നിട്ട് ഞാൻ വിചാരിക്കുന്നു, നീയും ഇപ്പോൾ ഈ നിമിഷം സൂര്യാസ്തമയം കാണുകയാണെങ്കിലോ? അതിനർത്ഥം നമ്മൾ ഒന്നാണ് എന്നാണ്.

ചുറ്റുപാടും നിശ്ശബ്ദമായിരുന്നു.

എന്ത് ഭംഗിയുള്ള ആകാശം!

അവിടെ നിൽക്കുന്ന ആ പ്രായമായ മരത്തിന് ചുറ്റുപാടുള്ളതെല്ലാം അറിയാൻ കഴിയുന്നുണ്ട്. ഇത്തരം നിമിഷങ്ങളിൽ മരങ്ങൾക്കും എല്ലാം അറിയാം. അവയ്ക്ക് ഒന്നും പറയാൻ കഴിയുന്നില്ല എന്നു മാത്രം. നമ്മെപ്പോലെ തന്നെ. പെട്ടെന്ന് എനിക്ക് തോന്നി. ചിന്തകളും വാക്കുകളുമൊക്കെ ഈ പ്രകാശംപോലെയുള്ള ഒരു സത്തയിൽ നിന്നുണ്ടായതാണ്. അല്ലെങ്കിൽ ഈ പ്രകാശം അവിടെയുള്ള വെള്ളം നിറഞ്ഞ കുഴിയിൽ പ്രതിഫലിച്ചിരുന്നതോ എന്റെ ബാന്റേജിട്ട തള്ളവിരലിൽനിന്നുള്ളതോ ആണ്. ഇതൊക്കെ കാണാനായി നിന്നെ ഞാൻ എത്രയധികം കാത്തിരിക്കുന്നുവെന്നോ?

ഒന്ന് സങ്കൽപിച്ചു നോക്ക്, ഞാൻ ബ്രഡ്സ്റ്റ് മുറിക്കുന്ന കത്തിയെടുത്ത് എങ്ങനെയൊക്കെയോ എന്റെ തള്ളവിരലിന്റെ നഖത്തിലൂടെ മുറിച്ചു. ഞാനത് ബാന്റേജ് ഇട്ട് കെട്ടിവെച്ചു. പിന്നീട് ഞാൻ ആ ബാന്റേജിനു മുകളിൽ കണ്ണും മൂക്കും വരച്ചുവെച്ചു. കൊച്ച് ടോം തമ്പിനെയും. അങ്ങനെ ഞാൻ നിന്നെക്കുറിച്ച് അന്ന് വൈകുന്നേരംവരെ സ്വയം സംസാരിച്ചുകൊണ്ടിരുന്നു.

ഞാൻ നിന്റെ ആദ്യത്തെ പോസ്റ്റ് കാർഡ് വീണ്ടും വായിച്ചു. അതെ! ഇത് അതു തന്നെയാണ്. എല്ലാം കവിതാമയം! ഒന്ന് ചുറ്റും നോക്കൂ!

എല്ലാം ഒരു താളക്രമത്തിലാണ്. കാണാൻ കഴിയുന്ന ഒരു ലോകം, നീ കണ്ണുകൾ അടച്ചാൽ അതാ അവിടെ കാണാൻ കഴിയാത്ത ഒരു ലോകം. അവിടെ ആകാശത്തേക്ക് തലയുയർത്തി നിൽക്കുന്ന പൈൻമരം. അതിന്റെ കവിത. വിരസമായ യാഥാർത്ഥ്യത്താൽ ശംഖ് ഒരു ആഷ്ട്രേയായി മാറുന്നതുപോലെ. ഭിത്തിയിൽ ക്ലോക്കുണ്ട്. വൃത്തിയുള്ള വായു ലഭിക്കാനായി മരുന്നുകടയിൽനിന്നും ലഭിച്ച മരുന്നുകളുള്ള ഷെൽഫുണ്ട്. ഇത് എന്റെ ബാൻഡേജിട്ട തള്ളവിരൽ, മുറിവിന്റെ പാട് എന്നന്നേക്കുമായി അവിടെ ഉണ്ടാകും. അതിന്റെ പ്രാസം ഈ അതേ വിരലാണ്. എന്നാൽ ജനിക്കുന്നതിന് മുൻപും ഞാൻ പോയശേഷവും അത് അതേപോലെതന്നെ ഉണ്ടായേക്കും. ലോകത്തുള്ള എല്ലാം പ്രാസത്തോടെ എല്ലാറ്റിനോടുമൊപ്പം വർത്തിക്കുന്നു. ഈ ലഘുകവിതകൾ ലോകത്തെ ഒന്നിപ്പിക്കുന്നു, ചേർത്തുപിടിക്കുന്നു; ആണികൾ അടിക്കുമ്പോൾ വീഴാതിരിക്കാൻ തലഭാഗംവരെ അടിക്കുന്നതുപോലെ.

ഏറ്റവും അദ്ഭുതകരമായ കാര്യമെന്താണ് എന്നുവെച്ചാൽ ഈ അനുപ്രാസങ്ങൾ ആരംഭം മുതൽക്കേ ഉണ്ട് എന്നതാണ്. അവയെ കണ്ടുപിടിക്കുക ചെറിയൊരു കൊതുകിനെ കണ്ടുപിടിക്കുംപോലെയോ, വിദൂരതയിൽ ഉള്ള കാർമേഘത്തെ കണ്ടുപിടിക്കുംപോലെയോ അസാധ്യമാണ്. നീ മനസ്സിലാക്കുക, വളരെ ചെറിയ കാര്യങ്ങൾ കണ്ടുപിടിക്കുവാൻ നമുക്ക് ഭാവനയുടെ അളവ് മാത്രം പോര!

ആളുകൾ സന്തോഷിക്കാനായി ആർത്തി പിടിക്കുന്നുവെന്ന് ആരാണ് എഴുതിയത്? ശരിയാണത്. അത് ഞാനാണ്, സന്തോഷത്തിനുവേണ്ടി ആർത്തി പിടിക്കുന്നവൾ.

നിന്റെ ഭാവഹാവാദികൾ ആവർത്തിക്കുന്നത് ഞാൻ ശ്രദ്ധിച്ചു. നിന്റെ വാക്കുകൾ ഞാൻ പറയുന്നു. നിന്റെ കണ്ണുകൾകൊണ്ട് ഞാൻ നോക്കുന്നു. ഞാൻ നിന്നെപ്പോലെ ആലോചിക്കുന്നു. ഞാൻ നിന്നെപ്പോലെ എഴുതുന്നു.

എപ്പോഴും നമ്മുടെ വേനൽക്കാലം ഓർക്കുന്നു.

എണ്ണവിളക്കിന്റെ വെളിച്ചത്തിൽ ഇരുന്നുള്ള പുലർകാലത്തെ പഠനം, വെണ്ണ പുരട്ടിയ ബ്രഡ്ഡുകൾ.

നീ ഓർക്കുന്നുവോ, ചൂടുള്ള ഇസ്തിരിപ്പെട്ടികൊണ്ട് തവിട്ടുനിറത്തിൽ ത്രികോണാകൃതിയിലുള്ള അടയാളം വീണ മെഴുകുതുണികൊണ്ട് മൂടിയിട്ടിരുന്ന, ലൈലാക് ചെടിയുടെ അടിയിലുണ്ടായിരുന്ന നമ്മുടെ മേശയെ?

ഇനിയുള്ളവ നിനക്ക് ഓർക്കാൻ കഴിയാത്ത, എന്നാൽ എനിക്ക് മാത്രം ഓർമ്മിക്കാൻ കഴിയുന്നവയാണ്. വെളുപ്പാൻ കാലത്ത് നീ പുല്ലിലൂടെ നടന്നപ്പോൾ സൂര്യപ്രകാശത്തിൽ ഒരു ഹിമപാത നീ ഉണ്ടാക്കിയതുപോലെ തോന്നി.

പൂന്തോട്ടത്തിൽനിന്നുള്ള സുഗന്ധങ്ങൾ! വളരെ കൊഴുത്ത്, കടുപ്പത്തിൽ അതിന്റെ ചെറുതരികൾ അന്തരീക്ഷത്തിൽ തിങ്ങിനിറഞ്ഞതു

പോലെ. നിനക്ക് ആ സുഗന്ധങ്ങളൊക്കെ ചായപോലെ കടുപ്പമുള്ള ഒന്നിലേക്ക് പകർന്നെടുക്കാൻ കഴിയും.

ചുറ്റുമുള്ള എല്ലാറ്റിനും ഒരേ ഒരു കാര്യമേ മനസ്സിൽ ഉള്ളൂ; ഞാൻ കാടുകളുടേയും വയലുകളുടേയും ഇടയിലൂടെ നടന്നപ്പോൾ അവിടെ എല്ലാവരും എന്റെ മേൽ പരാഗണം നടത്തുവാനും ബീജസങ്കലനം നടത്തുവാനും വളരെ പ്രയത്നിച്ചു. എന്റെ സോക്സുകൾ മുഴുവൻ പുൽവിത്തുകൾകൊണ്ട് നിറഞ്ഞു.

പിന്നെ ഓർക്കുക, ഒരു കൊയ്ത്തുയന്ത്രംകൊണ്ട് കാലുകൾ മുറിഞ്ഞുപോയ ഒരു മുയലിനെ നമ്മൾ അന്ന് അവിടെ കണ്ടു.

തവിട്ടുനിറത്തിൽ കണ്ണുകളുള്ള പശുക്കൾ.

ചെറിയൊരു ആട്ടിൻകുട്ടി അലസമട്ടിൽ നിരത്തിൽ കിടക്കുന്നു.

കൊഴുത്ത, ചേറുനിറഞ്ഞ, ഇരുണ്ട അടിഭാഗമുള്ള, നിറയെ തവള മുട്ടകൾ ഉള്ള നമ്മുടെ കുളം. വെള്ളിമീൻ ആകാശത്തേക്ക് കുതിച്ചു ചാടി. ഞാൻ വെള്ളത്തിൽനിന്ന് കയറി എന്റെ മേൽ പറ്റിപ്പിടിച്ചിരുന്ന പായൽ തട്ടിക്കളഞ്ഞു.

സൂര്യസ്നാനത്തിനായി എന്റെ കുപ്പായംകൊണ്ട് മുഖം മറച്ച് കിടന്നു. കഞ്ഞിമുക്കിയ ലിനൻ തുണികൾപോലെ കാറ്റ് മർമ്മരശബ്ദമുണ്ടാക്കി. പെട്ടെന്ന് പൊക്കിളിൽ ഇക്കിളിപോലെ തോന്നി. നീ എന്റെ വയറിൽ മണൽത്തരികൾ ഇടുകയായിരുന്നു.

നമ്മൾ വീട്ടിലേക്ക് നടന്നു. അപ്പോഴൊക്കെയും ശക്തമായ കാറ്റ് വീശുന്നുണ്ടായിരുന്നു.

നമ്മൾ നിലത്ത് വീണുകിടന്ന ആപ്പിളുകൾ പെറുക്കി. ആദ്യത്തേത് പുളിപ്പുള്ളതും ഉണക്കിവെയ്ക്കാൻ പറ്റുന്നവയുമായിരുന്നു - ഈ കാറ്റിൽ വീണ ആപ്പിളുകൾക്കൊണ്ട് നമ്മൾ അങ്ങോട്ടുമിങ്ങോട്ടും എറിഞ്ഞ് കളിച്ചു.

സൂര്യാസ്തമയത്തോടെ കാട് ദുർഘടം പിടിച്ചതായി.

ഒരു എലിക്കെണി അർദ്ധരാത്രിയിൽ തുറന്നടഞ്ഞത് നമ്മെ ഉണർത്തി.

സാഷൻക, എന്റെ ഏറ്റവും പ്രിയപ്പെട്ടവളേ!

ഞാൻ എനിക്കുള്ള കത്തുകൾ എണ്ണിനോക്കുകയാണ്. ഏതാണ് കളഞ്ഞുപോയത് എന്നറിയാനായി.

എന്റെ കുത്തിക്കുറിക്കൽ തീരെ ചെറുതായതിൽ ഖേദമുണ്ട്. തീരെ സമയമുണ്ടായിരുന്നില്ല. വല്ലാത്ത ഉറക്കക്കുറവുണ്ട്. അതിനാൽ നിൽക്കുമ്പോൾത്തന്നെ ഉറങ്ങിവീഴുമോ എന്ന് തോന്നുകയാണ്. പുലർച്ചെ അഞ്ചു മണിക്ക്, പുറത്ത് അപ്പോഴും ഇരുട്ടായിരുന്നപ്പോൾ സ്വീഡനിലെ രാജ്ഞിയായ ക്രിസ്റ്റീനയ്ക്ക് തത്ത്വശാസ്ത്രത്തിൽ ക്ലാസ്സെടുക്കാനായി ഹെസ് കാർട്ടസ് ഉണർന്നപ്പോഴാണ് അദ്ദേഹം കൊല്ലപ്പെട്ടത്. എന്നാൽ ഞാനിപ്പോഴും പിടിച്ചുനിൽക്കുകയാണ്.

ഇന്ന് ഞാൻ ജനറൽ സ്റ്റാഫ് ഓഫീസിൽ പോയപ്പോൾ യൂണിഫോം ധരിച്ച രൂപം കണ്ണാടിയിൽ കണ്ടു. വിചിത്രമായിരിക്കുന്നു, ഈ വേഷത്തിൽ ഞാൻ എന്താണ് ചെയ്യുന്നത്? ഞാൻ എന്നെയോർത്ത് അദ്ഭുതപ്പെട്ടു. എനിക്കെങ്ങനെ ഒരു സൈനികൻ ആകാൻ കഴിഞ്ഞു?

നിനക്കറിയുമോ, എല്ലാറ്റിനും ഉപരിയായി ഈ ലോകത്ത് എന്തൊക്കെയോ ഉണ്ട്, വരിയിൽ നിൽക്കുമ്പോൾ എപ്പോഴും നാലാമന്റെ കവിളെല്ലുകൊണ്ട് മറയുന്ന ഒന്ന്.

ഞാൻ നിന്നോട് ഒരു സൈനിക തൊപ്പിയുടെ കഥ പറയാം. ചെറിയ ഒരെണ്ണം. അത് എന്റെ കയ്യിൽനിന്ന് മോഷണം പോയി. സൈനിക തൊപ്പി ഇല്ലാതെ പോകുന്നത് നിയമവിരുദ്ധമാണ്, അതൊരു കുറ്റമാണ്.

ഞങ്ങളുടെ പ്രധാനികളിൽ പ്രധാനിയും ഉദ്യോഗസ്ഥമേധാവികളിലെ മേധാവിയുമായ ആൾ നിലത്ത് ആഞ്ഞ് ചവിട്ടി എന്നെക്കൊണ്ട് പ്രതിജ്ഞ എടുപ്പിച്ചു, ഞാൻ തന്നെ ലോകാവസാനംവരെ കക്കൂസ് വൃത്തിയാക്കണമെന്ന്.

"നീയത് നക്കിത്തിന്നും നികൃഷ്ടജന്തു!"

അങ്ങനെയാണ് അയാൾ പറഞ്ഞത്.

ആ, ഇനി പട്ടാളക്കാരുടെ പ്രസംഗത്തെപ്പറ്റി പ്രചോദനപരമായ ചിലത് പറയാനുണ്ട്.

നെപ്പോളിയന്റെ യുദ്ധഭൂമികളിലെ ആജ്ഞകളെപ്പറ്റി പഠിച്ചിട്ടാണ് സ്റ്റെൻറാൽ ലളിതമായും സൂക്ഷ്മമായും എഴുതാൻ പഠിച്ചത് എന്ന് ഞാൻ എവിടെയോ വായിച്ചിട്ടുണ്ട്.

എന്റെ പ്രിയപ്പെട്ടവളേ, വിദൂരതയിലുള്ള സാഷൻക, ഇവിടുത്തെ കക്കൂസിനെക്കുറിച്ച് കുറച്ച് വിശദീകരണം ആവശ്യമാണ്. നിലത്തുള്ള നിറയെ വിസർജ്ജ്യം നിറഞ്ഞ കുഴികളെക്കുറിച്ച് നീ ഓർത്തു നോക്ക്. വേണ്ട, നീ ചിന്തിക്കാതിരിക്കുന്നതാണ് നല്ലത്. എല്ലാവരും വളരെയധികം പരിശ്രമിച്ച് വിസർജ്ജിക്കുന്നത് കുഴികൾക്കുള്ളിലേക്കല്ല, അതിന്റെ വക്കുകളിലേക്കാണ്. എല്ലാം നനഞ്ഞ് കുതിർന്ന് ഇരുന്നു. ശരിക്ക് നിങ്ങളുടെയും അയാളുടെ അനുയായികളുടേയുമൊക്കെ വയറ് പ്രവർത്തിക്കുന്നത് അതിന്റെ ഇഷ്ടപ്രകാരമാണ് എന്നത് മറ്റൊരു വിഷയം. നിങ്ങൾ ഇവിടെ വിശാലമായി തുറന്ന കുഴികൾക്കുമുകളിൽ എപ്പോഴും കുത്തിയിരുന്ന് നിങ്ങളുടെ ഉള്ളിലുള്ളത് മുഴുവൻ പുറംതള്ളുമ്പോൾ ജനറലിസ്സിമസ് സുവോറോവിന്റെ ശാസ്ത്രവിജയത്തിനായി നിങ്ങൾക്കെങ്ങനെ സ്വയം സമർപ്പിക്കാൻ കഴിയും?

എന്തായാലും ഞാൻ അയാളോട് ചോദിച്ചു:

"എവിടെ നിന്നാണ് നിങ്ങൾക്കു തരാനായി ഒരു സൈനികത്തൊപ്പി എനിക്ക് ലഭിക്കുക?"

അയാൾ പറഞ്ഞു:

"നിന്റെ തൊപ്പി അവർ മോഷ്ടിച്ചു. നീ പോയി ഒന്ന് മോഷ്ടിച്ചിട്ടു വാ!"

ഞാൻ സൈനികത്തൊപ്പി വാങ്ങാനായി പോയി. പക്ഷേ, അത് എളുപ്പമായിരുന്നില്ല. എല്ലാവരുടെ കയ്യിലും അതുണ്ടായിരുന്നതിനാൽ പുതിയത് കിട്ടാൻ ബുദ്ധിമുട്ടായിരുന്നു.

ഞാൻ അവിടെല്ലാം പാഞ്ഞുനടന്നു. പെട്ടെന്ന് ചിന്തിച്ചു: "ഞാൻ ആരാണ്? ഞാൻ എവിടെയാണ്? ഞാൻ കക്കൂസ് കഴുകാൻ പോയി. ലോകം മുഴുവൻ പെട്ടെന്ന് ലാഘവത്വം നിറഞ്ഞതായി തോന്നി. ഞാൻ ചെറിയ കാര്യങ്ങൾ മനസ്സിലാക്കുന്നത് ഇവിടെ അവസാനിപ്പിക്കേണ്ടിയിരിക്കുന്നു. നിനക്കറിയുമോ, വിസർജ്ജ്യത്തോളം വൃത്തികേടായി ഒന്നും തന്നെ ഇല്ല.

നോക്ക്, ഇതാ ഞാൻ രാത്രിയിൽ നിനക്ക് എഴുതുകയാണ്. ഞാൻ ഇപ്പോൾ ഒരു ബ്രഡ്സ്റ്റ് നുള്ളി കിടക്കയിൽ ഇട്ടു. ആ തരികൾ എന്നെ ഉറങ്ങാനനുവദിക്കുന്നില്ല.

അവ കിടക്കവിരിയിൽ ഓടിനടന്ന് എന്നെ കടിക്കുകയും മറ്റും ചെയ്യുകയാണ്. എന്റെ തലയ്ക്കു മുകളിലെ ജനാല നക്ഷത്രങ്ങളാൽ പ്രകാശഭരിതമായിരുന്നു.

ആകാശഗംഗ ആകാശത്തെ ഒരു ചരിവായി വിഭജിച്ചിരുന്നു. നിനക്കറിയുമോ, അതൊരു ബൃഹത്തായ ഛേദനംപോലെ ആയിരുന്നു. ഹാരകം ഈ ലോകത്തിന്റെ ഒരു പകുതിയും ഛേദം മറ്റൊരു പകുതിയുമാണ്. ഞാൻ എന്നും ഈ ഭിന്നസംഖ്യകളെയും വർഗരാശികളെയും സമചതുര നമ്പരുകളെയും എല്ലാ വർഗമൂലകങ്ങളെയും വെറുത്തിരുന്നു. ഇതെല്ലാം തന്നെ വേർപ്പെടുത്തപ്പെട്ട, സങ്കല്പിക്കാൻ ബുദ്ധിമുട്ടായ പിടിച്ചെടുക്കാൻ ഒന്നുമില്ലാത്തവയാണ്. മരത്തെ സംബന്ധിച്ച് വേര് വേരാണ്. അത് ശക്തമാണ്. അത് പടരുന്നു. വലിച്ചെടുക്കുന്നു. മണ്ണിൽ ആഴ്ന്നിറങ്ങുന്നു. വളരുന്നു. തൂങ്ങിക്കിടക്കുന്നു. ആഗിരണം ചെയ്യുന്നു. എന്നാൽ അമർത്തപ്പെടാത്തതും ആഗ്രഹമുള്ളതും ജീവനുള്ളതുമാണ്. നേർത്ത വളഞ്ഞുപുളഞ്ഞ നിരർത്ഥകജല്പനമായ എഴുത്താണിത്. അവർ ഇതിനെയും വേര് എന്നു വിളിക്കുന്നു.

മൈനസ് ചിഹ്നം എന്തർത്ഥമാണ് ഉണ്ടാക്കുന്നത്? ജനലിനെ കിഴിക്കുക? എന്താണത്? ഇതൊന്നും എവിടേക്കും പോകാൻ പോകുന്നില്ല. ജനാലയുടെ പുറത്ത് എന്താണ് എന്നതും പ്രസക്തമല്ല.

അല്ലെങ്കിൽ എന്നെ കുറച്ചാലോ?

സംഭവിക്കാത്ത കാര്യങ്ങൾ.

എല്ലാ കാര്യങ്ങളിലും ഒന്നു കൈകടത്താൻ താത്പര്യമുള്ള ഒരാളാണ് ഞാൻ. ഞാൻ മണപ്പിച്ച് നോക്കുന്നു. ഇനിയും കൂടുതലായി എല്ലാം മണത്തുനോക്കണം. കുട്ടിയായിരിക്കുമ്പോൾ രാത്രികാലങ്ങളിൽ അച്ഛൻ

വായിച്ചുതരാറുള്ള പുസ്തകത്തിൽ ഉള്ളതുപോലെ. പലതരത്തിലുള്ള മനുഷ്യരുണ്ട്. സമയം മുഴുവൻ ഭാരം വഹിക്കുന്ന യന്ത്രങ്ങളുമായി മൽപ്പിടിത്തം നടത്തുന്നവർ. ഒറ്റക്കാലുള്ള മനുഷ്യർ. അവർ അതും വെച്ച് ഓടി നടക്കുന്നു. അവരുടെ കാല് വളരെ വലുതാകയാൽ അവർ അതിന്റെ തണലിൽ ഒരു വീടിനുള്ളിൽ എന്ന പോലെ വിശ്രമിച്ച് സൂര്യന്റെ കൊടും താപത്തിൽ നിന്നും രക്ഷ നേടുന്നു. മറ്റൊരു തരം മനുഷ്യരുണ്ട്. അവർ പഴങ്ങളുടെ മണം ശ്വസിച്ചു മാത്രമാണ് ജീവിക്കുന്നത്. എവിടെയെങ്കിലും ദൂരയാത്രയ്ക്കു പോകുമ്പോൾ അവർ ഈ പഴങ്ങൾ കയ്യിൽ കരുതുന്നു. എന്തെങ്കിലും വൃത്തികെട്ട ഒരു മണമടിച്ചാൽ മതി അവർ മരിക്കും. അവർ എന്നെപ്പോലെയാണ്.

നിനക്കറിയുമോ, നിലനിൽക്കണമെങ്കിൽ ജീവനുള്ള എല്ലാറ്റിനും ഒരു മണം വേണം. ഏതെങ്കിലും തരത്തിലുള്ള ഒരു മണം, നമ്മൾ പഠിച്ചിട്ടുള്ള എല്ലാ ഭിന്നസംഖ്യകൾക്കും മറ്റെല്ലാകാര്യങ്ങൾക്കും ഒരു മണവും ഉണ്ടായിരുന്നില്ല. രാത്രിഞ്ചരനായ ഏതോ ഒരു ജീവി ജനാലയ്ക്കപ്പുറത്ത് ഉണ്ട്. അത് ഒഴിഞ്ഞ ഒരു കുപ്പിയെ തട്ടി താഴേക്കിട്ടു. ആളൊഴിഞ്ഞ നിരത്തിലെ ചരലിൽ കുപ്പിച്ചില്ല് വീണ് ഉടഞ്ഞ ശബ്ദം കേട്ടു.

അത് ഇപ്പോൾ പൊട്ടിപ്പോയിരിക്കുന്നു. രാത്രിയിൽ ഇത്തരം നിമിഷങ്ങളിൽ ഞാൻ തനിച്ചാണ് എന്ന തോന്നൽ ഉണ്ടാകുന്നു. എന്തെങ്കിലുമൊക്കെ ഉണ്ടാകാനായി ഏതെങ്കിലും കാരണങ്ങൾ ഉണ്ടാകണേ എന്ന് ഞാൻ ആഗ്രഹിക്കുന്നു. നിന്റെ ഒപ്പം ഞാൻ ഉണ്ടാകണമെന്ന് അതിയായി ആഗ്രഹിക്കുന്നു. നിന്നെ കെട്ടിപ്പിടിച്ച് ചേർന്നു കിടക്കണം. നിനക്കറിയുമോ ഛേദം കൊണ്ട് നക്ഷത്രനിബിഡമായ ഹാരകത്തെ ഹരിച്ചാൽ എന്തുകിട്ടുമെന്ന്? പ്രപഞ്ചത്തിന്റെ പകുതികൊണ്ട് മറ്റേ പകുതിയെ ഹരിച്ചാൽ? നിനക്ക് എന്നെ കിട്ടും. നീ എന്റെ കൂടെയാവും.

ഞാൻ ഇന്ന് ഒരു പെൺകുട്ടി ബൈക്കിൽനിന്ന് വീഴുന്നത് കണ്ടു. അവളുടെ മുട്ട് പൊട്ടുകയും അവൾ അവിടെയിരുന്ന് ഉറക്കെ കരയുകയും അവളുടെ വെള്ളസോക്സ് ചോരയിൽ കുതിരുകയും ചെയ്തു. അതൊരു വരമ്പത്ത് വെച്ചായിരുന്നു. ചപ്പുചവറുകളും പൊതിയാനുള്ള പേപ്പറുകളും ഐസ്ക്രീമിന്റെ കമ്പുകളും വായിൽ കുത്തിനിറച്ച സിംഹങ്ങളുള്ള ഇടമായിരുന്നു അത്. പിന്നീട് ഞാൻ വീട്ടിലേക്കു നടക്കുമ്പോൾ പെട്ടെന്ന് വിചാരിച്ചു. വലിയ പുസ്തകങ്ങളും ചിത്രങ്ങളുമൊന്നും പ്രേമത്തെക്കുറിച്ച് മാത്രമുള്ളതല്ല എന്ന്. അവ പ്രേമത്തെക്കുറിച്ച് ഉള്ളതാണെന്ന് കൊട്ടിഘോഷിക്കുന്നു. അതിനാൽ വായിക്കാനുള്ള താത്പര്യം ഉണ്ടാകുന്നു. എന്നാൽ അവ ശരിക്കും മരണത്തെക്കുറിച്ചുള്ളതാണ്. പുസ്തകങ്ങളിൽ പ്രേമം ഒരുതരം കവചമോ അന്ധമോ ആണ്. അതിനാൽ നീ അത് കാണുന്നില്ല. അതുകൊണ്ട് അത് ഭയപ്പെടുത്തുന്നുമില്ല. ബൈക്കിൽ നിന്നുവീണ പെൺകുട്ടിയുമായി ഇതിനെന്താണ് ബന്ധം എന്നൊന്നും എനിക്കറിയില്ല. അവൾ കുറച്ച് കരഞ്ഞു. ചിലപ്പോൾ പണ്ടെങ്ങോ കഴിഞ്ഞതുപോലെ അവളത് മറന്നു കാണും. എന്നാൽ ഒരു പുസ്തകത്തിലെ

പോലെ അവളുടെ തോലുപോയ കാൽമുട്ട് അവൾ മരിക്കുന്നതുവരെയും മരിച്ചുകഴിഞ്ഞാലും അവിടെത്തന്നെ ഉണ്ടാകും.

സത്യത്തിൽ ചില പുസ്തകങ്ങളൊന്നും മരണത്തെക്കുറിച്ചല്ല. അവ അനശ്വരതയെക്കുറിച്ചാണ്. ആ അനശ്വരത സത്യമാവണം എന്നില്ല എന്നു മാത്രം. അതൊരു അംശം പോലെയോ, ഒരു നിമിഷത്തിലെ മഞ്ഞവെളിച്ചത്തിൽ ഉണ്ടാകുന്ന ഈയാംപാറ്റകളെപ്പോലെയോ ആണ്. അവ ഒരു നിമിഷം പിൻകാലുകൾ തമ്മിൽ ഉരസാനായി വെറുതെ ഇരുന്നു. അവ എന്നന്നേക്കുമായി അവിടെ ഉള്ളതായി. തീർച്ചയായും അവർ എല്ലാ നല്ല നിമിഷങ്ങളെയും തിരഞ്ഞെടുത്തു. എന്നാൽ അതൊരു ഭയപ്പെടുത്തുന്ന ചിന്തയല്ലേ, അതേ മാതിരി തന്നെ ഇരിക്കാൻ, എന്നും കളിമൺപാത്രം പോലെ; ആട്ടിടയൻ പയ്യൻ ആട്ടിടയത്തി പെൺകുട്ടിയെ ചുംബിക്കാൻ സമീപിക്കുന്നതുപോലെ!

എനിക്ക് കളിമൺപാത്രംപോലെയുള്ള ഒന്നും വേണ്ട. എല്ലാം ജീവസ്സുറ്റതാവണം എവിടെയും എപ്പോഴും. നീ, നിന്റെ ചൂട്, നിന്റെ ശബ്ദം, നിന്റെ ശരീരം, നിന്റെ മണം.

നീ വളരെ ദൂരെയാണ് ഇപ്പോൾ. അതുകൊണ്ടുതന്നെ എനിക്ക് ചിലതൊക്കെ നിന്നോട് പറയാൻ ഭയമില്ല. നിനക്കറിയുമോ, വേനൽക്കാല വസതിയിൽ അന്ന് നീ ഇല്ലാത്ത അവസരങ്ങളിൽ ഞാൻ നിന്റെ മുറിയിൽ പോകുമായിരുന്നു. നിന്റെ സോപ്പ്, നിന്റെ യൂഡികൊളോൺ. നിന്റെ ഷേവിങ്ങ്ബ്രഷ്. ഞാൻ നിന്റെ ഷൂസിനുള്ളിലും ഒക്കെ മണത്തുനോക്കി. നിന്റെ അലമാരി തുറന്ന് നിന്റെ സ്വെറ്റർ മണത്തു. ഷർട്ടിന്റെ കയ്യും കോളറും. ഞാൻ ഒരു ബട്ടനിൽ ചുംബിച്ചു. നിന്റെ കിടക്കയിലേക്ക് കുനിഞ്ഞ് ഞാൻ നിന്റെ തലയിണയിൽ എന്റെ മൂക്ക് അമർത്തി. ഞാൻ വല്ലാതെ സന്തോഷിച്ചു, എന്നാൽ അപ്പോഴും എനിക്ക് നിന്നെ മിസ് ചെയ്തു. സന്തോഷമായിരിക്കാൻ നിങ്ങൾക്ക് സാക്ഷികൾ ആവശ്യമാണ്. അസാന്നിദ്ധ്യം നികത്താനായി ഒരു നോട്ടമോ, തൊടലോ, അല്ലെങ്കിൽ ഒരു സാന്നിദ്ധ്യമോ വേണം. ഒരു തലയിണയിൽ നിന്നോ, ഒരു ഷർട്ടിന്റെ കയ്യിൽ നിന്നോ, ഒരു ബട്ടനിൽ നിന്നോ ഒക്കെയായി. ഒരിക്കൽ നീ എന്നെ കണ്ടുപിടിച്ചപോലെയായി. ഞാൻ പോർച്ചിലേക്ക് എങ്ങനെയൊക്കെയോ, ഓടിപ്പോയി. നീഎന്നെ പിടിച്ചുനിർത്തി കൂർത്ത മുള്ളുകളുള്ള ഒരു തരം വിത്ത് എന്റെ തലയിലേക്ക് എറിഞ്ഞു. അതിനുശേഷം എനിക്ക് നിന്നോട് വല്ലാത്ത ദേഷ്യമായിരുന്നു. എന്നാൽ ഇപ്പോൾ ഞാൻ അതിനുവേണ്ടി പോലും ആഗ്രഹിക്കുന്നു. എന്റെ തലയിലേക്ക് കൂർത്തമുള്ളുകൾ എറിയാൻ ഞാൻ നിന്നെ അനുവദിക്കുന്നു!

ഞാൻ നിന്നെ ഓർക്കുന്നു. ലോകം രണ്ടായി വിഭജിക്കപ്പെട്ടു. ആ സ്മാരകത്തിൽ കൂടിക്കാഴ്ച കുറിച്ചു. ഞാൻ ഒരു ഓറഞ്ച് എടുത്ത് തൊലി കളഞ്ഞു. എന്റെ കൈപ്പത്തി നിന്റെ കൈപ്പത്തിയിലമർന്നു. നിന്റെ വായിൽനിന്ന് പുതുതായി അടച്ച പല്ലിന്റേയും പല്ലുഡോക്ടറുടെ കീറിമുറിക്കലിന്റേയും മണവുമായി നീ ക്ലിനിക്കിൽനിന്ന് നേരെ വന്നു. ആ പല്ല് അടച്ച ഭാഗത്ത് ഒന്ന് തൊടാൻ നീ എന്നെ മാത്രം സമ്മതിച്ചു.

നമ്മൾ ഇതാ വേനൽക്കാലവസതിയിലാണ്. താഴെയുള്ള മരസ്സാമാനങ്ങളും മറ്റും പഴയ ദിനപ്പത്രങ്ങൾകൊണ്ട് മൂടി ഉത്തരത്തിൽ വെള്ളപൂശാൻ തുടങ്ങി. നമ്മൾ ചെരുപ്പിടാതെ അവിടെയെല്ലാം ചുറ്റി നടന്നു. ദിനപത്രം കാലുകൾക്കിടയിൽ ഒട്ടി. വെള്ളപൂശിയതും ഒക്കെ ദേഹത്താകെ പുരണ്ടു. രണ്ടുപേരും അങ്ങോട്ടുമിങ്ങോട്ടും മുടിയിലെ ആ വെള്ളനിറം തൂത്തു കളഞ്ഞു. പക്ഷികൾക്കുള്ള ചെറികൾ തിന്നതിനാൽ നമ്മുടെ നാവും പല്ലുകളും എല്ലാം കറുത്ത നിറമായി.

വല്ലപ്പോഴുള്ള കർട്ടനുകൾ തൂക്കുമ്പോൾ നാം വെവ്വേറെ ഇടങ്ങളിൽ നിന്ന് അവ തൂക്കിയിട്ടു. വലകൾ തൂക്കുന്നതിനിടയിൽ നീ എന്നെ ചുംബിക്കണമെന്ന് ഞാൻ എത്രവട്ടം ആഗ്രഹിച്ചു!

പിന്നീട് നീ ചായ കുടിച്ചു. നാക്കുപൊള്ളി. ചൂടാറാനായി അതിലേക്ക് പതിയെ ഊതി. ചെറിയ കവിളുകൾ എടുത്ത് ഉറക്കെ ശബ്ദമുണ്ടാക്കിക്കുടിച്ചു. ഒരു മര്യാദയും നോക്കാതെ. കുട്ടിക്കാലത്ത് അതെനിക്കിഷ്ടമായിരുന്നു. ഞാനും ശബ്ദമുണ്ടാക്കി കുടിച്ചു. ഞാൻ കുട്ടിയല്ല ഇപ്പോൾ. അതിനാൽ എല്ലാം അനുവദനീയമാണ്. പിന്നെയുള്ളത് ആ കുളം.

നാം വെള്ളം നിറഞ്ഞ കുളക്കരയിലേക്ക് കുത്തനെയുള്ള ഇറക്കത്തിലൂടെ വഴുക്കുന്ന, നനവാർന്ന വഴികളിലൂടെ നഗ്നമായ കാലടികൾ വെച്ച് നടന്നുനീങ്ങി

പായലുകൾ ഇല്ലാത്ത തുറന്ന കുളത്തിലേക്ക് ഇറങ്ങി. വെള്ളം ഇരുണ്ട നിറത്തിൽ നിറയെ സൂര്യപ്രകാശം വീഴുന്നതായിരുന്നു. അടിയിൽ നിന്നുള്ള ഉറവകാരണം വെള്ളത്തിന് നല്ല തണുപ്പുണ്ടായിരുന്നു.

പിന്നീട് വെള്ളത്തിൽവെച്ച് ആദ്യമായി നമ്മുടെ ശരീരങ്ങൾ തമ്മിൽ സ്പർശിച്ചു. കരയിൽവെച്ച് നിന്നെ സ്പർശിക്കാൻ എനിക്ക് ഭയമായിരുന്നു. എന്നാൽ ഇവിടെവെച്ച് ഞാൻ നിന്റെ മേൽചാടിവീണ് എന്റെ കാലുകൾ കൊണ്ട് നിന്റെ തുടകളെ ചുറ്റിപ്പിടിച്ച് നിന്നെ താഴേക്ക് വലിച്ചിടാൻ ശ്രമിച്ചു. കുട്ടിയായിരുന്നപ്പോൾ കടൽക്കരയിൽ വെച്ച് അച്ഛനുമായി ഞാൻ ഇങ്ങനെ കളിക്കുമായിരുന്നു. നീ പിടിവിടുവിക്കാൻ ശ്രമിച്ചു. എന്റെ കൈകളെ തള്ളി മാറ്റി. എന്നാൽ വിട്ടുതരാൻ ഞാൻ തയ്യാറായിരുന്നില്ല. ഞാൻ നിന്റെ തല വെള്ളത്തിൽത്തന്നെ പിടിച്ചു വെച്ചുകൊണ്ടിരുന്നു. നിന്റെ കൺപീലികൾ ഒട്ടിയിരുന്നു. നീ ഒരുപാട് വെള്ളം കുടിച്ചു, നീ ചിരിക്കുകയും ബഹളം വെയ്ക്കുകയും അലറുകയും ശക്തമായി ശ്വാസം വിടുകയും ചെയ്തു.

പിന്നീട് നാം സൂര്യതാപമേറ്റ് ഇരുന്നു. സൂര്യതാപമേറ്റ് നിന്റെ മൂക്കിലെ തൊലി അടർന്ന് പൊള്ളി. അപ്പോൾ എതിർദിശയിലെ മണിഗോപുരത്തിന്റെ പഴകിയ രൂപം ജലത്തിൽ പ്രതിബിംബിക്കുന്നുണ്ടായിരുന്നു. നിനക്കു മുന്നിൽ മുക്കാലും നഗ്നയായി ഞാൻ ഇരുന്നു. എന്നാൽ എന്റെ കാലിനെപ്പറ്റിയും കാൽവിരലുകളേയും കുറിച്ച് ലജ്ജാലുവായി. ഞാൻ അവയെ മണലിൽ പൂഴ്ത്തിവെച്ചു. ഞാൻ ഒരു ഉറുമ്പിനെ എന്റെ സിഗരറ്റ് കൊണ്ട് ഉപദ്രവിക്കാൻ ശ്രമിച്ചു. നീ അതിന്റെ രക്ഷയ്ക്കെത്തി. നമ്മൾ

നേരെ വീട്ടിലേക്കുള്ള എളുപ്പവഴിയിലൂടെ നടന്നു. ഉയർന്ന പുൽച്ചെടികളിൽനിന്ന് പുൽച്ചാടികൾ എന്റെ മേലിലേക്ക് വന്നുചാടി. വരാന്തയിൽ വെച്ച് നീ എന്നെ ഒരു ചൂരൽ കസേരയിൽ ഇരുത്തി എന്റെ കാലിലെ മണൽ തൂത്തുകളഞ്ഞു. എന്റെ അച്ഛനെപ്പോലെ. ഞങ്ങൾ കടലിൽനിന്ന് തിരികെ വരുമ്പോൾ അദ്ദേഹം എന്റെ കാലുകൾ ഇങ്ങനെ തുടച്ചുതരുമായിരുന്നു. വിരലുകൾക്കിടയിൽ പിന്നെ ഒരു മണൽത്തരിപ്പോലും ഉണ്ടാകുമായിരുന്നില്ല. എല്ലാം വളരെ പെട്ടെന്ന് തെളിഞ്ഞതാകുമായിരുന്നു. നനഞ്ഞ നീന്തൽവസ്ത്രത്തിൽ കൈകൾ താഴ്ത്തി ഞാൻ നിനക്കഭിമുഖമായി നിന്നു.

ഞാൻ നിന്റെ കണ്ണുകളിലേക്ക് നോക്കി. നീ എന്റെ നീന്തൽ വസ്ത്രത്തിന്റെ വള്ളികൾ വലിച്ചുമാറ്റി തുറന്നു. ഞാൻ വളരെക്കാലമായി ഇത് ആഗ്രഹിച്ചിരുന്നു. എനിക്ക് ഭയമുണ്ടായിരുന്നു. നിനക്ക് കൂടുതൽ ഭയമായിരുന്നു. എന്നാൽ ആ സമയത്ത്, ഓർക്കുക, ആ വസന്തകാലത്തേക്ക് തിരിച്ചു വരാം. ഞാൻ നിന്റെ കൈപിടിച്ച് താഴെ അവിടേക്ക്തന്നെ എടുത്തുവെച്ചു. എന്നാൽ നീ അത് തള്ളിമാറ്റി. അപ്പോൾ നീ എനിക്ക് വളരെ അപരിചിതനായി തോന്നി. നിനക്കറിയാമോ ഞാൻ എന്തിനെയാണ് ഭയന്നിരുന്നത് എന്ന്? വേദന? അല്ല, ഒരു വേദനയും ഉണ്ടായിരുന്നില്ല. രക്തം പോലും വന്നില്ല. നീയല്ല എന്നെ ആദ്യം അനുഭവിച്ചത് എന്ന് നീ ചിന്തിക്കുമോ എന്നുപോലും ഞാൻ വിചാരിച്ചു.

വൈകുന്നേരത്തിന് മുമ്പാണ് എന്റെ നീന്തൽക്കുപ്പായം ഉണങ്ങാനിട്ടില്ലെന്ന് ഓർത്തത്. അതവിടെ ഉപേക്ഷിക്കപ്പെട്ട നിലയിലായിരുന്നു, കുന്നുകൂടി, നനഞ്ഞ്, തണുത്ത്. അതിന് കുളത്തിലെ വെള്ളത്തിന്റെ ചൂരുണ്ടായിരുന്നു. ഞാൻ നിന്നോട് പറ്റിച്ചേർന്നു കിടന്ന് നിന്റെ തൊലിയടർന്ന മൂക്കിൽ ഉമ്മ വെച്ചു. വീട്ടിൽ ആരുമുണ്ടായിരുന്നില്ല. എന്നിട്ടും നമ്മൾ പരസ്പരം മന്ത്രിക്കുകയാണ് ചെയ്തത്. ആദ്യമായി ഒന്നിനെയും ഭയക്കാതെ, ലജ്ജിക്കാതെ ഞാൻ നേരെ ആ തവിട്ടുനിറമുള്ള, പച്ചയും തവിട്ടുനിറവും ഇടകലർന്ന കൃഷ്ണമണികളുള്ള നിന്റെ കണ്ണുകളിലേക്ക് നോക്കി. പെട്ടെന്ന് എല്ലാംതന്നെ മാറി മറിഞ്ഞു. അല്പനിമിഷം മുമ്പുവരെ എന്റേതല്ലാതിരുന്ന, എനിക്ക് തൊടാൻ പറ്റാതിരുന്നതൊക്കെ തൊടാൻ സാധിച്ചു. ഒരു നിമിഷം മുമ്പുവരെ ഇത് മറ്റൊരാളുടേതായിരുന്നു. നമ്മുടെ രണ്ടുപേരുടെയും ശരീരങ്ങൾ പ്രണയത്താൽ ഒന്നായി. ഇപ്പോൾ എനിക്ക് നിന്നിലൂടെ അല്ലാതെ എന്നെ അറിയാൻ കഴിഞ്ഞില്ല. നീ തൊട്ട ഇടങ്ങളിൽ മാത്രമാണ് എനിക്ക് തൊലിയുണ്ടായിരുന്നത്.

ആ രാത്രി നീ ഉറങ്ങി, എനിക്ക് ഉറങ്ങാൻ കഴിഞ്ഞില്ല. എനിക്ക് ഒരുപാട് കരയണമെന്നുണ്ടായിരുന്നു. എന്നാൽ അത് നിന്നെ ഉണർത്തുമോ എന്ന് ഭയന്നു. എഴുന്നേറ്റ് കുളിമുറിയിൽപോയി മനസ്സിന് സമാധാനമാകുംവരെ കരഞ്ഞു. രാവിലെ വാഷ്ബേസിനിൽ നമ്മുടെ രണ്ടുപേരുടേയും ടൂത്ത്ബ്രഷുകൾ ഒരേ ഗ്ലാസ്സിൽ കൊച്ച് കാലുകൾ തമ്മിൽ പിണച്ചുവെച്ച് നേർക്കുനേരം നോക്കി നിൽക്കുന്നതു കണ്ടപ്പോൾ എനിക്ക് പിന്നെയും ഒരു സന്തോഷം തോന്നി. ഈ ചെറിയ കാര്യങ്ങൾ കൊണ്ടു

തന്നെ ഞാൻ സന്തോഷവാനായിരുന്നു. ഓർക്കുന്നുണ്ടോ, പട്ടണത്തിൽ നിന്ന് തിരികെ എത്തിയപ്പോൾ നീ ശുചിമുറിയിൽ കയറി കുറ്റിയിട്ട് ഇരുന്നപ്പോൾ ഞാൻ അടുക്കളവഴി നടന്ന് കതകിനടുത്ത് കുനിഞ്ഞിരുന്ന് താക്കോൽദ്വാരത്തിലൂടെ അടക്കാൻ കഴിയാതെ നിന്നോട് മന്ത്രിച്ചു.

“ഞാൻ നിന്നെ പ്രേമിക്കുന്നു.”

ഞാനത് ശരിക്കും പതുക്കെയാണ് പറഞ്ഞത്. പിന്നീട് ഉച്ചത്തിലും. നിനക്കാകട്ടെ ഞാൻ പറഞ്ഞതെന്താണെന്ന് മനസ്സിലാകാതെ തിരിച്ച് മന്ത്രിച്ചു.

“ഒരു നിമിഷം, ഒരേ ഒരു നിമിഷം!”

എനിക്ക് ശുചിമുറി ആവശ്യമാണെന്നമട്ടിൽ.

എനിക്ക് നിന്നെയാണ്, നിന്നെയാണ് ആവശ്യം. പിന്നെ അതാ നീ ഒരു കയ്യിൽ സ്പൂണും മറ്റേതിൽ തുറന്ന പാചകപുസ്തകവുമായി ഓവന്റെ മുന്നിൽ ഇരിക്കുന്നു. പെട്ടെന്ന് എന്തോ നിന്നിൽ ആവേശിച്ചു. നീ എല്ലാം പാചകം ചെയ്യുമെന്നും ഞാൻ ഇടയിൽ കടക്കരുത് എന്നും പറഞ്ഞു. എന്നാൽ ഞാൻ എന്തോ ആവശ്യത്തിനെന്ന മട്ടിൽ വേണ മെന്നു വെച്ച് അടുക്കളയിലേക്ക് വന്നു. അത് ശരിക്കും നിന്നെ കാണാനാ യിരുന്നു. ഓർമ്മയുണ്ടോ? കൊത്തിയരിഞ്ഞ ഇറച്ചി നീ കുഴയ്ക്കുകയായി രുന്നു. എനിക്ക് നിയന്ത്രിക്കാനായില്ല. ഞാനും പാത്രത്തിൽ കയ്യിട്ടു. മണ മുള്ള പോത്തിറച്ചി ഒന്നിച്ച് കുഴച്ചത് സുഖകരമായ കാര്യമായിരുന്നു. കൊത്തിയരിഞ്ഞവ നമ്മുടെ വിരലുകളിലൂടെ പതുക്കെ ഊർന്നുപോയി.

നിനക്ക് കോരികകളും ഓവൻകയ്യുറകളും ചീനച്ചട്ടികളുമായൊന്നും അധികം പരിചയമുണ്ടായിരുന്നില്ല. നിന്റെ കയ്യിൽ എല്ലാറ്റിനും ജീവൻ വെയ്ക്കുകയും, കുതറിവീണുപോകാതെയും അന്തരീക്ഷത്തിൽ ഉയർന്നു പോകാതെയും വഴുതിവീഴാതെയും ഭംഗിയായി എല്ലാം നടത്താൻ ശ്രമിച്ചു. ഞാൻ ഓരോ ചെറിയ കാര്യങ്ങളും ഓർക്കുന്നു. കൈകൾ കോർത്തുപിടിച്ച് തമ്മിൽ പിരിയാൻ അനുവദിക്കാതെ അർദ്ധവൃത്താ കൃതിയിൽ എന്റെ പല്ലുകൾ നിന്റെ തോളിൽ അമർന്നനിലയിൽ നമ്മൾ കിടന്നു. നമ്മുടെ കാലുകൾ തമ്മിൽ പിണഞ്ഞ്, മൃദുലമായ കാൽപ്പത്തി കൾ തമ്മിൽ ചേർന്ന്, മധുരമായി വർത്തമാനം പറഞ്ഞ് നാം തമ്മിൽ ഉരുമ്മി കിടന്നു.

ട്രാമിൽ ഇരിക്കുമ്പോൾ ആളുകൾ നമ്മുടെ നേർക്ക് നോക്കി. നീ നിന്റെ ഇടതു കൈപ്പത്തി എന്റെ മൂക്കിന്റെ വക്കത്ത് വെച്ചപ്പോൾ ഞാൻ നിന്റെ പെരുവിരലിന്റെ അറ്റത്ത് ചുംബിച്ചു, ജൂലൈ മാസത്തിലായിരുന്നു അത്. നിന്റെ താമസസ്ഥലത്തേക്ക് പോകുമ്പോൾ ലിഫ്റ്റ് ഇഴഞ്ഞുനീങ്ങി പതുക്കെപ്പതുക്കെയാണ് ചലിച്ചത്.

നിന്റെ സോക്സുകൾകൊണ്ട് നിറഞ്ഞ ഷൂസ് കസേരയ്ക്കടിയിൽ കിടന്നു.

നീ എന്നെ അവിടെ ആദ്യമായി ചുംബിച്ച് എനിക്ക് സമാധാനമായി ഇരിക്കാൻ പറ്റാതിരുന്ന സമയം. വളരുന്തോറും അവിടെ തൊടരുത് എന്ന് അറിയാം. ചെറിയ ആൺകുട്ടികൾ മാത്രമാണ് ചെറിയ പെൺകുട്ടികളുടെ കാലിനിടയിൽ ഒരു രഹസ്യമുണ്ടെന്ന് ചിന്തിക്കുക. എന്നാൽ ആ സ്ഥലം ഒട്ടുന്ന സ്രവങ്ങളും ഹാനികരമായ സ്വേദവും ബാക്ടീരിയയും ഉള്ളതാണ്.

പുലർച്ചെ നോക്കിയപ്പോൾ എനിക്ക് എന്റെ നിക്കർ കാണാൻ കഴിഞ്ഞില്ല. അവ അപ്രത്യക്ഷമായിരുന്നു. ഞാൻ എല്ലായിടത്തും നോക്കിയിട്ടും കണ്ടെത്താനായില്ല. നീ അത് കശക്കി എവിടെയോ ഒളിപ്പിച്ചുവെച്ചിരുന്നു എന്ന് ഇപ്പോഴും ഞാൻ കരുതുന്നു. ഞാൻ നിക്കർ ഇടാതെ തന്നെ സ്ഥലം വിട്ടു. ഞാൻ നിരത്തിലൂടെ നടന്നപ്പോൾ കാറ്റ് എന്നിലൂടെ ഇഴഞ്ഞു. എനിക്ക് നീ എന്റെ ചുറ്റും ഉണ്ടെന്ന തോന്നൽ ഉണ്ടായി.

എന്റെ സ്വത്വം അറിഞ്ഞുവെങ്കിലും എപ്പോഴും തെളിവ് വേണമായിരുന്നു. സ്പർശിക്കപ്പെടണമെന്ന് ആശിച്ചു. നീ ഇല്ലാത്തപ്പോൾ ഞാൻ കസേരയ്ക്ക് കുറുകെ ഇട്ടിരിക്കുന്നത് ശൂന്യമായ ഒരു ജോടി പൈജാമ മാത്രമാണ്. എന്റെ കൈകളും കാലുകളും ശരീരവും പ്രിയപ്പെട്ടതായത് നീ ഉള്ളതുകൊണ്ടാണ്. നീ അതിനെ ചുംബിക്കുകയും പ്രേമിക്കുകയും ചെയ്യുന്നതുകൊണ്ടാണ്. ഞാൻ കണ്ണാടിയിൽ എന്നെ നോക്കിക്കൊണ്ട് വിചാരിച്ചു. ഈ രൂപത്തെയാണ് അവൻ പ്രേമിക്കുന്നത് അല്ലേ? ഞാൻ എന്നെ ഇഷ്ടപ്പെടുന്നു. എന്നാൽ മുമ്പൊന്നും ഞാൻ എന്നെ ഒരിക്കലും ഇഷ്ടപ്പെട്ടിരുന്നില്ല.

ഞാൻ കണ്ണുകളടച്ച് നീ ഇവിടെയുണ്ട് എന്ന് സങ്കല്പിച്ചു.

എനിക്ക് നിന്നെ സ്പർശിക്കുകയും കെട്ടിപ്പിടിക്കുകയും ചെയ്യണം.

ഞാൻ നിന്റെ കണ്ണുകളിൽ ചുംബിച്ചു. പെട്ടെന്ന് എന്റെ ചുണ്ടുകൾക്ക് നിന്നെ കാണാൻ കഴിഞ്ഞു.

എനിക്ക് നിന്നെ പിന്നെയും ഒരുപാട് വേണമായിരുന്നു. ഞാൻ പിന്നീട് ചെയ്തതുപോലെ എന്റെ നാവിന്റെ അറ്റം രണ്ടു പകുതികൾ ചേർത്തുവെച്ച പൂർണ്ണനഗ്നനായ ഒരു പ്ലാസ്റ്റിക് ആൺകുട്ടിയാണ് നീയെന്ന മട്ടിൽ ശരീരത്തിന്റെ നടുവിലെ നേർത്ത വിടവിലൂടെ ഞാൻ ഒരറ്റം മുതൽ മറ്റേ അറ്റം വരെ ഓടിച്ചു. ശരീരത്തിന്റെ ദുർഗന്ധമുള്ള ഭാഗങ്ങളാണ് മനസ്സിന് ഏറ്റവും അടുപ്പം തോന്നിക്കുന്നവ എന്ന് ഞാൻ എവിടെയോ വായിച്ചിരുന്നു.

ഞാൻ വിളക്കണച്ചു. ഇനി എനിക്ക് ചുരുണ്ടുകൂടി കിടക്കാം. ഒരു ഇറുകിയ പന്തുപോലെ. നിനക്ക് എഴുതിക്കൊണ്ടിരിക്കുമ്പോൾ മേഘങ്ങൾ ആകാശത്തെ മറച്ചു. സ്കൂളിലെ കറുത്ത ബോർഡിൽ ആരോ എല്ലാം പഴന്തുണികൊണ്ട് മായ്ച്ചുകളഞ്ഞിട്ടും ഒടുവിൽ വെളുത്ത രേഖകൾ മാത്രം ബാക്കിയാകുന്നതുപോലെ. എല്ലാം നേരെയാകാൻ പോകുന്നു എന്നൊരു തോന്നൽ എനിക്കുണ്ടായി. വിധി നമ്മെ ഭയപ്പെടുത്താൻ ശ്രമിക്കുന്നു.

എന്നാൽ അത് ശരിയായ നിർഭാഗ്യങ്ങൾക്കെതിരെ നമ്മെ കാക്കുകയും സംരക്ഷിക്കുകയും ചെയ്യുന്നു.

സാഷൻക, എന്റെ പ്രിയപ്പെട്ടവളേ,

ഞാൻ വീമ്പു പറയുകയും ഭോഷ്ക് തട്ടി മൂളിക്കുകയും ഒക്കെ ചെയ്യും. എന്നാൽ സത്യത്തിൽ നീ ഇല്ലെങ്കിൽ നിന്റെ കത്തുകളില്ലെങ്കിൽ എന്നോ ഞാൻ മരിച്ചുപോയേനേ. അല്ലെങ്കിൽ ഞാൻ തന്നെ ഇല്ലാതായേനേ. എനിക്കറിയില്ല ഏതാണ് ഏറ്റവും മോശം എന്ന്. ഞാൻ നിനക്കെഴുതിയിരുന്നു. ഞങ്ങളെ ദ്രോഹിക്കുന്ന ഞാൻ 'കമ്മോഡ്സ്' എന്നു വിളിക്കുന്ന ഒരാളെക്കുറിച്ച്. മാർക്വിസ് ഔറേലിയസിന്റെ മകന് ആ വിളിപ്പേര് പതിഞ്ഞു. എന്നാൽ പട്ടാളക്കാർ അത് തിരുത്തി 'കമ്മോഡ്' എന്നാക്കി. അത് വിസർജ്യത്തെക്കുറിച്ചുള്ള അയാളുടെ ഒരുതരം ബാധ പോലുള്ള ചിന്തകൊണ്ടാണ് എന്ന് തീർച്ച. ഇന്ന് അയാൾ ജീവിതം എങ്ങനെയൊക്കെ ഉള്ളതാണെന്ന് വിശദീകരിക്കാൻ ഒരു പ്രത്യേക ശ്രമം നടത്തി. ഞാൻ അതേക്കുറിച്ച് എഴുതാൻ ആഗ്രഹിക്കുന്നില്ല. എനിക്ക് മറക്കണം. മറ്റെന്തെങ്കിലും കുറച്ചു നേരത്തേക്ക് ഓർക്കണം; ഉദാഹരണത്തിന് മാർക്വിസ് ഔറേലിയസിനെക്കുറിച്ചായാലും മതി.

ദശലക്ഷം വർഷങ്ങൾക്കു മുമ്പ് മരിച്ചുപോയ, എല്ലാവരും അറിയുന്ന മാർക്വിസ് ഔറേലിയസും ഓഫീസിൽനിന്നു ലഭിച്ച പരുപരുത്ത അടിവസ്ത്രം ധരിച്ച ഞാനും തമ്മിൽ എന്താണ് ബന്ധമെന്ന് എനിക്ക് മനസ്സിലാകുന്നില്ല. എന്നാൽ മറിച്ച് അദ്ദേഹം ഇതാ എഴുതിയിരിക്കുന്നു; സന്തോഷമുണ്ടെന്ന് സ്വയം സമ്മതിക്കുന്നതുവരെ ഒരു മനുഷ്യനും സന്തോഷവാനല്ല. ചിലപ്പോൾ അതാവും ഞങ്ങളിൽ ഒരുപോലെ ഉണ്ടാവുക-രണ്ട് സന്തുഷ്ട മനുഷ്യർ. അദ്ദേഹം ഒരുദിവസം മരിച്ചുപോയി, ഞാൻ ഇപ്പോഴും ഇവിടെയുണ്ട് എന്നതുകൊണ്ട് എന്തു വ്യത്യാസമാണ് അത് ഉണ്ടാക്കുക? ഞങ്ങളുടെ സന്തോഷത്തിനിടയിൽ മരണത്തിന് ചെറിയ ഒരു സ്ഥാനമേ ഉള്ളൂ. അതൊരു വാതിലാണെന്ന മട്ടിൽ അദ്ദേഹം എന്നിലേക്ക് അതിലൂടെ നേരെ കടക്കുകയായിരുന്നു. എനിക്കുചുറ്റും ഉള്ള ശരിയായവ ഒന്നും തന്നെ സത്യമല്ല എന്ന തിരിച്ചറിവിൽനിന്നാണ് എനിക്ക് ഈ സന്തോഷമുണ്ടായത്. നിന്റെ കുളിമുറിയിൽ ഞാൻ കൈ കഴുകാൻ കയറിയപ്പോൾ നിന്റെ സ്പോഞ്ച് അവിടെ ഇരിക്കുന്നതു കണ്ടപ്പോൾ അത് നിന്റെ മാറിടത്തെ സ്പർശിച്ചിട്ടുണ്ടാകും എന്ന തോന്നൽ എന്നെ മദിപ്പിച്ചു. എന്റെ സാഷൻക! നമ്മൾ ഒന്നിച്ചായിരുന്നു. എന്നാൽ ഞാൻ ശരിക്കും ഇവിടെ വെച്ചാണ് അത് മനസ്സിലാക്കിത്തുടങ്ങിയത്. ഇപ്പോൾ ഞാനെല്ലാം ഓർക്കുകയും അപ്പോൾ ശരിയായ രീതിയിൽ അതെല്ലാം വിലമതിച്ചിരുന്നുവോ എന്ന് ഓർത്ത് അതിശയിക്കുകയും ചെയ്യുന്നു.

ഓർമ്മയുണ്ടോ, നിന്റെ കൊച്ചുവീട്ടിൽ ഫ്യൂസുകളെല്ലാം പോയപ്പോൾ നീ ഒരു മെഴുകുതിരി എനിക്ക് കൊണ്ടുവന്ന് തരികയും ഞാനൊരു കസേരയിൽ കയറിനിന്ന് അത് നേരെയാക്കിയത്? ഞാൻ നിന്നെ നോക്കി.

നേർത്ത ഇരുട്ടിൽ മെഴുകുതിരി വെളിച്ചം നിന്റെ മുഖത്തെ തഴുകിക്കൊണ്ടിരുന്നപ്പോൾ നീ അവിശ്വസനീയമായ കാന്തിയിലായിരുന്നു! മെഴുകുതിരിയുടെ ഉജ്വലപ്രഭ നിന്റെ കണ്ണുകളിൽ പ്രതിഫലിക്കുന്നുണ്ടായിരുന്നു. നമ്മൾ പാർക്കിലൂടെ നടക്കുമ്പോൾ നീ ടാറിട്ട നിരത്തിലൂടെ ഓടിക്കൊണ്ടിരിക്കുകയും പുൽക്കൂട്ടങ്ങൾ പറിച്ച് പലതരം വിത്തുകൾ എനിക്ക് കാട്ടിത്തരികയും ചെയ്തു.

"ഇതെന്താണ്? ഇതിനെന്തു പറയും?"

നീ നടന്നുകൊണ്ടിരുന്നു. നിന്റെ കാലടികളിൽ മണ്ണ് പുരണ്ടു.

നിന്റെ കാൽവിരലുകൾ മുഴുവൻ നീലനിറമായി. ട്രാമിൽ വെച്ച് ആരോ നിന്റെ കാൽവിരലുകൾ ചവിട്ടിയരച്ചു. നീ കാൽവിരലുകളുടെ ഭാഗം തുറന്ന രീതിയിലുള്ള ചെരുപ്പുകളാണ് ധരിച്ചിരുന്നത്.

പിന്നെ ഞാൻ കുളം കണ്ടു. വെള്ളം കൊഴുത്ത് കട്ടിയിൽ പായൽമൂടി ഇരുണ്ടിരുന്നു. നീ നേരെ നടന്നുപോയി അതിന്റെ വക്കിലെത്തി പാവാട പൊക്കിപ്പിടിച്ച് കണങ്കാൽവരെ വെള്ളത്തിലേക്കിറങ്ങി, നിലവിളിച്ചു. "ഇതിന് തണുപ്പാണ്." നീ ഒരു കാൽപ്പത്തി പുറത്തെടുത്ത് ചുളുക്ക് നിവർത്തുന്ന മാതിരി പ്രതലത്തിനു മുകളിലൂടെ കാൽപ്പത്തി ഓടിച്ചു. അതൊന്നും അപ്പോഴല്ല, ഇപ്പോൾ നടക്കുന്നതുപോലെ എനിക്ക് കാണാൻ കഴിയുന്നു എന്നു മാത്രം. നീ വസ്ത്രമഴിച്ച് നീണ്ടമുടി കെട്ടി വെച്ചു. വെള്ളത്തിലേക്കിറങ്ങി പല പ്രാവശ്യം മുടിക്കെട്ട് തൊട്ടുനോക്കി. നീ പുറം തിരിഞ്ഞ് കാലുകൊണ്ട് ചാപല്യത്തോടെ കുളത്തിലെ വെള്ളത്തിൽ അടിക്കുകയും നിന്റെ കുതികാൽ പതനുരഞ്ഞ വെള്ളത്തിൽ ചുവന്ന് തിളങ്ങുകയും ചെയ്തു. പിന്നീട് നീ കയ്യും കാലും വിടർത്തി ഒരു നക്ഷത്രത്തെപ്പോലെ അവിടെ കിടന്നു. നിന്റെ മുടിക്കെട്ട് അഴിഞ്ഞ് നീണ്ട മുടി ചുറ്റും ചിതറി വീണു. കുറച്ചുനേരം കഴിഞ്ഞ് കരയിൽ വെച്ച് നിന്റെ കാലുകൾക്കിടയിലെ നീന്തൽവസ്ത്രത്തിന്റെ ഇലാസ്റ്റിക്കിന്റെ ഇടയിലൂടെ പുറത്തു കണ്ടിരുന്ന നനഞ്ഞ ചുരുൾരോമങ്ങൾ ഞാൻ ഒളിഞ്ഞു നോക്കി - നീ ശ്രദ്ധിച്ചിരുന്നില്ല.

ഞാൻ ഇപ്പോൾ നിന്റെ മുറി കാണുന്നു. നീ ഓരോ തോളും മാറി മാറി കുനിച്ച് ഷൂസ് അഴിച്ചെടുത്തു. ഞാൻ നിന്റെ കൈപ്പത്തിയിൽ ചുംബിച്ചു. നീ പറഞ്ഞു, "വേണ്ട, അതിൽ അഴുക്കാണ്."

നീ എന്റെ മുഖം കയ്യിലെടുത്ത് ചുണ്ടിൽ കടിച്ചുകൊണ്ട് ചുംബിച്ചു.

പെട്ടെന്ന് നീ വേദനയോടെ നിലവിളിച്ചു. ഞാൻ ഭയന്നു പോയി.

"എന്താ പറ്റിയത്?"

"എന്റെ മുടി നിന്റെ കൈമുട്ടിനിടയിലായി."

നീ എന്റെ നേർക്ക് കുനിഞ്ഞ് എന്റെ കൺപീലികളും കൺപോളകളും നിന്റെ മുലക്കണ്ണുകൊണ്ട് സ്പർശിച്ചു. നിന്റെ മുടി ഒരു കൂമ്പാരം പോലെ നമുക്കു ചുറ്റും വിടർത്തി ഇട്ടു.

ഒരു കുഞ്ഞിന്റേതുമാതിരി ഇളം മഞ്ഞനിറത്തിൽ അമ്പുകൾ ഉള്ള നിന്റെ അടിവസ്ത്രം അഴിക്കുകയും നീ അതിന് എന്നെ സഹായിക്കുകയും നീ നിന്റെ കാൽമുട്ടുകൾ ഉയർത്തുകയും ചെയ്തു. ശരീരത്തിലെ ഏറ്റവും മൃദൃവായതും വികാരോദ്ദീപനവുമായ ആ ബിന്ദുവിൽ, തുടയുടെ ഉൾഭാഗത്ത് ഞാൻ ചുംബിച്ചു. ഞാൻ എന്റെ മൂക്ക് ഇരുണ്ടു നനവാർന്ന അകത്തേക്കു കടത്തി. കട്ടിൽ വല്ലാതെ ശബ്ദമുണ്ടാക്കിയതിനാൽ നമ്മൾ നിലത്തേക്ക് മാറിക്കിടന്നു. നീ എനിക്കടിയിൽ ഞരങ്ങുകയും ഒരു പാലത്തിലെന്നപോലെ വളയുകയും ചെയ്തു. നമ്മൾ അവിടെത്തന്നെ കിടക്കുകയും കാലുകൾക്കിടയിലൂടെ നനവ് അനുഭവപ്പെടുകയും ചെയ്തു. നിന്റെ പുറകുഭാഗം മുഴുവൻ ചൈനീസ് പുൽപ്പായയുടെ രൂപരേഖകളും തടിപ്പും പരന്നുകിടന്നു. ഞാൻ നിന്റെ കൂർത്ത നട്ടെല്ലിലൂടെ വിരൽ ഓടിച്ചു.

ഞാൻ മേശപ്പുറത്തുനിന്ന് ഒരു പെൻ എടുത്ത് നിന്റെ മുതുകിലെ മറുകുകൾ മഷികൊണ്ട് യോജിപ്പിക്കുവാൻ ആരംഭിച്ചു. അത് നിന്നെ ഇക്കിളിയാക്കി. പിന്നീട് നീ കണ്ണാടിയിൽ ചാഞ്ഞും ചെരിഞ്ഞും തോളിനു മുകളിലൂടെയും അതെങ്ങനെയുണ്ട് എന്ന് കാണാൻ ശ്രമിച്ചു. ഞാനത് കഴുകിക്കളയണമെന്ന് കരുതി. എന്നാൽ നീ പറഞ്ഞു,

“അത് അവിടെ ഇരുന്നോട്ടെ!”

“നീ ഇതുപോലെ നടക്കാൻ പോവുകയാണോ?”

“അതെ.”

നീ നിന്റെ കാലുകൾ ഭിത്തിയിൽ മുകളിലേക്ക് ഉയർത്തി ചെറിയ കാൽപാദങ്ങൾ ഭിത്തിയിലെ കടലാസ്സുകളിലൂടെ വെച്ച് വളഞ്ഞ് കൈമുട്ടുകൾ പായിൽ കുത്തി കാലുകൾ പൊക്കി. എനിക്ക് നിയന്ത്രിക്കാൻ കഴിഞ്ഞില്ല. എനിക്കവിടെ ചുംബിക്കണമെന്ന് ഉണ്ടായിരുന്നു. നീ പെട്ടെന്നു തന്നെ കാലുകൾ മടക്കുകയും താഴേക്ക് ഊർന്നുവീഴുകയും ചെയ്തു. ഞാൻ പോകാനൊരുങ്ങി. അകത്ത് ഒന്നുമിടാതെ ഒരു ചെറിയ ഉടുപ്പുമാത്രം ധരിച്ച് നീ വാതിൽക്കൽവരെ വന്നു. നീ പെട്ടെന്ന് ലജ്ജാവതിയായി ഉടുപ്പിന്റെ അറ്റം വലിച്ചു താഴ്ത്തി.

നമ്മുടെ അവസാന രാത്രിയിൽ ഞാൻ ഉണർന്ന് നിന്റെ കൂർക്കംവലി കേട്ടു. നീ ഒരു ചിത്രശലഭപ്പുഴുവിനെപ്പോലെ ചുരുണ്ടുകിടന്നുറങ്ങുകയായിരുന്നു. തലവഴി മൂടിയ പുതപ്പിനിടയിലൂടെ ഒരു വിടവ് ശ്വാസം വിടാനായി ഒഴിച്ചിട്ടിരുന്നു. ഞാൻ നിന്റെ അടുത്തുകിടന്ന് ആ വിടവിലൂടെ നോക്കി. നീ കിടക്കാൻ പോയത് വായ്ക്കുള്ളിൽ ചോക്കലേറ്റ് നിറച്ചിട്ടായിരുന്നു. ആ ചോക്ക്ലേറ്റ് വായിലൂടെ ഒലിച്ചിറങ്ങുന്നുണ്ടായിരുന്നു. നീ ശ്വാസോച്ഛ്വാസം ചെയ്യുന്നതും നോക്കി ഞാൻ അവിടെ കിടന്നു.

ഞാൻ നിന്റെ ശ്വാസതാളം ശ്രദ്ധിച്ചു. ഞാനും അതോടൊപ്പം ശ്വാസം കഴിക്കാൻ തുടങ്ങി. അകത്തേക്ക്... പുറത്തേക്ക്... അകത്തേക്ക്... പുറത്തേക്ക്... പതുക്കെ പതുക്കെ. ഇതുപോലെ അകത്തേക്ക്... പുറത്തേക്ക്... നിനക്കറിയാമോ ആ നിമിഷംപോലെ അത്ര ലാഘവത്വവും സരളവുമായി തോന്നിയ നിമിഷം എനിക്ക് ഒരിക്കലും ഉണ്ടായിട്ടില്ല. ഞാൻ നിന്നെ

നോക്കി. അതിസുന്ദരിയായി, പ്രസന്നവതിയായി, ഉറക്കച്ചടവോടെ നീ. ഞാൻ ആ ചിത്രശലഭപ്പുഴുവിന്റെ കൂട്ടിൽനിന്നും പുറത്തേക്ക് കണ്ടുകൊണ്ടിരുന്ന നിന്റെ തലമുടിയിൽ തൊടുകയും ജനാലയുടെ പുറത്ത് കൂടി ആ രാത്രിയിൽ കേട്ടുകൊണ്ടിരുന്ന കുടിയന്മാരുടെ നിലവിളിയിൽ നിന്നും ഈ മുഴുവൻ ലോകത്തുനിന്നും നിന്നെ സംരക്ഷിക്കണമെന്ന് ആഗ്രഹിക്കുകയും ചെയ്തു. എന്റെ സാഷൻക, ഉറങ്ങ്! നന്നായി ഉറങ്ങ്! ഞാനിവിടെ നിന്നോടൊപ്പം ശ്വാസം കഴിച്ചുകൊണ്ട് കൂടെയുണ്ട്. അകത്തേക്ക്... പുറത്തേക്ക്... അകത്തേക്ക്... പുറത്തേക്ക്... അകത്തേക്ക്... പുറത്തേക്ക്...

വൊളൊഡെൻകാ,

ഞാൻ വീട്ടിലെ തപാൽപ്പെട്ടിയിലേക്ക് ഒളിഞ്ഞുനോക്കി. നിന്റെ കത്ത് ഇന്നുമില്ല. എനിക്ക് പിറ്റേദിവസത്തേക്കുള്ള ഒരു സെമിനാറിനു വേണ്ടി തയ്യാറാകേണ്ടിയിരുന്നു. എന്റെ തലയ്ക്കകം ശൂന്യമായിരുന്നു. ഞാൻ കാര്യമാക്കുന്നില്ല. കുറച്ച് കാപ്പിയുണ്ടാക്കി കാലുകൾ ചാരുകസേരയിലേക്ക് കയറ്റി വെച്ച് ഞാനിതാ നിന്നോട് സംസാരിക്കുകയാണ് ഇപ്പോൾ. ശ്രദ്ധിച്ച് കേൾക്ക്. നമുക്ക് തമ്മിൽ നമ്മുടെ കുട്ടിക്കാലത്തെക്കുറിച്ച് സംസാരിക്കാൻ എത്ര രസമായിരിക്കും? നിനക്കറിയാമോ, ഒരുപാട് കാര്യങ്ങൾ എന്നെക്കുറിച്ച് ഇനിയും ഞാൻ നിന്നോട് സംസാരിച്ചിട്ടില്ല. എന്നാൽ ഇപ്പോൾ ഞാൻ പേന കടിച്ചുകൊണ്ട് എവിടുന്ന് തുടങ്ങണം എന്നറിയാതെ ഇരിക്കുന്നു. നിനക്കറിയാമോ എനിക്കെങ്ങനെ ഈ പേര് കിട്ടി എന്ന്?

ചെറിയ കുട്ടിയായിരുന്നപ്പോൾ ഞാൻ ഞങ്ങളുടെ അലമാരയുടെ വലിപ്പുകളിലുള്ള പലതരത്തിലുള്ള പെട്ടികളും ആഭരണപ്പെട്ടികളുമൊക്കെ വല്ലാതെ ഇഷ്ടപ്പെട്ടിരുന്നു. എന്റെ അമ്മ അതിലൊക്കെ സൂക്ഷിച്ചിരുന്ന സാധനങ്ങൾ പരതുവാൻ കാലങ്ങളായി ഞാൻ സമയം ചിലവഴിച്ചിരുന്നു. ബ്രേസ്‌ലറ്റുകൾ, ബ്രൂച്ചുകൾ, വാച്ചുകൾ, കളിക്കാനുള്ള ചീട്ടുകൾ, പോസ്റ്റ് കാർഡുകൾ അങ്ങനെ എല്ലാം. പിന്നീട് ഒരു പെട്ടിയിൽ ഞാൻ ചെറിയ, കുറച്ചു പഴയതായ ഒരു കൊച്ചുപാവയ്ക്കു വേണ്ടുന്ന തരത്തിലുള്ള ഒരു ജോടി ചെരുപ്പ് കണ്ടു.

എനിക്ക് ഒരു മുതിർന്ന ജ്യേഷ്ഠനുണ്ടായിരുന്നു എന്ന് അതിലൂടെ ഞാൻ മനസ്സിലാക്കി. അവന് മൂന്നു വയസ്സായപ്പോൾ ആശുപത്രിയിൽ അഡ്മിറ്റ് ചെയ്തു. അവർ അവനെപ്പറ്റി പറഞ്ഞു; അവർ അവനെ ചികിത്സിച്ചെങ്കിലും മരിച്ചുപോയി. എന്റെ മാതാപിതാക്കൾ ഉടനെ തന്നെ മറ്റൊരു കുട്ടി വേണമെന്ന് തീരുമാനിച്ചു. അവന്റെ സ്ഥാനം എൽക്കാൻ. അങ്ങനെ ഒരു കൊച്ചുപെൺകുട്ടി ഉണ്ടായി. ഞാൻ. എന്റെ അമ്മയ്ക്ക് ഈ പെൺകുട്ടിയെ അംഗീകരിക്കാൻ കഴിഞ്ഞില്ല. അവർ എന്നെ പാലൂട്ടുകയോ, കാണണമെന്ന് ആഗ്രഹിക്കുകയോ ചെയ്തില്ല. അവർ പിന്നീടാണ് ഇതെല്ലാം എന്നോട് പറഞ്ഞത്. എന്റെ അച്ഛനാണ് അതിൽനിന്ന് എന്നെ മോചിപ്പിച്ചത്; അമ്മയെയും എന്നെയും നോക്കിയത്.

എന്റെ കുഞ്ഞുകട്ടിലിൽനിന്ന് മൂന്ന് കമ്പികൾ മുറിച്ചുമാറ്റുകയും ഞാൻ ഇഴഞ്ഞുനടക്കാൻ തുടങ്ങുകയും ചെയ്തു. അത് മറ്റേ കുട്ടിയുടെ കട്ടിലായിരുന്നു. എനിക്ക് അപ്പോഴൊന്നും മനസ്സിലായില്ല ആ ദ്വാരം അവനുള്ളതായിരുന്നുവെന്ന്. അവനും കട്ടിലിലൂടെ ഇഴഞ്ഞിരുന്നു. അതിനുമുകളിലൂടെ പാഞ്ഞ് ഓടാൻ എനിക്കിഷ്ടമായിരുന്നു. എന്നാൽ ഞാൻ ശരിക്കും അവന്റെ ചലനങ്ങൾ ആവർത്തിക്കുക മാത്രമാണ് ചെയ്തത്.

ഞാൻ ജനിക്കുന്നതിനുമുമ്പ് ആ ആൺകുട്ടി ചിന്തിക്കാൻ വയ്യാത്ത തരത്തിലൊരു ജീവിതമാണ് ഉപേക്ഷിച്ചുപോയത് എന്നെനിക്ക് തോന്നി. അത് നിലനിന്നിരുന്നെങ്കിൽ ചരിത്രാതീത കാലത്തെപ്പോലെ നിറം മങ്ങി വരുമായിരുന്നു. എന്നാൽ എന്റെ അമ്മയ്ക്ക് അത് തന്റെ തൊട്ടടുത്താ യിരുന്നു. ഒരിക്കലും അത് വിട്ടുപോയില്ല. ഒരിക്കൽ ഞങ്ങൾ ഞങ്ങളുടെ വേനൽക്കാല വസതിയിലേക്ക് തീവണ്ടിയിൽ പോകുമ്പോൾ ഒരു കുട്ടി അവന്റെ അമ്മൂമ്മയോടൊപ്പം തീവണ്ടിയിൽ ഞങ്ങൾക്കെതിരായി ഇരു ന്നിരുന്നു. സാധാരണ ഒരു കുട്ടിയെപ്പോലെ മൂക്കൊലിപ്പിച്ചും ഉച്ചത്തിൽ കരഞ്ഞും 'ആർ' എന്ന അക്ഷരം ശരിക്ക് ഉച്ചരിക്കാനുമാവാത്ത ഒരു കുട്ടി. അവൻ തന്റെ അമ്മൂമ്മയെ എന്തിനോവേണ്ടി ശല്യപ്പെടുത്തിക്കൊണ്ടി രുന്നു. അമ്മൂമ്മ തിരിച്ച് ദേഷ്യപ്പെട്ടു.

"മിണ്ടാതെയിരിക്ക്!"

എന്റെ അമ്മയാകട്ടെ ഭയംകൊണ്ട് വലിഞ്ഞ് ചുരുങ്ങിപ്പോയത് ഞാൻ ഓർക്കുന്നു.

"സാഷ, നമ്മൾ ഇവിടെ ഇറങ്ങുകയാണ്!"

ഞങ്ങൾ തീവണ്ടിയിൽനിന്ന് ഇറങ്ങിയപ്പോൾ എന്റെ അമ്മ ബാഗിൽ നിന്ന് വിവശയായി എന്തോ പരതുന്നുണ്ടായിരുന്നു. അവരുടെ കണ്ണു കളിൽനിന്ന് കണ്ണുനീർ ഒഴുകുന്നതു ഞാൻ കണ്ടു. ഞാൻ മൂക്കും ഒലി പ്പിച്ച് കരയാൻ തുടങ്ങിയപ്പോൾ അവർ തിരിഞ്ഞ് എന്നെ നനഞ്ഞ ചുണ്ടു കൾകൊണ്ട് ചുംബിക്കുകയും എല്ലാം ശരിയായ വിധത്തിലാണ് എന്നും കണ്ണിൽ ഒരു ഈച്ച പോയതാണെന്നും വിശ്വസിപ്പിക്കാൻ ശ്രമിക്കുകയും ചെയ്തു.

"ഇപ്പോൾ എല്ലാം ശരിയായി."

അവർ അവരുടെ മൂക്കു തുടച്ച് മസ്കാരയണിഞ്ഞ് പൗഡർ പെട്ടി അടച്ചുവെച്ചു. ഞങ്ങൾ വേനൽക്കാല വസതിയിലേക്ക് പോവുകയും ചെയ്തു. ഞാൻ അപ്പോൾ ഇങ്ങനെ ചിന്തിച്ചിരുന്നതായി ഓർക്കുന്നു. ആ കുട്ടി മരിച്ചത് നന്നായി എന്ന്. അല്ലായിരുന്നെങ്കിൽ ഞാൻ എവിടെ ആയിരുന്നേനേ? നടന്നുകൊണ്ടിരുന്നപ്പോൾ അമ്മ പറഞ്ഞ വാക്കുകൾ, ഞാൻ ആവർത്തിച്ചു "ഇപ്പോൾ എല്ലാം ശരിയായി!"

ഞാൻ ജനിക്കാൻ പാടില്ലായിരുന്നു, അല്ലേ? എന്റെ ചുറ്റുമുള്ള എല്ലാം തന്നെ, ഉണ്ടായിരുന്ന എല്ലാം, ഉണ്ടായതും ഇനി ഉണ്ടാകുന്നതുമെല്ലാം

അതിനുള്ള ലളിതവും മതിയായതുമായ തെളിവുകളാണ്. മലർക്കെ തുറന്ന ഈ കൊച്ച് ജനാലയുടെ ചട്ടക്കൂടും നിലത്ത് പാകിയ കല്ലുകളിൽ പതിക്കുന്ന ചെറിയ കഷ്ണം സൂര്യപ്രകാശവും കാപ്പിക്കു മുകളിലെ കഷണങ്ങളായ പാൽപ്പാടയും ആരാണ് ആദ്യം തിളങ്ങിമിന്നുക എന്ന മട്ടിൽ നക്ഷത്രങ്ങളുമായി കളിക്കുന്ന ഈ മങ്ങിയ കണ്ണാടിയും ഒക്കെത്തന്നെ. ചെറിയ പെൺകുട്ടിയായിരുന്നപ്പോഴും മണിക്കൂറുകളോളം ഞാൻ കണ്ണാടിയിൽ നോക്കി ഇരിക്കുമായിരുന്നു. എന്റെതന്നെ കണ്ണുകളിലേക്കും നോക്കി. എന്തുകൊണ്ട് ഈ കണ്ണുകൾ? ഈ മുഖം? ഈ ശരീരം? ഇത് ഞാൻ അല്ലെങ്കിൽ എന്തു സംഭവിക്കും? ഇവ എന്റെ കണ്ണുകളോ, എന്റെ മുഖമോ, എന്റെ ശരീരമോ അല്ലെങ്കിലോ? ഞാൻ നോക്കിക്കൊണ്ടിരിക്കുന്ന ഈ കണ്ണുകളും ശരീരവും മുഖവും ഒക്കെ ഞാൻ പ്രായമാകുമ്പോഴുള്ള വൃദ്ധയുടെ ഓർമ്മ മാത്രമായി മാറിയാലോ?

സാധാരണയായി ഞാൻ എന്നിൽ രണ്ടു വ്യക്തികളെ സങ്കല്പ്പിക്കാറുണ്ടായിരുന്നു. ഇരട്ട സഹോദരികളെപ്പോലെ. ഞാനും അവളും. യക്ഷിക്കഥകളിൽ എന്നപോലെ, ഒരാൾ മോശക്കാരിയും മറ്റേവൾ നല്ലതും. ഞാൻ നല്ല സ്വഭാവമുള്ളവളും മറ്റേവൾ ഒരു തെമ്മാടിയും. ഞാൻ എന്റെ മുടി അഴിച്ചിടുകയായിരുന്നു പതിവ്. അമ്മ എന്നെ അത് ചീകിവെയ്ക്കുവാനായി ശല്യം ചെയ്യുമായിരുന്നു. മറ്റേവൾ ആകട്ടെ പിന്നിയിട്ട മുടിയെ കത്രികകൊണ്ട് വെട്ടിക്കളഞ്ഞു. അവധിക്കാലവസതിയിൽ ഞങ്ങൾക്ക് തിയ്യേറ്റർ ഷോകൾ ഉണ്ടാകുമായിരുന്നു. അവൾ തീർച്ചയായും നായികവേഷങ്ങൾ ചെയ്യുകയും ഞാൻ കർട്ടൻ ഉയർത്തുകയും താഴ്ത്തുകയും മാത്രം ചെയ്യുകയും ചെയ്തു. ഒരിക്കൽ, അഭിനയത്തിനിടെ അവൾ സ്വയം കൊല്ലുന്നതായി അഭിനയിക്കേണ്ടിയിരുന്നു. ഒന്ന് സങ്കല്പിക്കുക, അവൾ കയ്യിൽ കത്തിയുമായി അവസാന വാക്കുകൾ പറഞ്ഞശേഷം ശക്തിയായി കുത്തുകയും പെട്ടെന്ന് അവൾ രക്തത്തിൽ കുളിക്കുകയും ചെയ്തു. എല്ലാവരും ഭയംകൊണ്ട് ചാടിയെഴുന്നേൽക്കുകയും അവൾ നാടക അഭിനയത്തിലെന്നപോലെ സന്തോഷത്തോടെ മരിക്കാൻ കിടക്കുകയും ചെയ്തു.

എനിക്കു മാത്രം മനസ്സിലായി, അവൾ കുറച്ച് ബീറ്റ്റൂട്ട് ചിരകിയെടുത്ത് ഒരു കോഴിമുട്ടയെടുത്ത് അതിനുള്ളിലുള്ളത് ചെറിയൊരു ദ്വാരമിട്ട് ഉറുഞ്ചിക്കുടിച്ച്, അമ്മയുടെ കയ്യിലുണ്ടായിരുന്ന ഒരു സിറിഞ്ച് എടുത്ത് ബിറ്റ്റൂട്ട് ജ്യൂസ് മുട്ടയിൽ നിറച്ച് വിഗ്ഗിനുള്ളിൽ ഒളിപ്പിച്ചതാണ് എന്ന്. ബീറ്റ്റൂട്ട് രക്തത്തിൽ കുളിച്ച അവൾ ചാടിയെഴുന്നേറ്റ് എല്ലാവരേയും വിഢ്ഢികളാക്കിയ സന്തോഷത്താൽ ഉറക്കെ നിലവിളിച്ചു.

“നിങ്ങൾ അത് വിശ്വസിച്ചു. നിങ്ങൾ അത് വിശ്വസിച്ചു!”

നിനക്ക് വിശ്വസിക്കാനാവില്ല, അവൾ എപ്പോഴും എങ്ങനെയൊക്കെയാണ് കബളിപ്പിക്കുക എന്ന്! നിനക്ക് വിശ്വസിക്കാനാവില്ല, അവളുടെ ഉപേക്ഷിച്ച വസ്ത്രങ്ങൾകൊണ്ട് എന്തൊക്കെ ചെയ്യുമെന്ന് പറയാനാവില്ല. അവർ എപ്പോഴും അവൾക്ക് നല്ല ഭംഗിയുള്ള സാധനങ്ങൾ വാങ്ങിക്കൊടുത്തു, പയർമണി ഇല്ലാത്ത രാജകുമാരിടേതുപോലെ ഒക്കെ.

എനിക്കും അതേപോലുള്ളവ കിട്ടി. എന്നാൽ പഴയതും വെറുപ്പു തോന്നിക്കുന്നതുമായ സാധനങ്ങളാണ് വെളിയിലിടാനും മറ്റും ലഭിച്ചത്. അവർ ഞങ്ങളെ സ്കൂളിലേക്ക് അണിയിച്ചൊരുക്കി കൊണ്ടുപോയി. അവൾക്ക് പുതിയ ഷൂസ് ഉണ്ടായിരുന്നു. എന്നാൽ എനിക്കാകട്ടെ പോക്കറ്റിൽ തുളകൾ വീണ, കോളറിന്റെ പുറകിൽ ചളിപറ്റിയ അവളുടെ മഴക്കോട്ടാണ് തന്നത്.

എപ്പോഴൊക്കെ അവൾ മിഥ്യയായി വന്നുവോ അപ്പോഴൊക്കെ അവൾ എന്നെ ഉപദ്രവിച്ചു. ഞാൻ ഓർക്കുകയാണ്, ഞാൻ ഞങ്ങളുടെ മുറിയിൽ നിലത്ത് ചോക്കുകൊണ്ട് ഒരു വര വരച്ച് അതിനെ രണ്ടായി വിഭജിച്ചു. അവൾ പോയി അത് മായ്ച്ചുകളഞ്ഞ് വേറെ ഒരു വര വരച്ചു. അതിനാൽ എനിക്ക് എന്റെ കിടക്കയിൽനിന്നും മേശ വരേയും വാതിൽ വരേയും അതിന്റെ വക്കുവരെ മാത്രമേ നടക്കാൻ കഴിഞ്ഞുള്ളൂ. അമ്മയോട് പരാതിപ്പെടുന്നത് വെറുതെ ആയിരുന്നു. കാരണം അമ്മയുടെ കൂടെയിരിക്കുമ്പോൾ അവൾ ഒരു മാലാഖയായിരുന്നു. എന്നാൽ ഞങ്ങൾ തനിച്ചാവുമ്പോൾ അവൾ എന്നെ പിച്ചുകയും എന്റെ തലമുടി വേദനിക്കുംവരെ പിടിച്ചുവലിക്കുകയും ചെയ്യും. അതിനാൽ അവളെ അപഹരിക്കുവാനും എനിക്ക് കഴിയില്ലായിരുന്നു.

ഭംഗിയുള്ള കണ്ണുകളും വർത്തമാനം പറയുമ്പോൾ കണ്ണുകൾ അടക്കുകയും തുറക്കുകയും ചെയ്യുന്ന, നടക്കാൻ പോലും കഴിയുന്ന വലിയ ഒരു പാവയെ ലഭിച്ച സമയം എനിക്കൊരിക്കലും മറക്കാനാവില്ല. ഞാൻ ഒന്നുതിരിഞ്ഞ് മാറിയപ്പോൾ അവൾ ആ പാവയുടെ ഉടുപ്പ് അഴിക്കുകയും നഗ്നയായ അതിൽ എന്തോ നഷ്ടപ്പെട്ടിരിക്കുന്നു എന്നു കണ്ട് അത് വരച്ചുവയ്ക്കുകയും ചെയ്തു. ഞാൻ കരഞ്ഞുകൊണ്ട് എന്റെ അച്ഛനമ്മമാരുടെ അടുത്തേക്ക് ഓടി. അവർ വെറുതെ ചിരിച്ചു.

അവളുമായി രമ്യതയിലാവാൻ വളരെ കഷ്ടമായിരുന്നു. ഞാൻ ചില നിർദ്ദേശങ്ങളൊക്കെ മുന്നോട്ട് വെച്ചുവെങ്കിലും അവൾ നിലത്ത് ചവിട്ടി പ്രഖ്യാപിച്ചു:

"ഞാൻ പറയുംപോലെ മാത്രമേ ഇവിടെ എന്തും നടക്കൂ, അല്ലെങ്കിൽ ഇവിടെ ഒന്നും നടക്കില്ല."

അവൾ കണ്ണുകൾ ഇടുക്കി കുന്തമുനയുടെ മൂർച്ചയോടെ എന്നെ നോക്കി. അവളുടെ മേൽച്ചുണ്ട് വക്രിച്ച് കൊച്ചുപല്ലുകൾ തെളിഞ്ഞു. അവൾ ഏതു നിമിഷവും എന്നെ ആക്രമിക്കും......

ഞാൻ ആരോടാണ് സംസാരിക്കുന്നത് എന്ന് അമ്മ ചോദിക്കുമ്പോൾ ഞാൻ വല്ലാതെ ഭയന്നുപോയിരുന്നതായി ഓർക്കുന്നു. ഞാൻ കള്ളം പറയും:

"എന്നോടു തന്നെ."

സ്നേഹിക്കപ്പെടുവാൻ ആഗ്രഹിക്കുമ്പോഴാണ് ഇത് സംഭവിക്കുന്നത് എന്നെനിക്ക് മനസ്സിലായി. മറ്റ് ആളുകളുടെ സ്നേഹത്തിനായി ഞാൻ

ശണ്ഠകൂടുമ്പോഴാണ് അവൾ പ്രത്യക്ഷപ്പെട്ടിരുന്നത്. അങ്ങനെതന്നെയായിരുന്നു എപ്പോഴും ഞാൻ ഞാനായിരിക്കുമ്പോൾപ്പോലും. അച്ഛനുമായിരിക്കുമ്പോൾ അച്ഛനോടൊപ്പം എല്ലാം വ്യത്യസ്തമായിരുന്നു. അദ്ദേഹം എന്നെയും അമ്മയേയും ഒരേ പേരാണ് വിളിച്ചിരുന്നത്, ഞങ്ങൾ രണ്ടുപേരും മുയലുകളായിരുന്നു. അദ്ദേഹം 'മുയലേ' എന്ന് ഉറക്കെ വിളിച്ച് രസിച്ചിരുന്നു. രണ്ടുപേരും വിളികേട്ടിരുന്നു. ഒരാൾ അടുക്കളയിൽനിന്നും മറ്റൊരാൾ നേഴ്സറിയിൽ നിന്നും.

അദ്ദേഹം വീട്ടിൽ വരുമ്പോൾ അപരിചിതരെ വീട്ടിലേക്ക് കയറ്റില്ല എന്ന മട്ടിൽ ഞാൻ വാതിൽ തുറക്കും മുമ്പ് ചോദിക്കുമായിരുന്നു.

"ആരാ അത്?"

അദ്ദേഹം ഉത്തരം പറയുമായിരുന്നു:"

"ഒരു വിതയ്ക്കുന്നവനും കൊയ്യുന്നവനും തകരവിസിൽകൊണ്ട് ഉല ഊതുന്നവനും"

അദ്ദേഹം നിലത്തെ ചവിട്ടിയിൽ കാലടികൾ തുടയ്ക്കുന്നതുപോലും നൃത്തം ചവിട്ടുംപോലെ ആയിരുന്നു.

അദ്ദേഹം എനിക്ക് വിചിത്രമായ സമ്മാനങ്ങൾ കൊണ്ടുത്തന്നു കൊണ്ട് ചോദിക്കുമായിരുന്നു.

"ഇത് എന്താണ് എന്ന് ഊഹിക്കാമോ?"

എന്നാൽ ഊഹിക്കുക അസാദ്ധ്യമായിരുന്നു. അതൊരു ഫാനോ, ചായപ്പാത്രമോ, ഒരു കണ്ണടയോ, ഒരു കൊച്ച് ചായ ടിന്നോ, ഒഴിഞ്ഞ സെന്റ് കുപ്പിയോ, അല്ലെങ്കിൽ പൊട്ടിയ ഒരു ക്യാമറയോ ഒക്കെ ആവാം. ഒരിക്കൽ അദ്ദേഹം ഒരു ജപ്പാൻ നോഹ് തിയേറ്റർ മുഖംമൂടി കൊണ്ടുവന്നു. കുടകളോ, ചൂരൽകൂടകളോ, ഉണ്ടാക്കാനായി ഉപയോഗിക്കുന്ന എവിടെനിന്നോ ലഭിച്ച ശരിക്കുള്ള ആനയുടെ കാൽപ്പത്തിപോലും അദ്ദേഹം കൊണ്ടുവന്നു. അമ്മ അച്ഛനോട് ദേഷ്യപ്പെട്ടുവെങ്കിലും അദ്ദേഹത്തിന്റെ സമ്മാനങ്ങൾ എന്നെ തികച്ചും സന്തുഷ്ടയാക്കി.

ഒട്ടും വിചാരിക്കാതിരിക്കുമ്പോൾ പെട്ടെന്ന് അദ്ദേഹം പറയും, "ആ വീട്ടുകണക്ക് മറന്നേക്ക്." പിന്നീട് ഒരു സംഗീത വിരുന്നു തന്നെ നടത്തും. ചീപ്പിൽ ടിഷ്യുപേപ്പർ വെച്ച് നേർത്ത ശബ്ദമുണ്ടാക്കാനും ഞങ്ങൾ ഇഷ്ടപ്പെട്ടു. അത് എന്റെ ചുണ്ടിനെ വല്ലാതെ ഇക്കിളിയാക്കി. ഒരു ഒഴിഞ്ഞ കേക്കിൻകൂടിനെ ഗഞ്ചിറയാക്കി മാറ്റി. അദ്ദേഹം നിലത്തെ കമ്പളം ഒന്നു മടക്കി വെച്ച് നിലത്തുനിന്ന് ടാപ്പ് നൃത്തം തുടങ്ങും. അടുത്ത വീട്ടുകാർ തല്ലാൻ വരുന്നതുവരെ. അല്ലെങ്കിൽ കരുക്കൾ ഉള്ള ചെസ്സ് പെട്ടിയെടുത്ത് താളത്തിൽ കിലുക്കും. അപ്പോൾ അതിനുള്ളിലെ എല്ലാം കൂടി മർമ്മര ശബ്ദമുണ്ടാക്കും. അദ്ദേഹം ഞാനുമായി ചെസ്സ് കളിക്കുകയും എപ്പോഴും വിജയിക്കുകയും ചെയ്തു. എന്നെ ചെക്ക് വെയ്ക്കുമ്പോൾ അദ്ദേഹം ഒരു കൊച്ചുകുട്ടിയെപ്പോലെ സന്തോഷിച്ചു.

അദ്ദേഹത്തിന് ലോകത്തിലെ എല്ലാ നൃത്തവും അറിയാമായിരുന്നതിനാൽ അദ്ദേഹം എന്നെയും നൃത്തം പഠിപ്പിച്ചു. എന്തുകൊണ്ടെന്നറിയില്ല, എനിക്ക് ഹവായ് നൃത്തം ശരിക്കും ഇഷ്ടപ്പെട്ടു. പോക്കറ്റിൽ കൈകൾ ഇട്ടുകൊണ്ടാണ് അത് ചെയ്തിരുന്നത്. ഒരു ദിവസം ആഹാരം കഴിക്കുമ്പോൾ എന്റെ ബാലിശമായ പെരുമാറ്റത്തിൽ ദേഷ്യം വന്ന് അതൊക്കെ നിർത്താൻ അദ്ദേഹം പറഞ്ഞു, അല്ലെങ്കിൽ എന്റെ തലയിലൂടെ പാൽപ്പാട കൊണ്ടുള്ള വിഭവം ഒഴിക്കുമെന്ന് പറഞ്ഞു. ഞാൻ പറഞ്ഞു, "ഇല്ല, അച്ഛനത് ചെയ്യില്ല." പെട്ടെന്ന് എന്റെ തലയിലൂടെ അച്ഛൻ പാൽപ്പാട കോരിയൊഴിച്ചു. അമ്മ ഭയന്നു. എന്നാൽ ഞാൻ അതിൽ സന്തുഷ്ടയായി. ഒരിക്കലും അദ്ദേഹത്തിന്റെ സ്നേഹത്തിനായി വഴക്കു കൂടേണ്ടി വന്നിട്ടില്ല. എന്നാൽ അച്ഛനില്ലാത്തപ്പോൾ എന്നിലുള്ള മറ്റേ അവൾ എന്നെ നിരന്തരമായി ക്ലേശിപ്പിച്ചു.

എനിക്ക് എന്റെ തൊലിയുടെ ഭംഗിയില്ലായ്മയോർത്ത് കഠിനമായ മനഃസ്താപമുണ്ടായിരുന്നു. എന്നാൽ എന്നിലുള്ള മറ്റേ അവളുടേത് തെളിഞ്ഞതും മിനുസമുള്ളതും ആയിരുന്നു. തൊലി നിങ്ങളുടെ ഉൾഭാഗത്തെ മൂടുന്ന ഒരു തുണിയല്ല, ലോകം നമ്മെ തൊടുന്നത് അതിലൂടെയാണ്. നാം ലോകത്തെ അറിയുന്നതും. ത്വക്‌രോഗങ്ങൾ നിങ്ങൾ സ്പർശിക്കപ്പെടാതിരിക്കാൻ ഉള്ള ഒരു രക്ഷാകവചവുമാണ്. നിങ്ങൾ ഒരു പട്ടുനൂൽ പുഴു കുടിൽ എന്നപോലെ ഒളിച്ച് അവിടെ ഇരിക്കുക. എന്നാൽ അവൾക്ക് – മറ്റേ ഞാൻ – ഇതൊന്നും അറിയില്ലായിരുന്നു. എനിക്ക് മറ്റ് ആളുകളുമായി ഇടപഴകാൻ ഭയമാണെന്നും എല്ലാറ്റിനെയും ഭയമാണെന്നും ഒന്നും അവൾക്കറിയില്ലായിരുന്നു.

മറ്റുള്ളവരെ സന്ദർശിക്കാൻ പോകുമ്പോഴും എല്ലാവരും അവിടെ സന്തോഷിച്ച് ഇരിക്കുമ്പോഴും ഞാൻ ശുചിമുറിയിൽ പോയി നിക്കർ പോലും ഊരാതെ വെറുതെ ഇരിക്കുമായിരുന്നു. അവൾക്കറിയില്ലായിരുന്നു എനിക്ക് എങ്ങനെ പൈത്തഗോറസ് തിയറം കാണാതെ പഠിക്കാൻ കഴിഞ്ഞുവെന്നും എന്നാൽ ബ്ലാക്ക്ബോർഡിന്റടുത്തെത്തിയാൽ മരവിച്ച പോലെ എന്റെ ശരീരം അന്തരീക്ഷത്തിൽ ഒഴുകുകയാണെന്നും ഞാനത് കാണുകയാണ് എന്ന മട്ടിൽ നിസ്സഹായയും ദയയർഹിക്കുന്നവളും ഒറ്റപ്പെട്ടവളുമായി നിന്നു എന്നും. പൈത്തഗോറസിനെപ്പറ്റി ഒരേ ഒരു കാര്യം എന്റെ തലയിൽ ഉണ്ടായിരുന്നതെന്തെന്നു വെച്ചാൽ അദ്ദേഹം കുട്ടിയായിരുന്നപ്പോൾ അദ്ദേഹത്തിന്റെ അച്ഛനമ്മമാർ ഒരു കൊച്ചുമേശമേൽ മനുഷ്യന് കാണാത്ത ആവിഷ്കാരങ്ങൾ തൊട്ട് മനുഷ്യൻ വരെയുള്ള അടിസ്ഥാനകാര്യങ്ങൾ നിരത്തിക്കാണിച്ചു. ഗ്ലോബ്, പിരമിഡ്, ക്യൂബ്, പഞ്ഞിക്കഷ്ണങ്ങൾ, ആപ്പിളുകൾ തേൻ ചേർത്ത കേക്കുകൾ, അല്പം വൈൻ എന്നിവ. അവയ്ക്കെല്ലാം പേരുമിട്ടു. പൈത്തഗോറസ് അവരുടെ വിശദീകരണങ്ങളെല്ലാം കേട്ടിട്ട് ആ മേശതന്നെ മറിച്ചിട്ടു.

ഞാൻ എപ്പോഴും അവൾക്കുവേണ്ടി ഉപന്യാസങ്ങൾ എഴുതിക്കൊടുത്തു. എനിക്ക് എപ്പോഴും "ഉ" ആണ് കിട്ടിയത്. ഏറ്റവും മോശമായിരുന്നത്. അദ്ധ്യാപിക അത് ക്ലാസ്സിൽ വായിച്ച് നെടുവീർപ്പിട്ടു:

"സാഷൻക, ജീവിതം നിനക്ക് ബുദ്ധിമുട്ടാകാൻ പോവുകയാണ്."

അവർ എനിക്ക് എപ്പോഴും ഒരു "ഉ" നൽകിയത് ഞാനെപ്പോഴും തെറ്റായ കാര്യങ്ങളാണ് എഴുതിക്കൊണ്ടിരുന്നത് എന്നതുകൊണ്ടാണ്. ഞങ്ങൾക്ക് മൂന്ന് വിഷയങ്ങളാണ് തിരഞ്ഞെടുക്കാനായി തന്നിരുന്നത്. ഞങ്ങൾക്ക് ആദ്യത്തേതിനെക്കുറിച്ച് എഴുതണം, രണ്ടാമത്തേതിനെയോ അല്ലെങ്കിൽ മൂന്നാമത്തേതിനെക്കുറിച്ചും എഴുതണം. എന്നാൽ ഞാൻ എപ്പോഴും ദൈവത്തിനറിയാം എന്താണെന്ന് എന്നതിനെക്കുറിച്ചാണ് എഴുതിയിരുന്നത്. ദൈവത്തിനറിയാം എന്താണെന്ന് എന്നതായിരുന്നു എനിക്ക് പ്രധാനമായി തോന്നിയത്.

ഞാനൊരു ജലജന്യജീവികളുടെ ശ്വസനേന്ദ്രിയം പോലെയോ, കക്കപുറം തോടായുള്ള വഴുവഴുപ്പുള്ള ജീവികളുടേയോ ഗണത്തിൽപ്പെട്ട ഒരു ഭീകരജീവിയായിരുന്നു. എന്നാൽ അവളാകട്ടെ മഹാനെയിമിലെ നൃത്തക്കാരിയെപ്പോലെ ഹെഷ്ബോണിലെ കുളങ്ങൾപോലെ തെളിഞ്ഞ കണ്ണുള്ളവളും പുരുഷാരത്തിനു പ്രിയപ്പെട്ടവളും ആയിരുന്നു. ക്ലാസ്സിൽ വച്ച് പി.റ്റി. അദ്ധ്യാപിക അവളെ നോക്കിയ വിധം കണ്ട് ഞാൻ തരിച്ചു നിന്നത് ഇപ്പോഴും ഓർക്കുന്നു.

ഒരു ദിവസം ഞാൻ സ്കൂളിൽ നിന്ന് വസ്ത്രം മാറിക്കൊണ്ടിരിക്കുമ്പോൾ ആരോ പുറകിൽ എതിർവശത്തെ ജനാലയിലൂടെ ബൈനോക്കുലേഴ്സ് വെച്ച് ഒളിഞ്ഞുനോക്കുന്നതായി എനിക്കു തോന്നി. ഞാൻ ഭയന്ന് ജനാലപ്പടിക്കു താഴെ വേഗം കുനിഞ്ഞിരുന്നു. എന്നാൽ അവളാകട്ടെ ഒരു മുഴുനീള പ്രദർശനം തന്നെ നടത്തി.

ഞാൻ കുട്ടിയായിരുന്നപ്പോൾ അവൾ എന്നോട് അവൾ ഒരു മന്ത്രവാദിനി ആയിരുന്നുവെന്നും അവൾക്ക് ആളുകൾക്കുമേൽ ആധിപത്യം ഉണ്ടായിരുന്നുവെന്നും പറഞ്ഞു. അതിനുള്ള തെളിവായിരുന്നു അവളുടെ കണ്ണുകൾ, ഇടതുഭാഗത്തേക്ക് നീലയും വലതുഭാഗത്തേത് തവിട്ടു നിറവും. അവൾ മറ്റാരുടെയെങ്കിലും വീട്ടിൽ താമസിച്ചാൽ അവൾക്ക് വരുമായിരുന്ന കാക്കപ്പുള്ളി ആ വീട്ടിലെ സ്പോഞ്ച് കൊണ്ട് തേച്ച് കുളിച്ചാൽ അപ്രത്യക്ഷമാകുമെന്നും എന്നാൽ ആ വീട്ടിലെ കുട്ടിക്ക് അത് പ്രത്യക്ഷപ്പെടുമെന്നും അവൾ പറഞ്ഞു. എന്നാൽ പ്രധാന സംശയം അവളുടെ കണ്ണുകൾ തന്നെയായിരുന്നു. അവൾ പറഞ്ഞു, അവൾക്ക് തോന്നുന്ന ആരിലും കരിങ്കണ്ണ് വെയ്ക്കാമെന്ന്. മറ്റു പെൺകുട്ടികൾ അവളെ ഭയന്നിരുന്നില്ല, എന്നാൽ അവർ ജാഗരൂകരായിരുന്നു. അവൾക്ക് രക്തം ചിന്തിക്കാൻ കഴിവുണ്ടായിരുന്നു. അവൾ ആ മുറിവിൽ ഒന്നു നക്കി ചില മന്ത്രങ്ങൾ ചൊല്ലിയാൽ മുറിവ് ഉണങ്ങി രക്തം വരവ് നിൽക്കുകയും ചെയ്യും.

ഇപ്പോഴും അവളെനിക്ക് സമാധാനം തരാറില്ല. അവൾ എപ്പോൾ പ്രത്യക്ഷമാകുമെന്ന് നിങ്ങൾക്കൊരിക്കലും പറയാൻ കഴിയില്ല. അവൾക്ക് മാസങ്ങളോളം അപ്രത്യക്ഷയാകാൻ കഴിയുമായിരുന്നു. പിന്നെ പെട്ടെന്ന് പ്രത്യക്ഷയായി ഇതാ ഞാൻ അദ്ഭുതം, അദ്ഭുതം എന്നു പറയും.

ലൈബ്രറിയിൽച്ചെന്ന് ആർക്കും വേണ്ടാത്ത, മരിച്ചുപോയ എഴുത്തുകാരുടെ അവഗണിക്കപ്പെട്ട പുസ്തകങ്ങൾ ഞാനെടുക്കുമായിരുന്നു. അല്ലെങ്കിൽ ഈ എഴുത്തുകാരെ ഒരാളും ഒരിക്കലും ഓർക്കില്ല. അപ്പോൾ അവൾ എന്നെ കളിയാക്കും. ഇത്രയും അപരിഷ്കൃതമായ, വൃത്തികെട്ടത് എന്നൊക്കെ അവൾ പറഞ്ഞു. പക്ഷേ, ഞാൻ ഒരു ചീർപ്പുകൊണ്ട് പ്രധാനപ്പെട്ട കാര്യങ്ങൾ വൃത്തിയായി അടിവരയിട്ട് വെച്ചു. ഒരു മുതിർന്ന സഹോദരിയെപ്പോലെ അവൾ എന്നോട് ശക്തമായി കലഹിച്ച് ഉപദേശിച്ചു. നീ ഇങ്ങനെ ഒരു പഴന്തുണിക്കഷണംപോലെ ജീവിക്കാൻ പാടില്ല. നീ ഒരു ആട്ടിൻകുട്ടിയേക്കാൾ കുതിച്ചോടുകയും എലിയേക്കാൾ ഉച്ചത്തിൽ ശബ്ദിക്കുകയും വേണം. എന്റെ കൊച്ചു സോദരീ. തേൽസ് ഓഫ് മിലേറ്റസിന്റെ പതിനേഴാമത് നിയമം ഓർക്കുക. സഹതാപം തോന്നിപ്പിക്കുന്നതിനേക്കാൾ നല്ലത് അസൂയ ജനിപ്പിക്കുന്നതാണ്.

എത്ര ക്രൂരമായാണ് അവൾ നിന്നെ കളിയാക്കിയത്. ഓർക്കുകയാണ്, ഞങ്ങൾ വരാന്തയിൽ ഇരുന്ന് സ്ട്രോബറി തിന്നുകയായിരുന്നു. പുളിപ്പുള്ളതും സ്വാദു തോന്നാത്തതുമായ അവ പഞ്ചസാരയിൽ മുക്കി തിന്നുകയായിരുന്നു. അവൾക്ക് തേനിൽ മുക്കിതിന്നാം എന്ന ആശയമുണ്ടായി. അവൾ ജാറിൽനിന്ന് തന്റെ സോസറിലേക്ക് കുറച്ച് തേൻ എടുത്ത് സ്പൂൺ നക്കി. അവൾ നിന്നെ നോക്കി. അവൾ സ്വന്തം മുഖഭാവങ്ങൾ കണ്ണാടിയിൽ ശ്രദ്ധിച്ച് നോക്കുന്നു. ആരെയെങ്കിലും ഉപദ്രവിക്കണമെന്നു സന്തോഷകരമായി ആഗ്രഹിക്കുന്ന ആ തീ പാറുന്ന വിചിത്രമായ കണ്ണുകളിലെ ഭാവങ്ങൾ എനിക്ക് നന്നായി അറിയാം.

അവൾ സ്പൂൺ നക്കി, അതിന്റെ അറ്റം അവളുടെ നടുവിരലിനും. ചൂണ്ടുവിരലിനും ഇടയിൽ വെച്ച് അവളുടെ പിന്നിലെ തുറന്ന വരാന്തയിലെ ജനാലയിലൂടെ പുറത്തേക്ക് എറിഞ്ഞു.

അവൾ നിന്നെ നോക്കുന്നു.

“പിടിക്ക്.”

ഞാൻ നിന്നോട് വിളിച്ചുപറയാൻ ശ്രമിക്കുന്നു, “നിർത്ത്! അങ്ങനെ ചെയ്യണ്ട!” എന്നാൽ ഒരു വാക്കുപോലും എനിക്ക് പുറത്തേക്ക് വന്നില്ല.

നീ എഴുന്നേറ്റ് സ്പൂൺ തേടിപ്പോയി. അവിടെ പുറത്ത് മുള്ളുകളുള്ള ചെടികളും കാട്ടു റാസ്പ്ബെറി ചെടികളും കനത്ത കൂട്ടമായി നിന്നിരുന്നു. നീ തിരിച്ചുവന്നത് കയ്യിൽ രക്തത്തുള്ളികളുമായി ആകെ മുറിവേറ്റ നിലയിലാണ്. ഒന്നും പറയാതെ നീ സ്പൂൺ മേശയിലേയ്ക്കിട്ട് - മണ്ണും ഉണങ്ങിയ പുല്ലും അതിൽ പറ്റിപ്പിടിച്ചിരുന്നു - തിരഞ്ഞ് നടന്ന് പോവുകയും ചെയ്തു. അഴുക്കുപുരണ്ട സ്പൂണിലേക്ക് അവൾ നീരസത്തോടെ നോക്കി. പിന്നീട് ഒന്നും സംഭവിക്കാത്തതുപോലെ തേനിൽ സ്ട്രോബറികൾ മുക്കി കൊച്ച് പല്ലുകൾകൊണ്ട് കടിച്ചുതിന്നു. എനിക്കത് സഹിക്കാൻ കഴിഞ്ഞില്ല. ഞാൻ നിന്റെ പിന്നാലെ പാഞ്ഞു. നിന്റെ കയ്യിൽ എത്തിപ്പിടിച്ച് നിന്റെ മുറിവുകൾ നക്കി രക്തമൊലിപ്പ് നിൽക്കാൻ അവൾ ചെയ്യുന്നപോലെ ചെയ്യാൻ ഞാൻ ശ്രമിച്ചു. എന്നാൽ നീ എന്നെ തട്ടിമാറ്റി.

"നരകത്തിൽ പോ."

നീ വളരെ ദേഷ്യത്തിൽ എന്നെ നോക്കുകയും ചെയ്തു. നീ നിന്റെ ബൈക്കിൽ കയറിപ്പോവുകയും ചെയ്തു. ഞാൻ നിന്നെ അപ്പോൾ എത്ര വെറുത്തുവെന്നോ? ഞാൻ അവളെയും വെറുത്തു. രണ്ടുപേരെയും. നിനക്ക് എന്തെങ്കിലുമൊക്കെ മോശമായും ഭയപ്പെടുത്തുന്നതും ദൗർഭാഗ്യകരമായി ഉണ്ടാകാൻ ഞാൻ ശരിക്കും വല്ലാതെ ആഗ്രഹിച്ചു. ഞാൻ നിന്റെ അടുത്തേക്ക് വരില്ല എന്ന് ഞാൻ എന്നോടു തന്നെ പറഞ്ഞു. നിന്റെ അടുത്തേക്ക് അടുത്ത ദിവസം തന്നെ ഓടിയെത്തുകയും ചെയ്തു. ഇതാ ഇപ്പോൾ സംഭവിക്കുന്നതുപോലെ വീണ്ടും ഞാൻ ഇതെല്ലാം കാണുന്നു, തൊട്ട് അനുഭവിക്കുന്നു. രാവിലെ മുതൽ നേർത്ത മഴയുണ്ടായിരുന്നു, മൂടൽമഞ്ഞ് വേലിക്ക് മുകളിൽ കയറി, എല്ലാ പാതകളും ചെറുകുളങ്ങളായി. ഞാൻ നിന്റെ സ്ഥലത്തേക്ക് കുടയും ചൂടി നടക്കുകയാണ്. ആ മലയിടുക്കിനു മുകളിലെ പാലത്തിലെത്തിയപ്പോൾ മഴ പെയ്യാൻ തുടങ്ങി. നമ്മുടെ കൊച്ചുവീടുകൾക്കിടയിൽ ഒരു ചെറിയ കാടിന്റെ ഭാഗം തുടർച്ചയായി ഉണ്ടായിരുന്നു. അവിടുത്തെ എല്ലാ നടപ്പാതകളും മണ്ണ് മൂടിക്കിടന്നു. അവിടുത്തെ പച്ചപ്പിന്റെ നാമ്പുകൾക്ക് പേരില്ലായിരുന്നു. നീയാണ് ആ ചെടികൾക്ക് പേരിട്ടത്. ഞാൻ മൂലയിലുള്ള നിന്റെ അയൽക്കാരെ കടന്ന് വേലിക്കിടയിലൂടെ കാണുന്ന ക്യാബേജിന്റെ തലപോലെ തടിച്ചു വലിയ റോസാപ്പൂക്കളെ ഒളിഞ്ഞു നോക്കിനടന്നു. അവയ്ക്ക് മഴയിൽ കൂടുതൽ മണമുണ്ട്. പടികൾ കയറി പോർച്ചിലേക്കു നടക്കാൻ എനിക്ക് ഭയം തോന്നി. ഞാൻ കുട മടക്കിവെച്ച് വരാന്തയിലെ ജനാലയിലേക്ക് പതുങ്ങി നടന്നു. ഞാൻ കാലുപൊക്കി മുകളിലേക്ക് കയറുകയും മഴ നനഞ്ഞ ജനാലയുടെ ഇടയിലൂടെ നിന്നെ കാണുകയും ചെയ്തു.

നീ കൊച്ചു കട്ടിലിൽ കിടക്കുകയായിരുന്നു. കാല് അതിനു മുകളിൽ പൊക്കിവെച്ച് തടിച്ച ഒരു പുസ്തകം വായിക്കുകയായിരുന്നു. നോക്ക്, ഞാൻ നിനക്ക് അസുഖം വരണേ എന്ന് ആഗ്രഹിച്ചിരുന്നു, നീ ബൈക്കിൽ നിന്ന് ഓടയിലേക്ക് വീഴുകയും ചെയ്തു. ഇപ്പോൾ നിനക്ക് മനസ്സിലായല്ലോ അന്നു വൈകുന്നേരം നിന്റെ കാൽക്കുഴ തിരിഞ്ഞത് എങ്ങനെ എന്നും നീ കിടപ്പിലായത് എങ്ങനെ എന്നും. ഞാൻ മഴയിൽ നിന്ന് നിന്നെ നോക്കി. നിനക്കെന്തോ ഒരു ബോധോദയം ഉണ്ടായി മുകളിലേക്കു നോക്കി, എന്നെ കണ്ടു, ചിരിച്ചു.

അതെ, സാഷൻക, എന്റെ കൊച്ചു വീട്ടിലെ പെൺകുട്ടി, അതൊക്കെ എത്രകാലം മുമ്പാണ്! വ്യത്യസ്തമായിരുന്ന, അകന്നുപോയ ഒരു ജീവിതം. ഡയറിയിൽ എല്ലാത്തരം വിഡ്ഢിത്തരങ്ങളും എഴുതി, മേൽക്കൂരയിലെ മഴയുടെ മർമ്മരം കേട്ടുകൊണ്ട്, വരാന്തയിലെ കൊതുകിന്റെ മൂളൽ കേട്ടുകൊണ്ട് അവിടെ കിടക്കാൻ നല്ല സുഖമായിരുന്നു. പുറത്തേക്ക് ജനാലവഴി നോക്കിയപ്പോൾ മൂടൽമഞ്ഞിൽ ആപ്പിൾ മരങ്ങൾക്ക് കാലുകൾ കണ്ടില്ല. അയയിൽ തൂങ്ങുന്ന നനഞ്ഞ തുണികളിൽനിന്ന് വെള്ളം തുള്ളിയായി ഇറ്റിക്കൊണ്ടിരിക്കുന്നു. മഴകാരണം

മുറിയിൽ വായിക്കാൻ പറ്റാത്തത്ര ഇരുട്ടായി. ഞാൻ ആ ഉച്ചക്ക് ലൈറ്റിട്ടു. മടിയിൽ ഷേക്സ്പിയറുടെ വലിയ പുസ്തകം വെച്ചിരിക്കുകയാണ്. വേണ്ടപ്പോൾ എഴുതാനുള്ള നോട്ടുബുക്ക് വെയ്ക്കാനും സൗകര്യമാണ്.

നിനക്കറിയാമോ ഞാൻ എന്തിനെക്കുറിച്ചാണ് എഴുതിക്കൊണ്ടിരുന്നത് എന്ന്? ഹാംലറ്റിനെക്കുറിച്ച്. അല്ലെങ്കിൽ എന്നെക്കുറിച്ച് എന്റെ അച്ഛൻ എങ്ങനെ മരിച്ചു എന്നതിനെക്കുറിച്ച്. ചിലപ്പോൾ എന്റെ അച്ഛൻ മരിച്ചില്ലായിരിക്കാം. എന്നാൽ എന്റെ അമ്മ ആദായമുള്ള ഒരു കച്ചവടത്തിനായി ഒരു അന്ധനെ വിവാഹം കഴിച്ചു എന്നതിനെക്കുറിച്ചും ഒക്കെയാണ്. എന്നാൽ എല്ലാവരും കൈയിൽ കിട്ടിയ ഉപകരണങ്ങളുമായി തമ്മിൽത്തമ്മിൽ ബഹളം വെക്കുകയും മെക്കിട്ടു കയറുകയും ഒക്കെ ചെയ്തതെന്തിനാണ് എന്ന് എനിക്ക് തീർത്തും മനസ്സിലായില്ല. അത് വേദിയിൽ രക്തം ഒഴുക്കിയതുമില്ല. കണ്ടുപിടിക്കാനാവാത്ത മനഃപൂർവ്വം നെയ്തെടുത്ത ദുഷ്ടത്തരങ്ങൾക്കും പിടികിട്ടാത്ത കൗശലങ്ങൾക്കുമിടയിൽ ഇവരൊക്കെ മരിച്ചാൽ എന്തുണ്ടാകും? അതേപോലെ അവരൊക്കെ സ്വന്തമായ ജീവിതങ്ങൾ ജീവിച്ചാൽ അത് ഹാംലറ്റ് അല്ലാതാകും എന്ന് പറയാൻ കഴിയുമോ? എന്തുകൊണ്ട് അത് കൂടുതൽ ഭയാനകമാവും? അയാളുടെ അച്ഛന്റെ പ്രേതം - അതുകൊണ്ട് എന്താണ്? കൊച്ചുകുട്ടികൾക്ക് ഒരു കുട്ടിച്ചാത്തൻ - അത്രതന്നെ.

അതിനായി വിഷം ചെവിയിലും ഒഴിച്ചു.

പിതാവിന്റെ ഹർമ്മ്യത്തിൽനിന്ന് മടങ്ങിവന്നശേഷം ഇതൊക്കെ തുടങ്ങുന്നതെന്തിന്. ഇതിനൊക്കെ മുമ്പും അദ്ദേഹം ഹാംലറ്റ് ആയിരുന്നില്ലേ? എന്തെങ്കിലും സംഭവിക്കുന്നതിനുമുമ്പ്, തിരശ്ശീല ഉയരുന്നതിനു മുമ്പ്, ബർണാഡോയും ഫ്രാൻസിസ്കോയും ഒച്ചയുയർത്താൻ തുടങ്ങും മുമ്പ്, എല്ലാം തന്നെ പൊതുവായ തൊഴിൽ നിയമാവലിയിൽ ചുരുക്കത്തിൽ പ്രതിപാദിച്ചിരിക്കുന്നു. എന്നാൽ അദ്ദേഹം അല്ലെങ്കിൽത്തന്നെ ഹാംലറ്റ് ആണ്, അല്ലേ?

തീർച്ചയായും അതാണ് ഏറ്റവും രസകരമായിട്ടുള്ള കാര്യം, പ്രേതങ്ങളുമായുള്ള സഹവാസം, വിഷം നൽകൽ, തിയ്യേറ്ററിലെ വിഡ്ഢിത്തം നിറഞ്ഞ സൂത്രപ്പണികൾ, തിരശ്ശീലയ്ക്കു പിന്നിൽ ഒളിക്കൽ എന്നിങ്ങനെയൊക്കെ ചെയ്യുന്നതിനു മുമ്പ് അവർക്ക് എന്താണ് സംഭവിച്ചിരുന്നത്?

അയാൾ ഞാൻ ജീവിക്കുംപോലെ ജീവിതവുമായി അങ്ങനെ മുന്നോട്ടു പോവുകയായിരുന്നു. പദ്യസാഹിത്യത്തിൽ ഉള്ള മരണക്കിടക്കയിലെ ആത്മഭാഷണങ്ങൾ ഇല്ലാത്ത രീതിയിൽ.

അതിനുമുമ്പുള്ള അയാളുടെ ജീവിതവും എഴുതപ്പെടേണ്ടതാണ്. ഉദാഹരണത്തിന് അയാൾ തപാൽ ജോലിക്കാരന്റെ മട്ടിൽ കളിച്ചിരുന്നത് - കൈ നിറയെ പഴയ പത്രക്കടലാസ്സുകൾ എടുത്ത് എല്ലാ തപാൽപ്പെട്ടികളിലും കുത്തിനിറയ്ക്കുമായിരുന്നു. സ്കൂളിലെ ക്ലാസ്സുകൾക്കിടയിൽ ഒരു പുസ്തകവുമായി ക്ലോക്ക്മുറിയിലോ ലൈബ്രറിയിലോ ഒളിക്കുമായിരുന്നതും ദുർബ്ബലരും പേടിത്തൊണ്ടന്മാരുമായ ആൺകുട്ടികൾമാത്രം

അവനെ പിൻതുടർന്നു. അവർ മറ്റുള്ളവരിൽ നിന്ന് മേടിച്ച് സഹിച്ചവ തിരിച്ച് കൊടുക്കുകയും ചെയ്തു. ആട്ടെ, നിനക്ക് അറിയുമോ സാഹിത്യം എന്നെ മോഹഭംഗപ്പെടുത്തിയതിന്റെ ആദ്യകാരണം എന്തെന്ന്? ആങ്, പിന്നെ നിനക്കറിയുമോ വിദൂഷകർ തങ്ങളുടെ യജമാനൻമാരോട് തന്ത്ര പൂർവ്വമായ ചോദ്യങ്ങൾ ചോദിക്കുകയും അവർ ഉത്തരം പറയാൻ കഠിന മായി ശ്രമിക്കുകയും എപ്പോഴും അവർ സ്വയം വിഡ്ഢികൾ ആവുകയും ചെയ്യുമായിരുന്നു. ഞാൻ ഒഴിവുവേളയിൽ എന്നെ ഉപദ്രവിക്കാൻ ശ്രമി ക്കുന്നവരോട് എന്തോ വിപരീത അർത്ഥത്തിൽ ചോദിക്കാൻ ശ്രമിച്ചു. എന്നാൽ അവർ ഒട്ടും തന്നെ ശ്രദ്ധിക്കാൻ നിൽക്കാതെ ചെകിടത്ത് അടി ക്കുകയാണ് ചെയ്തത്!

ഒരിക്കൽ ഹാംലെറ്റ് ഒരു തടാകത്തിൽ കുളിച്ചുകൊണ്ടിരുന്നപ്പോൾ ഇയാൾ അവന്റെ അടുത്ത് നീന്തിച്ചെന്ന് പറഞ്ഞു, “നീ നന്നായി നീന്തു ന്നുണ്ട്. കുട്ടീ, എന്നാൽ നിന്റെ ഈ രീതി ആകെ കൂടിക്കുഴഞ്ഞതാണ്, ഞാൻ കാണിച്ചുതരാം” എന്ന്. ഇതൊക്കെക്കൂടാതെ അക്കാലത്തെക്കുറിച്ച് ഇങ്ങനെയും പറയപ്പെട്ടേക്കാം. നീന്തൽ പഠിപ്പിക്കുന്ന അദ്ധ്യാപകൻ വെള്ളത്തിനടിയിൽനിന്ന് അവനെ പ്രോത്സാഹിപ്പിച്ചു. അയാളുടെ കൈ ആൺകുട്ടിയുടെ വയറിൽനിന്നും വഴുതി അബദ്ധത്തിലെന്നപോലെ പൊക്കിളിനു താഴേക്ക് താഴേക്ക് പോയി.

പ്രാവിന്റെ കൂടിനെക്കുറിച്ച്. എന്റെ കുട്ടിക്കാലത്ത് ഞങ്ങൾ പഴയ വീട്ടിൽ താമസിച്ചിരുന്നപ്പോൾ അയൽക്കാരന്റെ മുറ്റത്ത് ഒരു പ്രാവിൻകൂട് ഉണ്ടാ യിരുന്നു. പറക്കലിനുശേഷം പ്രാവുകൾ കൂടണയാനായി കാത്തുനിൽക്കു മ്പോൾ അയാൾ ആകാശത്തേക്ക് നോക്കിയില്ല, ഒരു പാത്രം വെള്ളത്തി ലേക്കാണ് നോക്കിയത്. അയാൾക്ക് അതിനേക്കാൾ നന്നായി പാത്ര ത്തിലെ വെള്ളത്തിൽ ആകാശം കാണാമായിരുന്നു. എനിക്ക് ഞാൻ ആകണമായിരുന്നു എന്ന് ഞാൻ എഴുതിയിട്ടുണ്ട്. ഞാൻ ഞാനായിരു ന്നില്ല. എനിക്ക് ഞാനാവാനും കഴിയില്ലായിരുന്നു. എനിക്ക് കാലബോധ ത്തിന്റെ കലണ്ടറിൽനിന്ന് തന്നെ വേർപിരിയണമായിരുന്നു.

നോക്ക്, ഇപ്പോൾ എനിക്കത് ഉണ്ട്.

ഞാൻ എവിടെയാണെന്നതും ഏത് ചുറ്റുപാടിലെന്നതും നിനക്ക് എന്നെ കാണാൻ കഴിയാത്തതും ഒക്കെ നന്നായി. എന്നാൽ എന്നെ ക്കുറിച്ച് ഞാനെഴുതിയില്ലെങ്കിൽ ഞാൻതന്നെ ഇല്ലാതാകും.

ഒരിക്കൽ നീ കടൽക്കരയിൽനിന്ന് പെറുക്കി വീട്ടിൽ എത്തിച്ച ആ മനോഹരങ്ങളായ കല്ലുകൾ നിന്റെ ഷെൽഫിൽ ഉണ്ടായിരുന്നത് ഓർ ക്കുക. ഒരു ദിവസം നീ ഒരു ഉരുണ്ട കല്ലെടുത്ത് ഒറ്റ ഗ്ലാസുള്ള കണ്ണട പോലെ നിന്റെ കണ്ണിൽ വെച്ചു. ഇപ്പോൾ അത് ജനാലപ്പടിയിൽ ഇരിക്കു കയാണ്, എന്നെയും നോക്കിക്കൊണ്ട്. പിന്നീട് പെട്ടെന്ന് എനിക്ക് ഒരു തോന്നൽ ഉണ്ടായി. എന്തെന്നാൽ അത് ആരുടെയോ കണ്ണിലെ കൃഷ്ണ മണിയാണെന്ന്. അതിന് എന്നെ കാണാം. എന്നെ മാത്രമല്ല. മിക്കവാറും

എല്ലാറ്റിനെയും. കാരണം മുമ്പ് ആ കല്ലിന് കണ്ണിറുക്കാൻ കഴിയുമായിരുന്നു. ഞാനും ഈ മുറിയും ജനാലയ്ക്കപ്പുറത്തെ പട്ടണവും ഒക്കെ അതിന്റെ മുന്നിൽ ഭൂതകാലത്തിലെന്നപോലെ പ്രകാശിക്കുകയും മറഞ്ഞുപോവുകയും ചെയ്യും. ആ നിമിഷത്തിൽ ഞാൻ വായിച്ചിട്ടുള്ള എല്ലാ പുസ്തകങ്ങളും കുത്തിക്കുറിച്ചിട്ടുള്ള നോട്ടുപുസ്തകങ്ങളും ഒക്കെ വളരെ നിസ്സാരവും അപ്രധാനവുമാണെന്ന് ഞാൻ തിരിച്ചറിഞ്ഞു. ഞാൻ വളരെ അസ്വസ്ഥനായി. ഒരു ഭയങ്കരമായ ആകാംക്ഷ എന്നെ വന്ന് പിടികൂടി. പെട്ടെന്ന് ഞാൻ തിരിച്ചറിഞ്ഞു, ആ കൃഷ്ണമണിക്ക് എന്റെ മുറിയോ, എന്നെയോ വേണമെന്നുവെച്ചാൽപ്പോലും കാണാൻ കഴിയില്ല എന്ന്. കാരണം അതിനായി എനിക്ക് ഭൂതകാലം നന്നായി വേഗത്തിൽ പ്രകാശിപ്പിക്കാൻ കഴിയുകയും അത് ഒരു കാര്യവും ശ്രദ്ധിക്കാതിരിക്കുകയും ചെയ്യും. അത് ശരിയായതും നിലനിൽക്കുന്നതുമാണ്. എന്നാൽ അതിനുവേണ്ടി എത്രത്തോളം എനിക്ക് നിലനിൽക്കാനാവും?

ഞാൻ എനിക്കായി ഇപ്പോഴും നിലനിൽക്കുന്നുണ്ടോ? നിലനിൽപ് എന്നു പറഞ്ഞാൽ എന്താണ്? നീ എന്തായിരുന്നു എന്ന് നീ അറിയുന്നതോ? നിന്റെ ഓർമ്മകളുമായി നിന്റെ നിലപാടുകൾ വിശദീകരിക്കുന്നതോ?

എന്റെ കൈകളും എന്റെ കാലുകളും എന്റെ മറുകുകളും ബാർലിവെള്ളത്തിന്റെ ശബ്ദമുണ്ടാക്കുന്ന എന്റെ വയറും എന്റെ പൊട്ടിയ നഖങ്ങളും എന്റെ വൃഷണങ്ങളും ഈ കല്ലിനെന്തായിരിക്കും? എന്റെ തലച്ചോറ്? എന്റെ കുട്ടിക്കാല ഓർമ്മകൾ? ഒരു പുതുവത്സരദിവസം ഞാൻ കാലത്ത് നേരത്തെ എഴുന്നേറ്റ് സമ്മാനങ്ങൾ നോക്കാനായി നഗ്നപാദനായി വിരുന്നിടത്തിലെ മരത്തിനടുത്തേക്ക് ഓടി. മുറിയിൽ നിറയെ അതിഥികൾ കിടന്നുറങ്ങുന്നുണ്ടായിരുന്നു. എന്നാൽ മരത്തിനടിയിൽ ഒന്നും ഉണ്ടായിരുന്നില്ല. അവർ സമ്മാനങ്ങൾ കൊണ്ടു വന്നിരുന്നു. എന്നാൽ വോഡ്കയും ഷാംപെയ്നും കഴിഞ്ഞപ്പോൾ അവർ അവ വിരുന്നുമേശകളിൽ വെയ്ക്കാൻ മറന്നുപോയിരുന്നു. ഞാൻ അടുക്കളയിൽ പോയി അമ്മ വരുന്നതുവരെ കരഞ്ഞു. അത് വിഡ്ഢിത്തമാണോ?

സത്യമാവണമെങ്കിൽ നിങ്ങൾ നിലനിന്നിരിക്കണം. ഉറക്കത്തിന്റെ പിടിയിലകപ്പെട്ട ഒട്ടും തീർച്ചയില്ലാത്ത വിഷയത്തെക്കുറിച്ചുള്ള നിങ്ങളുടെ സ്വന്തം ജാഗ്രതമാത്രം പോരാ. ഉദാഹരണത്തിന് നിങ്ങൾ ജീവനോടെ ഉണ്ടോ ഇല്ലയോ എന്ന് നിങ്ങൾക്കറിയില്ലെങ്കിൽ മറ്റൊരാളുടെ ബോധത്തിലെങ്കിലും അത് ഉണ്ടാകണം. ആരെങ്കിലുമായാൽപ്പോരാ, നിങ്ങൾ ജീവിച്ചിരിക്കുന്നു എന്ന കാര്യം ആർക്കാണോ പ്രധാനമായി തോന്നുന്നത്, അയാളുടെ. നിനക്കറിയാം, ഞാൻ ജീവിച്ചിരിക്കുന്നു എന്ന്. എന്നാൽ ഇവിടെ തലകീഴായി എല്ലാം നിൽക്കുന്നതാണ് എന്നെ സത്യമുള്ളതാക്കുന്നത്.

ഞാൻ കുട്ടിയായിരുന്നപ്പോൾ അദ്ഭുതകരമായി മരണത്തിൽനിന്നും രക്ഷപ്പെട്ടിട്ടുണ്ട്. ഒരു രാത്രിയിൽ ഞാൻ എഴുന്നേറ്റ് ശുചിമുറിയിലേക്ക് പോയപ്പോൾ പുസ്തക അലമാരി എന്റെ കിടക്കയിലേക്ക് വന്നുവീണു.

എന്നാൽ എന്റെ മരണത്തെക്കുറിച്ച് ഞാൻ കാര്യമായി ചിന്തിച്ചത് എന്റെ സ്കൂളിലെ ജന്തുശാസ്ത്ര ക്ലാസ്സിൽ വെച്ചാണ്. ഞങ്ങൾക്ക് രോഗിയും ദുർബലനുമായ ഒരു പഴയ അദ്ധ്യാപകനുണ്ടായിരുന്നു. അദ്ദേഹത്തിന് എപ്പോഴെങ്കിലും ബോധക്കേടുവന്നാൽ അദ്ദേഹത്തിന്റെ പോക്കറ്റിൽ നിന്നും ഒരു ഗുളിക എടുത്ത് വായിലിട്ടുകൊടുക്കാൻ ഞങ്ങളെ ഓർമ്മിപ്പിക്കുമായിരുന്നു. ഞങ്ങൾ ഗുളിക ഇട്ടു കൊടുത്തു, എന്നാൽ അത് സഹായകരമായില്ല.

അദ്ദേഹം എപ്പോഴും സ്വന്തം ടൈകൊണ്ട് കണ്ണട തുടയ്ക്കുമായിരുന്നു.

അദ്ദേഹം ആദ്യം ഞങ്ങളെ സസ്യശാസ്ത്രമാണ് പഠിപ്പിച്ചത്. ഞാൻ എപ്പോഴും സസ്യങ്ങൾ ശേഖരിക്കുമായിരുന്നു. എനിക്ക് അദ്ദേഹത്തെ ഇഷ്ടമായിരുന്നു. പിന്നീട് ഞാൻ തീർച്ചപ്പെടുത്തി. ഞാനൊരു പക്ഷിശാസ്ത്രജ്ഞനാകുമെന്ന്, അദ്ദേഹത്തെപ്പോലെതന്നെ.

പലതരം സസ്യങ്ങളും പക്ഷികളുമൊക്കെ വംശനാശം വന്ന് അപ്രത്യക്ഷമാകുന്നതു കാണുമ്പോൾ അദ്ദേഹം വിലപിക്കുന്നതു കാണാൻ തമാശയായിരുന്നു.

അദ്ദേഹം ബ്ലാക്ക്ബോർഡിനടുത്തുപോയിനിന്ന് ഞങ്ങളെന്തോ ചെയ്ത മട്ടിൽ ഞങ്ങളോട് അലറി.

"എവിടെ തണൽ തരുന്ന ക്രോകസ്? എവിടെ ആ പാവം കോരപ്പുല്ല്? എവിടെ കാൽഡേഷ്യ? വേനൽക്കാലത്തെ മഞ്ഞുകട്ട? ഡൂബിയാൻസ്കിയുടെ ചോളപ്പൂവ്? ആട്ടെ, എന്തെങ്കിലും പറയ്, പറയില്ലേ? പക്ഷികൾ? എവിടെ പക്ഷികൾ? എവിടെ സ്റ്റെല്ലറുടെ കടൽക്കഴുകൻ? എവിടെ താടിവളർന്ന കഴുകൻ? എവിടെ തിളങ്ങുന്ന ഞാറപ്പക്ഷി ? ഞാൻ നിങ്ങളോട് ചോദിക്കുകയാണ്. തലയിൽ പൂവുള്ള ഞാറപ്പക്ഷി? വലിയ വലിപ്പമില്ലാത്ത താറാവ്? കൊച്ചു പക്ഷി? എവിടെ ഷിക്ര, കൊച്ചുപക്ഷി?"

അദ്ദേഹം ഇങ്ങനെയൊക്കെ ചോദിച്ചുകൊണ്ടിരുന്നപ്പോൾ പരുക്കൻ തൂവലുകളുള്ള ഏതോ തരം പക്ഷിയെപ്പോലെ തോന്നിച്ചു. എല്ലാ അദ്ധ്യാപകർക്കും ഇരട്ടപ്പേരുകൾ ഉണ്ടായിരുന്നു. ഇദ്ദേഹത്തെ ഷിക്ര എന്ന് വിളിച്ചു.

നിനക്കറിയുമോ ഞാനെന്താണ് സ്വപ്നം കണ്ടിരുന്നത് എന്ന്? ഞാൻ പെട്ടെന്നോ, പിന്നീടോ എന്റെ അച്ഛനെ കണ്ടുമുട്ടുമ്പോൾ അദ്ദേഹം ഇങ്ങനെ ചോദിക്കുന്നതിനെക്കുറിച്ച്.

"ശരി, നീ നിന്റെ മസിലുകൾ കാണിക്ക്!"

ഞാൻ എന്റെ കൈമടക്കി മുറുക്കമുള്ള മസിലുകൾ കാണിക്കും. എന്റെ ഇരട്ടമസിലുകളിൽ ചുറ്റിപ്പിടിച്ച് അദ്ദേഹം അദ്ഭുതം കൂറുകയും തലകുലുക്കുകയും ചെയ്യും. "എന്റെ, എന്റെ മിടുക്കനാണ്" എന്നു പറയും.

എന്നാൽ അന്ധരായ കുട്ടികളെ നോക്കുന്ന വേനൽക്കാലവീട്ടിൽ

അമ്മൂമ്മയ്ക്ക് ജോലികിട്ടിയപ്പോൾ അമ്മൂമ്മ എന്നെയുംകൂടെ കൂട്ടിയപ്പോഴാണ് ആ ലോകത്തെപ്പറ്റി ഞാൻ അറിയുന്നത്.

ഞാൻ കുട്ടിയായിരുന്നപ്പോൾത്തൊട്ട് അന്ധരായിട്ടുള്ളവർക്കായുള്ള എല്ലാ സാധനങ്ങളും അവർ വീട്ടിൽ വാങ്ങിവെച്ചിരുന്നു. ഉദാഹരണത്തിനായി ഏറ്റവും വലതുവശത്തെ മൂലയിൽ ദ്വാരമിട്ടിട്ടുള്ള പ്രത്യേകതരം കാർഡുകൾകൊണ്ട് ക്ഷമയുണ്ടാകുവാനുള്ള കളി. എന്റെ പിറന്നാളിന് അവർ ഒരു ചെസ്സ്സെറ്റ് തന്നു. ഒരു പ്രത്യേകതരത്തിലുള്ളതായിരുന്നു അത്. വ്യത്യസ്ത വലുപ്പത്തിലുള്ള എല്ലാ കരുക്കളും ഉണ്ടായിരുന്നു. വെളുത്തവ കറുത്തവയേക്കാൾ വലുതായിരുന്നു. അവർ അമ്മയോട് മന്ത്രിക്കുന്നത് ഞാൻ കേട്ടു.

“അവിടെ എന്തായാലും അവർ കളിക്കില്ല.”

ആ കൊച്ചുവീട്ടിൽ ആദ്യം എല്ലാം വിചിത്രമായി തോന്നി. പക്ഷേ, പിന്നീട് ഞാനത് ഇഷ്ടപ്പെടാൻ തുടങ്ങി. ഞാനും അന്ധനായി മാറിയ ഒരു അനുഭവം തോന്നി.

വെള്ളം നനയ്ക്കാനുള്ള പാത്രവുമായി ഒരു ആൺകുട്ടി നിലത്ത് കല്ലുണ്ടോ എന്ന് പരതിനോക്കിക്കൊണ്ട് സൂക്ഷിച്ചു നടക്കുമ്പോൾ ഞാൻ അവനെ മറികടന്ന് നടന്നു. അതവന് കാണാൻ കഴിഞ്ഞില്ല. അവിടെ ആ ഒരു വഴി മാത്രമേ എനിക്ക് കാണാൻ കഴിഞ്ഞുള്ളൂ. അവർ ഇടയ്ക്ക് വിളിച്ചു ചോദിക്കും.

“ആരാണത്?”

അന്ധരിൽനിന്നും ശരിക്കും ഒളിക്കാൻ പ്രയാസമാണ്. രാവിലെ അവർക്ക് പി.റ്റി. ഉണ്ടായിരുന്നു. പിന്നീട് മുഴുവൻ സമയവും പഠിത്തവും കളികളുമായിരുന്നു. അവർ ഒരു ചങ്ങലപോലെ ഓടുന്നതു കാണുമ്പോൾ എനിക്കൊരു വല്ലായ്ക തോന്നുമായിരുന്നു. ഓരോരുത്തരും തൊട്ടുമുന്നിലുള്ള ആളുടെ ചുമലിൽ പിടിച്ചിരുന്നു.

അവിടെ മുറ്റത്തുള്ള കൂടുകളിൽ മുയലുകൾ ഉണ്ടായിരുന്നു. അവർ അവയെ പരിപാലിച്ചു. ഒരുദിവസം രാവിലെ നോക്കിയപ്പോൾ ഒഴിഞ്ഞ കൂടുകളാണ് കണ്ടത്. അവ മോഷ്ടിക്കപ്പെട്ടിരിക്കുന്നു. അതൊരു വലിയ ദുഃഖമായിരുന്നു.

അവർ ഒരുപാട് നന്നായി പാടിയിരുന്നു. എന്തുകൊണ്ടോ അവർ ശ്രവണശക്തി കൂടുതലുള്ളവരായിരുന്നു. ജന്മനാ അവർ നല്ല പാട്ടുകാരായി ജനിക്കുകയും ചെയ്യുന്നു. അത് എന്തൊരസംബന്ധമാണ്!

എല്ലാ ദിവസവും അവർ മോഡലിങ് ചെയ്തുവന്നു. ഒരു ആൾ കസേരയിൽ ഇരിക്കുംപോലെ ഇരുന്ന്, പക്ഷി മരക്കൊമ്പിൽ ഇരിക്കും വിധത്തിൽ മോഡൽ ആയി. അവരുടെ ക്ലാസ്സുകളിൽ അവർ അക്വേറിയത്തിൽ കൈമുക്കി മീനിനെ തൊട്ടത് എന്നിൽ അദ്ഭുതം ഉളവാക്കി. അതൊരു വലിയ കാര്യമായി ഞാൻ കണ്ടു. പിന്നീട് ക്ലാസ് റൂമിൽ ആരുമില്ലാതെയിരുന്നപ്പോൾ ഞാൻ കണ്ണുകളടച്ച് ഷർട്ടിന്റെ കൈകൾ തെറുത്ത്

കയറ്റി കൈ വെള്ളത്തിൽ താഴ്ത്തി. ഞാൻ ഭംഗിയുള്ള ഒരു സ്വർണ്ണ മത്സ്യത്തെ സ്പർശിച്ചു. അത് വഴുതിപ്പോകുകയും മറയുകയും ചെയ്തു. ആ നിമിഷമാണ് പെട്ടെന്ന് ഏതെങ്കിലും ഒരു ദിവസം ഞാൻ അന്ധനായിപ്പോകുമോ എന്ന് ഞാൻ ഭയന്നത്, ശരിക്കും ഭയന്നത്.

അവർക്ക് അന്ധരായിരിക്കുന്നതിൽ ഭയമില്ലായിരുന്നു. കാഴ്ചയില്ലാത്ത ഒരാൾക്ക് കേൾവിശക്തി ഇല്ലാതാകുന്നതാണ് ഏറ്റവും ഭയം. ചെവിയിലെ അന്ധത അവരെ ഭയപ്പെടുത്തുന്നു.

കണ്ണുള്ളവർക്ക് അന്ധത ഒരു യാഥാർത്ഥ്യമാണ്. എന്നാൽ അന്ധനായ ഒരാൾക്ക് കാര്യങ്ങൾ എങ്ങനെയാണോ അത് അങ്ങനെ തന്നെയാണ്. അയാൾ അങ്ങനെ ജീവിക്കും. അതയാളുടെ തുടക്കമായിരിക്കും. ഇല്ലാത്ത ഒന്നുകൊണ്ടല്ല അവർ ജീവിക്കുക. ഇല്ലാത്ത ഒന്നിനായി എങ്ങനെ നരകിക്കണമെന്ന് അവർ പഠിച്ചിരിക്കണം. ഒരു വർണ്ണരാജിയിൽ വൈലറ്റിന്റെ വലതുഭാഗത്തുള്ള നിറമെന്തെന്ന് കാണാൻ കഴിയില്ല. അത് നമ്മെ അലട്ടില്ല. എന്നാൽ എന്തെങ്കിലും കാരണവശാൽ നമ്മൾ അസന്തുഷ്ടരാണെങ്കിൽ സ്ഥിതി അങ്ങനെയല്ല.

അമ്മൂമ്മ അവരോടൊക്കെ സഹതപിച്ചു. അവർ അവരിൽ ഒട്ടിപ്പിടിച്ചു. അമ്മൂമ്മ എന്നെ ഇഷ്ടപ്പെടുന്നതിലധികം അവരെ ഇഷ്ടപ്പെടുന്നതായി എനിക്ക് തോന്നിയിരുന്നു. എനിക്ക് അമ്മൂമ്മ ചെയ്യുംപോലെ അവരെ തലയുടെ പുറകുവശത്ത് തിരുമ്മുകയും മാറോട് ചേർത്ത് പിടിച്ച് മൃദുവായി ദീർഘനിശ്വാസംവിട്ട് പറയുകയും വേണം,

"ഇതാ എന്റെ കൊച്ചു കുരുവി"

അമ്മൂമ്മ അവരെ ഒരിക്കലും വടി എടുത്ത് അടിച്ചിട്ടില്ല. വലിയ മാറിടത്തോട് സാന്ത്വനപൂർവ്വം ചേർത്തുപിടിച്ചു. എനിക്ക് അമ്മൂമ്മയുടെ അടി ധാരാളം കിട്ടിയിരുന്നു.

അവരോട് എപ്പോഴും എന്റെ അച്ഛനെക്കുറിച്ച് ചോദിക്കണമെന്ന് ഞാൻ കരുതുമായിരുന്നു, എന്നാൽ ഭയമായിരുന്നു.

അവർ എന്നോട് ഒരുപാടൊന്നും പറഞ്ഞിരുന്നില്ല. അല്പം മുതിർന്നപ്പോൾ ഒരു കുടുംബകഥ അവരിൽനിന്നു ഞാൻ മനസ്സിലാക്കി. അവരുടെ സ്വന്തം അമ്മൂമ്മയ്ക്ക് അവർ തീരെ ചെറുതായിരുന്നപ്പോൾ ഒരു കുട്ടി ജനിച്ചു. അവർ പാപം ചെയ്യാതെയാണ് ഗർഭിണിയായത് എന്ന് വാദിച്ചുവെങ്കിലും ആരും വിശ്വസിച്ചില്ല. അക്കാലത്ത് സ്ത്രീപുരുഷബന്ധമില്ലാതെ ഗർഭിണിയാകുന്നതിനെക്കുറിച്ച് ആരും കേട്ടിരുന്നില്ല. നദിയിലെ മഞ്ഞ് പെട്ടെന്ന് ഉരുകാൻ തുടങ്ങിയിരുന്നു. അവർ ഒരു രാത്രിയിൽ അവിടെ ചെന്ന് തന്റെ കയ്യിലെ ഒരു ചെറിയ കെട്ടിനെ പൊങ്ങിക്കിടക്കുന്ന ഒരു മഞ്ഞുകട്ടയിൽ ഇറക്കിവെച്ചു.

ആ കാഴ്ച എന്റെ മനസ്സിൽനിന്ന് കുറേക്കാലം ഒഴിഞ്ഞുപോകാൻ കൂട്ടാക്കിയില്ല. രാത്രികാലങ്ങളിൽ മഞ്ഞുകട്ട ഒഴുകിനീങ്ങുന്നതും ആ കൊച്ചു ഭാണ്ഡക്കെട്ടിൽ നിന്ന് കുഞ്ഞിക്കരച്ചിൽ കേൾക്കുന്നതും മറ്റും.

എന്നാൽ വളരെ വർഷങ്ങൾ കഴിഞ്ഞ് മാർകിസ്ഔറേലിയസിനെ വായിച്ചശേഷം ഞാൻ ശാന്തനായി. അദ്ദേഹം ഇതുപോലുള്ള കാര്യങ്ങളാണ് എഴുതുക.

ഒരു പന്നിക്കുട്ടിയെ കുരുതി കഴിക്കാനായി കൊണ്ടുപോകുന്നത് ഒന്ന് സങ്കല്പിച്ചു നോക്കുക. പന്നിക്കുട്ടിയാകട്ടെ കുതറുകയും കരയുകയും ചെയ്യുന്നുണ്ട്. എന്നാൽ അത് എന്തിനാണ് നേർത്ത ഒച്ചയിൽ കരയുന്നത്?

നിനക്കറിയുമോ ജീവനുള്ളവയെല്ലാം തന്നെ ഓരോ നിമിഷവും പിടയ്ക്കുകയും കരയുകയും ചെയ്യുന്നുണ്ട്. ആ ജീവന്റെ കരച്ചിൽ എല്ലാറ്റിലും നിനക്ക് കേൾക്കാൻ കഴിയും. എല്ലാ മരത്തിലും നിരത്തിലെ ഓരോ ആളിലും ഓരോ കൊച്ചുകുളത്തിലും ഓരോ മന്ത്രക്കല്ലിലും മർമ്മരത്തിലും ഒക്കെ.

എനിക്ക് നിന്നോട് ഒരുപാട് ചേർന്ന് നിന്നിട്ട് എന്തെങ്കിലും വിഡ്ഢിത്തം പറയണമെന്നും ഭയങ്കരമായി വിലയേറിയതെന്തെങ്കിലും പറയണമെന്നും ആഗ്രഹമുണ്ട്.

എന്റെ അച്ഛനമ്മമാർ എന്നെ ആദ്യമായി കടൽക്കരയിലേക്ക് കൊണ്ടുപോയത് ഞാൻ ഓർക്കുകയാണ്. ചിലപ്പോൾ അത് ആദ്യത്തെ പ്രാവശ്യമായേക്കില്ല. എന്നാൽ പൊന്തിവന്ന തിരമാലകൾ എന്നെ അതിൽപ്പിടിച്ച് താഴ്ത്തുകയും അതിന്റെ മുഷ്ടിയിൽ എന്നെ എടുക്കുകയും അതേപോലെ വേനൽക്കാലം മുഴുവൻ അതിന്റെ ഇറുകിയ മുഷ്ടിക്കുള്ളിൽ പിടിച്ചുനിർത്തുകയും ചെയ്തു.

എങ്ങനെയാണ് ഞങ്ങൾ ആ കടലിനോട് തൊട്ടുകിടക്കുന്ന ഉയർന്നുയർന്നുപോകുന്ന വളഞ്ഞ കൊച്ചുനിരത്തുകളിലൂടെ നടന്നുതുടങ്ങിയത് എന്ന് വ്യക്തമായി ഞാൻ ഓർക്കുകയാണ്. എല്ലാം അല്പാല്പം സൂര്യവെളിച്ചത്തിൽ മുങ്ങിനിന്നിരുന്നു. ഉപ്പിന്റെയും കടൽപ്പായലിന്റെയും എണ്ണയുടേയും അഴുകിയ മരത്തിന്റെയും മണം വഴിയാകെ നിറഞ്ഞ് വല്ലാതെ മൂക്കിൽ അടിച്ചു കയറിയിരുന്നു.

ഞാൻ ജെട്ടിയിലേക്ക് ഓടിക്കയറിയപ്പോൾ അത് തിരമാലകളെ പൊട്ടിച്ചിതറിക്കുകയും എന്റെ മുഖത്ത് കടലിലെ തിരമാലയുടെ നനഞ്ഞ പ്രഹരം ഏൽക്കുകയും ചെയ്തു. കടൽമുഖം മരപ്പലകകൾ പാകിയതാണ്. വെള്ളത്തുള്ളികൾ ഊക്കിൽ വന്നുവീഴുന്ന സുതാര്യമായ അവയിൽ ആകാശത്തിലെ ദ്വാരങ്ങൾ പോലെ കടൽക്കാക്കകൾ പ്രതിഫലിച്ചു...

കടൽഭിത്തിയാകെ പക്ഷികളുടെ വിസർജ്ജ്യങ്ങളുടെ വെളുത്ത നിറമായിരുന്നു. കടൽപ്പുറ്റ് കീറിപ്പറിഞ്ഞ പഴന്തുണിക്കഷ്ണങ്ങൾ പോലിരുന്നു. കടലിൽ പാഞ്ഞുനടക്കുന്ന ഒരു മരക്കഷ്ണത്തെ തിരമാലകൾ മൃദുവായി തഴുകുന്നുണ്ടായിരുന്നു. ഒരു പായ്ക്കപ്പൽ തിരമാലകളോടൊപ്പം താഴ്ന്ന് സഞ്ചരിക്കുന്നുണ്ടായിരുന്നു.

കൈകൾ പൊക്കിക്കിടക്കുന്ന ആളുകളെക്കൊണ്ട് ദിവസവും കടൽത്തീരം നിറഞ്ഞു. സുതാര്യമായ വെള്ളത്തിലൂടെ സൂര്യപ്രകാശം കൊണ്ട് തിളങ്ങുന്ന വെള്ളത്തുള്ളികൾ തെറിപ്പിച്ച് ഓടിനടക്കാൻ എനിക്ക് എന്തു സന്തോഷമായിരുന്നെന്നോ! തിരനുരയിൽ മർമ്മരമുയർത്തിക്കൊണ്ട് ചരൽക്കല്ലുകൾ തിളങ്ങി. തിരമാലകൾ എന്റെ കാൽക്കുഴയിൽ തല്ലിയടിക്കുകയും അവയോടൊപ്പം എന്നെ ആഴങ്ങളിലേക്ക് ഉരുട്ടി വീഴ്ത്തുകയും വലിച്ചിഴയ്ക്കുകയും ചെയ്തു. അടുത്തയിടെ ഉണ്ടായ കൊടുങ്കാറ്റിൽ പിഴുതെറിയപ്പെട്ട ഒരു കൂട്ടം ഈൽ പുല്ലുകളിൽനിന്ന് കറുത്ത നിറത്തിലുള്ള ഈച്ചകൾ വേഗത്തിൽ ചാടിച്ചാടി നടന്നു. തിരമാലകൾ ഉയർന്നുപൊങ്ങി കുഞ്ഞ് ഈച്ചകളെ അന്തരീക്ഷത്തിലേക്ക് വീണ്ടും വീണ്ടും തെറിപ്പിച്ചു. കടലിലെ പഞ്ചസാര മിഠായികളാണ് കുപ്പിച്ചില്ല് കഷ്ണങ്ങൾ. അത് മദ്യസേവ കഴിഞ്ഞ് ആളുകൾ വലിച്ചറിഞ്ഞവയാണ്. ഞാൻ അവ പെറുക്കി ഒരു സമ്മാനമായി അച്ഛനമ്മമാർക്ക് നൽകി.

അച്ഛൻ കൊച്ചു കല്ലുകളും മണലും കൊണ്ട് ഒരു കൊട്ടാരം പണിതുയർത്താൻ തുടങ്ങി. ഞങ്ങൾ ചുമരുകളും ഗോപുരങ്ങളും പണിതു. അദ്ദേഹം സ്നേഹത്തോടെ ഈച്ചകളെ കൈകാര്യം ചെയ്തു. ഞാൻ പൊട്ടിയ കക്കകൾ കൊണ്ടും മിഠായിക്കടലാസ്സുകൾ കൊണ്ടും ഗോപുരങ്ങൾ അലങ്കരിക്കുകയും ശല്യം ചെയ്യരുത് എന്ന് അച്ഛൻ എന്നോട് വിളിച്ചു പറയുകയും ചെയ്തു. എനിക്ക് വിഷമമായി. എനിക്കുവേണ്ടിയുള്ള കൊട്ടാരമല്ലേ അദ്ദേഹം പണിയുന്നത്? അല്ലേ?

പെട്ടെന്ന് ഒരു തിരമാലവന്ന് എല്ലാം തകർത്തു. ഞാൻ കരഞ്ഞു. അച്ഛനും വിഷമമായി. ഈ വിഷമത്തിനിടയിൽ ബാക്കി വന്നവ കൂടി അദ്ദേഹം തട്ടിനിരത്തി, ഞാനും കൂടി. ഞങ്ങൾ ഞങ്ങളുടെ കൊട്ടാരത്തിന്റെ ബാക്കി ഭാഗങ്ങളിൽ ചവിട്ടിമെതിച്ചു, സന്തോഷത്തോടെ വീണ്ടും ഞങ്ങൾ ചിരിച്ചു. അദ്ദേഹം എന്നെ കയ്യിൽ വാരിയെടുത്ത് കടലിലേക്ക് വലിച്ചിഴച്ചു. ഞങ്ങൾ തിരമാലകൾക്കിടയിൽ വീണു. അദ്ദേഹം തമാശ കാണിച്ചു, നീന്താൻ തുടങ്ങുമ്പോൾ കൈകൾപൊക്കി കൂട്ടിപ്പിടിച്ച് പ്രാർത്ഥിക്കുംപോലെ കാണിച്ചശേഷമാണ് ഓരോ പ്രാവശ്യവും ഊളിയിടുക.

വെള്ളം വളരെ സുതാര്യമായിരുന്നു. എനിക്ക് എന്റെ കാൽപത്തിയിലെ ചുവന്ന നഖങ്ങൾ കാണാൻ കഴിഞ്ഞു. ഞാനവ എന്റെ അമ്മയുടെ ക്യൂട്ടെക്സ് കൊണ്ട് പെയിന്റ് ചെയ്തവയാണ്. ഞാൻ എന്റെ മൂക്ക് പൊത്തിപ്പിടിച്ച് തലയും മറ്റു ഭാഗങ്ങളും മുഴുവനായി മുങ്ങി നീന്തി. അച്ഛൻ എന്നെ പിടിച്ചിരുന്നു. ഞാൻ നീന്തി, എന്റെ ചെവി കൊട്ടിയടച്ചു. എനിക്കു താഴെ പച്ചകലർന്ന നീലനിറത്തിലൊരു ഗർത്തം ഉണ്ടായിരുന്നു. അടിഭാഗത്തെ കല്ലുകൾ വലുതായി. അതിൽനിന്ന് ധാരാളം നാരുകൾ ഉയർന്ന് പുറത്തേക്ക് വളർന്ന് നിൽക്കുന്നുണ്ടായിരുന്നു. ഞാൻ മുകളിലെത്തി. എനിക്കു ചുറ്റും വീണ്ടും ആരവം നിറഞ്ഞു.

ഞങ്ങൾ മരംകൊണ്ടുള്ള ജെട്ടിവരെ മാത്രമേ നീന്താറുണ്ടായിരുന്നുള്ളൂ. ജട്ടിയിലെ തൂണുകളിൽ വളരെക്കാലം കടൽ വെള്ളത്തിൽ നിന്നതുകൊണ്ടാവണം താടിപോലെ പായൽ വളർന്ന് ഓളങ്ങളിൽ തല തല്ലുന്നുണ്ടായിരുന്നു.

വലിയൊരു മത്സ്യം നീന്തിക്കൊണ്ട് ഞങ്ങളെ കടന്നുപോയി.

ഞാനാകട്ടെ തീരത്തുനിന്ന് ഒരുപാട് ദൂരം പോകാൻ ആഗ്രഹിച്ചു. താഴെ ആഴങ്ങളിലേക്ക് പോകാൻ അച്ഛൻ എന്നെ സമ്മതിച്ചില്ല. ഞാൻ അദ്ദേഹത്തെ തലകുനിച്ചുപിടിച്ച് ചെവിയും മുടിയും പിടിച്ച് വലിക്കുകയും തോളിൽ അമർത്തിപ്പിടിക്കുകയും ചെയ്തു. അദ്ദേഹം എന്നോട് തല്ലു കൂടി, തൂണിലും പ്രതലങ്ങളിലും ചുറ്റിപ്പിടിച്ച് ആഞ്ഞ് ശ്വസിച്ച് അദ്ദേഹം ചിരിച്ചു. വെള്ളത്തുള്ളികൾ അദ്ദേഹത്തിന്റെ കൺപീലികളിൽ തിളങ്ങി. ഞങ്ങൾ ജെട്ടിയിലേക്ക് പിടിച്ചുകയറി തിട്ടയിലൂടെ, ഉപ്പുരസത്താൽ ദ്രവിച്ച പരുപരുത്ത മരത്തിലൂടെ കാലുകളിൽ മരച്ചീളുകൾ തറച്ചുകയറാതിരിക്കാൻ ശ്രമപ്പെട്ട് നടന്നു. ഞങ്ങൾ അമ്മയുടെ അടുത്തേക്ക് ഓടി. രണ്ടു പേരും വിറയ്ക്കുന്നുണ്ടായിരുന്നു. പല്ലുകൾ കൂട്ടിയിടിക്കുന്നതിനിടയിൽ ഞങ്ങൾ ടവലുകൾ കൊണ്ട് ശരീരം പുതച്ചു.

അച്ഛൻ എന്നോട് ഇടയ്ക്കിടെ സമയം എത്രയായി എന്നു ചോദിച്ചു.

“സമയമെത്രയായി?”

അദ്ദേഹം എനിക്കൊരു കൊച്ചു വാച്ച് തന്നിരുന്നു. അതിന്റെ സൂചികളിൽ പെയിന്റ് ചെയ്തിട്ടുള്ള ഒരു കളിവാച്ച്. അതിൽ നോക്കി അഭിമാനത്തോടെ ഞാൻ പറഞ്ഞു,

“രണ്ടാകാൻ പത്തുമിനിട്ട്.”

ആ വാച്ച് എപ്പോഴും രണ്ടാവാൻ പത്തുമിനിട്ടാണ് കാണിച്ചിരുന്നത്.

സൂര്യപ്രകാശത്തിൽ ഉപ്പ് തട്ടിയ എന്റെ തൊലി നീറി. അമ്മ വലിയൊരു ടവ്വൽ ചുറ്റി സൂര്യസ്നാനം ചെയ്യുകയാണ്. ശരീരത്തിൽ എല്ലായിടത്തും ഒരുപോലെ സൂര്യപ്രകാശം തട്ടാനായി അവർ ബ്രായുടെ വള്ളികൾ ഊരി. അച്ഛനോട് ഹുക്ക് ഊരിക്കൊടുക്കാൻ പറയുകയും ചെയ്തു. ഒരു ഫുട്ബാൾ കളിക്കാരന്റെ ആരോഗ്യമുള്ള തുടകളുമായി അവരുടെ അടുത്ത് ചരലിൽ കിടന്ന് ഒരാൾ അവരെ നോക്കി.

അമ്മ ചുറ്റുമുള്ള ഒന്നും കാണുന്നില്ലെന്ന് നടിച്ചു. അയാൾ കൈമുട്ടുകൾ കുത്തി ഒന്ന് ഉയർന്ന് സൂര്യസ്നാനം ചെയ്യുന്ന അമ്മയുടെ കനമുള്ള, വൃത്താകൃതിയിലുള്ള വലിയ മാറിടത്തിലേക്ക് ഒളിഞ്ഞു നോക്കി.

എനിക്ക് അപ്പോഴും ഒന്നും മനസ്സിലായില്ല. അല്ലെങ്കിൽ മറിച്ച് എനിക്ക് എല്ലാം മനസ്സിലായിക്കഴിഞ്ഞിരുന്നു.

എന്റെ അച്ഛൻ ഈ നോട്ടങ്ങൾ കണ്ടുപിടിച്ചു. ഒരു ഉടമസ്ഥന്റെ ചാരിതാർത്ഥ്യം ആ കണ്ണുകളിൽ കണ്ടു. മറ്റെന്തോ സ്വപ്നം കാണാനുണ്ടായിരുന്നു എന്നതിനാൽ അദ്ദേഹത്തിന് ആ വികാരം ഇഷ്ടമായി.

പലപ്രാവശ്യം ഞങ്ങൾ വിചിത്രരീതിയിലുള്ള ഒരുജോടി ഭാര്യാ ഭർത്താക്കന്മാരെ കടൽത്തീരത്ത് കണ്ടിട്ടുണ്ടായിരുന്നു. ചെറുപ്പക്കാരായ, സൗന്ദര്യമുള്ള, പ്രേമിക്കുന്ന രണ്ടുപേർ. സ്ത്രീയുടെ ഒരു കാൽ അവരുടെ മുട്ടിൽനിന്ന് വേർപെട്ടിരുന്നു. അവർ കാലുകൾ അകത്തി സൂര്യസ്നാന ത്തിനായി രണ്ടു മണിയാവാൻ പത്ത് എന്നപോലെ കിടക്കുന്നത് ഞാനോർക്കുന്നു. അയാൾ അവളെ കയ്യിൽ കോരിയെടുത്ത് കടലിലേക്ക് കൊണ്ടുപോകുന്നത് കടൽക്കരയിലെ എല്ലാവരും തന്നെ ശ്രദ്ധിച്ചിരുന്നു. അവർ തമ്മിൽ വെള്ളമുതിർക്കുകയും സന്തോഷത്താൽ നിലവിളിക്കു കയും ലൈഫ് ബോയ് ഉപയോഗിച്ച് കുറേദൂരം നീന്തുകയും ചെയ്തു. അവർ വെള്ളത്തിൽനിന്ന് തിരികെയെത്തി കരയ്ക്കു കയറിയപ്പോൾ അവർ ചിരിക്കുകയും അയാളുടെ കൈകളിൽനിന്ന് ഊർന്നുമാറുകയും അവരുടെ ടവ്വൽ എടുക്കാനായി ഒറ്റക്കാലിൽ ചാടി വരികയും ചെയ്തു. ആളുകൾ നിശ്ചലരായിനിന്ന് അവരെ ഭയം കൊണ്ടോ, അസൂയകൊണ്ടോ തുറിച്ചു നോക്കി.

വെള്ളത്തിൽനിന്ന് നേരെ ഞാൻ അമ്മയുടെ അടുത്തേക്ക് ചാടി. തണുത്ത്, മുഴുവൻ മണലും നനവും ചേർന്ന് ഒട്ടിയ ശരീരത്തോടെ എന്റെ തണുത്തുറഞ്ഞ നിക്കർ അവരുടെ ചൂടുള്ള ശരീരത്തിൽ ഉരച്ച് ഞാൻ അവരുടെ മേലേക്ക് കയറി. അമ്മ കുതറി എന്നെ തെറിപ്പിച്ച് നീന്താൻ പോകാനൊരുങ്ങി. അവർ അവരുടെ കൈ പുറകിലേക്ക് വളച്ച് തിരിച്ചു പിടിച്ച് ധൃതിയില്ലാതെ ബ്രാ ഇട്ടു. വെള്ള റബ്ബർ തൊപ്പിക്കകത്ത് കുറേ നേരമെടുത്ത് മുടി അതിനകത്തേക്ക് തിരുകിവെച്ചു. അവർ ഓരോ അടിയും ശ്രദ്ധയോടെ നോക്കിവെച്ച് പതുക്കെ തണുത്ത വെള്ളത്തിലേക്ക് നടന്നു. ഞാൻ അവരുടെ ചുറ്റും ചാടി നടന്നു, സ്പ്രേയിൽ അവരെ കുളി പ്പിച്ചു. അവർ പുളയുകയും നിലവിളിക്കുകയും ചെയ്ത് എന്നെ പിന്നിൽ നിന്ന് അടിക്കാൻ ശ്രമിച്ചുകൊണ്ട് എന്നോട് നിർത്താൻ പറഞ്ഞു. കുളി ക്കാനുള്ള തൊപ്പി ധരിച്ചതിനാൽ അവരുടെ തല പെട്ടെന്ന് ചെറുതായതു പോലെ തോന്നി.

അവർ വെള്ളത്തിനടിയിൽ എല്ലില്ല എന്നു തോന്നിപ്പിക്കുന്ന മാംസള മായ കൈകൾകൊണ്ട് വെള്ളത്തെ വകഞ്ഞുമാറ്റി കുന്തിച്ചിരുന്നു. വെള്ള ത്തിനടിയിൽ കൈകാലുകൾക്ക് എല്ലുകളില്ല എന്നുതോന്നും. പെട്ടെന്ന് സുതാര്യമായ വെള്ളത്തിനടിയിലൂടെ അവർ മൂത്രമൊഴിക്കുന്നത് ഞാൻ കണ്ടു. എനിക്ക് അത് വളരെ വിചിത്രമായി തോന്നി. എന്നാൽ അത് പുറത്തു പറയാൻ ഞാൻ ഭയപ്പെട്ടു.

അമ്മ വളരെ ദൂരം നീന്തുമായിരുന്നു. അവരുടെ റബ്ബർ തൊപ്പി തിരമാലകൾക്കിടയിൽ റബ്ബർ പന്തുപോലെ പൊങ്ങുകയും താഴുകയും ചെയ്തു.

അച്ഛനും ഞാനും കൂടി തിരമാലകൾക്കടുത്ത് ഇരുന്ന് അമ്മയെ നോക്കിക്കൊണ്ടിരുന്നു. എല്ലാം വളരെ രസകരമായിരുന്നു. തിരമാലകൾ എന്റെ കാലുകളെ തട്ടിയകറ്റി. ഞാൻ അവിടെയിരുന്ന് എന്റെ കാൽവിരലു കൾകൊണ്ട് വെള്ളത്തിൽ ഇളക്കി. എന്റെ ചുറ്റും സന്തുഷ്ടരായ

ആളുകളും സന്തോഷകരമായ ശബ്ദങ്ങളും സന്തുഷ്ടരായ തിരമാലകളും സന്തുഷ്ടമായ കാലുകളും മാത്രമേ ഉണ്ടായിരുന്നുള്ളൂ.

എന്റെ അച്ഛന് നീന്താൻ കഴിയില്ലെന്ന് പിന്നീടേ എനിക്ക് മനസ്സിലായുള്ളൂ. അമ്മ നീണ്ട നീന്തലിനായി പോകുമ്പോൾ ഓരോ സമയത്തും ഞാൻ പരിഭ്രമിക്കുമായിരുന്നു. എന്നാൽ അച്ഛൻ ചിരിക്കുകയാണ് ചെയ്തത്.

"നമ്മുടെ നീന്തുന്ന മുയലിന് എന്തു സംഭവിക്കാനാണ്? ഒന്നിനും ഒരിക്കലും അവളെ മുക്കുവാനാവില്ല."

അമ്മ പുറത്തുവന്ന് ശരീരം തുടച്ചു. ഫുട്ബോൾ കളിക്കാരന്റെ തുടകളുള്ള ആ മനുഷ്യൻ അമ്മ ടവൽകൊണ്ട് നീന്തൽവസ്ത്രത്തിന്റെ മുകൾ ഭാഗത്തുകൂടി മാറിടവും പിന്നെ വയറും കക്ഷവും കാലുകൾക്കിടയിലും തുടയ്ക്കുന്നത് നോക്കിക്കൊണ്ട് ഇരുന്നു.

അമ്മ അവരുടെ ബ്രായുടെ വള്ളികൾ വീണ്ടും ഊരിമാറ്റി നിലത്ത് വയർ അമർത്തിക്കിടന്ന് പുസ്തകം വായിച്ചു. ഞാൻ അവരുടെ ഒരു വശത്തിരുന്ന് മുടി പിന്നാൻ തുടങ്ങി.

കടൽ വെള്ളം ഉണങ്ങി, അത് കുറച്ച് ഉപ്പ് പരലുകൾ അവരുടെ ശരീരത്തിൽ ബാക്കിയാക്കി.

കടൽക്കാക്കകൾ കൂട്ടമായി ഞങ്ങൾക്ക് മുകളിലൂടെ പറന്നു. അവ എനിക്കുവേണ്ടി കാറ്റിന്റെ മുടി പിന്നിയിട്ടു.

ഞാൻ അമ്മയുടെ ഒരു വശത്ത് കിടന്ന് എന്റെ കണ്ണുകൾ അടച്ചു. തിരമാലകളുടെ മർമ്മരം പേജുകൾ അവസാനമില്ലാതെ മറച്ചുനോക്കും പോലെയാണ്.

ഞാൻ സന്തോഷത്തോടെ ഉറങ്ങി.

ഇടിനാദത്തിന്റെ മുഴക്കം കേട്ടാണ് ഞാൻ ഉണർന്നത്. എല്ലായിടത്തും ഇരുട്ടായിരുന്നു. അതിശക്തമായ തണുത്ത കാറ്റ്. മഹാപ്രളയം എപ്പോൾ വേണമെങ്കിലും തുടങ്ങാം. എല്ലാവരും കടൽക്കരയിൽനിന്ന് ഓടി. ആദ്യത്തെ തുള്ളികൾ എന്റെ നഗ്നശരീരത്തിൽ ആരോ കല്ലുകളെറിഞ്ഞ പോലെ വന്ന് വീണു.

ഞങ്ങൾ ഞങ്ങളുടെ സാധനങ്ങളെടുത്ത് ഓടി. കാറ്റിന് ഭയങ്കര ശക്തിയായിരുന്നു. അത് അവിടുത്തെ കസേരകളെ കാറ്റിൽ പറത്തി. അർദ്ധനഗ്നരായ ആളുകൾ സൂര്യപ്രകാശം ഏൽക്കാതിരിക്കാനുള്ള തങ്ങളുടെ പറന്നുപോകുന്ന കുടകളും ടവ്വലുകളും സ്കർട്ടുകളുമൊക്കെ എടുത്ത് കടൽക്കരയിലൂടെ ഓടി. കടലാകട്ടെ നരച്ച നിറത്തിൽ അസ്വസ്ഥയായി ഉറക്കെ ഗർജ്ജിക്കുന്ന ഭീമൻ തിരമാലകളുമായി ഉയർന്നുപൊങ്ങി. മഹാപ്രളയത്തിനുമുമ്പ് ഞങ്ങൾക്ക് ഓടി വീട്ടിലെത്താൻ കഴിഞ്ഞു. ഞാൻ അമ്മയോടൊപ്പം കുളിച്ചു. എന്റെ പിന്നിയ മുടി അഴിച്ചിട്ട് അതിലെ ഉപ്പ് കളഞ്ഞു. ഞാൻ അവരുടെ തണുത്ത തൊലിയോട് ഉരുമ്മി. ചെറിയ കുരുക്കൾകൊണ്ട് അത് ചുക്കി ചുളിഞ്ഞിരുന്നു.

പിന്നീട് ഞാൻ സോഫയിൽ കമ്പിളിയും പുതച്ച് അച്ഛനെ കാത്തിരുന്നു. അച്ഛനാകട്ടെ എനിക്കൊരു പുസ്തകം വായിച്ചു തരാം എന്നു പറഞ്ഞിട്ട് ഒരു ഓപ്പറ പാട്ടുംപാടി ഷവറിനു കീഴിൽ കുളിച്ചുകൊണ്ടിരുന്നു. എന്റെ അപ്പൂപ്പൻ ഒരു സംഗീത സംഘത്തിന്റെ പ്രമാണിയായിരുന്നു അന്ന്. അതൊരു വലിയ കാര്യമായി എനിക്ക് തോന്നിയിരുന്നില്ല.

എങ്ങനെ എന്റെ വയലിനിസ്റ്റായ അപ്പൂപ്പൻ വീട്ടിൽ വെച്ച് റിഹേഴ്സൽ ചെയ്യുമായിരുന്നു എന്നതും താൻ ചെറിയ ആൺകുട്ടി ആയിരുന്നപ്പോൾ തന്റെ അച്ഛൻ വയലിൻ വായിക്കുമ്പോൾ രണ്ടു കമ്പുകളും എടുത്ത് അദ്ദേഹത്തിന്റെ ചലനങ്ങൾ എങ്ങനെ അനുകരിക്കുകയും ചെയ്തിരുന്നു എന്നും അച്ഛൻ എന്നോട് പറഞ്ഞു.

അച്ഛൻ പിയാനോ വായിക്കാൻ ഉപയോഗിച്ചിരുന്ന, തിരിക്കാൻ കഴിയുന്ന ഒരു സ്റ്റൂളിൽ ഇരുന്ന് കറങ്ങാൻ ഞാൻ ഇഷ്ടപ്പെട്ടിരുന്നു. അച്ഛൻ എന്നോടൊപ്പം ചേർന്ന് പിയാനോ വായിക്കുമായിരുന്നു. ഒറ്റക്കൂട്ടമായുള്ള താഴ്ന്ന പുരുഷസ്വരത്തിലുള്ള നോട്ടുകൾക്കായുള്ള പെഡൽ പേമാരിക്കായുള്ള ഇരുണ്ട മേഘങ്ങളെയാണ് പ്രതിനിധീകരിച്ചത്. പെട്ടെന്നുള്ള ഉയർന്ന ശബ്ദങ്ങൾ ആകട്ടെ, പെഡലിനെ വെട്ടിച്ചുനിർത്തി അന്തരീക്ഷത്തിലെ മഞ്ഞുകണങ്ങളെ അലിയിച്ചുകളയുന്നതാണ്. വേനൽക്കാല മഴയാകട്ടെ, ചൂണ്ടുവിരലുകൾകൊണ്ട് മാത്രം ഉണ്ടാകുന്നവയാണ്. ഒരു കൈ കറുത്ത കട്ടയിലും മറ്റേത് വെളുത്ത കട്ടയിലും വളരെ വേഗത്തിൽ ഒന്നിൽ നിന്ന് മറ്റേതിലേക്ക് മാറ്റിയിട്ടാണത് സാധിക്കുക. അദ്ദേഹത്തിന്റെ കൈപ്പത്തി വീതിയേറിയതായിരുന്നു. അത് ഒന്ന് ഒന്നര സ്വരാഷ്ടകം വരെ വളയ്ക്കാവുന്നതായിരുന്നു.

മറ്റൊരു കാര്യം ഞാൻ ഓർക്കുന്നത് അദ്ദേഹം അതിന്റെ മൂടി തുറന്ന് ഒരിക്കൽ ആ ഉപകരണത്തിന്റെ ഉൾഭാഗം കാണിച്ചു തന്നിട്ട് പറഞ്ഞു,

"നോക്ക്, എത്ര രസകരമായി എല്ലാം ക്രമീകരിച്ചിരിക്കുന്നു എന്ന്. എല്ലാം ദുർഘടം പിടിച്ചതും ദുർഗ്രാഹ്യവും ആകുമ്പോൾ ചിലതെങ്കിലും സരളമായിരിക്കും. നമ്മൾ ചെയ്യുന്നതെന്താണെന്നുവെച്ചാൽ അത് നേരായി പ്രവർത്തിപ്പിക്കുക എന്നതാണ്."

അദ്ദേഹം എന്നെ പിയാനോ പരിശീലിക്കാൻ നിർബന്ധിച്ചു. അവസാനം ഞാൻ ഞങ്ങളുടെ "റെനിഷ്"നെ വെറുത്തു.

ഞാൻ വീട്ടിൽവെച്ച് പരിശീലിച്ചു. ഞാൻ "സെയിൽസ് ആന്റ് ആർപെഗ്യൂസ്" വായിച്ചപ്പോൾ അദ്ദേഹം എന്നോട് പറഞ്ഞു,

"മുഖം വീർപ്പിക്കണ്ട."

ആ പിരിമുറുക്കത്തിൽ എന്റെ നെറ്റിക്കിടയിൽ ചുളിവുണ്ടായി. അദ്ദേഹത്തെപ്പോലെതന്നെ.

എന്റെ അച്ഛൻ അവിടെയില്ലാതിരുന്നപ്പോൾ ഞാൻ കബളിപ്പിക്കാൻ തുടങ്ങി. ഞാൻ സ്റ്റാന്റിൽ നിൽക്കുന്ന സംഗീത ഉപകരണത്തിനു മുകളിൽ പുസ്തകംവെച്ച് വായിച്ചുംനോക്കാതെ തന്നെ ഒരുപാട് രാഗങ്ങൾ

വായിക്കാൻ സാധിച്ചു. ഒരു ദിവസം അദ്ദേഹം എന്നെ പിടികൂടി ഒരുപാട് ചീത്ത പറഞ്ഞു. എനിക്ക് തകരംകൊണ്ടുള്ള ചെവിയാണെന്നും അദ്ദേഹം എനിക്ക് ചെയ്തുതന്നതിനുള്ള ശിക്ഷ ഇതാണെന്നും പറഞ്ഞ് ഒച്ചയിട്ടുകൊണ്ട് ആ വീടിനുചുറ്റും ഓടാൻ തുടങ്ങി. അദ്ദേഹം പറഞ്ഞു, കഴിവുള്ള കുട്ടികളോടൊപ്പം പ്രകൃതി ഒരു ഇടവേള എടുക്കും. അത് എന്നെ കരയിക്കുകയും കൂടുതൽ മോശമായി ഞാൻ വായിക്കാൻ തുടങ്ങുകയും ചെയ്തു. അദ്ദേഹം മുമ്പൊരിക്കലും എന്നോട് അങ്ങനെ ഒച്ചയിട്ടിട്ടില്ല. ആരോ എന്റെ അച്ഛനെ എടുത്തുമാറ്റി പകരം മറ്റൊരാളെ വെച്ചതുപോലെ ആയിരുന്നു. അതെനിക്ക് അപ്പോൾ മനസ്സിലാക്കാനേ കഴിഞ്ഞില്ല. അദ്ദേഹം ആ വേഷത്തിലേക്ക് കടക്കുകയും ഒരിക്കലും മോചിതനാവാൻ കഴിയാതെയാവുകയും ചെയ്തു.

ഞാൻ പിയാനോ വായിക്കുമ്പോൾ അദ്ദേഹം നിലത്ത് കുത്തിയിരുന്ന് എന്റെ വിരലുകളുടെ വേഗത കുറയുന്നുണ്ടോ എന്ന് അറിയാനായി നോക്കുമായിരുന്നു. തെറ്റായ രാഗങ്ങൾ അദ്ദേഹത്തിന്റെ ശരീരത്തെ വിറപ്പിക്കുകയും നാവു കടിച്ചപോലെ ഞരങ്ങിപ്പിക്കുകയും ചെയ്തു. അദ്ദേഹം ശ്രദ്ധിക്കുന്നില്ലെന്ന് കണ്ടപ്പോൾ നാലാമത്തെയും അഞ്ചാമത്തെയും വിരലുകൾക്കു പകരം രണ്ടാമത്തെയും മൂന്നാമത്തെയും വിരലുകൾ ഉപയോഗിച്ച് തൊണ്ടയിടറിക്കൊണ്ട് ഞാൻ പാടി. അദ്ദേഹത്തിന് വല്ലാതെ ദേഷ്യം വന്നു. 'ഡേർണെ'യുടെ കീറിപ്പറിഞ്ഞ ഒരു കോപ്പി എടുത്ത് എന്നെ അടിച്ചതുപോലെയായി.

ആ സമയത്ത് അമ്മ മുറിയിൽ നനഞ്ഞ ടവൽ ചുറ്റിവന്ന് നിശ്ശബ്ദരായി ഇരിക്കാൻ പറഞ്ഞു. അവർ ശരിക്ക് മൈഗ്രേൻകൊണ്ട് ബുദ്ധിമുട്ടുന്നുണ്ടായിരുന്നുവോ അതോ എന്നെ ഒഴിവാക്കാനുള്ള വഴിയായിരുന്നുവോ എന്നറിഞ്ഞില്ല.

അദ്ദേഹം തനിക്ക് സംഗീതപരിപാടിക്കിടയിലുടനീളം ജലദോഷമായിരുന്നു എന്നും പരാതി പറഞ്ഞ് മൂക്കുചീറ്റിക്കൊണ്ട് ദേഷ്യത്തോടെ വൈകി വീട്ടിൽ തിരിച്ചെത്തിയത് ഞാൻ ഓർക്കുന്നു. ആളുകളുടെ അഭ്യർത്ഥന മാനിച്ച് അവസാനം അദ്ദേഹം വീണ്ടും വായിച്ചപ്പോൾ നോട്ട് തെറ്റി വായിച്ചതിൽ അസ്വസ്ഥനുമായിരുന്നു. അമ്മ ബാൽക്കണിയിൽ ഉണങ്ങാനിട്ടിരുന്ന അദ്ദേഹത്തിന്റെ ആ ഔപചാരിക ആവശ്യത്തിനുള്ള കോട്ട് പോലും വെറുതെ ഇരുന്നില്ല, അതും പാട്ട് ചിട്ടപ്പെടുത്തിക്കൊണ്ടിരുന്നു!

ഏതെങ്കിലും സിംഫണി റെക്കോർഡിങ്ങോ മറ്റോ ഉണ്ടെങ്കിൽ അദ്ദേഹം അടിവസ്ത്രങ്ങൾ ധരിച്ചാണ് വീട്ടിൽ പരിശീലിക്കുക എന്ന് ഞാൻ ഓർക്കുന്നു. അദ്ദേഹം കസേരകളെയും മേശയെയും ബുക്ക് ഷെൽഫുകളെയും ജനാലയെയുമൊക്കെ ചിട്ടപ്പെടുത്തി പഠിപ്പിക്കുന്നത് കതകിനിടയിലൂടെ ഞാൻ നോക്കിക്കണ്ടു. ഒരുവശത്തുള്ള ഭാഗത്താണ് കൊട്ടുന്ന വാദ്യഉപകരണങ്ങളുടെ വിഭാഗം. ഭിത്തിയിലെ കമ്പളമായിരുന്നു ഓടക്കുഴൽപോലുള്ള ഉപകരണങ്ങൾ. രാവിലെ പ്രാതൽ കഴിഞ്ഞ് കഴുകാതെ വച്ചിട്ടുള്ള കപ്പുകളാണ് വയലിനുകൾ. അദ്ദേഹം സോഫയിൽ

ബാറ്റൺകൊണ്ട് ഒരു തട്ടുതട്ടിയാൽ അത് ഉടനെ തന്നെ താഴ്ന്ന സ്ഥായിയിലുള്ള പുരുഷശബ്ദം പുറപ്പെടുവിക്കുമായിരുന്നു. അദ്ദേഹം മേശവിളക്കിനുനേരെ വിരൽചൂണ്ടിയാൽ ദൂരെ ഒരു കുഴൽ ഊതാൻ തുടങ്ങുമായിരുന്നു. അദ്ദേഹം വായുവിൽ കൈകൾ ചലിപ്പിക്കുമ്പോഴും വേദനകൊണ്ട് പുളയുമ്പോഴും ഒക്കെ ആലിപ്പഴംപോലെ വിയർപ്പുതുള്ളികൾ പൊഴിഞ്ഞ് മൂക്കിലൂടെ ഇറ്റുവീണു.

അമ്മ അകത്തുനിന്ന് വന്ന് നോക്കി. അദ്ദേഹം തൂക്കുവിളക്കിലെ കത്തിപ്പോയ ബൾബ് മാറ്റി ഇടുകയാവും ഭേദം എന്നു പറഞ്ഞു. അച്ഛൻ ആകട്ടെ വെറുതെ കണ്ണുകൾ ഉരുട്ടി തലകുലുക്കിക്കൊണ്ട് അവരുടെ നേരെ കതക് വലിച്ചടച്ചു.

അവസാനം അദ്ദേഹം എല്ലാ ശബ്ദങ്ങളെയും ഒന്നിച്ച് കൈപ്പിടിയിലൊതുക്കി തൂക്കുവിളക്കിനു കീഴിൽ കഴുത്ത് ഞെരിച്ച് കൊന്നു.

അദ്ദേഹം വീട്ടിൽ ഇല്ലാത്തപ്പോൾ അദ്ദേഹത്തിന്റെ ഡയറക്ടറുടെ ബാറ്റൺ വെച്ചിട്ടുള്ള സഞ്ചി തുറന്ന് ആ ഉറയിൽനിന്ന് ബാറ്റൺ എടുത്ത് ഉച്ചത്തിൽ റെക്കോർഡ് വെച്ച് ഞാൻ സംഗീതം ചിട്ടപ്പെടുത്തുമായിരുന്നു. ബാൽക്കണിയിൽ പോയി നിന്ന് ഞാൻ ഞങ്ങളുടെ മുറ്റത്തേയും അടുത്തുള്ള വീടുകളേയും ചെറുകുളങ്ങളേയും മരത്തിൽ കാല് ചെരിച്ചു നിൽക്കുന്ന നായയെയും മേഘങ്ങളേയും നിയന്ത്രിക്കാൻ തുടങ്ങി. എന്നാൽ എനിക്ക് ഏറ്റവും ഇഷ്ടഭാഗം കൈക്കുള്ളിൽ സംഗീതത്തെ ഞെരിച്ചു കളയുന്ന ആ അവസാനഭാഗമായിരുന്നു.

പിന്നീട് ഞാൻ പിയാനോയ്ക്കു മുന്നിലിരുന്ന് മെൻഡൽ സോഹന്റെ "വാക്കുകളില്ലാത്ത സംഗീതം" ഒരിക്കൽക്കൂടി വായിച്ച് അവയെ എപ്പോഴും മൃദുസ്ഥാനങ്ങളിൽ ആക്കി വായിക്കാൻ ശ്രദ്ധിച്ചു.

അച്ഛൻ പിന്നീട് ഉത്തരധ്രുവത്തിലേക്കുള്ള ഒരു പൈലറ്റായി മാറി. അത് കൂടുതൽ നന്നായി ഞാൻ ഇഷ്ടപ്പെട്ടു. അദ്ദേഹത്തിന്റെ നീണ്ടു കറുത്തു പഴകിയ കോട്ടിന് നല്ല മണമുണ്ടായിരുന്നു.

കമ്പിളി രോമങ്ങൾ നിറഞ്ഞ സൂട്ടും ബൂട്ടും ഹെൽമറ്റും മൈക്രോഫോണും അദ്ദേഹത്തെ വ്യത്യസ്തനായ ഒരു മനുഷ്യനാക്കി. ഞാൻ ആ വലിയ ബൂട്ടുകളെടുത്ത് രണ്ടു കാലുംകൂടി ഒന്നിൽ കുത്തിത്തിരുകി വീടിനുചുറ്റും ചാടി നടന്നു. ഒറ്റക്കാലുകളുള്ള ആളുകൾ അങ്ങനെയാണെന്ന് അദ്ദേഹം പറഞ്ഞിരുന്നു.

വാൽറസ് എന്ന കടൽ ജീവിയുടെ കൊമ്പുകൊണ്ട് കടഞ്ഞുണ്ടാക്കിയ ചെറിയ രൂപങ്ങളും അവയുടെ പല്ലുകൊണ്ട് ഉണ്ടാക്കിയ ആഭരണങ്ങളും ജാറിൽ നിറച്ച ബെറി പഴങ്ങളും മഞ്ഞിൽ കാണപ്പെടുന്ന മാനുകളുടെ തോലും അദ്ദേഹം കൊണ്ടുവരുമായിരുന്നു.

താൻ കുട്ടിയായിരുന്നപ്പോൾ ഒരു പൈലറ്റാകണമെന്ന് അദ്ദേഹം വല്ലാതെ ആഗ്രഹിച്ചിരുന്നുവെന്ന് എന്നോട് പറഞ്ഞു. ഒരു ദിവസം അവരുടെ ഗ്രാമത്തിനുസമീപം ഒരു വിമാനം ബലമായി ഇടിച്ചിറക്കുന്നത് അദ്ദേഹം കണ്ടുവത്രെ.

സാധാരണ ഗ്രാമത്തിലെ ഒരു കുട്ടി എന്ന നിലയിൽ തന്റെ ആഗ്രഹം സാധിക്കാൻ അദ്ദേഹത്തിന് എളുപ്പമായിരുന്നില്ല. അദ്ദേഹത്തിന് ഒരുപാട് പഠിക്കണമായിരുന്നു. വിമാനം പറപ്പിക്കാൻ പഠിപ്പിക്കുന്ന സ്കൂളിലെ ജീവിതം - അതിനെ 'ബൂട്ട് ക്യാംപ്' എന്നാണ് അദ്ദേഹം വിളിച്ചിരുന്നത് -ഒട്ടും എളുപ്പമായിരുന്നില്ല. അവിടെ സൈനികർക്കായുള്ള ഒരു കോളേജും ഉണ്ടായിരുന്നുവത്രേ. അവർക്ക് അവധിയുണ്ടാകുമ്പോൾ തമ്മിൽ വലിയ അടിപിടികൾ ഉണ്ടാകുമായിരുന്നു. അവർ ബെൽട്ടുകൊണ്ട് അടിപിടി നടത്തുമ്പോൾ ബെൽട്ടിന്റെ ബക്കിൾ അച്ഛന്റെ കണ്ണിൽ കൊള്ളേണ്ടതായിരുന്നുവത്രെ. അദ്ദേഹം തന്റെ നെറ്റിയിലെ മുറിവിന്റെ പാട് എനിക്ക് കാണിച്ചു തരുമായിരുന്നു. ഞാനാകട്ടെ അദ്ദേഹത്തോട് സഹതപിച്ചുകൊണ്ട് ആ വെളുത്ത മുഴയിൽ എന്റെ കൈകൊണ്ട് തലോടുമായിരുന്നു.

ഒരുദിവസം അദ്ദേഹത്തിന്റെ ബൂട്ട്ക്യാപിൽ വെച്ച് അദ്ദേഹത്തെ വീർപ്പുമുട്ടിക്കുന്ന ഒരു കാരാഗൃഹത്തിൽ ഇട്ടു. ഇത് എന്തിനായിരുന്നു വെന്നോ. മഞ്ഞുകാലത്ത് തന്റെ ആയുധവുമായി അദ്ദേഹത്തിന് വിമാനങ്ങൾക്ക് കാവൽ നിൽക്കണമായിരുന്നു. അദ്ദേഹം വിമാനമിറ ക്കാറുള്ള കെട്ടിടത്തിനുചുറ്റും ആരെയെങ്കിലും ആ ഇരുട്ടത്ത് കാണാൻ സാധിക്കുന്നുണ്ടോ എന്നും നോക്കിനടന്നു. ചുറ്റും ആരുമുണ്ടായിരു ന്നില്ല. വെറും ഇരുട്ട് മാത്രം. മഞ്ഞുരുകി ഒഴുകി വീഴുകയും എല്ലാം ശ്വാസോച്ഛ്വാസം ചെയ്യുകയുമായിരുന്നു. അദ്ദേഹം ഒരു മൂലയ്ക്കുനിന്ന് ശ്രദ്ധയോടെ ചുറ്റും നോക്കി തോക്കിന്റെ കാഞ്ചിയിൽ കൈവെച്ചു. പെട്ടെന്ന് തലയ്ക്ക് വലിയ അടികിട്ടിയതുപോലെ തോന്നി. അദ്ദേഹം സ്വയം കാഞ്ചി വലിച്ചതായിരുന്നു. വെടിയൊച്ച മുഴങ്ങി. എല്ലാം ആകെ കുഴപ്പത്തിലെത്തിച്ചു. ഓഫീസർമാർ ഉണർന്ന് ഓടിയെത്തി. വിമാനമിറ ങ്ങാനുള്ള കെട്ടിടത്തിന്റെ മുകളിലെ നനഞ്ഞ മഞ്ഞ്, അച്ഛന്റെ തല ഒന്നു മാറിയപ്പോൾ കട്ടിയുള്ള വലിയൊരു മഞ്ഞ് കഷ്ണം അതിനു മുകളിൽ ത്തന്നെ വന്നുവീണു.

അദ്ദേഹം എന്നെ പറക്കാൻ പഠിപ്പിച്ചു. ഞങ്ങൾ കളിക്കുകയായിരുന്നു. എന്നാൽ അതൊക്കെ ശരിയായിട്ടുള്ളതാണെന്ന് എനിക്ക് തോന്നി. ഞങ്ങൾ സോഫയിൽ, അല്ല സോഫയിലല്ല, കോക്പിറ്റിലായിരുന്നു. സാങ്കേതികവിദ്യാനിപുണൻ വിമാനത്തെ മുന്നോട്ടു നീക്കുന്ന പ്രോപ്പ ല്ലറിൽ ഒന്ന് കയ്യിൽപ്പിടിച്ച് ശക്തിയായി അതിനെ തിരിച്ചു.

"ബന്ധപ്പെടുക!"അയാൾ എഞ്ചിൻ ഭാഗത്തുനിന്നും ചാടി വിളിച്ചു പറഞ്ഞു.

ഞാൻ വിറയലോടെ വിളിച്ചുപറഞ്ഞു:

"ബന്ധപ്പെട്ടു."

എഞ്ചിൻ പലപ്രാവശ്യം നീലനിറത്തിലുള്ള പുക പുറത്തേക്ക് വിട്ട് മുരണ്ടു. ചക്രങ്ങൾക്കിടയിൽനിന്ന് തടസ്സങ്ങൾ എടുത്തുമാറ്റി. ഞങ്ങൾ ടാക്സി പ്രവർത്തിപ്പിച്ചു തുടങ്ങാനായി വെളുത്ത കൊടി അയാൾ ഇളക്കി.

അച്ഛൻ മുഴുവൻ ശക്തിയും എഞ്ചിനു നൽകി. വിമാനത്തെ മുന്നോട്ടു നീക്കുന്ന പ്രോപ്പല്ലർ പ്രവർത്തിപ്പിച്ച് ഒരു ഭാഗം കറങ്ങാൻ തുടങ്ങി. അത് വിമാനത്തെ ചെറുതായി ഇളക്കി. അത് അനങ്ങിത്തുടങ്ങി. ഭയപ്പെടുന്ന, നേരെയുള്ള ഓട്ടം, വേഗത്തിൽ വേഗത്തിൽ. ഇറുക്കിക്കെട്ടിയ കയറിനു മുകളിലൂടെ നടക്കുന്നയാൾ കൈകൾ വിടർത്തി നടക്കുംപോലെ സമതല മല്ലാത്ത വയലിലൂടെ വിമാനം പുൽക്കൂട്ടങ്ങൾക്കു മുകളിലൂടെ ചിറകു കൾ വിടർത്തി ഇളകി നീങ്ങി.

അച്ഛൻ ലിവർ തന്നിലേക്ക് മൃദുവായി വലിക്കുകയും വാല് മൈതാന ത്തുനിന്ന് പൊങ്ങി സമനിരപ്പിലാവുകയും ചെയ്യും. അദ്ദേഹം ലിവർ തന്നി ലേക്ക് കൂടുതൽ അമർത്തി അടുപ്പിച്ചു. വിമാനം അന്തരീക്ഷത്തിലായി. എന്റെ ശരീരം മുഴുവനായി പൊങ്ങുന്നത് ഞാൻ അറിഞ്ഞു. എന്റെ കാലു കൾക്കിടയിൽനിന്ന് നിലം വഴുതിമാറി എന്റെ മാറിൽ തണുപ്പ് അനുഭവ പ്പെടുകയും ചെയ്തു.

താഴെ നിലത്ത് എനിക്ക് വിമാനത്തിന്റെ നിഴൽ ഞങ്ങളോടൊപ്പം വരുന്നത് കാണാൻ കഴിഞ്ഞു. എഞ്ചിന്റെ അലർച്ച മൃദുവായി. സൈനിക സ്ഥലത്തെ വിമാനം ഇറക്കുന്ന കെട്ടിടവും കാറുകൾ സൂക്ഷിക്കുന്ന സ്ഥലങ്ങളുമൊക്കെ ചെറുതായി ചെറുതായി എന്റെ പണിസാധന ങ്ങളടങ്ങിയ കൊച്ചുപെട്ടിപോലെ, നിലത്ത് ചിതറിക്കിടക്കുന്ന കുട്ടികളുടെ ഇഷ്ടികക്കട്ടകൾ പോലെ തോന്നിച്ചു.

അച്ഛൻ പെഡലിൽ ചവിട്ടി. ലിവർ വലതുവശത്തേക്കോ, ഇടതുവശ ത്തേക്കോ വലിച്ചു, ശരിക്ക് തിരിച്ചു. ഇടതോ വലതോ ഭാഗത്തേക്കു തിരിഞ്ഞു. അതായത് ശരിക്ക് വിമാനമല്ല തിരിയുന്നത്, പക്ഷേ, അതിനു ചുറ്റും ഭൂമിയും ആകാശവുമാണ് തിരിയുന്നത് എന്നു തോന്നി.

ഞങ്ങൾ മേഘങ്ങൾക്കു മുകളിലും തിളങ്ങുന്ന സൂര്യനു കീഴിലും പറക്കുകയും ഞങ്ങളുടെ നിഴൽ മേഘങ്ങൾക്കുള്ളിലെ ദ്വാരങ്ങളിലേക്ക് കടക്കുകയും അവയ്ക്ക് ഞങ്ങളോട് സഹകരിക്കാൻ കഷ്ടിച്ച് സാധി ക്കുകയും ചെയ്തു.

ഞാൻ അച്ഛനെ നോക്കി. അദ്ദേഹത്തിന്റെ സൂക്ഷ്മശ്രദ്ധ സൂചി കളിൽനിന്ന് സൂചികളിലേക്കും ആത്മവിശ്വാസത്തോടെ ഞങ്ങളുടെ വിമാനത്തെ രൂപമില്ലാത്ത വലിയ മേഘക്കൂട്ടിലക്കും നയിച്ചു. എനിക്ക് മനസ്സിലായി ഞാൻ എന്റെ അച്ഛനെ എന്തിനേക്കാളധികം, എന്റെ അമ്മ യെക്കാൾ, എന്നേക്കാൾ അധികം ഇഷ്ടപ്പെടുന്നു എന്ന്.

അച്ഛൻ തന്റെ മരിച്ച സുഹൃത്തുക്കളെപ്പറ്റി പറയുമായിരുന്നു.

അദ്ദേഹം പറഞ്ഞു.

"എല്ലാവർക്കും ജീവിക്കാൻ ആഗ്രഹമുണ്ട്. എന്നാൽ എല്ലാവരും ഒരു വിമാനത്തിൽനിന്നും തിരിച്ചെത്തുന്നില്ല."

അദ്ദേഹത്തിന്റെ കൂട്ടുകാരുടെ എഞ്ചിൻ ഒരു ആഴമുള്ള വളവിൽ വെച്ച് നിന്നുപോയി. വിമാന ജീവനക്കാർ ഏറ്റവും ഭയക്കുന്ന ആ നിശ്ശബ്ദത

അവർ കേട്ടറിഞ്ഞു. അവരുടെ കൺമുന്നിൽ വെച്ച് പ്രൊപ്പല്ലറിന്റെ ഡിസ്ക് അപ്രത്യക്ഷമാവുകയും അതിന്റെ മൂന്ന് ബ്ലേഡുകളും കമ്പുകളായി മാറുകയും ചെയ്തു. വിമാനം പറത്തുന്നവർക്ക് നിയന്ത്രണം കിട്ടിയില്ല. അവർ നിലത്തിറക്കാൻ പറ്റിയ സ്ഥലം തേടാൻ തുടങ്ങി.

വിമാനം ഓടിക്കുന്നയാളോട് പൈലറ്റ് ചോദിച്ചു,

“എന്തു വിചാരിക്കുന്നു വയസ്സൻ മിത്രമേ, നമുക്കത് സാധിക്കുമോ?”

വിമാനം ഓടിക്കുന്നയാൾ ഉത്തരം പറഞ്ഞു,

“നമ്മൾക്ക് സാധിക്കുകതന്നെ വേണം! ഇല്ലെങ്കിൽ എന്റെ തിയേറ്റർ ടിക്കറ്റുകൾ വെറുതെ പാഴായിപ്പോകും.” വിമാനം നിലത്തിറക്കാൻ സ്ഥലം കിട്ടിയില്ല. അവർക്ക് പാരച്യൂട്ട് വഴി ചാടാൻ കഴിയുമായിരുന്നു. എല്ലായിടത്തും താഴെ ഗ്രാമീണരുണ്ടായിരുന്നു. വൈമാനികർക്ക് സ്വയം രക്ഷപ്പെടാമായിരുന്നു. എന്നാൽ ഉപേക്ഷിക്കപ്പെടുന്ന വിമാനം എവിടെ പ്പോയി തകരുമെന്നോ എന്തെല്ലാം നാശനഷ്ടങ്ങളുണ്ടാക്കുമെന്നോ അറി യില്ലല്ലോ.

പൈലറ്റ് വിമാനം പറത്തിയ ആളോട് ചാടാൻ പറഞ്ഞു. എന്നാൽ അയാൾ സുഹൃത്തിനെ ഉപേക്ഷിച്ചില്ല. അവർ ചാടാതെ വിമാനത്തിനെ ആളുകളുടെ പാർപ്പിടങ്ങളിലുംനിന്നും എത്ര ദൂരേക്ക് കൊണ്ടുപോകാൻ കഴിയുമോ അത്ര ദൂരേക്ക് പറത്തിക്കൊണ്ടുപോയി.

അടുത്ത ദിവസമാണ് തകർന്ന വിമാനത്തെയും അതിലെ വൈമാ നികരെയും കണ്ടെത്തിയത്. തകർന്ന അവശിഷ്ടങ്ങൾ, തിരിഞ്ഞ ചിറകു കൾ, താഴോട്ടു വളഞ്ഞ പ്രൊപ്പല്ലർ ബ്ലേഡുകൾ, ആകാശത്തെ നോക്കി ക്കിടക്കുന്ന വാൽഭാഗം. മുകളിലേക്കുയർത്താനുള്ള റഡ്ഡറിന് തീർച്ച യായും എന്തോ കേട് പറ്റിയിരിക്കണം. അവർ രണ്ടുപേരും ലിവർ പിടിച്ചു വലിച്ച് വിമാനത്തെ നേരെ മുകളിലേക്ക് നിർത്താൻ വൃഥാ ശ്രമിച്ചിരുന്നു.

അച്ഛൻ എന്നെ ശ്മശാനത്തിലേക്ക് കൊണ്ടുപോയി. അവിടെ നിറയെ ശവകുടീരങ്ങളുണ്ടായിരുന്നു. അവയിൽ കുരിശല്ല, പ്രൊപ്പല്ലറുകളാണ് തറച്ചിരുന്നത്. സുന്ദരമായ പുരുഷമുഖങ്ങൾ ആ കല്ലറകളിലുള്ള ഫോട്ടോ കളിൽനിന്ന് പുറത്തേക്ക് നോക്കുന്നുണ്ടായിരുന്നു.

ഒരുനാൾ അച്ഛന് പ്രത്യേക ഒരു ദൗത്യം നൽകപ്പെട്ടു. കാലാവസ്ഥ മോശമായ ഒരു വിദൂരസ്ഥലത്തുനിന്ന് പ്രസവിക്കാൻ ബുദ്ധിമുട്ടുന്ന ഒരു സ്ത്രീയെ സുരക്ഷിതമായി ഒരു ആശുപത്രിയിൽ എത്തിക്കണം എന്ന്. മഞ്ഞുകാറ്റ് അടിക്കുകയും അദ്ദേഹത്തിന് ഒരു തണുത്തുറഞ്ഞ നദിയിൽ വിമാനം ബലമായി ഇറക്കേണ്ടിവരികയും ചെയ്തു. അദ്ദേഹത്തിന്റെ വിമാനത്തിന്റെ സ്കൈ പ്രൊപ്പല്ലറുകളിൽ ഒന്ന് പൊട്ടുകയും ചെയ്തു. അച്ഛൻ തന്റെ കൈകൊണ്ട്, ഒരൊറ്റ കൈ കൊണ്ടുമാത്രം വിമാനം താഴെ ഇറക്കിയത് എങ്ങനെ എന്ന് കാണിച്ചുതന്നു. വിമാനം മഞ്ഞുകട്ടകളിലൂടെ ഒരു ദൃശ്യകലാവിരുന്ന് നടത്തുകയാണ് എന്ന മട്ടിൽ തെന്നിനീങ്ങി. അതിന് വേഗത നഷ്ടപ്പെട്ടപ്പോൾ നിയന്ത്രണ സംവിധാനവുമായുള്ള

ബന്ധവും നിർത്തി. യാതൊരു പിന്തുണയും നൽകാതെ ചിറക് മഞ്ഞു കട്ടയെ വകഞ്ഞുമാറ്റിക്കൊണ്ട് മുങ്ങിത്താണു. വിമാനം പരുക്കൻ രീതിയിൽ കോംപസ്സിന്റെ കാലുപോലെ കൂർത്ത്, ആടിയുലഞ്ഞ് ചത്തത് പോലെയായി നിന്നു. ഹിമവാതം അവരെ മഞ്ഞിൽപ്പൊതിഞ്ഞു. അച്ഛൻ ഗുഹപോലെ ഒരെണ്ണം മഞ്ഞിൽ ഉണ്ടാക്കുകയും രണ്ടുദിവസം അവർ അവിടെ കഴിയുകയും ചെയ്തു. ആ സ്ത്രീയാകട്ടെ മുഴുവൻ സമയവും കരഞ്ഞുകൊണ്ടിരിക്കുകയും പിന്നീട് ഒരു കുഞ്ഞിന് ജന്മം നൽകുകയും അച്ഛൻ അത് ഏറ്റെടുക്കുകയും ചെയ്തു.

ഓരോ സമയവും അച്ഛൻ പറക്കുമ്പോൾ എന്റെ പഴയ ഒരു കയ്യുറ പോക്കറ്റിൽ തിരുകുമായിരുന്നു, അത് അദ്ദേഹത്തിന് നല്ല ഭാഗ്യം നൽകുന്നത് ആയിരുന്നുവത്രേ. അദ്ദേഹം പറഞ്ഞു, ആ വിമാനത്തിൽ അവർ നദിയിലിരുന്ന് ആരുടെയെങ്കിലും സഹായം ലഭിക്കാനായി ആരെങ്കിലും വരുമോ ഇല്ലയോ എന്നറിയാതെ കാത്തിരുന്നപ്പോൾ എന്റെ കയ്യുറയാണത്രെ അദ്ദേഹത്തെ രക്ഷിച്ചത്.

അദ്ദേഹം പറക്കുന്ന സമയത്ത് ഞാൻ എപ്പോഴെങ്കിലും മുകളിൽ ആകാശത്ത് ഏതെങ്കിലുമൊരു വിമാനം കാണുമ്പോൾ അത് അദ്ദേഹം പറത്തുന്നതാണെങ്കിലോ എന്നു ചിന്തിക്കുമായിരുന്നു. ഞാൻ അദ്ദേഹത്തിന് കൈവീശിക്കാണിക്കുമായിരുന്നു. എന്നാൽ എട്ടുകാലി വലയിലെ എട്ടുകാലിയെ കാണാത്തതുപോലെ വിമാനം വളരെ ഉയരെ ആയിരിക്കും.

ഞാൻ ഒരിക്കലും അദ്ദേഹത്തെപ്പറ്റി ഭയന്നിരുന്നില്ല. അദ്ദേഹത്തിന് എന്റെ കയ്യുറ കയ്യിലുള്ളപ്പോൾ ഞാൻ എന്തിനാണ് ഭയക്കുന്നത്? അത് അദ്ദേഹത്തെ കാത്തുകൊള്ളും. രക്ഷിച്ചുകൊള്ളും.

അദ്ദേഹം ഇവാൻകകളുടെ രസകരങ്ങളായ കഥകൾ പറയുമായിരുന്നു. അവർ സ്വയം "ചാവ്ചിവ്" എന്നാണത്രേ വിളിച്ചിരുന്നത്. അതിനർത്ഥം റെയ്ൻഡിയർ മനുഷ്യർ എന്നാണ്. പലപ്രാവശ്യം അദ്ദേഹത്തിന് ശരിയായ "യാരംഗ" കൂടാരങ്ങളിൽ താമസിക്കേണ്ടി വന്നിട്ടുണ്ട്. ഏതാനും മിനുട്ടുകൾക്കുള്ളിൽ മാൻതോലുകളും തിമിംഗലത്തിന്റെ എല്ലുകളും കൊണ്ട് സൗകര്യപ്രദമായ, ഇളംചൂടാർന്ന വീടുകൾ റെയ്ൻഡിയർ മനുഷ്യർ പണിയുന്നത് അദ്ദേഹത്തിന് എപ്പോഴും ആശ്ചര്യകരമായിരുന്നു.

ഞാൻ ഓർക്കുകയാണ്, എന്റെ അച്ഛൻ ആർട്ടിക് ഭാഗത്തെ തുണ്ട്റാ പ്രദേശത്ത് യാരംഗയിൽ ഒരു രാത്രി താമസിച്ചപ്പോൾ അദ്ദേഹത്തിനായുള്ള പ്രത്യേക സൽക്കാരത്തിൽ ഒരു മജ്ജ കടിച്ചു തിന്നാനായി നൽകിയത്രേ. അമ്മ അടുക്കളയിൽനിന്ന് വന്ന് റെയ്ൻഡിയർ ആളുകളുടെ സൽക്കാരപ്രിയതകൊണ്ട് ആതിഥേയൻ അതിഥിക്ക് അയാളുടെ ഭാര്യയെ ഒരു രാത്രിക്കായി നൽകുമെന്നത് സത്യമാണോ എന്ന് ചോദിച്ചു. അവർ അദ്ദേഹത്തിന്റെ കഥകളെ സംശയിക്കുന്ന രീതിയിൽ ആ ശബ്ദത്തിൽ ഒരു പ്രത്യേകഭാവം ഉള്ളതായി എനിക്ക് തോന്നി. അത് എനിക്ക് വല്ലാത്ത ഒരു രസക്കേടുണ്ടാക്കി. എന്നാൽ അച്ഛൻ ചിരിച്ചുകൊണ്ട് പറഞ്ഞു. അതെ, തീർച്ചയായും ആതിഥേയൻ അതിഥിക്ക് ഭാര്യയെ സമർപ്പിക്കാൻ

തയ്യാറായിരുന്നു. എന്നാൽ ആ സ്ത്രീയാകട്ടെ വൃദ്ധയും ശരീരം മുഴുവൻ പുണ്ണുകളുള്ളവളും തലമുടിയാകെ ജടപിടിച്ച് അതിൽ പ്രാണികൾ കൂടു കൂട്ടിയിരുന്നവളും ആയിരുന്നു. അതിൽ അതിശയമുണ്ടായിരുന്നില്ല. കാരണം റെയ്ൻഡിയർ മനുഷ്യർ ജനിക്കുമ്പോൾ മുതൽ മരണംവരെ ശരീരം കഴുകാറില്ലായിരുന്നു.

ചില സമയങ്ങളിൽ അച്ഛൻ ഒരുപാട് പറന്നുകഴിഞ്ഞു വന്ന് വീട്ടി ലിരിക്കുമ്പോൾ, എല്ലാ രാത്രികളിലും കിടക്കാറാകുമ്പോൾ, അദ്ദേഹം എനിക്ക് പുസ്തകങ്ങൾ വായിച്ചുതരുമായിരുന്നു. എനിക്ക് അദ്ഭുതകര ങ്ങളായ എല്ലാ രാജ്യങ്ങളെയും കുറിച്ചുള്ള പുസ്തകങ്ങൾ ഇഷ്ടപ്പെട്ടവ യായി ഉണ്ടായിരുന്നു. എന്നാൽ എനിക്ക് ഏറ്റവും പ്രിയപ്പെട്ടതായിരുന്നത് പ്രെസ്റ്റർ ജോണിന്റെ രാജ്യത്തെക്കുറിച്ചുള്ളതായിരുന്നു. ഞാൻ അത് വീണ്ടും വീണ്ടും കേൾക്കാൻ കൊതിച്ചു.

അച്ഛൻ അത് വായിക്കുമ്പോൾ അച്ചടിക്കപ്പെട്ട ഒരു പുസ്തകം വായിക്കുംപോലെ ആയിരുന്നില്ല. പനയോലയിൽ എഴുതിയതോ ആടിന്റെ തോളെല്ലിൽ എഴുതിയതുപോലെയോ ഉള്ള അക്ഷരങ്ങൾ വായിക്കും പോലെ ആയിരുന്നു. അദ്ദേഹം എന്റെ മേൽക്കുപ്പായം മേടിച്ച് തലയിൽ തലപ്പാവ് പോലെ കെട്ടി കാലുകൾ ചമ്രം പടിഞ്ഞിരുന്ന് അദ്ദേഹത്തിന്റേ തല്ലാത്ത ശബ്ദത്തിൽ സംസാരിക്കാൻ തുടങ്ങി.

"ഇത് ഞാൻ, പ്രെസ്റ്റർ ജോൺ, രാജാക്കന്മാരുടെ രാജാവ്, നഗ്നരായ ബുദ്ധിമാന്മാരുടെ രാജാവ്, എല്ലാ ദൈവങ്ങളുടേയും ദൈവം. ഞാൻ തലസ്ഥാനങ്ങളുടെ തലസ്ഥാനത്തിൽ, ഏറ്റവും പ്രധാന പട്ടണത്തിൽ ജനവാസമുള്ളതും ജനവാസമില്ലാത്തുമായ സ്ഥലങ്ങളുടെയും അധിപൻ. എന്റെ കൊട്ടാരം ജ്യോതിഷികൾ ഭാവി പ്രവചിക്കാൻ കയറിയിരിക്കും പോലെ വലിയ ഉയരത്തിലുള്ള ഗോപുരത്തോടുകൂടിയതാണ്. ഞാൻ പിടിയാനപ്പുറത്ത് കയറിയിരുന്ന് എന്റെ രാജ്യത്തിലുടനീളം സഞ്ചരി ക്കുന്നു. ഇവിടുത്തെ നദികൾ പകൽ സമയം ഒരുവശത്തുകൂടിയും രാത്രി മറുവശത്തുകൂടിയും ഒഴുകുന്നു."

അദ്ദേഹത്തിന് പുസ്തകത്തിന്റെ ആവശ്യംപോലും ഇല്ലായിരുന്നു. എല്ലാം കാണാപ്പാഠമായിരുന്നു. അദ്ദേഹം കുറച്ചു കൂടുതൽ പറയുകയും ചെയ്യുമായിരുന്നു. എപ്പോഴും ആ വിചിത്രമായ രീതിയിലുള്ള അദ്ഭുത കരമായ വാക്കുകളൊക്കെ ഞാൻ ഹൃദയത്തിലേക്ക് ആവാഹിച്ച് കേൾക്കു മായിരുന്നു.

"എന്റെ രാജ്യത്ത് രണ്ടു മുഴകളും ഒരൊറ്റ മുഴയുമുള്ള ഒട്ടകങ്ങൾ, ഹിപ്പൊപ്പൊട്ടാമസുകൾ, ജിറാഫുകൾ, പാമ്പുകൾ, കഴുതകൾ, കറുത്തതും വെളുത്തതുമായ സിംഹങ്ങൾ, ശബ്ദിക്കാത്ത ചീവീടുകൾ, കഴുകന്റെയും സിംഹത്തിന്റെയും ശരീരഭാഗങ്ങളുള്ള ജീവികൾ, രക്തം കുടിക്കുന്ന രാക്ഷസികൾ എന്നിവർ ജനിക്കുകയും ജീവിക്കുകയും ചെയ്യുന്നു. ഇവിടെ നശിപ്പിക്കാൻ കഴിയാത്ത ജനവർഗ്ഗങ്ങൾ, യൂണിക്കോൺ എന്ന ജീവി, തത്തകൾ, എബണിവൃക്ഷം, കറുവപ്പട്ട, കുരുമുളക് പിന്നെ

മണമുള്ള ഈറ്റ എന്നിവയുണ്ട്. എന്റെ മകൾ രാജകുമാരികളുടെ രാജകുമാരി, ജീവിതത്തിന്റെ മഹാറാണി. എന്റെ രാജ്യം, അത് അവളുടെ രാജ്യം."

അദ്ദേഹം ഇങ്ങനെ സംസാരിക്കുമ്പോൾ എനിക്കു ചുറ്റുമുള്ള ഞങ്ങളുടെ മുറി, എപ്പോഴും കത്തിക്കൊണ്ടിരിക്കുന്ന തൂക്കുവിളക്ക്, ജനാലപ്പടിയിലെ ഒരുകുന്ന് ദിനപ്പത്രങ്ങൾ, ജനാലയ്ക്കപ്പുറത്തെ തിരക്കേറിയ പട്ടണം എല്ലാം തന്നെ മിഥ്യയായി. എന്നാൽ പ്രെസ്റ്റർ ജോണിന്റെ രാജ്യം മാത്രം സത്യമായി. പ്രെസ്റ്റർ ജോൺ മാത്രം സത്യമായി. അദ്ദേഹം എന്റെ കൊച്ചുകിടക്കയുടെ വക്കിലല്ല ഇരിക്കുന്നുണ്ടായിരുന്നത്, അദ്ദേഹം ഒരു കൊച്ചുഗോപുരത്തിൽ തന്റെ പിടിയാനപ്പുറത്ത് തന്റെ രാജ്യം കാണാൻ രാജകീയ വീക്ഷണത്തോടെ ഇരിക്കുകയായിരുന്നു.

പ്രെസ്റ്റർ ജോണിന്റെ സാമ്രാജ്യം കണ്ണെത്താ ദൂരത്തോളം പരന്നുകിടക്കുകയും അവിടെ നശിപ്പിക്കാനാവാത്ത ജനവർഗങ്ങളും നിശ്ശബ്ദരായ ചീവീടുകളും ജീവിക്കുകയും ചെയ്തിരുന്നു.

എന്റെ സാഷൻക!

ദേഷ്യപ്പെടരുതേ, എഴുതാൻ ഒട്ടും സമയമുണ്ടായിരുന്നില്ല. അങ്ങനെ അവസാനം ആർക്കും എന്നിൽനിന്നും ഒന്നും വേണ്ടാതായി. എനിക്ക് എന്റേതായ നിമിഷങ്ങൾ കിട്ടി.

എന്തുകൊണ്ടാണ് എന്നും കത്തിന്റെ അവസാനം മാത്രം ചുംബനങ്ങൾ ആക്കുന്നത്? ഞാൻ നിന്നെ പെട്ടെന്നുതന്നെ ചുംബിക്കുന്നു, നിന്റെ എല്ലാ ഭാഗങ്ങളിലും. ഞാൻ ഒരൊറ്റ മനസ്സും ശരീരവുമായി ഇരിക്കുകയാണ്. ഇന്നലെ ഇവിടെ വെടിവെയ്പ്പരിശീലനം ഉണ്ടായിരുന്നു. കൊടിപിടിച്ചുനിന്നയാൾ അടയാളം നൽകിയപ്പോൾ നാനൂറ് അടി ദൂരെ നിന്ന് ഞാൻ അഞ്ച് വെടിയുണ്ടകളിൽ മൂന്നും ലക്ഷ്യസ്ഥാനത്ത് കൊള്ളിച്ചപ്പോൾ കമാൻഡന്റിന്റെ മുഖം വലിഞ്ഞുനീണ്ടത് നിനക്ക് ഊഹിക്കാൻ കഴിയില്ല!

ഇങ്ങനെയൊരു സന്ദർഭത്തിൽ എനിക്കൊരു അവസരം കിട്ടുമെന്ന് എങ്ങനെ പ്രതീക്ഷിക്കാൻ?

എല്ലാറ്റിനും ഉപരിയായി ഈ ലോകം തന്നെ അവസരങ്ങളുടെ സംഭവ്യതകൊണ്ട് ഉള്ളതാണ്. നമ്മൾ എന്തുകൊണ്ടാണ് മുപ്പത്തിനാലാമത്തെ നൂറ്റാണ്ടിൽ അല്ലാതെ ഈ നൂറ്റാണ്ടിൽ ജനിച്ചത്? എന്തുകൊണ്ടാണ് നല്ലതെല്ലാം നല്ല ലോകത്ത് സംഭവിക്കുന്നത്? ചീത്തലോകത്ത് എന്തുകൊണ്ട് ഇല്ല? ഇപ്പോൾ ഈ നിമിഷത്തിൽ ഒരു മനുഷ്യൻ എവിടെയെങ്കിലും ഇരുന്ന് മണിയടിക്കുന്നതിനെക്കുറിച്ചൊരു പുസ്തകം വായിക്കുന്നു. എന്തുകൊണ്ടാണ് വെടിയുണ്ടകൾ ഭൂതകാലത്തേക്കോ ഭാവികാലത്തേക്കോ പോകാതെ നിറയെ തുളകളുള്ള ആ നിർഭാഗ്യലക്ഷ്യത്തിന്റെ തലയിലേക്ക് തന്നെ പോകുന്നത്?

സാഷൻക, എന്റെ പ്രിയപ്പെട്ടവളേ, നോക്ക്, അവർ എനിക്ക് ചെയ്തു തീർക്കാനുള്ള അവസരം തന്നില്ല. ഇപ്പോൾ ഞാൻ വെറുമൊരു ആളല്ല എന്ന് നിന്നെ അറിയിക്കാൻ എനിക്ക് തിടുക്കമുണ്ട്! നോക്ക്, എത്ര ഉൽക്കർഷേച്ഛുവായ ഒരു വ്യക്തിയാണ് ഞാൻ എന്ന്! ഇപ്പോൾ മുതൽ ഞങ്ങളുടെ ഉദ്യോഗസ്ഥസംഘത്തിന്റെ ഔദ്യോഗികവസതികളിലെ എന്റെ കസേര ഞാൻ തന്നെ തുടച്ച് വൃത്തിയാക്കുന്നു. കല്പനകളും മരണവൃത്താന്തങ്ങളും എഴുതുകയും ചെയ്യുന്നു. വൃദ്ധനാകട്ടെ എന്നെ തീർത്തും ഒരു മൂകനാക്കി. അയാൾ എന്നെ വിളിപ്പിച്ചിട്ട് ജനറൽ സ്റ്റാഫ് ക്ലാർക്കായി നിയമിച്ചു; എഴുതുകയും വായിക്കുകയും ചെയ്യുവാനുള്ള പരിശീലനം നൽകിയശേഷം ഞാൻ കൈമുട്ടുകൾ ഉയർത്തി നിവർന്നു നിന്നു. എന്നാൽ അത് ഞങ്ങളുടെ പൊടിപിടിച്ച ജനാലയിലൂടെ കാണുന്ന സൂര്യാസ്തമയത്തെ തട്ടുന്നുണ്ടായിരുന്നു. വിരലുകളുടെ ഒരറ്റം എന്റെ കൃത്രിമ മുടിയുടെ ഒരു ഭാഗത്തും.

"സർ"

"ഉം, എന്തുവേണം?"

"എനിക്ക് ശരിയാവുന്നില്ല. എനിക്ക് ചുരുക്കി എഴുതാൻ കഴിയുന്നില്ല."

എന്നാൽ അയാൾ പറഞ്ഞു.

"ശരി, മോനേ ജിം, നീ ചുരുക്കി എഴുതണം എന്നില്ല. സത്യസന്ധമായി എഴുതിയാൽ മതി! മനസ്സിലായോ നിനക്ക്?"

അദ്ദേഹം ഒരു ഗ്ലാസ് വോഡ്ക പകർന്നു.

അത് എനിക്ക് തന്നു.

"ഇത് നിന്റെ പുതിയ നിയമത്തിനായി"

ഞാനത് കുടിച്ചു.

അയാൾ എനിക്ക് കറുത്തബ്രെഡ്ഡും കുറച്ച് മീനും ഉള്ളിയും തന്നു.

"മോനെ ജിം, എനിക്ക് നിന്റെ വയസ്സുണ്ടായിരുന്നപ്പോഴാണ് ഞാൻ എല്ലാം മനസ്സിലാക്കിയത്. പിന്നെ എപ്പോഴും ജീവിതകാലം മുഴുവൻ ഞാൻ ഇതുവരെ എന്തൊക്കെയാണ് പഠിച്ചത് എന്ന് മനസ്സിലാക്കാൻ ശ്രമിച്ചുകൊണ്ടിരിക്കുന്നു. തടിച്ച ആ ഇറച്ചിക്കഷ്ണം എടുക്ക്, അത് നന്നായിരിക്കുന്നു! ഓർക്കുക, പേനയേക്കാൾ വലുതാണ് വാക്ക്. മരണവൃത്താന്തങ്ങൾ നിന്നെ അസ്വസ്ഥനാക്കരുത്. നിന്റെ തൊട്ടു മുൻപിലിരിക്കുന്ന ക്ലാർക്ക് എപ്പോഴും അസ്വസ്ഥനായിക്കൊണ്ട് ഇരിക്കണം. അയാൾ ഒരുപാട് കുടിക്കുമ്പോൾ എന്റെ തോളിലേക്ക് ചാഞ്ഞ് ഒരു കൊച്ചുകുട്ടിയെപ്പോലെ കരയും. "കോലിയ", ഞാൻ കൊല്ലപ്പെടാതിരുന്നതിൽ ക്ഷമിക്കുക. യുദ്ധസമയം മുഴുവൻ മുൻനിരയിൽ ഉണ്ടാകാൻ എനിക്ക് കഴിഞ്ഞില്ല..." അയാൾ എന്നോട് ക്ഷമിക്കാൻ പറഞ്ഞു. അയാൾക്ക് എപ്പോഴും എഴുതേണ്ടിവന്ന മരണവൃത്താന്തങ്ങളുടെ ആൾക്കാരോട് മൊത്തത്തിൽ അയാൾ ക്ഷമപറയുകയായിരുന്നു, എന്നോട് ക്ഷമ ചോദിച്ചു എങ്കിൽക്കൂടി.

ഞാൻ ഇപ്പോൾ എവിടെയാണെന്ന് ഊഹിക്ക്.

കുളിമുറിയിൽ.

ഓർക്ക്, ഡേവിഡ് രാജാവ് കുളിമുറിയിൽ വന്നതെങ്ങനെയെന്നും പെട്ടെന്ന് സ്വയം നഗ്നനായി കാണുകയും അവിടെ യാതൊന്നും ഇല്ലാതിരിക്കുകയും ചെയ്തു.

ഞാനും ഇപ്പോൾ നഗ്നയാണ്. ഇവിടെ ഒന്നും തന്നെ ഇല്ലതാനും.

ഞാൻ ഇവിടെ എന്റെ പൊക്കിളിനെത്തന്നെ കുറേ നേരമായി നോക്കിക്കൊണ്ട് കിടക്കുന്നു.

എന്തൊരു നല്ല ജോലി!

നിന്റെ പൊക്കിളിന്റവിടുത്തെ കെട്ട് ഞാനോർക്കുന്നു.

എന്റേത് ഒരു വളയമാണ്.

അമ്മയുടേതും ഒരു വളയമാണ്.

അവസാനമില്ലാത്ത ചങ്ങലയിലെ ഒരു വളയം. ഈ മോതിരവളയം കൊണ്ട് ഞാൻ ആളുകളുടെ വളയത്തെ തൂക്കി നിർത്തുന്നു എന്നായി മാറിയിരിക്കയാണ്. അങ്ങനെ അല്ലെങ്കിൽ ഈ ചങ്ങല വീണ്ടും നീളട്ടെ അല്ലേ? രണ്ടു വശത്തേക്കും. എല്ലാം അതിൽനിന്ന് കൊളുത്തിയിടപ്പെടുന്നു.

എന്റെ വയറിലെ ഈ കൊച്ചുവളയം ലോകത്തിന്റെ തന്നെ പൊക്കിൾക്കുഴിയാണ് എന്നത് വളരെ വിചിത്രമാണ്. അതിലൂടെ കടന്നുപോകുന്ന ഈ ചങ്ങല ലക്ഷക്കണക്കിന് അന്ധകാരവർഷങ്ങളുടെ വേഗതയിൽ എല്ലാ സൃഷ്ടികളും ചുറ്റും കറങ്ങുന്ന, അതിന്റെ അച്ചുതണ്ടാണ്.

അല്ല, അദ്ദേഹം നഗ്നനായിരുന്നിരിക്കണം, അവിടെ ഒന്നും ഇല്ലാതിരിക്കുകയും ചെയ്തു. എന്നാൽ ഈ വയറിലെ മൊട്ടിൽ എല്ലാ പ്രപഞ്ചസൃഷ്ടികളും തുടക്കം മുതൽ ഒടുക്കംവരെ ഉണ്ട്.

ഞാൻ മറ്റൊരുകാര്യം ഓർക്കുന്നതെന്തെന്നുവെച്ചാൽ ഞാൻ കുട്ടിയായിരുന്നപ്പോൾ എനിക്ക് ചിക്കൻപോക്സ് വന്നിരുന്നപ്പോൾ എന്റെ ശരീരം മുഴുവൻ ചെറിയ കുരുക്കൾ നിറഞ്ഞു. അപ്പോൾ അച്ഛൻ പറഞ്ഞു,

“നക്ഷത്രങ്ങൾ ഇതാ, നിന്നിൽ നിന്ന് പുറത്തു വന്നിരിക്കുന്നു.”

ഞാൻ എന്റെ വയറിലെ കുരുക്കൾ നക്ഷത്രസമൂഹമാണെന്നും പൊക്കിൾ ചന്ദ്രനാണെന്നും വിചാരിച്ച് ഒരു കളികളിച്ചു. വളരെ വർഷങ്ങൾക്കുശേഷം ആണ് പുരാതന ഈജിപ്തുകാരുടെ ആകാശദേവതയായ “നട്ട്” എന്റെ നക്ഷത്രക്കൂട്ടമായ ചിക്കൻപോക്സിനോടൊപ്പം താഴേക്കു വന്നതാണ് എന്ന് എനിക്ക് മനസ്സിലായത്.

ഇപ്പോൾ പെട്ടെന്ന് നമുക്ക് ഉണ്ടാകുന്ന കുട്ടി ഈ നക്ഷത്രകവചിതമായ ആകാശത്തിന് കീഴിൽ കൂടി ഇഴഞ്ഞു നടക്കണം എന്ന് എനിക്ക് തോന്നി. അതൊരു വിഡ്ഢിത്തരമാണോ? വളരെ വേഗത്തിലായോ?

കുളിക്കാനുള്ള ഈ ടബ്ബിൽ നമ്മൾ രണ്ടുപേരും ഒന്നിച്ചിരിക്കുന്നത് ഓർക്കാൻ തന്നെ ഒരു സുഖമാണ്. നീയും ഓർക്ക്, നമ്മൾ മുഖാഭിമുഖം ഞെരുങ്ങിയാണ് ഇരിക്കുന്നത്. ഞാൻ നിന്റെ കാല് എന്റെ മുടികൊണ്ട് കഴുകി, അതൊരു കുളിമുറിയിലെ ചവിട്ടിയാണെന്ന മട്ടിൽ. പിന്നെ നീ എന്റെ കാൽ എടുത്ത് വിരലുകൾ കടിച്ചു. ശരിക്കും എന്റെ അച്ഛനെപ്പോലെ. ഞാൻ തീരെ കുട്ടിയായിരുന്നപ്പോൾ അദ്ദേഹം എന്റടുത്തുവന്ന് ചിലപ്പോൾ മുരളുകയും പിന്നെ ഭീഷണിപ്പെടുത്തുകയും ചെയ്യുമായിരുന്നു.

"ഞാൻ നിന്നെ തിന്നാൻ പോവുകയാണ്."

എന്നിട്ട് എന്റെ കാൽവിരലുകൾ എടുത്ത് കടിക്കുമായിരുന്നു. അത് എന്നെ ഇക്കിളിയാക്കുകയും ഭയപ്പെടുത്തുകയും ചെയ്തു. അദ്ദേഹം അത് ശരിക്ക് കടിച്ചെടുത്താൽ എന്തു ചെയ്യും?

അതിനുശേഷം ഞാൻ നിന്റെ പുറകിലിരുന്ന് നിന്റെ കൈകൾക്കിടയിലൂടെ എന്റെ കാല് നീട്ടി. നീ അവ സ്പോഞ്ചുകൊണ്ട് സോപ്പിട്ട് തേച്ചുകഴുകി, കാൽ വിരലുകൾക്കിടയിലും സോപ്പിട്ട് ഉരച്ച് കഴുകി. അതെല്ലാം എനിക്ക് ഇഷ്ടമായി.

നീ എന്റെ എല്ലായിടത്തും സോപ്പുപത തേച്ചരീതി തന്നെ എനിക്ക് വളരെ ഇഷ്ടമായി. എന്റെ പ്രേമഭാജനമേ, നീ എന്താണ് ഇപ്പോൾ ഇവിടെ ഇല്ലാത്തത്, ഉണ്ടായിരുന്നെങ്കിൽ ഇവിടെ വെള്ളത്തിൽ താഴെ എന്റെ മിന്നുന്ന ചെറിയ സ്വർണ്ണ ആട്ടിൻരോമങ്ങൾ കാണാമായിരുന്നു.

ക്ഷമിക്കുക, ഞാനൊരു വിഡ്ഢിയാണ്.

നിനക്കറിയുമോ, ആറുമാസത്തിനും എട്ടുമാസത്തിനുമിടയിൽ ഒരു കുട്ടിക്ക് രോമം വളരുമെന്നും അത് പിന്നീട് കൊഴിഞ്ഞുപോകും എന്നും? മാസം മൂപ്പെത്താതെ പ്രസവിച്ച ഒരു ആൺകുട്ടിയെ അവർ എനിക്ക് കാണിച്ചു. ഹൊ! ഭയാനകം?

നിനക്കറിയുമോ, എന്തുകൊണ്ടാണ് ആളുകളുടെ രോമം കൊഴിഞ്ഞ് അവർ നഗ്നരാകുന്നത് എന്ന്! ഇന്നലത്തെ ക്ലാസ്സിൽ വെച്ച് അവർ പറഞ്ഞുതന്നു. എന്തായാലും രോമം ഒരു ഉപകാരപ്രദമായ സാധനമാണ്. ഒരു പൂച്ചയെ നോക്ക്! മൃദുവായ, സുഖകരമായ, ഭംഗിയുള്ള, ഉരുമ്മാൻ സുഖമുള്ളതുമായ ഒരു ജീവി. നിനക്ക് നഗ്നനായ ഒരു പൂച്ചയെ സങ്കല്പിക്കാനാകുമോ? എന്തൊരു ഭയങ്കരമായിരിക്കും! കാരണമെന്താണെന്നുവെച്ചാൽ വെള്ളപ്പൊക്കം ഉണ്ടായി. നോഹയെക്കുറിച്ച് അങ്ങനെ കുറേ കാര്യങ്ങൾ ഉണ്ടാക്കി, ശരിക്കും ഒരാളും രക്ഷപ്പെട്ടില്ല. എന്നാൽ ചില കുരങ്ങന്മാർ രക്ഷപ്പെട്ടു. കാരണം അവ വെള്ളത്തിൽ ജീവിക്കാൻ തുടങ്ങിയിരുന്നു. ആയിരക്കണക്കിന് വർഷങ്ങൾ നമ്മൾ വെള്ളത്തിലെ കുരങ്ങുകളായിരുന്നു. അതാണ് നമ്മുടെ മൂക്കുകൾ പൊന്തിനിൽക്കാതെ താഴ്ന്നു നിൽക്കുന്നത്. ഡോൾഫിനുകൾക്കും സീൽ മത്സ്യങ്ങൾക്കും അവരുടെ രോമങ്ങളും നഷ്ടമായി.

ഇത് ഞാനാണ്-വെള്ളത്തിലെ കുരങ്ങ്. ഇവിടെ ഇരുന്ന് നീ വരുന്നതും ഒന്നിച്ച് കുളിക്കുന്നതും സ്വപ്നം കണ്ടുകൊണ്ട് ഇരിക്കുന്നു.

ഞാൻ എന്നെത്തന്നെ നോക്കി വേവലാതിപ്പെട്ടു. കാരണം അനാവശ്യസ്ഥലങ്ങളിൽ ഒരുപാട് രോമം എനിക്കുണ്ട്. നീ പറഞ്ഞു നിനക്കത് ഇഷ്ടമായി എന്ന്. എന്നാൽ അത് എന്നെ അസ്വസ്ഥയാക്കണ്ട എന്നു കരുതി പറഞ്ഞതായിരിക്കുമെന്ന് ഞാൻ ചിന്തിക്കുന്നു.

പറയ്, എനിക്ക് ഇവിടെയും അവിടെയും താഴെയും ഒക്കെ കുറേ രോമങ്ങളുണ്ടെങ്കിൽ നിനക്ക് അത് ഇഷ്ടപ്പെടാനുള്ള സാധ്യത എങ്ങനെയാണ്?

ഞാൻ ഇവിടെ ഇരുന്ന് രോമം വലിക്കുന്ന ട്വീസേഴ്സ് എടുത്ത് രോമം പിഴുകാൻ തുടങ്ങി. അത് വേദനിച്ചു!

ട്വീസേഴ്സിനു പകരം രണ്ട് കക്കകൾ കൊണ്ട് ഒരു ഗുഹയിലെ പെൺകുട്ടി രോമം പിഴുതുമാറ്റുന്നത് ഞാൻ സങ്കല്പിക്കാൻ ശ്രമിച്ചു. അവൾ കക്ഷത്തിലെയും കാലുകളിലെയും രോമങ്ങൾ മൃഗത്തിന്റെ കൊമ്പോ, കൂർത്ത കല്ലോ ഉപയോഗിച്ച് ചുരണ്ടിക്കളയുന്നു.

യാങ്ക ഭാഗ്യവതിയാണ്. അവളുടെ രോമങ്ങൾ നിറം കുറഞ്ഞതും എല്ലായിടത്തും ചെറുതുമാണ്. എന്റെ പ്രിയപ്പെട്ടവനേ, ഞാൻ എന്തിനെക്കുറിച്ചാണ് സംസാരിക്കുന്നത്? എന്തുകൊണ്ടാണ് ഞാനിത് പറയുന്നത്? ഇവിടെ ഞാൻ വിഡ്ഢിത്തം സംസാരിക്കുന്നു, നീ അതെല്ലാം സഹിക്കുകയും ചെയ്യുന്നു.

യാങ്ക നിന്നോട് അന്വേഷണം പറയാൻ പറഞ്ഞിട്ടുണ്ട്. അവൾ ഇന്നലെ വിളിച്ചിരുന്നു. അവൾ എന്നോട് അവളുടെ പുതിയ മേലുദ്യോഗസ്ഥനെക്കുറിച്ച് പറഞ്ഞു. വളരെ തമാശയായിരുന്നു. ഒരു വൃദ്ധൻ അവളോട് പ്രണയം തോന്നി വിവാഹ അഭ്യർത്ഥന നടത്തിയത്രെ.

അയാൾ അവളോട് പറഞ്ഞു,

"എന്റെ പ്രിയപ്പെട്ട കുട്ടീ, ഞാൻ സ്ത്രീകളെ പ്രേമിക്കാൻ തുടങ്ങിയത് നിന്റെ അച്ഛനമ്മമാർ ജനിക്കുന്നതിനും മുമ്പ് തൊട്ടാണ്."

അയാൾ താഴെ മുട്ടിലിരുന്ന് അവളോട് വിവാഹ അഭ്യർത്ഥന നടത്തിയത് യാങ്ക കാണിച്ചുതന്നു. അവളുടെ കാലുകൾ പിടിച്ച് തന്നിലേക്കമർത്തിയിട്ടായിരുന്നു അത്. അവൾ അയാളുടെ കഷണ്ടിത്തലയിലേക്ക് നോക്കി. ഒരു വശത്ത് അവൾക്ക് അയാളോട് പാവം തോന്നി, അവൾക്ക് കരച്ചിൽ വന്നു. മറുവശത്ത് അവൾക്ക് കൈവിരൽകൊണ്ട് ഒരൊറ്റ തട്ടു കൊടുക്കാനാണ് തോന്നിയത്. അവൾ സ്വയം നിയന്ത്രിച്ചു!

അവൾ ന്യായമായും അയാളെ നിരസിച്ചു. എന്നാൽ ഒരു മെഡൽ നേടിയപോലെ അവൾ വെട്ടിത്തിളങ്ങി. അയാൾ ജീവിതകാലം മുഴുവൻ ഒരു കൊത്തുപണിക്കാരൻ ആയിരുന്നു. അയാൾ സിഗരറ്റ് കൂടുകളിലും വാച്ചുകളിലും ഒക്കെ ചെയ്ത കൊത്തുപണികളെപ്പറ്റി പറഞ്ഞ് അവളെ സന്തോഷിപ്പിച്ചു.

അയാൾ അവൾക്കുകൊടുത്ത സമ്മാനം എന്താണെന്ന് സങ്കല്പിച്ചു നോക്ക്! ഒരു മോതിരമിടാൻ പാകത്തിലുള്ള ഒരു കുഞ്ഞുപെട്ടിപോലെ ഉള്ളതായിരുന്നു അത്. അതിനുള്ളിൽ ഒരു അരിമണി ഉണ്ടായിരുന്നു! അവൾക്കായി ആ അരിമണിയിൽ അയാൾ എന്തോ എഴുതിയിരുന്നു. അയാൾ പറഞ്ഞു,

"എന്റെ പ്രിയപ്പെട്ട യാനോച്ക, ഇത് നിനക്കാണ്, എന്റെ ഏറ്റവും വിലപ്പെട്ടത്!"

പിന്നീട് വീട്ടിൽ വെച്ച് അവൾ വലുതായി കാണുന്ന ഗ്ലാസ്സെടുത്ത് അതുപയോഗിച്ച് അരിമണിയിൽ എന്താണ് എഴുതിയതെന്ന് വായിക്കാൻ ശ്രമിച്ചുവെങ്കിലും അരിമണി കയ്യിൽ നിന്ന് വീണ് കാണാതായി. അവൾ ഒരുപാട് തിരഞ്ഞു. എന്നാൽ കിട്ടിയില്ല. അതിനാൽ അയാൾ അതിൽ എന്താണ് എഴുതിയിരുന്നത് എന്ന് അറിയാൻ കഴിഞ്ഞില്ല.

അവരെല്ലാം എന്താണ് യാങ്കയിൽ കാണുന്നത്? അവൾക്ക് താഴത്തെ വരിയിൽ മുയലിനെപ്പോലെ വലിയ പല്ലുണ്ട്. വലിയ ചെവികളുമുണ്ട്. അവളതിനെ തന്റെ മുടിയിൽ ഒളിപ്പിക്കുന്നു.

ഞാനിത് മുറിയിൽ ഇരുന്ന് എഴുതുകയാണ്. കമ്പിളിപ്പുതപ്പിനുള്ളിൽ ചുരുണ്ട് കൊച്ചുകട്ടിലിൽ ഇരിക്കുകയാണ്. നീയാണ് ആദ്യമായി ഞാൻ സുന്ദരിയാണ് എന്ന് പറഞ്ഞത്. അച്ഛനെ ഒഴിച്ചാൽ, അതെ, തീർച്ചയായും. എന്നാൽ ഞാൻ അദ്ദേഹത്തെ വിശ്വസിച്ചില്ല. ഞാൻ അമ്മയെയാണ് അക്കാര്യത്തിൽ വിശ്വസിച്ചത്. "ഭയന്നമുഖമുള്ളവൾ" എന്നാണ് അവർ എന്നെ വിളിച്ചിരുന്നത്.

അവർ അവരുടെ ഡ്രാഗൺ ആലേഖനം ചെയ്തിരുന്ന ഒഴുകി ഇളകുന്ന ചൈനീസ് ഗൗൺ ആണ് ധരിച്ചിരുന്നത്. ഞങ്ങൾ ഒന്നിച്ച് ഇരിക്കാനും പതുക്കെ സംസാരിക്കാനുമായി ഞങ്ങളുടെ പഴയ, കുഴിഞ്ഞ സോഫ വലിച്ച് അടുപ്പിച്ചിട്ട് ലോകത്തെ എല്ലാ കാര്യങ്ങളെക്കുറിച്ചും സംസാരിച്ചു. എങ്ങനെ ഞാൻ ജനിച്ചു, ഉദാഹരണത്തിന് എനിക്ക് പുറത്തു വരാൻ വിഷമമായിരുന്നു, അതിനാൽ അവർക്ക് സിസേറിയൻ വേണ്ടിവന്നു. ഞാൻ അവരുടെ വയറിലെ വലിയ മുറിവിന്റെ പാടിൽ എന്റെ വിരൽകൊണ്ട് പതുക്കെ തൊട്ടു. ഞാനെവിടുന്നാണ് വന്നത് എന്ന് ആലോചിക്കുന്നതുതന്നെ രസാവഹമായിരുന്നു. ഇപ്പോഴും എനിക്കത് വിചിത്രമായി തോന്നുന്നു.

ആദ്യമായി സംസാരിക്കുംപോലെ ഞങ്ങൾ സംസാരിച്ചിരുന്നു.

"അത് ഭംഗിയായി നടക്കേണ്ടതായിരുന്നു", അവർ പറഞ്ഞു. "അത് അതിനർഹരായവർക്കു മാത്രമേ സാധിക്കുകയുള്ളൂ. അങ്ങനെ സംഭവിച്ചതിൽ ഒരിക്കലും ദുഃഖിക്കരുത് എന്നതാണ് പ്രധാനകാര്യം. ചിലപ്പോൾ നിങ്ങൾക്ക് അദ്ദേഹത്തെ കല്യാണം കഴിക്കാൻ സാധിച്ചില്ലെന്നിരിക്കും നിങ്ങൾക്ക് ഒന്നിച്ചു താമസിക്കാൻ പറ്റിയില്ലെന്നിരിക്കും. എന്തും സംഭവിക്കാം, ആ രാത്രി നീ പശ്ചാത്തപിക്കരുത് എന്നു മാത്രം."

ഞാൻ അച്ഛൻ പറഞ്ഞതിലധികം "ഭയന്ന മുഖം" എന്നതിൽ വിശ്വസിച്ചു. അവർ എന്നെ നിരന്തരം അവഹേളിക്കുകയും എനിക്ക് ഒന്നിനും ഒരു താത്പര്യവുമില്ലെന്നും വസ്ത്രം ധരിക്കുന്നതൊക്കെ മോശമായിട്ടാണെന്നും ഞാൻ വർത്തമാനം പറയുന്നതും ചിരിക്കുന്നതുപോലും മോശമായിട്ടാണ് എന്നും അവർ പറഞ്ഞിരുന്നു. എനിക്ക് എപ്പോഴും അവരുടെ അടുത്ത് ഞാൻ ഒരു കുറ്റവാളിയാണ് എന്നൊരു തോന്നലായിരുന്നു. അവർ എന്നോട് വളരെ കർശനക്കാരിയാണെന്നോ, വിരോധം കാട്ടുന്നുവെന്നോ ഒരിക്കലും എനിക്ക് ചിന്തിക്കാൻ കഴിഞ്ഞില്ല. അദ്ദേഹം എന്നിൽ നന്മകണ്ടു, അവർ കുറവുകളും.

അച്ഛൻ എന്നെ ഒരിക്കൽപ്പോലും അടിച്ചിട്ടില്ല. എന്നാൽ കുട്ടിക്കാലം തൊട്ട് ബെൽറ്റുകൊണ്ടുള്ള അടിയും മുഖത്ത് അടിയുമൊക്കെ അമ്മ പതിവാക്കിയിരുന്നു. ഒരു ദിവസം അവർ വാക്കേറ്റം നടത്തിയപ്പോൾ ഞാൻ പുറകെചെന്ന് അവരെ ചുറ്റിപ്പിടിച്ചു. എന്നാൽ അവർ ഗുളിക കഴിക്കാൻ വെള്ളമെടുത്തപ്പോൾ ഞാൻ അബദ്ധത്തിൽ അവരുടെ കൈമുട്ടിൽ തട്ടി. അവർ വെള്ളം സ്വന്തം മേലേക്ക് ഒഴിച്ചിട്ട് എന്റെ അടുത്തേക്ക് വന്ന് എന്നെ അടിക്കാൻ തുടങ്ങി. നിർത്താൻ അവർക്ക് കഴിഞ്ഞില്ല. അച്ഛൻ എന്നെ വലിച്ചുമാറ്റി.

എന്നെച്ചൊല്ലി അവർ തമ്മിൽ വാഗ്വാദമുണ്ടായി.

അച്ഛൻ നിലവിളിച്ചു,

"നീ എന്തിനാണ് എപ്പോഴും അവളെ പിടിച്ച് ഓരോന്നു ചെയ്യുന്നത്?"

അവർ പറഞ്ഞു,

"അല്ലെങ്കിൽ അവൾ വളരുമ്പോൾ എന്താകും?"

അവർ എവിടേക്കോ കുറച്ചുനാൾ പോയി വന്നപ്പോൾ ഞാനെല്ലാം വലിച്ചുവാരി ഇട്ടിരിക്കുന്നതു കണ്ടപ്പോൾ ബഹളമുണ്ടാക്കി. അടുത്ത പ്രാവശ്യം അവർ വരുമ്പോഴേക്കും ഞാൻ വീട് വൃത്തിയായും തിളക്കത്തോടെയും വച്ചു. എന്നാൽ അവർക്ക് അപ്പോഴും അസംതൃപ്തി ആയിരുന്നു. ശരിക്ക് പറഞ്ഞാൽ കുറച്ച് കൂടുതൽ. അവരില്ലാത്തപ്പോൾ ഞാനും അച്ഛനും കൂടി സുഖമായി ഇരുന്നുവെന്നും അവർ പോകുമ്പോഴും തികച്ചും സാധാരണമട്ടിൽ ജീവിതം മുന്നോട്ടു കൊണ്ടുപോയി എന്നും അവർക്ക് മനസ്സിലായിക്കാണണം.

അവർ എപ്പോഴും താൻ വായിച്ച ജീവിതത്തെക്കുറിച്ചുള്ള പുസ്തകങ്ങളിലെ ഓരോ കാര്യങ്ങളും ആവർത്തിച്ചുകൊണ്ടേ ഇരിക്കുമായിരുന്നു. ജീവിതം നോവലല്ല, അതിനാൽത്തന്നെ അത് ഒരു പാത്രം ചെറിപഴമല്ല, ജീവിതത്തിൽ നമുക്ക് തോന്നുന്നതൊന്നും ചെയ്യാൻ പാടില്ല, മൊത്തത്തിൽ നല്ല സമയമൊന്നും ജീവിതത്തിൽ ഉണ്ടാവില്ല എന്നൊക്കെ അവർ പറഞ്ഞു.

ഞാൻ പുറത്തുപോകുന്നത് അവർ ഇഷ്ടപ്പെട്ടില്ല. എന്റെ പെൺകൂട്ടുകാരെ അവർക്ക് ഇഷ്ടമല്ലായിരുന്നു. യാങ്കയെ അവർ വെറുത്തിരുന്നു.

എന്നെ സംബന്ധിച്ച എല്ലാ മോശം കാര്യങ്ങളും കൂട്ടുകാരികളിൽനിന്ന് കിട്ടിയതാണ് എന്ന് അവർ കരുതി.

അച്ഛൻ എപ്പോഴും എന്റെ കൂടെ നിന്നു.

"അവൾക്കും കൂട്ടുകാർ വേണമല്ലോ."

ഇതെല്ലാം അമ്മയുടെ കരച്ചിലിലും പറച്ചിലിലും അവസാനിച്ചു.

"നിങ്ങൾ എപ്പോഴും അവളുടെ കൂടെയാണ്."

ഞാനും അച്ഛനും തമ്മിലുള്ള ബന്ധം അവരും അച്ഛനും തമ്മിലുള്ള തിനേക്കാൾ ഗാഢമായിരുന്നുവെന്ന് അവർ വിചാരിച്ചു. ഞങ്ങൾക്ക് രണ്ടു പേർക്കും തോന്നിക്കാണും എന്റെ അച്ഛന് അവരേക്കാൾ എന്നോടാണ് കൂടുതൽ സ്നേഹം എന്ന്.

അവരിലുള്ളത് എന്താണ് എനിക്ക് ഇഷ്ടമല്ലാത്തത് എന്ന് ഒരു ദിവസം ഞാൻ തിരിച്ചറിഞ്ഞു. അവരുടെ ജീവിതത്തിൽ അവർ ചെയ്യുന്നതെല്ലാം ശരിയായിരുന്നു. അവർ ആഗ്രഹിച്ച അതേപോലെ എല്ലാം നടത്തി. അത് മറ്റൊരു വിധത്തിലാവാൻ സാധിക്കില്ലായിരുന്നു. അവർക്ക് എന്താണ് വേണ്ടത് എന്നും അത് എങ്ങനെ ലഭിക്കുമെന്നും അവർക്കറിയാമായി രുന്നു. അത് മരസ്സാമാനങ്ങളായാലും ശരി, മനുഷ്യരായാലും ശരി. സ്കൂൾജീവിതത്തിൽ അവർ തിളങ്ങിയ പെൺകുട്ടിയായിരുന്നു. അവരുടെ സ്ത്രീസുഹൃത്തുക്കളൊക്കെ അസഹനീയമായ രീതിയിലുള്ളവരായി രുന്നു. അവർ അവരോടൊക്കെ എങ്ങനെ ജീവിക്കണം എന്ന് പറഞ്ഞു കൊടുത്തു. ഉള്ളിൽ അവർക്ക് ഇവരോടൊക്കെ അവജ്ഞയായിരുന്നു. കാരണം അവർക്ക് നേരായ രീതിയിൽ ജീവിക്കാൻ കഴിഞ്ഞിരുന്നില്ല. അവരുടെ ജീവിതത്തെ സംബന്ധിച്ച എല്ലാം തെറ്റായിരുന്നു. അമ്മ എപ്പോഴും ഞങ്ങളുടെ അവധിക്കാല ഫോട്ടോകളുടെ ആൽബം നോക്കി ഇരിക്കുമായിരുന്നു. അവ സന്തോഷത്തിന്റെ ലോഗ് ബുക്കായിരുന്നു. അവരുടെ ഫോട്ടോ ആൽബങ്ങൾ എനിക്കും അച്ഛനും കൂടി ഇഷ്ടമാകു മെന്നവർ കരുതി. എന്നാൽ അതും നടന്നില്ല.

സിനിമകളിൽ അഭിനയിച്ചിരുന്ന അച്ഛന് അതിനുള്ള ക്ഷണം കുറഞ്ഞു വന്നു. അച്ഛനത് വിഷമമായി. തിന്നും കുടിച്ചും ഉല്ലസിക്കാൻ തുടങ്ങി. വീട്ടിൽ വെച്ച് അദ്ദേഹം മദ്യപിച്ചിരുന്നില്ല. എന്നാൽ വീട്ടിലേക്ക് കൂടുതലായി മദ്യപിച്ച് വരാൻ തുടങ്ങി.

ഞാൻ അച്ഛനോടു ചോദിച്ചു,

"അച്ഛൻ കുടിച്ചിട്ടുണ്ടോ?"

"ഇല്ല മുയൽക്കുട്ടീ, ഞാൻ അഭിനയിച്ചതല്ലേ!"

ദേഷ്യപ്പെട്ട് പറയുന്ന വാക്കുകൾ ഒരിക്കലും തിരിച്ചെടുക്കുവാനോ, മറക്കാനോ പറ്റില്ലെന്ന് അറിയാത്തതുപോലെ അച്ഛനും അമ്മയും വഴക്ക ടിച്ചു. പകുതി മനസ്സോടെയാണെങ്കിലും എല്ലാ ശക്തിയും സംഭരിച്ച് വഴക്കു കൂടുന്നവർക്ക് അറിയില്ല, സ്നേഹം ഓരോ പ്രാവശ്യവും കുറഞ്ഞു

കുറഞ്ഞ് ഒടുവിൽ ഇല്ലാതാകും എന്ന്. അല്ലെങ്കിൽ അവർക്ക് അറിഞ്ഞിട്ടും ഇങ്ങനെ ചെയ്യാതിരിക്കാൻ കഴിയില്ലായിരുന്നു.

ഞാൻ അവരിൽനിന്നും ഈ സ്നേഹമില്ലായ്മയിൽനിന്നും ഒക്കെ മാറി ഇരിക്കുമായിരുന്നു. കണ്ണാടിയായിരുന്നു ഏറ്റവും മോശമായിരുന്നത്. മുഖമില്ലാത്തത്, കൈകളില്ലാത്തത്. സൂര്യസ്നാനത്താൽപ്പോലും തവിട്ടു നിറമാകാത്ത, പുറത്തു വരുന്നുവെന്ന് തോന്നിച്ചാലും വരാത്ത, മുലകൾ ഇല്ലാത്തത്. അമ്മയ്ക്ക് ഇത്രയും ഭംഗിയും എനിക്കത് ഇല്ലാത്തതും എന്തു കൊണ്ടാണ് എന്നെനിക്ക് മനസ്സിലായില്ല. ഇങ്ങനെ ഒരു ചിന്തയുണ്ടാ യത് എത്ര വിചിത്രമാണെന്ന് ഞാൻ ചിന്തിക്കാറുണ്ടായിരുന്നു. അങ്ങനെ യായത് എത്ര ദൗർഭാഗ്യകരവുമാണ്.

യാങ്കയ്ക്ക് അവളുടെ ആദ്യത്തെ പ്രേമം എന്നോ തുടങ്ങിയിരുന്നു. രണ്ടാമത്തേതും മൂന്നാമത്തേതുമൊക്കെ എന്നോ ആയി. ഞാൻ വിചാ രിച്ചു ഒരിക്കലും എനിക്ക് ഒന്നും ഉണ്ടാവില്ല എന്ന്. ഭിത്തിയിലൊട്ടിച്ച കടലാസ് നോക്കി ഞാൻ നിശ്ശബ്ദം ഉറക്കെ കരഞ്ഞു.

പിന്നീടാണ് അയാൾ ഞങ്ങളുടെ വീട്ടിലേക്ക് വന്നത്. അച്ഛനും അയാളും ചെറുപ്പം തൊട്ടേ കൂട്ടുകാരായിരുന്നു. ഇപ്പോൾ അയാൾ ഒരു സിനിമാ സംവിധായകനായിരുന്നു. അയാൾ അച്ഛനെ സിനിമയിൽ ഒരു ഭാഗം അഭിനയിക്കാനായി കൊണ്ടുപോയി.

അയാൾക്ക് ഇളം മഞ്ഞ നിറത്തിലുള്ള മുടിയായിരുന്നു. അയാളുടെ കൺപീലികൾ നീണ്ട് തീയുടെ ചുവപ്പു നിറമുള്ളതായിരുന്നു. ഇളംമഞ്ഞ നിറത്തിൽ പൈൻ ഇലകൾ പോലെ കൂർത്തത്. അയാളുടെ മുടിയാകട്ടെ കട്ടിയിൽ അലങ്കോലപ്പെട്ട മട്ടിലുള്ളതായിരുന്നു. ചൂടുകാലത്ത് തീൻമേശ യ്ക്കരികിൽ അയാൾ ഷർട്ടിന്റെ ബട്ടനുകൾ ഊരുകയും ഷർട്ടിന്റെ കൈകൾ തെറുത്തു വെയ്ക്കുകയും ചെയ്തു. ഞാൻ അയാളുടെ ശക്ത മായ മസിലുകൾ കണ്ടു. തുറന്ന ഷർട്ടിന്റെ ഇടയിലൂടെ അയാളുടെ മാറിട ത്തിലെ കനത്ത ചുവന്ന രോമക്കൂട്ടം കണ്ടു. അയാൾ അപ്പോൾ വെയി ലത്ത് കടൽക്കരയിൽനിന്ന് വന്നതേയുള്ളൂ. ശരീരം തവിട്ടു നിറമല്ല, റോസ് നിറമാവുകയാണ് ചെയ്തത്.

അയാൾ ഇടയ്ക്കിടെ വരാൻ തുടങ്ങി. അച്ഛൻ അവർ രണ്ടുപേരും കൂടിയുള്ള തമാശ നിറഞ്ഞ ഫോട്ടോകൾ കാണിച്ചു. ഒരു ക്രോസ്ബാറിൽ തലകീഴായി തൂങ്ങിക്കിടക്കുന്ന ആ രണ്ടു കൊച്ചു പയ്യന്മാരെ നോക്കി ഞാൻ ഇങ്ങനെ ചിന്തിച്ചു, അച്ഛനാകും മുമ്പ് എന്റെ അച്ഛൻ എന്റെ അച്ഛൻ തന്നെ ആയിരുന്നുവോ? ആ മഞ്ഞ നിറത്തിലുള്ള മുടിയുള്ളയാൾ അയാൾ തന്നെയായിരുന്നുവോ? അതാരായിരുന്നു?

അയാൾ വയസ്സായിട്ടും വിവാഹം കഴിക്കാത്ത ഒരാൾ ആയിരുന്നു. അച്ഛനും അമ്മയും കൂടി അയാളെ കളിയാക്കിക്കൊണ്ട് പറയുമായിരുന്നു അയാളെക്കൊണ്ട് കല്യാണം കഴിപ്പിക്കുമെന്ന്. ഒരിക്കൽ അയാൾ പറഞ്ഞു,

“ഒരിക്കൽ നിങ്ങൾ ഒരു സ്ത്രീയുടെ മാറിടം കണ്ടാൽ നിങ്ങൾ അവരെ മുഴുവൻ കണ്ടതു മാതിരിയാണ്.”

അമ്മ അതിനെ എതിർത്തു. “സ്ത്രീകളുടെ മാറിടങ്ങൾ മഞ്ഞുകട്ടകൾ പോലെയാണ്, ഒന്നും മറ്റൊന്നുപോലെയല്ല.” അവർ എല്ലാവരും കൂടി ചിരിച്ചു. എനിക്ക് ഇതെല്ലാം തികച്ചും അപരിചിതമായും ഇഷ്ടക്കേടായും തോന്നി.

അയാൾ എന്നെ സാഷാ-ദി-സ്മാഷർ എന്നു വിളിച്ചു. അയാൾ അവിടെ ഉള്ളപ്പോൾ ഞാൻഎന്നെക്കുറിച്ച് വല്ലാതെ ബോധവതിയായി. അല്ലെങ്കിൽ അയാൾ ഉള്ളപ്പോൾ ഞാൻ എന്നെ വീണ്ടും രണ്ടാക്കിമാറ്റി. ഒരാൾ അവിടെ പേടിച്ച് ഇരിക്കുന്നവളും മറ്റേയാൾ ഒന്നിനെയും കൂസാതെ ഏറ്റവും ബുദ്ധിമുട്ടുള്ള സമയങ്ങളിൽ അപ്രത്യക്ഷമാകാൻ കഴിവുള്ളവളും.

അയാൾ എന്റെ മുറിയിൽ വന്ന് എന്റെ പുസ്തകത്തിന്റെ പുറം ചട്ടയിൽ നോക്കി ചോദിച്ചു,

“ട്രോയ്, ഇപ്പോൾ എങ്ങനെയുണ്ട്? ഇപ്പോഴും പിടികൂടാൻ പോവുകയാണോ? അതോ അവർ പിടികൂടിക്കഴിഞ്ഞോ?”

ഞാൻ ധൈര്യം സംഭരിച്ച് അയാൾ എന്തിനെക്കുറിച്ചാണ് സിനിമ എടുക്കുന്നത് എന്ന് ചോദിച്ചു. അയാൾ ഉത്തരം പറഞ്ഞു,

“ങ്ഹാ... ഉദാഹരണത്തിന് നീ പാല് കുടിക്കുന്നുവെന്ന് കരുതുക. വെളുത്ത പാല് നിന്റെ മേൽച്ചുണ്ടിലെ മൃദുരോമങ്ങളിൽ ആയി എന്നും കരുതുക. പുറത്തെ നിരത്തിൽ അവർ ഇതേക്കുറിച്ച് ‘സായാഹ്നവാർത്ത’യിൽ എഴുതി. ഒരു ബസ് ഒരുപാട് ആളുകൾ കാത്തുനിൽക്കുന്ന ബസ്സ്റ്റോപ്പിലേക്ക് ഓടിക്കയറി കുറേപ്പേർ മരണപ്പെട്ടു. പാല് പറ്റിയ രോമരാശിക്കും ആ മരണങ്ങൾക്കും തമ്മിൽ നേർക്കുനേരായ ഒരു ബന്ധമുണ്ട്. അതേപോലെ ലോകത്തുള്ള എല്ലാറ്റിനും തമ്മിൽ ഒരു ബന്ധമുണ്ട്.”

എനിക്ക് അയാളോട് കടുത്ത പ്രേമം തോന്നി.

അയാൾ വരുമ്പോൾ ഞാൻ പതുങ്ങിച്ചെന്ന് ആരും കാണാതെ അയാളുടെ നീണ്ട കോട്ടും വെള്ള സ്കർഫും തൊപ്പിയും മണക്കുമായിരുന്നു. അയാൾ എനിക്കറിയാത്ത ഏതോ യൂഡികൊളോൺ സെന്റ് പൂശുമായിരുന്നു. നല്ല സുഖമുള്ള മണമായിരുന്നു. രൂക്ഷമായതും പുരുഷത്വം നിറഞ്ഞതും.

എനിക്ക് ഉറങ്ങാൻ കഴിഞ്ഞില്ല. ഞാൻ പ്രേമത്തിനായി ദാഹിക്കുകയായിരുന്നു. ഞാൻ തലയിണയിൽ മുഖം പൂഴ്ത്തി രാത്രി മുഴുവൻ കരഞ്ഞു, എല്ലാ രാത്രിയിലും. എല്ലാ ദിവസവും എന്റെ ഡയറിയിൽ ഞാൻ എഴുതി, ഞാൻ നിന്നെ പ്രേമിക്കുന്നു, ഞാൻ നിന്നെ പ്രേമിക്കുന്നു, ഞാൻ നിന്നെ പ്രേമിക്കുന്നു. ഞാൻ പേജുകൾ നിറച്ചു.

ഇങ്ങനെയൊക്കെ ആയാൽ ഇതുകൊണ്ടൊക്കെ എന്തുചെയ്യണമെന്ന് എനിക്ക് അറിയാൻ കഴിഞ്ഞില്ല. അത് വളരെ വേദനാജനകമായിരുന്നു.

അമ്മ എല്ലാം കാണുകയും അവർ എന്നോടൊപ്പം വിഷമിക്കുകയും ചെയ്തു. അവർക്ക് എന്നെ എങ്ങനെ സഹായിക്കണമെന്ന് അറിഞ്ഞില്ല. അവർ എന്നെ കെട്ടിപ്പിടിക്കുകയും ആശ്വസിപ്പിക്കുകയും ചെയ്തു. ഞാൻ ഒരു കൊച്ചുകുട്ടിയാണ് എന്ന മട്ടിൽ എനിക്ക് എന്റെ വിവേകം തിരിച്ചു കിട്ടട്ടെ എന്ന വണ്ണം എന്റെ തലയിൽ അവർ കൈകൊണ്ട് തടവി.

"നീ ഇപ്പോഴും ഒരു കൊച്ചുകുട്ടിയാണ്. നിനക്ക് പ്രേമിക്കപ്പെടുവാനും അത് തിരിച്ചു നൽകാനും അതിയായ ആഗ്രഹമുണ്ട്. അതൊക്കെ നല്ലതുതന്നെ. എന്നാൽ ആരെയാണ് നിനക്ക് പ്രേമിക്കാൻ കഴിയുക? നിന്റെ ആൺസുഹൃത്തുക്കൾ ഇതാ ഇപ്പോൾ പാവ സൈനികരുമായി കളി നിർത്തിയിട്ടേയുള്ളൂ. അതുകൊണ്ടാണ് ഈ തലയിണയിലേക്കുള്ള കണ്ണീരും അസൂയയും സങ്കല്പിച്ചുകൂട്ടലും പകൽ സ്വപ്നങ്ങളും ജീവിതത്തോടുള്ള ഈ അമർഷവും ലോകത്തോടു മുഴുവനും സ്വന്തക്കാരോടുമൊക്കെയുള്ള ഈ ദേഷ്യവും ഒക്കെ. നിന്റെ സ്വന്തക്കാരാണ് എല്ലാറ്റിനും കാരണമെന്ന മട്ടിലാണത്. പിന്നെ നീ സ്വന്തമായി എല്ലാം കണ്ടുപിടിക്കാനും തുടങ്ങും."

പ്രേമിക്കാൻ ഇത് വളരെ നേരത്തെയാണെന്നും അതൊന്നും ഇപ്പോൾ ശരിയാവില്ല എന്നും അവർ എന്നെ വിശ്വസിപ്പിച്ചു. ഞാൻ വിതുമ്പിക്കൊണ്ട് ചോദിച്ചു,

"പിന്നെ എന്താണ് ശരിയായിട്ടുള്ളത്?"

അവർ പറഞ്ഞു,

"നോക്ക്, എന്നെയും അച്ഛനെയും പോലെ."

അച്ഛൻ എന്റെ മുറിയിൽവന്ന് കട്ടിലിന്റെ അറ്റത്തിരുന്ന് എന്തോ കുറ്റം ചെയ്ത മട്ടിൽ പുഞ്ചിരിച്ചു. അദ്ദേഹം സ്വയം കുറ്റപ്പെടുന്ന മട്ടിലായിരുന്നു അത്. എന്തോ വലിയ അസുഖം എനിക്ക് ഉണ്ടാവുകയും അദ്ദേഹത്തിന് എന്നെ സഹായിക്കാൻ കഴിയാതെ വരികയും ചെയ്തപോലെ. അദ്ദേഹം നെടുവീർപ്പിട്ട് ചോദിച്ചു,

"മുയൽക്കുട്ടീ, ഞാൻ നിന്നെ വളരെ സ്നേഹിക്കുന്നു. എന്താ അത് പോരേ?"

എനിക്ക് അവരോടൊക്കെ വളരെ സഹതാപം തോന്നി. ഞാൻ അയാൾക്ക് കത്തുകൾ എഴുതാൻ തുടങ്ങി. ഞാൻ എന്നും കത്തുകൾ എഴുതി. എന്ത് എഴുതണമെന്ന് എനിക്ക് അറിയില്ലായിരുന്നു. ഞാൻ ഓരോ ദിവസവും ഓരോ സാധനം കത്തിലൂടെ അയാൾക്ക് അയച്ചു. ഒരു ട്രാം ടിക്കറ്റ്, ഒരു കൊച്ച് തൂവൽ, ഒരു ഷോപ്പിംഗ് ലിസ്റ്റ്, ഒരു കഷ്ണം നൂല്, ഒരു പുൽനാമ്പ്, ഒരു ചുവന്ന വണ്ട്.

അയാൾ പല പ്രാവശ്യം മറുപടി അയച്ചു. അയാൾ മര്യാദയോടെ തമാശകൾ എഴുതി. പിന്നീട് അയാൾ എനിക്കും വിഡ്ഢിസ്സാധനങ്ങൾ അയയ്ക്കാൻ തുടങ്ങി. ഒരു പൊട്ടിയ ഷൂ ലേസ്, സിനിമയെപ്പറ്റി വിവരിക്കുന്ന ഒരു ചെറിയ ലേഖനം. ഒരിക്കൽ ഞാൻ കത്തിനുള്ളിൽനിന്ന് ഒരു കവർ പുറത്തെടുത്തപ്പോൾ ഒരു പേപ്പർ നാപ്കിൻ പുറത്തെടുത്തു.

തലേന്നു പറിച്ച ഒരു പല്ലായിരുന്നു അതിൽ ഉണ്ടായിരുന്നത്. എന്റെ ഭാഗത്തുനിന്നും ശരിക്കുള്ള പ്രേമമാണെങ്കിൽ അത് ശരിക്കും നല്ല രീതിയിൽ സംഭവിക്കും എന്ന് ആ പേപ്പർ നാപ്കിനിൽ എഴുതിയിരുന്നു. ആ പല്ല് ശരിക്കും ഭീകരമായിരുന്നു. എന്നാൽ ഞാൻ അതെടുത്ത് എന്റെ കവിളിനോട് ചേർത്തു.

ഒരു സമയത്ത് അയാൾ വന്ന് അടഞ്ഞ മുറിയിൽ വെച്ച് എന്റെ അച്ഛനോടും അമ്മയോടും കുറേ എന്തൊക്കേയോ സംസാരിച്ചു. അവർ എന്റെ മുറിയിൽ വന്നു. ജനാലയ്ക്കരികിൽ മരവിച്ചപോലെ ഞാൻ നിന്നു. അയാൾ അടുത്തുവരാൻ നോക്കി എങ്കിലും ഞാൻ കർട്ടൻ വലിച്ചിട്ട് അതിനു പിന്നിൽ ഒളിച്ചു.

അയാൾ പറഞ്ഞു, "സാഷാ-ദി-സ്മാഷർ, എന്റെ പ്രേമരോഗിയായ പെൺകുട്ടീ! ഇതുപോലെ ഒരു രാക്ഷസനോട് നിനക്ക് എങ്ങനെ പ്രേമം തോന്നി? നീ ശ്രദ്ധിക്ക്, നിന്നോട് ചില പ്രധാന കാര്യങ്ങൾ വിശദമായി പറയാനുണ്ട്. കർട്ടനു പിന്നിൽ നിന്നാലും നിനക്ക് എല്ലാം മനസ്സിലാവുന്നുണ്ട് എന്ന് എനിക്ക് ഉറപ്പാണ്. നീ എന്നെ സ്നേഹിക്കുന്നില്ല, നീ എന്നെ സ്നേഹിക്കുന്നുണ്ട്. ഇത് തികച്ചും വ്യത്യസ്തമായ രണ്ട് കാര്യങ്ങളാണ്."

അയാൾ പോയി.

ഞാൻ അവിടെ ഉണ്ടായിരുന്ന അത്രയും കാലം പിന്നീട് ഒരിക്കലും അയാൾ അവിടെ വന്നില്ല. എന്റെ കത്തുകൾക്ക് മറുപടിയും തന്നില്ല.

ഒരു ദിവസം ഞാൻ സ്കൂളിൽ മടി കാരണം പോയില്ല. ഞാൻ മഴയത്ത് തെണ്ടി നടന്നു, സ്വർഗ്ഗത്തിൽനിന്നുള്ള കൊട്ടിച്ചൊരിയലാണെന്ന് ശ്രദ്ധിക്കാതെ, പശുക്കൾ നടക്കുംപോലെ അശ്രദ്ധയോടെ മഴയത്ത് നടന്നു.

എന്റെ സ്കർട്ടിന്റെ പോക്കറ്റിൽ എന്റെ കൈക്കുള്ളിൽ അയാളുടെ പല്ല് ഉണ്ടായിരുന്നു.

മൂക്കിൽ അടിച്ചുകയറിയ ചവറ്റുകുട്ടയിലെ കത്തിയമർന്ന നാറ്റമാണ് ഞാൻ ഓർക്കുന്നത്. ഒരു ഫോട്ടോ എടുക്കുന്നയാൾ മണ്ണു നിറഞ്ഞ ജനാലയുടെ ഫ്രെയ്മിനുപകരം പുതുതായി വിവാഹം കഴിച്ച ആളുകളുടെ ഫോട്ടോയിൽ മധുരം വാരി വിതറിയപോലെ ആക്കിമാറ്റുന്നതുപോലെയായിരുന്നു അത്.

മഴയത്ത് എന്റെ എല്ലുവരെ കോച്ചുകയും തൊലി നനഞ്ഞ് കുതിരുകയും ചെയ്തു. ഞാൻ വീട്ടിലേക്ക് ഭാരിച്ച കാലടികളോടെ നടന്നു.

ഞാൻ വീടിന്റെ വാതിൽ തുറന്നു. ആരുടെയോ ഒരു കുട അവിടെ തുറന്ന് കിടന്നിരുന്നു.

എനിക്ക് ഹാളിൽനിന്ന് വളരെ പരിചിതമായ മണം മൂക്കിലടിച്ചു. വലിയ കോട്ടും വെള്ള സ്കാർഫും തൊപ്പിയും ഹാളിലെ സ്റ്റാന്റിൽ തൂങ്ങിക്കിടന്നു.

ഞാൻ കുളിമുറിയിൽ വെള്ളം ഒഴുകുന്ന ശബ്ദംകേട്ടു.

കിടപ്പുമുറിയുടെ വാതിൽ തുറന്ന് അമ്മ പാറിപ്പറന്ന തലമുടിയുമായി പുറത്തേക്ക് വന്ന് നോക്കി. ഡ്രാഗണുകൾ നിറഞ്ഞ അവരുടെ ഗൗൺ അവർ വലിച്ചു താഴ്ത്തി. അവർ ഭയത്തോടെ എന്നോട് ചോദിച്ചു,

"സാഷ, എന്തുപറ്റി? നീ ഇവിടെ എന്താ ചെയ്യുന്നത്?"

എന്റെ സാഷൻകാ,

ഇന്ന് രാവിലെ പ്രധാനികളിൽ പ്രധാനിയും സൈന്യാധിപന്മാരിലെ സൈന്യാധിപനുമായ ആൾ എന്നോട് തന്റെ മുന്നിലെത്താൻ നിർദ്ദേശിച്ചു കൊണ്ട് പറഞ്ഞു,

"ഇരിക്ക്, ഒരു ഉത്തരവ് എഴുത്."

ഞാൻ ഇരുന്ന് എഴുതി.

"സഹോദരന്മാരേ, സഹോദരിമാരേ, സൈനികരായ ആൺകുട്ടികളേ! കരാറുകാരേ, സമാധാനപാലകരേ, ചതിച്ച് കൊല്ലുന്നവരേ! പിതൃരാജ്യം മഴയിലെ ഒപ്പുകടലാസ്സുപോലെ അനൈക്യത്തിൽ കഴിയുകയാണ്. പിൻവാങ്ങാൻ ഒരു വഴിയുമില്ല! ഒരു അടിപോലും പുറകോട്ടില്ല! അയ്യാ... അങ്ങോട്ട് നോക്ക്! നീ അവളുടെ ഉന്തി നിൽക്കുന്ന ഭാഗം കണ്ടോ? അല്ല, അതല്ല! അവൾ അതാ ഒരു മൂലയിലേക്ക് മാറിക്കഴിഞ്ഞു. ഉന്തിനിൽക്കുന്ന ഭാഗം വെട്ടിക്കളയ്. ശരി, നമ്മൾ എവിടെയായിരുന്നു? ആങ്... അതെ, ശരിയാണ് അത്. മുടിയുടെ ശിരോലങ്കാരഭാഗത്ത് മുടിപ്പിന്നലുകളിലേക്ക് വിഗ്ഗുകൾ തുന്നിച്ചേർക്കുന്നത് മുടിയുടെ അലങ്കാരഭാഗമായ തലയുടെ മധ്യഭാഗത്താണ്. പിന്നീട് പിന്നലിൽ റിബ്ബൺ കൊണ്ട് കെട്ടിവയ്ക്കും. ഒരു കൃത്രിമമുടിയും വെയ്ക്കില്ല. ഓരോ ആളും അവരുടെ ചെന്നിഭാഗം ഒരേരീതിയിൽ വെട്ടി വൃത്തിയാക്കണം, ഇപ്പോൾ സൈന്യവിഭാഗത്തിൽ വികസിപ്പിച്ചെടുത്തതുപോലെ. നീണ്ട പ്രാവിൻചിറകുമാതിരി, എന്നാൽ വൃത്തിയാക്കി പുറകിലേക്ക് ചീകി ഒതുക്കിവെച്ചത്. അങ്ങനെ ആയാൽ മഞ്ഞുപാളി പോലും വീഴില്ല. തണുത്തുറഞ്ഞ കാലാവസ്ഥയിൽ ചെവി മൂടാൻ പാകത്തിൽ വീതിയിൽ ഉണ്ടാകണം. ഈ പരിശീലനങ്ങൾ പുരുഷ ന്മാരെ മടിയിൽ നിന്ന് രക്ഷിക്കും. അതാണ് എല്ലാ സൈനികരുടേയും ബോധപൂർവ്വമായ നടപടിക്രമങ്ങൾ. ഒരു സൈനികനെ സ്ഥിരമായി പരി ശീലിപ്പിക്കാൻ പറ്റിയ ഒരു കാരണമാണിത്. ബൂട്ടുകൾ ഓരോ ആൾക്കും ശരിക്കുള്ള അളവിൽ ആയിരിക്കണം. കൂടാനോ, കുറയാനോ പാടില്ല. തണുത്തുറഞ്ഞ കാലാവസ്ഥയിൽ വൈക്കോലോ, നാരുപോലുള്ള തുണി കളോ അവയ്ക്കുള്ളിൽ വെയ്ക്കണം. തീരെ കുറച്ചാകരുത്. ഉരഞ്ഞ് കാല് കേടുവരുത്തരുത്. സൈനികന് കവാത്ത് ചെയ്യുമ്പോൾ പലപ്പോഴും ഒന്നി ച്ചാകാൻ കഴിയില്ല, ഓടാനും കഴിയില്ല. എന്നാൽ കാലിൽ നേരെ ഇരി ക്കാൻ കഴിയണം. എല്ലാം എപ്പോഴും കുറ്റമറ്റ നിലയിൽ കേടുപാടുകൾ തീർത്ത് സൂക്ഷിക്കണം, വൃത്തിയാക്കി, ഗ്രീസിട്ട് ദിവസവും ഓരോ കാലിൽനിന്ന് മറ്റേ കാലിലേക്ക് മാറ്റി ചെയ്യണം. എന്നാലത് കവാത്ത് നടത്തുമ്പോഴും മറ്റും കേടുവരില്ല.

ഷേവിങ് അവഗണിക്കാനാവാത്തതാണ്. കാര്യങ്ങൾ പതുക്കെ മനസ്സിലാക്കുന്നവർക്കായി ഞാൻ വിവരിക്കുന്നു; കാലാൾപ്പടയിലുള്ളവർ താടി വെയ്ക്കുന്നത് തോൽക്കുന്ന ഒരു വികാരമാണ് ഉണ്ടാക്കുക. കാരണം അവർക്ക് അതിൽ പിടിച്ചുവലിച്ച് അനായാസമായി നിങ്ങളെ തോൽപ്പിക്കാനാവും. നമ്മൾ നാളെ പടപുറപ്പെടുകയാണ്. നമ്മുടെ പാത നീളമേറിയതാണ്. രാത്രി ചെറുതാണ്. കാർമേഘങ്ങൾ ഉറങ്ങുകയാണ്. സ്വന്തം ധൈര്യത്താൽ ലോകം മുഴുവൻ പേരുകേട്ട നമ്മുടെ സുഹൃദ്രാജ്യമായ പ്രെസ്റ്റർ ജോണിന്റെ രാജ്യത്തിലേക്കാണ് നമ്മൾ ആദ്യം പടനീക്കം നടത്തുക. "സായാഹ്ന വാർത്ത"യിൽ പറയുന്നത് പരസ്പരം ഉണ്ടായ ഒരു യുദ്ധത്തിൽ അദ്ദേഹം ചെങ്കിസ്ഖാനെ തോല്പിച്ചു എന്നാണ്. ഒരു യുദ്ധഭൂമി എന്നാൽ ബുദ്ധിമുട്ടുള്ള, കാടുകയറിയ സ്ഥലങ്ങളിൽവെച്ച് പ്രാകൃതമായതാണ്.

സൈന്യവിഭാഗങ്ങൾക്ക് ഉത്തരവു നൽകുന്നവരും അണിനിരന്ന സേനാവിഭാഗങ്ങൾക്ക് ഉത്തരവു നൽകുന്നവരുമായ മാന്യരോട് വളരെ കർശനമായി ഞാൻ ശുപാർശ ചെയ്യുകയാണ്, തങ്ങളുടെ കീഴിലുള്ളവർ. നമ്മൾ ഗ്രാമങ്ങളിലൂടെയും മദ്യശാലകൾക്ക് മുന്നിലൂടെയും കടന്നുപോകുമ്പോൾ അവർ തകർക്കപ്പെടരുത് എന്നാണ്. നിങ്ങൾ നന്നായി വ്യാഖ്യാനിച്ച് അവരിൽ മതിപ്പുളവാക്കണം. നാട്ടുകാരോട് നന്നായി ഇടപഴകണം. ആളുകളുടെ മനസ്സിനെ വിഷമിപ്പിച്ച് ക്രൂരരായ കൊള്ളക്കാർക്കു ലഭിക്കുന്ന മതിപ്പ് മേടിച്ചു കൂട്ടുന്നത് ഒട്ടും ബുദ്ധിപരമല്ല. വീടുകളിലേക്ക് കടന്നുചെല്ലരുത്. ദയ യാചിക്കുന്ന ശത്രുവിനെ ശിക്ഷിക്കരുത്. ആയുധമില്ലാത്ത ശത്രുവിനെ കൊല്ലരുത്. സ്ത്രീകളോട് കലഹിക്കരുത്. പ്രായപൂർത്തിയാകാത്തവരെ സ്പർശിക്കരുത്. ബുള്ളറ്റുകൾ പ്രയോഗിക്കണമെങ്കിൽ ശത്രുവിനെ മാത്രം ഉന്നം വെച്ച് കൊല്ലുക. നമുക്ക് ഇടയിലെ കൊല്ലപ്പെട്ടവർക്കും ജീവിച്ചിരിക്കുന്നവർക്കും സ്വർഗ്ഗരാജ്യത്തിൽനിന്നുള്ള അനുഗ്രഹം-സ്തുതി! പേടിത്തൊണ്ടന്മാരെയും ഭയപ്പെടുത്തുന്നവരെയും അപ്പോൾത്തന്നെ പുറത്താക്കണം. യുദ്ധത്തിനായി എന്നെ പിന്തുടരുക, ഹുറേ! കാഞ്ചി വലിക്ക്, കാഞ്ചിവലിക്ക്, ആക്രമിക്കുക! കുന്തമുനയുള്ള തോക്കുകൾ മുന്നിലുണ്ടാവണം. കുത്തുക, വെടിവയ്ക്കുക, അവരെ തീർക്കുക! എവിടെയെന്നുവെച്ചാൽ അവിടെ അവരെ ഉപേക്ഷിക്കുക! നമ്മൾ കൊല്ലും. ഉപേക്ഷിക്കും ഒരുപാട് പേരെ പിടികൂടും! പിന്തുടരുക, കുത്തുക! വെട്ടുക, അടിക്കുക! എറിയുക! യുദ്ധം ചെയ്യുക! ചവറാക്കുക! നാശം വിതയ്ക്കുക! നരകമാക്കുക!"

അയാൾ ശ്വാസം കഴിക്കാൻ പാടുപെട്ടു. ഷർട്ടിന്റെ ബട്ടൻ അഴിച്ച് ജനാലയുടെ അടുത്തേക്ക് നടന്നു. കർട്ടനിൽ അയാളുടെ ഒട്ടിപ്പിടിച്ച വിയർപ്പ് തുടച്ചു. അയാൾ പോക്കറ്റിൽനിന്ന് സിഗരറ്റ് കൂട് എടുത്തു. മൂടിയിൽ ഒരു "പാപ്പിറോസ" താളം കൊട്ടി. നനഞ്ഞ തീപ്പെട്ടിക്കൂടിൽ നിന്ന് കൊള്ളിയെടുത്ത് ആദ്യം കത്തിച്ചു, പിന്നെ മറ്റൊന്ന്. മൂന്നാമത്തേതു കൊണ്ട് ശരിക്കും കത്തിച്ചു. ആഞ്ഞ് വലിച്ച് ഒരു പുകയെടുത്തു. തുറന്ന ജനാലയിലൂടെ കട്ടികൂടിയ പുക പുറത്തുവിട്ടു.

ഇതുപോലെ മുമ്പും നടന്നിട്ടുണ്ട് എന്നൊരു തോന്നൽ ചെറിയൊരു നിമിഷത്തേക്ക് അയാൾക്കുണ്ടായി. മഷി പുരണ്ട ഈ കൊച്ചു ചെറുപ്പക്കാരൻ അയാളുടെ മരിച്ചുപോയ സ്വന്തം മകനായി തോന്നുകയും ഈ മുറിയിൽ ഇതേപോലെ ഇരുന്നത് അയാൾ ഓർക്കുകയും ചെയ്തു. ചുണ്ടിലെ പാൽപ്പത വറ്റാത്ത, സ്ത്രീകൾ അപ്പോഴും അപ്രാപ്യരായവൻ. വാല് മുറിഞ്ഞുപോയ ആ ചായപ്പാത്രവും മുമ്പ് അവിടെ ഉണ്ടായിരുന്നു. എല്ലാം ശരിക്ക് അതേപോലെ ഇരുന്നു അപ്പോൾ. വരൾച്ചയിൽ ചിക്കൻ പോക്സ് പിടിച്ചതുപോലെ ചെറിയ കുരുക്കൾ ഉള്ള ചുവന്ന ചെറിയ പൂക്കളുള്ള വാൾപേപ്പറിന്റെ പശ്ചാത്തലത്തിൽ ഉണക്കമീനുകൾ കോർത്ത് ജനാലപ്പടിയിലെ കൊളുത്തിൽ തൂക്കിയിട്ടിരുന്നു. ആ വഴി പോയ ഒരാൾ കാലുകൾ ഇഴച്ചുവലിച്ച് നടന്നിരുന്നു. അയാളുടെ പോക്കറ്റിൽ നിറയെ മദ്യക്കുപ്പികളായിരുന്നു. എതിരെയുള്ള ചിഹ്നം മണ്ണുപയോഗിച്ച് ആരോ തിരുത്തി 'ARMY STORES' എന്നതിനെ 'AMYSCORES' എന്നാക്കി മാറ്റിയിട്ടുണ്ടായിരുന്നു. ചുറ്റുവട്ടത്തു നിന്നെവിടെനിന്നോ ഒരു കുട്ടി വളച്ചുകെട്ടിയ വേലിക്കരികിൽ നിന്നും കമ്പുകൊണ്ട് അടിക്കുന്ന ശബ്ദം കേട്ടു.

താടിരോമങ്ങളിലൂടെ കയ്യോടിച്ചപ്പോൾ അയാൾ കുറ്റിരോമങ്ങളുടെ മർമ്മരശബ്ദം കേട്ടു. ഇത് തീർച്ചയായും മുമ്പ് സംഭവിച്ചിട്ടുണ്ട്, അയാൾ അതിലൂടെ വിരലോടിക്കുക, അത് മർമ്മരശബ്ദമുണ്ടാക്കുക!

ഇപ്പോൾ നടക്കുന്നത് ജീവിതത്തിന്റെ പുസ്തകത്തിൽ മുമ്പു നടന്നിട്ടുള്ളതാണെന്ന തോന്നൽ പ്രതിഫലിപ്പിച്ചിരുന്നു. തീർച്ചയായും ഇതെല്ലാം ഒരിക്കലേ എഴുതിയിട്ടുണ്ടാവുകയുള്ളൂ. എപ്പോൾ ആരെങ്കിലും ഒരാൾ ഒരു പേജ് വായിക്കുമ്പോൾ അത് മുമ്പും വായിച്ചിട്ടുണ്ട് എന്ന തോന്നൽ ഉണ്ടെങ്കിൽ, എങ്കിൽ അത് ജീവിതത്തിലേക്ക് തിരിച്ചു വന്നതാണ്.

അത് എല്ലാം വീണ്ടും ജീവസ്സുറ്റതായി; വളച്ചുകെട്ടിയ വേലിയിലെ കമ്പും ജനാലപ്പടിയിലെ കൊളുത്തിൽ തൂങ്ങിക്കിടക്കുന്ന ഉണക്കമീനുകളുടെ മണവും കുറ്റിരോമങ്ങളുടെ മർമ്മരവും വാലുപൊട്ടിയ ചായപ്പാത്രത്തിൽ നിറച്ച ചായയും അപ്രാപ്യരായ സ്ത്രീകളും ഒക്കെ.

ഈ നിമിഷം ഈ വരികൾ വായിക്കുന്ന ആരെങ്കിലും ഉണ്ടെങ്കിൽ വളരെ ലളിതമായി പറയാം, അതുകൊണ്ടാണ് മുമ്പുനടന്നിട്ടുണ്ട് എന്ന തോന്നൽ ഉളവാകുന്നത്.

അയാൾ തട്ടിവിട്ട ചാരം ജനാലയിലൂടെ അന്തരീക്ഷത്തിൽ പാറി നടന്നു.

അയാൾ ചവർപ്പുള്ള തണുത്ത ചായ പൊട്ടിയ വാലുള്ള ചായപ്പാത്രത്തിൽനിന്ന് എടുത്തു കുടിച്ചു. ഷർട്ടിന്റെ കയ്യിൽ ചുണ്ട് തുടച്ചു.

കേട്ടെഴുത്ത് തുടർന്നു.

"മൂന്നാമത്തേതായി എല്ലാറ്റിലും വെച്ച് ഏറ്റവും പ്രധാനമായത്, ആവശ്യമില്ലാതെ ആരെയും കൊല്ലരുത് എന്നാണ്. നമ്മെപ്പോലെ അവരും

മനുഷ്യരാണ്. കുട്ടികളേ, ഇത് ബുദ്ധിമുട്ടുള്ള കാര്യമാണ്. നമുക്ക് ലോകത്തിന്റെ അറ്റം വരെ ഒരുപാട് ദൂരം പോകേണ്ടതുണ്ട്. അലക്സാണ്ടർ ദി ഗ്രേറ്റ് പോയതിനേക്കാൾ വേണ്ടിവരും. അദ്ദേഹം അതിർത്തിവരെയേ എത്തിയിരുന്നുള്ളൂ. അവിടെ ഒരു മാർബിൾ സ്തൂപം നിർമ്മിച്ച് ഇങ്ങനെ എഴുതി, “ഞാൻ അലക്സാണ്ടർ, ഈ സ്ഥലം വരെ എത്തി.” നിങ്ങൾ എന്നെ വിശ്വസിക്കുന്നില്ലേ? ഞാനത് കാണിച്ചുതരാം. അവിടെയുണ്ടായിരുന്ന കള്ളിമുൾച്ചെടികൾ കൂർത്ത മുള്ളുകളുള്ളതായിരുന്നു. ആളുകളാവട്ടെ നഗ്നരും ആയിരുന്നു. അലക്സാണ്ടർ ദ ഗ്രേറ്റ് അവരെകണ്ട് അതിശയം കൂറി ചോദിച്ചു: “നിങ്ങൾക്ക് എന്താണ് ആഗ്രഹം, ഞാനത് സാധിച്ചുതരാം!,” അവർ അദ്ദേഹത്തോട് പറഞ്ഞു, “ഞങ്ങൾക്ക് അമരത്വം തരിക, ഞങ്ങൾ അതാണ് ഏറ്റവും ആഗ്രഹിക്കുന്നത് എന്നുമാത്രമല്ല, മറ്റൊന്നും ഞങ്ങൾക്ക് ആവശ്യവുമില്ല.” എന്നാൽ അലക്സാണ്ടർ അവരോട് പറഞ്ഞു, “ഞാൻ മരണമുള്ളവനാണ്. പിന്നെ എങ്ങനെ നിങ്ങൾക്ക് അമരത്വം നൽകാൻ കഴിയും?” അവർ അദ്ദേഹത്തോട് പറഞ്ഞു, “താങ്കൾ മരണമുള്ളവനാണെങ്കിൽ ലോകം മുഴുവൻ ഇങ്ങനെ അലഞ്ഞുനടന്ന് ഇത്രയും ക്രൂരത കാട്ടുന്നതെന്തിനാണ്?” നോക്കുക, എത്ര മിടുക്കരായിരുന്നു ആ മനുഷ്യരെന്ന്.

നിങ്ങൾ ഒന്ന് തിരിഞ്ഞാൽ വെടിയുണ്ട നിങ്ങളുടെ തലയ്ക്ക് പിന്നിൽ തറയ്ക്കും. നമുക്ക് ആദ്യം തീവണ്ടിമാർഗ്ഗവും പിന്നീട് കടൽമാർഗ്ഗവും സഞ്ചരിക്കാം. പട്ടികളുടെ മുഖമുള്ള ആൾക്കാരെ കണ്ടാലുടൻ നമുക്ക് തീരുമാനിക്കാം നമ്മൾ എത്തിച്ചേർന്നുവെന്ന്. നമ്മൾ തുഴകൾ കയ്യിൽ പിടിക്കുമ്പോൾ ഏതു തരത്തിലുള്ള കുന്തങ്ങളാണ് നമ്മൾ പിടിച്ചിരിക്കുന്നത് എന്ന് അവർ ചോദിക്കും. അവിടെ ആ പ്രദേശത്ത് പൊതുവായ ഒരു വ്യഭിചാരകേന്ദ്രവും ഭീരുക്കളായ ആണുങ്ങളും വെറുപ്പിക്കുന്ന ഒരുപാട് മറ്റ് കാര്യങ്ങളുമുണ്ട്. അതുകൊണ്ട് എപ്പോഴും കാവൽക്കാരനോട് ജാഗ്രതയായി ഇരിക്കുവാൻ പറയുക! ഞങ്ങൾക്ക് സമാധാനം ഒരു നടപടിക്രമമാണ്. അവർക്കാകട്ടെ അത് അതിന്റെ ഫലവും. അവർ വിചാരിക്കുന്നു വിജ്ഞാനം എന്നാൽ ഓർമ്മിക്കൽ ആണെന്ന്. എല്ലാവർക്കും സ്വന്തം ഭാവി അറിയണം, എന്നാൽ അയാൾ സ്വന്തം ജീവിതം തന്നെയാണ് ജീവിക്കുന്നത്. അതിനാൽ പ്രേമിക്കുന്നവർ തമ്മിലാണെങ്കിൽ അവർ തമ്മിൽ അറിയുന്നതിനുമുമ്പുതന്നെ പ്രേമിക്കുകയും സംസാരിക്കുകയും ചെയ്യുന്നു എന്നതായി അത് മാറുന്നു. അവർ അവർക്കായി പ്രാർത്ഥിക്കാറില്ല. കാരണം നമ്മൾക്കറിയില്ല എന്തിലാണ് നല്ലത് എന്ന്. അവരുടെ ദൈവങ്ങൾ ഒരുപാടുണ്ട്; പക്ഷികൾ, മരങ്ങൾ, മേഘങ്ങൾ, കുളങ്ങൾ, സൂര്യാസ്തമയങ്ങൾ പിന്നെ നമ്മളും. മറ്റ് ലോകങ്ങളുടെ നിലനില്പിനെക്കുറിച്ചുചോദിച്ചാൽ അവ സംശയകരമാണ്. എന്നാൽ കാണാൻ കഴിയുന്നതല്ലാത്ത ഒന്നും നിലനിൽക്കുന്നില്ല എന്നു സമർത്ഥിക്കാനായി അതിനെ ഭ്രാന്തൻ ഭാവനകളാക്കി മാറ്റും.

നിലനിൽക്കാത്തതായി ഒന്നുമില്ല, ഈ ലോകത്തും മറുലോകത്തും ഭൂമിയിലെ എല്ലാ സാധനങ്ങൾക്കും രണ്ട് ഘടകങ്ങൾ ഉണ്ട്. സൂര്യ

പിതാവും ഭൂമിമാതാവും. അവർ വായുവിനെ ആകാശത്തിലെ സാന്ദ്രത കുറഞ്ഞ ഭാഗമായും അഗ്നിയെ സൂര്യനിൽനിന്ന് ഉദ്ഭവിച്ചതായും കാണുന്നു. കടൽ ഭൂമിയുടെ വിയർപ്പും ആകാശവും ഭൂമിയും തമ്മിൽ ബന്ധിപ്പിക്കുന്ന ഒരു കണ്ണിയുമാണ്, ജീവനുള്ളവയിൽ രക്തം ശരീരത്തെയും ആത്മാവിനെയും ഒന്നിപ്പിക്കുന്നതുപോലെ. ലോകം ഒരു വലിയ ജീവിയാണ്. നമ്മുടെ വയറ്റിൽ പുഴുക്കൾ ജീവിക്കുംപോലെ നാം അതിന്റെ വയറ്റിനുള്ളിൽ ജീവിക്കുന്നു. എന്തായാലും ഒരു പുഴു സന്തോഷത്തോടെ ഇരിക്കുന്നുണ്ടോ എന്ന് നമുക്കറിയില്ല. എന്നാൽ ഒരു മനുഷ്യൻ ജനിക്കുന്നു, ജീവിക്കുന്നു, സന്തോഷമായി മരിക്കുന്നു, ഇത് അയാൾ എപ്പോഴും മറക്കുന്നു എന്നു മാത്രം. ഈ നഗ്നരായ ബുദ്ധിമാന്മാർ തീവണ്ടിപ്പാലത്തിലെ ആണികളൊക്കെ ഇളക്കിമാറ്റി, വെള്ളത്തിൽ മുങ്ങുന്നവർക്ക് മീൻപിടിക്കാനുള്ളതുപോലും. അവരെ സ്ഫോടനം നടത്തി ഇല്ലാതാക്കുക! തീവണ്ടിപ്പാളങ്ങൾ ഫ്യുങ്ഷായെ തകർത്തത് കാണുക! ഈ അഴുക്കുകൾ ദയാരഹിതമായി നശിപ്പിക്കേണ്ടതാണ്. ഭ്രാന്തൻ നായ്ക്കളെ എന്ന പോലെ. ഈ അഴുക്കുപിടിച്ച മുഴുവൻ ഭ്രാന്തൻ നായ്ക്കളെയും ഭൂമുഖത്തുനിന്നു തന്നെ തുടച്ചുമാറ്റണം! ആരെങ്കിലും ആ വൃത്തികെട്ട പണി ചെയ്യണം. കൂട്ടരേ! നമ്മൾ വളരെ വേഗത്തിൽ നമ്മുടെ സഖാക്കൾക്കും സുഹൃത്തുക്കൾക്കും വേണ്ടി അതാ അവിടെയുള്ള ജീവനോടെയിരിക്കുന്ന, നമ്മുടെ ഇടയിലെ പുഞ്ചിരിക്കുന്നവർ-പ്രതികാരം ചെയ്യണം. എല്ലാറ്റിലും ഉപരിയായി ഏറ്റവും പ്രധാനകാര്യം എന്തെന്നുവച്ചാൽ സത്യം നമ്മുടെ ഭാഗത്തും അസത്യം അവരുടെ ഭാഗത്തുമാണ്. എന്നാൽ ചിലപ്പോൾ തിരിച്ചും. അതിനായി വെളിച്ചം ഇരുട്ടിന്റെ വലംകയ്യും ഇരുട്ട് വെളിച്ചത്തിന്റെ വലംകയ്യും അല്ലേ? സൂര്യൻ ഭൂമിയെ ജ്വലിപ്പിക്കുവാനോ, ചെടികളെയും മനുഷ്യരെയും സൃഷ്ടിക്കുവാനോ ഉദ്യമിക്കുകയില്ലല്ലോ? ഈ ജീവിതത്തിൽ വിജയികളില്ല, മാഞ്ഞുപോയവരേ ഉള്ളൂ. പ്രത്യേകിച്ച് നിങ്ങൾ അവരെ തോക്കിലെ കുന്തമുന കൊണ്ട് കുത്തുമ്പോൾ അവർ ഇപ്രകാരം വിചാരിക്കും: "മരണശേഷം നിങ്ങൾക്ക് എന്ത് സംഭവിക്കും എന്ന് വിചാരിക്കുന്നത് നിങ്ങളുടെ കൈ തുറക്കുമ്പോൾ മുഷ്ടിക്ക് എന്തു സംഭവിക്കുന്നു എന്നോ നിങ്ങൾ മടക്കിയ മുട്ട് നിവർത്തുമ്പോൾ മുട്ടിനെന്തു സംഭവിക്കും എന്നതിനെക്കുറിച്ചോ സ്വയം ചോദിക്കുംപോലെയാണ്." എല്ലാറ്റിനുമുപരിയായി എന്റെ കുട്ടികളേ, നിങ്ങൾ സ്വയം നന്നായി സംരക്ഷിക്കുക! ഉത്തരവ് കിട്ടാതെ ഒരിക്കലും വെടിവെയ്ക്കരുത് നിങ്ങൾക്ക് ഓർമ്മയുണ്ടോ പൈത്തഗോറസിന്റെ ഹിപ്പൊപ്പൊട്ടാമസിനെ? ആങ്... ബുദ്ധി പതറി ഇരിക്കുന്നവരേ!

നിങ്ങൾ അത് സ്കൂളിൽവെച്ച് ചെയ്തിരിക്കും! അത് ഒരു ചെവിയിലൂടെ കയറി മറ്റേ ചെവിയിലൂടെ പുറത്തുപോയതാണ്. വിഡ്ഢികളായ നിങ്ങളെ പഠിപ്പിക്കുന്നതിൽ ഒരു കാര്യവുമില്ല. നിങ്ങളുടെ മനസ്സിൽ ഉള്ള ഒരേ ഒരു കാര്യം, പാവാടയാണ്. പൈത്തഗോറസ് നമ്മെ എന്താണ് പഠിപ്പിച്ചത്? നമുക്ക് മരിക്കാനുള്ള സമയമായാൽ നമ്മുടെ ആത്മാവ് ഐഹികമായ ലോകത്തെ വിട്ടുപോകും. സൂര്യവെളിച്ചം നിങ്ങളുടെ

അടിവയ്പുകളെ വിശുദ്ധമായ പുല്ലിന്റെയും വസന്തകാലഭൂപ്രദേശത്തിലെ തോടുകളുടെയും ഇടത്തേക്ക് നടത്തുന്നു. അവർ നിങ്ങളോട് ആരാണെന്നും എവിടുന്ന് വരുന്നുവെന്നും ചോദിക്കുമ്പോൾ നിങ്ങൾ മറുപടി പറയുന്നു, "ഞാനൊരു ആട്ടിൻകുട്ടിയാണ്. ഞാൻ പാലിൽവീണു പോയി." ഇപ്പോൾ ഇത് മതിയെന്ന് ഞാൻ വിചാരിക്കുന്നു. ആങ്... ഒരു കാര്യംകൂടി. ദയവുചെയ്ത് താഴ്ന്ന ഉദ്യോഗസ്ഥന്റെ കഞ്ഞിയിൽ തുപ്പരുത്. വിശുദ്ധനായ വിഡ്ഢിയെ വെറുതെ വിടുക, വിടില്ലേ! അയാൾ തന്റെ കൊച്ചുപേന വെച്ച് മരണവൃത്താന്തം കുത്തിക്കുറിച്ചാൽ എന്തു ചെയ്യും? ആരാണ് അയാളെ അലട്ടുന്നത്? അയാൾക്ക് ആ സ്വേച്ഛാധിപതിയായ സാറിനുവേണ്ടി പ്രാർത്ഥിക്കാനാഗ്രഹമില്ല. അതെ, ആരുചെയ്യും?

വൊളോഡെൻക, പ്രിയനേ,

ഞാൻ ഇപ്പോൾ ക്ലിനിക്ക് കഴിഞ്ഞ് തിരിച്ചെത്തി. എനിക്ക് ആകപ്പാടെ ഒരു ഉണർവ്വും തോന്നിയില്ല. ഞാൻ പഠിക്കാൻ പോയതുതന്നെ ജനിക്കാൻ പോകുന്നവർക്ക് സഹായം ചെയ്യാനാണ്. ഇപ്പോൾ അവർ ഗർഭപാത്രത്തിൽ ഉപകരണം ഉപയോഗിക്കേണ്ടതിനെക്കുറിച്ച് ഞങ്ങളെ പഠിപ്പിക്കുന്നു.

എനിക്ക് ആദ്യം ഒരു മൃഗഡോക്ടർ ആകാനായിരുന്നു താത്പര്യം. എന്നാൽ പട്ടികളെ അവർ വന്ധ്യംകരണം ചെയ്യുന്നതുകണ്ടപ്പോൾ ഞാൻ ദേഷ്യം വന്ന് അവിടം വിട്ടു.

ഞാൻ ഇപ്പോൾ ഇതാ നിനക്ക് എഴുതാൻ പോകുന്നു. പിന്നെ ഇരുന്ന് പഠിക്കാനും പോകുന്നു. നമ്മൾ വിശ്വാസത്തിലെടുക്കേണ്ടുന്ന കാര്യങ്ങൾ എല്ലാം നിനക്കറിയുമെങ്കിൽ മാത്രം!

നീ എപ്പോഴെങ്കിലും ചിന്തിച്ചിട്ടുണ്ടോ എവിടെ നിന്നാണ് വസ്ത്രങ്ങൾ വരുന്നത് എന്ന്? ഒന്ന് ചിന്തിക്കുക, തണുപ്പോ, ലജ്ജയോ ഒന്നുമല്ല കാരണം. അത് നമ്മൾ നേരെ നിവർന്ന് നടക്കുന്നതുകൊണ്ടാണ്. പിന്നീട് നമ്മൾ പിൻകാലിൽ നിൽക്കുമ്പോൾ നമ്മുടെ ലൈംഗിക അവയവങ്ങൾ മറയ്ക്കേണ്ടതായി വരുന്നു. എന്നാൽ ലജ്ജകൊണ്ടല്ല. അയ്യോ... അല്ല, മൃഗങ്ങൾക്ക് നാണമെന്ന വികാരം ഇല്ലല്ലോ. സ്വന്തം ലൈംഗിക അവയവങ്ങൾ പ്രദർശിപ്പിച്ച് പങ്കാളികൾക്കായി തയ്യാറെടുപ്പ് നടത്താൻ കുരങ്ങന്മാർക്ക് ഒരു പ്രത്യേക രീതി ഉണ്ടത്രെ. എന്നാൽ മനുഷ്യരെല്ലാം ആ രീതിയിലാണ് എപ്പോഴും! അവർക്ക് നേരെ തിരിച്ച് സ്വയംമറച്ച് തയ്യാറായില്ല എന്ന കാപട്യം കാണിക്കണം! എല്ലാറ്റിനും ഒരു വിശദീകരണമുണ്ട് എന്നത് സന്തോഷകരമല്ലാത്ത കാര്യമാണ്. ഉദാഹരണത്തിന് ഭൗതികമായ പ്രേമം. അത് മനുഷ്യരിൽ എന്താണിത്ര ശക്തം എന്നറിയുമോ? ഒരു കൊച്ചു കുരങ്ങൻകുട്ടിയെ നോക്കുമ്പോൾ ഒരു മനുഷ്യക്കുട്ടി അത്ര മൂപ്പെത്താത്തതാണ്. ഈ ലോകത്തേക്ക് അങ്ങനെ മൂപ്പെത്തി വരണമെങ്കിൽ കുട്ടി ഗർഭത്തിൽ ഇരുപത് മാസമെങ്കിലും കിടക്കണം. അതായത് കുട്ടിക്ക് ഒരു വയസ്സാവുന്നതുവരെയെങ്കിലും. ആ സ്ത്രീ കുട്ടിയെ

അകത്തും പുറത്തും വഹിച്ചു കൊണ്ടേയിരിക്കണം. പിന്നീട് അവൾക്ക് അതിനെ കളയാനാവില്ല. കുട്ടി വളരുകയും അമ്മ അതിനോട് ഒട്ടിച്ചേരു കയും ചെയ്യുന്നു. അവർക്ക് വേർപിരിയാനാവില്ല.

ഞാൻ ചെറിയ പെൺകുട്ടിയായിരുന്നപ്പോൾ അമ്മയെ എന്നിൽനിന്ന് ഒരു ഓക്കാനംപോലെ മാറ്റിനിർത്തി. ഒരു ഛർദ്ദിപോലെ അകറ്റിക്കളയുന്ന ഒരു ദിവസം വരും എന്ന് എനിക്ക് ഒരിക്കലും ചിന്തിക്കാൻ കഴിയുമായി രുന്നില്ല.

വീട്ടിൽ ആരുമില്ലാത്തപ്പോൾ ഞാൻ അവരുടെ വിലപ്പെട്ട ആൽബം പുറത്തെടുത്ത് ഫോട്ടോകൾ ഓരോന്നായി വലിച്ചു പുറത്തെടുത്ത് കുനുകുനെ കീറി കക്കൂസിലിട്ട് വെള്ളമൊഴിച്ചു കളഞ്ഞു.

ഞാൻ പുകവലിക്കാനും ആരംഭിച്ചു. അത് എന്റെ അമ്മ നിരോധി ച്ചതുകൊണ്ട് മാത്രം.

ഞാൻ തിരിച്ചുവരുമ്പോൾ അവർ എന്നെ പരിശോധിക്കും. എവിടെ മണപ്പിക്കണമെന്ന് അവർക്ക് അറിയാം. "ശ്വാസംവിട്" എന്ന് അവർ പറഞ്ഞില്ല. ഇല്ല, അവർക്ക് അറിയാം അല്പം മധുരം തിന്നാൽ ഒരു മണവും ഉണ്ടാവില്ല എന്ന്. അവർ എന്റെ കയ്യുകളെ മണക്കും. ആരെ ങ്കിലും നിങ്ങളുടെ അടുത്തുനിന്ന് പുകവലിച്ചാൽ നിങ്ങളുടെ തുണികളും തലമുടിയുമൊക്കെ പുകയിൽ കുതിരും. എന്നാൽ നിങ്ങളൊരു സിഗരറ്റ് എടുത്താൽ മാത്രമേ കയ്യിൽ ആ മണം വരികയുള്ളൂ.

ഞാൻ ഒളിക്കാൻ ശ്രമിച്ചില്ല. അവരോടുള്ള വിദ്വേഷത്താൽ പരസ്യ മായി ഞാൻ പുകവലിച്ചു.

അച്ഛൻ എന്നോട് പതുക്കെ പറയുമായിരുന്നു,

"മോളേ, നീ എന്തിനാണ് വിഷമങ്ങൾ വരുത്തിവെയ്ക്കുന്നത്? സിഗരറ്റുകൾ ഒളിച്ചു വെയ്ക്കുക. അവ നിന്റെ ജാക്കറ്റിൽനിന്ന് അങ്ങനെ തള്ളി നിൽക്കേണ്ടതില്ല."

എന്റെ അമ്മ ദേഷ്യം കൊണ്ട് അലറി. ഞാൻ അവരോട് പറഞ്ഞു,

"ഞാൻ ചീത്തയാണോ? ശരി, ഞാൻ ഒന്നുകൂടി മോശമായേക്കാം."

ഞങ്ങൾ അങ്ങോട്ടുമിങ്ങോട്ടും വളരെ മോശമായി പെരുമാറി. ഞങ്ങൾ കരഞ്ഞിട്ട് ഭ്രാന്തുപോലെയായി. എനിക്ക് ഇതൊക്കെ എന്തൊക്കെയോ കാരണങ്ങളാൽ ആവശ്യമായിരുന്നു; കരച്ചിൽ, അലറൽ, ചവിട്ടിമെതി ക്കൽ, തലയിണ ഉറയിലമർന്ന് കരയൽ. ഒരിക്കൽ ഞാൻ എന്നെ സ്വയം പൂട്ടിയിട്ടു. എന്നിട്ട് കർട്ടനിൽ പിടിച്ച് ശക്തിയായി വലിക്കാൻ തുടങ്ങു കയും കർട്ടൻ തൂക്കിയ ആ മരക്കമ്പ് പറിഞ്ഞ് പോരുകയും ചെയ്തു. അവർ എന്റെ കതകിൽ തട്ടിക്കൊണ്ട് അവർ എന്റെ അമ്മയാണെന്നും അതുകൊണ്ട് മാത്രം അവർ എന്റെ ബഹുമാനം അർഹിക്കുന്നു എന്നും പറഞ്ഞു. ഞാൻ ഒരിക്കലും അവരുടെ അണ്ഡം നിറഞ്ഞ അറയിലേക്ക് എന്നെ കുത്തിത്തിരുകിയിട്ടില്ല എന്നും എന്നെ ഉണ്ടാക്കണമെന്ന്

ഒരിക്കലും ഞാൻ ആവശ്യപ്പെട്ടിട്ടില്ല അതിനാൽ അവരോട് കടപ്പാടില്ല എന്നും ഉറക്കെ ഞാൻ വിളിച്ചുപറഞ്ഞു.

മറ്റൊരിക്കൽ അവരുടെ കൈനഖങ്ങൾ വൃത്തിയാക്കുന്ന സാധനങ്ങളുടെ ഒരു സെറ്റ് ഞാൻ എടുത്തിട്ട് തിരികെ വെച്ചില്ല എന്നും പറഞ്ഞ് അവർ എന്നോട് ദേഷ്യപ്പെട്ടു. എങ്കിൽ ഞാൻ അവരുടെ പണം മോഷ്ടിക്കാൻ തുടങ്ങി എന്നറിഞ്ഞാൽപ്പിന്നെ എന്ത് സംഭവിക്കുമെന്നോർത്ത് ഞാൻ നടുങ്ങി. എനിക്ക് ശരിക്കും ആവശ്യമുണ്ടായിരുന്നില്ല. അച്ഛൻ സിഗരറ്റിനും മറ്റെന്തിനുവേണമെങ്കിലും എപ്പോഴും പണം തരുമായിരുന്നു. എന്നാൽ ആ സീമ എനിക്ക് ലംഘിക്കണമായിരുന്നു.

അവർ നന്നായി വസ്ത്രധാരണം ചെയ്യുമ്പോഴും വൃത്തിയായി നടക്കുന്നതും കാണുമ്പോഴും എനിക്ക് വെറുപ്പ് തോന്നിയിരുന്നു. അവരുടെ തടിച്ച, വലിയ കണ്ണുകളിലെ വഴുക്കുന്ന ഭാവത്തിൽനിന്ന് അവർ എവിടേക്കാണ് പോകുന്നത് എന്ന് എനിക്ക് ഊഹിക്കാൻ കഴിഞ്ഞിരുന്നു.

അവർ അവരുടെ കാമുകന്റെ മുന്നിൽനിന്ന് വിവസ്ത്രയാകുന്നും ശ്രദ്ധാപൂർവ്വം ഓരോ തുണിയും ഒന്നിനുപുറകെ ഒന്നായി ചുളിവില്ലാതെ വൃത്തിയായി മടക്കിവെയ്ക്കുന്നതും ഞാൻ സങ്കല്പിക്കുമായിരുന്നു.

എനിക്ക് അപ്പോൾ പതിനാറ് വയസ്സായിരുന്നു പ്രായം. എന്നിലെ വ്യത്യാസം ഒരു ചെറിയ രൂപാന്തരംപോലും വരാതെ തന്നെ എനിക്ക് മനസ്സിലാക്കാൻ കഴിഞ്ഞു. ചില നിമിഷം ഞാനൊരു കുട്ടിയായിരുന്നു. പെട്ടെന്ന് തന്നെ ഞാനൊരു ഏകാകിനിയായ സ്ത്രീയായി മാറി.

ഞാൻ വീട് വിട്ടു. ഞാൻ ഒരിക്കലും അവിടേക്ക് മടങ്ങിവരില്ല എന്നും പറഞ്ഞ് നിലവിളിച്ചു. കതക് ഞാൻ വലിച്ചടച്ചു. എനിക്ക് എവിടെയും പോകാനുണ്ടായിരുന്നില്ല. ഞാൻ യാങ്കയുടെ വീട്ടിൽ പോയി ഒരു രാത്രി അവിടെ കഴിച്ചു. അവൾക്ക് അമ്മയും അമ്മൂമ്മയും മാത്രമേ ഉണ്ടായിരുന്നുള്ളൂ. അവൾ അവരെ അച്ഛനമ്മമാരെന്നാണ് വിളിച്ചിരുന്നത്.

ഞാൻ എവിടെയായിരിക്കും എന്ന് ഊഹിക്കാൻ കഴിയുമായിരുന്നു എങ്കിലും എന്റെ അച്ഛൻ എന്നെ തിരയാനായി രാത്രി വളരെ വൈകുന്നതുവരെ ഓടിനടന്നു. അദ്ദേഹം വന്ന് എന്നോട് വീട്ടിലേക്ക് തിരികെപ്പോകാൻ ആജ്ഞാപിച്ചു. യാങ്കയുടെ അച്ഛനമ്മമാർക്കു മുന്നിൽ ഞാൻ ലജ്ജിച്ചു നിന്നു. ഞാൻ പറഞ്ഞു,

“ശരി, ഞാൻ വരാം. എന്നാൽ താങ്കളേയും അവരേയും ഇനിയും ഇഷ്ടപ്പെടാൻ എനിക്കു കഴിയില്ല എന്ന യാഥാർത്ഥ്യത്തിനു മുന്നിൽ എനിക്കെന്തു ചെയ്യാൻ കഴിയും? എനിക്ക് നിങ്ങളോട് അവജ്ഞയാണ്. അതിന് എന്തുചെയ്യാൻ പറ്റും?”

അദ്ദേഹം എന്നെ അടിക്കുമെന്ന് ഞാൻ കരുതി. എന്നാൽ അദ്ദേഹം അത് ചെയ്തില്ല. വീട്ടിലേക്ക് പോകും വഴി അദ്ദേഹം ഒന്നും പറഞ്ഞില്ല, വഴിനീളെ മൂക്കുചീറ്റുക മാത്രം ചെയ്തു.

അതിപ്പോൾ ഓർക്കുന്നത് എന്തുകൊണ്ടാണ് എന്ന് എനിക്കറിയില്ല.

എന്റെ ഒരേ ഒരു പ്രേമഭാജനമേ, നിന്നെ ഞാൻ എത്ര ഇഷ്ടപ്പെടുന്നു എന്നറിയുമോ?

ഞാൻ നീ എഴുതിയ കത്തുകൾ ഓരോന്നും പലവുരു വായിച്ച് ഓരോ കത്തുകളിലും ചുംബിക്കുന്നു.

അപ്പോഴും അവിടെ നിലകൊണ്ടിരുന്ന ആ സ്മാരകത്തിനു മുന്നിലൂടെ ഞാൻ നടന്നു. എവിടെ നാം കുറിച്ച തിയ്യതി?

നീ എന്റെ അരികിൽ ഇല്ലാത്തതിന് ഞാൻ എപ്പോഴും എന്തെങ്കിലും കാരണം കണ്ടെത്താൻ ശ്രമിച്ചുകൊണ്ടിരുന്നു. ഒരു വിശദീകരണമല്ല, ഒരു സമർത്ഥിക്കൽ. എല്ലാറ്റിനുമുപരിയായി കാര്യങ്ങൾ ഇങ്ങനെയാണെങ്കിൽ അത് മറ്റെന്തിനെങ്കിലും വേണ്ടി ഉള്ളതായിരിക്കും. ഈ ഒരു വിശ്വാസമാണ് എനിക്ക് ഉണ്ടായിരുന്നത്. കുട്ടിയായിരിക്കുമ്പോൾ നിന്റെ കയ്യിൽ വല്ലതുമുണ്ടെങ്കിൽ അത് നീ പങ്കിടണം. കയ്യിൽ മധുരമുണ്ടെങ്കിൽ, മറ്റുള്ളവരുടെ കയ്യിൽ അതില്ലെങ്കിലും പങ്കിടണം. അല്ലെങ്കിൽ അവർ സുഖമായി അതെല്ലാം കൈക്കലാക്കും. അതുകൊണ്ട് ഈ ജീവിതത്തിൽ നിനക്ക് വിലപ്പെട്ടതെല്ലാം നീ പങ്കിടണം. ഏറ്റവും കൂടുതൽ ഇഷ്ടപ്പെടുന്നത് ഏറ്റവുമധികം നീ പങ്കിടണം. നീ കൂടുതൽ സ്നേഹിക്കുന്നതായി എന്താണുള്ളത് അത് പങ്കിടുക. ഏറ്റവും ഇഷ്ടമുള്ളതിനെ നീ പങ്കിടണം, അല്ലെങ്കിൽ അത് മുഴുവനായും ആരെങ്കിലും എടുത്തുകൊണ്ടുപോകും.

ഞാൻ നിന്നെ ചുംബിക്കുന്നു, എന്റെ പ്രേമഭാജനമേ! സൂക്ഷിച്ചിരിക്കുക, എന്റെ സന്തോഷമേ! ഞാൻ നിന്നെ ഓർത്ത് ഉറങ്ങുകയും ഉണരുകയും ചെയ്യുന്നു.

നീ അവിടെ ഇല്ലായിരുന്നുവെങ്കിൽ ഞാൻ എന്നെ പാഴ്വസ്തുവായി കരുതി നിലയുറപ്പിക്കാനാവാതെ മുങ്ങിത്താണു പോകുമായിരുന്നു.

നിനക്ക് എന്തെങ്കിലും സംഭവിക്കുമോ എന്ന് എനിക്ക് നല്ല ഭയമുണ്ട്.

എന്തോ കാരണത്താൽ ചിറകുകൾ കൊണ്ട് ഇണചേരുന്ന പക്ഷികളെപ്പറ്റി നീ എന്നോട് പറഞ്ഞത് ഞാൻ ഓർക്കുകയാണ്. അവയുടെ പേരെന്താണ് എന്ന് ഓർമ്മ വരുന്നില്ല.

എനിക്ക് ലോകത്തിൽ ഏറ്റവും കൂടുതൽ ആവശ്യം എന്താണെന്ന് നിനക്കറിയുമോ? എന്റെ വായിൽക്കൂടിയും കണ്ണിൽക്കൂടിയും പൊക്കിളിൽക്കൂടിയും കൈകളിൽക്കൂടിയും എല്ലാ ദ്വാരങ്ങളിലൂടെയും എന്റെ തൊലിയിൽക്കൂടിയും എന്റെ മുടിയിൽക്കൂടിയും എല്ലാറ്റിൽക്കൂടിയും നിന്നിൽ നിന്ന് ഗർഭം ധരിക്കുക!

എന്റെ സാഷൻകാ, പ്രിയപ്പെട്ടവളേ,

അവർ തീവണ്ടിക്കോച്ചുകൾ കൊണ്ടുവന്നു. നാല്പത് പുരുഷന്മാർ, എട്ട്കുതിരകൾ, ഒരു കുതിരക്കുട്ടി. എത്ര വിചിത്രമായാണ് ഈ ജീവിതത്തിൽ എല്ലാം ഒരുക്കി വച്ചിരിക്കുന്നത്? പുരുഷന്മാർ മറ്റു പുരുഷന്മാരുടെ കൂടെച്ചേരുമ്പോൾ വേഗം മൃഗീയ സ്വഭാവക്കാരാകുന്നു. പിന്നെ മഞ്ഞു

കട്ടപോലെ തണുത്ത് ക്രൂരരായും മാറുന്നു. പിന്നീട് അതൊക്കെ കുടഞ്ഞു കളഞ്ഞ് സ്വന്തം പോക്കറ്റിലെ... കുഞ്ഞുമൃഗത്തോടൊപ്പം ശാന്തരാകുന്നു. അവർ അതിനോട് താത്പര്യമുള്ളവരാകും. അവർ അതിനെ പിടിച്ച് അതിന്റെ പുറകുവശം തിരുമ്മുമ്പോൾ അവർ ശാന്തരായി മാറുന്നു.

തീവണ്ടി മുറികൾക്കുള്ളിലെ വലിയ ഒരു ദിവസം.

ഞങ്ങൾ പ്രെസ്റ്റർ ജോണിന്റെ രാജ്യത്തിൽക്കൂടിയാവും ചിലപ്പോൾ യാത്ര ചെയ്യുക.

ടെലിഗ്രാഫ് പോസ്റ്റുകൾ, പാലങ്ങൾ, മരംകൊണ്ടുള്ള നിലവറ വീടുകൾ, ഇഷ്ടികയുണ്ടാക്കുന്ന ഫാക്ടറി കെട്ടിടങ്ങൾ, ചവറുകൂനകൾ, റെയിൽവേയുടെ പാർശ്വഭാഗം, സാധനങ്ങൾ സൂക്ഷിക്കുന്ന സ്ഥലം, ധാന്യങ്ങൾ നിറച്ച ലിഫ്റ്റുകൾ, വയലുകൾ, കാടുകൾ, റെയിൽവേയുടെ കൂടുതൽ പാർശ്വഭാഗങ്ങൾ, സാധനങ്ങൾ നിറച്ച ഡിപ്പോകൾ, വെള്ളമടിക്കാനുള്ള പമ്പുകൾ.

തീവണ്ടി വളരെ സാവധാനം ഇഴഞ്ഞുനീങ്ങി. വാഗണുകൾ ഒന്നിനു പുറകെ ഒന്നായി ഒരു ക്രോസിംഗിൽ നിന്നു. ദിശകാണിക്കുന്ന ഒരു ഗർഭിണിയായ സ്ത്രീ തന്റെ മടക്കിച്ചുരുട്ടിയ പച്ചക്കൊടികൊണ്ട് തലയുടെ പിൻവശം ചൊറിഞ്ഞു. ഒരു മരക്കുറ്റിയിൽ കെട്ടിയിട്ടിട്ടുള്ള ആട് സശ്രദ്ധം എല്ലാം വീക്ഷിക്കുന്നുണ്ട്.

തുറസ്സായ സ്ഥലത്ത് തീവണ്ടിയുടെ പുക നിലത്ത് കുറുകെ നീണ്ടു കിടന്ന് പുല്ലിൽ പറ്റിപ്പിടിക്കുന്നുണ്ടായിരുന്നു.

തലേന്ന് ഏതോ സ്റ്റേഷനിൽ ഒരു അപകടം നടന്നിരുന്നു, തീവണ്ടികളെ തമ്മിൽ ബന്ധിപ്പിക്കുന്ന ഭാഗം മറ്റൊരു യന്ത്രത്താൽ തകർന്നുപോയത് ഞാൻ കണ്ടു. ഇപ്പോൾ ഞങ്ങൾ വീണ്ടും വേഗത വീണ്ടെടുത്തു. താഴെ തീവണ്ടിപ്പാളങ്ങളിൽ എല്ലാം ഒരു വേഗതയാർന്ന ഒഴുക്കിൽ മങ്ങിപ്പോയി.

ഭൂമി അതിന്റെ അച്ചുതണ്ടിൽ തിരിയുന്നു എന്നതിന് തെളിവിനായി അവർ നോക്കിക്കൊണ്ടിരിക്കുകയായിരുന്നു. ജനാലയ്ക്കു പുറത്ത് അതാ അതുണ്ട്. ഞങ്ങൾ ആറ് കട്ടിപുകച്ചുരുളുകളേയും ആറ് ആത്മാക്കളേയും കൊണ്ട് ഇതാ പകുതിയോളം ഗ്രാമങ്ങൾ ഇപ്പോൾ കടന്നു.

ഞാൻ എന്റെ അമ്മയക്കുറിച്ച് ഒരുപാട് ഓർക്കുന്നുണ്ട്. വേണ്ടെന്ന് പറഞ്ഞിട്ടും അവർ അവരുടെ അന്ധനായ പുരുഷനെയും കൂട്ടി എന്നെ കാണാൻ വന്നു. എനിക്ക് പെട്ടെന്ന് തോന്നി ഞാൻ അവരെ ശരിക്കും ഇഷ്ടപ്പെടണമെങ്കിൽ അവർ മരിക്കണം എന്ന്. ആരാണ് പറഞ്ഞത് രക്തബന്ധം കൂടുതൽ അകൽച്ച ഉണ്ടാക്കുന്നു എന്ന്? എത്ര ക്രൂരവും സത്യവും ആണ് അത്! അവർ നടന്നുപോയത് ഞാൻ ഓർക്കുന്നു- അയാൾ അവരിൽ നിന്ന് രണ്ടടി പുറകിൽ ചെറിയ അടികൾ വെച്ച് നടന്നു.

എന്തൊരു വിചിത്രമായ പേര്, ഭർത്താവിന്റെ മകൻ. അമ്മൂമ്മ വഴിയാണ് എന്റെ അമ്മ എന്റെ രണ്ടാനച്ഛനെ കണ്ടുമുട്ടിയത്. എനിക്കപ്പോൾ

എത്ര വയസ്സായിരുന്നു, എട്ട്? അയാൾ ഞങ്ങളെ പലപ്രാവശ്യം കാണാൻ വന്നു. അമ്മ ചായകൊടുത്തു. എന്നോട് മേശയ്ക്കരികിൽ വെച്ച് പല ആംഗ്യങ്ങളും കാണിച്ച് നന്നായി പെരുമാറാൻ വേണ്ടി മിണ്ടാതെ ഇരുത്തി. ഈ മനുഷ്യൻ ആദ്യം മുതൽതന്നെ എന്നിൽ വെറുപ്പ് ജനിപ്പി ച്ചിരുന്നു. അയാൾ എന്നോട് സന്തോഷത്തോടെ സംസാരിച്ചു. ആളുകൾ പൊതുവേ കുട്ടികളോട് സംസാരിക്കുന്ന രീതിയിൽ കളിവാക്കുകൾ പറഞ്ഞുകൊണ്ട് രോമാവൃതമായ ചെവിയുമായി മുഴുവൻ സമയവും എന്നെത്തന്നെ ശ്രദ്ധിച്ചുകൊണ്ടിരുന്നു. ഞാൻ അയാളുടെ വിഡ്ഢി ചോദ്യങ്ങൾക്ക് ഉത്തരം നൽകിയില്ല. അമ്മ സ്നേഹപൂർവ്വം എന്നോട് പറഞ്ഞു,

"മോനേ, എന്താ ഇങ്ങനെ, ആരെങ്കിലും എന്തെങ്കിലും ചോദിച്ചാൽ ഉത്തരം പറയണം."

അവരുടെ സ്നേഹപൂർണമായ ശബ്ദത്തിലെ കൃത്രിമത്വം ഞങ്ങൾക്ക് രണ്ടുപേർക്കും വ്യക്തമായിരുന്നു. അത് എന്നെ വല്ലാതെ വേദനിപ്പിച്ചു. ഞാൻ പകപോക്കാനായി കൂടുതൽ വിഡ്ഢിത്തം നിറഞ്ഞ എന്തോ പിറുപിറുത്തു. അയാളുടെ വിടർന്നമുഖം വികൃതമായിമാറി. ആ രീതിയിലാണ് അയാൾ ചിരിച്ചത്. ആ ചിരിയുമായി പൊരുത്തപ്പെടാൻ എനിക്ക് വിഷമമായിരുന്നു.

സാഷ, എന്റെ പ്രിയപ്പെട്ടവളേ, ഇതിനെക്കുറിച്ച് ഞാൻ എഴുതുന്ന തിൽ നിനക്ക് പ്രയാസമൊന്നുമില്ലല്ലോ? നമ്മൾ രണ്ടുപേരും അയാളെ ക്കുറിച്ച് സംസാരിച്ചിട്ടില്ല.

ഞാൻ അയാളുടെ ലോകത്തെപ്പറ്റി സങ്കല്പിച്ചപ്പോൾ അത് എന്നെ ദേഷ്യം പിടിപ്പിച്ചു. അന്ധന്മാരുടെ ജീവിതം എലിയെപ്പോലുള്ള സസ്ത നികളെപ്പോലെയാണ്. അവയുടെ മടകളും ഗുഹകളുമൊക്കെ കനത്ത ഇരുട്ടിൽ നനഞ്ഞ ഭാരമേറിയ കളിമണ്ണുപോലെ അവർ ഉണ്ടാക്കുകയും അതിലൂടെ ഓടി നടക്കുകയും ചെയ്യും. അയാളുടെ കറുത്ത ഇടം ഈ വഴികളിലൂടെ അങ്ങുമിങ്ങും ഉള്ളതാണ്. ഞാനും അമ്മയും അവയിൽ ഒന്നാണ്. പ്രത്യേകിച്ച് രാത്രി കാലങ്ങളിൽ അയാൾ എന്റെ തലയിൽ തന്റെ അന്ധകാരവുമായി വന്നെത്തുകയും എത്ര ചുരണ്ടിക്കളയാൻ ശ്രമി ച്ചാലും പോകാതിരിക്കുകയും ചെയ്തു.

അമ്മ എന്നോട് താൻ അയാളെ വിവാഹം കഴിക്കാൻ പോകുന്നു എന്നും അവർ അയാളെ വളരെ സ്നേഹിക്കുന്നു എന്നും ഞാൻ അയാളെ ഇഷ്ടപ്പെടാൻ പഠിക്കണമെന്നും പറഞ്ഞ് എന്നെ വീഴ്ത്തി. മുഴുവനായും നിലംപരിശാക്കി. ഞാൻ ആ വാക്കിൽ അദ്ഭുതസ്തബ്ധനായി, "സ്നേഹി ക്കാൻ പഠിക്കുക! അയാളെ സ്നേഹിക്കാൻ പഠിക്കുകയോ? എനിക്ക് അതെന്റെ തലയിൽ കയറില്ല. ഈ കാഴ്ചയില്ലാത്ത, കുഴിഞ്ഞ പച്ചക്കണ്ണു കളുള്ള, ഉന്തിനിൽക്കുന്ന പല്ലുകളുമുള്ള ഈ മനുഷ്യനെ വീട്ടിൽ കയ റ്റുന്നതിനെക്കുറിച്ച് ചിന്തിക്കാൻപോലും എനിക്ക് കഴിഞ്ഞില്ല.

അന്ധനായ മനുഷ്യൻ എന്റെ മുഖമൊന്ന് തൊട്ടോട്ടെ എന്ന് അമ്മ എന്നോട് ചോദിച്ചു. ഇപ്പോൾ ഇത്രയും വർഷങ്ങൾ കഴിഞ്ഞിട്ടും ഒരു നടുക്കത്തോടെയേ എനിക്കത് ഓർക്കാൻ കഴിയൂ.

അവരുടെ കല്യാണം മുടക്കാൻ ഞാൻ ചില ചെറിയ കുട്ടിക്കളിപോലത്തെ പദ്ധതികൾ തയ്യാറാക്കുകവരെ ചെയ്തു എന്ന് നിനക്ക് വിശ്വസിക്കാനാവുമോ? കല്യാണവസ്ത്രം കത്രികകൊണ്ട് ചെറുതായി മുറിക്കുക, വയറിളക്കാനുള്ള മരുന്നുപയോഗിച്ച് കേക്ക് അലങ്കരിക്കുക, അല്ലെങ്കിൽ അത്തരത്തിലുള്ള ഒന്നുപയോഗിച്ച് അലങ്കരിക്കുക എന്നിങ്ങനെ. എന്നാൽ ഞാൻ വിചാരിച്ചതുപോലെ ഒരു വിവാഹമൊന്നും ഉണ്ടായില്ല എന്നു മാത്രം. അയാൾ ഞങ്ങളുടെ വീട്ടിലേക്ക് കടന്നുവന്നിട്ട് ജീവിക്കാൻ തുടങ്ങി.

എന്തുകൊണ്ടാണ് അമ്മയ്ക്ക് ഈ ഒന്നിനും കൊള്ളാത്ത ഒരാളെ വേണമെന്ന് തോന്നിയത്? ആ നാറ്റം! നീ എന്നെ വിശ്വസിക്കണം. അയാളുടെ ഭാരിച്ച, വിയർത്ത ശരീരത്തിൽനിന്ന് ദുർഗന്ധത്തോടെ കൊഴുത്ത നാറ്റം പുറപ്പെടുന്നുണ്ടായിരുന്നു. അത് എന്നെ ചിന്താക്കുഴപ്പത്തിൽ എത്തിച്ചു, എന്തിനാണ് അമ്മ ഇതുമായി പൊരുത്തപ്പെടുന്നത്? അതോ, അവർക്ക് നാറ്റമുണ്ടാവില്ലേ? അവർ ആ ദുർഗന്ധം ശ്രദ്ധിച്ചില്ല എന്ന് എനിക്ക് വിശ്വസിക്കാൻ കഴിഞ്ഞില്ല.

ചിലപ്പോൾ അയാൾ എനിക്ക് സമ്മാനങ്ങൾ തന്നു. അയാൾ എനിക്കിഷ്ടപ്പെട്ട റം ചേർത്ത കേക്കുകൾ അടങ്ങിയ കൊച്ചുപെട്ടി കേക്ക് കടയിൽനിന്ന് വാങ്ങിക്കൊണ്ടുവന്നത് ഞാൻ ഓർക്കുന്നു. രണ്ട് കേക്കുകൾ കൊതിപ്പിക്കുന്ന ചോക്കലേറ്റ് മണവുമായി അതിലുണ്ടായിരുന്നു! എന്നാൽ ഞാൻ ആ കേക്കുകൾ പതുക്കെ എടുത്ത് ശുചിമുറിയിൽ പോയപ്പോൾ അതിലിട്ട് വെള്ളമൊഴിച്ച് കളഞ്ഞു.

അമ്മൂമ്മ തന്നിരുന്ന അന്ധർക്കായുള്ള ചെസ് പെട്ടി എന്റെ കയ്യിലുണ്ട് എന്നറിഞ്ഞ അയാൾ വളരെ സന്തോഷവാനായി. എന്നാൽ ഞാൻ പച്ചയായിത്തന്നെ അയാളോടൊപ്പം കളിക്കാൻ വിസമ്മതിച്ചു, കണ്ണാടിയോടൊപ്പം ഞാൻ കളിക്കുന്നതിൽ എനിക്ക് സന്തോഷമായിരുന്നുതാനും.

ഞങ്ങൾ മൂന്നുപേരുംകൂടി നടക്കാൻ പോകുമ്പോൾ ആളുകൾ തിരിഞ്ഞുനിന്ന് ഞങ്ങളെ നോക്കിയപ്പോൾ എനിക്ക് നാണക്കേട് തോന്നി. അവർ ഒരു കടയുടെ ഉള്ളിൽ കയറുകയോ, പുറത്തുനിന്ന് നോക്കുകയോ ചെയ്യുമ്പോൾ കിട്ടിയ അവസരമുപയോഗിച്ച് ഞാൻ അവിടേക്ക് തനിച്ചു വന്നതാണ് എന്നമട്ടിൽ അലസമായി അവിടെയൊക്കെ നടക്കുന്നതായി അഭിനയിച്ചു. അവരോടൊപ്പം പരസ്യമായി ആളുകൾക്കു മുന്നിലെത്തുന്നത് ഒഴിവാക്കുവാൻ ഞാൻ ഇല്ലാത്ത ഒഴിവുകഴിവുകൾ പറഞ്ഞു.

അവർ എന്നെ സിനിമയ്ക്കു കൊണ്ടുപോകുമ്പോൾ സ്ക്രീനിൽ നടക്കുന്നതെന്താണെന്ന് അമ്മ അയാളുടെ ചെവിയിൽ പതുക്കെ മന്ത്രിക്കുമായിരുന്നു. ആളുകൾ എപ്പോഴും അവരോട് മിണ്ടാതിരിക്കാൻ പറഞ്ഞു. ഞാനാണ് അയാളെ ശുചിമുറിയിലേക്ക് കൊണ്ടുപോയിരുന്നത്.

അയാൾക്ക് മൂത്രസഞ്ചിയിൽ എന്തോ പ്രശ്നമുണ്ടായിരുന്നതിനാൽ അയാൾ ഓരോ മണിക്കൂർ ഇടവിട്ട് അവിടേക്ക് പോകുമായിരുന്നു.

ഇത്തരം ചെറിയ കാര്യങ്ങളാണ് എന്നെ ദേഷ്യം പിടിപ്പിച്ചത്. എനിക്ക് എന്റെ ഇഷ്ടംപോലെ ഒന്നും എവിടെയും ഇട്ടിട്ട് പോകാനാവുമായിരുന്നില്ല. എല്ലാം അതാത് സ്ഥാനങ്ങളിൽത്തന്നെ ഉണ്ടാവണം. എനിക്ക് മുറിപകുതി തുറന്നിടാൻ കഴിയുമായിരുന്നില്ല. ഒന്നുകിൽ മുഴുവൻ അടയ്ക്കുകയോ അല്ലെങ്കിൽ മുഴുവൻ തുറന്നിടുകയോ ചെയ്യണമായിരുന്നു. അയാൾ വിശ്രമത്തിനായി കിടക്കുമ്പോൾ വീട്ടിലെ എന്തും ശബ്ദമില്ലാതെയേ നടക്കാവൂ, നിശ്ശബ്ദമാവണം. അയാൾ ശുചിമുറിയിൽ ഒരു തീപ്പെട്ടിവെയ്ക്കുകയും അയാൾ അതിൽ പോയശേഷം അതിലൊരെണ്ണം കത്തിക്കുകയും ചെയ്യുമായിരുന്നു. എല്ലാവരും അതുപോലെ ചെയ്യണമെന്ന് ആവശ്യപ്പെടുകയും ചെയ്തു.

അയാളുടെ കൈകൾ പഞ്ചസാരപ്പാത്രത്തിനോ വെണ്ണയ്ക്കോ ആയി മേശമേൽ പരതുന്നത് എനിക്ക് സഹിക്കാൻ കഴിയുമായിരുന്നില്ല.

അയാൾ ചിന്തിക്കുമ്പോൾ ഇടയ്ക്കിടെ തല പിന്നിലേക്കിട്ട് പെരുവിരൽ കൃഷ്ണമണിക്കു താഴെ വെയ്ക്കുമായിരുന്നു.

ഇപ്പോൾ എനിക്ക് അയാളെ കാണാം. ഞങ്ങളുടെ വരാന്തയിലൂടെ ഇഴഞ്ഞുവലിഞ്ഞ് നടക്കുകയും അയാളുടെ നീട്ടിപ്പിടിച്ച വിരലുകൾ കൊണ്ട് കഷ്ടപ്പെട്ട് പരതുകയും ചെയ്യുന്നു. അമ്മ വൈകുന്നേരം അയാളുടെ സോക്സ് ഊരിയെടുത്ത് കാൽവിരലുകൾ തിരുമ്മുന്നത് എന്നെ ദേഷ്യപ്പെടുത്തി. ഒരു കുട്ടിയെ എന്നവണ്ണം അയാളെ പവ്‌ലിക് എന്ന് അമ്മ വിളിക്കുത്തി എന്നെ പിന്നെയും ദേഷ്യപ്പെടുത്തി.

അയാൾ കുരുടനല്ലായിരുന്നുവെന്നും എല്ലാം കാണാൻ സാധിക്കുന്നുണ്ടായിരുന്നു എന്നും എനിക്ക് ചിലപ്പോൾ തോന്നുമായിരുന്നു. ഒരു ദിവസം ഞാൻ തുറന്ന കതകിനിടയിലൂടെ അബദ്ധത്തിൽ അകത്തേക്ക് നോക്കിയപ്പോൾ എന്റെ രണ്ടാനച്ഛൻ അപ്പോൾ എത്തിയശേഷം വസ്ത്രം മാറുകയായിരുന്നു. കാലിൽനിന്ന് ഷൂസ് ഊരിയെടുക്കുകയായിരുന്നു. അയാൾ പെട്ടെന്ന് ക്രൂരമായി എന്നോട് ഉറക്കെ പറഞ്ഞു,

"കതകടയ്ക്ക്"

അമ്മയ്ക്ക് അയാളെ പുറത്തുകൊണ്ടുപോകാൻ പറ്റിയില്ലെങ്കിൽ എന്നോട് പറയുമായിരുന്നു. എന്റെ രണ്ടാനച്ഛൻ എന്റെ കൈത്തണ്ടയിൽ പിടിച്ചപ്പോൾ അയാൾ പറഞ്ഞതുകേട്ട് ഞാൻ ആദ്യമായി അദ്ഭുതപ്പെട്ടുപോയി.

അയാൾ പറഞ്ഞു,

"പേടിക്കണ്ട, ഇത് പിടികൂടുകയൊന്നുമല്ല."

എല്ലാവരും ഞങ്ങളെ നോക്കി. എനിക്കാണെങ്കിൽ "എന്തൊരു ഭയങ്കരം", അല്ലെങ്കിൽ "ദൈവം ഉപേക്ഷിച്ചവർ" തുടങ്ങിയ സഹതാപ

വാക്കുകളോ, നോട്ടങ്ങളോ ഒന്നും സഹിക്കാൻ കഴിഞ്ഞിരുന്നില്ല. അയാളെ വളരെ മൃദുവായി, കുണ്ടിലോ കുഴിയിലോ വീഴാതെ സാവധാനം നടത്തണം. അല്ലെങ്കിൽ എന്റെ കയ്യിൽപ്പിടിച്ച് ദേഷ്യത്തോടെ വഴക്കുപറയുകയും. കൈപിടിച്ച് വേദനിക്കുംവരെ ഞെരിക്കുകയും ചെയ്യും. നിങ്ങൾക്കറിയണം അയാളെ അങ്ങനെ എങ്ങനെ സഹായിക്കാൻ കഴിയും എന്ന്. സഹാനുഭൂതിയുള്ള മൃദുലചിത്തരായ മനുഷ്യൻ അയാളുടെ കൈപിടിച്ച്, വടിയും പിടിച്ചുകൊണ്ട് അയാളെ നടത്താൻ സഹായിക്കാനായി വരുമ്പോൾ അയാൾക്ക് ഭയങ്കരമായി ദേഷ്യം വരുമായിരുന്നു. മഴയത്ത് കുഴികളിൽ വീഴാതെ അയാളെ നടത്താൻ എന്തൊരു പാടായിരുന്നെന്നോ!

എന്റെ രണ്ടാനച്ഛൻ എപ്പോഴും വിളർച്ച മാറാനുള്ള ഇരുമ്പ് ഗുളിക ജനാലപോലെ ചതുരങ്ങളുള്ള ഒരു കവറിലിട്ട് കയ്യിൽ കരുതുമായിരുന്നു. നടന്നുകൊണ്ടിരിക്കുമ്പോൾ പെട്ടെന്ന് അയാൾക്ക് എന്തെങ്കിലും ആശയം തോന്നി അയാൾക്കത് എഴുതണമെന്ന് തോന്നിയാൽ ഞങ്ങൾ അവിടെ നിൽക്കും. അയാൾ കട്ടിയുള്ള കടലാസ്സിൽ നന്നല്ലാത്ത ചെറിയ സൂചിവെച്ച് കുത്തുകളിടുന്നതുവരെയും ഞാൻ കാത്തു നിൽക്കണമായിരുന്നു. അടുത്തുകൂടി നടന്നുപോകുന്നവർ തുറിച്ചു നോക്കിയപ്പോൾ എനിക്ക് അപ്രത്യക്ഷമാകണമെന്ന് തോന്നി. എനിക്ക് വല്ലാത്ത നാണക്കേട് തോന്നി.

എന്തായാലും അയാൾ ഇഷ്ടപ്പെട്ട തുരങ്കങ്ങളിലൂടെയും വഴികളിലൂടെയും വളരെ ആത്മവിശ്വാസത്തോടെ വെള്ള വടിവെച്ച് തപ്പിത്തപ്പി തന്നത്താൻ നടന്നു.

ഞങ്ങൾ ഒരു സ്യൂട്ട് കേസ് മുഴുവൻ പഴയ സാധനങ്ങൾ ഉത്തരത്തിനു താഴെയുള്ള അലമാരിയിൽ സൂക്ഷിച്ചിരുന്നു. അമ്മ ചിലപ്പോഴൊക്കെ അവയെടുത്ത് വേർതിരിച്ചുവെച്ചു. ഒരു ദിവസം ഒരു വലിയ സ്വെറ്റർ എന്റെ കയ്യിൽ തന്നിട്ട് എന്റെ ശരീരത്തിൽ വെച്ച് അളന്നിട്ട് പറഞ്ഞു, അല്പം കൂടി വലുതായാൽ എനിക്ക് അത് ഇടാൻ കഴിയും എന്ന്. അത് എന്റെ അച്ഛൻ അവിടെ വെച്ചിട്ട് പോയതാണെന്ന് എനിക്ക് മനസ്സിലായി. പിന്നെ പെട്ടെന്ന് ഒരു ദിവസം എന്റെ അച്ഛന്റെ സ്വെറ്റർ ആ അന്ധൻ ഇട്ടിരിക്കുന്നത് കണ്ടു, എനിക്ക് മറ്റെന്തിനേക്കാളധികം ദേഷ്യംവന്നു.

പാർക്കിലെ കുളത്തിൽ ഒരു ബോട്ട് വാടകയ്ക്കെടുത്ത് എന്റെ രണ്ടാനച്ഛൻ തുഴയുകയും അമ്മ സ്റ്റിയറിംഗ് തിരിക്കുകയും ചെയ്യുമായിരുന്നു. എല്ലാവർക്കും ബോട്ടിൽ പോകുന്നത് ഇഷ്ടമാണ്, എന്നാൽ എന്തുകൊണ്ട് എനിക്കിഷ്ടമല്ല എന്ന് അവർക്ക് മനസ്സിലാക്കാൻ കഴിഞ്ഞില്ല. അവർ രണ്ടാളും നന്നായി ആസ്വദിച്ചു. അയാൾ തുഴകൾ വെച്ച് ഞണ്ടുകളെ പിടിക്കാൻ നോക്കുകയും ഞങ്ങൾക്കുമേൽ വെള്ളം തെറിപ്പിക്കുകയും ചെയ്തു. അമ്മ വഴുതിമാറുകയും മുത്തുമണി പൊഴിയും പോലെ ചിരിക്കുകയും ചെയ്തു. എന്നാൽ അതിനകത്ത് നനഞ്ഞ് ദേഷ്യത്തോടെ ഞാനിരുന്നു. ഞാൻ കറുത്ത് പായൽ കലർന്നവെള്ളം കയ്യിൽ

കോരിയെടുത്ത് അത് അയാളുടെ മുഖത്ത് ഒഴിച്ചു. അമ്മ എന്നോട് ഒച്ചയെടുത്ത് എന്റെ കവിളിൽ അടിച്ചു. മുമ്പ് ഒരിക്കലും അവർ എന്നെ അടിച്ചിരുന്നില്ല.

അവർ എന്നോട് ഞാനയാളോട് ക്ഷമ ചോദിക്കണമെന്ന് പറഞ്ഞു എങ്കിലും ഞാൻ വാശിയോടെ നിന്നു.

"എന്തിന്? ഞാൻ എന്തു ചെയ്തു? അയാൾ നമ്മുടെ മേലും വെള്ളം തെറിപ്പിച്ചിരുന്നു!"

അമ്മ കണ്ണീരൊലിപ്പിച്ചു. എന്നാൽ എന്റെ രണ്ടാനച്ഛൻ പായൽ മുഖത്തുനിന്ന് മാറ്റി വക്രിച്ച ആ ചിരി ചിരിച്ചു.

"സാരമില്ല നിനോച്ക, അതൊന്നും പ്രശ്നമല്ല."

എന്നാൽ എനിക്കറിയാമായിരുന്നു അയാൾ എന്നെയും വെറുത്തിരുന്നു എന്ന്.

ചില വിദ്യാർത്ഥികൾ അതിലേ ബോട്ടിൽ പോയി. അവരിൽ ഒരാൾ ചൂളമടിച്ചുകൊണ്ട് പറഞ്ഞു,

"നോക്ക്, അത് ചാരോൺ ആണ്."

അവർ ഉറക്കെ ചിരിച്ചു. അവരുടെ ബോട്ട് മറിയുന്ന മട്ടായി.

"എന്നോട് ക്ഷമിക്ക് എന്റെ സ്നേഹഭാജനമേ! മനസ്സിലാക്കാൻ ശ്രമിക്ക്. അല്പം സഹാനുഭൂതിയും വേണം."

അത് എനിക്ക് വിചിത്രമായി തോന്നി. എന്തോ കാര്യത്തിനായി അമ്മയോട് ഞാൻ ദയ കാട്ടണമെന്നും മറ്റൊരു രീതിയിലും ആകരുതെന്നും പറഞ്ഞത്. ആ അടിക്ക് അവർക്ക് ഒരിക്കലും മാപ്പു കൊടുക്കാൻ എനിക്ക് കഴിഞ്ഞില്ല. ഒരിക്കൽ അയാൾ തനിച്ച് പോയിട്ട് വീണു. ദേഹം മുഴുവൻ ചെളിയും ചോരയും പുരണ്ട് കീറിയ ഷർട്ടുമായി അയാൾ തിരിച്ചെത്തി. അമ്മ കരഞ്ഞുകൊണ്ട് പെട്ടികളിൽ വലിച്ചുവാരി ഇട്ടിരുന്ന അയഡിനും പ്ലാസ്റ്ററും കിട്ടാനായി തിരഞ്ഞുകൊണ്ടിരുന്നപ്പോൾ എന്റെ രണ്ടാനച്ഛൻ മാർബിളും മരക്കഷണങ്ങളും പാകിയ നിലത്ത് രക്തം വീഴ്ത്തിക്കൊണ്ടിരുന്നു. എനിക്ക് അയാളോട് ഒരു സഹതാപവും തോന്നിയിരുന്നില്ല എന്ന് ഞാൻ ഓർക്കുന്നു.

ഞായറാഴ്ചകളിൽ നേരത്തെ ഉണർത്തുന്നതിൽനിന്നും അമ്മ എന്നെ വിലക്കിയിരുന്നു. കിടപ്പുമുറിയിൽനിന്ന് അയാളുടെ കുറ്റിരോമങ്ങളിൽ നിന്നേറ്റ ചുവന്ന പാടുകളും കാണിച്ച് മൂളിപ്പാട്ടും പാടി പുറത്തുവരികയും ചെയ്തു. കുറ്റിരോമങ്ങൾ വേഗം വളരുകയും പുറത്തുപോകേണ്ട അവസരങ്ങളിൽ അയാൾ രണ്ടു പ്രാവശ്യം താടി രോമങ്ങൾ വടിക്കുകയും ചെയ്തു. അയാൾക്ക് വെളിച്ചം ആവശ്യമുണ്ടായിരുന്നില്ല. അയാൾ ഇരുട്ടത്ത് ഇടയ്ക്കിടെ തനിച്ചിരുന്നു, റേസർ കൂടുതൽ നേരം വലിയുന്നതിന്റെ ശബ്ദം കേട്ടും തൊട്ടുമൊക്കെ ഇരുട്ടത്തുപോലും അയാൾ താടി രോമങ്ങൾ വടിച്ചിരുന്നു.

വിങ്ങുന്ന ചൂടുള്ള ഒരു രാത്രിയിൽ ഞാൻ തുറന്ന ജനാലയ്ക്കടിയിൽ ഉറക്കം വരാതെ കിടക്കുകയായിരുന്നു. എല്ലായിടവും നിശ്ശബ്ദമായിരുന്നു. അതിനാൽ നിരത്തിൽനിന്നുള്ള ഓരോ ഒച്ചയും കേൾക്കാൻ കഴിഞ്ഞിരുന്നു. അവരുടെ മുറി ജനാല തുറന്നു തന്നെ ഇരുന്നു. എനിക്ക് അവർ സംസാരിക്കുന്നത് കേൾക്കാമായിരുന്നു. എന്നാൽ അടച്ച രണ്ട് കതകുകൾക്കിടയിലൂടെ തീർച്ചയായും എനിക്കൊന്നും ശരിക്ക് കേൾക്കാൻ കഴിഞ്ഞിരുന്നില്ല. അയാൾ അവരുടെ മുലകൾ എത്ര ദൃഢമാണെന്നും മുലക്കണ്ണുകൾ എത്ര മൃദുലമാണെന്നുമൊക്കെ മുരളുന്നുണ്ടായിരുന്നു. പിന്നെ അവരുടെ കക്ഷത്തിൽ ഇത്ര കാടുപിടിച്ച മുടി എങ്ങനെ ഉണ്ടായി എന്നും. ഇതെല്ലാം കേട്ട് അവർ ഇക്കിളിപ്പെട്ട് ചിരിച്ചു.

ആ നിമിഷത്തിൽ ഞാൻ അയാളെ എത്രമാത്രം വെറുത്തുവെന്നോ! അവരോട് അവജ്ഞ തോന്നുകയും ചെയ്തു.

പിന്നെ കട്ടിൽ കരയാൻ തുടങ്ങി. എനിക്ക് ചാടിയെണീറ്റ് അവരോടുള്ള ദേഷ്യം കാണിക്കാനായി എന്തെങ്കിലും ചെയ്യണമെന്ന് തോന്നി. എന്നാൽ ഞാൻ അവർ കിതയ്ക്കുന്ന ശബ്ദവും വിയർപ്പ് വയറിനടിയിലൂടെ ഒഴുകുന്ന നേർത്ത ശബ്ദവും ശ്രദ്ധിച്ച് വെറുതെ അവിടെത്തന്നെ കിടന്നു. പിന്നീട് അവർ അടക്കിക്കരയുന്ന ശബ്ദം കേട്ടു.

“അതെ! അതെ! അതെ!”

പിന്നീടവർ കുളിമുറിയിലേക്ക് വേഗത്തിൽ നേർത്ത കാലടി ശബ്ദത്തോടെ ഓടിപ്പോയി.

വഴിക്കുള്ള സ്റ്റേഷനോ, വേറെ ഏതോ ഒന്നോ. ഞങ്ങൾ അവിടെ കുടുങ്ങി. ഞാൻ കുറച്ചുകൂടി വരികൾ എഴുതണമെന്ന് കരുതിയതായിരുന്നു.

സാഷൻക, എന്തുകൊണ്ടാണ് ഞാൻ എന്റെ രണ്ടാനച്ഛനെപ്പറ്റി എഴുതുന്നത്! എന്തുകൊണ്ടാണ് എന്ന് എനിക്കും അറിയുന്നില്ല. നാശം പിടിച്ചയാൾ!

ഞാൻ പകരം രസകരമായ എന്തെങ്കിലും പറയാം എന്ന് കരുതുകയാണ്.

എത്ര അതിശയകരമാണ് ഡെമോക്രാറ്റിസിന് ശരീരം, ശരീരം വിഭജിക്കുന്നത് ആത്മാവുവരെ മാത്രമേ എത്തുകയുള്ളൂ. ആത്മാവാണ് ആറ്റത്തെപ്പോലെ അവസാനത്തെ അവിഭാജ്യഘടകം. ആറ്റങ്ങൾക്കിടയിൽ എപ്പോഴും അകലമുണ്ട്. ആറ്റങ്ങളെ സ്പർശിച്ചാൽ അവ വിഭജിക്കപ്പെടും. എന്നാൽ വ്യാഖ്യാനിക്കുമ്പോൾ അവ അവിഭാജ്യമാണ്. അവയുടെ ഭാഗങ്ങൾ കൊണ്ടുമാത്രമേ സ്പർശിക്കാനുമാവുകയുള്ളൂ. അങ്ങനെ ശരീരങ്ങൾക്ക് തമ്മിൽ സ്പർശിക്കാൻ കഴിയും. എന്നാൽ എപ്പോഴും ആത്മാക്കൾക്ക് തമ്മിൽ ഒരു അകലമുണ്ട്, ഒരു ശൂന്യത.

എനിക്ക് വിശക്കുന്നു.

യൂറേഷ്യൻ കാക്കകൾ-തീവണ്ടി എഞ്ചിന്റെ ഉൾഭാഗംപോലെ കറുത്തുതിളങ്ങുന്നവ.

ആളുകളെ നമുക്ക് രണ്ടായി വിഭജിക്കാം. ഇവിടെ ഞാൻ രണ്ടു മണിക്ക് പത്ത് മിനിട്ടുള്ളപ്പോൾ ചായ കുടിക്കാൻ പോകുന്നു എന്നതും അതേ സമയത്ത് ഭൂമി കറങ്ങുന്നുണ്ട് എന്നതും യാഥാർത്ഥ്യമാണെന്ന് അറിയുന്നവർ. അവർ അതിൽ ഒരു വൈരുദ്ധ്യം കാണുന്നില്ല. ഇതൊക്കെ മനസ്സിലാക്കാത്തവർ പിന്നീട് ഒരിക്കലും മനസ്സിലാക്കില്ല. ഞങ്ങൾ വെള്ളം പമ്പുചെയ്യുന്നതിനു സമീപം നിൽക്കുകയാണ്. എഞ്ചിനിൽ വെള്ളം നിറയ്ക്കുന്നുണ്ട്.

ജനാലയ്ക്കരികിൽ ഇരുന്ന് വലിച്ചുകൊണ്ടുപോകുന്ന പഴയ എഞ്ചിനെ ഞാൻ തുറിച്ചുനോക്കി. അത് കിതച്ചുകൊണ്ട് പുകയും ആവിയും പുറത്തുവിട്ട് ഓടിക്കൊണ്ടിരുന്നു. ഇപ്പോൾ നേരം ഇരുണ്ടിരിക്കുന്നു. ഞങ്ങൾ ഇതുവരെ അല്പം പോലും അനങ്ങിയിട്ടില്ല. ഇവിടെ രാത്രി ശരിക്കും തണുപ്പാണ്. തണുത്ത് മരവിക്കാതിരിക്കാൻ വലിയ ഒരു കോട്ടിട്ട് ഞാൻ എന്നെ മൂടി. ഒരു കൊച്ചു മനുഷ്യൻ വലിയ പിടിയുള്ള ചുറ്റികയുമായി ട്രെയിനിന്റെ നീളത്തിനനുസരിച്ച് നടന്ന് അവിടവിടെ എല്ലാ അച്ചാണികളിലും തട്ടി നോക്കുന്നുണ്ടായിരുന്നു. അയാൾക്കും അച്ചാണികൾക്കും മാത്രം കേൾക്കാൻ കഴിയുന്ന ഒരു പ്രത്യേകതരം ശബ്ദം അവർ കേൾക്കുന്നുണ്ടായിരുന്നു.

റെയിൽപാളങ്ങളുടെ വശങ്ങളൊക്കെ തുരുമ്പിക്കുന്നുണ്ട്.

പെട്ടെന്ന് വളരെ ലളിതമായ ഒരു കാര്യം എനിക്ക് മനസ്സിലായി. ഈ തീവണ്ടി നിശ്ചലമായത്, ഈ വിളക്കുകൾ, അച്ചാണികളിൻമേലുള്ള ചുറ്റികപ്രയോഗം, ടെലിഗ്രാഫ് ഓഫീസിലെ ജനാലയ്ക്കലുള്ള പുൽച്ചാടികളുടെ ചിലയ്ക്കൽ, പുകയുടെ മണം, എഞ്ചിൻ ശ്വസിക്കുന്ന ആവിയും ഗ്രീസും എഞ്ചിന്റെ പരുക്കനായ, ക്ഷീണിച്ച ചൂളംവിളി, അതൊക്കെ ഞാനായിരുന്നു. മറ്റൊരു ഞാൻ എവിടെയും ഇല്ല, ഉണ്ടാവുകയും ഇല്ല. ശാശ്വതമായ തിരിച്ചുവരവിനെപ്പറ്റിയുള്ള എല്ലാ നിഗമനങ്ങളും വെറും യക്ഷിക്കഥകൾ മാത്രമാണ്. എല്ലാം ഇപ്പോൾ ഇതാ ഒരിക്കലേ ഉള്ളൂ. ഞങ്ങൾ ഇപ്പോൾ പുറപ്പെടുകയാണെങ്കിൽ ഈ അനിശ്ചിതത്വം തീരുകയും ഞാൻ അപ്രത്യക്ഷനാവുകയും ചെയ്യും.

എഞ്ചിനുകൾ എന്തോ കാരണത്താൽ ഞരങ്ങാൻ തുടങ്ങി. ചിലപ്പോൾ ഞങ്ങൾ വേഗം തന്നെ യാത്ര തുടങ്ങിയേക്കും.

അല്ലെങ്കിൽ ചിലപ്പോൾ അവർ പെണ്ണും ആണും തമ്മിൽത്തമ്മിൽ വിളിക്കുകയായിരിക്കും അവരുടെ നേർത്ത ശബ്ദത്തിൽ. ഈ രാത്രിയിൽ തമ്മിൽ തിരയുകയാവാം. എഞ്ചിൻ പ്രണയം.

ഇപ്പോൾ ആരോ എല്ലാവരെയും തനിയെ വിളിക്കുന്നുണ്ട്, എന്നാൽ ആരും മറുപടി പറയുന്നില്ല. അവർക്ക് അത് ഒരു ചെറിയ ശബ്ദമായിരിക്കും ചിലപ്പോൾ.

ദെസ്തേയെവെസ്ക്കിയുടെ "കാർമസോവ് ബ്രദേർസ്"ലെ ഗ്രൂഷെൻകയ്ക്ക് ശരീരത്തിന് ഒരു പ്രത്യേകതരം വളവുണ്ട്. അത് ഏതു തരത്തിലുള്ള വളവായിരുന്നിരിക്കും എന്നോർത്ത് ഞാൻ അതിശയിക്കാറുണ്ട്.

എന്റെ പ്രേമഭാജനമേ, ഞാൻ ഭയന്നുപോയി. ഓരോ നിമിഷവും നിനക്ക് എന്തെങ്കിലും ആപത്ത് സംഭവിക്കുമോ എന്ന് ഞാൻ ചിന്തിക്കുന്നു. പിന്നെ ഞാൻ സ്വയം നിയന്ത്രണം വീണ്ടെടുക്കുകയും നമുക്ക് നല്ലതേ വരൂ എന്ന് ചിന്തിക്കുകയും ചെയ്യുന്നു. നീ എന്റെ കൂടെ എത്രകാലം ഇല്ലയോ അത്രയും കാലം നീ എന്റെ തന്നെ ഭാഗമാണ്. ചിലപ്പോൾ നീ എവിടെ അവസാനിക്കുന്നുവെന്നോ, ഞാൻ എവിടെ തുടങ്ങുന്നുവെന്നോ എനിക്ക് പറയാൻ കഴിയുന്നില്ല. എനിക്ക് സംഭവിക്കുന്നതൊക്കെ സത്യമാണ്. എന്നാൽ അതേക്കുറിച്ച് എങ്ങനെ എഴുതണമെന്ന് എനിക്ക് അറിയുന്നില്ല. അതില്ലാതെ കാര്യങ്ങൾ നല്ലതായാൽക്കൂടി എനിക്ക് ഒരു സന്തോഷവും തോന്നുന്നില്ല. അത് സംഭവിക്കണമെങ്കിൽ എനിക്ക് നീയുമായി അത് പങ്കുവയ്ക്കുക തന്നെ വേണം.

ഉദാഹരണത്തിന് ഇന്നലെ ഞാൻ യാങ്കയെ വിളിക്കാമെന്ന് അവളോട് പറഞ്ഞിരുന്നു. എന്നാൽ ഞാൻ അവിടെ നേരത്തെ എത്തി. അവരുടെ ക്ലാസ്സുകൾ അപ്പോഴും കഴിഞ്ഞിരുന്നില്ല. അതിനാൽ ഞാൻ അകത്ത് കാത്തിരിക്കാം എന്നു വെച്ചു. അതുകൊണ്ട് പുറത്ത് കറങ്ങിനടക്കേണ്ടി വരില്ലല്ലോ. വേനൽക്കാലത്തും ചൂട് കുറവാണ്. പുറത്ത് കാറ്റും തണുപ്പുമാണ്. അവിടെയാകട്ടെ കേടുപാടുകൾ തീർക്കുന്ന തിരക്കായിരുന്നു. പെയിന്റ് ചെയ്യുന്നവർ തൊട്ടിൽപോലൊരു സാധനം അവിടെക്കൊണ്ടു വെച്ചു. സ്ട്രോബറിപോലെ മൂക്കുള്ള ഒരാൾ എന്നെ നോക്കി കണ്ണിറുക്കി. അയാൾ എന്റെമേൽ അയാളുടെ പെയിന്റ് എടുത്ത് ഒഴിക്കാൻ പോവുകയാണ് എന്ന് തമാശ പറഞ്ഞു. ഞാൻ ചിരിച്ചു. എത്ര ചെറിയ കാര്യമായാലും എനിക്ക് സന്തോഷിക്കണമായിരുന്നു. ഞാൻ നിന്നോട് അതേപ്പറ്റി പിന്നെ പറയാം, അല്ലെങ്കിൽ നിനക്കറിയാമോ ഇതൊന്നും നിലനിൽക്കില്ല. സ്ട്രോബറി മൂക്കുള്ള ആ പെയിന്റു ചെയ്യുന്നയാളും അയാളുടെ കളിമൺ നിറത്തിലുള്ള പൊട്ടിപ്പൊളിയാറായ ബക്കറ്റും ഒന്നും.

ഞാൻ വരാന്തകളിലൂടെ കുറച്ചുനേരം നടന്നു. ആ സ്ഥലം മുഴുവൻ അസ്വസ്ഥത തോന്നിക്കുന്നതായിരുന്നു. ജനാലയിൽനിന്നുള്ള കാറ്റും എല്ലായിടത്തുനിന്നുമുള്ള പെയിന്റിന്റെ മണവും ശുചിമുറിയിൽ നിന്നുള്ള മടുപ്പിക്കുന്ന നാറ്റവും.

ഞാൻ സമയവിവരപ്പട്ടിക നോക്കി ക്ലാസ്സ്മുറി കണ്ടുപിടിച്ചു. ഞാൻ അകത്തേക്ക് നോക്കി. അവർ ചിത്രം വരയ്ക്കുകയാണ്. ഞാൻ അകത്തു കയറി താഴെ ഇരുന്നു. ആരും എന്നെ ശ്രദ്ധിക്കുന്നില്ല. അവർ എല്ലാവരും തിരക്കിലായിരുന്നു. ശ്രദ്ധിച്ച് ചെയ്യുകയാണ്. ബുദ്ധിമുട്ടി ശ്രമിക്കുന്നുമുണ്ട്. വേദിയിൽ മോഡലായി ഒരു നഗ്നയായ സ്ത്രീ നിൽക്കുന്നുണ്ട്.

അവളുടെ ചുറ്റുമുള്ള ആണുങ്ങൾ അവളെ ശ്രദ്ധിക്കുന്നതേയില്ല. അവർ വേറെ വല്ലതുമായിരിക്കും ചിലപ്പോൾ കാണുന്നുണ്ടായിരിക്കുക.

പെൻസിൽ ചെത്തുന്ന ശബ്ദവും കടലാസ്സിനുമുകളിൽ കരി ഉരസുന്ന ശബ്ദവും നിശ്ശബ്ദതയിൽ കേട്ടു. ഒരാൾ പെൻസിൽ അയാളുടെ കയ്യിന്റെ അകലത്തിൽ പിടിച്ച് ആ സ്ത്രീയുടെ ഏതോ ശരീരഭാഗങ്ങളിലേക്ക് സശ്രദ്ധം വീക്ഷിച്ചു.

പ്രൊഫസർ ഒരു വിദ്യാർത്ഥിയുടെ അടുത്തുനിന്നും മറ്റൊരു വിദ്യാർത്ഥിയുടെ അടുത്തേക്ക് നീങ്ങിക്കൊണ്ടിരുന്നു. മുറിയുടെ വലിയ താക്കോൽകൊണ്ട് ചിത്രങ്ങളിൽ ഒന്നുതട്ടി ഇങ്ങനെ പറയുംപോലെ, അത് ശരിയായിട്ടില്ല, ഇത് ഇവിടെ തെറ്റാണ്. അയാൾ ആരോടോ ഗർവ്വിഷ്ഠനായി പറഞ്ഞു,

"പകുതി ഭാഗം വേർതിരിക്കുക."

അയാൾ എന്നെ നോക്കുകപോലും ചെയ്തില്ല. യാങ്ക അയാളെ 'ചാർട്ട് കോവ്' എന്നാണ് വിളിച്ചിരുന്നത്, ഗോഗോളിന്റെ 'ദി പോർട്രേയ്റ്റ്' എന്ന കഥാപാത്രത്തെ കണ്ടശേഷം.

മോഡലിനു മുന്നിൽ ഒരു ചൂടാക്കുന്ന യന്ത്രം ഉണ്ടായിരുന്നു. എന്നാൽ അവൾക്ക് തണുക്കുന്നുവെന്ന് എനിക്ക് തോന്നി. ജലദോഷമുണ്ട് എന്ന മട്ടിൽ അവൾ എപ്പോഴും മൂക്ക് ചീറ്റിക്കൊണ്ട് ഇരുന്നു.

കയ്യും കാലുമൊക്കെ അകത്തി വെച്ചിട്ടുള്ള അവളുടെ നിൽപ് ഒരു പെണ്ണിന് ചേർന്നതായിരുന്നില്ല. ഒഴിഞ്ഞ ഒരു പൂപ്പാത്രംപോലെ അവൾ അവിടെ ഉണ്ടായിരുന്നു. അവളുടെ ശരീരം അവിടെ ഉണ്ടായിരുന്നു, എന്നാൽ അവളുടെ മനസ്സ് ദൂരെ എവിടെയോ ആയിരുന്നു.

പെണ്ണല്ലാത്ത അവളും ആണല്ലാത്ത അവരും ഒക്കെച്ചേർന്ന് ഇതിലൊന്നും യാഥാർത്ഥ്യമായി ഒന്നുമില്ല എന്ന് തോന്നിച്ചു. പെയിന്റ് ചെയ്യുന്നയാൾ പെട്ടെന്ന് ജനാലയ്ക്കൽ പ്രത്യക്ഷപ്പെട്ടു. അവളെ കണ്ടതും അയാൾ കയ്യിൽ റോളറും വെച്ച് മരവിച്ച് നിന്നു. അവളും അയാളെ ശ്രദ്ധിച്ചു. വേഗം ശരീരം മറച്ചു. ഒരു പെണ്ണിന്റെ ആംഗ്യവിക്ഷേപങ്ങളോടെ ഒരു കൈ മുകളിലും മറ്റേത് താഴെയും. അവൾ പെട്ടെന്ന് നേരെയായി.

എനിക്ക് അപ്പോൾ അവളെ വരയ്ക്കാൻ അതിയായ ആഗ്രഹം തോന്നി!

ആ സമയത്ത് എല്ലാവരും അവരവരുടെ സാധനങ്ങൾ ഒന്നിച്ച് കൂട്ടിവയ്ക്കാൻ തുടങ്ങി. അവൾ ഒരു വസ്ത്രത്തിനകത്തുകയറി കർട്ടനു പിന്നിൽ മറഞ്ഞു.

ഇതെല്ലാം നിന്റെ അടുത്ത് പറയണമെന്ന് ഞാൻ അപ്പോൾ ചിന്തിച്ചിരുന്നു. അതാണ് ഇപ്പോൾ എല്ലാം പറഞ്ഞത്.

എന്നാൽ ഇന്ന് ഞാൻ ചുറ്റുമുള്ള ശബ്ദങ്ങൾ ശ്രദ്ധിച്ചു. ജീവസ്സുറ്റ സരളമായ ശബ്ദങ്ങൾ, എന്റെ ജീവിതത്തിന്റെ ഭാഗങ്ങൾ – കണ്ണു തുറക്കാതെ അവിടെത്തന്നെകിടന്നു. രാവിലെ മുതൽ കേൾക്കുന്ന

തുന്നൽ യന്ത്രത്തിന്റെ ശബ്ദം, ലിഫ്റ്റ് പ്രവർത്തിക്കുന്ന ശബ്ദം, ഒച്ച യോടുകൂടി അടയുന്ന വാതിലിന്റെ ശബ്ദം, കടകടശബ്ദങ്ങൾ പുറപ്പെടു വിച്ച് നിരത്തിന്റെ അറ്റത്ത് നിൽക്കുന്ന ട്രാം, തുറന്ന ജനാലയിലൂടെ ചില യ്ക്കുന്ന പക്ഷിയുടെ ശബ്ദം... നീ ഇതെല്ലാം നോക്കി ഇതിനെയൊക്കെ എന്തു വിളിക്കണം എന്ന് പറയണം.

എവിടെയോ യുദ്ധമുണ്ടെന്ന് വിശ്വസിക്കുക തന്നെ സാധ്യമല്ല. എപ്പോഴും ഉണ്ടായിക്കൊണ്ടിരിക്കുകയും ചെയ്യുന്നു. അവർ ശരിക്കും ആളുകളെ ഉപദ്രവിക്കുകയും കൊല്ലുകയും ചെയ്യുന്നു. മരണം എന്നും നിലനിൽക്കുകയും ചെയ്യുന്നു. നിനക്ക് ഒന്നും സംഭവിക്കില്ല, എന്നെ വിശ്വ സിക്കൂ എന്റെ പ്രിയപ്പെട്ടവനേ, പ്രേമഭാജനമേ!

കമ്പനിക്കുവേണ്ടിയുള്ള സാധനങ്ങൾ തുറമുഖത്തുനിന്നും ലഭിച്ചു. പഞ്ചസാര പത്തൊൻപത് പൂഡ്സ്, അഞ്ച് പൗണ്ട്, അറുപത് സോളോറ്റ് നിക്സ്; തേയില ഇരുപത്തിമൂന്ന് പൗണ്ട്, മൂന്നിലൊന്ന് സോളോറ്റ്നിക്സ്, തേയില ഏഴ് പൂഡ്സ്, മുപ്പത്തിയഞ്ച് പൗണ്ട്, സോപ്പ് എട്ട് പൂഡ്സ്. മുപ്പത്തിയേഴ് പൗണ്ട്.

സുഖമില്ലാത്ത പുരുഷന്മാർ: രണ്ട് നാവികരും പതിന്നാല് പട്ടാളക്കാരും ലൈൻ ബറ്റാലിൻ നമ്പർ നാലിൽനിന്ന്. കരുതലുള്ള വെള്ളം: അഞ്ച് ഇഞ്ച്, പമ്പുചെയ്തശേഷം അതേ ദിവസത്തെ ഉച്ചസമയം. ചെറിയ കാറ്റും തെളിഞ്ഞ കാലാവസ്ഥയും. ബാരോമീറ്റർ റീഡിങ് മുപ്പത് പോയിന്റ് ഒന്ന്. ഇന്നത്തെ തീയതിയിൽ പുറത്തെടുത്തവ: ഒരു മരപ്പെട്ടി വെടിക്കോപ്പുകൾ-ഒന്ന്; ഇറച്ചി വീപ്പകൾ-നാല്, ചണം-ഇരുപത്തിയഞ്ച് പൂഡ്സ്, റായ്മാവ്-ഇരുപത്തിഒമ്പത് പൂഡ്സ്, ധാന്യങ്ങൾ-നാല് പൂഡ്സ്, മരപ്പെട്ടി-(വായിക്കാൻ പറ്റാത്തത്) ഒരെണ്ണം, വെടിയുണ്ടകൾ-രണ്ടാ യിരത്തി ഒരുനൂറ്റി അറുപത് എണ്ണങ്ങൾ, ഇരുമ്പ് പാചകപ്പാത്രങ്ങൾ- മൂന്നെണ്ണം, കയറുകൾ-അഞ്ച് പൂഡ്സ്, ഇരുപത് പൗണ്ട്, ഇരുമ്പ് പാളി കൾ-അൻപത് ഷീറ്റുകൾ മീൻ പിടിക്കാനുള്ള വല - ഒന്ന്, കുതിര ഒന്ന്, കാള രണ്ട്. പന്ത്രണ്ട് മണിക്കുള്ള വെള്ളം അളവ് - ഇരുപത്തിനാല് ഇഞ്ച്.

യാത്രാ ദിവസങ്ങൾ - 193

നങ്കൂരമിട്ടു നിന്നത് - 102 ദിവസങ്ങൾ

ഇന്ന് കമ്പനി ഞങ്ങൾക്ക് പുഴുവുള്ള ഇറച്ചി വിളമ്പി. എല്ലാവരും ആർത്തിയോടെ കഴിച്ചു. വഴക്കുണ്ടായില്ല,

നാലുമാസങ്ങൾക്കുശേഷം ഞങ്ങൾ പ്രത്യേക ആകൃതിയൊന്നും ഇല്ലാത്ത, ഒരു മൈൽ നീളത്തിൽ പരന്നുകിടക്കുന്ന ഒരു ദ്വീപിലെത്തി. ഞങ്ങൾ പാചകം ചെയ്യാനായി പുറത്തേക്കിറങ്ങി. അതിനായി തീ കത്തിച്ചപ്പോൾ ആ ദ്വീപ് തനിയെ മുങ്ങുകയും ഞങ്ങൾ പാചകസാധന ങ്ങളും സാമഗ്രികളും എടുക്കാതെ കപ്പലിലേക്ക് ഓടിക്കയറുകയും ചെയ്തു. അവർ പറഞ്ഞു, അതൊരു ദ്വീപൊന്നുമല്ല, ജാക്കോനിയസ്

എന്ന മത്സ്യമാണ് എന്ന്. തീ തട്ടിയപ്പോൾ അത് വെള്ളത്തിലേക്ക് താഴ്ന്ന താണ് എന്ന്. ഞങ്ങളുടെ സാധനങ്ങളും കൊണ്ടാണ് അത് മുങ്ങിയത്.

കൂടുതൽ വടക്കോട്ട് യാത്ര ചെയ്യാനായി രണ്ട് മഞ്ഞുമൂടിയ മല കൾക്കിടയിലൂടെ ഞങ്ങൾ ആറ് ദിവസം യാത്രചെയ്തു. ഒരു ദ്വീപി നടുത്ത് എത്താറായപ്പോൾ ഞങ്ങൾ പല വൈവിധ്യമാർന്ന മൃഗങ്ങളെയും തുണിയുടുക്കാത്ത ആളുകളെയും കണ്ടു. ഞങ്ങൾ മറ്റൊരു ദ്വീപിലേക്ക് യാത്രചെയ്തപ്പോൾ അവിടെ നായത്തലയുള്ള ആളുകളെയും ഒരു വയസ്സുള്ള പശുക്കുട്ടിയുടെ വലിപ്പമുള്ള കുരങ്ങുകളെയും കണ്ടു. അവിടെ അഞ്ച് മാസം ഞങ്ങൾ നങ്കൂരമിട്ട് കിടന്നു. മോശം കാലാവസ്ഥ കാരണം ഞങ്ങൾക്ക് കൂടുതൽ യാത്ര ചെയ്യാൻ കഴിഞ്ഞില്ല. അവിടെയുള്ള ആളുകൾക്ക് നായത്തലകളും പല്ലുകളും കണ്ണുകളുമാണ്. അവർ വിദേശീ യരെ കിട്ടിയാലുടനെ തിന്നും. ഇവിടുത്തെ പഴങ്ങൾ നമ്മളുടേതുപോലെ യല്ല.

ഇവിടെ ഭയങ്കര ചൂടാണ്. സൂര്യൻ ശക്തിയായി ജ്വലിക്കുന്നു. എനിക്ക് അത് സഹിക്കാൻ കഴിഞ്ഞില്ല. ഞാൻ ഒരു മുട്ട വെള്ളത്തിൽ ഇട്ടു നിന്നാൽ അത് പുറത്ത് എടുക്കുന്നത് പാകമായിട്ടായിരിക്കും. ഒലിബാനം എന്ന മരം ഇവിടെ വളരുന്നുണ്ട്. വെള്ളനിറത്തിലും തവിട്ടു നിറത്തിലും. ഇവിടെ ഒരുപാട് കുന്തിരിക്കം ഉണ്ട്. സിൽക്ക് പോലൊരു തരം തുണി യുണ്ടാക്കുന്ന നാരുകളും മറ്റ് അനേകം സാധനങ്ങളുമുണ്ട്. വലിയ ആനകൾ ഇവിടെ ജീവിച്ചിട്ടുണ്ട്. യൂണികോണും തത്തയും എബണി മരവും ചുവന്ന ചന്ദനമരവും ഇന്ത്യൻ കടലകളും ഗ്രാമ്പു, ബ്രസീൽമരം, കറുവപ്പട്ട, കുരുമുളക്, നിശ്ശബ്ദരായ ചീവീടുകൾ പിന്നെ മണമുള്ള ഈറ്റയും ഇവിടെ ഉണ്ട്. നീണ്ട വാലുള്ള പക്ഷികളും ഇവിടെ ജീവി ക്കുന്നു. നമ്മുടേതിനേക്കാൾ അവ വലിപ്പവും ഭംഗിയും ഉള്ളവയാണ്. ഇവിടുത്തെ കോഴികളും നമ്മുടേത് പോലെ അല്ല.

ഇഞ്ചിയും സിൽക്കും ലോകത്തിന്റെ ഈ ഭാഗത്ത് ധാരാളമുണ്ട്. ഒരുപാട് കാട്ട് മൂങ്ങകൾ ഉണ്ട്. അത് വളരെ അതിശയകരമാണ്. ഒരു വെനീഷ്യൻ നാണയത്തിന് നിനക്ക് മൂന്ന് വാലുള്ള പക്ഷികളെ വാങ്ങാം. ഇവിടുത്തെ ആളുകൾ ദ്രോഹിക്കുന്നവരാണ്. കക്കുകയോ, മോഷ്ടിക്കു കയോ ചെയ്യുന്നത് പാപമല്ലെന്ന് കരുതുന്നു. ഇവിടെ വലിയ ബഹള ക്കാരോ, കൊള്ളക്കാരോ ഇല്ല. ബിംബ ആരാധനക്കാർ ഇവിടെ ജീവിക്കുന്നുണ്ട്. അവർക്ക് കടലാസ്സ് പണമാണുള്ളത്. ഒരാളുടെ മരണ ത്തോടെ അവ കത്തിക്കുന്നു. അവർക്ക് ഒരുപാട് ആഹാരസാധനങ്ങളു ണ്ടെങ്കിലും അവർ കീരിയെ ആണ് തിന്നുക.

അവർ പലതരത്തിലുള്ളവയോട് പ്രാർത്ഥിക്കുന്നു. ആരെങ്കിലും രാവിലെ ഉണരുമ്പോൾ ആദ്യം കാണുന്ന സാധനത്തോട് പ്രാർത്ഥി ക്കുന്നു.

ധ്രുവനക്ഷത്രത്തെ ഇവിടെ നിന്ന് കാണുക സാധ്യമല്ല. എന്നാൽ

നിങ്ങൾ കുതികാലിൽ നിന്നാൽ അത് ഒരടി വെള്ളത്തിനു മുകളിൽ ഉയർന്നുകാണും.

അവർ പറയുന്നതുപോലെ ആണെങ്കിൽ താഴെ പറയുന്ന കാരണത്താൽ അവരുടെ മരിച്ച ആളുകളെ കത്തിക്കുന്നു. ശവശരീരങ്ങൾ കത്തിച്ചില്ലെങ്കിൽ അവയിൽ പുഴുക്കൾ വരും. ആ പുഴുക്കൾ ആ ശവശരീരം മുഴുവൻ വ്യാപിച്ച് ഉപേക്ഷിക്കപ്പെടുമ്പോൾ ആത്മാവുകൾക്ക് ശോഷണം വരുന്നു. ആത്മാവ് മരിച്ചു പോകുന്നു. അത് ആത്മാവിനോട് ചെയ്യുന്ന വേദനാജനകമായ അപരാധമാണത്രെ.

ഞാൻ ഒരു തുഴയുമായി നടന്നപ്പോൾ അരികിലൂടെ പോയ ഒരാൾ ചോദിച്ചു,

"എന്തു കുന്തമാണ് നിങ്ങൾ കയ്യിൽ പിടിച്ചിരിക്കുന്നത്?"

ഒന്ന് സങ്കല്പിച്ചുനോക്കൂ സാഷൻക, ആദ്യം ബ്രസീൽ മരമായിരുന്നു. പിന്നെ മാത്രമേയുള്ളൂ ബ്രസീൽ.

ഞാൻ കപ്പലിന്റെ മേൽത്തട്ടിലേക്ക് പോയി. അവിടെ കപ്പലിന്റെ അണിയത്ത് ആരും ഉണ്ടായിരുന്നില്ല. ഞാൻ കപ്പലിന്റെ നങ്കൂരചക്രത്തിൽ നിന്നും കാറ്റിൽനിന്നും മാറി നടന്നു. ആ കാൻവാസ് കവറിനു പിന്നിൽ സുഖമായിരുന്നു. എനിക്ക് സുഖമായി പുകവലിക്കാൻ കഴിഞ്ഞു.

കടലും ആകാശവും പിരിഞ്ഞ് എവിടെയെങ്കിലുമൊക്കെ നിലനിൽക്കാൻ കഴിയുന്നത് എത്ര വിചിത്രമാണ്.

അത് വേഗം തുടങ്ങും. സാഷൻക, ഞാൻ കൊല്ലപ്പെട്ടേക്കാം. അംഗവിഹീനനായി വരുന്നതിലും ഭേദമാണ് അത്. ദൈവം എന്നെ സ്വയംഹത്യയിൽനിന്ന് തടഞ്ഞിരിക്കുകയാണ്.

നിനക്കറിയുമോ, ഞാൻ എന്തിനും തയ്യാറാണ്. ഞാൻ തിരമാലകളിലേക്കും കറുത്ത മേഘങ്ങളിലേക്കും നോക്കി. എന്റെ കാലിനുതാഴെ എഞ്ചിൻ മുറിയുടെ ഇരമ്പൽ ഇളകി.

കാറ്റ് പുകയെ തിരികെ പുകക്കുഴലിലേക്ക് തന്നെ നിറയ്ക്കുമോ എന്നു തോന്നി. നശിച്ച സമയം പാഴാവുകയാണ്.

ഒരു കടൽക്കാക്ക തണുത്തുറഞ്ഞ് ചലനമില്ലാതെ ആകാശത്ത് ചിന്തയിൽ മുഴുകി അങ്ങനെ നില്ക്കുന്നു. പിന്നീട് പെട്ടെന്ന്, ജീവിതം ഒരു കണ്ണടച്ചുതുറക്കലിന്റെ അത്ര ചെറുതാണെന്ന പ്രധാനപ്പെട്ട കാര്യം ഓർത്ത് ഊർജ്ജസ്വലതയോടെ വളരെ വേഗത്തിൽ താഴേക്ക് പറന്നു.

ഞാൻ എന്തിനാണ് നിന്നോടും എന്നോടും നുണ പറയുന്നത്? ഞാനൊന്നിനും തയ്യാറായിട്ടില്ല ഇപ്പോഴും!

അവർ ഒരുപാട് ആവശ്യമില്ലാത്ത ചവറുകൾ കപ്പലിൽ കൂട്ടിയിട്ടു. കടൽക്കാക്കകൾ കലപിലകൂട്ടി.

നിനക്കറിയാമോ സാഷൻക, ഇതായിരിക്കും വഴി. ഭൗതികലോകത്തിന്റെ പുറംതോട്, സാധനം, എണ്ണപുരട്ടി വലിച്ചുനീട്ടി, ഉരച്ചും

തേയ്മാനം വരുത്തിയും ദ്വാരങ്ങളുണ്ടാക്കി പിന്നെ അതിന്റെ സത്ത മുഴുവൻ കാൽവിരലുകൾ സോക്സിനുള്ളിലെ ദ്വാരത്തിൽപ്പെടും പോലെ കളിയായിമാറുന്നു.

എന്റെ പ്രിയപ്പെട്ടവനേ, ഏറ്റവും അടുപ്പമുള്ളവനേ, എന്റെ പൊന്നേ!

എന്തു സംഭവിച്ചുവെന്ന് ശ്രദ്ധിക്കുക.

ഞാൻ എന്റെ ബൈക്ക് എടുത്ത് നമ്മുടെ കാട്ടിലേക്ക് ഓടിച്ചു. പിന്നീട് ഉപേക്ഷിക്കപ്പെട്ട ആ വിമാനത്താവളത്തിലേക്ക് നടന്നു. നിനക്ക് ഓർമ്മയുണ്ടോ?

എല്ലായിടവും പുല്ല് പിടിച്ച് കിടന്നിരുന്നു. വിമാനം നിലത്ത് ഇറങ്ങുന്നിടത്ത് ഒരു കുന്ന് ചവറുണ്ടായിരുന്നു. വിമാനം സൂക്ഷിക്കുന്നിടത്ത് ഒരുപാട് വിസർജ്ജ്യം കുന്നുകൂടി കിടന്നിരുന്നു. തുരുമ്പുപിടിച്ച മുള്ളു കമ്പികൾ എവിടെയും കാട് പിടിച്ച് കിടന്നിരുന്നു.

ഞാൻ വിചാരിച്ചു, ഞാനെന്തിനാണ് ഇവിടെ വന്നത്? മുള്ളുകളുള്ള ചെടികൾ എന്റെ കാലിൽ കുത്താനിടയായി എന്നതുമാത്രമാണ് അതുകൊണ്ട് ഉണ്ടായത്. എന്റെ സോക്സുകൾ പുൽവിത്തുകൾകൊണ്ട് നിറയുകയും ചെയ്തു.

സൂര്യൻ അസ്തമിക്കാൻ പോകുന്നു.

ഞാൻ എന്റെ സൈക്കിളിനടുത്തേക്ക് നടന്നു. എന്റെ അത്ര പൊക്കമുള്ള ഒരു കെട്ട് മുൾവേലി പായൽച്ചെടികളോട് ചേർന്നുകിടക്കുന്നത് ഞാൻ കണ്ടു. സൂര്യപ്രകാശത്തിന്റെ വെളിച്ചത്തിൽ അത് ഒരു ചെടിക്കൂട്ടം കത്തുന്നതുപോലെ ചുവന്ന നിറത്തിൽ തിളങ്ങാൻ തുടങ്ങി.

അത് പെട്ടെന്നു പറഞ്ഞു,

“നിൽക്ക്”

ഞാൻ നിന്നു.

പിന്നെ ഒന്നും അത് പറഞ്ഞില്ല.

“നീ ആര്?”

തിളങ്ങുന്ന കെട്ട് പറഞ്ഞു,

“എന്താ നിനക്ക് കാണാൻ കഴിയുന്നില്ലേ? ഞാൻ ആൽഫയും ഒമേഗയുമാണ്. ഗോഗും മഗോഗുമാണ്, എൽദത്തും മോദത്തുമാണ്. ഡെക്സറും സിനിസ്റ്ററുമാണ്. അപെക്സും റൂട്ടുമാണ്, ഇൻബ്രീതും ഔട്ട്ബ്രീത്തുമാണ്, സീഡും വീഡും ആണ്, അസ്റ്റർ അല്ലെങ്കിൽ റസ്റ്റർ ആണ്. തുരുപ്പുചീട്ട് എവിടെ എന്നറിഞ്ഞിരുന്നുവെങ്കിൽ ഞാനത് തോണ്ടിയെടുത്തേനെ. അതാണ് ഞാൻ, സോവർ മോവർ റ്റിൻവിസിൽ ബ്ലോവർ. എന്നെ ഭയക്കരുത്. ഞാൻ പല ആളുകളോട് പലതരത്തിൽ സംസാരിക്കുന്നു. നമ്മൾ താമസിക്കുന്ന ഈ ലോകത്തിൽ ഓരോ മഞ്ഞുപാളിയും മറ്റേതിൽനിന്ന് വ്യത്യസ്തമാകുന്നതുപോലെ കണ്ണാടികൾ ശരിക്കും

ഒന്നും പ്രതിഫലിപ്പിക്കാറില്ല. ഓരോ മറുകും പാടും ചില വ്യക്തികൾക്കു മാത്രമേ ഉണ്ടാകൂ. എല്ലാവർക്കുമില്ല. ശരി, സംസാരിക്ക്."

ഞാൻ ചോദിച്ചു,

"എന്താണ് ഞാൻ പറയേണ്ടത്?"

"പറയ്, എനിക്കുചുറ്റുമുള്ള എല്ലാം ഒരേസമയം സന്ദേശവും സന്ദേശ വാഹകരുമാണ്."

തിളങ്ങുന്ന കെട്ട് ചോദിച്ചു,

"ശരി, എന്താ പ്രശ്നം?"

"എല്ലാവരും എനിക്ക് പ്രേമിക്കാനാരെയും ആവശ്യമില്ല എന്നു പറ യുന്നു. പ്ലേറ്റോ പറഞ്ഞിട്ടുണ്ട്, പ്രേമം എന്നത് പ്രേമിക്കുന്ന ആളിലു ണ്ടാവും പ്രിയപ്പെട്ടവരിൽ ഉണ്ടാകണം എന്നില്ല."

"എന്താണ് ചെയ്യേണ്ടതായിട്ടുള്ളത്! ആര് എന്തുപറഞ്ഞാലും എന്തി നാണ് കാര്യമാക്കുന്നത്? എന്തിനാണ് അവരെയൊക്കെ ശ്രദ്ധിക്കുന്നത്?"

"ഞാൻ എന്തു ചെയ്യണം?"

"നീ നിന്നെത്തന്നെ ഒന്ന് നോക്ക്."

"ഞാൻ കാഴ്ചയ്ക്ക് തീരെ മോശമാണോ?"

"ഞാൻ അതല്ല ഉദ്ദേശിച്ചത്. ആ പുൽവിത്തുകൾ നിന്റെ സോക്സി ലുണ്ട്. അവരാണ് സന്ദേശവാഹകരും സന്ദേശങ്ങളുമൊക്കെ. ഒരു പ്രത്യേകതരം സന്ദേശം. ജീവിതത്തെക്കുറിച്ച്, വിജയത്തെക്കുറിച്ച്. അതും ഒരേപോലെ ഉള്ളത്. ഈ ജീവിതത്തിൽ തോറ്റവരില്ല, വിജയികളേ ഉള്ളൂ."

"പക്ഷേ, എനിക്ക് അവന്റെ കൂടെ ജീവിക്കണം."

"വാക്കുകളായി പറയൂ"

"എന്ത് വാക്കുകൾ?"

"നിനക്ക് അറിയാം."

"എനിക്കറിയുമോ? എനിക്കെങ്ങനെ അറിയാം?"

"ആലോചിക്ക്."

"പിന്നെ എന്താണ്? ദൈവത്തിന്റെ സേവകനായ വോവ്ക എന്ന ക്യാരറ്റ് ഈ സ്ത്രീയെ വിവാഹം കഴിക്കുമോ? ഞാൻ അവന്റെ കാലിൽ കാൽവെച്ച് അടുക്കളയുടെ സർവ്വാധികാരിയായാൽ?"

"അല്ല, അല്ല, അതല്ല."

"പക്ഷേ, എനിക്ക് ഊഹിക്കാൻ കഴിയുന്നില്ല."

"ഊഹിക്കേണ്ട ആവശ്യമില്ല. നിനക്ക് എല്ലാം അറിയാം. അതാ നോക്ക്, ഒരു കൊതുക്, കാർമേഘം! അതാ നിന്റെ നീണ്ട നഖങ്ങൾ. നഖത്തിന്റെ തൊട്ടടുത്തായി ആ പാട്."

"എനിക്ക് മനസ്സിലാകാൻ തുടങ്ങുന്നുവെന്ന് തോന്നുന്നു."

"അവിടെ അതാ ഗോചരമായ ലോകം. പിന്നെ അതാ-കണ്ണുകളട യ്ക്ക്-അവിടെ അഗോചരമായ ലോകവും."

"എനിക്ക് മനസ്സിലായി!"

"പിന്നെന്താണ്?"

"എല്ലാം എനിക്ക് മനസ്സിലാകുന്നു."

എനിക്ക് എല്ലാം മനസ്സിലാവുകയാണ്. നമ്മൾ ഭാര്യാഭർത്താക്ക ന്മാരാണ്. നമ്മൾ അങ്ങനെ തന്നെയായിരുന്നു. നീ എന്റെ ഭർത്താവും ഞാൻ നിന്റെ ഭാര്യയും. അതാണ് ഈ ലോകത്തിലെ ഏറ്റവും മനോ ഹരമായ കവിത!

പ്രിയപ്പെട്ട ഇന്നവരേ... ഇന്നവരേ...

നിങ്ങളുടെ മകനെപ്പറ്റി അറിയിക്കാൻ വലിയ വിഷമമുണ്ട്.

എന്തായാലും നിങ്ങൾക്ക് കാര്യങ്ങളൊക്കെ അറിയുമല്ലോ. സഹി ക്കുക.

ഈ സമയത്ത് നിങ്ങൾക്ക് എന്താണ് അനുഭവപ്പെടുന്നത് എന്ന് എനി ക്കറിയാം. ആശ്വസിപ്പിക്കാൻ വാക്കുകളില്ല.

എന്നെ വിശ്വസിക്കുക. എല്ലാം അങ്ങനെ എനിക്ക് എഴുതാൻ എളുപ്പ മല്ല. എന്നാൽ അതാണ് ജീവിതം. കടമ ചെയ്യുക."എനിക്ക് വേണ്ട" എന്നൊന്ന് ഇല്ല, "നിങ്ങൾ ചെയ്തിരിക്കണം" എന്നു മാത്രമേ ഉള്ളൂ.

ഇത് നിങ്ങളെ അല്പം ആശ്വസിപ്പിച്ചേക്കാം, എന്തെന്നാൽ അദ്ദേഹം മരിച്ചത് ഒരു പ്രത്യേക കാരണത്താൽ അല്ല, മറിച്ച് നല്ല തിനും മഹത്തരമായതിനും വേണ്ടിയാണ്. യഥാർത്ഥത്തിൽ എന്തിനാ യിട്ടായിരുന്നു? നമ്മുടെ മാതൃഭൂമിക്കുവേണ്ടിയായിരുന്നു എന്നു തന്നെ പറയാം.

എനിക്ക് മനസ്സിലാകുന്നു. അതുകൊണ്ടൊന്നും കാര്യമില്ല എന്ന്,

ചുരുക്കത്തിൽ അദ്ദേഹം യുദ്ധത്തിൽ കൊല്ലപ്പെട്ടു.

ഏതു യുദ്ധം?

കവി പറഞ്ഞതുപോലെ വേർതിരിച്ചുപറയാൻ പറ്റാത്ത പ്രത്യേക ഒരു യുദ്ധത്തിൽ നിന്ന് നിങ്ങളുടെ മകൻ തിരിച്ചു വരില്ല എന്ന് ചുരുക്കി പറയാം.

എന്നാൽ എന്തു വ്യത്യാസമാണ് അതുണ്ടാക്കുക? വെള്ളക്കാർക്ക്, ചുവന്ന നിറക്കാർക്ക്, ഗ്രീക്കുകാർക്ക്, ജൂതർക്ക്?

വേർതിരിച്ചു പറയാനാവാത്ത യുദ്ധത്തിൽ നിങ്ങൾ മരിക്കുന്നത് എന്ത് വ്യത്യാസമാണ് ഉണ്ടാക്കുക?

നിങ്ങൾ ഇത് അറിയേണ്ടത് അത്യാവശ്യമാണെന്ന് ഞാൻ കരുതുന്നു. ഏത് പകയുള്ള രാജാവിന്റെ യുദ്ധക്കളമാണ് നിങ്ങൾ നിങ്ങളുടെ ഒരു

തുള്ളി ചോരകൊണ്ട് മെഴുകിയത് എന്ന്? വിശിഷ്ടമായ രാജ്യം മറ്റെന്തിനെയും പോലെ നല്ലതാണ്.

കുട്ടുസോവ് നിങ്ങളുടെ മകനെയും ഫ്രഞ്ചുകാരെയും തോല്പിക്കാൻ എത്തി; ഞങ്ങളുടെ താഴെക്കിടയിലുള്ളവരുടെ തമാശപോലെ കാളകളുടെ പുറത്തുള്ള ചൈനക്കാരെ ഇടിച്ചിടാനായിട്ട്.

അവർ ഏതായാലും ഞങ്ങളുടെ വാഴ്ത്തപ്പെട്ട നായകന്മാരെക്കുറിച്ച് വർത്തമാനപ്പത്രത്തിൽ എഴുതി!

ഇവിടെ നോക്ക്, ഇന്നലത്തെ സായാഹ്നപത്രത്തിൽ മൂന്നാം പേജിൽ! "സെന്റ് ജോർജ്ജി"ന്റെ ഉത്തരവ് പ്രകാരം യോദ്ധാവിന്റെ പാത കഠിനമാണ്."

ഞാൻ ഇത് അവസാനിപ്പിക്കുന്നു.

"ഇതൊരു സങ്കടകരമായ സത്യമാണ്," ഞങ്ങളുടെ സൈനികനടപടികളുടെ ഭാഗത്ത് നിന്നുള്ള പ്രത്യേക ലേഖകൻ റിപ്പോർട്ട് ചെയ്യുന്നു, "ഒരു വഴിയും സാധ്യമല്ല എന്ന് ആദ്യദിനങ്ങളുടെ അനുഭവം വെച്ച് തെളിയിച്ചുതന്നു. ഞങ്ങൾ ദയാപൂർവ്വമാകാൻ ശ്രമിക്കുകയും ഒരുപാട് വെടിയുണ്ടകൾ കാവോലിയാങ് മരക്കൂട്ടങ്ങൾക്കുപിന്നിൽ നിന്നും ഞങ്ങൾക്കു പിന്നിൽ ഉതിരുകയും ചെയ്തു. അവർ ചൈനക്കാരുടെ വിഗ്രഹങ്ങൾ ഉള്ള വീടുകൾക്കു മുന്നിൽ അവരുടെ പ്രഖ്യാപനങ്ങൾ ആണി അടിച്ച് വച്ചിരുന്നത് നോക്കൂ.

"മഴയില്ല.

ഭൂമി വരണ്ടുണങ്ങുന്നു.

വിദേശചെകുത്താന്മാർ ലോകസൗഹൃദം തടസ്സപ്പെടുത്തുന്നു.

ദ്വേഷ്യമുള്ള സ്വർഗങ്ങൾ

ഭൂമിയിലേക്കയച്ചു

എട്ട് ലക്ഷത്തോളം സ്വർഗീയഭടന്മാരെ.

ഇനി വിദേശചെകുത്താൻമാർക്ക്

നാം ഒരു കുമ്പസാരം നൽകണം.

നാം റെയിൽവേപാളങ്ങൾ തകർക്കണം.

മഴ ശക്തമായി പെയ്യും.

ആളുകളും ആത്മാക്കളും ഉയർത്തെഴുന്നേൽക്കും.

പൂവൻകോഴികളും പട്ടികളും ശാന്തരാകും.

അതിനാൽ അവനെ കണ്ടാൽ നീ ഒന്നിനെ കൊല്ലുക.

ഉടനെതന്നെ കൊന്നുതള്ളുക.

എപ്പോഴൊക്കെ അവനെ കണ്ടുമുട്ടുന്നുവോ

എല്ലാം ദിവസവും കൊല്ലുക!"

"വിദേശചെകുത്താന്മാർ, പ്രിയ വായനക്കാരാ," ലേഖകൻ അയാളുടെ വാർത്താവിവരണം തുടർന്നു, "മനുഷ്യത്വമില്ലാത്ത അവിശ്വാസി പട്ടിയുടെ തലയുമായി. 'ഞങ്ങളാണ്' വിദേശചെകുത്താന്മാർ."

"ഞങ്ങൾ ലോകസമാധാനം നശിപ്പിച്ചു. ഞങ്ങൾ ഈ ഉത്തമമായ ലോകത്തിലെ ദ്വാരങ്ങളാണ്. അതിലൂടെ ചൂടും ചൂരുമൊക്കെ രക്ഷപ്പെട്ട് തണുത്തു വിറങ്ങലിച്ച ആകാശത്തിലെ വരൾച്ച ഊതി അകത്താക്കി. നിങ്ങൾക്കു വേണമെങ്കിൽ നിങ്ങളുടെ ലോകസൗഹൃദമായ ഫുങ്ഷ്വായെ വിളിക്ക്, സേവനനിയമവ്യവസ്ഥയിലേക്ക് വിളിക്ക്, അതൊന്നും ഒരു വ്യത്യാസവും ഉണ്ടാക്കില്ല. പ്രധാന കാര്യം എന്തെന്നുവെച്ചാൽ അത് എല്ലാം ധാരാളമായി ഉള്ളതാണ്. ജീവിതവും മരണവും ഏറ്റവും പ്രധാന മായത്-മനുഷ്യത്വവും."

"ഞാനത് കുറേക്കൂടി ലളിതമായി പറയട്ടെ. ലോകസൗഹൃദം എന്നത് സേവനനിയമവ്യവസ്ഥകളാണ്. അത് പുതിയ നിയമനക്കാരെ പ്രാസ മുപയോഗിച്ച് പഠിപ്പിക്കുന്നു. കാഷയും മാഷയും ലവ് അന്റ് ബ്ലഡ്, സ്നോയും വാട്ടറും അതും ഇതും പിന്നെ അവരുടെ മകനും.

സ്വർഗീയമായ രാജവംശം സ്വർഗീയമാണ്. കാരണം അവിടെ ആളുകൾ മരിച്ചാലും ജീവിതം തുടരുന്നു. ഇവിടെ എല്ലാവരും ഒരു വീട്ടിൽത്തന്നെ പാർക്കുന്നു, ഒന്നും ശരിക്ക് പറഞ്ഞു ഫലിപ്പിക്കുവാനാകാത്ത വാക്കുകൾ, അതേ വാക്കുകൾ തന്നെ, സംസാരിക്കുന്നു. പഴയ അതേ രീതിയിൽ സൂര്യാസ്തമയം കാണുന്നു. അതും സന്തോഷിപ്പിക്കാൻ വളരെ ബുദ്ധിമുട്ടുന്നു. പഴയ അതേ മട്ടിൽത്തന്നെ ഒരു ബക്കറ്റിൽ ചൂടുവെള്ളത്തിൽ കാലുമുക്കിവെച്ച് കുതിർത്ത് കാൽനഖങ്ങൾ മുറിക്കുന്നു. എല്ലാവരും അവരവർ മുമ്പ് എവിടെയായിരുന്നുവോ, അവിടെത്തന്നെയാണ്. അവരുടെ വീടുകൾ, അവരുടെ നിരത്തുകൾ, അവരുടെ സൂര്യാസ്തമയം, അവരുടെ കാൽവിരൽനഖങ്ങൾ ഇതൊക്കെ അവരിൽ നിന്നെടുത്ത് കളയാനാവുമോ?

"ഈ വ്യവസ്ഥകളിൽ ഇങ്ങനെ എഴുതിയിരിക്കുന്നു. നിങ്ങൾ മനസ്സിലാക്കുക, നിങ്ങൾ അവരുടെ രാജ്യത്തിലാണുള്ളത്, അവരുടെ നിരത്തുകളിലൂടെ നടക്കുകയും ചെയ്യുന്നു. നിങ്ങൾക്ക് അവരുടെ ഭിത്തിയിൽ ഒരു ആണി തറയ്ക്കണമെങ്കിൽക്കൂടി അനുവാദം വാങ്ങുക. ഒരു വീട് പണിയുകയാണെങ്കിൽ നിങ്ങൾക്കായി മാത്രം പണിയുന്നതാവരുത്, എല്ലാവർക്കും കൂടി ഉള്ളതാകണം. ജീവിക്കുന്നവർക്കും ജീവിക്കാത്തവർക്കും എല്ലാ സൂര്യാസ്തമയങ്ങൾക്കും കാൽനഖങ്ങൾക്കും വേണ്ടി."

"തീവണ്ടികളിലെ ഉറക്കമുറികളോ, പാളങ്ങളോ അല്ല കാര്യം. നിങ്ങളുടെ അനുവാദത്തോടെ അല്ല അത് ചെയതത്. അത് ഒരു പുത്തൻ ഞെരമ്പിനെ തൊടുന്നു. ഒരു സ്വർഗീയ ഞെരമ്പ്."

"വിദേശ ചെകുത്താന്മാർ ലോകസൗഹൃദം കളഞ്ഞുകുളിച്ചു. അത് പഴയപടി ആക്കണം. അതിനാൽ വിദേശ ചെകുത്താന്മാരെ നിശ്ശേഷം

നശിപ്പിക്കണം. നമ്മൾ നശിപ്പിക്കപ്പെടണം. നമ്മളാണ് നായത്തലയുള്ള വർ, നമ്മെയാണ് പേപ്പട്ടികളെപ്പോലെ തരം താഴ്ത്തേണ്ടത്. നമ്മളാണ് എല്ലാവരുടെയും ജീവിതം നശിപ്പിക്കുന്നത്."

"സ്വർഗരാജ്യം നമ്മോട് ദേഷ്യപ്പെട്ടിരിക്കുകയാണ്. നമ്മുടെ പുത്ര ന്മാരോട് യുദ്ധം ചെയ്യാനായി അവർ സ്വർഗത്തിലെ പട്ടാളത്തെ അയ ച്ചിരിക്കുകയാണ്."

"നമ്മൾ സ്വർഗങ്ങളോടാണ് പട പൊരുതുന്നത്"

"നീ അവരെ കാണണം, പ്രിയപ്പെട്ട വായനക്കാരാ, ഈ സ്വർഗത്തിലെ പടയാളികളെ."

"അവർ വെറും കുട്ടികളാണ്."

"എല്ലാം ചെറിയ പെൺകുട്ടികളുമാണ്."

അവർ വിചാരിക്കുന്നത് പ്രത്യേക വാക്കുകൾ ഉച്ചരിച്ചാൽ ദൈവിക മായ മാന്ത്രികശക്തി അവരെ മുറിവേൽപ്പിക്കാൻ കഴിയാത്തവരാക്കും എന്നാണ്. അവരുടെ കന്യകാത്വമുള്ള ശരീരത്തിൽ സുതാര്യമായ സ്വർണനിറത്തിലുള്ള മണികെട്ടിയാൽ അതവരെ തോക്കിൽനിന്നും കുന്ത മുനകളിൽ നിന്നും രക്ഷിക്കും എന്നാണ് അവർ വിശ്വസിക്കുന്നത്. ഒരു ചെറിയ സ്പർശമോ, നോട്ടമോകൊണ്ട് വീടുകൾക്ക് തീ വെയ്ക്കുവാനും അപ്രത്യക്ഷമാക്കുവാനും ഏറ്റവും അവിചാരിതമായ സ്ഥലത്ത് പ്രത്യ ക്ഷമാക്കുവാനും കാണാതിരിക്കുവാനും ഭൂമിക്കുതാഴെ ഒളിക്കുവാനും അന്തരീക്ഷത്തിൽ പറക്കുവാനും തങ്ങൾക്ക് കഴിയും എന്ന് അവർ വിശ്വസിക്കുന്നു. അവരുടെ കയ്യിലെ കാവോലിയാങ് സസ്യ ത്തണ്ടുപോലും ആയുധമാക്കാൻ സാധിക്കുമെന്ന് അവർ കരുതുന്നു. അത് ഒരു വിദേശ ചെകുത്താന്റെ നേരെ നീട്ടുകയേ വേണ്ടൂ, ഉടനെതന്നെ ആദൃശ്യമായ നഖങ്ങൾ അവരെ കീറിമുറിക്കും.

"അവർ ആരെയും തടവുകാരാക്കുകയില്ല: അവർ അവരുടെ ഇര കളോട് ചെയ്യുന്ന ക്രൂരത പ്രത്യേകമായതും മനുഷ്യത്വരഹിതമായതും ആയിരുന്നു. അവർ ജീവനില്ലാത്ത ശരീരങ്ങളോട് ഉള്ള കടപ്പാടൊക്കെ ദുർവിനിയോഗം ചെയ്തു. അവർ അവരെ കണക്കിലേ കൂട്ടിയില്ല. അവരെ പന്നികൾക്ക് ഭക്ഷണമാക്കുകയും അവരുടെ ഹൃദയം സ്വയം തിന്നുകയും ചെയ്തു. എന്നാൽ ഇതൊരു ചെറിയ ക്രൂരതയായിരുന്നില്ല. ഇത് ഒരു ഗംഭീരമായ അർത്ഥം വഹിക്കുന്നുണ്ട്. പറക്കാൻ കഴിയുന്ന ഈ ചെറിയ പെൺകുട്ടികൾക്ക് ഇതൊന്നുമില്ലാതെ ആരുടെയെങ്കിലും മകൻ ഉയിർത്തെഴുന്നേൽക്കുമെന്ന് സങ്കല്പിക്കാൻ പോലും കഴിയില്ല. അതാ യത് മൂന്നാം നാളിലോ, ഒരു ലക്ഷത്തി മൂന്നാം വർഷത്തിലോ ഒന്നും അയാൾ വരില്ല.

ഫ്രഞ്ചുകാർ പറയുംപോലെ നമുക്ക് നമ്മുടെ ആടിലേക്ക് തിരിച്ചു വരാം.

ഞാൻ മടങ്ങുന്നു.

ആരിൽനിന്നോ ലഭിച്ച നിർദ്ദേശം അനുസരിച്ച് കത്തെഴുതുന്ന പൊതുവായ ഗുമസ്ഥന്മാർക്കായി കൂട്ടിച്ചേർത്തത്.

പുതിയ മരണഅറിയിപ്പ്. നിങ്ങളുടെ മകന്റെ മരണകാരണത്തെപ്പറ്റിയും അതിനുണ്ടായ സാഹചര്യത്തെപ്പറ്റിയും വീണ്ടും വിശദമായി പറയണം. എങ്ങനെയെന്നാൽ അദ്ദേഹം മരിച്ചു, അദ്ദേഹം തന്റെ പ്രതിജ്ഞയോട് കൂറ് പുലർത്തി. ശങ്കിച്ചുനിൽക്കാത്ത ഒരു മേലുദ്യോഗസ്ഥൻ രൂപകല്പന ചെയ്ത ഒരു യുദ്ധത്തിൽ സഹനശക്തിയും ധൈര്യവും കാണിച്ചുതന്നു. നിങ്ങൾക്ക് ഇത് ഇങ്ങനെ വേണമെങ്കിലും പറയാം, പ്രതിജ്ഞയോട് കൂറുപുലർത്തി, ശങ്കിച്ചു നിൽക്കാത്ത മേലുദ്യോഗസ്ഥൻ രൂപകല്പന ചെയ്ത ഒരു പോരാട്ടത്തിൽ ധൈര്യവും സഹനശക്തിയും കാണിച്ചുതന്ന് കൃത്യനിർവ്വഹണം ചെയ്ത അദ്ദേഹത്തിന് വളരെ ഗുരുതരമായി പരിക്കേൽക്കുകയും മരിക്കുകയും ചെയ്തു. മറ്റൊരു രീതിയിൽ ആക്കാനും കഴിയും. നിങ്ങളുടെ മകൻ അശ്രദ്ധമായി ആയുധം കൈകാര്യം ചെയ്തതിന്റെ ഫലമായി മരണമടഞ്ഞു. അസുഖമോ, മറ്റെന്തെങ്കിലും കാരണത്താലോ ഉദാഹരണത്തിന് ഭയങ്കരമായ വയറിളക്കമോ മറ്റോ ഉണ്ടായി. നിങ്ങളുടെ മകൻ മരിച്ചാൽ അത് നിങ്ങളെ അറിയിക്കാനാവില്ല. അത് ഇങ്ങനെയായി മാറും ദൃഢചിത്തനായ അതേ മേലുദ്യോഗസ്ഥൻ നയിച്ച യുദ്ധത്തിൽ പ്രതിജ്ഞയോട് കൂറുപുലർത്തിയ അദ്ദേഹം ഗുരുതരമായ അസുഖം ബാധിച്ച് മരണമടഞ്ഞു.

ഞാനിതാ വീണ്ടും പറയുന്നു.

നിങ്ങളുടെ മകൻ പെയ്ഹോ നദിയുടെ കരയിലെ തോങ്സൗവിൽ വച്ചാണ് മരിച്ചത്.

അല്ലെങ്കിൽ മറിച്ച്

നിങ്ങളുടെ മകൻ കൊല്ലപ്പെട്ടു. അതുമല്ലെങ്കിൽ അയാൾ ജീവനോടെയും സുഖമായും ഇരിക്കുന്നു.

എന്നാൽ എല്ലാം ശരിയായ ക്രമത്തിലാണ്

ഞങ്ങൾ ടാകു കോട്ടയിൽ കപ്പലിറങ്ങി. സഖ്യകക്ഷികൾ അവ നേരത്തെ തന്നെ കീഴടക്കിയിരുന്നു.

വൊളോഡെൻക,

ഇപ്പോൾ എത്ര സമയം കഴിഞ്ഞിരിക്കും?

നിന്റെ അമ്മ എന്നെ ഫോൺ ചെയ്തു, അവർക്ക് എന്നോട് ഒന്നും പറയാൻ കഴിഞ്ഞില്ല. നിന്റെ രണ്ടാനച്ഛൻ ഫോൺ എടുത്തു. അയാൾ എന്നോട് എല്ലാം പറഞ്ഞു. ഞാൻ രണ്ടു ദിവസം മുഴുവൻ എഴുന്നേൽക്കാതെ കിടന്നു.

എന്തിന് ക്ലേശിക്കണം? എല്ലാം തണുത്തുറഞ്ഞു. എന്റെ മനസ്സും എന്റെ കാലും. പിന്നീട് ഞാൻ എഴുന്നേറ്റ് നിന്റെ കുടുംബത്തെ കാണാൻ പോയി. നിന്റെ അമ്മയെ വല്ലാത്ത വിഷമമനുഭവിക്കുന്നവരായി കണ്ടു.

കരഞ്ഞ് മുഖമാകെ വീങ്ങിയിട്ടുണ്ടായിരുന്നു. എന്നെ അറിയില്ല എന്ന മട്ടിൽ അവർ എന്നെ നോക്കി. ഞങ്ങൾ ഒരുമേശയ്ക്കരികിൽ ഇരുന്നു ആന്റണോവിച്ച് അവരുടെ അടുത്തുനിന്ന് അവരുടെ തോളുകളിൽ കൈകൾ വെച്ചു. കുറച്ച് ചായയുണ്ടാക്കാം എന്നു പറഞ്ഞ് അയാൾ അടുക്കളയിലേക്ക് പോയി.

അവർ പറഞ്ഞു,

“ഒരു ശവപ്പെട്ടിയോ, ഒരു ശവക്കുഴിയോ ഒന്നുമില്ല. ഒരു കഷണം കടലാസ് മാത്രം.”

അവർ അറിയിപ്പ് എന്റെ കയ്യിൽ തന്നു

“നോക്ക്, ഒരു കഷണം കടലാസ്, ഒരു സീൽ, ഒരു കൈയ്യൊപ്പ് എന്നാൽ എന്റെ മകൻ എവിടെ?” പിന്നീട് അവർ കരഞ്ഞു, ഞാനും. ഞങ്ങളുടെ സങ്കടം തീരുംവരെ ഞങ്ങൾ കരഞ്ഞു.

അവർ പറഞ്ഞുകൊണ്ടേയിരുന്നു.

“എന്നാൽ അവനെന്തിനാണ് മരിച്ചത്? എന്തിനു വേണ്ടി? അവർക്ക് അവനെ അംഗഭംഗപ്പെടുത്താമായിരുന്നു. കയ്യോ, കാലോ, ഇല്ലാതാക്കാമായിരുന്നു. എന്നാലും ജീവനോടെ വെയ്ക്കാമായിരുന്നു. അവൻ എന്റേതാണ്. അല്ലേ? അവൻ എന്റേതാണ്.”

പിന്നീട് ഞങ്ങൾ ബിസ്ക്കറ്റ് കഴിച്ചു. നിന്റെ രണ്ടാനച്ഛൻ എല്ലാവർക്കും ചായ ഒഴിച്ചുതന്നു. ഞാൻ അയാൾ ചായ ഒഴിക്കുന്ന രീതി ശ്രദ്ധിച്ചു. അയാളുടെ വിരലിൽ തൊടുന്നവരെ.

നിനക്കറിയാമോ, ചിലപ്പോൾ അത് ആ വഴിയായിരിക്കും: വേദനയ്ക്ക് തുടക്കമായി. ഒരു മനുഷ്യന് മരിക്കാതിരിക്കാനായി ബോധം നഷ്ടപ്പെടുന്നു. വേദനയ്ക്ക് ആരംഭമായി, അത് പെട്ടെന്ന് വിഷമത്തെ ഇല്ലാതാക്കും. നിങ്ങൾക്ക് ഒന്നും അനുഭവപ്പെടില്ല. ഒന്നും തോന്നില്ല. നിങ്ങൾ ഇരുന്ന് വട്ടത്തിലുള്ള ബിസ്ക്കറ്റും ചായയും കഴിക്കുന്നു. മറ്റൊരു കാര്യം, ഒരുപാട് ആളുകൾ നമുക്കു ചുറ്റും ഉണ്ട്. എന്നാൽ എന്തെങ്കിലും സംഭവിക്കുമ്പോൾ അവരൊക്കെ അപ്രത്യക്ഷമാകുന്നു. ഞാനെവിടെയോ വായിച്ചിട്ടുണ്ട്, വിധവകളുമായും ഭാര്യ നഷ്ടപ്പെട്ടവരുമായും ഒന്നിച്ചു പ്രവർത്തിക്കാൻ നിയന്ത്രണങ്ങളുണ്ടത്രെ. കാരണം ദുഃഖം ഒരു പകർച്ചവ്യാധിപോലെയാണ്. ആളുകൾ എപ്പോഴും ചിന്തിക്കുന്നു. അല്ലെങ്കിൽ അത് പടരുന്നു.

ഇന്ന് ഞാൻ നമ്മുടെ പാർക്കിലൂടെ നടന്നു. അവർ തണുപ്പുകാലത്തേക്കുള്ള പ്രതിമകളെ പ്ലൈവുഡിന്റെ ഷീറ്റുകൾ കൊണ്ട് പൊതിയുകയായിരുന്നു. അവയെ അവയുടെ ശവമഞ്ചത്തിൽ ആണിയടിക്കും പോലെയായിരുന്നു അത്.

ഒരാൾ യഥാർത്ഥമായ മട്ടിൽത്തന്നെ ആയിരുന്നു, അവൾ ആ പെയിന്റു ചെയ്യുന്ന ആളെ പെട്ടെന്ന് കണ്ടതുപോലെ.

ഞാൻ ശ്രദ്ധിച്ചു. എനിക്ക് വിട്ടുപോകാൻ കഴിഞ്ഞില്ല. ഞാനാകെ തണുത്തു മരവിച്ചിരിക്കുകയാണ്.

എന്നെ ആണ് അവർ ആണി അടിക്കുന്നത്
ഞാനാണ് ശവമഞ്ചത്തിൽ ഉള്ളത്.

എന്റെ സാഷൻക!

ഞങ്ങൾ മുഴുവൻ സമയവും സാധനങ്ങൾ ഇറക്കുകയായിരുന്നു. അല്പസമയമേ നിനക്കെഴുതാനായി കിട്ടിയുള്ളൂ. ഏറ്റവും ബുദ്ധിമുട്ടുള്ള കാര്യം എന്താണെന്ന് നിനക്ക് അറിയുമോ? ഞാൻ എന്തിലാണ് ചുറ്റപ്പെട്ടിരിക്കുന്നത് എന്ന് നിന്നോട് സരളമായി പറയാം. അത് വിവരിക്കാൻ ബുദ്ധിമുട്ടാണ്. നിറങ്ങൾ, മണങ്ങൾ, സസ്യങ്ങൾ, ശബ്ദങ്ങൾ, പക്ഷികൾ. ഇവിടെയുള്ള എല്ലാം വ്യത്യസ്തമാണ്. ഇന്ന് എന്റെ ആദ്യത്തെ മരണവും ഞാൻ രേഖകളാക്കി പകർത്തിവെച്ചു. ഒരു സൈനികൻ വിഡ്ഢിത്തപരമായ രീതിയിൽ കൊല്ലപ്പെട്ടു. അയാൾ നങ്കൂരചക്രത്തിനു താഴെ നിൽക്കുമ്പോൾ എന്തോ ഇളകി ഒന്നിച്ച് വന്നുവീണ് മരപ്പെട്ടികൾക്കിടയിൽപ്പെട്ട് ചതഞ്ഞരഞ്ഞു.

എന്തുകൊണ്ടും ഒരു പ്രത്യേകതയാണെന്നാണ് എനിക്ക് തോന്നിയത്. എന്നാൽ ഇത് സാധാരണ കാര്യമല്ലാതെ ഒന്നുമല്ല എന്ന രീതിയിൽ എന്റെ കൈകൾകൊണ്ട് ഭീകരമായ വാക്കുകൾ എഴുതപ്പെട്ടു. എന്റെ ഉള്ളിൽ ഞാൻ ആഗ്രഹിച്ചപ്രകാരമുള്ള തുടക്കമായിരുന്നിരിക്കാം ഇത്. എന്റെ ജീവിതത്തിൽ പിന്നെയും പിന്നെയും ഞാൻ ഇതേ ചോദ്യം തന്നെ ചോദിച്ചുകൊണ്ടിരുന്നു. ഇപ്പോൾ ഞാൻ ഉത്തരത്തിലേയ്ക്കല്ല, ഒരു തരം മനസ്സിലാക്കലിലേക്കാണ് അടുത്തുകൊണ്ടിരിക്കുന്നത് എന്നു തോന്നുന്നു.

ഞാൻ എങ്ങനെ എന്നെത്തന്നെ നിന്ദിക്കുകയും വെറുക്കുകയും ചെയ്യുന്നുവെന്നോ. ഒരാൾ തന്റെ ഇറുക്കമുള്ള ഷൂ നഗ്നപാദങ്ങളിൽ ഉരസുമ്പോൾ ഊരിക്കളയുന്ന പോലെയാണത്! എനിക്ക് മറ്റെല്ലാവരെയും പോലെ ആകണമെന്നുണ്ടായിരുന്നു. ഒരിക്കലും ഭീരുവല്ലാത്ത, ക്രൂരനല്ലാത്ത, സന്തോഷം അഭിനയിക്കാത്ത, കാലുവാരാത്ത, ഒരിക്കലും ചോദ്യങ്ങൾ ചോദിക്കാത്ത ആൾ. എല്ലാ കാര്യങ്ങളും ഏതായാലും വളരെ വ്യക്തമാണ്. ജീവിതത്തിൽ അള്ളിപ്പിടിച്ച് കിടക്കാൻ പഠിക്കണം. പുസ്തകത്തിൽ വായിച്ചതുപോലെ അത്യാവശ്യമില്ലാത്ത, സംഭവ്യമല്ലാത്ത എല്ലാറ്റിന്റെയും അപ്പുറത്ത് കാലെടുത്ത് വെയ്ക്കണം. മരണഭയത്തെക്കുറിച്ച് ചിന്തിക്കാതിരിക്കാൻ പഠിക്കണം. ഇതൊക്കെ എന്താണ് എന്നാലോചിച്ച് തല പുകയ്ക്കാതെ ഒരു ഇടി വീഴുമ്പോൾ തടുക്കാൻ പഠിക്കണം. എന്തിലും സന്തോഷം കണ്ടെത്താൻ പഠിക്കണം.

ഇതാ ഞാൻ ഇവിടെ ഒരാളുടെ മരണത്തെക്കുറിച്ച് റിപ്പോർട്ട് എഴുതി. എന്റെ കൈവിറച്ചില്ല. നല്ലത്, ഇനി ഈ ആദ്യത്തെ രണ്ടു ദിവസത്തെക്കുറിച്ച് അല്പം.

ഇന്നലെ ഞങ്ങൾ ടാകു കോട്ടയിൽ എത്തി. സമുദ്രഭാഗം മുഴുവൻ ഓരോരോ കിട്ടാവുന്ന കൊടികളുടെയൊക്കെ കീഴിൽ യാത്ര ചെയ്യുന്ന

കപ്പലുകൾ നിറഞ്ഞ് ആകെ തിരക്കായിരുന്നു. ഉൾക്കടൽ ആഴമില്ലാത്ത തായിരുന്നു. വലിയ കപ്പലുകൾക്ക് പെയ്ഹോ അഴിമുഖത്ത് എത്താൻ കഴിഞ്ഞിരുന്നില്ല. ഞങ്ങൾ പത്തേമാരികളിലേക്ക് കയറി. കുതിരകളെ എടുത്ത് നങ്കൂരചക്രം താഴ്ത്തി അവയിലേക്ക് എടുത്തുവെയ്ക്കുന്നതു കണ്ടപ്പോൾ എന്തോപോലെ തോന്നി. അവ പേടിച്ച് നിസ്സഹായരായി വിധിക്ക് തോറ്റുകൊടുത്തിട്ടെന്നപോലെ ചിനയ്ക്കുകയും നീളൻ കാലുകൾ അന്തരീക്ഷത്തിൽ ഇട്ട് അടിക്കുകയും ചെയ്തു.

ഞങ്ങൾ അതിരാവിലെ ഉൾക്കടലിൽ നങ്കൂരമിടുകയും വളരെ രാത്രി വരെ ചരക്കുകളിറക്കുകയും ചെയ്തുകൊണ്ടിരുന്നു. രാത്രിയായപ്പോൾ എല്ലാ കപ്പലുകളിൽനിന്നും വിളക്കുകൾ കത്താൻ തുടങ്ങി. എല്ലാ പായ്മരങ്ങളിലും കപ്പലുകളുടെ അങ്കണങ്ങളിലും ഒക്കെ ഗംഭീരമായ വെളിച്ചത്തിന്റെ ഒരു കൂട്ടമായിരുന്നു. നിനക്കറിയാമോ അത് വളരെ മനോ ഹരമായിരുന്നു! ആദ്യം ഞാൻ നീയിവിടെ കൂടെയില്ലല്ലോ എന്ന് ഓർ ത്താണ് ഖേദിച്ചത്. കറുത്ത ജലത്തിൽ കപ്പലിലെ കൊച്ചു ജനാലകളു ടേയും യന്ത്രബോട്ടുകളുടെയും ലൈഫ്ബോട്ടുകളുടെയും പ്രതിഫലനം കണ്ടു. മേഘങ്ങളിലേക്ക് വെളിച്ചമെറിഞ്ഞും നിലാവിന്റെ തുണ്ടുകൾ അതിലേക്ക് ആവാഹിച്ചും ഓരോ ഇടവേള വിട്ട് പരിശോധിക്കാനുള്ള വിളക്കുകൾ പ്രകാശിച്ചുകൊണ്ടിരുന്നു. ഞാൻ ഈ വൈദ്യുത അലങ്കാര ങ്ങൾ നോക്കി നിന്നെപ്പറ്റി ഓർത്തുകൊണ്ടിരുന്നു. പുറംകടലിൽനിന്ന് തിരിച്ചറിയാൻ ബുദ്ധിമുട്ടുള്ള പല ഗന്ധങ്ങളും വഹിച്ച് ഇളംചൂടുള്ള ചെറിയ കാറ്റ് അടിക്കുന്നുണ്ടായിരുന്നു. ഞാൻ എന്തുകൊണ്ടോ സന്തോഷി ക്കുകയും ചെറുതായി ഭയപ്പെടുകയും ചെയ്തു. പ്രകാശരശ്മികൾ മിന്നു കയും കെടുകയും ചെയ്തുകൊണ്ടിരുന്നു. കപ്പലുകൾ അങ്ങനെയാവും സംസാരിക്കുക എന്നു ഞാൻ വിഭാവന ചെയ്തു. അവ കാർമേഘം വഴി സന്ദേശങ്ങൾ അയക്കുന്നു.

ഞങ്ങൾ നദീമുഖത്തേക്ക് എത്തിയപ്പോഴേക്കും നേരം പുലരാറായി ത്തുടങ്ങിയിരുന്നു. ഇരുവശവും കോട്ടയുടെ നീണ്ട് താഴ്ന്ന അതിരുകൾ ആയിരുന്നു. എല്ലാം ശൂന്യവും നിർജ്ജീവവുമായിരുന്നു. അല്പദിവസ ങ്ങൾക്കു മുമ്പാണ് കോട്ടകൾ പിടിച്ചെടുത്തിരുന്നത്. ഭിത്തികളിൽ അവിട വിടെയായി ഷെൽ ആക്രമണത്തിന്റെ പാടുകൾ ഉണ്ടായിരുന്നു. അവർ ആ പത്തേമാരിയിൽ മുമ്പ് എന്താണ് വലിച്ചിഴച്ചിരുന്നത് എന്നറിയില്ല. അതാകെ വഴുക്കുന്നതും വൃത്തികെട്ടതും ആയിരുന്നു. എന്റെ കാല് മേൽ ത്തട്ടിൽ ഇടിച്ചു.

നിനക്കറിയാമോ, വിവർത്തനം ചെയ്യുമ്പോൾ പെയ്ഹോ നദിയുടെ പേരിന്റെ അർത്ഥം വ്യക്തമായി 'വെള്ളനിറം' എന്നാണ്. എന്നാൽ പെയ്ഹോയുടെ ഇപ്പോഴത്തെ നിറം മിന്നുന്ന ഇളം മഞ്ഞ ചേർന്ന തവിട്ടു നിറമായിരുന്നു. അത് നൂറ് കണക്കിന് ഗ്രാമങ്ങളിൽനിന്നും നഗരങ്ങളിൽ നിന്നുമൊക്കെ കിട്ടാവുന്നതെല്ലാം വഹിച്ചിരുന്നു. ചവറ്, പലകകൾ, തണ്ണി മത്തന്റെ തൊണ്ടുകൾ, ചപ്പുചവറുകൾ എല്ലാം ഉണ്ടായിരുന്നു.

സാഷൻക, ആദ്യമായി ഒരു ശവശരീരം പത്തേമാരിയുടെ വലതു വശത്തായി മുഖം താഴോട്ടാക്കി, ചീർത്ത് ഒഴുകി നടക്കുന്നതു കണ്ടപ്പോൾ എല്ലാവരും നിശ്ശബ്ദരായിപ്പോയത് ഞാനൊരിക്കലും മറക്കില്ല. നരച്ച പിന്നിയ മുടിയുള്ള അത് ഒരാണിന്റെയോ, പെണ്ണിന്റെയോ എന്ന് ഞങ്ങൾക്ക് മനസ്സിലായില്ല.

ചക്രവാളത്തിലെത്തുന്ന വഴിയിൽ ഉടനീളം ഓടപ്പുല്ല്, കുറച്ച് മരങ്ങൾ, ഇരുണ്ട അലകൾ, മണൽത്തിട്ട എന്നിവയൊക്കെയായിരുന്നു വഴിനീളെ കണ്ടത്. ഈ മണലാരണ്യകാഴ്ചകൾ കുന്നോളം കടലുപ്പിന്റെയും ഭൂമിയിലെ കരകളുടെയും ശവപ്പറമ്പുകളുടെയും കാഴ്ചകളിൽനിന്നൊരു ആശ്വാസമായിരുന്നു. പിന്നീട് അവയെപ്പറ്റി ഞങ്ങൾക്ക് വിശദീകരണങ്ങൾ നൽകപ്പെട്ടു. ഞങ്ങൾ ചിലപ്പോൾ വിജനമായ ഗ്രാമങ്ങൾ കണ്ടു. കുറേ പട്ടികളെയൊഴിച്ച് മറ്റൊരു ജീവിയെയും ഞങ്ങൾ അവിടെ കണ്ടില്ല. എക്കൽ തീരങ്ങളിൽ മാന്തിക്കൊണ്ടിരിക്കുന്ന കറുത്ത പന്നികളെയും ഞങ്ങൾ കണ്ടു. വേഗം തന്നെ തോങ്ക്കു പ്രത്യക്ഷമായി. അല്പം അകലെ നിന്ന് മഞ്ഞ കലർന്ന ചാരനിറമുള്ള ചെറിയ കളിമൺവീടുകൾ ഞങ്ങൾക്ക് കാണാൻ കഴിഞ്ഞു. പിന്നീട് വലിയ ചുങ്കം സംഭരണശാല പൊന്തി വന്നു. പിന്നെ ഭണ്ഡാരശാലകളും ശില്പശാലകളും വീഞ്ഞപ്പെട്ടികളും ഭാണ്ഡങ്ങളുമൊക്കെയായി കലപില ശബ്ദമുണ്ടാക്കുന്ന ഒരു കടൽപ്പാലം എന്നിവയും കണ്ടു.

ഞങ്ങൾ രാത്രി മുഴുവൻ പത്തേമാരിയിൽ രസകരമായി കൂടി. ഇപ്പോൾ അവർ ഞങ്ങളെ പുറത്താക്കും. എനിക്ക് അടുത്ത പ്രാവശ്യം നിനക്കിനി എപ്പോൾ എഴുതാൻ കഴിയുമെന്ന് അറിയില്ല. രാത്രിമുഴുവൻ ഉജ്ജ്വലമായ തിളക്കം നഗരം മുഴുവൻ വ്യാപിച്ചിരുന്നു. തീ കത്തുന്നതിന്റെ മണം അന്തരീക്ഷത്തിൽ നിറഞ്ഞുനിന്നു. അവർ പറഞ്ഞു അവിടുത്തെ ജനങ്ങൾ സ്വന്തം വീടുകളിൽ തീ കത്തിക്കുന്നു. എന്നിട്ട് വിദേശീയരോട് കൂടുതൽ വെറുപ്പ് തോന്നാനായിട്ട് അവർ ഇത് ചെയ്യുന്നു എന്ന് കുറ്റപ്പെടുത്തുന്നു. പകുതിയോളം തോങ്ക്കു കത്തിക്കഴിഞ്ഞിരിക്കുന്നു. എന്നാൽ ഇപ്പോഴും തീ കത്തുന്നുണ്ട്, ആരും അണയ്ക്കുവാൻ മെനക്കെടുന്നില്ല എന്നതുകൊണ്ട്.

നിനക്കറിയുമോ? ശരീരത്തിന്റെ ഏത് ഭാഗമാണ് ഏറ്റവും മോശമായി വേദനിക്കുക എന്ന്? മൂക്ക്. ഇപ്പോഴും ചെടികൾ കത്തുന്ന അനിഷ്ടകരമായ ദുർഗന്ധം അന്തരീക്ഷത്തിൽ പതുക്കെ വ്യാപിക്കുമ്പോൾ ഛർദിക്കാൻ വരുന്നു. അസുഖകരമായ ദുർഗന്ധം വേർതിരിച്ചറിയാൻ ഞാൻ പഠിച്ചു കഴിഞ്ഞു എന്നെനിക്ക് തോന്നി.

വൊളോഡെൻക!

എന്റെ പ്രിയപ്പെട്ടവനേ, എന്റെ സന്തോഷമേ,

ഞാൻ ഈ ശവപ്പെട്ടിക്കകത്തു കിടന്ന് മരവിക്കുകയാണ്, എന്റെ കാലിനുമേൽ അട്ടി അട്ടിയായി മഞ്ഞുകട്ടകൾ ഉണ്ട്. എനിക്ക്

അതെങ്ങനെയാണ് നിനക്ക് വിശദീകരിച്ചു തരാൻ കഴിയുക? ഞാൻ ഭക്ഷണം കഴിഞ്ഞ്, വസ്ത്രങ്ങൾ മാറി, ഷോപ്പിംഗിന് പോകും. എന്നാൽ ഞാൻ എവിടെയായാലും മരിച്ച ആളാണ്. ഞാൻ എന്റെ പരിശീലന ത്തിലുമാണ്, അത്യാഹിതവിഭാഗത്തിൽ; ഞാൻ എല്ലാതരത്തിലുള്ള കാര്യ ങ്ങളും കാണുന്നുണ്ട്. ഇന്ന് ഒരു അവധി ദിവസമാണ്, ഇരുട്ടായ തണുത്ത ദിവസം. എനിക്ക് രാവിലെ എവിടെയും പോകാൻ ഉണ്ടായിരുന്നില്ല. ചൂടാ വുന്ന യന്ത്രം ശരിക്ക് പ്രവർത്തിക്കാത്തതിനാൽ മുറി തണുപ്പാണ്. ജനാല കളിന്മേൽ മഞ്ഞ് പൊതിഞ്ഞിരിക്കുന്നു. ഞാനിവിടെ രണ്ട് കമ്പിളി പുതച്ച് നിന്നെയും ഓർത്ത് ഇരിക്കുന്നു. നിനക്ക് അവിടെ എങ്ങനെയാണ്? നിനക്ക് എന്താണ് സംഭവിച്ചുകൊണ്ടിരിക്കുന്നത്?

ഞാൻ എഴുന്നേറ്റ് വീടൊന്ന് വൃത്തിയാക്കി. ചവറ്റുകുട്ടയിൽ നിന്നുള്ള വൃത്തികെട്ട ദുർഗന്ധം എനിക്ക് മണക്കാൻ കഴിഞ്ഞു. ഞാൻ അതിന്റെ അറ്റത്തുപിടിച്ച് അത് കൊട്ടിക്കളയാൻ തീരുമാനിച്ചു.

തണുത്തുറഞ്ഞ മുറ്റം. മരങ്ങളാകെ മഞ്ഞുമൂടി നിന്നിരുന്നു. എന്റെ വായിൽനിന്ന് നീരാവി പുറത്തു വന്നുകൊണ്ടിരുന്നു. ഞാൻ വലിയ ചവറു കൂനയിലെ തേനീച്ചക്കൂടിന്റെ അടുത്തേക്ക് നടന്നു. അവരുടെ വായിൽ നിന്നുപോലും നീരാവി വന്നുകൊണ്ടിരുന്നു.

പുതുവത്സര വൃക്ഷങ്ങൾ പളപളപ്പുള്ള അലങ്കാരങ്ങളോടെ വൃത്തി യില്ലാത്ത മഞ്ഞുകഷണങ്ങൾക്കിടയിൽ പൂണ്ട് താഴ്ന്ന് കിടന്നിരുന്നു.

ചുറ്റും ആരും ഉണ്ടായിരുന്നില്ല.

ഞാൻ ചോദിച്ചു:

“ഇത് നീയാണോ?”

അത് ഉത്തരം പറയുന്നു,

“അതെ”

“സന്ദേശവും സന്ദേശവാഹകനും?”

“അതെ”

“പോയി തുലയ്”

“നിനക്ക് മനസ്സിലാവില്ല”

ഞാൻ പറയുന്നു,

“എനിക്കെല്ലാം അറിയാം, പോയി തുലയ്.”

അത് പറയുന്നു,

“ഇപ്പോൾ ശരിക്ക് പ്രകാശം തന്നെ ഇല്ല. സൂര്യൻ അസ്തമിക്കുകയും ചെയ്തു. എന്തൊരു തരം മത്സ്യമാണിത്, തണുപ്പു കാലത്ത് മരശിഖര ങ്ങളിൽ കൂടുകൂട്ടിയിരിക്കുന്നു! അവിടെയുള്ള ചന്ദ്രനാകട്ടെ കിടക്കയുടെ തെറ്റായ ഭാഗത്തായിരുന്നു.”

ആ പാട്ടും ചിരിയും ആദ്യത്തെ നിലയിൽനിന്ന് വരുന്നത് നീ കേൾക്കുന്നുണ്ടോ? തലവരെ തണുത്തുറയുന്ന ഈ സമയത്തും വിരുന്നോ? ആ മട്ടുപ്പാവിൽ കുട്ടികൾക്കായുള്ള ഒരു പ്രാം ഉണ്ട്. അതിനുള്ളിലെ കുട്ടി ഉണർന്ന് കരയാൻതുടങ്ങി. ഇപ്പോൾ ജനിച്ചതേയുള്ളൂ, അപ്പോഴേക്കും വിധിയോട് പൊരുതാൻ തുടങ്ങിക്കഴിഞ്ഞു. നിനക്കറിയാമോ ഞാനാണ് നിന്നെ ഈ ലോകത്തെ സ്നേഹിക്കാൻ പഠിപ്പിച്ചത്."

ഞാൻ പറയുന്നു,

"അതേ, നീയാണ് എന്നെ ഈ ലോകത്തെ സ്നേഹിക്കാൻ പഠിപ്പിച്ചത്. ഇതു മാത്രമേ നിനക്ക് ചെയ്യാൻ കഴിയുകയുള്ളോ?"

അത് പറയുന്നു,

"എനിക്കറിയാം നിനക്കിത് ഇപ്പോൾ വിഷമമാണെന്ന്."

"നിനക്ക് എന്തെങ്കിലും ചെയ്യാൻ കഴിയുമോ?"

"എല്ലാറ്റിന്റെയും പേര് എനിക്കറിയാം. എനിക്ക് ഒന്നും ചെയ്യാൻ കഴിയില്ല."

"എന്തുകൊണ്ട് പറ്റില്ല?"

അത് പറയുന്നു,

നാരങ്ങ എന്നാണ് ഉത്തരം. അവർ നിന്നെ സ്കൂളിൽ ഒന്നും പഠിപ്പിച്ചില്ലേ? നീ പഠിച്ചിട്ടില്ലേ? ഭൂതകാലവും ഹാജരാകാത്ത കാലവും ഭാവികാലവും ഉണ്ട് എന്ന്? ഫിസിക്സ് ക്ലാസ്സിൽ നീ കട്ടിയുള്ള നോവലുകൾ ഡസ്ക്കിനടിയിൽവെച്ച് വായിച്ചിട്ടുണ്ടാവും അല്ലേ? ഇതെല്ലാം വെളിച്ചത്തിന്റെ കാര്യങ്ങളാണ്. അതുകൊണ്ടാണ് എല്ലാം ഉണ്ടാക്കിയിരിക്കുന്നത്. ചൂടും അങ്ങനെതന്നെ. എല്ലാ ശരീരങ്ങളും വെളിച്ചത്തിന്റെയും ചൂടിന്റെയും വലിയ കൂമ്പാരങ്ങളാണ്. ശരീരം ചൂട് പ്രസരിപ്പിക്കുന്നു. ഓരോ ശരീരത്തിനും ചൂട് നഷ്ടപ്പെട്ട് തണുത്തതായി മാറാൻ കഴിയുന്നു. എന്നാൽ ചൂട് ചൂടായിത്തന്നെ നിലനിൽക്കുന്നു. നിനക്കത് അറിയില്ലേ? ഉദാഹരണത്തിന് നീ ഒരു കല്ലറയിൽ തിയ്യതി കുറിച്ചിട്ടു എന്നു കരുതുക. അത് ശരിക്കും തിയ്യതിയുള്ള ഒരു കല്ലറയാണ്. കല്ലറ ചിലപ്പോൾ ഇളക്കിക്കളഞ്ഞാലും ആ തിയ്യതി അവിടെത്തന്നെ ഉണ്ടാകും."

ഞാൻ പറഞ്ഞു,

"എനിക്ക് അയാളില്ലാതെ ജീവിക്കാൻ കഴിയില്ല. എനിക്ക് അയാളെ വേണം. എന്താണ് അയാൾ ഇവിടെ ഇല്ലാത്തത്?"

അത് പറഞ്ഞു.

"നീ പറഞ്ഞു, നിനക്ക് വിവരങ്ങൾ കൈമാറണമെന്ന്. നിനക്ക് എന്തെങ്കിലും തന്നാലും നീ അതിൽ നിന്ന് കുറച്ചെങ്കിലും എടുത്തുവെയ്ക്കണമെങ്കിൽ കുറച്ചെങ്കിലും കൊടുത്തേ പറ്റൂ. നിനക്ക് വളരെ വിലപ്പെട്ട വല്ലവരുമുണ്ടെങ്കിൽ അത് നീ ഉപേക്ഷിച്ചേ പറ്റൂ. മൊത്തത്തിൽ പറഞ്ഞാൽ അലസരായി അങ്ങുമിങ്ങും നടക്കുന്ന സാധാരണക്കാർ ആണ് തങ്ങളുടെ

പിന്നിൽ വലിയ കാര്യങ്ങൾ ഉണ്ട് എന്ന് കരുതുന്നവർ. നീ ഡസ്കിനടിയിൽ വെച്ചു വായിക്കുന്ന കട്ടിയേറിയ നോവലുകളിൽ നായകനും നായികയും എപ്പോഴും എവിടെയെങ്കിലും വെച്ച് തമ്മിൽ അടുക്കുന്നു. എന്നാൽ അവർ കണ്ടുമുട്ടുന്നില്ല. അവർ വേദനിക്കുന്നു. കാരണം അവർക്കൊന്ന് തമ്മിൽ കാണാൻ കഴിയുന്നില്ല. എന്നാൽ അവർ അവസാനം കണ്ടുമുട്ടുമ്പോഴോ അവർക്ക് തിരിച്ചറിവുണ്ടാകുന്നു, അവർക്ക് തമ്മിൽ ഇഷ്ടപ്പെടാൻ മുമ്പ് അവർ തയ്യാറായിരുന്നില്ല എന്ന്. കൂനകൂട്ടിയിരുന്ന ദുരിതങ്ങളിലൂടെ അവർ പോയിട്ടേയില്ലായിരുന്നു എന്നും. നിങ്ങൾക്കായി ഇനിയും തയ്യാറായിട്ടില്ലാത്ത നീ മുഴുവൻ ദുരിതങ്ങൾ അനുഭവിച്ചിട്ടുമില്ല. അത് കുഴഞ്ഞുമറിഞ്ഞപോലെ തോന്നുന്നുകയാണ്, എന്നാൽ അത് തികച്ചും സരളമാണ്. ആ ചുറ്റികകൾപോലെ."

"എളുപ്പത്തിൽ എന്ന പോലെ ലളിതവും?"

"വാക്കുകളെ തെറ്റായി വ്യാഖ്യാനിക്കാതെ. ഇത് വെറും വിവർത്തനമാണ്. നിനക്കറിയാമോ, വാക്കുകൾ, ആ വാക്കുകൾ ഏതും ആയിക്കൊള്ളട്ടെ, ശരിക്കുള്ളതിന്റെ മോശമായ വിവർത്തനമാണ്. എല്ലാം നിലനിൽപില്ലാത്ത ഒരു ഭാഷയിൽ സംഭവിക്കും. അങ്ങനെ നിലനിൽക്കാത്ത വാക്കുകളാണ് ശരിക്കുള്ളവ."

"നിനക്ക് എന്താണ് എന്നിൽ നിന്ന് വേണ്ടത്?"

"നീ ചുറ്റും നോക്ക്. എല്ലാവരും സ്വയം ആവർത്തിക്കുകയാണ്, പഴയ അതേ കാര്യങ്ങളിൽ വിരസമായി സമയം കളയുന്നു, ആർക്കുവേണമെങ്കിലും പേർസ്യൻ ആകാമെന്നതിൽ അദ്ഭുതം കൂറുന്നു. ഒരാളും ജീവിക്കാത്ത ഒരുപാട് ജീവിതങ്ങളുണ്ട്, ആളുകൾ താമസിക്കുന്നില്ല എന്നുമാത്രമല്ല പുറത്തെത്തും മുമ്പുതന്നെ അവർ മരിച്ചുപോവുകയും ചെയ്യുന്നു. അതാണോ നിനക്ക് വേണ്ടത്?"

"അതെ"

"ഒരു ഹിമാനിയുടെ അടിവരെ ഏകദേശം എത്തി എന്ന് കാണാതെ അവർ മുന്നോട്ട് നടന്നുകൊണ്ടിരുന്നു."

"എന്നാൽ അവർക്ക് ഏറ്റവും പ്രധാനപ്പെട്ട കാര്യങ്ങൾ അറിയാം."

"എന്ത്? ആ മനുഷ്യന് സന്തോഷിക്കേണ്ട കടമയൊന്നും ഇല്ലേ?"

"ഉവ്വ്. അവർക്ക് അതറിയാം. എന്നാൽ എനിക്കറിയില്ല. എനിക്കും അതറിയണം."

"ഇതെന്താ ലഹളയോ?"

"അതെ"

"ബാലിശമാകണ്ട"

ഞാൻ പറയുന്നു.

"എനിക്ക് ഞാനായി ഇരിക്കുന്നതിൽ ക്ഷീണം തോന്നുന്നു."

അത് പറയുന്നു,

"നിനക്ക് ഇപ്പോഴും കാര്യങ്ങൾ നടക്കുന്നതെങ്ങനെ എന്നൊന്നും അറിയുന്നില്ല എന്നു തോന്നുന്നു. നീ ഒരു കഫേയിൽ കുട മറന്നു വെച്ചിട്ട് എടുക്കാൻ പോകുന്നു. ജീവിതം വ്യത്യസ്തമായ ഒന്നിലേക്ക് തിരിയുന്നു. ഓർക്കുക, നീ നിന്റെ പാർക്കിലേക്ക് പോയി. അവിടെ മഞ്ഞ് പെയ്യുകയായിരുന്നു, ചെറിയ, ഉണങ്ങിയ ധാന്യങ്ങൾപോലെ ഒഴിവാക്കാൻ പറ്റുന്നത്. നീ ആ പാർക്കിൽ ആരുമുണ്ടാവില്ലെന്നു കരുതി, അത് നിന്റെ സ്വന്തം സ്വത്തെന്ന രീതിയിൽ. നീ ബെഞ്ചിന്റെ അടുത്തേക്ക് പോയി. കയ്യുറകൊണ്ട് മഞ്ഞ് തട്ടിക്കളഞ്ഞ് ഇരുന്നു. നിനക്ക് നേരെ ഒരു പ്രതിമ നിന്നിരുന്നു. മഞ്ഞുകാല രാത്രികളിൽ ഹിമപാതം ശബ്ദമുണ്ടാക്കുമ്പോൾ അവൾക്ക് താൻ എന്ത് തെറ്റുചെയ്തു എന്നാലോചിക്കാൻ സമയുമുണ്ടാകും. അവൾ സ്വന്തം ശവപ്പെട്ടിക്കുള്ളിൽനിന്ന് എഴുന്നേൽക്കുന്നു. ഒരു കൈ ഇവിടെയും മറ്റേത് അതാ അവിടെ താഴെയും. അവൾ മാറുന്നു. കൂടുതൽ അവളുകളായി മാറുന്നു. അവൾക്കറിയാം അവൾ വേഗം പുറത്താക്കപ്പെടുമെന്ന്...

ഇതാ ഞാൻ! എന്നെക്കണ്ട് സന്തോഷമായോ? ഞാനില്ലാതെ നീ എങ്ങനെ കഴിഞ്ഞു? എന്താണ് നിന്നിൽ പുതുതായി ഉള്ളത്? അവർ ഇതുവരെയും ട്രോയ് പിടിച്ചടക്കിയില്ലേ? അതേപോലെ, എന്നാൽ വ്യത്യാസമായി, അവൾക്ക് മഞ്ഞുകാലമായപ്പോഴേക്കും എന്തൊക്കെയോ മനസ്സിലായി. ഈ പട്ടി നിന്റെ അടുത്തേക്ക് ഓടിവരുന്നു. നിന്നെ മണത്തുനോക്കുന്നു. നീ അതിന്റെ ചെവിയിൽ ചൊറിഞ്ഞുകൊടുക്കുന്നു, അത് വാലാട്ടുകയും ചെയ്യുന്നു. നീ അതിനെ മണത്ത് ആ പട്ടിയുടെ മണം വലിച്ചെടുക്കുന്നു. ഒരു പെൺകുട്ടി ഈയത്തകിടുംകൊണ്ട് പ്രത്യക്ഷമാവുകയും ബാലേ നർത്തകിയുടെ നടനനില്പുകളെല്ലാം അറിയാമെന്നും ഡോങ്കയ്ക്ക് മധുരം നൽകരുത്, നൽകിയാൽ അവൾക്ക് വയറിളക്കം ഉണ്ടാകുമെന്നും പറഞ്ഞു.

ഈ കൊച്ചു പെൺകുട്ടിക്ക് കാതിലെ തട്ട് മുഖത്തോട് ചേർന്നതാണ്. ചെറിയൊരു കോങ്കണ്ണുണ്ട്. പിന്നെ യാങ്കയുടെ പ്രൊഫസർ പ്രത്യക്ഷനായി. നീ അയാളെ പെട്ടെന്ന് തിരിച്ചറിഞ്ഞു. എന്നാൽ അയാൾക്ക് നിന്നെ മനസ്സിലായില്ല. അയാൾക്ക് മാംസളമായ വലിയ ചെവികളും തലയിൽ ജടയും കോളർ വരെ നീണ്ടുതുടങ്ങിയ കാതുകളും ഉണ്ടായിരുന്നു. ആദ്യം നീ വിചാരിച്ചു, ആ കൊച്ചു പെൺകുട്ടി അയാളുടെ ആദ്യത്തെ പേരക്കുട്ടിയാണെന്ന്. കാരണം നിന്റെ അച്ഛൻ നിന്നെ വിളിക്കുന്നതുപോലെ അയാൾ അവളെ മോളേ എന്നു വിളിച്ചാണ് സംസാരിച്ചത്. അയാളുടെ കയ്യിൽ ഒരു കുപ്പിയിൽ കുട്ടികൾക്ക് വയറിളക്കാനുള്ള മരുന്നുണ്ടായിരുന്നു. അയാൾ അത് എറിഞ്ഞപ്പോൾ മരങ്ങൾക്കിടയിലൂടെ അതിനു പിന്നാലെ കുരച്ചുകൊണ്ട് ഒരു പട്ടി പാഞ്ഞു. പിന്നീട് അയാൾ നിന്റടുത്ത് കൈകൾ കാൽമുട്ടിൽ ചുറ്റിവെച്ച് ഇരുന്നു. അയാളുടെ വിരലുകൾ ശക്തിയുള്ളതും തൊലി അടർന്നതും അലിയിക്കുന്ന ലായനികൊണ്ട് തുടച്ചതും നഖങ്ങൾ അങ്ങിങ്ങായി ചായം പുരണ്ടതുമായിരുന്നു. കൊച്ചു

പെൺകുട്ടി പട്ടിയുടെ പിന്നാലെ ഓടി. കുറേ കാലമായി ഒന്നും വായിച്ചിരുന്നില്ല എന്ന് അയാൾ നിന്നോട് പറഞ്ഞു. കാരണം എഴുത്ത് ജീവിതത്തിന്റെ വീര്യത്തിൽനിന്ന്, കണ്ണുനീർ, വിയർപ്പ്, മൂത്രം, മലം, ബീജം എന്നിവയിൽനിന്ന്, ഉണ്ടാകേണ്ടതാണ്. എന്നാൽ അവർ മഷികൊണ്ട് എഴുതുന്നു. അയാളുടെ നീണ്ട ജീവിതത്തിൽ എത്ര വിഡ്ഢിപ്പെൺകുട്ടികളാണ് ഉണ്ടായിരുന്നത് എന്നു പറയുന്നത് കേട്ടാൽ നീ അദ്ഭുതപ്പെടും."

ഞാൻ ചോദിക്കുന്നു,

"അതുകൊണ്ട് എന്താണ്?"

"ഒരു സഹായഹസ്തമില്ലെങ്കിൽ വിധിയുടെ തിരിമറിയലിൽ തകർന്നു പോകും."

ഞാൻ ചോദിക്കുന്നു,

"ഏതുപോലെ?"

അത് പറയുന്നു,

"ഒരു കുപ്പിയിലെ വെള്ളത്തിൽ ഒരു ചെടിയുടെ കമ്പ് വെച്ചാൽ അതിൽ നിന്നും വേരുകൾ വരും. അവയ്ക്ക് ഒന്നിലും പടരാൻ കഴിയാത്തതിനാൽ അവ തമ്മിൽ പിണയാൻ തുടങ്ങും."

ഞാൻ പറഞ്ഞു,

"ഞാൻ ഐസുകട്ടയായിരിക്കുന്നു!"

സാഷൻക!

എന്റെ അദ്ഭുതക്കുട്ടീ!

ഞാൻ അവരോട് എത്ര അസൂയപ്പെടുന്നുവെന്നോ. പകൽ തിരക്കു കഴിഞ്ഞ് ഇപ്പോൾ അവർ ഉറങ്ങുകയാണ്, കൂർക്കം വലിച്ച്. അവരുടെ പ്രേമഭാജനങ്ങളെ ഓർത്തുകൊണ്ട്. ഞാനും വല്ലാതെ ശ്രമിച്ചു. ഇന്ന് എന്ത് സംഭവിച്ചു എന്ന് ആദ്യംതന്നെ നിനക്ക് എഴുതട്ടെ.

ഞങ്ങളെ പീക്കിംഗിലേക്കുള്ള പകുതി വഴിയിലുള്ള ടിയറ്റ്സിനിലേക്ക് അയച്ചു. അവിടെ എപ്പോഴും ടെലിഗ്രാഫ് സൗകര്യങ്ങളുണ്ടായിരുന്നില്ല. പല രാജ്യങ്ങളിൽനിന്നും സൈനികർ പീക്കിംഗിൽ ഒത്തുചേർന്ന് സെയ്മർ എന്ന ഇംഗ്ലീഷ് മേലുദ്യോഗസ്ഥന്റെ കീഴിൽ രണ്ട് റഷ്യൻ സൈനികപ്പടയെയും ചേർത്ത് ഒരു സംയുക്ത സൈന്യം ഉണ്ടാക്കിയിരുന്നു. എന്നാൽ അവരിൽനിന്നും ഒരു വാർത്തയും വരുന്നുണ്ടായിരുന്നില്ല.

നയതന്ത്രസ്ഥാനമായ പീക്കിംഗിൽ കുടുങ്ങിക്കിടക്കുന്ന അവരെ രക്ഷിക്കാൻ പോകുന്ന ഞങ്ങളിൽ എല്ലാവരും അവർ ജീവിച്ചിരിക്കുന്നില്ല എന്നാണ് ചിന്തിക്കുന്നത്. നിർഭാഗ്യവശാൽ അവരെ സ്വതന്ത്രരാക്കുവാൻ ആരും അവിടെയൊന്നും ഉണ്ടായിരുന്നില്ലതാനും. അവിടെനിന്ന് രക്ഷപ്പെട്ടവർ പറയുന്നത് അവിടെ ഒരു കൂട്ടക്കൊല നടന്നു എന്നാണ്. ഒരു യൂറോപ്യൻ വംശജൻ പോലും ജീവനോടെ അവശേഷിച്ചിട്ടില്ല,

ദൗത്യങ്ങളൊക്കെ ഒന്നാകെ നിലംപരിശായി എന്നാണ്. യൂറോപ്യൻ സൈന്യം ഇപ്പോഴും ടിയറ്റ്സിൻ വളഞ്ഞുപിടിച്ചിരിക്കുകയായിരുന്നു. അവിടെ ഭയങ്കരമായ യുദ്ധവും നടക്കുകയായിരുന്നു. ഒരു തീവണ്ടിപ്പാത തോങ്കു മുതൽ ടിയറ്റ്സിൻവരെ ഉണ്ടായിരുന്നു. എന്നാൽ അത് കേടു വന്ന നിലയിൽ ആയിരുന്നു. സ്ലീപ്പറുകൾ കത്തിപ്പോയി. ഞങ്ങളുടെ പാത നേരെയാക്കുന്നവർക്ക് പാളങ്ങൾ കുഴിച്ചു നോക്കി കണ്ടെത്തേണ്ടിയിരുന്നു. അല്ലെങ്കിൽ ഗ്രാമങ്ങളിൽ പാവങ്ങൾ താമസിക്കുന്ന ഇടങ്ങളിൽ പോയി തിരഞ്ഞു നോക്കേണ്ടിയിരുന്നു.

തീവണ്ടിപ്പാതയുടെ ഒരുഭാഗം പൊട്ടിപ്പൊളിഞ്ഞത് അപരിഷ്കൃതമായ രീതിയിൽ നേരെയാക്കി. പാതകളുടെ വിളക്കലുകൾക്കു മുകളിൽ ഞങ്ങൾ വലിയ ഒരു ഇളക്കിമാറ്റൽ നടത്തി. ഞങ്ങൾക്ക് അത്യാവശ്യത്തിന് സ്ലീപ്പറുകളും ഉണ്ടായിരുന്നില്ല. വേണ്ടത്ര ഇരുമ്പ് ആണികളും ഇല്ലായിരുന്നു. അതിനാൽ നാലിൽ മൂന്ന് ചെയ്യേണ്ടതിനുപകരം അവർ ഒരേ ഒരു സ്ലീപ്പറേ ചെയ്തുള്ളൂ. തീവണ്ടിപ്പാതകൾ മുറുക്കി വിളക്കി വെയ്ക്കേണ്ടിവന്നു. ഞങ്ങൾ ഏതു നിമിഷവും ചിറയുടെ മുകളിൽ എത്തിനിൽക്കുമെന്നു കരുതി കുതിരപ്പുറത്ത് യാത്ര ചെയ്തു. ടെലിഗ്രാഫിക് തൂണുകൾ അതിന്റെ ലൈനുകളോടൊപ്പം മൂടോടെ വെട്ടിക്കളഞ്ഞു. വെള്ളം പമ്പുകൾ പ്രവർത്തിക്കാത്തതിനാൽ ഉപേക്ഷിക്കപ്പെട്ട ഒരു ഗ്രാമത്തിൽനിന്ന് സൈനികർക്ക് വെള്ളം എടുക്കേണ്ടി വന്നു.

എന്റെ സാഷൻക, ഇതെല്ലാം എത്രമാത്രം ഭീകരമാണെന്ന് നിനക്ക് സങ്കല്പിക്കാൻപോലും പ്രയാസമാണ്. ആ പ്രദേശം ഒരു മരുഭൂമിയാണ്. തദ്ദേശവാസികൾ ഒളിവിൽ പോയി. വീടുകൾ വെറും പാറക്കഷ്ണങ്ങൾ ആയി. വയലുകൾ കത്തിച്ച് ആകെ താറുമാറാക്കപ്പെട്ടു.

ഞങ്ങൾ അവിടേക്ക് പകുതി ദൂരം പോയി. ശേഷം ഞങ്ങൾ നിന്നു. തലേദിവസം ഞങ്ങൾ നേരെയാക്കിയതൊക്കെ ഒരൊറ്റരാത്രികൊണ്ട് ഉപകാരമില്ലാതായി. തീവണ്ടിപ്പാതകൾ നശിപ്പിക്കപ്പെട്ടിരുന്നു. ചിലർ വന്ന് അതെല്ലാം എടുത്തിട്ടുപോയി. സ്ലീപ്പറിന്റെ പൊടിപോലും ഉണ്ടായിരുന്നില്ല. സ്റ്റേഷനുകളുടെ ഇഷ്ടിക നിർമ്മിതമായ കെട്ടിടങ്ങളൊക്കെ നശിപ്പിച്ചിരുന്നു എന്നു മാത്രമല്ല, കെട്ടിടങ്ങളുടെ അടിവരെ മാന്തി കല്ലുകൾ മാത്രമാക്കിയിരുന്നു. അതിൽ നിന്ന് മനസ്സിലാക്കാമായിരുന്നു നമ്മുടേതായതൊക്കെ അവർ എത്രമാത്രം വെറുത്തിരുന്നു എന്ന്.

തന്ത്രങ്ങൾ മെനയാനായി ഞങ്ങൾ നിരത്തിലൂടെ കവാത്ത് നടത്തി. ഞങ്ങൾ നദിയുടെ ഗതി പിന്തുടർന്നു. പെയ്ഹോ നദി ആ വഴി തിരിഞ്ഞ് ഇതിലൂടെ ഒഴുകുന്നുണ്ടായിരുന്നു. ഞങ്ങൾക്ക് ദൂരെനിന്ന് മരക്കൂട്ടങ്ങൾക്കിടയിലൂടെയാണ് അത് അറിയാൻ കഴിഞ്ഞത്.

എനിക്ക് വല്ലാത്ത ദാഹമുണ്ടായിരുന്നു. എന്നാൽ അവിടെയൊന്നും വെള്ളമുണ്ടായിരുന്നില്ല. ഗ്രാമങ്ങളിലെ കിണറുകളിലൊക്കെ വിഷം കലക്കുകയും നദികൾ മലിനമാക്കപ്പെടുകയും ചെയ്തിരുന്നു. ആദ്യദിവസം

ഞങ്ങളുടെ കുതിരകൾ അതിനെ മണക്കുക മാത്രമേ ചെയ്തുള്ളൂ, കുടിച്ചില്ല. ദാഹം കൂടിയപ്പോൾ അവർ നേർത്ത ഇറച്ചി ജെല്ലിപോലെ തോന്നിച്ച ആ ഒട്ടുന്ന സാധനം കുടിച്ചു.

ഒരു നിധിയെപോലെ ഞങ്ങൾ അതിനെ പരിഗണിച്ചു.

അവിടുത്തെ കൊതുകുകൾ ഒരിക്കലും കടി നിർത്തിയില്ല. എന്റെ കൈകളും കഴുത്തും ചുവന്നു തടിച്ച് ചൊറിച്ചിൽ സഹിക്കാതെയായി. മറ്റ് കാര്യങ്ങൾക്കിടയിൽ അത് ഒരു ചെറിയ കാര്യം.

സംയുക്ത സൈന്യം രണ്ടു പ്രാവശ്യം വെടിവെച്ചു. ഭാഗ്യത്തിന് ആരും മരിച്ചില്ല. ഒരുപാട് പേർക്ക് ചെറുതായി പരുക്ക് പറ്റി.

ഞങ്ങൾ ഒരു യുദ്ധസ്ഥലത്തുനിന്ന് കവാത്തു നടത്തി കടന്നുപോയപ്പോൾ യുദ്ധത്തിന്റെ ബാക്കിപ്പത്രം പോലെയുള്ള ചിഹ്നങ്ങൾ ഞാൻ ആദ്യമായി കണ്ടു. ചത്ത കുതിരകൾ, പൊട്ടിയ തോക്കുകൾ, ഉപേക്ഷിക്കപ്പെട്ട സൈനികതൊപ്പി, രക്തം പുരണ്ട അടിവസ്ത്രം.

എന്താണ് ഇനി എനിക്ക് കാണാൻ എടുത്തുവെച്ചിരിക്കുന്നത്? എന്തെങ്കിലും ഉണ്ടോ?

ഞങ്ങളോടൊപ്പം ജോലി ചെയ്യാനായി ഉത്തരവ് ലഭിച്ചിട്ടുള്ള ഒരു പരിഭാഷകനുമായി ഞാൻ ചങ്ങാത്തം കൂടി. പീറ്റേഴ്സ്ബർഗ് യൂണിവേഴ്സിറ്റിയിൽ ഓറിയന്റൽ സ്റ്റഡീസ് എന്ന വൈജ്ഞാനിക ശാഖയിൽ പഠിക്കുന്ന ആളാണ്. പേര് ഗ്ലാസ്നാപ്പ്. അയാളുടെ സഞ്ചിയിൽ നിറയെ പുസ്തകങ്ങൾ കുത്തിത്തിരുകി വെച്ചിട്ടുണ്ട്. മൂക്കിനു താഴെ എന്തു കിട്ടിയാലും വായിക്കും എന്ന് പ്രഖ്യാപിക്കുന്നതായിരുന്നു അവ. കാഴ്ചശക്തി കുറവായിരുന്നതിനാലാവണം അയാൾ കട്ടിയുള്ള ഗ്ലാസ്സോടുകൂടിയ കണ്ണട ധരിച്ചു.

ചൈനീസ് പ്രതിമ സ്ഥാപിച്ചിട്ടുള്ള തകർന്നു തരിപ്പണമായ ഗ്രാമത്തിലെ ഒരു വീട്ടിൽ ഞങ്ങൾ പോയി. സൈനികർ മൃദുവായ കടലാസ്സുകൾ കിട്ടാനായി പുസ്തകങ്ങൾ മോഷ്ടിച്ചു. പരിഭാഷകൻ ഈ കാടത്തരം തടഞ്ഞിട്ടും കാര്യമുണ്ടായില്ല.

അതൊരു നിരാശാജനകമായ കാഴ്ചയായിരുന്നു. പ്രതിമയുള്ള വീട്ടിലെ പൂജാമുറിയിലെ വലിയ പെയിന്റ് ചെയ്ത ഗ്ലാസ്സ് വിളക്കുകളും പുറത്തെ പോർച്ചിലെ വിളക്കുകളും തകർത്ത് തരിപ്പണമാക്കിയിരുന്നു. ചൈനയിലെ ദൈവപ്രതിമകളുടെ വയറുകൾ തുരന്ന് നിലത്ത് വലിച്ചിട്ടിരുന്നു. ആരോ ഞങ്ങളോട് പറഞ്ഞു, തദ്ദേശീയർക്ക് സ്വർണവും വിലപിടിച്ച കല്ലുകളുമൊക്കെ അതിനുള്ളിൽ സൂക്ഷിച്ചു വയ്ക്കുന്ന സ്വഭാവമുണ്ടായിരുന്നു എന്ന്.

ഞാൻ ചുറ്റിനടന്ന് എല്ലാം ഒന്നു നോക്കി. രസകരമായിരുന്നു അത്. വൃത്തികെട്ട മുഖങ്ങളുള്ള ദീർഘകായപ്രതിമകൾ വശങ്ങളിലൊക്കെയായി അപ്പോഴും നിൽക്കുന്നുണ്ടായിരുന്നു. ചന്ദനത്തിരികൾ കത്തിച്ചു

വെയ്ക്കാനായി ചാരവും അതിനുമുന്നിൽ വച്ചിരുന്നു. ദേവാലയം ഒഴിഞ്ഞതായിരുന്നു. പ്രധാന പ്രതിമ തലയറ്റ നിലയിൽ നിലത്ത് വീണ് കിടന്നിരുന്നു. ഞാൻ ആ തലയുടെ മുന്നിൽ ഒരു നിമിഷം നിന്നു. അത് അതിന്റെ പിൻകഴുത്ത് കുത്തി പകുതി അടഞ്ഞ കണ്ണുകളിൽ സ്നേഹവും സഹാനുഭൂതിയും നിറച്ച് തലകീഴായി ലോകത്തെ നോക്കിക്കിടക്കുന്നുണ്ടായിരുന്നു. അകന്ന താടിയെല്ലുകളോടുകൂടിയ നീല വ്യാളികൾ ഉയർന്ന സ്തൂപത്തിൽ അവളുടെ തിളങ്ങുന്ന സ്വർണ്ണച്ചെകിളകളുമായി നിന്നിരുന്നു.

അവിടെ വലിയ മരമുട്ടികൾ-ഗോങ്ങുകൾ-ഉണ്ടായിരുന്നു. സൈനികർ മരച്ചുറ്റികകൊണ്ട് അവയിൽ ഉറക്കെ അടിക്കാൻ തുടങ്ങി. ഗ്ലാസെനാപ്പ് അവരിൽനിന്നും ചുറ്റികകൾ മേടിച്ചു വാങ്ങാനായി അവരുമായി തർക്കിച്ചു. വെറുതെ ഒരു കാര്യവുമില്ലാതെ ആത്മാക്കളെ വിളിച്ചു വരുത്തുന്നത് മോശമാണെന്നും ആ വ്യാളികൾ ഉദാരമതിത്വത്തിന്റെ പ്രതീകമാണെന്നും പറഞ്ഞു. സൈനികർ ഉച്ചത്തിൽ പൊട്ടിച്ചിരിച്ചു.

കൺഫ്യൂഷ്യസിന്റെയും ലിപോയുടെയും ദുഫുവിന്റെയും സിദ്ധാന്തങ്ങളെ ഇഷ്ടപ്പെടുന്ന ഒരു ചെറുപ്പക്കാരൻ ഞങ്ങളുടെ സംയുക്ത സൈന്യത്തിൽ വന്നെത്തിയതിൽ ഞാൻ വളരെ സന്തോഷിച്ചു. അയാൾ പലതരത്തിലും ജൂൽ വെർനെയുടെ "ഇൻ സെർച്ച് ഓഫ് ദി കാസ്റ്റ് എവേയ്സ്" എന്നതിലെ നായകൻ പഗാനലിനെ ഓർമ്മിപ്പിച്ചു. പഗാനൽ ചെറുപ്പത്തിൽ അതുപോലെയായിരുന്നു, ആത്മവിശ്വാസം കുറഞ്ഞ ലജ്ജാലുവായ ഒരു ഭീരു. എന്നാലും കൊച്ച് സർവ്വജ്ഞൻ എന്ന് അറിയപ്പെടുന്ന ആളുമായിരുന്നു. ഇന്ന് പെയ്ഹൊ നദിയിലെ നേർത്ത ഉപ്പുരസമുള്ള വെള്ളം ചൈനയിലെ വോഡ്ക്ക ഹുയാങ് ജി കലർത്തി എങ്ങനെ കുടിക്കാം എന്ന് അയാൾ ഞങ്ങളെ പഠിപ്പിച്ചു.

സാഷൻക, കൊതുകുകടിയുടെ പുണ്ണുകൾ വല്ലാതെ ചൊറിഞ്ഞിരുന്നുവെങ്കിലും ഞാൻ ഉറങ്ങാൻ ശ്രമിക്കുകയാണ്.

നാളെ ഒരു യുദ്ധമുണ്ടാകും എന്നും അതിൽ ഞാൻ കൊല്ലപ്പെടുകയോ, അംഗവിഹീനനാകുകയോ ചെയ്യും എന്നും വിചാരിക്കാൻ തന്നെ ബുദ്ധിമുട്ട് തോന്നി.

നിനക്കറിയുമോ, ഒരു പുരുഷൻ ചുറ്റുപാടും നടക്കുന്ന മരണത്തിൽ വിശ്വസിക്കുകയും സ്വന്തം മരണത്തിൽ അവിശ്വസിക്കുകയും ചെയ്യുന്ന തരത്തിൽ വിചിത്രമായ രീതിയിലാണ് സൃഷ്ടിക്കപ്പെട്ടിട്ടുള്ളത്.

മറ്റൊരു കാര്യം വളരെ പ്രാധാന്യമേറിയതാണ്. ചിലപ്പോൾ ഞാൻ എന്റെ ആദ്യത്തെ യുദ്ധത്തിനായി ഒരുങ്ങുന്നതുകൊണ്ടാണോ എന്നറിയില്ല, ഇവിടെയുള്ള എല്ലാംതന്നെ കൂടുതൽ ശ്രദ്ധയോടെ, മുഴുവൻ ലോകവും കൂടുതൽ സത്യസന്ധമായി - അതാണ് ശരിയായ വാക്ക് എങ്കിൽ - കൂടുതൽ പക്വതയോടെ പുരുഷത്വത്തോടെ എന്നോട് പെരുമാറി. ഞാൻ എല്ലാം വ്യത്യസ്തമായി, വളരെ വ്യക്തതയോടെ എന്റെ കൺമുന്നിൽനിന്നും മാറുന്നതിനുമുമ്പ് ഒരു മൂടുപടത്തിൽ ലോകത്തെ

കാണുംപോലെ കാണുവാൻ തുടങ്ങി. എന്റെ എല്ലാ വികാരങ്ങളും ഉണർന്ന് ഉയർന്നുനിന്നു. ചുറ്റുമുള്ള രാത്രി തുളഞ്ഞുകയറുന്ന സ്പഷ്ടതയോടെ പക്ഷികളുടെ ശബ്ദങ്ങളും പുല്ലിന്റെ മർമ്മരശബ്ദങ്ങളും അങ്ങനെ ഓരോന്നും കേട്ടു. ഞാനൊരു അയഥാർത്ഥ ലോകത്ത് ജീവിക്കുംപോലെ; എന്നാൽ ഇപ്പോൾ ഞാൻ തുടങ്ങുകയാണ്, ശരിയായ ഞാൻ.

ഈ ഒരു വികാരമില്ലാതെ ലോകത്ത് എവിടെയും ഒരു യുദ്ധവും ഉണ്ടായിട്ടുണ്ടാവില്ല.

സത്യത്തിൽ എനിക്ക് നിന്നോട് പറയാനുള്ളതെന്താണെന്നു വെച്ചാൽ എല്ലാ ദിവസവും ഞാൻ നിന്നെ ഒരുപാട് ഒരുപാട് സ്നേഹിക്കുന്നു. എനിക്കറിയില്ല എന്റെ വികാരം എങ്ങനെ എഴുതി ഫലിപ്പിക്കണം എന്ന്. നമ്മൾ ഇപ്പോൾ ഒന്നിച്ചായിരുന്നുവെങ്കിൽ നിന്റെ മുഖം എന്റെ കയ്യിലെടുത്ത് ചുംബിച്ചേനേ. ഈ പേജുകളിലൂടെ അതാണ് എനിക്ക് പറയാനുള്ളത്. ശരിക്കും ഒന്നും പറയാതെ ഞാൻ അവസാനിപ്പിക്കുകയാണ്.

ഞാൻ നിന്നോട് വീണ്ടും വീണ്ടും പറഞ്ഞിട്ടില്ലേ ഞാൻ നിന്നെ പ്രേമിക്കുന്നു എന്ന്. എന്നാൽ ഇപ്പോൾ എനിക്ക് തോന്നുകയാണ്, ഞാൻ അത് ആദ്യമായി പറയുകയാണ് എന്ന്. കാരണം ഞാൻ ഇപ്പോൾ നിന്നെ വ്യത്യസ്തമായാണ് ഇഷ്ടപ്പെടുന്നത്. വാക്കുകൾ അതുതന്നെയാണ്, എന്നാൽ എനിക്കവ എന്തൊക്കെയോ ആണ്.

എനിക്ക് ലാഘവത്വവും സന്തോഷവും തോന്നുന്നു. കാരണം നീ എന്നെ കാത്തിരിക്കുമെന്ന് എനിക്കറിയാം, എന്തു സംഭവിച്ചാലും പ്രശ്നമില്ല.

ഞാൻ നിന്നെ പ്രേമിക്കുന്നു.

വൊളോദ്യ,

എന്റെ പ്രിയപ്പെട്ടവനേ, എനിക്ക് നീയുണ്ട് എന്നതിൽ ഞാൻ വളരെ സന്തോഷിക്കുന്നു.

നിനക്കറിയുമോ, ഇല്ലല്ലോ, നമ്മുടെ തൊലിപ്പുറത്തെ കാക്കപ്പുള്ളികൾ പ്രത്യക്ഷമാവുകയും അപ്രത്യക്ഷമാവുകയും ചെയ്ത് ചുറ്റിത്തിരിഞ്ഞ് നമ്മുടെ ശരീരത്തിൽ മാറ്റങ്ങൾ വരുത്തുമെന്ന്? ഞാൻ ഇന്ന് നിന്റെ കാക്കപ്പുള്ളികളിൽ ഒരെണ്ണം എന്റെ തൊലിപ്പുറത്ത് കണ്ടു, നിനക്ക് ചിന്തിക്കാൻ കഴിയുമോ? ഇതാ ഈ ഭാഗത്ത്, എന്റെ തോളിൽ. അത് അദ്ഭുതകരമായിരുന്നു.

ഇന്ന് നഗരത്തിൽ ഓടിനടന്ന് ക്ഷീണിച്ചതുകൊണ്ട്. എനിക്ക് ഉറങ്ങാൻ കഴിഞ്ഞില്ല. നിനക്കറിയുമോ, ഞാൻ കിടക്കയിൽ തിരിഞ്ഞും മറിഞ്ഞും തണുത്ത ഭാഗം നോക്കി കിടക്കുമ്പോൾ ആ വശം ചൂടാവുകയും അടുത്ത ഭാഗം നോക്കി ആ ഭാഗത്ത് കിടക്കുകയും ചെയ്തു. ഇപ്പോഴാകട്ടെ

തണുപ്പുള്ള ഒരു ദ്വീപ് പോലും അവശേഷിച്ചിട്ടില്ല, ഉറക്കത്തിന്റെ ഒരു മട്ടും കാണാനുമില്ല.

എന്റെ കണ്ണുകൾക്കുമുന്നിൽ എന്തൊക്കെയോ തത്തിക്കളിച്ചു കൊണ്ടിരുന്നു. പുലർച്ചെ രണ്ടുമണിക്ക് എല്ലാം സാധാരണപോലെയായി. കാണാത്ത ലോകവും കാണുന്ന ലോകവും.

സമയം ഇപ്പോൾ മൂന്ന് മണിയായോ?

എന്റെ ചിന്തകൾ സമയത്തിന്റെ പിന്നാലെ പുല്ലുപോലെ പറന്നു പോയി. സമയം ഒരേപോലെയല്ല വളരുന്നത്, അതിൽ പലയിടത്തും കഷണ്ടിയുണ്ട്. ഞാൻ വെള്ളമുള്ളിടത്തുകൂടി നടക്കുംപോലെ, ഒരേ സ്ഥലത്തുതന്നെനിന്ന് ചവിട്ടിമെതിക്കുംപോലെ. ഒരേ ചിത്രങ്ങൾ അവസാനമില്ലാതെ മനസ്സിലേക്ക് വന്നുകൊണ്ടേ ഇരിക്കുന്നു. എപ്പോഴും എനിക്കു വേണ്ടാത്തവ ചിത്രങ്ങൾ...

ഞാൻ കടയിൽ ചില്ലറ വെച്ച് മറന്നപ്പോൾ അവർ ഒച്ചയിട്ടുകൊണ്ട് പിന്നാലെ ഓടി വന്നു.

"മിസ്, മിസ്, തിരിച്ചു വരൂ."

ട്രാമിൽ വെച്ച് ആരോ എന്റെ പാവാടയുടെ അറ്റത്ത് ഇരുന്നു, ഞാനത് വലിച്ചെടുത്തു.

പിന്നീട് ആ വൃദ്ധദമ്പതികൾ, അയാൾ ഇല്ല, ഇല്ല എന്നും വൃദ്ധ ഉവ്വ്, ഉവ്വ് എന്നും ഉള്ള രീതിയിൽ തലയിളക്കി.

യാങ്ക പറഞ്ഞു അവളും അവളുടെ കൂട്ടുകാരനും കൂടി ഒരു റെസ്റ്റോറന്റിൽ പോയപ്പോൾ ടിപ്പായി ഒരു ചെറിയ തുക ചില്ലറ വെച്ചു. അവർ പുറത്തിറങ്ങിയപ്പോൾ ആ വിളമ്പുകാരൻ അത് അവരുടെ പിന്നിലേക്ക് വലിച്ച് എറിഞ്ഞുവത്രേ.

ഞാൻ നിരത്തിലൂടെ നടക്കുകയാണ് ആരുടെയോ കൈ ആ തുറന്ന ജനാലയ്ക്കൽ ഉണ്ട്. എന്നോട് കൈവീശി കാണിക്കുകയോ, അല്ലെങ്കിൽ കൊതുകിനെ ഓടിക്കുകയോ മറ്റോ ആണ്.

പൊട്ടിപ്പോയ പ്രൊപ്പല്ലറുമായി തലകുത്തി വീണ ഒരു വിമാനം വടക്കുഭാഗത്തെവിടെയോ കണ്ടുവെന്നും അതിലെ തണുത്തുമരവിച്ചിരുന്ന പൈലറ്റിന്റെ കമ്പിളി രോമമുള്ള ബൂട്ടുകൾ കത്തിപ്പോയിരുന്നുവെന്നും മരിക്കുന്നതിനുമുമ്പ് തന്റെ തണുത്തുവിറച്ച പാദങ്ങൾ ചൂടാക്കാനായി അയാൾ തീയിൽ ഇറക്കിവെച്ചുവെന്നും എന്നാൽ അയാളുടെ വാച്ച് ചൂടുതട്ടി വീണ്ടും പ്രവർത്തിക്കാൻ തുടങ്ങിയെന്നുമൊക്കെയുള്ള പത്രവാർത്ത കണ്ടു.

ഇത് എന്റെ ചെറുപ്പത്തിൽ ഉണ്ടായതാണ്. അച്ഛനും ഞാനും കൂടി പാർക്കിൽ നടക്കാൻ പോയപ്പോൾ ഞങ്ങളുടെ ഷൂസുകൾ ചളിയിൽ കുതിർന്നു. അച്ഛൻ പുല്ലിലും പടിക്കെട്ടിന്റെ അറ്റത്തുമൊക്കെ കാലിന്റെ

കുതിഭാഗം ഉരച്ചു. അതു കണ്ടപ്പോൾ ഒരു നിമിഷം സ്വന്തം നിഴലിൽ നിന്നും അദ്ദേഹം സ്വതന്ത്രനാകാൻ ശ്രമിക്കുംപോലെ തോന്നി.

അമ്മ എനിക്കിഷ്ടമുള്ള പാൽവിഭവം ഉണ്ടാക്കുന്നു. അവർ ബ്രഡ്സ് ചതുരകഷ്ണങ്ങളാക്കി, ചൂടുള്ള പാലിലേക്ക് ഇട്ട് പിന്നീട് പഞ്ചസാര വിതറുന്നു. അവർ ഒരു ദിവസം മരിക്കുമെന്നും അവർ എനിക്ക് പാൽ വിഭവം ഉണ്ടാക്കി അതിനുമുകളിൽ സ്പൂൺകൊണ്ട് പഞ്ചസാര വിതറുന്നതും മാത്രമേ ഇനി ഓർക്കാനുണ്ടാവൂ എന്നുമാലോചിച്ചപ്പോൾ എന്റെ തൊണ്ട ഉണങ്ങിപ്പോയി.

ചാർട്ട്ക്കോവ് അയാൾക്ക് പരിചയമുള്ള വനിതാ പിയാനിസ്റ്റിന്റെ സംഗീത പരിപാടിക്ക് എന്നെ ക്ഷണിച്ചു. അവർ വളരെ പൊക്കമുള്ള സ്ത്രീയായിരുന്നതിനാൽ അവർ കാലുകൾ വിരിച്ചു വെച്ചാണ് പിയാനോയ്ക്കു മുന്നിൽ ഇരുന്നത്. ഞങ്ങളുടെ സീറ്റുകൾ അവരുടെ പുറകിലായിരുന്നു. അതിനാൽ അവരുടെ രൂപത്തിന്റെ പ്രതിഫലനം ആ പിയാനോ കവറിൽ കാണാൻ കഴിഞ്ഞു. അവർ നാലുകാലുകൾ കൊണ്ട് ഒരു യുഗ്മ ഗാനം വായിക്കുംപോലെ തോന്നി. അവരുടെ കവിളുകൾ എല്ലായ്പ്പോഴും ഇളകിക്കൊണ്ടിരുന്നു.

ഞങ്ങൾ തിരിച്ചുവരുമ്പോൾ അവിടെ ഒരു അപകടം നടന്നിരുന്നു. ആരോ കൊല്ലപ്പെട്ട് നടപ്പാതയിൽ പത്രം കൊണ്ട് മുഖം മൂടി കിടക്കുന്നുണ്ടായിരുന്നു.

ഇപ്പോൾ നോക്ക്, അത് വീണ്ടും തിരിച്ചുവന്നിരിക്കുന്നു, ഞാൻ ആംബുലൻസിൽ ജോലി ചെയ്തകാലം!

ഒരു സ്ത്രീ കർട്ടൻ തൂക്കുമ്പോൾ അബദ്ധത്തിൽ വീണ് മുമ്പ് പലപ്പോഴും പൊട്ടിയിരുന്ന കാൽ വീണ്ടും പൊട്ടി.

ഒരു മനുഷ്യൻ ക്യാംപ് ഫയർ ഉണ്ടാക്കുമ്പോൾ വഴുക്കി കാല് മരക്കൊമ്പിൽ തട്ടി വീണു. അവർ അയാളുടെ തൊലി കയ്യുറ പോലെ പൊളിച്ചെടുത്തു.

മറ്റൊരാളുടെ കാലുറയിലെ ഒരു കാല് ബൈക്കിലെ ചങ്ങലയിൽ തട്ടി. അയാൾ വീണ് തല വഴിവക്കിലെ കല്ലിൽ ഇടിച്ച് അയാളുടെ കണ്ണ് നൂലുപോലെയുള്ള ഞെരമ്പിൽനിന്ന് തൂങ്ങിക്കിടന്നു.

ഒരു ചെറിയ കുട്ടി ഐസ്ക്രീം തിന്നുകയായിരുന്നു. അവൻ ഓടാൻ തുടങ്ങി. കാൽ തെറ്റി വീണ് ഒരു കമ്പ് ശ്വാസനാളത്തിൽ കുത്തിക്കയറി.

അങ്ങനെ എല്ലാ ദിവസവും ഉണ്ടായിക്കൊണ്ടേയിരുന്നു.

എങ്ങനെയാണ് എനിക്ക് ഇതിൽ നിന്നൊക്കെ രക്ഷനേടാനാവുക?

ഞാൻ ചാർട്ട്ക്കോവിനോടും അയാളുടെ കൊച്ചു സോന്യയോടുമൊപ്പം നടക്കുകയായിരുന്നു. സോന്യ വളരെ തമാശക്കാരിയായിരുന്നു. ആരോ പുറത്തേക്ക് എറിഞ്ഞുകളഞ്ഞ പഴയ ഒരു ഷൂസിനോട് അവൾക്ക് സഹതാപമായിരുന്നു. കാരണം അതിന് ഇനി നടക്കാനാവില്ല എന്നതും

അതിന് ചവറുകൂമ്പാരത്തിലേക്കു തന്നെ എപ്പോഴും നോക്കേണ്ടിവരും എന്നതുകൊണ്ടും ആയിരുന്നു. അവൾ അതിനെ ലൈലാക് ചെടിക്കൂട്ട ങ്ങളെ കാണാൻ കഴിയുന്ന രീതിയിലേക്ക് മാറ്റി ഇട്ടു. ഞങ്ങൾ പിന്നീട് സ്റ്റുഡിയോയിൽ എത്തുകയും അവൾ മുഖചിത്രമായി എന്റെ പടം വരയ്ക്കാൻ തുടങ്ങുകയും ചെയ്തു. അവൾ എന്നെ വശത്തെ ഭിത്തിയുടെ അടുത്തേക്ക് ചേർത്തിരുത്തി, ഒരു വിളക്ക് എന്റെ നേരെ വെച്ചു. ഒരു കഷണം കടലാസ് ഭിത്തിക്ക് നേരെ വെച്ച് നിഴലിനെ നോക്കി പെൻസിൽകൊണ്ട് മുകളിലൂടെ വരയ്ക്കാൻ തുടങ്ങി.

അവളുടെ കോങ്കണ്ണിനായി എന്തെങ്കിലും ചെയ്യണമായിരുന്നു. ഞാൻ എന്റെ വിരൽ അവളുടെ കൊച്ചുമൂക്കിൽ വെച്ചു. അവളുടെ ഒരു കണ്ണ് കൈവിരലിനെ ശ്രദ്ധിക്കുകയും മറ്റേത് ചലിച്ചുകൊണ്ടിരിക്കുകയും ചെയ്തു.

ഡോങ്ക എന്റെ ഷൂ ലേസിനെ കടിച്ചു വലിക്കാൻ ശ്രമിച്ചു. ഞാനവളെ തട്ടിമാറ്റി. എന്റെ കയ്യിൽ ആ നായയുടെ ഉത്തേജനമുള്ള ഒരു മണം ഉണ്ടായി.

സ്റ്റുഡിയോയ്ക്ക് എപ്പോഴും പെയിന്റിന്റേയും ടർപ്പൻറ്റൈൻന്റെയും കരിയുടെയും മരത്തിന്റെയും ക്യാൻവാസിന്റെയും മണമാണ് ഉള്ളത്. ചിത്രങ്ങൾ എപ്പോഴും എന്തോ ശിക്ഷ കൊടുത്ത മാതിരി ഒരു മൂലയിൽ നിർത്തി വെച്ചിരുന്നു. പെയിന്റിംഗ് തൂക്കാനുള്ള മരക്കഷ്ണങ്ങൾ, നിവർത്തുവാനുള്ളവ, പെയിന്റിംഗുകൾ അടങ്ങിയ പെട്ടികൾ, എണ്ണമയ മാർന്ന ബ്രഷുകൾ, ചായങ്ങൾ ചാലിക്കുന്നതിനുള്ള കത്തികൾ. നിലം മുഴുവൻ തിളക്കമാർന്ന ചായങ്ങൾ തൂവിയിരുന്നു. അടുക്കളയിലെ പാത്രം കഴുകുന്ന വൃത്തികെട്ട ഇടത്ത് കഴുകാത്ത എച്ചിൽപാത്രങ്ങൾ കിടന്നി രുന്നു. എലിക്കാട്ടങ്ങൾ മൂലകളിൽ ഉണ്ടായിരുന്നു.

രണ്ടാമത്തെ പ്രാവശ്യം ഞാൻ ചെന്നപ്പോൾ അയാൾ എന്നെ ചായം തെറിച്ചുവീണ ഇളകുന്ന ഒരു സ്റ്റൂളിൽ ഇരുത്തി. പിന്നെ ഒരു കൽക്കരി ക്കഷ്ണമെടുത്ത് ജോലി ചെയ്യാൻ തുടങ്ങി. കണ്ണടയുടെ മുകളിലൂടെ എന്നെ നോക്കി. തുമ്മുകയും ചുണ്ടു കടിക്കുകയും നാക്കുനീട്ടുകയും മൂളിപ്പാട്ട് പാടുകയും മുരളുകയും ചൂളമടിക്കുകയും മന്ത്രിക്കുകയും ഞെര ങ്ങുകയും ദീർഘശ്വാസം വിടുകയും ചെയ്തു. മരക്കരി കട്ടിയുള്ള പേപ്പറിൽ വീഴുന്ന ശബ്ദം. പെട്ടെന്ന് ജനാലയ്ക്കപ്പുറത്തുനിന്ന് ഒരു മണി യൊച്ച, അയാളുടെ സ്ഥലം ഒരു സ്കൂളിന് എതിർവശമായിരുന്നു.

ഒരു വൃദ്ധൻ സ്കൂളിന്റെ മുറ്റത്ത് ചൂലും എടുത്ത് എന്നെപ്പോലെ ഒന്നുമറിയാതെ നിൽക്കുന്നുണ്ടായിരുന്നു.

പോസ് ചെയ്യാൻ വളരെ ബുദ്ധിമുട്ടാണ്. ഞാൻ വെറുതെ അവിടെ യിരുന്ന് ജനാലയിലൂടെ പുറത്തേക്ക് നോക്കി. അപ്രസക്തമായതും ക്ഷണ ഭംഗുരമായതുമൊക്കെ പ്രസക്തവും പ്രാധാന്യവുമുള്ളതായി.

കുറച്ച് ആൺകുട്ടികൾ ഓടി മുറ്റത്തുവന്ന് ഒരു പാവയുടെ തല കൊണ്ട് കാൽപ്പന്ത് കളിക്കാൻ തുടങ്ങി. പൊക്കത്തിൽ മെലിഞ്ഞുണങ്ങിയവർ. അവർ ഫിസിക്സോ മറ്റോ ഒഴിവാക്കി എത്തിയതാവണം, അവർക്ക് വളരെ പ്രധാനപ്പെട്ട എന്തെങ്കിലും നഷ്ടപ്പെടും. ഉദാഹരണത്തിന് പ്രപഞ്ചം അതിന്റെ വികാസം വളരെക്കാലം മുമ്പ് നിർത്തുകയും ഇരുട്ടിന്റെ അത്ര വേഗതയിൽ അത് ചുരുങ്ങുകയും ചെയ്തു. പാവ തലകുത്തി മറിയുകയും ചരൽമണ്ണിൽ പോയി പൊള്ളയായ മണിനാദം പോലുള്ള സന്തോഷകരമായ ശബ്ദമുണ്ടാക്കി ഇടിച്ച് വീഴുകയും ചെയ്തു. അത് അതിന്റെ ധൈര്യം സംഭരിച്ച് തന്റെ തലയിലെ പിന്നിൽ ഇങ്ങനെ പറയാനായിട്ട് ഇളക്കി; 'സാരമില്ല, നമുക്ക് പ്രതിബന്ധങ്ങൾ തകർത്ത് മുന്നേറാം. നമ്മൾ ചെയ്തു തീർത്തിട്ടില്ല. നിങ്ങളുടെ ധൈര്യം നിലനിർത്തുക.'

തന്റെ മരിക്കാൻ പോകുന്ന അമ്മയുടെ ഛായാപടം താൻ എങ്ങനെ ഉണ്ടാക്കി എന്ന് അയാൾ പറയാൻ തുടങ്ങി. അയാൾ പറയുകയാണ്, ആദ്യത്തെ ക്യാൻവാസ് ഒരാളുടെ മുഖമാണ്, അയാളുടെ മുഖഭാവങ്ങളാണ്. പിന്നീട് ശരീരം, പിന്നീട് ആണ് ശില്പം വരുന്നത്.

ശരിക്ക് സ്ത്രീകൾ ആണ് ബീജസങ്കലനം നടത്തുന്നത്. പുരുഷനാണ് ഗർഭം ധരിക്കുകയും പ്രസവിക്കുകയും ചെയ്യുന്നത്.

ലണ്ടനിലെ പാർലമെന്റ് കത്തുകയായിരുന്നു, ആളുകൾ മരിക്കുകയായിരുന്നു. എന്നാൽ ടേർണർ, വാട്ടർകളറിൽനിന്ന് തീയുടെ നിറം പിടിച്ചെടുക്കാൻ ശ്രമിക്കുകയായിരുന്നു. നീറോ കലാകാരനായിരുന്നില്ല. എന്നാൽ എല്ലാ കലാകാരനും നീറോ ആണ്.

ഞങ്ങൾ ജോലിയെ സംബന്ധിച്ചും സംസാരിച്ചു. അയാൾ യഥാർത്ഥമല്ല. കാരണം അയാൾ ജീവിച്ചിരുന്നില്ല. ജീവനുള്ള ഓരോ മനുഷ്യനും യാഥാർത്ഥ്യമാണ്. ആദ്യം എല്ലാം അവനു കൊടുക്കും പിന്നെ എല്ലാം തിരിച്ചെടുക്കുകയും ചെയ്യും. ഒരു വിശദീകരണവും കൂടാതെ.

ഇന്നലെ ഞാൻ അകത്തേക്കു കടന്നപ്പോൾ അയാൾ ഓയിലിൽ പണി ചെയ്യുകയായിരുന്നു. എനിക്ക് ജീവനുള്ള ഒരു പുഴുവിനെ ചായപ്പാത്രത്തിലിട്ട് കശക്കിക്കളയണം എന്ന് തോന്നിയിരുന്നു. ഞാൻ അവിടെനിന്ന് ഒന്നിനെ കശക്കി, എന്റെ വിരൽ കൊണ്ട് തൊട്ടറിഞ്ഞു.

പെട്ടെന്ന് അയാൾ പറഞ്ഞു.

"അതെ, പെയിന്റ് തൊലികൊണ്ട് തൊട്ടറിയേണ്ടതാണ്."

അയാൾ വിരലുകൾകൊണ്ട് ചായപ്പാത്രത്തിൽ ഓടിച്ച് പെയിന്റ് പറ്റിയ വിരലുകൾകൊണ്ട് എന്റെ മുഖത്ത് അമർത്തി.

എന്റെ സാഷൻക!

ഈ കത്ത് എനിക്ക് എപ്പോൾ അയയ്ക്കാൻ കഴിയുമോന്ന് അറിയില്ല. എന്നാലും ഞാൻ എഴുതുകയാണ്. ഒരുപാട് വ്യത്യസ്തങ്ങളായ

കാര്യങ്ങൾ ഈയിടയ്ക്ക് നടന്നു. എനിക്ക് നിന്നോട് ഇപ്പോഴേ പറയാൻ കഴിഞ്ഞുള്ളൂ. ഈ നിമിഷത്തിൽ എനിക്ക് എന്താണ് സംഭവിക്കുക എന്ന് നിന്നോട് പറയാം. എന്നാൽ ഏറ്റവും പ്രധാന കാര്യം, നീ എനിക്ക് പ്രിയപ്പെട്ടവളാണ്. നമ്മൾ എത്രകാലം അടുത്തില്ലാതിരിക്കുന്നുവോ അത്രയും ശക്തിയായി എനിക്ക് നിന്നെ അനുഭവപ്പെടുകയാണ്.

നീ എന്റെ അടുത്തുണ്ടെന്ന് വളരെ ശക്തമായി തോന്നുകയാണ്. നിനക്കിത് അനുഭവപ്പെടുന്നില്ല എന്നതു സഹിക്കാൻ കഴിയുന്നില്ല.

ഞങ്ങൾ ഇപ്പോൾ ടിയറ്റ്സിനിലാണ്. ഞങ്ങൾ ഇവിടെത്തന്നെയായിട്ട് എത്ര നാളായി? വെറും മൂന്നു ദിവസം. എന്നാൽ മൂന്ന് വർഷംപോലെ തോന്നുകയാണ്. അല്ലെങ്കിൽ മുപ്പത്തിമൂന്ന്.

ഇനി ഇവിടെ നടന്ന എല്ലാ കാര്യങ്ങളെക്കുറിച്ചും നിന്നോട് ഇപ്പോൾ പറയാൻ ശ്രമിക്കുകയാണ്. ഞങ്ങളുടെ സംയുക്ത സൈന്യത്തെ കേണൽ അനിസിമോവിന്റെ സംയുക്തസൈന്യവുമായി ചേർത്തു. ഞങ്ങൾ വരുന്നതുവരെ അദ്ദേഹം അത് കൈകാര്യം ചെയ്തു. അവർക്ക് ഒരുപാട് ആൾനാശമുണ്ടായിരുന്നു. മുറിവേറ്റവർ ഭീകരമായ ഒരു കാഴ്ചയായിരുന്നു.

ഉപരോധത്തിനുശേഷം വല്ലാതെ ക്ഷീണിച്ചുതളർന്ന് ബോംബിടലിൽ നിന്ന് രക്ഷനേടാനായി സൈനികരെ ഞങ്ങളുടെ കൂടാരങ്ങളിലേക്ക് ആനയിച്ചു. പോർട്ട് ആർതറിൽനിന്ന് യാത്രയാരംഭിച്ചശേഷം അവർക്ക് ആദ്യമായി ഉറക്കം കിട്ടി. ചൂട് ആഹാരം കിട്ടി. കുളിക്കാനും സാധിച്ചു. അവർ പെയ്ഹോ നദിയിലെ ഇരുണ്ട വെള്ളത്തിൽ എത്ര സന്തോഷമായിട്ടാണെന്നോ അവരുടെ അടിവസ്ത്രങ്ങൾ നനച്ചത്.

ഞങ്ങൾ നദിയുടെ ഇടത്തേക്കരയിൽ നഗരത്തിന്റെ പുറത്ത് നിരപ്പായ സ്ഥലത്ത്, തുറന്ന സ്ഥലത്ത് കൂടാരം കെട്ടി. എന്നാൽ ചൈനയുടെ ടിയറ്റ്സിനിന്റെ നഗരപ്രാന്തങ്ങളിൽനിന്നും ഗ്രനേഡുകൾ അകത്തേക്ക് പറന്ന് വന്നു തുടങ്ങിയപ്പോൾ ഞങ്ങൾക്ക് കൂടുതൽ മുന്നോട്ടു നീങ്ങാനുള്ള കല്പന കിട്ടി. ഞങ്ങളുടെ കൂടാരങ്ങൾ പെയ്ഹോ നദിയിൽനിന്ന് ഒരു കിലോമീറ്ററും – അങ്ങനെയാണ് ആ യൂറോപ്പിന്റെ ഭാഗമായ നഗരത്തെ അവർ വിളിക്കുക – സ്ഥാനനിർണ്ണയം രണ്ടു കിലോമീറ്റർ ദൂരെയും സ്ഥാപിച്ചു.

സെയ്മോറിന്റെ സംയുക്തസൈന്യത്തെക്കുറിച്ച് ഇപ്പോഴും ഒരു വിവരവുമില്ല. പീക്കിംഗിൽനിന്നും അയാൾ രണ്ടായിരം ഇംഗ്ലീഷുകാരെയും റഷ്യക്കാരെയും ജർമ്മൻകാരെയും ഇറ്റലിക്കാരെയും അമേരിക്കക്കാരെയും കൂടെ ചേർത്തിരുന്നു. അവർ തീവണ്ടിയിലൂടെ യാത്ര തുടങ്ങി. പോയിടങ്ങളിലൊക്കെ തീവണ്ടിപ്പാതകൾ നേരെയാക്കി. എന്നാൽ അവർ എവിടെയെങ്കിലും ചുറ്റാൻ പോയാൽ പാളങ്ങൾ വീണ്ടും മുറിക്കുകയും കേടുവരുത്തുകയും ചെയ്തു.

പീക്കിംഗിലെ വിദേശനയതന്ത്ര കാര്യാലയങ്ങളോട് യൂറോപ്യൻ ജനതയെയും ചൈനീസ് ക്രിസ്ത്യാനികളേയും കൊന്നുവെന്ന കാര്യം

തീർച്ചയാണെന്ന് അറിയിച്ചു. ജർമ്മൻ നയതന്ത്രകാര്യാലത്തിൽ ജോലി ചെയ്തിരുന്ന ഒരു ചൈനക്കാരൻ എങ്ങനെയോ അദ്ഭുതകരമായി രക്ഷപ്പെട്ട് ഞങ്ങളോട് പീക്കിംഗിലെ റഷ്യൻ നയതന്ത്രകാര്യാലയത്തിന് എന്തു സംഭവിച്ചു എന്ന് പറഞ്ഞു. അവർ പള്ളിയും പുസ്തകശാലകളോടുകൂടി പള്ളി മിഷനും സ്കൂളും ആശുപത്രിയുമൊക്കെ തീയിട്ട് നശിപ്പിച്ചു. അവരുടെ പക ഭയങ്കരമായിരുന്നു. അവർ ഓർത്തഡോക്സ് ശ്മശാനം മലീമസമാക്കി. എല്ലാ ശവകുടീരങ്ങളും കുത്തിത്തുറന്ന് അവയിലെ എല്ലുകൾ ഛിന്നഭിന്നമാക്കി. അയാളുടെ കണ്ണിനുമുന്നിൽ വെച്ച് മിഷനിൽ താമസിച്ചിരുന്ന ഒരു റഷ്യൻ കുടുംബത്തിലെ അംഗങ്ങളുടെ വയറു തുരന്ന് അവരുടെ ശിരച്ഛേദം നടത്തുകയും ചെയ്തു.

ഒരുപാട് ഊഹാപോഹങ്ങൾ ചുറ്റും നടക്കുന്നു. ഓരോന്നും അവസാനത്തേതിനേക്കാൾ ഭയങ്കരമാണ്. ആർക്കും കൃത്യമായി ഒന്നും അറിയില്ല.

ഞാൻ ഇപ്പോഴത്തെ യുദ്ധത്തിൽ ഇതുവരെ പങ്കുചേർന്നിട്ടില്ല. അടുത്തുനിന്ന് ശത്രുവിനെ കാണുകയും മറ്റും ഉണ്ടായിട്ടില്ല. ശവശരീരങ്ങൾ മാത്രമേ കണ്ടിട്ടുള്ളൂ. സൈനികർക്ക് വിചിത്രമായ യൂണിഫോം ആയിരുന്നു. നീലജാക്കറ്റുകൾ, അതിനുമുകളിൽ കയ്യില്ലാത്ത ചുവന്ന കരയോടുകൂടിയ മോടിപിടിപ്പിച്ച ബട്ടനുകൾ, തയ്ച്ച ജർക്കിനുകൾ. അവയുടെ മുന്നിലും പിന്നിലും വൃത്താകൃതിയിലുള്ള വെള്ളത്തുണിയിൽ കറുത്ത ചിത്രലിപിയിൽ ഏത് യൂണിറ്റിലുള്ള സൈനികൻ ആണെന്നും എഴുതിയിരുന്നു. അലങ്കാരമുദ്രകളുടെ സ്ഥാനമാണ് അവയ്ക്ക്. അവർ കാലുകളിലും പാദങ്ങളിലും മുഴുവൻ മൂടുന്ന കാലുറ ധരിച്ചു, കട്ടിയുള്ള അടിഭാഗത്തോടുകൂടിയ തുണികൊണ്ടുള്ള ബൂട്ടുകളും ധരിച്ചു. എന്നാൽ മുഴുവൻ യൂണിഫോം ഇട്ടിട്ട് ഒരാൾ കിടക്കുന്നത് കാണുന്നതു തന്നെ അപൂർവ്വമായിരുന്നു. സാധാരണ പകുതി നഗ്നമായ ശവശരീരങ്ങൾ മാത്രമേ ഞാൻ കാണുന്നുള്ളൂ. എന്തോ കാരണത്താൽ അവരുടെയെല്ലാം വായ തുറന്നിട്ടാണ്. ഞാൻ അടുത്തുകൂടി പോകുമ്പോൾ വലിയ കൂട്ടം ഈച്ചകൾ ഉയർന്നുപൊങ്ങി.

സഹിക്കാൻ വയ്യാത്ത ചൂടാണ്. എല്ലാവരും വെള്ളക്ഷാമം സഹിക്കുകയാണ്. സൈനികർ കിണറുകൾ കുഴിക്കാൻ തുടങ്ങി. എന്നാൽ ആവശ്യത്തിനുള്ള വെള്ളം കണ്ടില്ല. മുറിവേറ്റവരാണ് ഏറ്റവുമധികം സഹിക്കുന്നത്.

ഇന്നലെ അവർ പിടിച്ചടക്കിയ നഗരത്തിൽനിന്നും റഷ്യൻ ആതുരശാലയെ ഞങ്ങളുടെ അടുത്തേക്ക് മാറ്റി സ്ഥാപിച്ചു. അതൊരു ഫ്രഞ്ച് ആശുപത്രിയായിരുന്നു. ഇതാ, ഈ നിമിഷത്തിൽ ആരോ ഓരാൾ ഞരങ്ങുന്നത് കേൾക്കുന്നുണ്ട്. ഡോക്ടർ ശകാരിക്കുന്നുണ്ട്. ഞങ്ങളുടെ സർജന്റെ പേര് സരോംബ എന്നായിരുന്നു. അയാൾ ഇടയ്ക്ക് രോഗികളോട് ഒച്ചയിടുമെങ്കിലും അത് വെറും കാണിക്കലായിരുന്നു. അയാൾ കഠിനഹൃദയനാണെന്ന് കാണിക്കാൻ ശ്രമിച്ചുവെങ്കിലും സത്യത്തിൽ

അയാൾ ഒരു മൃദുലഹൃദയനായിരുന്നു. അയാൾ തന്റെ ഭാര്യയുടെയും മകന്റെയും ഫോട്ടോ എല്ലാവരെയും കാണിച്ചു. അയാൾ ശരിക്കും വളരെ ക്ഷീണിതനായിരുന്നു.

ഓരോ ദിവസം കഴിയുംതോറും കൂടുതൽ കൂടുതൽ മുറിവേറ്റവരെ സ്ട്രെക്ച്ചറിൽ കിടത്തി കൊണ്ടുവന്നിരുന്നു. ഇത് ഒരിക്കലും തീരില്ലെന്ന് എനിക്ക് തോന്നി. കൂട്ടമായി ഈച്ചകൾ ഓരോരുത്തരെയും പൊതിഞ്ഞു. ക്യാൻവാസിനുള്ളിൽ അകപ്പെട്ട മുഖങ്ങൾക്ക് ആകെക്കൂടി ആകാശം മാത്രമേ കാണാൻ കഴിഞ്ഞുള്ളൂ. അനങ്ങുമ്പോൾത്തന്നെ പലരും ഞരങ്ങിക്കൊണ്ടിരുന്നു. ഒരാൾ മാത്രം ഒരു കുട്ടിയെപ്പോലെ വീണ്ടും വീണ്ടും പറഞ്ഞുകൊണ്ടിരുന്നു.

“എന്റെ കാല്, സൂക്ഷിക്കണേ എന്റെ കാല്.”

ഏതു നിമിഷവും എനിക്കും ഇതുപോലെ സംഭവിക്കുമെന്നത് എത്ര ഭീകരമാണ്!

ഞാൻ മുറിവേറ്റവരോട് സംസാരിച്ചു, അവർ അവിടെ നടന്ന നടുക്കുന്ന സംഭവങ്ങൾ എന്നോട് പറഞ്ഞു. രണ്ടുകാലുകളും ചതഞ്ഞരഞ്ഞിരുന്ന റെയ്ബക്കോവ് എന്ന ഒരു ഉദ്യോഗസ്ഥൻ ഇവിടെ വസന്തകാലം മുഴുവൻ ഉണ്ടായിരുന്നു. അദ്ദേഹം പറഞ്ഞു, “കാര്യങ്ങൾ ഒക്കെ തുടങ്ങുന്നതിനുമുമ്പ് ടിയറ്റ്സിൻ വിദേശീയരെ എതിർക്കുന്ന യിഹേറ്റ്വാൻ ആൾക്കാരെക്കൊണ്ട് നിറഞ്ഞിരുന്നു. അവർ ബഹളം നിറഞ്ഞ സമ്മേളന പരിപാടികൾ നടത്തി വിദേശീയർക്ക് ശിക്ഷ പ്രഖ്യാപിക്കുകയും ശിക്ഷ നടപ്പാക്കുന്നതിനിടയിലെ സമയം അറിയിക്കുകയും ചെയ്തു. സൈന്യമോ, പൊലീസോ ഇടപെട്ടില്ല. ഇവരെ ഒതുക്കാൻ ഒന്നും ചെയ്തില്ല; സഖ്യസൈന്യം താക്കു കോട്ടകൾ കലാപത്തിലൂടെ പിടിച്ചടക്കുകയും ഗവൺമെന്റ് ഔദ്യോഗികമായി വിപ്ലവകാരികളെ തുരത്തുകയും ചെയ്യുന്നതുവരെ. ചൈനയിലെ പട്ടണത്തിൽ യൂറോപ്യന്മാരും ചൈനീസ് ക്രിസ്ത്യാനികളും താമസിക്കുന്ന വീടുകൾക്കു മുന്നിൽ രക്തം പുരണ്ട അടയാളങ്ങൾ പ്രത്യക്ഷപ്പെട്ടു. അവർ നായ്ക്കളുടെ കഴുത്തുമുറിച്ച് അവയുടെ കുടലുകൾ ഗേറ്റുകളിലും മറ്റും ഒട്ടിച്ചുവെയ്ക്കുകയും ജനാലകളുടെ ഉള്ളിലൂടെ അകത്തേക്ക് എറിയുകയും ചെയ്തു. വിദേശികൾക്കായി ജോലി ചെയ്തിരുന്ന ചൈനക്കാർ സ്വന്തം കുടുംബത്തെ കൂടെ കൂട്ടാൻ അനുവാദം ചോദിക്കാൻ തുടങ്ങി എങ്കിലും ആദ്യമൊന്നും സമ്മതിച്ചില്ല. യിഹേറ്റ്വാനുകൾ രാത്രിയിൽ മുഴുവൻ കുടുംബാംഗങ്ങളെയും വധിച്ച ശേഷം പടിവാതിലുകൾ അവർക്കായി തുറന്നു. ചിലസമയങ്ങളിൽ അവർ കുട്ടികളെ വെറുതെ വിട്ടുവെങ്കിലും അവരുടെ കൈകൾ വെട്ടി. അത് മറ്റുള്ളവരെ ഭീഷണിപ്പെടുത്താനായിരുന്നു.”

സാഷൻക, നിനക്ക് ഞാൻ ഇതൊന്നും എഴുതാൻ പാടില്ലായിരുന്നു, എന്നാൽ എനിക്ക് നിയന്ത്രിക്കാൻ കഴിയുന്നില്ല. ഞാൻ ഒരു ആൺകുട്ടിയെ കണ്ടു. അവൻ ഫ്രെഞ്ച് ആശുപത്രിയിൽ ആയിരുന്നു. അവരവന് ഉണക്ക

ബിസ്ക്കറ്റ് കൊടുത്തു. അവനത് നക്കി ബാന്റേജിട്ട അവയവത്തിനിട യിൽ ഇറുക്കി പിടിക്കുകയും ചെയ്തു.

പിന്നീട് ഫ്രഞ്ച് ഐക്യത്തെ പ്രതിരോധിക്കാനായി ആ ദിവസം ഈ റെയ്ബക്കോവും അയാളുടെ ആളുകളും പടിപ്പുരയിൽ ജോലി ചെയ്യുക യായിരുന്നു. അവർ ചൈനയുടെ ഭാഗമായ നഗരത്തിൽനിന്ന് വലിയ ഒരു ആരവം കേട്ടു. കണ്ണഞ്ചിപ്പിക്കുന്ന വെളിച്ചം അന്തരീക്ഷത്തിൽ നിറ യുകയും ചെയ്തു. അത് ഒരു കാത്തലിക് പള്ളി തകർത്തതിന്റേതാ യിരുന്നു. പേടിച്ചരണ്ട ആളുകൾ തങ്ങളുടെ സ്വന്തം പടിപ്പുരകൾക്കു നേരെ ഓടിയെത്തി.

യിഹേവ്റ്റാനുകൾ ചൈനീസ് ക്രിസ്ത്യാനികളുടെ വീടുകൾക്ക് നേരെ തീ വെയ്ക്കുകയും നൂറ് കണക്കിന് ആളുകൾ കൊല്ലപ്പെടുകയും ചെയ്തു. പള്ളിയിലെ മുതിർന്ന വൈദികൻ ഫ്രഞ്ച് പാർപ്പിടനിരയിലേക്ക് ഓടിപ്പോയി. അതേദിവസം അധിനിവേശക്കാരെ പിടിച്ചടക്കാനായി ആദ്യശ്രമം നടത്തിയെങ്കിലും അത് തോൽപിക്കപ്പെട്ടു.

യൂറോപ്പിലെ ജനങ്ങൾക്ക് അപ്പോൾ നഗരം വിടാൻ ബുദ്ധിമുട്ടായി രുന്നു. റെയിൽപാളങ്ങൾ തകർക്കപ്പെട്ടിരുന്നു. നൂറ് കണക്കിന് സ്ത്രീ കളെയും കുട്ടികളെയും വളഞ്ഞുപിടിച്ചിരുന്നു. റഷ്യക്കാരെ കൂടാതെ ടിയറ്റ്സിനിൽ ജർമ്മൻകാർ, ഇംഗ്ലീഷുകാർ, ജപ്പാൻകാർ, ഫ്രഞ്ചുകാർ, അമേരിക്കക്കാർ, ആസ്ട്രിയക്കാർ, ഇറ്റലിക്കാർ എന്നിവരും എതിർത്തു നിന്നിരുന്നു. യുദ്ധം ചെയ്യാൻ ആയിരം പുരുഷന്മാർ തികച്ചും ഉണ്ടായിരു ന്നില്ല. വിരലിലെണ്ണാവുന്ന ഈ കൂട്ടർക്കാണ് ആയിരക്കണക്കിന് യിഹേവ റ്റ്വാനുകളോടും സൈന്യത്തോടും എതിർത്തുനിൽക്കേണ്ടിയിരുന്നത്. അവർക്ക് പിൻമാറാൻ ആവില്ലായിരുന്നു. കീഴടങ്ങുക അല്ലെങ്കിൽ ഷെൽ വീഴുന്നിടത്തുനിന്ന് മാറി നിൽക്കുക. വിദേശ പാർപ്പിടനിരകളിലെ അന്തേ വാസികൾ നഗരത്തിൽപ്പോയി യുദ്ധ ഉപകരണങ്ങൾ എടുത്ത് സ്വയം രക്ഷനേടേണ്ടിയിരുന്നു. കിടങ്ങുകൾ എല്ലായിടത്തും കുഴിക്കപ്പെട്ടു. നദിക്കു കുറുകെയുള്ള നിരത്തുകളിലും പട്ടണത്തിൽ നിന്നുള്ള നിരത്തു കളിലുമൊക്കെ ചൈന മാർഗ്ഗതടസ്സങ്ങൾ ഉണ്ടാക്കിയിരുന്നു.

റഷ്യക്കാർ നദിയുടെ ഇടത്തേ കരയിലുള്ള റെയിൽവേ സ്റ്റേഷന്റെ ഭാഗത്ത് ചെറുത്തുനിന്നു. എല്ലാറ്റിലും വെച്ച് പ്രതികൂലമായ സ്ഥാന മായിരുന്നു അത്. എന്തുവന്നാലും അവർ സ്റ്റേഷൻ പിടിച്ചുവെയ്ക്കാൻ തന്നെ തീരുമാനിച്ചു. കാരണം അത് വീണാൽ ചൈനക്കാർ നദിയുടെ ഇടത്തേ കര മുഴുവൻ പിടിച്ചെടുത്ത് പാർപ്പിടസമുച്ചയങ്ങളുടെ നേർക്ക് ബോംബാക്രമണം നടത്തും. അവർ തങ്ങളുടെ വരവിനെക്കുറിച്ച് സംശയ കരമായ കോലാഹലമുണ്ടാക്കി ഉപ്പുകൂമ്പാരത്തിനു പിന്നിൽ ഒളിച്ചിരുന്നു. എതിരാളികൾക്ക് ഒരു ദിവസത്തേക്കുപോലും ചെറുത്തു നിൽക്കാൻ കഴിഞ്ഞില്ല.

റെയ്ബക്കോവും അയാളുടെ ആളുകളും രാവും പകലും യുദ്ധ മുണ്ടായിരുന്ന ഒരു സ്റ്റേഷനിൽ ഒരുപാട് നാളുകൾ കഴിഞ്ഞു. പുറത്തെ

ഭാഗത്തുനിന്നും അകത്തു തീപടർത്തുന്നത് തടയാനുള്ള പ്രത്യാക്രമണ സന്നാഹങ്ങൾ അവർ ഒരുക്കി. അത്തരമൊരു ഒരുക്കത്തിനിടയിലാണ് അയാൾക്ക് പരിക്കേറ്റത്. സ്വയം വെടിവയ്ക്കാനുള്ള നിമിഷം പോലും സ്വയം തിരഞ്ഞെടുത്തിരുന്നു എന്ന് അയാൾ പറഞ്ഞു. തടവുകാരനായി കൊണ്ടുപോകുന്നതിനെ അയാൾ ഭയന്നിരുന്നു.

സാഷൻക, ഞാൻ എന്റെ ബൈനോക്കുലറിലൂടെ ആ സ്റ്റേഷൻ നോക്കിക്കണ്ടു. ഇപ്പോൾ ആകെ അവശേഷിച്ചിട്ടുള്ളത് വെടിയുണ്ടകൾ കൊണ്ട് നശിപ്പിക്കപ്പെട്ട അവശിഷ്ടങ്ങളാണ്.

ടിയറ്റ്സിനിലെ ബോംബേറ് ഇപ്പോഴും നിലച്ചിട്ടില്ല. ചൈനയുടെ സൈന്യം യൂറോപ്യന്മാരുടെ ക്വാർട്ടേഴ്സുകളിലേക്ക് ഷെൽ ആക്രമണം നടത്തുന്ന ശബ്ദം ഞങ്ങൾക്ക് കേൾക്കാം. ഫ്രഞ്ചുകാരുടെ പാർപ്പിട സമുച്ചയങ്ങളാണ് കൂടുതൽ ദുരിതമനുഭവിച്ചത്. കാത്തലിക് മിഷണറിമാരെ അവിടെയുള്ള യിഹേഹ്വറ്റ്വൻമാർ വളരെയധികം വെറുത്ത സ്ഥലമാണത്. അവിടെയാണ് റഷ്യൻ നയതന്ത്രാലയവും റഷ്യ-ഫ്രഞ്ച് ആശുപത്രിയും ഉണ്ടായിരുന്നത്.

ജർമ്മൻ പാർപ്പിടസമുച്ചയങ്ങൾക്ക് എതിരെ വലിയ നദിക്കരയിൽ സ്ഥിതി ചെയ്തിരുന്ന പീരങ്കിപട്ടാള സ്കൂളിൽനിന്നും നഗരപ്രാന്തങ്ങളിൽനിന്നുമാണ് ഷെല്ലുകൾ വന്നു വീണിരുന്നത്. മുന്നൂറോളം ചൈനക്കാരായ ഓഫീസർമാർ അവിടെ പഠിക്കുന്നുണ്ട് എന്നും ജർമ്മൻകാർ അവർക്ക് ഏറ്റവും പുതിയ തോക്കുകൾ വിതരണം ചെയ്തു എന്നും അവർ പറഞ്ഞു. യൂറോപ്യന്മാരായ അദ്ധ്യാപകർ ഓടിപ്പോയി. എന്നാൽ ഒരാൾ അവിടം നശിപ്പിക്കാൻ ശ്രമിച്ചപ്പോൾ അവർ അയാളെ കഷ്ണങ്ങളായി കീറിമുറിക്കുകയും അയാളുടെ തല മുളങ്കമ്പിൽ കുത്തി പ്രദർശനത്തിനായി വെയ്ക്കുകയും ചെയ്തിട്ടുണ്ട്. അതാണ് അവർ പറയുന്നത്; ആ തല ബൈനോക്കുലറിൽ കൂടി ഇന്നലെയാണ് കണ്ടത്. ഇന്ന് ജർമ്മൻകാരും ഇംഗ്ലീഷുകാരും ഒരു സ്കൂൾ പിടിച്ചടക്കി. ഞങ്ങളുടെ സഖ്യത്തിനും ചൈനക്കാർക്കും വലിയ നഷ്ടങ്ങളുണ്ടായി.

മറ്റൊരു പരിക്കേറ്റ മനുഷ്യൻ, വെരിഗോ എന്ന് പേരുള്ളയാൾ ഈ സമയമത്രയും പാർപ്പിടത്തിനുള്ളിൽ കഴിയുകയായിരുന്നു. അവിടെയും ഇടതടവില്ലാതെ യുദ്ധം നടക്കുകയായിരുന്നു. ആളുകൾ രാപ്പകൽ വസ്ത്രങ്ങളും ധരിച്ച് ഉറക്കമില്ലാതെ കഴിയുകയായിരുന്നു. അവർക്ക് ഒരു ക്യാമ്പ് ഉണ്ടാക്കാൻ കഴിഞ്ഞില്ല. അവർ കൂടാരം കെട്ടിയ പാടെ ഷെല്ലുകൾ അവയ്ക്ക് മുകളിൽ വന്ന് വീഴാൻ തുടങ്ങി. നഗരത്തിൽനിന്ന് തീ വന്ന് വീണുകൊണ്ടിരുന്നു. അവിടെയുള്ള ചൈനക്കാർ എവിടെയൊക്കെ തീ വയ്ക്കണമെന്ന് അവർക്ക് സൂചന കൊടുത്തിരുന്നു. നിരത്തിലും കെട്ടിടങ്ങൾക്ക് ഉള്ളിലും ആളുകളെയും കുതിരകളെയും പറ്റുന്നത്ര അല്പം മാത്രം പുറത്തുകാണിച്ച് ഭിത്തികൾക്കു പുറകിൽ ഒളിപ്പിച്ച് ആണ് നടത്തിയിരുന്നത്. എന്നിട്ടും യുദ്ധസ്ഥലത്തിൽ എന്നപോലെ അവർ ഒരുപാട് നാശനഷ്ടങ്ങൾ സഹിച്ചു. കാരണം പാർപ്പിട സമുച്ചയങ്ങൾക്കുള്ളിൽ

എല്ലാം തന്നെ പീരങ്കികളോ, ചെറിയ തീ തുപ്പുന്ന യുദ്ധസാമഗ്രികളോ ഇല്ലാത്ത ഒരു മൂലപോലും ഉണ്ടായിരുന്നില്ല. വെടിയുണ്ടകൾ ജനാലകൾക്കും മുറിവാതിലുകൾക്കുമിടയിലൂടെ പറക്കുകയും ഷെല്ലുകൾ ഭിത്തി തുളച്ചു കയറുകയും ചെയ്തു. സ്ത്രീകളേയും കുട്ടികളേയും നിലവറയ്ക്കുള്ളിൽ ഒളിപ്പിച്ചു.

വെരിഗോയുടെ രണ്ടു കൈകളും മാറിടത്തോട് ചേർത്തി കെട്ടിവെച്ചിരുന്നു. ആ നിർഭാഗ്യവാനായ മനുഷ്യന് ഒന്നും തനിയെ ചെയ്യാൻ പറ്റിയില്ല. മുറിവേറ്റ മറ്റ് സുഹൃത്തുകൾ അയാളെ സഹായിച്ചു. ആ അവസരത്തിലും അയാളുടെ നിസ്സഹായതയെക്കുറിച്ച് അയാൾ തമാശകൾ പൊട്ടിച്ചു. പാലത്തിൽ ഉണ്ടായ പൊട്ടിത്തെറിയിലാണ് അയാൾക്ക് പരിക്കേറ്റിരുന്നത്.

"അതിശയത്തോടെ പറയട്ടെ, ചൈനക്കാർക്ക് നമ്മളേക്കാൾ നല്ല ആയുധശേഖരമുണ്ടായിരുന്നു." പദാനുപദം വെരിഗോ പറഞ്ഞതാണ്:

"അവർക്ക് ജർമ്മൻകാർ നൽകിയ ഏറ്റവും പുതിയ പീരങ്കികളും ഒരു വലിയ ഷെൽശേഖരവും ഉണ്ടായിരുന്നു. ഞങ്ങൾക്കാകട്ടെ പഴകിയ തോക്കുകളും. അവരുടെ അഞ്ച് വെടിയുണ്ടകൾക്ക് പകരം ഒരെണ്ണമാണ് തിരികെ വെടിവെച്ചത്. പിന്നെ തോക്കുകളെപ്പറ്റിയാണെങ്കിൽ, ഇപ്പോൾ ഏതൊരു കൂലിയുടെ കയ്യിലും മൗസർ ആല്ലെങ്കിൽ ഒരു മാൻലിച്ചർ ഉണ്ടല്ലോ!"

മരങ്ങൾകൊണ്ടുള്ള പത്തേമാരികളാൽ നിർമ്മിച്ച ഒരു ഒഴുകുന്ന പാലമാണ് തീവണ്ടിസ്റ്റേഷനെ പട്ടണവുമായി ബന്ധിപ്പിച്ചിരുന്നത്. അവയിൽ മരസ്സാമാനങ്ങൾ കുത്തിനിറച്ച് കടത്തുകയുമാവാമായിരുന്നു. പല പ്രാവശ്യം തുടർച്ചയായി പാലത്തിൽ ബോംബേറ് ഉണ്ടാവുകയും നമ്മുടെ ഒരുപാട് പട്ടാളക്കാർ കൊല്ലപ്പെടുകയും ചെയ്തു. എല്ലാദിവസവും ഉണങ്ങിയ ഈറ്റകളുമായി തീ കത്തുന്ന ബോട്ടുകൾ അതിനെതിരെ താഴെയാണ് ഒതുക്കിയിടുക പതിവ്. തീ കത്തുന്ന പത്തേമാരികൾ അതിൽനിന്ന് ദൂരേക്ക് എടുത്തുമാറ്റിയിരുന്നു.

ഫ്രഞ്ച് ആശുപത്രിയിൽ മുറിവേറ്റ റഷ്യക്കാരെ ശുശ്രൂഷിച്ചിരുന്ന നഴ്സിന് ഞങ്ങളുടെ ഭാഗത്തെ ആതുരശാലയിലേക്ക് അവരോടൊപ്പം വരേണ്ടി വന്നിരുന്നു. അവർ ഒരു പാരീസ്കാരിയായിരുന്നു. അവർ അവളെ വെറുതെ ലൂസി എന്ന് വിളിച്ചു. വളരെ പ്രസന്നവതിയും തുറന്നടിച്ച് എന്തും പറയുന്ന, സമർത്ഥയുമായ അവരുടെ കൈകൾ മെർക്യൂറിക് ക്ലോറൈഡ് തട്ടി ചുവന്ന നിറമായിരുന്നു. ഒരു ദുർബ്ബലയാണ് എന്ന് തോന്നിച്ചുവെങ്കിലും അവൾക്ക് മുറിവേറ്റ ഒരു മനുഷ്യൻ കിടന്ന കിടക്കയുടെ അടിഭാഗം വേഗത്തിൽ മാറ്റുവാൻ കഴിയുമായിരുന്നു. അവൾക്ക് വലിയ വൃത്തികെട്ട ഒരു മറുക് കഴുത്തിൽ ഉണ്ട്. അതേക്കുറിച്ച് അവൾ ലജ്ജാലുവും ആണ്. അവൾ അതാരും കാണാതിരിക്കാൻ കൈ ഇടയ്ക്കിടെ അതിനുമുകളിൽ വെച്ചു. എനിക്കറിയില്ല അവൾ എങ്ങനെ

ചൈനയിൽ എത്തി എന്ന്. അവൾ റഷ്യൻ ഭാഷയൊന്നും സംസാരിച്ചില്ല, എന്നാലും ഇവിടെയുള്ള എല്ലാവരും അവളുമായി പ്രേമത്തിലായി.

ഇന്നലെ രാത്രി ആതുരശാലയിലെ ഒരു പട്ടാളക്കാരൻ ആശ വെടിഞ്ഞ് ഉറക്കെ കരയാൻ തുടങ്ങി. ഞങ്ങളുടെ കൂടാരങ്ങൾ തമ്മിൽ വളരെ അടുത്താണ്. ഉറങ്ങാൻ കഴിയാതെ, എന്താണ് സംഭവിക്കുന്നത് എന്നറിയാൻ ഞാൻ പുറത്തേക്ക് നടന്നു. തലേന്ന് രണ്ടുകാലും മുറിച്ചു കളയപ്പെട്ട നിർഭാഗ്യവാനായ ആ ചെറുപ്പക്കാരൻ നിലവിളിക്കുകയായിരുന്നു. അവൾ അയാളെ ശാന്തനാക്കാൻ നോക്കി എങ്കിലും അയാൾ കൂടുതൽ ഉച്ചത്തിൽ നിലവിളിക്കുകയും ഓരോന്ന് പറയുകയും ചെയ്തപ്പോൾ അയാളെ ബലമായി നിയന്ത്രിക്കേണ്ടി വന്നു. അവർ മോർഫിൻ ഇഞ്ചക്ഷൻ നൽകി. എന്നാൽ അയാൾ ശാന്തനാകാതെ മുറിവേറ്റ എല്ലാവരെയും ഉണർത്തി. ഡോ. സാരേംബ ദേഷ്യത്തോടെ പതുങ്ങി വന്ന് പറഞ്ഞു,

“അയാൾ നിലവിളിക്കട്ടെ. തൊണ്ടയടയുമ്പോൾ തന്നെ നിർത്തിക്കോളും.”

പിന്നീട് ലൂസി അയാളുടെ അടുത്തിരുന്ന് അയാളുടെ തല അവളുടെ കയ്യിലെടുത്ത് ആദ്യം ഫ്രഞ്ച് ഭാഷയിൽ അയാളെ ആശ്വസിപ്പിക്കാൻ തുടങ്ങി. പിന്നീട് അവൾക്കറിയുന്ന കുറച്ച് റഷ്യൻ വാക്കുകളും ഉപയോഗിച്ച് അവ ആവർത്തിച്ചു.

“ഉണ്ടോ? ഇല്ലേ? നന്നായി! നന്നായി! അച്ഛൻ! അമ്മ!”

സ്വന്തം അമ്മയുടേതല്ലാതെ മറ്റൊരു സ്ത്രീയുടെ കൈ കൊണ്ടും ഇതുവരെ ലാളിക്കപ്പെടാതിരുന്ന, കാലില്ലാത്ത ആ പാവം മനുഷ്യൻ അവളെ ഉന്മാദം പൂണ്ട കണ്ണുകളോടെ നോക്കി, ശാന്തനായി, മിണ്ടാതെ കിടന്നുറങ്ങി.

ആതുരാലയത്തിൽ ദിവസവും ആരെങ്കിലും മരിക്കുന്നുണ്ട്. അവരെ വേറെ കൂടാരത്തിലേക്ക് എടുത്തുമാറ്റി. എന്നാൽ ഈ ചൂടിൽ അവരെ കൂടുതൽ സമയം അവിടെ സൂക്ഷിക്കാൻ കഴിഞ്ഞില്ല. ഇന്ന് എട്ടുപേരെ മറവ് ചെയ്തു. അവരിൽ രണ്ടുപേരെ ജീവനോടെയും നല്ല അവസ്ഥയിലും ഇന്നലെ രാവിലെ ഞാൻ കണ്ടിരുന്നു. ഇന്ന് വൈകുന്നേരം അവരെ സ്ട്രെക്ചറിലാണ് കൊണ്ടുവന്നത്. ഒരാൾക്ക് തൊണ്ടയിലൂടെ വെടിയുണ്ട കടന്നുപോയി മാരകമായ മുറിവേറ്റിരുന്നു. മറ്റേയാൾക്ക് വയറ്റിലും. ആദ്യത്തെയാൾ വൈകുന്നേരംതന്നെ മരിച്ചു. എന്നാൽ രണ്ടാമത്തേയാൾ ക്യാപ്റ്റൻ പോവോവ് രാവിലെ വരെ സഹിച്ചുകൊണ്ടേയിരുന്നു. ഞെരങ്ങിയും ശ്വാസം മുട്ടിയും ബുദ്ധിഭ്രമം ബാധിച്ച രീതിയിലാണ് ഇവിടേക്ക് വന്നെത്തിയത്. ഈയിടെയാണ് ഇയാൾ വിവാഹിതനായത്.

ശവമഞ്ചം തീർക്കാൻ മരക്കഷ്ണങ്ങൾ ഉണ്ടായിരുന്നില്ല. അവരെ ചാക്കുകളിലാക്കി കുഴിച്ചിട്ടു. സൈനികർ സൈനികത്തൊപ്പികൊണ്ട് മൂക്ക്

മറച്ചിട്ടാണ് കൊല്ലപ്പെട്ടവരെ എടുത്തിരുന്നത്. ചാക്കുകളിൽ ഒന്ന് വളരെ ചെറുതായിരുന്നു. ഷെൽ പൊട്ടിത്തെറിച്ചപ്പോൾ തോളുകളോ, കൈകളോ, തലയോ മാത്രമേ അവശേഷിച്ചുള്ളൂ, എല്ലാം പൊട്ടിത്തെറിച്ച് കഷ്ണങ്ങളായിപ്പോയിരുന്നു.

അവർ അവരെ ക്യാമ്പിൽനിന്ന് ഒരു കിലോമീറ്റർ അകലെ കുന്നിലാണ് കുഴിച്ചിട്ടത്. എല്ലാവർക്കും കൂടി ഒരു കുരിശ് അവർ വരണ്ട മണ്ണിൽ കുത്തിച്ചു. അവരെ കുഴിച്ചിട്ട ശവക്കുഴി ആഴമില്ലാത്തതായിരുന്നു. കൊടും ചൂടിൽ ആളുകൾക്ക് ആഴമുള്ള കുഴിയൊന്നും കുഴിക്കാനുള്ള ശക്തി ഉണ്ടായിരുന്നില്ല.

നിനക്കറിയുമോ സാഷൻക, ശവമടക്കിന്റെ ശബ്ദങ്ങൾ കേട്ടുകൊണ്ടിരിക്കെ സൈനികർ ശവക്കുഴിക്കരികെ നിന്ന് ആചാരവെടികൾ ഉതിർക്കുമ്പോൾ ആ നിമിഷത്തോട് ഒട്ടും ചേരാത്ത ചില ചിന്തകൾ എന്റെ മനസ്സിലേക്ക് ഇഴഞ്ഞെത്തി. അമേരിക്കൻ ഇന്ത്യക്കാർ ദുഷ്ടശക്തികളെ ഓടിക്കാൻ അന്തരീക്ഷത്തിലേക്ക് അമ്പുകൾ അയക്കാറുണ്ട്. എന്നാൽ മിലിട്ടറിക്കാരുടെ ശവമടക്കിന് വെടിയുതിർക്കുമ്പോൾ നാം അതിനെ യാത്രാമൊഴി വന്ദനം എന്ന് പറയുന്നു. എന്നാൽ ആകാശത്തേക്ക് അമ്പയച്ചിരുന്നതും ഇന്ത്യക്കാർ അതേപോലെ ഒരു ആചാരമായിട്ടാണത്രെ കണ്ടിരുന്നത്. താഴെ കളിമണ്ണിൽ ചാക്കിൽക്കിടക്കുന്ന മനുഷ്യർക്കാർക്കും ഇതൊന്നും ആവശ്യമില്ലല്ലൊ.

ഞങ്ങൾ നിശ്ശബ്ദരായി തിരികെ നടന്നു. ഓരോ മനുഷ്യനും ഒരേ കാര്യം തന്നെ ചിന്തിക്കുകയാണ്. ചിലപ്പോൾ നാളെ ഒഴിഞ്ഞ ഓട്സ് ചാക്കിൽ തന്നെയാവും സൈനികർ കൊല്ലപ്പെട്ട തങ്ങളേയും എടുത്തുകൊണ്ട് പോവുക എന്നും അവർ അഴുകിയ മണം ശ്വസിക്കാനാവാതെ തങ്ങളുടെ സൈനിക തൊപ്പികൾ കൊണ്ട് മൂക്കു മറയ്ക്കുമെന്നും ഓരോരുത്തരും ഓർത്തു.

ഞാൻ നിനക്ക് ഇത് എഴുതിക്കൊണ്ടിരിക്കുമ്പോൾ എന്റെ സുഹൃത്ത് കിറിൽ ഗ്ലാസെനാപ് കൂടാരത്തിനുള്ളിലേക്ക് വന്നു. അയാൾ ആകെ മനസ്സ് തളർന്ന നിലയിലായിരുന്നു. അയാൾ പറഞ്ഞു, അടുത്ത ഗ്രാമത്തിൽ നിന്ന് സൈനികർ പിടികൂടിയ ഒരു ചൈനക്കാരനെ ചോദ്യം ചെയ്തപ്പോൾ ഇയാളാണത്രെ പരിഭാഷപ്പെടുത്തിക്കൊടുത്തത്. അയാൾ ഒരു യിഹേറ്റ്വാൻ അല്ലെന്ന് പ്രതിഷേധിച്ചുകൊണ്ട് പറഞ്ഞുവത്രെ. എന്നാൽ എപ്പോഴുമെന്നപോലെ അയാളെ വെടിവെച്ചുകൊന്നു.

സാഷൻക, ഞാൻ ഇവിടെ എല്ലാ കാര്യങ്ങളുമായും യോജിച്ചുപോകേണ്ടിയിരിക്കുന്നു.

ഇപ്പോൾ ചുറ്റുമുള്ള എല്ലാം ശാന്തമാണ്, എനിക്ക് കൂടുതൽ വെടിയൊച്ചകളോ, പൊട്ടിത്തെറിയോ കേൾക്കാൻ കഴിയുന്നില്ല. ആരോ ആതുരാലയത്തിൽ ഞരങ്ങുന്ന ശബ്ദവും അടുത്ത കൂടാരത്തിലെ കൂർക്കം വലിയുംമാത്രം. ഒരു എലി പലവ്യഞ്ജനസാധനങ്ങളിരിക്കുന്ന പെട്ടിക്കുള്ളിൽ ചാടിക്കളിക്കുന്നു.

ഇരുട്ടായി. എന്നാൽ ഇപ്പോഴും അന്തരീക്ഷം ചൂടും പുഴുക്കവും നിറഞ്ഞതാണ്. കൊതുകുകൾ അവരുടെ ആക്രമണം വീണ്ടും തുടങ്ങിക്കഴിഞ്ഞു. എന്റെ തലമുതൽ കാലുവരെ എല്ലായിടത്തും അത് കടിച്ചു. ദൂരെനിന്നേ ഇതാ ഞാൻ വരുന്നു എന്നു മുന്നറിയിപ്പു തരുന്ന കൊതുകുകളുമായി ചോര കുടിക്കുന്നതിനെ താരതമ്യം ചെയ്യാനേ പറ്റില്ല. ഇവയെ കാണുവാൻ കഴിയാത്തതും കേൾക്കുവാൻ കഴിയാത്തതുമാണ്. പെട്ടെന്നാവും കടിക്കുക. രക്ഷപ്പെടാൻ പറ്റില്ല. അവ മലേറിയ പരത്തുകയും ചെയ്യും. അവർ ഇന്ന് പ്രത്യേക വലകൾ തന്നു, എന്നാൽ അവ തീരെ ചെറുതായിരുന്നു. ഇപ്പോൾ സൈനികർ രണ്ടു വലകൾ തമ്മിൽ തുന്നിച്ചേർത്ത് ഒരൊറ്റ എണ്ണമാക്കുകയാണ്. അപ്പോൾ അവർക്ക് അതിനിടയിൽ ഉറങ്ങാമല്ലോ.

എന്റെ ഏറ്റവും പ്രിയപ്പെട്ടവളേ, ഞാൻ പരാതിപ്പെടുകയല്ല. അങ്ങനെ കരുതരുത്. അതെന്താന്നുവെച്ചാൽ കുറച്ചു നാളുകൾക്കുശേഷം ഞാൻ വളരെ ക്ഷീണിതനാണ്. കാരണം പകൽസമയങ്ങളിൽ ഞാൻ ജീവനോടെ ഇരിക്കുമോ എന്ന ചിന്തയാണ്. അതേസമയം ഉറങ്ങാൻ വല്ലാതെ ആഗ്രഹിക്കുകയും ചെയ്യുന്നു. ഞാൻ ഒരു നിമിഷം ഇരുന്നാൽ സ്വപ്നം കാണാൻ തുടങ്ങുകയായി. എന്നാൽ രാത്രിയിൽ വിശ്രമിക്കാനായി കിടക്കുമ്പോൾ പകൽ സമയത്തെ വികാരവിചാരങ്ങളിൽനിന്ന് മോചിതനാകാനും കഴിയുന്നില്ല.

ഞാൻ കണ്ണുകളടയ്ക്കുന്നു. അപ്പോൾ ഊന്നുവടികളിൽ അവർ നൽകിയ ഒരു മഗ്ഗ് ചായയും പിടിച്ചുനിൽക്കുന്ന ആൺകുട്ടിയെ കണ്ണിൽ കാണുന്നു. ഞാൻ മറുവശത്തേക്ക് ചരിഞ്ഞ് കിടക്കുകയും തകർന്ന തീവണ്ടി സ്റ്റേഷനിലേക്ക് നയിക്കുന്ന പാലം എന്റെ കൺമുമ്പിൽ കാണുകയും ചെയ്യുന്നു. ഞാൻ ഇന്നലെ അവിടെ ഉണ്ടായിരുന്നു. അവർ ഇന്നലെ കുന്നുകൂടിയ ശവശരീരങ്ങൾ നദിയിലേക്ക് വിക്ഷേപിക്കുന്നത് ഞാൻ കണ്ടു. നദിയുടെ ഒഴുക്കിനെതിരായി മേലോട്ട്. എന്താണ് സംഭവിക്കുന്നത് എന്നെനിക്ക് മനസ്സിലായില്ല. എന്നാൽ ഓളങ്ങൾ ഒന്നിനു പുറകെ ഒന്നായി മൃതദേഹങ്ങളെ എത്തിച്ചു. ഒരാളുടെ കൈകൾ പുറകിലേക്ക് കെട്ടിയിരുന്നു. എന്നാൽ ഞാൻ പിണഞ്ഞ വിരലുകൾ മാത്രമേ കണ്ടുള്ളൂ. അവ ചലിക്കുന്നുണ്ടെന്ന് ഞാൻ വിചാരിച്ചു, എന്നാൽ അത് ഓളങ്ങളുടെ ഇളകൽ കൊണ്ടായിരുന്നു.

എന്റെ പ്രേമഭാജനമേ, ഇത്തരം ദുഃഖകരവും ഭയങ്കരവുമായ കാര്യങ്ങൾ വിവരിക്കുന്നതിൽ എന്നോട് ക്ഷമിക്കുക. എന്നാൽ ഇതാണ് എന്റെ ഇപ്പോഴത്തെ ജീവിതം.

ഞാൻ ഇതിൽനിന്നൊക്കെ ഒഴിവാകുവാൻ വളരെ ആഗ്രഹിക്കുന്നു. എവിടെയെങ്കിലും പോയി ഒളിക്കാൻ, മറ്റ് എന്തിലെങ്കിലും മുഴുകാൻ, എന്റെ കുട്ടിക്കാലത്തെപ്പറ്റിയും എന്റെ മുറിയെപ്പറ്റിയും പുസ്തകങ്ങളെക്കുറിച്ചും നിന്നെയും എന്നെയും പറ്റിയുമൊക്കെ ഓർക്കാൻ. എനിക്ക് ഇഷ്ടമുള്ളതും നല്ലതുമായ എന്തിനെയെങ്കിലും കുറിച്ചൊക്കെ ചിന്തിക്കാൻ.

ഇതാ ഇപ്പോൾ ഞാൻ എന്റെ കത്ത് ഒന്നുകൂടി വായിക്കാൻ തുടങ്ങിയതും അതെന്നെ ദുഃഖത്തിലാഴ്ത്തി. നിന്നെപ്പറ്റി മൃദുലമായ ചിന്തകൾ അതിൽ കുറച്ചേയുള്ളൂ, എന്നെപ്പറ്റി കുറേയുണ്ട്.

ഇപ്പോൾ ഞാൻ എന്നെത്തന്നെ കുറ്റപ്പെടുത്തുന്നു, കാരണം നമ്മൾ ഒന്നിച്ചുണ്ടായിരുന്നപ്പോൾ നിനക്ക് എന്റെ പ്രേമം അനുഭവിപ്പിച്ചു തരാൻ ഒരുപാട് അവസരങ്ങളുണ്ടായിരുന്നു. അന്ന് ഞാൻ അതേക്കുറിച്ച് ചിന്തിച്ചിരുന്നില്ല. ഇപ്പോൾ നീ വളരെ ദൂരെയാണ്. എനിക്ക് ഒന്നും തന്നെ നിനക്കായി ചെയ്യാൻ കഴിയില്ല. എനിക്ക് നിന്നെ കെട്ടിപ്പിടിക്കാനോ, ഉമ്മ വെയ്ക്കാനോ തലമുടിയിൽ തഴുകാനോ കഴിയില്ല. പ്രേമത്തിന് തെളിവല്ല, കാണിച്ചു കൊടുക്കലാണ് പ്രധാനം. നിനക്ക് പൂക്കൾ വാങ്ങിച്ചു തരാൻ ഞാനെത്ര ആഗ്രഹിച്ചിട്ടുണ്ട് എന്നോ. ഞാൻ ഒരിക്കലും ഒന്നും വാങ്ങിത്തന്നില്ല അല്ലേ? ഒരിക്കൽ, ഞാൻ ഓർക്കുന്നു, നിനക്കായി കുറച്ച് ലൈലാക് പൂക്കൾ പാർക്കിൽനിന്നു പറിച്ചു. എനിക്ക് നിന്നോടൊപ്പം വന്ന് അത്യാവശ്യമില്ലാത്ത, സ്ത്രീകൾക്കു പറ്റിയ മോതിരം, ബ്രൂച്ച്, കമ്മൽ ഒരു ബാഗ് തുടങ്ങി എന്നും അസംബന്ധങ്ങളായ സാധനങ്ങൾ എന്ന് ഞാൻ കരുതിയിരുന്നവയൊക്കെ ഇന്ന് നിനക്കായി വാങ്ങിത്തരാൻ ആഗ്രഹിക്കുന്നു. ഇപ്പോൾ അവയൊക്കെ എത്ര പ്രാധാന്യമുള്ളതാണ് എന്നും എന്താണ് അവകൊണ്ടൊക്കെ ആവശ്യം എന്നും മനസ്സിലാക്കുന്നു. ഇവിടെ വെച്ചാണ് ആവശ്യമില്ലാത്ത സാധനങ്ങളൊക്കെ എത്ര അത്യാവശ്യമുള്ളതാണ് എന്ന് ബോധ്യമാകുന്നത്.

ഇപ്പോൾ പറഞ്ഞുവല്ലോ എത്ര അത്യാവശ്യമാണ് അനാവശ്യസാധനങ്ങൾ എന്ന്; ഞാൻ ചെറിയ കുട്ടിയായിരുന്നപ്പോൾ കാണാൻ പോകുമായിരുന്ന ഒരു അയൽവാസിയായ ഒരു വൃദ്ധയെ ഓർക്കുന്നു. അവർക്ക് അപ്പോൾ ഒരു നൂറ് വയസ്സുള്ളതുപോലെ തോന്നിച്ചിരുന്നു. ചിലപ്പോൾ ഉണ്ടായിരുന്നിരിക്കും. അവർക്ക് കട്ടിയുള്ള ബാൻഡേജ് ഇട്ട കാലുകൾ ഉണ്ടായിരുന്നു. അവ വെച്ച് ശരിക്ക് നടക്കാൻ പോലും കഴിഞ്ഞിരുന്നില്ല, കസേരയിൽ ചാരി ഇരിക്കാനല്ലാതെ. അവർ കസേര മുന്നോട്ടിട്ട് കാലുകൾ അതിലേക്ക് നീട്ടി വെച്ച് ഇരുന്നു. അമ്മ പറഞ്ഞു, അവരുടെ കാലുകൾക്കുള്ളിൽ വെള്ളമാണ് എന്ന്, ഓരോന്നിലും ഓരോ ബക്കറ്റ് വീതം. അത് ഇപ്പൊ കഴിഞ്ഞതാണെന്ന മട്ടിൽ ഇതാ എനിക്ക് അവരെ കാണാൻ കഴിയുന്നു. അവരുടെ നരച്ച് ബോബ് ചെയ്ത മുടിയിൽ കുത്തിയിരുന്ന പുറത്തേക്ക് കാണുന്ന പിന്നുകൾ, അവരുടെ കണ്ണുകൾ നിറയുന്നത്, അവരുടെ വിറയ്ക്കുന്ന നീരുവന്ന വിരലുകൾ. അവർക്ക് വലിയ ചെവികളും കമ്മൽ ഇട്ട വലിയ തുളകളുമുണ്ടായിരുന്നു. ചെവിയിൽനിന്ന് പഞ്ഞിക്കഷ്ണങ്ങൾ പുറത്തേക്ക് തള്ളി നിന്നിരുന്നു. കാരണം അവ പഴുത്തിരുന്നുവത്രെ.

എനിക്ക് അവരെ ഭയമില്ലായിരുന്നു. അവർ എപ്പോഴും എനിക്ക് തേൻ ചേർത്ത കേക്കുകൾ ഉണ്ടാക്കിവെച്ചിരുന്നു. എന്നാൽ ഞാൻ അവിടേക്ക് എന്തിനാണ് പോയിരുന്നത് എന്നു ചോദിച്ചാൽ കഷായത്തിന്റെയും

പൊടികളുടെയും ഇടയിൽ നിന്ന് കെമിസ്റ്റിന്റെ റബ്ബർബാന്റുകൾ എടുക്കാൻ ആയിരുന്നു. അവർ അവ എനിക്കായി ജനാലയുടെ പിടിയിൽ വെച്ചിരുന്നു. എനിക്ക് അവ ചെറിയ മരക്കുറ്റികൊണ്ടും പെൻസിൽ കൊണ്ടുമൊക്കെ ഉണ്ടാക്കാനുള്ള തെറ്റാലിക്കായി വേണമായിരുന്നു.

അവർ വളരെ വിചിത്ര സ്വഭാവമുള്ളവരായിരുന്നു. എനിക്ക് മനസ്സിലാവാത്ത കാര്യങ്ങളെക്കുറിച്ച് അവർ എപ്പോഴും സംസാരിച്ചുകൊണ്ടിരുന്നു. അവർ പതുക്കെ തന്റെ കസേര കണ്ണാടിക്കു മുന്നിൽ വലിച്ചിട്ട് ഇരുന്നുകൊണ്ട് അവിടെ ആ കണ്ണാടിയിൽ കാണുന്നത് അവരുടെ ശരിയായ രൂപമല്ല എന്നും ഒരിക്കൽ അവർ ശരിക്ക് നല്ല സ്ത്രീയും സുന്ദരിയുമായിരുന്നു എന്നും പറയാൻ തുടങ്ങുമായിരുന്നു. ഞാൻ തലകുലുക്കും. എന്നാൽ അവർക്കു കാണാം ഞാൻ അതൊന്നും വിശ്വസിക്കുന്നില്ല എന്ന്. പിന്നെ പഴയ ഫോട്ടോകൾ എടുത്ത് കാണിച്ചുതരാൻ തുടങ്ങും. എന്നാൽ അവയിൽ നിന്നൊക്കെ ഒരു കാര്യം വേറെ ഞാൻ ഓർക്കുന്നത് വെനീസിലെ കളിവള്ളങ്ങളെയാണ്. ഒരു കളിവള്ളക്കാരൻ തന്റെ കളിവള്ളം തുഴഞ്ഞുകൊണ്ട് ഇടുങ്ങിയ വഴികളിലൂടെ പോകുമെന്നും കാലുകൊണ്ട് ചവിട്ടിവീടുകളിലെ ഭിത്തികളിൽ നിന്നും അവയെ തള്ളിമാറ്റുമെന്നും അവർ എന്നോട് പറയുമായിരുന്നു.

ഒരിക്കൽ അവർ പറഞ്ഞു,

“ഞാൻ പറയണമെന്ന് വിചാരിച്ചത് മറന്നുപോവുകയാണ്, ആ ആംഗ്യവിക്ഷേപം, കളിവള്ളം തുഴയുന്നയാൾ അതിനെ കാലുകൊണ്ട് തള്ളിനീക്കുന്നത്, ഞാൻ അതുതന്നെ ഓർക്കുകയാണ്.”

അവർ എന്നോട് ഇടയ്ക്കിടെ എന്തെങ്കിലുമൊക്കെ പറയും. പിന്നെ കൂട്ടിച്ചേർക്കും

“നിനക്ക് ഇപ്പോൾ മനസ്സിലാവില്ല. വെറുതെ ഒന്ന് ഓർത്തുനോക്ക്.”

“നോക്ക്, ഞാൻ ആ കളിവള്ളക്കാരന്റെ ആംഗ്യം വെറുതെ ഓർക്കുകയും അനാവശ്യകാര്യങ്ങൾപോലും എത്ര പ്രാധാന്യമുള്ളതാണെന്ന് തിരിച്ചറിയുകയും ചെയ്യുന്നു.”

പിന്നീട് ഞാൻ അവരോട് എന്തോ ചോദിക്കുകയും അവർ ഉത്തരം പറയുകയും ചെയ്തതായി ഓർക്കുന്നു.

“അതുകൊണ്ടാണ്.”

അവർ എന്നെ വലിച്ചടുപ്പിച്ച് കണ്ണാടിക്കു മുന്നിൽ നിർത്തി അവരുടെ കവിളുകൾ എന്റേതിനോട് ചേർത്തു.

എനിക്ക് ആ ചോദ്യം ഓർമ്മയില്ല. എന്നാൽ അവരുടെ ഉത്തരം എന്റെ മനസ്സിൽ തറച്ചിട്ടുണ്ട്. ഞങ്ങൾ രണ്ടാളും കണ്ണാടിയിൽ നോക്കി. ഞാൻ എന്റെ ഏഴുവയസ്സുള്ള മുഖവും അവരുടെ ചുളിവുകളും വയസ്സായ മാംസളമായ അയഞ്ഞ തൊലിയും അവരുടെ താടി മീശകളിലെ വളർന്ന രോമങ്ങളും രോമം തിങ്ങിയ പുരികങ്ങളും കാണുകയും ഇതൊക്കെ

ചേർന്ന് അവരുടെ സുഖകരമല്ലാത്ത ആ വൃദ്ധസ്ത്രീയുടെ മണം ശ്വസിക്കുകയും ചെയ്തു. ഞാൻ വേഗം അവരിൽനിന്നും കുതറി സ്വതന്ത്രനാകാൻ ശ്രമിച്ചു. എന്നാൽ അവർ എന്റെ തല ഇറുക്കി പിടിച്ചു.

ഞാൻ വേനൽക്കാല ഒഴിവു കഴിഞ്ഞ് വീട്ടിലേക്ക് മടങ്ങി വന്നപ്പോൾ അവർ അവിടെ ഉണ്ടായിരുന്നില്ല. അവരെല്ലാം പറഞ്ഞു അവർ പോയി എന്ന്. അപ്പോൾ ഞാൻ അവരെ വിശ്വസിച്ചു.

എന്നാൽ ഞാൻ ഇപ്പോൾ വെറുതെ വിചാരിച്ചു. ബാൻഡേജ് ഇട്ട അവരുടെ കാലിലെ ആ രണ്ട് ബക്കറ്റ് വെള്ളം എവിടെ? ചിലപ്പോൾ അത് പെയ്ഹോ നദിയിലെ ഓളങ്ങളിൽ കലർന്നിരിക്കുമോ?

ഞാൻ ഇത് വീണ്ടും വായിച്ച് അതിശയിച്ചു, ഞാൻ അല്ലാതെ മറ്റാരും ഓർക്കാൻ ഇടയില്ലാത്ത ഒരു വൃദ്ധസ്ത്രീ എന്നോടും നിന്നോടുമൊപ്പം ഇവിടെ അവസാനിക്കുകയാണോ? അതത്ര പ്രാധാന്യമുള്ളതല്ല, അല്ലേ!

ഒന്നുമാത്രമേ പ്രധാനമായി ഉള്ളൂ, എന്റെ സാഷൻക, അത് നമ്മൾ ഒന്നാണ് എന്നതുമാത്രമാണ്. ഒന്നിനും നമ്മെ വേർപിരിക്കാനാവില്ല.

എന്തായാലും ഞാൻ നിന്റെ ഉത്തരവാദിത്തം ഏൽക്കുകയാണ്. അതിനർത്ഥം എനിക്ക് അങ്ങനെ അപ്രത്യക്ഷനാകാൻ കഴിയില്ല എന്നതാണ്. ആരെങ്കിലും നിന്നെ നോക്കാൻ ഉണ്ടാവണം. നിന്നെ പ്രേമിക്കാനും നിന്നെക്കുറിച്ച് ഓർക്കുവാനും എല്ലാം നീയുമായി പങ്കിടുവാനും നിന്റെ വിജയത്തിൽ സന്തോഷിക്കുവാനും നിന്റെ ദുഃഖം പങ്കിടുവാനും ഒക്കെയായി. അതിനാൽ എനിക്ക് എന്തായാലും എവിടേക്കും അപ്രത്യക്ഷനാകാൻ കഴിയില്ല. ഇപ്പോൾ മാത്രമാണ് നിന്നിൽനിന്നും ഇത്രയും ദൂരെ അകന്നിരിക്കുമ്പോഴാണ് അറിയുന്നത് എന്റെ പ്രിയപ്പെട്ടവളേ, എത്ര കുറച്ചാണ് ഞാൻ നിന്നോട് എന്റെ പ്രേമത്തെക്കുറിച്ച് പറഞ്ഞിട്ടുള്ളത് എന്ന്, നിന്നെ എനിക്ക് എത്ര ആവശ്യമാണ് എന്നും! ഞാൻ ജീവിതത്തോട് എന്നപോലെ നിന്നിലും തൂങ്ങിപ്പിടിച്ച് ഇരിക്കുകയാണ്. അത് വിശദീകരിക്കാൻ ബുദ്ധിമുട്ടുണ്ട്. എന്നാൽ ശരിയായ വസ്തുത എന്ത് എന്നാൽ ഞാൻ ഇപ്പോഴും ശ്വാസം വിടുകയും കാണുകയും ചെയ്യുന്നുണ്ട്. എല്ലാം നിന്നെ ഞാൻ പ്രേമിക്കുന്നു എന്നതുകൊണ്ടാണ്.

വൊളോഡെൻക!

ഇത് നിനക്ക് എങ്ങനെ വിശദീകരിച്ചുതരണമെന്ന് എനിക്ക് അറിയില്ല. എന്നാൽ നീ മനസ്സിലാക്കും എന്ന് എനിക്കറിയാം.

ഞാൻ വിവാഹം കഴിക്കാൻ പോവുകയാണ്.

ഇന്ന് അയാൾ എന്നോട് വിവാഹാഭ്യർത്ഥന നടത്തി.

അതൊരു രസകരമായ സന്ദർഭമായിരുന്നു. ഞങ്ങൾ ഒരു ലഘു ഭക്ഷണശാലയിലേക്ക് പോയി. അയാൾ എന്നെ ആദ്യം വാതിലിലൂടെ അകത്തേക്കു കടത്തി. അവിടെയാണെങ്കിൽ ചുറ്റിത്തിരിയുന്ന വാതിലായിരുന്നു. എനിക്ക് അയാളോട് എന്തോ പറയണമായിരുന്നു. അതിനാൽ

ഞാൻ എന്റെ തല പുറകോട്ട് തിരിച്ചു. അതേസമയത്ത് അയാൾ എന്റെ നേർക്കും തിരിച്ചു. ഞാൻ അയാളുടെ മൂക്കിൽ എന്റെ തലകൊണ്ട് ഇടിച്ചു. പാവം, മൂക്കിൽനിന്നും രക്തം വരാൻ തുടങ്ങി. അയാൾ അവിടുത്തെ ആ അത്താഴവിരുന്ന് സമയം മുഴുവൻ തല പുറകിലേക്കിട്ട് ചെരിച്ചുവെച്ച് രക്തംകൊണ്ട് നനഞ്ഞ പഞ്ഞിയും മൂക്കിൽ വെച്ചുകൊണ്ട് ഇരുന്നു.

അയാൾ പറഞ്ഞു, അയാൾ ഭാര്യയുമായി ഒരു നിയമപരമായ വേർപിരിയലിന് അപേക്ഷിച്ചു കഴിഞ്ഞു എന്ന്.

പൂപ്പാത്രത്തിലെ ബൊക്കെയിലെ പൂക്കൾ ശരിക്കുള്ളതാണോ അതോ കൃത്രിമമാണോ എന്ന് ഒന്ന് നോക്കിയശേഷം എന്നോട് അയാൾ ചോദിച്ചു.

"എന്താ?"

ഞാൻ തലയാട്ടി.

ശുചിമുറിയിലേക്ക് പോവുകയും ചെയ്തു.

അവിടെ തുറന്നിരുന്ന ജനാലയിലൂടെ രാവിലെ മുതൽ ഭീഷണിയായി നിന്നിരുന്ന മഴയുടെ ശബ്ദം ഞാൻ കേട്ടു. കൈകൾ കഴുകുമ്പോൾ ഞാൻ ഓർത്തു, "ഞാൻ എന്താണ് ചെയ്യുന്നത്? എന്തിനു വേണ്ടി?"

പിന്നീട് അപ്പോൾ നാല്പതുവയസ്സുകാരിയായ ഒരു സ്ത്രീ അവിടെ വന്ന് തന്റെ കണ്ണെഴുതാൻ തുടങ്ങി. സ്വയം സംസാരിക്കുകയും ചെയ്തു കൊണ്ട് ആണ് അവരത് ചെയ്തത്.

"മുൻകൈ എടുക്കാനൊന്നും എനിക്ക് താത്പര്യമില്ല."

പിന്നീട് അവർ സെന്റ് പൂശാൻ തുടങ്ങി. അവർ അത് അന്തരീക്ഷ ത്തിലേക്ക് അടിച്ചശേഷം ആ പുകയ്ക്കുള്ളിൽ നിന്നു. അവർ ലിപ്സ്റ്റിക് ഇട്ടു. എന്നെ കണ്ണാടിയിലൂടെ ചെരിഞ്ഞ് ഒന്ന് നോക്കി. അവർ എനിക്ക് ആരാണ് എന്ന് അവർ എന്റെ കണ്ണിലൂടെ വായിച്ചിരിക്കും. വൃദ്ധയായ, ഒരു ലിപ്സ്റ്റിക്കിനും സഹായിക്കാൻ കഴിയാത്ത, നിറം മങ്ങിയ ഒരു സ്ത്രീ. ഞാൻ തിരികെ മേശയിലേക്ക് മടങ്ങി. എല്ലാവരും പ്രത്യേകിച്ച് ഭക്ഷണം വിളമ്പുന്നവർ ഞങ്ങളെ കളിയാക്കുന്ന കണ്ണുകളോടെ നോക്കി.

അയാൾ ഒരു വീടില്ലാത്തതിനെക്കുറിച്ച് സംസാരിച്ചു. 'എ'യുടേയും 'ബി'യുടേയും ഇടയിൽ ഒരു രാത്രി കഴിയാനായിട്ടും അടുക്കും ചിട്ടയു മില്ലാതെ ഇട്ടിരിക്കുന്ന ഒരു പഴയ തീവണ്ടി മുറി വളരെ ശ്രമപ്പെട്ട് അല ങ്കരിക്കുന്നതിലും എന്താണ് അഭിപ്രായം എന്നയാൾ ചോദിച്ചു.

ശുചിമുറിയിൽ മറ്റേ സ്ത്രീ ഉപയോഗിച്ച സുഗന്ധദ്രവ്യത്തിന്റെ മണം എന്റെ മൂക്കിൽ വന്നു. അയാൾ എനിക്ക് ഒരു സമ്മാനം വാങ്ങിത്തരാൻ തീരുമാനിച്ചിരുന്നു. അതിനാൽ ഞങ്ങൾ സുഗന്ധദ്രവ്യം വാങ്ങാനായി പോയി. അയാൾ ഓരോന്നും ആ കടയിലുള്ളത് മുഴുവൻ പരീക്ഷിച്ചു. എന്റെ കണങ്കയ്യിലും ഉടുപ്പിന്റെ കൈപൊക്കിയും കയ്യിൽ എല്ലായിടത്തും കഴുത്തിലും ഒടുവിൽ സ്വയംതന്നെയും അയാൾ അത് അടിച്ചുനോക്കി.

പിന്നീട് മുഖം ചുളിച്ച് പറഞ്ഞു. ഇതൊക്കെ ആ സ്ത്രീക്ക് പറ്റിയതാണ്, എനിക്കു പറ്റിയ സെന്റ് അല്ല എന്ന്. ഒടുവിൽ അയാൾ ഒന്നും വാങ്ങി യില്ല. ഞാൻ നിരത്തിലൂടെ കട്ടിക്കമ്പിളിക്കോട്ടിൽ നിറയെ മണവുമായി നടന്നു. എനിക്ക് ഛർദ്ദിക്കാൻ വന്നു.

ഞാൻ ഇതുവരെ ഒരു പ്രധാന കാര്യം പറഞ്ഞില്ലല്ലോ. ഞാനൊരു കുഞ്ഞിന്റെ അമ്മയാകാൻ പോവുകയാണ്.

ഇപ്പോൾ ഞാൻ ആ വാക്കുകൾ എഴുതുകയാണ്. ഞാൻ ഒരു കുഞ്ഞിനെ പ്രതീക്ഷിക്കുകയാണ്. എനിക്കത് വീണ്ടും എഴുതണം. ഞാൻ ഒരു കുഞ്ഞിനെ പ്രതീക്ഷിക്കുകയാണ്.

എപ്പോഴും ഞാൻ സങ്കല്പിക്കും അതെങ്ങനെ ഇരിക്കും എന്ന്. ഒരു മത്തൻവിത്തിന്റെ അത്രയോ അതോ ഒരു ചെവിയുടെ തട്ടിന്റെ അത്രയോ അല്ലെങ്കിൽ സൂചി നൂലിൽ കയറ്റാനുപയോഗിക്കുന്ന വിരലുറയുടെ അത്ര യുമോ അല്ലെങ്കിൽ ചുരുങ്ങിയത് ഒരു സോക്സിന്റെയെങ്കിലും അത്ര. ഒമ്പത് സെന്റീമീറ്റർ നാൽപ്പത്തഞ്ച് ഗ്രാം. ഞാൻ ഒരു ബുക്കിൽ ഒരു ചിത്രം കണ്ടു. നട്ടെല്ല് ശരിക്ക് കാണാം. എല്ലുകൾവരെ എണ്ണാം. അമ്മ എന്നോട് പറഞ്ഞു. അവർ എന്നെ ഗർഭം ധരിച്ചിരുന്നപ്പോൾ അവർക്ക് കയ്പുള്ള എല്ലാറ്റിനോടും ആർത്തിയായിരുന്നു എന്ന്. അച്ഛൻ പറഞ്ഞു അവർക്ക് കയ്പുള്ള പല്ലായിരുന്നു എന്ന്. ഞാൻ തീപ്പെട്ടിക്കമ്പ് ഉരച്ച ശേഷം തീപ്പെട്ടിയുടെ ചൂടുള്ള ഭാഗത്ത് നക്കിയത്രെ. നമ്മൾ കുട്ടികൾ ആയിരിക്കുമ്പോൾ അങ്ങനെയൊക്കെ ചെയ്യും. അത് അത്ര ഭയങ്കര മാണോ? ഞാൻ ഹൽവയും ആർത്തിയോടെ കഴിച്ചു. ഞാൻ ഒരു പാക്കറ്റ് തുറന്നാൽ അല്പസമയത്തിനകം അതിൽ ഏതാനും തരികളല്ലാതെ മറ്റൊന്നും ഉണ്ടാവില്ലായിരുന്നു.

എനിക്ക് പെട്ടെന്നൊരു തോന്നൽ തോന്നി, ഇങ്ങനെയൊക്കെ ഈ ലോകം തന്നെ സൃഷ്ടിക്കപ്പെടാൻ പാടില്ലായിരുന്നുവെന്ന്. തീപ്പെട്ടി ഉരച്ച ശേഷം എനിക്കോ എന്റെ ഉള്ളിലുള്ള ആർക്കെങ്കിലുമോ അത് മണക്കണ മെന്നു തോന്നുന്നതുപോലെ ഒരു ഭാവനയ്ക്കും അത് ഉണ്ടാക്കിയെടു ക്കാൻ കഴിയില്ല, അതറിയാൻ കഴിവ് വേണം. നിനക്ക് മനസ്സിലാവു ന്നുണ്ടോ ഒരു സ്രഷ്ടാവിനും ഒന്നും ഉണ്ടാക്കിയെടുക്കാനാവില്ല. അവർക്ക് കാണാനും പരിചയം നേടാനും ഓർക്കാനുമേ കഴിയൂ.

എനിക്ക് ഭയങ്കരമായ വിശപ്പാണ്. എന്നാൽ എല്ലാം അതേപോലെ ഛർദ്ദിക്കുന്നു. രാവിലെ സാധാരണത്തേതുപോലെ കൃത്യമായി. ചില പ്പോൾ ജോലിക്കിടയിൽ ഉച്ചക്ക് എനിക്ക് ഇപ്പോൾ മിക്കസമയത്തും വായ്നാറ്റമുണ്ട്. ഒരിക്കൽ എനിക്ക് സമയത്ത് ശുചിമുറി ഒഴിവായി കിട്ടിയില്ല. ഞാൻ എന്റെ വായ് കൈകൊണ്ട് പൊത്തിപ്പിടിച്ചു. എന്നാൽ എല്ലാം പൊട്ടിയൊഴുകി എന്റെ വിരലിലൂടെ ഒലിക്കാൻ തുടങ്ങി. ഇതിൽ നാണക്കേട് തോന്നേണ്ട കാര്യമെന്താണ് എന്നൊക്കെ തോന്നി എങ്കിലും എനിക്ക് വല്ലാത്ത നാണക്കേടായി.

പെൺജന്തുക്കൾക്ക് ഗർഭമായിരിക്കുമ്പോൾ ഛർദ്ദിയോ, തലക്കറക്കമോ ഒന്നും ഇല്ല. മനുഷ്യർക്ക് മാത്രമേ ഉള്ളൂ. നമ്മൾ മൊത്തത്തിൽ വളരെ നിർഭാഗ്യമുള്ള ജീവികളാണ്, ഇതുൾപ്പെടെ.

ചില സമയങ്ങളിൽ ക്ഷീണം കാരണം ഞാൻ കിടക്കയുടെ അടുത്ത് ഒരു ബേസിനും എടുത്തുവെച്ച് ഭയന്നു കിടന്നു.

ഞാൻ എന്റെ ഉള്ളിൽത്തന്നെ എന്റെ മാംസത്തെ സൂക്ഷിച്ചുവെച്ച് ദിവസങ്ങൾ എണ്ണാൻ തുടങ്ങി.

എനിക്ക് ചില മാറ്റങ്ങൾ വന്നതായി തോന്നി. പതുക്കെയുള്ള ചലനങ്ങൾ, തിളങ്ങുന്ന കണ്ണുകൾ. സുഖകരമായ മയക്കം. കണ്ണുകൾ ഉള്ളിലേക്കുതന്നെ തിരിഞ്ഞു. കാണാൻ കഴിയാത്ത ഒരെണ്ണം എന്റെ ഉള്ളിൽ വളർന്നു വരുമ്പോൾ കാണാൻ കഴിയുന്ന ലോകം എനിക്ക് എന്തിനാണ്? കാഴ്ചയുള്ളത് ലജ്ജയോടെ പിൻവാങ്ങുകയാണ്. എപ്പോഴും കാണാൻ കഴിയാത്തതിനെ പുറംതള്ളാൻ തയ്യാറായിക്കൊണ്ട്.

എനിക്ക് അതിശയകരമായ ഒരു അനുഭവമാണ് ഉണ്ടാകുന്നത്. ഞാൻ ഒരു പുതിയ ഗ്രഹത്തിന്റെ രൂപീകരണത്തിൽ ഭാഗഭാക്കാണെന്നും അത് എന്നിൽനിന്ന് രൂപാന്തരം പ്രാപിച്ചതാണെന്നും അത് സമയമാകുമ്പോൾ എന്നിൽനിന്നും പൂത്തുലയുമെന്നും ജീവിതത്തിന്റെ സോദരിയെന്നപോലെയാണെന്നും എല്ലാ മരങ്ങളുടേയും അടുത്ത ആളാണെന്നും ഒരു വിചിത്രമായ തോന്നൽ തോന്നി. ഞാൻ ഡോങ്കയുടെ തോളുകളിലെ മുടി പിടിച്ചുലച്ച് ചിന്തിച്ചു, എന്റെ പട്ടിക്കുട്ടീ, എനിക്കും നിനക്കും മുട്ടയിലെ കരുപോലുള്ള മുൻഗാമികളാണുള്ളത്. നിനക്ക് മനസ്സിലായോ? അവൾക്ക് മനസ്സിലാവും! നോക്ക്, അവൾക്ക് ഒരു പൊക്കിളുണ്ട്, എന്നെപ്പോലെ. നമ്മൾ അതുവഴി ബന്ധപ്പെട്ടിരിക്കുന്നു. ഞാൻ അവളുടെ വയറിൽ ചൊറിഞ്ഞു. അവൾ സന്തോഷത്തോടെ വാലാട്ടി. അവളെപ്പോലെ എന്റെ മനസ്സിലും നിറയെ സന്തോഷമാണ്. മരപ്പലകകൾ പാകിയ നിലത്ത് ചുരുട്ടിവെച്ച് സന്തോഷത്തോടെ കിടക്കാൻ വാലില്ല എന്ന് മാത്രം.

ഡോങ്ക ഒരു തമാശക്കാരിയും ബാലിശക്കാരിയുമാണ്. ഞാൻ എന്തിനെയെങ്കിലും ചൂണ്ടിയാൽ അവൾ എന്റെ വിരലിലേക്ക് നോക്കും. ഞാൻ ചെരുപ്പുകൾ ഊരി ക്ഷീണിച്ച പാദങ്ങളോടെ അല്പം വന്ന് കിടന്നാൽ അവൾ സ്വയം എന്റെ പിന്നിൽ വന്നുനിന്ന് എന്റെ പാദങ്ങൾ നക്കും. അത് വല്ലാതെ ഇക്കിളി ഉണ്ടാക്കുന്നതാണ്. അവളുടെ നാക്ക് പരുക്കനുമാണ്.

ഏറ്റവും പ്രധാന കാര്യം എന്താണെന്നാൽ എന്റെ വയറ്റിലുള്ള ആ ഒരു തുള്ളിയാണ്. ഒരു പുതുജീവന് ജീവൻ വെയ്ക്കുകയാണ്, ജീവന്റെ ശൃംഖലയ്ക്ക്, അടുത്തത്, പിന്നെ അടുത്തത്, അങ്ങനെ ഒരു അവസാനവുമില്ലാതെ. ഭാവിജീവിതങ്ങളൊക്കെ അങ്ങനെ എന്നിൽ കുത്തിനിറച്ചിരിക്കയാണ്! സ്ക്കൂളിൽവെച്ച് എനിക്ക് അപാരത എന്തെന്ന്

സങ്കല്പിക്കാൻപോലും കഴിഞ്ഞിരുന്നില്ല. എന്നാൽ ഇതാ ഇവിടെ, എന്റെ കൈക്കുള്ളിൽ.

ഞാൻ ചുറ്റുമുള്ള സ്ത്രീകളെ ശ്രദ്ധിച്ചു. അവർക്ക് ഒരു അവസരം ഇതുപോലെ ലഭിച്ചിട്ടും ഒന്നുമില്ലാതെ നടക്കുന്നല്ലോ എന്നത് അല്പം വിചിത്രമായി തോന്നി.

മറ്റൊരു വിചിത്രമായ കാര്യം ഞാൻ വ്യത്യസ്തയാണ് എന്നതാണ്. എന്നാൽ അതേ പരിചിതമായ പ്രതിഫലനമാണ് കണ്ണാടിയിൽ. എന്റെ വയറാകട്ടെ വലുതായി വരാനും തുടങ്ങിയിട്ടില്ല.

രാത്രികാലങ്ങളിൽ ഞാൻ തെറ്റായ എന്തിനോ ജന്മം നൽകുമെന്ന് ഭയന്ന് വിയർത്തുകൊണ്ട് ഉണർന്നു. ഞാൻ അവിടെ കിടന്ന് പൂടയും പല്ലുമുള്ള ഒരു കൂമ്പാരം ഇറച്ചിയെയോ അല്ലെങ്കിൽ തലയുടെ ഒരു ഭാഗത്ത് രണ്ട് കണ്ണും ആയി വിമ്മിഷ്ടപ്പെടുന്ന ഒരു പകുതി വളർന്ന കുട്ടിയെയോ മറക്കാൻ നന്നായി ശ്രമിച്ചുകൊണ്ടിരുന്നു.

ഈ ഭയങ്ങളൊക്കെ പുലർച്ചെയ്ക്ക് എന്റെ രൂപം ഭയാനകമാക്കി. എന്നാൽ അമ്മ എന്നെ ഇതാണ് പറഞ്ഞ് ആശ്വസിപ്പിക്കാറുള്ളത്, അവർക്ക് എപ്പോഴും എന്തെങ്കിലും നല്ലത് പറയാൻ കാണും.

"ഒരു പൂവിന്റെ അർത്ഥമെന്താണെന്നു വച്ചാൽ, ഏത് പൂവോ ആയിക്കൊള്ളട്ടെ, ഇതൾ കൊഴിഞ്ഞ് വെറും വിത്തിനെ ബാക്കിയാക്കുക എന്നതാണ്."

എന്റെ അച്ഛൻ കുടിച്ചുകഴിഞ്ഞാൽ എന്നെ വിളിച്ച് "തൂങ്ങിപ്പിടിച്ച് ഇരിക്കണ്ട" എന്നു പറയും. ഒരു അപ്പൂപ്പനാകാൻ പോകുന്നതിൽ സന്തോഷിക്കുകയും ചെയ്യും. അദ്ദേഹം എല്ലാ വിഡ്ഢിത്തരങ്ങളും ഇരുന്ന് വിളമ്പുന്നു.

"എന്റെ മക്കളേക്കാൾ വയസ്സുള്ള പേരക്കുട്ടികൾ എനിക്ക് ഉണ്ടാകും."

എനിക്ക് സംസാരിക്കാൻ നേരമില്ലെന്നു പറഞ്ഞ് പിന്നെയും തൂങ്ങിപ്പിടിച്ച് ഇരിക്കും.

അമ്മ സമയം കഴിയും തോറും സൗകര്യാർത്ഥം ഹുക്കോടുകൂടിയ ബെൽട്ടുള്ള വലിയൊരു ബ്രാ എനിക്ക് തന്നു.

അവർ എനിക്ക് എപ്പോഴും ഉപദേശങ്ങൾ തന്നു.

"നിനക്ക് മൂത്രത്തിൽ കലക്കം തോന്നിയാൽ ഉടനെ ഡോക്ടറുടെ അടുത്ത് പോവുക. നിന്നെ ഗർഭമായിരുന്നപ്പോൾ എനിക്ക് മൂത്രത്തിൽ ആൽബുമിൻ ഉണ്ടായിരുന്നു."

ഞാൻ എന്തോ ചിന്തിച്ച് കൈനഖം കടിക്കാൻ തുടങ്ങിയപ്പോൾ അവർ ചെറുപ്പകാലത്ത് ചെയ്തതുപോലെ എന്റെ കയ്യിൽ വലിയ ഒരടി തന്നു.

എല്ലാം ശരിയാകുമെന്ന് അവർ എപ്പോഴും ഉറപ്പു തരാൻ ശ്രമിച്ചപ്പോൾ അതെന്നെ കൂടുതൽ ആകാംക്ഷയുള്ളവളാക്കി എന്നതാണ് വിചിത്രം.

ഞങ്ങളുടെ വീടില്ലായ്മ പങ്കുവെയ്ക്കുന്നതാണ് ഇപ്പോൾ അയാളുടെ സ്റ്റുഡിയോ.

ഞാൻ അവിടെയൊക്കെ ചുറ്റിനടന്ന് എല്ലാം ആദ്യമേ തന്നെ പഠിക്കാൻ തുടങ്ങി. ഇവിടെയാണ് സ്പൂണുകൾ, ഇവിടെയാണ് ചായപ്പാത്രം, എന്നാൽ ചായപ്പൊടി എവിടെ? ചുരുക്കത്തിൽ ഞാൻ അയാളുടെ വീടില്ലായ്മയിൽ ഗൃഹവാസപരിചയം വളർത്തുകയായിരുന്നു.

ഞാൻ അടുക്കളയിൽ മേശകളുടേയും മേശവലിപ്പുകളുടെ ഇടയിലൂടെയും ഒക്കെ നടന്നു, എന്റെ മധുവിധു യാത്ര.

ഓരോ നാല്പത്തി അഞ്ച് മിനിട്ടിലും മുറ്റത്ത് സ്ക്കൂൾ ബെൽ അടിക്കുന്ന ശബ്ദം ഞാൻ കേൾക്കുന്നുണ്ട്.

എപ്പോഴും കൊട്ടുന്ന ശബ്ദങ്ങൾ കേൾക്കാം. ഒരു ശില്പി സ്റ്റുഡിയോയിൽ പണി ചെയ്യുകയാണ്. ഉളിയിൽ ചുറ്റികകൊണ്ട് അടിക്കുന്ന ശബ്ദം രാവിലെത്തന്നെ കേൾക്കാം. അയാൾ ഒരു പുസ്തകം വായിക്കാൻ വാങ്ങി പൊടിമണ്ണ് പുരണ്ട മട്ടിൽ തിരിച്ച് നൽകി.

സോനെച്ക ആഴ്ചയിൽ രണ്ടുപ്രാവശ്യം ഞങ്ങളെ കാണാൻ വന്നു. അയാൾ അവളോട് പറഞ്ഞു, താമസിയാതെ അവൾക്ക് ഒരു അനുജത്തിയോ, ആനുജനോ ഉണ്ടാകുമെന്ന്. അവൾ അത് ഒരു അനുജനായിരിക്കും എന്നു തന്നെ ഉറച്ചു. എപ്പോഴും അവൾ ചോദിക്കും

“എന്റെ കുഞ്ഞനുജന് എങ്ങനെയുണ്ട്?

ഞാൻ ചിരിക്കും.

“സുഖം!”

അയാൾ അവളെ ബാലേ സ്കൂളിലേക്ക് കൊണ്ടുപോയി. അവസാനത്തെ പ്രാവശ്യം ഞാൻ അവരോടൊപ്പം പോയി. അവൾ അയാളുടെ കൈപിടിച്ചു. എന്നാൽ അവൾ എനിക്ക് കൈ തന്നില്ല. അവൾ അയാളോട് ചോദിച്ചു,

“താങ്കളും അമ്മയും എപ്പോഴെങ്കിലും വീണ്ടും വിവാഹിതരാകുമോ?”

അയാൾ അവളോട് അയാൾ എന്നെന്നേയ്ക്കുമായി വീട് വിട്ട് മാറി ത്താമസിക്കാൻ പോവുകയാണെന്ന് പറഞ്ഞു.

അവൾ ചോദിച്ചു,

“എന്നാലും ഞാൻ താങ്കളുടെ നല്ല മോളാണ്, അല്ലേ?”

“അതെ.”

പിന്നീട് അവൾ എന്നെ ഒരു വിജയിയുടെ മട്ടിൽ നോക്കി.

വസന്തകാലം തുടങ്ങിയപ്പോൾ ആദ്യമായി അവരോടൊപ്പം ഞാൻ അവിടെ പോയി. കാറ്റിന് ചെറിയ ഒരു ഈർപ്പം ഉണ്ടായിരുന്നു. എന്നാൽ വൈകുന്നേരങ്ങളിൽ അപ്പോഴും മൂടൽമഞ്ഞ് ഉണ്ടായിരുന്നു. മഞ്ഞുകട്ടകൾ ഉള്ള ചെറിയ കുളങ്ങളിൽ കാലുവെച്ച് അവ ചവിട്ടിപ്പൊട്ടിക്കാൻ

ഞങ്ങൾക്ക് നല്ല രസമായിരുന്നു. എന്നാൽ പൊട്ടുംമുമ്പ് നേർത്ത മഞ്ഞു പാളികൾ അസ്വസ്ഥതയോടെ കരഞ്ഞു.

മൂടൽമഞ്ഞിൽനിന്നും ഞങ്ങൾ നൃത്തക്ലാസ്സിലെത്തി. ബാലേ ഷൂസുകൾ തണുത്തിരുന്നു. അയാൾ അവയെടുത്ത് വായകൊണ്ട് ഊതി.

പെട്ടെന്ന് എനിക്കും ബാലെക്ലാസ്സുകൾ എടുക്കണം എന്നു തോന്നി. ഓ.... ഞാൻ കുഞ്ഞായിരുന്നപ്പോൾ അമ്മ എന്തുകൊണ്ട് എന്നെ ബാലെ പഠിക്കാൻ വിട്ടില്ല?

മസ്‌ലിൻ തുണികൾ ഉലയുന്നതിന്റെയും കാൽപ്പാദങ്ങൾ കൂടിച്ചേരുന്നതിന്റെയും ശബ്ദം. സ്റ്റോക്കിംഗ്സിന്റെ പുറത്തേക്ക് പാദം മൂടാനുള്ള കമ്പിളിക്കാലുറകൾ വലിച്ചുകയറ്റി പെൺകുട്ടികൾ വരിയായി നിലത്ത് വരാന്തയിൽ ഇരുന്നു. മുൻബാലെക്കാരിയായ ഒരു അദ്ധ്യാപിക അവർക്കിടയിലൂടെ നിവർന്ന് വരാന്തയിലൂടെ മിടുക്കിയായി നടന്നു. രോമക്കോട്ടുകളിട്ട അച്ഛനമ്മമാരും അപ്പൂപ്പനമ്മൂമ്മമാരും ഭിത്തിയോട് ചേർന്നുള്ള ഇരിപ്പിടങ്ങളിൽ ഇരുന്നു. പക്കമേളക്കാരൻ ചൂടുപിടിപ്പിക്കുന്ന യന്ത്രത്തിനു മുന്നിൽ നിന്ന് കൈകൾ ചൂടാക്കി.

“താടി ഉയർത്ത്, കൂടുതൽ മുകളിലേക്ക്. കുതികാൽ അകത്തേക്ക് വളയ്ക്ക്, കുതിവളയ്ക്കുക, മുതുക് നിവർത്തുക! ഒരു കോംപസ്സ് പോലെ കാലുകൾ നേരെ നിവരണം. പുറകുവശം. തല. നിങ്ങൾ നാക്ക് പുറത്തു ഇടരുത്!”

അഞ്ചാംസ്ഥാനങ്ങളുണ്ട്. അഞ്ച് തന്ത്രികളുണ്ട്. അവർ അഞ്ചാം സ്ഥാനത്തെത്തുമ്പോൾ മരവിച്ചപോലെ നിൽക്കും.

അവരെ നോക്കിക്കൊണ്ടിരുന്നപ്പോൾ എനിക്കും മെലിഞ്ഞ ഒരു കൊച്ചുപെൺകുട്ടിയായി ബാലെ മുറിയിൽപ്പോയി വ്യായാമങ്ങൾ ചെയ്ത് ആരംഭം മുതൽ തുടങ്ങി എല്ലാ രീതികളും പഠിച്ച്, കാൽപ്പാദങ്ങൾ കുനിക്കുകയും നിവർത്തുകയും ചെയ്യുക തുടങ്ങിയ ഒരുക്കുമാനങ്ങൾ ചെയ്യണമെന്ന് തോന്നി. ഞാൻ എന്റെ കുട്ടിയെ തീർച്ചയായും ബാലെ ക്ലാസ്സിലേക്ക് അയയ്ക്കും. ചിലപ്പോൾ അതൊരു ചെറിയ പെൺകുട്ടിയായിരിക്കും. എന്നാൽ അതെന്ത് വ്യത്യാസമാണ് ഉണ്ടാക്കുക? ഞാൻ അവനെയോ അവളെയോ സ്നേഹിക്കാൻ തുടങ്ങി കഴിഞ്ഞു.

എല്ലാ പെൺകുട്ടികളും പ്രണാമം ചെയ്യുന്നത് പ്രത്യേകിച്ച് ഇഷ്ടപ്പെട്ടിരുന്നു.

ഇന്നലെ അയാൾ അവളോടൊത്ത് വീട്ടിൽ വന്നു. അയാളുടെ കാഴ്ചപ്പാട് വിശദീകരിച്ചുകൊടുത്തു. അയാൾ എല്ലാം വിശദമായി പറഞ്ഞുകൊടുക്കാൻ മിടുക്കനാണ്.

“നോക്ക്, ലോകം ഒരു ആണിയിലെ ചരടിൽ എങ്ങനെ തൂങ്ങുന്നുവോ അതുപോലെ ലോകം ഒരു വീക്ഷണത്തിൽ തൂങ്ങിനിൽക്കുകയാണ്. ആ

ആണിയും ചരടുമില്ലായിരുന്നെങ്കിൽ ലോകം നിലത്തുവീണ് പൊട്ടി ച്ചിതറുമായിരുന്നു."

പിന്നീട് അവൾ ഒരു മാഗസിനിൽ നിന്ന് ഒരു ചിത്രം എടുത്ത് പെൻ സിൽ വെച്ചുകൊണ്ട് ഓരോ വരകൾ വരയ്ക്കുന്നതും ഒരു പോയിന്റിൽ നിന്ന് തുടങ്ങി അതേ പോയിന്റിൽത്തന്നെ വന്നെത്തി നിൽക്കുന്നതും ഒക്കെ ചെയ്യുന്നത് ഞാൻ നോക്കിക്കണ്ടു. ഓരോ കസേരയിൽ നിന്നും പൂവിൽ നിന്നും കയ്യിൽ നിന്നും കാലിൽ നിന്നും കണ്ണിൽ നിന്നും കാതിൽ നിന്നും ചരടുകൾ ഒരു ചെറിയ ആണിയിലേക്ക് പോകുന്നുണ്ടായിരുന്നു. ഞാൻ അവളുടെ അടുത്തുചെന്ന് പറഞ്ഞു.

"നീ അത് നന്നായി ചെയ്തു!"

അവൾ ഉത്തരം പറഞ്ഞു,

"നിങ്ങൾക്കറിയാമോ ചൈനീസ് കത്തിക്കൽ എന്താണെന്ന്?"

"ഇല്ല"

"ഞാനത് കാണിക്കട്ടെ?"

"ശരി, ചെയ്യ്"

അവൾ എന്റെ കൈത്തണ്ട അവളുടെ രണ്ടുകൈകൊണ്ടും പിടിച്ച് എതിർവശത്തേക്ക് തിരിച്ചു. വേദനകൊണ്ട് ഞാൻ നിലവിളിച്ചപോലെ യായി. ഒരു ചുവന്ന പാട്; എന്റെ തൊലി കത്തുകയായിരുന്നു.

ഞാൻ അവളോട് ചിരിച്ചു.

അത് അവൾ അയാൾക്കുവേണ്ടി എന്നോട് ചെയ്ത യുദ്ധമാണ്.

എന്റെ സാഷൻക!

നിന്റെ പേര് ആദ്യത്തെ വരിയിൽ എഴുതിയപ്പോൾ എന്തൊരു സുഖകരമായ, നേർത്ത ചൂടാർന്ന ഒരു അനുഭവമാണെന്നോ ഇപ്പോൾ എനിക്ക്, സാഷൻക!

എങ്ങനെയുണ്ട് നിനക്ക്? എന്താണ് നിനക്ക് സംഭവിക്കുന്നത്? ഞാൻ നിന്നെപ്പറ്റിയാണ് എപ്പോഴും ചിന്തിക്കുന്നത്. നിന്റെ ചിന്തകളിലും എന്നും നീ എന്റെ കൂടെയാണ് എന്നതിൽ വളരെ സന്തോഷിക്കുന്നു.

നീ എന്നെക്കുറിച്ച് ചിന്തിക്കുകയും ആധിപ്പെടുകയും ചെയ്യുന്നുവെന്ന് എനിക്കറിയാം. ആശങ്കയൊന്നും വേണ്ട എന്റെ പ്രിയപ്പെട്ടവളേ! നോക്ക്, ഞാൻ ഈ വരികൾ എഴുതുന്നു. അതിനർത്ഥം എനിക്ക് ഒന്നും സംഭവി ച്ചിട്ടില്ല എന്നാണ്. ഞാൻ എഴുതുന്നു. അതിനാൽ ഞാൻ ജീവനോടെ ഇരിക്കുന്നു.

എന്ന് നിനക്ക് ഈ കത്ത് കിട്ടും എന്നു മാത്രം ആകാംക്ഷയുണ്ട്. നിനക്ക് ഇത് കിട്ടുമോ? കത്തുകളെക്കുറിച്ച് ചോദിച്ചാൽ അവർ പറയുന്ന തെന്താണെന്ന് അറിയുമോ? കിട്ടാത്ത കത്തുകൾ ഒരിക്കലും എഴുതാത്ത കത്തുകൾ ആണെന്ന്.

നീ സങ്കല്പിക്കാൻ ശ്രമിക്കുന്നുണ്ടാവും എനിക്ക് എന്താണ് സംഭവിക്കുന്നത് എന്ന്. ഞാൻ എങ്ങനെയുണ്ട് ഇപ്പോൾ കാണാൻ? ഞാൻ എന്തു തിന്നുന്നു? എങ്ങനെ ഉറങ്ങുന്നു? ഞാൻ ചുറ്റും കാണുന്നതെന്തൊക്കെ? പിന്നെ, എനിക്ക് ഒരു നിമിഷം സ്വതന്ത്രമായി കിട്ടിയാൽ ഞാൻ ഇവിടത്തെ ഞങ്ങളുടെ ജീവിതത്തെക്കുറിച്ച് വിവരിക്കാൻ ശ്രമിക്കാം.

ആദ്യത്തെ കുറച്ചു ദിവസങ്ങളിൽ നിനക്കെഴുതിയപോലെ തുടർച്ചയായി യുദ്ധമുണ്ടായിരുന്നു. എന്നാൽ ഇപ്പോൾ സ്ഥിതി ശാന്തമാണ്. വല്ലപ്പോഴും മാത്രമേ ഞാൻ പീരങ്കി ശബ്ദം കേൾക്കാറുള്ളൂ.

സഹിക്കാനാവാത്ത ചൂട് ഇപ്പോഴും എന്നെ എപ്പോഴുമെന്നപോലെ വളരെ മോശമായി പീഡിപ്പിച്ചുകൊണ്ടിരിക്കുന്നു. ഇപ്പോൾ വളരെ ശക്തിയായി മണൽക്കാറ്റ് വീശിക്കൊണ്ടിരിക്കുകയാണ്. അത് ഗോബി മരുഭൂമിയിലെ നനുത്ത മണൽത്തരികളെ കൊണ്ടുവന്നുകൊണ്ടിരിക്കുന്നു. ഓരോന്നിലും ഒരു കനത്ത നിരയിൽ ഈ മഞ്ഞപ്പൊടി ഉണ്ടാകും. അത് കൂടാരത്തിലും എന്റെ ആഹാരത്തിലും എന്റെ പല്ലിലുമൊക്കെ നുഴഞ്ഞു കയറുകയാണ്. കണ്ണിലും ചെവിയിലും ഷർട്ടിന്റെ കോളറിലും എന്റെ പോക്കറ്റുകളിലും ഒക്കെ പൊടിമണ്ണാണ്. ഇത് വെറുപ്പുളവാക്കുന്നു.

ഞങ്ങൾക്ക് മഴ വേണം. എന്നാൽ അത് സർവ്വീസ് ചട്ടങ്ങളിലെ വിഷയമല്ല. എല്ലാവരും ഇവിടെ മഴയെ സ്വപ്നം കാണുന്നു. എന്നാൽ ഞങ്ങൾക്ക് അല്പം വൃത്തിയുള്ള വെള്ളം കിട്ടുമായിരുന്നു. പെയ്ഹോ നദിയിൽ കുളിച്ചുകയറിയ ഞങ്ങളുടെ ആളുകൾക്ക് ശരീരത്തിൽ മുഴുവൻ ചുവന്ന കുരുക്കൾ പൊന്തി. ഡോക്ടർ പറഞ്ഞു, അതിനു കാരണം നദിയിൽ ശവശരീരത്തിൽ നിന്നുള്ള വെള്ളം കലർന്നതാണ് എന്ന്. കിണറുകൾ കുഴിച്ചതിലും അധികം വെള്ളമില്ല. അവയും മോശമാണ്. അവർ കിണറ്റിനരികിൽ ഒരു പാറാവുകാരനെ നിയോഗിച്ചിട്ടുണ്ട്. അതിലെങ്ങാൻ അവർ വിഷം കലക്കുമോ എന്നു ഭയന്നിട്ട്.

പുതിയ സൈനിക സംഘങ്ങൾ എപ്പോഴും വന്നുകൊണ്ടിരുന്നു. ഞങ്ങളുടെ ക്യാംപ് ഒരു കിലോമീറ്ററോളം നീണ്ടു. കവോലിയാങ് ഭാഗത്താണ് അത് സജ്ജീകരിച്ചിരുന്നത്. അതെല്ലാം ഇപ്പോൾ ചവിട്ടിത്താഴ്ത്തപ്പെട്ടതുപോലെയായി.

ഇപ്പോൾ ഞങ്ങളുടെ ചുറ്റുപാടിനെക്കുറിച്ച് വിശദീകരിക്കാം.

തെക്കുഭാഗത്ത് ചൈനയിലെ തകർക്കപ്പെട്ട ഗ്രാമങ്ങളുടെ അവശിഷ്ടങ്ങൾ കാണാം. അവിടെ ജീവിച്ചിരുന്നവർ ഓടിപ്പോയി. പന്നികളും പട്ടികളുമൊക്കെ ഭിത്തികൾക്കിടയിലൂടെ ഓടിനടന്നു. ചിലപ്പോൾ ഞങ്ങളുടെ ആളുകൾ അവയെ വേട്ടയാടി. പട്ടികളാണ് ഏറ്റവും മോശം. അവ മുഴുവനും വന്യമൃഗങ്ങളായി മാറിയിട്ടുണ്ട്. എല്ലാവരെയും വല്ലാത്ത ദേഷ്യത്തോടെ ആക്രമിക്കുകയാണ്. ഇവിടുത്തെ ഗ്രാമങ്ങൾ പൊതുവേ വൃത്തിഹീനവും ദരിദ്രവുമാണ്.

ഇവിടെ മുൻവശത്ത് വൃക്ഷങ്ങളുടെ വലിയ ഒരു കൂട്ടം തന്നെയുണ്ട്. ഒരേ നിരയിലുള്ള വെള്ള നിറത്തിലുള്ള ഞങ്ങളുടെ കൂടാരങ്ങൾക്കു പുറകിൽ പച്ചനിറത്തിലുള്ള വർണ്ണവൈവിധ്യമായിരുന്നു അവ. കുതിരകൾ നീണ്ട നിരയിൽ കൊളുത്തുകളുമിട്ട് തലയാട്ടിക്കൊണ്ട് നിന്നു. അവയുടെ പുറത്ത് ഒരു കുന്ന് ഈച്ചകൾ പാറിപ്പറക്കുന്നുണ്ട്.

ഉദ്യോഗസ്ഥരുടെ പ്രധാന ഓഫീസ് ശബ്ദമുഖരിതമാണ്. തകർക്കപ്പെട്ട ഏതോ ഒരു സൂപ്പർ മാർക്കറ്റിൽനിന്നോ അടുത്തുള്ള ചൈനീസ് വീടുകളിൽനിന്നോ വലിച്ചെടുത്തുകൊണ്ടുവന്ന പായകളുണ്ട്. ഡസ്കുകൾക്കുപകരം അവിടെ ഒഴിഞ്ഞ ഷെല്ലുകളുടെ വീഞ്ഞപ്പെട്ടികൾ ഉണ്ട്. അവർ കുറച്ച് ചായ തിളപ്പിച്ചു. ചൂടിനെ സഹിച്ച് ജീവിക്കുവാൻ ഇതേ ഒരു വഴിയുള്ളൂ എന്ന് പറഞ്ഞു.

എന്റെ നേരെ മുന്നിൽ ആതുരാലയമാണ്. അതിന്റെ കഠിനമായ സാമീപ്യത്തെപ്പറ്റി ഞാൻ നിനക്ക് എഴുതിയിട്ടുണ്ട്.

ഇടതുഭാഗത്ത് കൂടാരങ്ങൾക്കിടയിൽ ദിക്കുകൾ നോക്കുന്ന ആളുകൾ അവരുടെ മൂന്നുകാലിൽ നിൽക്കുന്ന സ്റ്റാന്റിൽ സ്ഫടികാകൃതിയുള്ള ടെലസ്കോപ്പുമായി ബഹളം വെച്ചു നടക്കുന്നത് എനിക്ക് കാണാം.

എന്റെ അല്പം വലതുഭാഗത്ത് മാറി സൈനികർ ക്യാൻവാസ് വിരികൾക്ക് മുകളിൽ വെച്ച് അവരുടെ തോക്കുകൾ വൃത്തിയാക്കുകയാണ്. അവ വഴുവഴുപ്പുള്ളതാക്കുവാൻ ഉപയോഗിക്കുന്ന ഗ്രീസിന്റെ മണം എനിക്കു കിട്ടി. അവയിലെ കുഴലുകൾ ലോഹങ്ങൾ കൊണ്ട് ചുരണ്ടുന്ന ശബ്ദവും തോക്കിൻ കുഴലിലൂടെ ബ്രഷുകൾ കയറ്റുന്ന ശബ്ദവും കേൾക്കാൻ കഴിഞ്ഞു.

അല്പം മാറി അടുക്കളയാണ്. ഞാൻ അവിടെ ഉള്ളപ്പോൾ അവർ ഇന്ന് ഒരു പശുവിനെ കൊന്നു. ഉള്ളിലുള്ള എല്ലാ അവയവങ്ങളും ഒരു കൂനയായി വന്നുവീണു. ഇതൊക്കെക്കൂടി ആ ശരീരത്തിൽ എങ്ങനെ ഒതുങ്ങിക്കിടന്നു എന്ന് ഞാൻ അതിശയപ്പെട്ടു. നമ്മുടെ ശരീരത്തിലും ഇതുപോലെയൊക്കെ ഉള്ള കുടൽമാലയൊക്കെ ഉണ്ടാകുമോ? എന്റെ ഉള്ളിലും? അവർ കണ്ണ് അടക്കം അതൊക്കെ കുഴിച്ചിട്ടു. പശുക്കൾക്ക് ആപ്പിളിന്റെയത്ര വലിയ കണ്ണുണ്ട് എന്ന മട്ടിലാണ് അത് മാറ്റിയത്.

എന്നാൽ കുതിര ഇറച്ചി ഞങ്ങൾ ഇടയ്ക്ക് തിന്നാറുണ്ട്. അതിന് ഗോമാംസത്തിന്റെ രുചിയാണ്. ക്യാംപിന്റെ ഒരറ്റത്ത് അവർ പുതിയ കുഴികൾ കുഴിക്കുകയാണ്. അവർ ശുചിമുറികൾ നിർമ്മിക്കുകയാണ്. കാറ്റിൽ അവയുടെ വൃത്തികെട്ട മണം അടിച്ച് വരുന്നുണ്ട്.

എന്റെ സാഷൻകാ, നിനക്ക് ഇതൊക്കെ ഇഷ്ടപ്പെടുമെന്ന് ഞാൻ കരുതുന്നില്ല. എന്നാൽ ഇന്ന് ഇതാണ് ഞാൻ.

തുറന്ന കൂടാരങ്ങൾക്കു നടുവിൽ അടുക്കളയുടെയും ഉയർന്ന ഉദ്യോഗസ്ഥന്മാരുടെ ഭോജനശാലയുടെയും ഇടയിൽ വലിയ ശവദാഹക്കുന്നുണ്ട്. അവിടെയും ഇവിടെയും എല്ലാമായി ചിതറിക്കിടക്കുന്ന

ചെറിയ കുന്നുകളുമുണ്ട്. നീ ചിരിക്കും. ഞങ്ങൾ യഥാർത്ഥത്തിൽ കഴിയുന്നത് ആ വാക്കിന്റെ ശരിയായ അർത്ഥമായ ശ്മശാനത്തിലാണ്.

ഇത്തരം ശവദാഹക്കുന്നുകൾ ഇവിടെ എവിടെയും ഉണ്ട്. അവ ടിയറ്റ്സിനെ ചുറ്റി മുഴുവൻ സ്ഥലങ്ങളിലും പടർന്നുകിടക്കുന്നു. കിറിൽ ഗ്ലാസെനാപ് എന്നോട് അവരെപ്പറ്റി എല്ലാം പറഞ്ഞു. അവർക്ക് നമ്മളെപ്പോലെ ശ്മശാനം ഇല്ല എന്നതുകൊണ്ട് ഓരോ കുടുംബവും കൃഷിസ്ഥലത്തെ ഒരു മൂല പൂർവ്വികർക്കായി ഒഴിച്ചിടുമത്രെ. അവർ അവരുടെ മരിച്ചവരെ കുഴിച്ചിടില്ലത്രെ. മറിച്ച് അവർ ചെറിയ ഒരു മൺകൂമ്പാരം ഉണ്ടാകും. അവർ അതിൽ ശവപ്പെട്ടി നിർത്തിവെച്ച് അതിനു മുകളിൽ മണ്ണിട്ട് മൂടും. അത് ചോളത്തെപ്പോലെ ആകൃതിയുള്ള ഒരു കുന്നായി മാറുന്നു.

ഈ കുന്നുകളുടെ വലിപ്പം മരിച്ച ആളുടെ പ്രാധാന്യം പോലെ, ശവപ്പെട്ടിയുടെ വലിപ്പത്തെയും ആശ്രയിച്ച് ഇരിക്കുമത്രെ. ഈ കുന്നിന്റെ പുറകുഭാഗം കളിമണ്ണും വൈക്കോലും കൂടികൂട്ടിച്ചേർത്ത് തേച്ച് മൂടിവയ്ക്കുന്നു. അത് കിർഗിസ് ആട്ടിടയന്മാരുടെ കൂടാരംപോലെ കാഴ്ചയ്ക്ക് ഉണ്ടാകും. പൂർവ്വികർ തങ്ങളുടെ പേരക്കുട്ടികളെ കാത്തു രക്ഷിച്ചു കൊള്ളുമെന്ന് അവർ വിശ്വസിക്കുന്നു. അതുകൊണ്ട് അവർ അങ്ങനെ ചെയ്യുന്നു. ഞങ്ങളുടെ സൈനികർക്ക് ഈ കുന്നുകളൊന്നും അത്ര ഇഷ്ടമല്ല. കാരണം സംശയത്തോടെ വീക്ഷിക്കപ്പെടുന്ന ഒരാൾക്ക് വളരെ എളുപ്പത്തിൽ വന്ന് ഒളിക്കാൻ പറ്റിയ ഇടമാണ് ഈ ഓരോന്നും. ഞങ്ങൾ എപ്പോഴും ഞങ്ങളുടെ കാവലാളായി ഇരിക്കണം.

നിഗൂഢമായ പോസ്റ്റുകളിൽ മണിക്കൂറുകളോളം കാവൽ ഇരിക്കുന്ന സൈനികർ പറയുന്നത് അവിടെ ഒരുപാട് പാമ്പുകളുണ്ട് എന്നാണ്. ഇത്ര നാളായി ഞാൻ ഒരു ഇഴജന്തുവിനെപ്പോലും കണ്ടിട്ടില്ല. ഒരിക്കൽ ഞാൻ ഒരുകെട്ട് വിറക് ക്യാംപ് ഫയറിനു വേണ്ടി എടുത്തപ്പോൾ ഒരു മൂർഖൻ പാമ്പ് അതിൽനിന്ന് ചാടി നിലത്തേക്ക് ഊർന്ന് വന്ന് വീണു. അതിനു ശേഷം ആ പരിഭ്രമം ജീവിതകാലം മുഴുവൻ ഉണ്ടായിരുന്നു. ഇഴജന്തുക്കൾ ഇല്ലാതെ തന്നെ ഇവിടെ ഉപദ്രവിക്കുന്നവർ ഇഷ്ടം പോലെ ഉണ്ട്. ഞാൻ എന്റെ പോക്കറ്റിൽ ഒരു പഞ്ചസാരക്കട്ടയ്ക്കുവേണ്ടി കയ്യിട്ടപ്പോൾ അത് നിറയെ ഉറുമ്പുകളായിരുന്നു.

അയ്യോ, ഇത് ഞങ്ങൾക്കൊരു താരാട്ടാണ്. എന്നാൽ മരണത്തിന്റെ അയ്യോ വിളിയല്ല! മുമ്പ് ഞങ്ങൾക്ക് എല്ലാ ദിവസവും മരിച്ചവരെ വഹിച്ചു കൊണ്ട് പോകണമായിരുന്നു. എന്നാൽ ഇപ്പോൾ ഞങ്ങൾ കുരിശുകളൊന്നും അതിനുമുകളിൽ വെയ്ക്കാറില്ല. ഞങ്ങൾ ശവകുടീരങ്ങൾ ആരുടെയും കണ്ണിൽപ്പെടാതെ മൂടി വെയ്ക്കുകയാണ് ഇപ്പോൾ പതിവായി ചെയ്യുന്നത്. ഞാൻ നിനക്ക് മുമ്പ് എഴുതിയിരുന്ന ഒന്നിച്ച് ശവമടക്കുന്ന സ്ഥലത്ത് ചൈനക്കാർ വന്ന് രാത്രി കുഴിച്ച് ശവശരീരങ്ങൾ

അംഗഭംഗപ്പെടുത്തുകയും ഛിന്നഭിന്നമാക്കുകയും ചെയ്തിരുന്നു. അത്രയധികം അവർ ഞങ്ങളെ വെറുത്തിരുന്നു.

അല്പം ദൂരെ കാവൽ നിന്നിരുന്ന ഒരു കാവൽക്കാരൻ പുലർച്ചെ ഒരു പട്ടി മനുഷ്യന്റെ കൈ കരളുന്നതു കണ്ടപ്പോഴാണ് ഇത് തിരിച്ചറിഞ്ഞത്.

ടിയറ്റ്സിനിൽ നിന്ന് താകുവിലേക്ക് നദിയുടെ താഴ്ഭാഗത്തേക്ക് രണ്ട് പത്തേമാരികൾ നിറയെ അഭയാർത്ഥികളെയും വഹിച്ചുകൊണ്ട് പോയിട്ടുണ്ട്. എഞ്ചിനുകളെല്ലാം താറുമാറായിക്കഴിഞ്ഞു. അമേരിക്കക്കാരും നമ്മുടെ തീവണ്ടി എഞ്ചിനീയർമാരും അവ നേരെയാക്കാൻ ശ്രമിച്ചുകൊണ്ടിരിക്കുകയാണ്. ടെലിഗ്രാഫ് ടീം വാർത്താവിനിമയ കാര്യങ്ങൾ തിരികെ കൊണ്ടുവരാൻ ശ്രമിക്കുന്നു. എന്നാൽ എല്ലാ സാധനങ്ങളും വളരെ കുറച്ചേ നൽകുന്നുള്ളൂ, പ്രത്യേകിച്ച് നീണ്ട മരക്കാലുകൾ. ഇൻസുലേറ്ററുകൾക്ക് പകരം കുപ്പികളാണ് ഉപയോഗിക്കുന്നത്.

ചിലപ്പോഴൊക്കെ ഞങ്ങൾ സഖ്യകക്ഷികളുമായി കൂട്ടിമുട്ടാറുണ്ട്. എല്ലാ ദിവസവും പുതിയ സൈനിക സംഘങ്ങൾ വന്നുചേരുന്നു. ഇന്നലെ ഞങ്ങളുടെ ഉദ്യോഗസ്ഥന്മാർ ജപ്പാൻ ഉദ്യോഗസ്ഥന്മാരെ ഞങ്ങളുടെ അതിഥികൾ ആകാൻ ക്ഷണിച്ചു. യിഹേവറ്റാനുകളുമായുള്ള യുദ്ധത്തിന്റെ ബുദ്ധിമുട്ടുകൾ സംഭാഷണത്തിൽ പൊന്തി വന്നപ്പോൾ ഒരുവിധം റഷ്യൻ ഭാഷയിൽ സംസാരിക്കുവാൻ കഴിവുണ്ടായിരുന്ന ഒരു ജപ്പാൻകാരൻ പ്രഖ്യാപിച്ചു,

"ചൈനക്കാരുടെ വീര്യത്തിനുള്ള കാരണങ്ങൾ ഇനി പറയുന്നവയാണ്," അയാൾ അയാളുടെ കൈ മേശമേൽ വെച്ചപ്പോൾ എല്ലാ ഈച്ചകളും പറന്നുപോയി.

"ഇതാ നോക്കൂ, ഞാൻ കൈ എടുക്കേണ്ട താമസം ഈച്ചകളെല്ലാം തിരികെ പറന്നുവരും. യിഹേവറ്റാനുകളും ഈ ഈച്ചകളെപ്പോലെയാണ്. അവർ നമ്മെ അടിയിൽ മറഞ്ഞിരുന്നു കൊല്ലുന്നു. നമ്മൾ ആക്രമണത്തിന് മുതിർന്നാൽ അവർ ഒളിക്കുന്നു. പിന്നെ മാത്രമേ അവർ തിരിച്ചുവരികയുള്ളൂ."

പിന്നീട് അയാൾ കൈ പരത്തി സാമർത്ഥ്യത്തോടെ ഒരുപാട് ഈച്ചകളെ അടിച്ചു പറത്തി.

ജപ്പാൻകാരുടെ അസാധാരണമായ അച്ചടക്കവും ദൈവഹിതം എന്ന് തോന്നിപ്പിക്കുന്ന ധൈര്യവും വല്ലാതെ നമ്മിൽ മതിപ്പുളവാക്കും എന്നുതന്നെ എനിക്ക് തോന്നി. അതുകൊണ്ടാവണം അവർക്ക് ഇത്രയേറെ നാശനഷ്ടങ്ങൾ ഉണ്ടായിട്ടുണ്ടാവുക. അവരുടെ കമാന്ററായ ജനറൽ ഫുകുഷിമ പീറ്റേഴ്സ് ബർഗിൽ നിന്ന് വ്ളാഡിവോസ്റ്റോക് വരെ കുതിരപ്പുറത്ത് സഞ്ചരിച്ച് പേരുകേട്ട ആളാണ്. മാംസപേശികൾ കൊളുത്തിപ്പിടിച്ചതുപോലെ കാലുകൾ വലിച്ചുനീട്ടി നടക്കുന്ന ജപ്പാൻകാരുടെ കവാത്തു നടത്തൽ ഒരു തമാശമട്ടിലുള്ളതാണ്.

എല്ലാംകൂടി നോക്കിയാൽ ഞങ്ങളിവിടെ ആകർഷകമായ ഒരു കൂട്ടുകെട്ടാണ് ഉണ്ടാക്കിയെടുത്തിട്ടുള്ളത്.

അമേരിക്കക്കാരാണെങ്കിൽ മൃദുസമീപനക്കാരാണ്. വീതിയേറിയ അരികോടുകൂടിയ അവരുടെ തൊപ്പികളിട്ട് അവരെ കാണുമ്പോൾ അവർക്ക് വിഷയാസക്തരായ കൗബോയ്മാരുടെ മട്ടാണ് തോന്നുക. അവർ നന്നായി യുദ്ധം ചെയ്യും. എന്നാൽ അവരുടെ അച്ചടക്കം അത്ര മികച്ചതായിരുന്നില്ല. അവരെ കാണുമ്പോൾ എനിക്ക് മെയ്ൻറീഡ് നോവലുകളിലൊന്നിലാണ് ഞാൻ എന്നാണ് തോന്നാറുള്ളത്.

ഇവിടെ ശരിക്കുള്ള ഫ്രഞ്ചുകാർ അധികം ആരും തന്നെ ഇല്ല. ഇൻഡോ ചൈനയിൽനിന്ന് ധൃതിപിടിച്ച് കൊണ്ടുവരപ്പെട്ട സുവാവ്സ് മാത്രമാണ് ഉണ്ടായിരുന്നത്. അവർ ശരിക്കുള്ള സാധാരണ സൈനിക സംഘങ്ങളെപ്പോലെ ആയിരുന്നില്ല. അവർ വർദ്ധിത വീര്യക്കാരാണ്.

ഇംഗ്ലീഷുകാർക്ക് ഇവിടെ ശിപായികൾ ഉണ്ട്. പൊക്കത്തിൽ വൃത്തിയുള്ളവരും മഞ്ഞയും ചുവപ്പും തലപ്പാവ് ധരിച്ചിരിക്കുന്നവരുമാണ് ഇവർ. സൈനിക സംഘത്തിൽ എപ്പോഴും ഒരു ഇംഗ്ലീഷ് ഉദ്യോഗസ്ഥനും അയാളെക്കാൾ മൂന്നിരട്ടി പ്രായമുള്ള കീഴുദ്യോഗസ്ഥന്റെ പണികൾ ചെയ്യുന്ന ഒരു ശിപായിയും കൂടെ ഉണ്ടാകും. ഇംഗ്ലീഷ് ഉദ്യോഗസ്ഥന്മാർക്ക് അവരെ മുഴുവനായി ആശ്രയിക്കാൻ കഴിയുമെന്ന് എനിക്ക് തോന്നുന്നില്ല. ശിപായികൾ അവരുടെ തലപ്പാവിലും നെഞ്ചിലും കൂടി കൈകൾ അമർത്തിയാണ് സല്യൂട്ട് ചെയ്യാറുള്ളത്.

ഏതാനും കുറേ ആസ്ട്രിയക്കാർ ഇവിടെയുണ്ട്. അവരുടെ ദേശീയ പതാക വളരെ വലുതാണ്. അതുകൊണ്ട് അവരെ എല്ലാവരെയും കൂടി പുതപ്പിക്കാൻ സാധിക്കും.

ബെർസഗ്ലിറി-ആൽപൈനിലെ ഉന്നം പിഴയ്ക്കാത്ത വെടിവെയ്പുകാർ ഇറ്റലിയെ പ്രതിനിധാനം ചെയ്തു. 'പിക്ടോറിയൽ റിവ്യു' എന്നതിൽ നിന്ന് നേരെ ഇറങ്ങിവരുമ്പോലെയായിരുന്നു അവരെയെല്ലാം കാണാൻ. പൂവൻകോഴിയുടെ ചിറകുകൾകൊണ്ട് തൊപ്പിയും നഗ്നമായ കാലുകളും ചെറിയ റൈഫിളുകളും അവരുടെ കയ്യിൽ ഉണ്ടായിരുന്നു. അവർ എല്ലാവരോടും പുഞ്ചിരിച്ചു.

ഇന്ന് ഞാൻ ചില ജർമൻകാരെ അവരുടെ വിചിത്രമായ തവിട്ട് മേൽക്കുപ്പായങ്ങളിൽ കണ്ടു. അവരിൽ ഒരാൾ തിളയ്ക്കുന്ന വെയിലിൽ അവശനിലയിൽ ആയപ്പോൾ കൂട്ടുകാർ അയാളെ വലിച്ചിഴച്ച് തണലത്തേക്ക് കൊണ്ടുപോയി വീശിക്കൊടുത്തുകൊണ്ടിരുന്നു. ചുരുക്കത്തിൽ ഇവിടുത്തെ ചൂടിൽ ആൾക്കാർ ഇടയ്ക്ക് കുഴഞ്ഞുവീഴുന്നു.

ചിലപ്പോൾ ഇതെല്ലാം ഒരു വിചിത്രമായ കപടനാട്യമാണെന്ന് എനിക്ക് തോന്നാറുണ്ട്- ഈ യൂണിഫോമുകളും നല്ല വേഷങ്ങളും ഹെൽമെറ്റുകളും തലപ്പാവുകളും ഒക്കെ. ആളുകൾ മരണത്തിനുനേരെ

മൂക്കിൽ വിരൽവെച്ച് ഉത്സവത്തിന് പോകുംപോലെയാണ് ഒരുങ്ങാറുള്ളത്. അതാണോ ഞങ്ങൾ ഇവിടെ ചെയ്യുന്നത്?

ശ്രദ്ധേയമായ മറ്റൊരു കാര്യം എന്തെന്നാൽ സഖ്യകക്ഷികൾ തമ്മിൽ വളരെ സൗഹാർദ്ദപരമായ ബന്ധങ്ങൾ, പ്രത്യേകിച്ച് ആണുങ്ങൾ തമ്മിൽ പോലും നിലനിന്നിരുന്നു എന്നതാണ്. മറിച്ചായിരുന്നെങ്കിൽ ഒരേപോലുള്ള അപകടങ്ങളും വിയോഗങ്ങളുമൊക്കെ ഉണ്ടാവുമ്പോൾ, യുദ്ധത്തിൽ പരസ്പരം തുണയ്ക്കേണ്ടിവരുമ്പോൾ ഒക്കെ എങ്ങനെയായേനെ?

നിനക്കറിയുമോ, എന്താണ് ശരിക്കും സ്തുത്യർഹമായത് എന്ന്? ഇംഗ്ലീഷുകാരുടെ വെള്ള ഹെൽമെറ്റും ഫ്രഞ്ചുകാരുടെ വട്ടത്തിലുള്ള നീല ഹെഡ്ഗിയറും ജർമ്മൻകാരുടെ ഹെൽമെറ്റുകളും ശിപായിമാരുടെ തലേൽ ക്കെട്ടും വിഷയാസക്തരെപ്പോലെ തോന്നിക്കുന്ന തലതിരിഞ്ഞ അമേരിക്ക ക്കാരുടെ തൊപ്പികളും വെള്ളനിറത്തിലുള്ള ജപ്പാൻകാരുടെ ചെറിയ കെപീസും ഞങ്ങളുടെ സൈനികതൊപ്പിയും എല്ലാം കൂടി ഒന്നിച്ച മനുഷ്യകുടുംബം നിലനിൽക്കുകയും ഞങ്ങളുടെ പൂർവ്വികർ നടത്തി യിട്ടുള്ള എല്ലാ യുദ്ധങ്ങളും ഭൂതകാലത്തേക്ക് പിൻവാങ്ങുകയും ചെയ്ത തായി എനിക്ക് തോന്നി. ഞങ്ങളുടേത് മിക്കവാറും അവസാനത്തെ യുദ്ധ മാകാനാണ് സാധ്യത.

ചിലപ്പോൾ ഞാൻ ജോലിയിൽ അല്ലെങ്കിൽ മുറിവേറ്റ ഭടന്മാരുടെ കൂടാരങ്ങളിൽപോയി അവരുടെ വർത്തമാനങ്ങൾ കുറേ നേരത്തേക്ക് ശ്രദ്ധിച്ച് അവിടെ ഇരിക്കും. ഇന്ന് കൂടാരങ്ങളിൽ ഒന്നിൽ അവർ യുദ്ധ ആയുധങ്ങളെക്കുറിച്ച് സംസാരിക്കുകയായിരുന്നു.

രണ്ടാമത്തെ സംഘത്തിലെ മേലുദ്യോഗസ്ഥൻ ആൻസെലത്തിന്റെ കൈമുട്ടുകൾ ചിതറിത്തെറിക്കുകയും മൂക്ക് കൂർത്ത ആയുധംകൊണ്ട് ഛേദിക്കപ്പെടുകയും ചെയ്യപ്പെട്ടിരുന്നു. ഒരു കൈ ഇല്ലാതെ, മൂക്കു ഛേദിക്ക പ്പെട്ട് വികൃതമാക്കപ്പെട്ട അയാൾ അപ്പോഴും എല്ലാം ലഘുവായി എടുത്ത് സന്തോഷത്തോടെ ഇരുന്നു. ചൈനക്കാർ ഏറ്റവും പുതിയ പുകയില്ലാത്ത ക്രുപ്പ്സ് തോക്കുകൾ ഉപയോഗിച്ച് അവിടുത്തെ തീവണ്ടിപ്പാളത്തിന്റെ തീരങ്ങളിലും പിന്നെ നഗരത്തിലെ വെളിപ്രദേശങ്ങളിലും ഒക്കെ ഒളിച്ചു നിന്ന് ആണ് വെടിവെയ്ക്കുന്നത് എന്നാണ് അയാൾ പറഞ്ഞത്.

ബാൻഡേജ് ഇട്ട മുഖവുമായി ജീവിതകാലം മുഴുവൻ വിലക്ഷണ രൂപമാകാൻ പോകുന്ന, വികൃതമാകാൻ പോകുന്ന ഒരാൾ, ഒരു വിഷമ വുമില്ലാതെ എപ്പോഴും ചിരിക്കാനുള്ള ശക്തിയും, മുറിവേറ്റ മനുഷ്യരോട് സഹതപിക്കുകയും അനുകൂലിക്കുകയും ഒക്കെ ചെയ്യാനുള്ള മനഃസ്ഥിതി യുമുള്ള അയാളെ കാണുന്നത് തന്നെ ഒരു അതിശയമായിരുന്നു. എനിക്ക് ചിന്തിക്കാതിരിക്കാൻ കഴിഞ്ഞില്ല: എനിക്കതിന് കഴിയുമോ?

കൊസ്സാക്കുകൾക്ക് മുറിവേറ്റാൽ അവർ വലിയ സഹനശക്തി കാണിക്കും. ഞങ്ങളുടെ അമർ ഭാഗത്തെ കൊസ്സാക്ക് സെർജന്റ് സാവിൻന് താടിയിൽ മുറിവേൽക്കുകയും നാവ് ഒരുപാട് ഉള്ളിലേക്ക്

ഇറങ്ങിപ്പോവുകയും അത് വായിൽ ശരിയാകാതെ വരികയും ചെയ്തു. എന്നാലും അയാൾ പുഞ്ചിരിക്കാൻ ശ്രമിച്ചു, ആളുകൾ ചുറ്റും വളയപ്പെട്ട, ഒരു സ്ത്രീയെപ്പോലെ.

ഞാൻ റബക്കോവിനെക്കുറിച്ച്-കാലുകൾ ചതഞ്ഞരഞ്ഞയാൾ-നിനക്ക് എഴുതിയിരുന്നത് ഓർമ്മയുണ്ടോ? അയാളുടെ കാലുകളിൽ ഒന്ന് മുട്ടിൽവെച്ച് മുറിച്ചുകളഞ്ഞു. അയാൾ പറയുന്നു, അത് അയാൾക്ക് ഇപ്പോഴും ഉണ്ട് എന്ന തോന്നലുണ്ടാകുന്നുവെന്ന്. അയാളെക്കുറിച്ച് ഓർക്കുമ്പോൾ ഞാൻ വിചാരിക്കുകയാണ് മരണശേഷവും ഒരാൾക്ക് തന്റെ ശരീരത്തെക്കുറിച്ച് അത് നിലനിൽക്കുന്നില്ലെങ്കിൽപ്പോലും ഉണ്ട് എന്ന തോന്നൽ ചിലപ്പോൾ ഉണ്ടാകുന്നുണ്ടാകും എന്ന്.

അവർ പുതിയ മുറിവേറ്റവരെ എന്നും കൊണ്ടുവന്നു. ഇന്ന് സന്തോഷകരമായ ഒരു മാറ്റമുണ്ടായി. ജീവനോടെയുള്ളവർ ഇപ്പോഴും ജീവനോടെയുണ്ട്. മുറിവേൽക്കാത്തവർ മുറിവേൽക്കാതിരിക്കുന്നു. എന്നാൽ ഇന്നലെ അവർ അതിവേഗത്തിൽ ഒരാളെ ഞങ്ങളുടെ അടുത്തേക്ക് അയച്ചു. അയാൾക്ക് തീപ്പൊള്ളലേറ്റു, അബദ്ധത്തിൽ സംഭവിച്ചതാണ് എന്ന് അവർ പറഞ്ഞു. ഇരുട്ടത്ത് ഭയന്ന ഒരു കാവൽക്കാരൻ അയാളെ ചാരനാണെന്ന് കരുതി പിടികൂടുകയായിരുന്നു. അവിടെ സ്ട്രെക്ച്ചറുകളൊന്നും തന്നെ ഉണ്ടായിരുന്നില്ല. അവർ ആ പാവം മനുഷ്യനെ കേടുപാടുകൾ പറ്റിയ ഒരു വീടിന്റെ വാതിലിൽ കിടത്തി കൊണ്ടുവന്നു. അയാൾക്ക് നാഭിപ്രദേശത്ത് മുറിവേറ്റിട്ട് വല്ലാത്ത വേദനയിലായിരുന്നു. ശത്രുവിന്റെ കൈകൾ കൊണ്ടല്ലാതെ ഞങ്ങളിൽ ആരുടെയെങ്കിലും വെടിയുണ്ടകൊണ്ട് മരിക്കുമെന്ന അയാളുടെ തോന്നൽ കൊണ്ടുതന്നെ അയാളുടെ ദുരിതം കൂടിയതേയുള്ളൂ. അയാളുടെ രക്തത്തിൽ വിഷം പടർന്നേക്കുമെന്ന ഒരു ഭയം അവർക്കുണ്ടായി. ശരിയായ മുറിവുകളേക്കാൾ മനുഷ്യർ മരിക്കുക അതുകൊണ്ടാണ്.

ഞങ്ങളുടെ സർജൻ ചൂടൻ സെറാംബയുടെ അടുത്തേക്ക് ഞാൻ പോയി. അയാൾ നല്ല സ്വഭാവത്തിലാണെങ്കിൽ അയാൾ തന്റെ പീക്കിംഗ് മിഷനിൽ ജോലി ചെയ്തിരുന്നതിനെക്കുറിച്ചുള്ള കഥകൾ പറഞ്ഞ് ഞങ്ങളെ ചിരിപ്പിക്കുമായിരുന്നു. അദ്ദേഹത്തിന് ചൈനീസ് ഭാഷ കുറച്ച് അറിയാമായിരുന്നു. ഇന്ന് ചായ കുടിക്കുമ്പോൾ ഒരു ചെറുപ്പക്കാരനായ ചൈനക്കാരൻ അമ്മയുടെ അസുഖത്തെക്കുറിച്ച് വിശദീകരിക്കാൻ വന്നു. സെറാംബ ചെറുപ്പക്കാരന് കുറച്ച് മരുന്ന് കൊടുത്തു. അമ്മയ്ക്കു കൊണ്ടുപോയി കൊടുക്കാതെ അയാളത് സ്വയം അങ്ങ് കഴിച്ചു. മകൻ മരുന്നു കഴിച്ചാൽ അമ്മയുടെ അസുഖം മാറും എന്ന ചിന്താഗതി ആ ചെറുപ്പക്കാരന് വിചിത്രമായി തോന്നിയതേയില്ല! ചൈനക്കാരുടെ വളർച്ചയെക്കുറിച്ച് ഇതിലൂടെ ഏകദേശം ഒരു അറിവ് കിട്ടി.

സർജന് ഒരുപാട് പണികൾ ചെയ്യാനുണ്ട്. അയാൾ ഒരു ഓപ്പറേഷൻ നടത്താനായി പോയിട്ടേയുള്ളൂ. നഗരങ്ങളിലും മറ്റും കേടുപാടുകൾ

നന്നാക്കുന്ന ഒരു സംഘം സൈനികരിൽനിന്ന് ഒരാൾക്ക് ഗുരുതര രോഗബാധയായതിനാൽ അയാളെ കൊണ്ടുവന്നിരുന്നു. അയാൾ അയാളുടെ കാലിനായി അവരോട് യാചിച്ചു. സെറാംബ അയാളുടെ കാൽ മുറിച്ചുകളഞ്ഞതായി ഞാൻ പിന്നീട് അറിഞ്ഞു.

"ഞാൻ ഒരിക്കലും വെറുതെ മുറിക്കില്ല."

അയാൾ അത് പറഞ്ഞ് സൈന്യത്തിനായി ക്ലോറോഫോം മുഖം മൂടികൾക്കായി കല്പനകൊടുത്തു. നിനക്കറിയുമോ, മറ്റൊരു ദിവസം ഞാൻ ആകാംക്ഷകൊണ്ട് ആ മുഖംമൂടിയിലൊരെണ്ണം മണപ്പിച്ചു നോക്കി. രുചിയില്ലാത്ത, ചൂടുള്ള റബ്ബറിന്റെ മണമുള്ള വായു അതിൽ തങ്ങിനിന്നിരുന്നു.

ചില സമയങ്ങളിൽ ഞാൻ ലൂസിയുമായി കുറച്ചുനേരം സംസാരിച്ചു. ഇന്നലെ വൈകുന്നേരം അവൾ സർജന്റെ സഹായിയെ വസ്ത്രം മാറ്റാനും സഹായിച്ചു. അവർക്ക് ഒട്ടിപ്പിടിച്ചിരുന്ന മുറിവിലെ ബാൻഡേജ് മാറ്റിക്കളയണമായിരുന്നു. അയാൾ വേദനകൊണ്ട് അവളുടെ കയ്യിൽ ഇറുക്കിപ്പിടിച്ചു. അവൾ ഒരു പുഞ്ചിരിയോടെ അവളുടെ കൈക്കുഴകൾ എനിക്ക് കാണിച്ചു തന്നു. അവ നീലയും കറുപ്പുമായി കിടന്നിരുന്നു. അവൾ തന്റെ ആ മുറിവുകളെ ഓർത്ത് അഭിമാനിച്ചു.

അത്യാവശ്യമുണ്ടായ സാഹചര്യത്തിൽ ഒരു നഴ്സ് ആയതാണ് ലൂസി. ടിയറ്റ്സിനിൽ നിന്ന് താക്കുവിലേക്കുള്ള തീവണ്ടിയിൽ അവൾ അഭയാർത്ഥികളെയുംകൊണ്ട് നഗരം വിടാൻ ഒരുങ്ങി. ആ തീവണ്ടി മുറിക്കു തീപിടിച്ചു. യാത്ര മുടങ്ങി. സ്ത്രീകളും കുട്ടികളും മുറിവേറ്റവരുമടക്കമുള്ള നിർഭാഗ്യവാന്മാരായ ആളുകൾക്കും തിരിച്ചുപോകണമായിരുന്നു. എന്നാൽ തീവണ്ടിപ്പാത തകർക്കപ്പെട്ടിരുന്നു. അവർക്കെല്ലാം ആ പിടിച്ചടക്കപ്പെട്ട നഗരത്തിൽത്തന്നെ ഭയങ്കരമായ ബോംബ് ആക്രമണങ്ങൾ സഹിച്ച് തങ്ങേണ്ടിവന്നു. ഒന്നും ചെയ്യാതെ അവിടെ താമസിക്കേണ്ടിവന്നപ്പോൾ അതിനു കഴിയാതെ അവൾ ആശുപത്രിയിൽ സഹായിക്കുവാനായി പോയി. അവൾക്ക് മറ്റ് അഭയാർത്ഥികളോടൊപ്പം പോകാമായിരുന്നു. എന്നാൽ അവൾ സൈന്യത്തോടൊപ്പം താമസിക്കാമെന്ന് തീരുമാനിക്കുകയാണ് ഉണ്ടായത്. ലൂസിയുടെ സ്നേഹവായ്പും ഉന്മേഷവും പുരുഷന്മാർക്ക് മരുന്നുപോലെ തന്നെ വേണമായിരുന്നു.

ഞാൻ അവളോട് സംസാരിച്ചപ്പോൾ എന്റെ കണ്ണുകൾ ആ മറുകിലേക്ക് അറിയാതെ ചെന്നെത്തി. അവൾ ആ നോട്ടം ശ്രദ്ധിച്ച് അത് തന്റെ കൈകൾകൊണ്ട് മറച്ചു. അത് കാര്യങ്ങൾ വഷളാക്കി.

പുരുഷന്മാർ അവളിലേക്ക് ഒഴുകി. അത് മനസ്സിലാക്കാവുന്നതേയുള്ളൂ. വീട്വിട്ട് ഓടിവന്നവരും വളരെ അടുത്തുള്ളവരെ വിട്ട് ഓടിവന്നവരുമായ ഒരുപാട് പുരുഷന്മാരും ഒക്കെ അവരിലുണ്ടായിരുന്നു. എല്ലാവർക്കും മൃദുസമീപനവും മനുഷ്യത്വപരമായ വാക്കുകളും ഊഷ്മളതയുമൊക്കെ

വേണമായിരുന്നു. ലൂസിയാകട്ടെ എല്ലാവരുമായി അതേപോലെ അടുപ്പത്തിലാവുകയും എന്നാൽ ആരെയും അധികം അടുക്കാൻ സമ്മതിക്കാതിരിക്കുകയും ചെയ്തു. ഗ്ലാസെനാപിനോടു മാത്രം ഒരു പ്രത്യേകത പുലർത്തി. ഞാൻ അവരെ ഇടയ്ക്ക് ഒന്നിച്ച് കണ്ടു, ഊർജ്ജസ്വലരായി എന്തോ ചർച്ചചെയ്യുന്നു. നഴ്സിന് സരളമായ, നേർത്ത, സമ്മതിക്കുന്ന തരത്തിലുള്ള ഒരു ചിരിയുണ്ട്. ഇപ്പോൾ കിറിൽ അവളുടെ അടുത്ത് നിന്നും വന്ന് കിടക്കയിലേക്കു വീണ് നെടുവീർപ്പിട്ട് ഒന്നും മിണ്ടാതെ കിടന്നു. വെള്ളം കുടിക്കാനുള്ള ചില്ലുഗ്ലാസ്സിന്റെ അടിഭാഗം പോലെ കട്ടിയുള്ള ലെൻസുകൾ കൊണ്ടുള്ള കണ്ണടയിൽനിന്ന് അയാൾ മണൽ തുടച്ചുമാറ്റി. ഞാൻ ഒരുപ്രാവശ്യം അവയിലൂടെ നോക്കി. എന്റെ കണ്ണുകൾ വേദനിച്ചു.

ഈ സമയത്ത് ഇരുട്ട് വേഗം പടർന്നു. ചീവീടുകളും തവളകളും അവയുടെ സായാഹ്നപാട്ടുപരിപാടി തുടങ്ങി. കൊതുകുകൾ വീണ്ടും എത്തിത്തുടങ്ങി. എനിക്ക് എല്ലാവശത്തുനിന്നും അവയെ അടിക്കുന്ന ശബ്ദങ്ങളും ശാപവാക്കുകളും കേൾക്കാൻ കഴിയുന്നുണ്ട്.

ഞാൻ ഇരുട്ടിനായി കാത്തു. കാര്യങ്ങൾ കുറേക്കൂടി ഭേദമാകുമെന്ന് വിചാരിച്ചുവെങ്കിലും മറിച്ചായിപ്പോയി. കാറ്റ് നിന്നു. ഭൂമി പകലിന്റെ ചൂട് മുഴുവൻ പുറത്ത് കളഞ്ഞ് അന്തരീക്ഷമാകെ വിങ്ങുന്ന പോലെയായി.

ഇന്നത്തെ മണൽക്കാറ്റ് എല്ലാറ്റിനും മേലെ ഒരുനിര മണൽ വിരിച്ചു. അത് എന്റെ പല്ലുകളിൽ കിരുകിരുപ്പുണ്ടാക്കുകപോലും ചെയ്യുന്നു. എനിക്ക് എപ്പോഴും എന്റെ വായ കഴുകാൻ, കുൽക്കുഴിയാൻ തോന്നി. ഏറ്റവും ഭയങ്കരം ദാഹമായിരുന്നു, ഞാൻ തുടരെത്തുടരെ എന്റെ ഫ്ളാസ്ക് എടുത്ത് ചുണ്ടോട് അടുപ്പിച്ചു. എന്റെ ദാഹത്തെ ഇരട്ടിയാക്കി. എന്റെ മുഖവും ശരീരവും മുഴുവൻ വിയർപ്പിൽ മുങ്ങി. മണൽ എന്റെ തൊലിയിലൊട്ടി കട്ടിയുള്ള ഒരു നേർത്തപാടപോലെയായി. ഓ, എന്റെ പക്ഷത്ത് നിന്നുള്ള പരാതികൾ ഇതാ നിർത്തുകയാണ്. ഇതെല്ലാം പ്രാധാന്യമില്ലാത്ത വിഡ്ഢിത്തരങ്ങളാണ്, എന്നെ വിശ്വസിക്കുക!

ഇപ്പോൾ എനിക്കറിയാവുന്ന ഒരുകാര്യം എന്തെന്നാൽ എന്റെ സാഷൻക, ഈ യുദ്ധമെന്നു പറഞ്ഞാൽ തമ്മിൽ പോരും പൊട്ടിത്തെറികളും മുറിവുകളും മാത്രമല്ല, അവസാനമില്ലാത്ത കാത്തിരിപ്പും അനിശ്ചിതത്വവും വിരസതയുമാണ്. ഇങ്ങനെയുള്ള ഒരു അവസരത്തിലാകുമ്പോഴാണ് കിറിലുമായുള്ള എന്റെ സുഹൃദ്ബന്ധം എനിക്ക് സുഖമാകുന്നത്. ഞങ്ങൾ സൂര്യനു താഴെയുള്ള എല്ലാറ്റിനെയും കുറിച്ച് സംസാരിക്കുന്നു, ചിലപ്പോൾ വാഗ്വാദം നടക്കും. വഴക്കുകൂടുക വരെ ചെയ്തു ദേഷ്യപ്പെടുകയും ചെയ്യും. എന്നാൽ കൂടുതൽ നേരത്തേക്ക് അത് നീണ്ടു നിൽക്കില്ല. ഞങ്ങൾ പിണങ്ങി എന്നതുതന്നെ മറന്ന് വീണ്ടും എന്തിനെയെങ്കിലും കുറിച്ച് സംസാരിക്കാൻ തുടങ്ങും.

എനിക്കറിയാം, നിനക്ക് അയാളെ ഇഷ്ടപ്പെടും. ഗ്ലാസെനാപിനും എനിക്ക് ഇഷ്ടമില്ലാത്ത ചില ശീലങ്ങളുണ്ട്. ഉദാഹരണത്തിന് സംസാരിക്കുമ്പോൾ വികാരാവേശത്താൽ കൈവീശി മറ്റേയാളുടെ ഉടുപ്പിന്റെ കയ്യിൽ കയറിപ്പിടിക്കുക എന്നത്. എനിക്ക് അയാളോട് വളരെ ഇഷ്ടം തോന്നുന്നുണ്ട്. അയാളുടെ ആധികാരികമായ ഉയർന്ന ശബ്ദവും കണ്ണടയ്ക്കുള്ളിലൂടെ കാണുന്ന, ബുദ്ധി തോന്നിക്കുന്ന, ഇടുങ്ങിയ കണ്ണുകളും എനിക്ക് ഇഷ്ടമാണ്.

ചെറിയ ചൈനീസ് അലങ്കാരപ്പണികളോടുകൂടിയ തലയിണ തലയ്ക്കടിയിൽ വെച്ചാലേ അയാൾക്ക് ഉറങ്ങാൻ കഴിയൂ. അതിന്റെ ഉള്ളിൽ നിറച്ചും പ്രത്യേകതരം ചായപ്പൊടിയാണ്. ആ ചായപ്പൊടിയുടെ മണം കണ്ണുകൾക്ക് വളരെ നല്ലതാണ് എന്ന് അയാൾ അവകാശപ്പെടുന്നു.

അയാൾ എപ്പോഴും അദ്ഭുതപ്പെടുത്തുന്ന കാര്യങ്ങൾ പറയുന്നു. ഉദാഹരണത്തിന് ഈ കഥ നിനക്ക് എങ്ങനെ ഇഷ്ടമായി? ചുറ്റുമുള്ള എല്ലാറ്റിനെയും ഘടിപ്പിക്കുകയും അന്തരീക്ഷത്തിൽ വ്യാപിക്കുകയും ചെയ്യുന്ന ഊർജ്ജത്തിന് ചൈനീസ് ഭാഷയിൽ 'ചി' എന്നാണ് പറയുക. "ചി"യെ സംഗീതം വഴി സ്വാധീനിക്കാൻ കഴിയും. മുൻകാലങ്ങളിൽ ഒരു സൈന്യം യുദ്ധത്തിന് സജ്ജമാണെന്ന് അറിയിക്കാൻ സൈനികർക്കിടയിൽ നിന്നൊരു പാട്ടുകാരൻ പ്രത്യേകമായ കാഹളം മുഴക്കി കാര്യങ്ങൾ പറഞ്ഞ് ബോധ്യപ്പെടുത്തുമായിരുന്നുവത്രെ. കാഹളശബ്ദം നേർത്തതാണെങ്കിൽ യുദ്ധവീര്യവും അതുപോലെയായിരുന്നു, അത് പ്രവചനം പോലെ തോൽവിയേറ്റുവാങ്ങുമായിരുന്നു. അതിനാൽ ഇത്തരം രീതികളിലാവുമ്പോൾ പ്രധാന ഉദ്യോഗസ്ഥൻ അയാളുടെ സൈന്യത്തോട് യുദ്ധം ചെയ്യാനല്ല, പിന്മാറാനാണ് ഉത്തരവ് കൊടുക്കുക. നീ ചിരിച്ചുവോ?

അവസരങ്ങൾ ലഭിക്കുമ്പോൾ ഗ്ലാസെനാപ് ഭംഗിയിൽ എഴുതാൻ ശീലിക്കുന്നു. അയാൾക്ക് ബ്രഷുകളുടെ മുഴുവൻ സെറ്റും ഉണ്ട്. മഷിയാകട്ടെ കൽക്കരിപ്പൊടികൊണ്ടുള്ളതാണ്. വെട്ടിയെടുത്ത ഒരു പൊള്ളയായ വെള്ളം നിറച്ച കല്ലിൽ കമ്പുകളുരച്ച് മഷിമുക്കി അയാൾ എഴുതുന്നു.

എന്നാൽ അധികം കടലാസ്സ് ചിലവാക്കാൻ ഇല്ലാത്തതിനാൽ അയാൾ ബോർഡിലോ, ക്യാൻവാസ് ഷീറ്റിലോ ഒക്കെ വെറും വെള്ളത്തിൽ ബ്രഷ്മുക്കി എഴുതുന്നു. മുകളിൽ നിന്ന് താഴേക്ക് ഒരു കവിതപോലെ എഴുതിയ ചിത്രലിപികൾ. അയാൾ കവിത എഴുതിക്കഴിയുമ്പോൾ ആദ്യഭാഗങ്ങളൊക്കെ സൂര്യനാലും കാറ്റിനാലും മായ്ക്കപ്പെടുന്നു. സാഷൻക, അത് എത്ര അദ്ഭുതകരമാണെന്ന് നിനക്ക് കണ്ടാലേ അറിയൂ.

നീ നോക്ക്, ചിലപ്പോൾ ഞങ്ങൾക്ക് ഇവിടെ നല്ല സമയമാണ്.

എന്നോട് ക്ഷമിക്ക്, ഞാനൊരു തമാശ പറയാൻ ശ്രമിച്ചു, അത് വിഡ്ഢിത്തമായിപ്പോയി.

എന്റെ മനസ്സിൽ നിന്ന് കാര്യങ്ങളൊക്കെ ഒന്ന് ഒഴിവാക്കുവാൻ കിട്ടുന്ന ഓരോ അവസരവും ഞാൻ ഉപയോഗിക്കുന്നു.

കിറിൽ അക്ഷരങ്ങൾ ഭംഗിയാക്കാൻ വീണ്ടുംവീണ്ടും പരിശീലിക്കുന്നു. എനിക്ക് അതൊന്ന് ചെയ്യാൻ ശ്രമിക്കണമെന്ന ആഗ്രഹം ഒതുക്കാനായില്ല. സ്വയം ഞാൻ ചില വരകൾ വരച്ചു. ഗ്ലാസനാപ് പറഞ്ഞു, എന്റെ വരകൾ ഒരു മുളങ്കൂട്ടംപോലെ ഉണ്ടായിരുന്നു എന്ന്. ഞാൻ വിവരിക്കാൻ ആവാത്തവിധം അഭിമാനം പൂണ്ടു. എന്നാൽ അത് തെറ്റായിരുന്നു എന്നു തെളിഞ്ഞു. ഒന്ന് ചിന്തിച്ചുനോക്കുക, ഒരു ബ്രഷിന്റെ വര ആടിന്റെ തലപോലെയോ, എലിയുടെ വാല് പോലെയോ അല്ലെങ്കിൽ ഒരു പൊട്ടിയ ശിഖരം പോലെയോ, അങ്ങനെ ഒന്നും ആവാതെ, ഒന്നും യാഥാർത്ഥ്യം പോലെ ആവാതെ ഇരിക്കുന്നത്. ഒരുനേർവര ഒരു കൂട്ടമായി പത്തായിരം ലിപിപോലെ ഇരിക്കും എന്നെനിക്കറിയാം. ഞാൻ ഭംഗിയിലെഴുതാൻ പഠിക്കുന്നത് നിർത്താമെന്ന് തീരുമാനിച്ചു.

പുരാതനകാലത്ത് എഴുത്ത് ബലിപൂജയ്ക്കായി നടത്തിയിരുന്ന ഒരു ആചാരത്തിന്റെ ഭാഗമായിരുന്നു. ചിത്രങ്ങളാകട്ടെ ആരാധനക്രമങ്ങൾ, പങ്കെടുക്കുന്നവർ, ആരാധനയ്ക്കാവശ്യമായ പാത്രങ്ങളും മറ്റു സാമഗ്രികളും ഒക്കെ എന്തൊക്കെയാണെന്നും മറ്റും കാണിച്ചുതരുന്നു. അതെല്ലാം ഇതിലൂടെ നന്നായി മനസ്സിലാക്കാവുന്നതാണ്. എന്നാൽ പിന്നീട് എന്തോ അതിശയകരമായ കാര്യങ്ങൾ നടന്നു! നീ നോക്ക്, ആ ചിത്രങ്ങൾ നോക്കിയാൽ ഗൂഢാർത്ഥങ്ങൾ എല്ലാവർക്കും പിടികിട്ടുന്ന മട്ടിലേക്ക് അത് മാറി. ഒരു പട്ടി പട്ടിയായിരുന്നു, ഒരു മത്സ്യം മത്സ്യമായിരുന്നു, ഒരു കുതിര കുതിരയായിരുന്നു, ഒരു മനുഷ്യൻ മനുഷ്യനായിരുന്നു. പിന്നീട് അവർ മനഃപൂർവ്വം എഴുത്തിനെ സങ്കീർണ്ണമാക്കി. അങ്ങനെയാകുമ്പോൾ താത്പര്യമുള്ളവർക്കു മാത്രമേ മനസ്സിലാവുകയുള്ളൂ. മരങ്ങൾ, സൂര്യൻ, ആകാശം, നദി ഇവയിൽ നിന്ന് സ്വതന്ത്രമായ ചിഹ്നങ്ങൾ ആരംഭിച്ചു. മുമ്പ് ചിഹ്നങ്ങൾ ഐക്യത്തിന്റെയും ലോകസൗന്ദര്യത്തിന്റെയും പ്രതിഫലനമായിരുന്നു. ഇപ്പോൾ ആ ഐക്യം എഴുത്തിന്റെ കലയിലേക്ക് മാറി. അക്ഷരങ്ങൾ സൗന്ദര്യം പ്രതിഫലിപ്പിക്കാതെയായിരിക്കുന്നു; അവ സൗന്ദര്യം തന്നെയായിരുന്നു.

ഇതെല്ലാം എനിക്ക് വളരെ വ്യക്തവും പരിചിതവുമാണ്.

കിറിലിന് സഹോദരിയുടെ വിവാഹത്തിന് പോകാൻ കഴിയാത്തതിൽ ദുഃഖമാണ്. അയാളുടെ അമ്മയ്ക്ക് അയാൾ പോകുന്നതിൽ തീരെ താത്പര്യമുണ്ടായിരുന്നില്ല എന്നും അയാൾ കൊല്ലപ്പെടുമോ എന്ന് അവർ വല്ലാതെ ഭയന്നിരുന്നതായും പറഞ്ഞു.

"ഞാൻ എന്നെക്കുറിച്ച് ഓർത്ത് ഒരിക്കലും ഭയന്നിട്ടില്ല. എന്നാൽ ഞാൻ അവരെച്ചൊല്ലിയാണ് ഇപ്പോൾ ഭയക്കുന്നത്." അയാൾ ഇങ്ങനെയാണ് പറഞ്ഞത്.

ഞാൻ ഒന്നും പറഞ്ഞില്ല. എനിക്കറിയാം എന്റെ അമ്മയും ഇതേ പോലെ ഭയക്കുന്നുണ്ട് എന്ന്.

ഞങ്ങൾ റെയിൽവേസ്റ്റേഷനിൽ വെച്ച് യാത്ര പറയുമ്പോൾ അമ്മ കരഞ്ഞുകൊണ്ട് എന്നെ ഉമ്മവെയ്ക്കാൻ വന്നു. എനിക്ക് ലജ്ജ തോന്നി. അവരുടെ ആലിംഗനത്തിൽ നിന്ന് വിട്ടുപോകാൻ ശ്രമിച്ചു.

എന്നാൽ അവരുടെ അന്ധനായ മനുഷ്യനും എന്നെ കെട്ടിപ്പിടിക്കാൻ ശ്രമിച്ചു. അയാൾ കുറ്റിരോമം നിറഞ്ഞ കവിൾകൊണ്ട് എന്നെ ഉരച്ചു. പിരിയാൻ നേരം അയാൾ പറഞ്ഞു, "ശരി, നീ എന്നോട് എന്തെങ്കിലും പറയ്."

എന്നാൽ എനിക്ക് പുറത്തേക്ക് വന്നത്,

"പൊയ്ക്കോളൂ! എല്ലാം ശരിയാകും പൊയ്ക്കോളൂ!" എന്നാണ്.

സാഷ, നോക്ക്, ഞാൻ എന്നെ വിശ്വസിപ്പിച്ചിരുന്നത് ഞാൻ അവരെ ഇഷ്ടപ്പെട്ടിരുന്നില്ല എന്നാണ്. ഇല്ല, നിനക്കത് തീർച്ചയായും മനസ്സിലാവില്ല. സത്യസന്ധമായി പറഞ്ഞാൽ എനിക്കുതന്നെ അത് ശരിക്കും മനസ്സിലായിട്ടില്ല എന്നതാണ്.

ഞാൻ കണ്ണുകളടച്ച് ഇപ്പോൾ കാണാൻ കഴിയാത്ത ആ ലോകത്തെ കാണുകയാണ്. ഞങ്ങളുടെ പഴയവീട്, ഭിത്തിയിൽ ഒട്ടിച്ച കടലാസ്, ജനാലകളിലെ കർട്ടനുകൾ, മരക്കസേരയും മറ്റ് മരസ്സാമാനങ്ങളും മരം കൊണ്ട് പ്രത്യേക തരത്തിൽ ഉണ്ടാക്കിയ നിലവും മറ്റും. കണ്ണാടിയുള്ള മേശയിലെ മുഖം നോക്കുന്ന കണ്ണാടി എന്നെത്തന്നെ മനസ്സിലാക്കിത്തരാൻ ശ്രമിക്കുകയാണ്.

സോഫയിൽ തിരിച്ചാൽ തിരിയുന്ന ബട്ടൻ കണ്ണുകളുള്ള മയിലിന്റെ ചിത്രമുള്ള ഒരു കുഷ്യൻ ഉണ്ട്. കുഷ്യൻ എന്റെ മുത്തശ്ശിയാണ് തുന്നിയിരുന്നത്. ബട്ടൻ വീണ്ടും വീണ്ടും ഇളകി വന്നുകൊണ്ടിരുന്നു. തീർച്ചയായും എന്റെ സഹായം കൊണ്ടുകൂടിയാണ് അതിനെ വീണ്ടും തുന്നിച്ചേർത്തുകൊണ്ടിരുന്നത്. അത് മയിലിന്റെ ഭാവം തന്നെ മാറ്റി. ചിലപ്പോൾ ഭയന്നപോലെ, ചിലപ്പോൾ ഉത്തരത്തിലേക്ക് തുറിച്ചുനോക്കിക്കൊണ്ട്, ചിലപ്പോൾ സന്തോഷത്താൽ അടക്കിച്ചിരിക്കുംപോലെ.

എനിക്ക് വാതിലിൽ ചില അടയാളങ്ങൾ കാണാം. അമ്മ എന്റെ പൊക്കം അളക്കാൻ തലയിൽ പുസ്തകംവെച്ച് അളന്ന് വരച്ചവയാണവ. അവർ തന്നെത്തന്നെ അളക്കാൻ വിസമ്മതിച്ചു, ഞാൻ എത്ര തന്നെ പറഞ്ഞിട്ടും.

ഒരിക്കൽക്കൂടി ഞാൻ എന്റെ ചിന്തകളിൽക്കൂടി ചൂടിന്റെയും മുറിവുകളുടേയും മരണങ്ങളുടേയും ചിന്തകളിൽ നിന്ന് ദൂരേക്ക് പറന്നുപോയി. എനിക്ക് വളരെ ആശ്വാസം തോന്നുന്നു.

എന്റെ കിടക്കയ്ക്കു മുകളിൽ ഉൾക്കടലിലേക്ക് പോകാൻ തയ്യാറെടുക്കുന്ന തരത്തിലുള്ള ഒരു ആവിക്കപ്പലിന്റെ പകുതി ഭാഗം തൂങ്ങി

ക്കിടന്നിരുന്നു. ഞാൻ അതിന്റെ ക്യാബിനുള്ളിലേക്കും കോണിപ്പടികളിലേക്കും എഞ്ചിനുകളിലേക്കും ക്യാപ്റ്റന്റെ ബ്രിഡ്ജിലേക്കും കൊച്ചു രൂപങ്ങൾ കപ്പലിന്റെ മേൽത്തട്ടിലും മറ്റും ചുറ്റിനടക്കുന്നതും അല്ലെങ്കിൽ ഭക്ഷണശാലയിലെ മേശയ്ക്കരികിൽ ഭക്ഷണം കഴിക്കാനിരിക്കുന്നതും ഒക്കെ നോക്കിക്കൊണ്ടിരുന്നു. നാവികരും കപ്പലിൽ തീയൂതുന്നവരും പാചകക്കാരനിൽനിന്നും സോസേജ് കട്ടിട്ടുപോകുന്ന കൊച്ചു പട്ടിപോലും അതിൽ ഉണ്ടായിരുന്നു.

എനിക്കറിയാം എന്റെ അച്ഛനാണ് ആ കപ്പൽ അവിടെ തൂക്കിയിരുന്നത് എന്ന്. ആ ജീവിതം വിഭാവനം ചെയ്യാനെനിക്ക് ഇഷ്ടമാണ്. ക്യാപ്റ്റൻ മെഗാഫോണിൽ ഉറക്കെ സംസാരിക്കുമ്പോൾ ചുവന്ന തലയുള്ള ആ ചെറിയ മുറിയിലെ പയ്യൻ, പായ്മരത്തിൽ കയറുന്നവൻ എന്ത് ഉത്തരമാവും കൊടുത്തിരിക്കുക എന്നൊക്കെ. കപ്പലിന്റെ മേൽത്തട്ട് ഉരയ്ക്കുമ്പോൾ നാവികർ എന്തൊക്കെയാവും പറഞ്ഞിരിക്കുക എന്നതൊക്കെ കണ്ടുപിടിക്കാൻ ഞാൻ ശ്രമിക്കാറുണ്ടായിരുന്നു. യാത്രക്കാരെപ്പറ്റി എല്ലാ തരത്തിലുള്ള കഥകളും ഞാൻ ഉണ്ടാക്കാൻ ശ്രമിക്കുകയും അവർക്കൊക്കെ തമാശപ്പേരുകൾ കൊടുക്കുകയും ചെയ്തു. ചിലപ്പോൾ ഞാൻ കൊച്ചുരൂപങ്ങളെ തനിയെ വരച്ചുചേർക്കുകയും ചെയ്തു. ഉദാഹരണത്തിന് ഒരു നാവികൻ കയറിൽ നിന്ന് ഒരു കുരങ്ങനെപ്പോലെ നങ്കൂരം പെയിന്റ് ചെയ്ത് ഒരു ബക്കറ്റ് പെയിന്റുമായി തൂങ്ങിയിറങ്ങുന്നത്.

ഞാൻ എന്റെ വീട്ടിൽ അവർക്കൊക്കെ ആരായിരുന്നു എന്ന് ചിന്തിക്കുകയും അതിശയപ്പെടുകയും ചെയ്യുന്നത് ഒരു രസമായിരുന്നു.

ഞാൻ ജീവിച്ചിരുന്നു എന്ന കാര്യത്തിൽ വീട്ടിലുള്ളവർക്ക് സംശയമുണ്ടായിരുന്നോ?

വേനൽക്കാലത്ത് ഞങ്ങളുടെ വേനൽക്കാല വസതിയിൽ പോയിരുന്നപ്പോൾ മുമ്പ് ഞാൻ ചുമരിൽ തറച്ചിരുന്ന ആണികൾ വലിച്ചൂരി ചുമരിലെ ചിത്രം ചുരുട്ടിയെടുത്ത് ഒരു ട്യൂബിൽ ഇട്ട് വെച്ചു. ആരെയും അത് തൊടാൻ ഞാൻ സമ്മതിച്ചില്ല. അതുംകൊണ്ട് എല്ലായിടത്തും ഞാൻ പോയി. അതിനുള്ളിലൂടെ എന്റെ ടെലിസ്കോപ്പാണ് എന്ന മട്ടിൽ ദൂരേക്ക് നോക്കി. ഞാൻ അവ മുഴുവനായി എടുത്ത് വലിച്ചെറിയും വരെ അമ്മ അത് എന്റെ കുട്ടിക്കാല ചിത്രങ്ങളുടെ കൂട്ടത്തിൽ കുറേക്കാലം എടുത്തുവെച്ചിരുന്നു.

എന്റെ അച്ഛനെക്കുറിച്ച് എനിക്ക് ഭാഗികമായ ഓർമ്മകളേ ഉള്ളൂ. എനിക്കറിയില്ല അന്ന് എനിക്ക് എത്ര വയസ്സായിരുന്നു എന്ന്. ഞങ്ങൾ രണ്ടുപേരും കൂടി അമ്മയെ കൊണ്ടുവരാൻ തീവണ്ടി സ്റ്റേഷനിൽ പോകുമായിരുന്നു. അവിടം വളരെ തിരക്കേറിയ സ്ഥലമായിരുന്നു. അച്ഛൻ എന്നെ തോളുകളിൽ എടുത്ത് പറയും അവരെ കടന്നുപോകാൻ സമ്മതിക്കരുത്, അല്ലെങ്കിൽ ഞങ്ങൾക്ക് തമ്മിൽ കാണാൻ കഴിയില്ല എന്ന്. ഞാൻ അച്ഛന്റെ തോളിൽ പിടിച്ചിരുന്ന് തിരക്കിലേക്ക് തുറിച്ചുനോക്കും. അമ്മയെ

കാണാൻ കഴിഞ്ഞില്ലെങ്കിലോ എന്നോർത്ത് ഞാൻ ആകാക്ഷയോടെയും ഭയത്തോടെയും ഇരുന്നു. പെട്ടെന്ന് അവരെ കണ്ടപ്പോൾ സ്റ്റേഷൻ മുഴുവൻ മുഴങ്ങത്തക്കവിധം ഉറക്കെ നിലവിളിച്ചു.

"അമ്മേ, അമ്മേ, ഞങ്ങൾ ഇവിടെയുണ്ട്."

ഒരു ഫോട്ടോഗ്രാഫറുടെ അടുത്തുപോയതും എന്റെ ഓർമ്മയിൽ തങ്ങിനിൽക്കുന്ന മറ്റൊരു കാര്യമാണ്. അയാൾ എനിക്ക് ഉറപ്പു തന്നിരുന്ന പോലെ പെട്ടിയിൽനിന്ന് പക്ഷി പുറത്തുവന്നില്ല എന്നതും തീർച്ചയായും എനിക്ക് നിരാശയ്ക്കു കാരണമായി.

അച്ഛനുമായി എടുത്തിരുന്ന എന്റെ ഫോട്ടോകൾ പിന്നീട് എവിടെയോ അപ്രത്യക്ഷമായി. അമ്മ എടുത്ത് നശിപ്പിച്ചിരുന്നിരിക്കാം. ബാക്കിയായ തിൽ ഒന്ന്, ഞാൻ ഗിറ്റാറുമായി നിൽക്കുന്ന ഒന്ന് എനിക്ക് കാണിച്ചു തന്നു. അത് ഒരു വലിയ വയലിൻ ഞാൻ തൂക്കിയിരിക്കുന്നപോലെ തോന്നിച്ചു.

ഇതാ ഒരു വിഡ്ഢിത്തം നിറഞ്ഞ ഒരു ഓർമ്മ. തണുത്തുറഞ്ഞ കാലാവസ്ഥയിൽ ഞാൻ അദ്ദേഹത്തിന്റെ മൂക്ക് സ്പർശിക്കുമായിരുന്നു. അത് സർക്കസ് കോമാളിയുടേതുപോലെ ചുവന്ന് വരും.

ആരും നിന്റടുത്ത് പങ്കുവെയ്ക്കാത്ത ഈ കാര്യങ്ങളെല്ലാം നീയു മായി പങ്കുവെയ്ക്കാൻ എനിക്ക് സന്തോഷമാണ്.

മറ്റെന്താണ് എനിക്ക് ഓർക്കാനുള്ളത്?

ഞാൻ ശരിയായ രീതിയിലല്ല ഇരിക്കുന്നതും നിൽക്കുന്നതും എന്നൊക്കെ ഡോക്ടർമാർ പറഞ്ഞപ്പോൾ അമ്മ എന്റെ നട്ടെല്ലും കഴുത്തും ഉയർത്തി നിർത്താനുള്ള വ്യായാമമുറകൾക്കായി ഡോക്ടറുടെ അടുത്ത് കൊണ്ടുപോയി. അവർ എന്നെ ഉത്തരം വരെ പിടിച്ചുയർത്തി. അത്തരത്തിലുള്ള വേറെയും ആൺകുട്ടികളും പെൺകുട്ടികളും കാലു കളും തൂക്കിയിട്ട് അവിടെ ഉണ്ടായിരുന്നു. അവർ കടകളിൽ കമ്പുകളിൽ കോർത്തിട്ട പന്നിയിറച്ചി പോലെ തൂങ്ങിക്കിടക്കുകയായിരുന്നു. ഞാൻ അത്തരം വ്യായാമമുറകളെ വെറുത്തു. എത്ര എതിർത്തിട്ടും എന്നെ അങ്ങോട്ട് അയയ്ക്കുന്ന അമ്മയെയും ഞാൻ വെറുത്തു.

പറയാൻ ചിലതുകൂടി. അതിഥികൾ വീട്ടിൽ വന്നപ്പോൾ ഞാൻ ഒരു അലമാരയ്ക്കുള്ളിലെ തിങ്ങിയ ഇരുട്ടിൽ ഒളിച്ചിരുന്നതും എന്നെ കാണാ തായപ്പോൾ അവർ ഓടിവന്ന് എനിക്കായി തിരിച്ചിൽ നടത്തിയതും ഞാൻ ഇപ്പോൾ ഓർക്കുകയാണ്. അവർ എന്നെ വാരിയെടുത്ത് എന്നോട് എന്തി നാണ് ഇത് ചെയ്തത് എന്ന് ചോദിച്ചു. എനിക്ക് തന്നെ അത് അറിയില്ലാ യിരുന്നു. എന്നാൽ ഇപ്പോൾ എനിക്ക് മനസ്സിലാവുന്നു, അവർ എനിക്ക് വേണ്ടി തിരഞ്ഞ് അവർ എന്നെ കണ്ടെത്തുമ്പോൾ എനിക്ക് സന്തോഷി ക്കണമായിരുന്നു എന്ന്.

നിനക്കറിയാമോ, കുട്ടിയായിരുന്നപ്പോൾ ചിലപ്പോൾ വിചിത്രങ്ങളിൽ വിചിത്രങ്ങളായ യുക്തികൾ എന്റെ തലയിൽ ഉണ്ടായിക്കൊണ്ടിരുന്നിരുന്നു. അല്ലെങ്കിൽ ചിലപ്പോൾ അത്രതന്നെ വിചിത്രങ്ങളായിരുന്നിരിക്കില്ല, എങ്കിലും ആരോ ഞങ്ങൾക്ക് ഒരു ഭംഗിയുള്ള പെട്ടിയിൽ ഫ്രഞ്ച് ബിസ്ക്കറ്റുകൾ തന്നു. ഈ പെട്ടികൊണ്ട് എന്തുചെയ്യണമെന്ന് ഞാൻ ചിന്തിക്കാൻ തുടങ്ങി. ഞാൻ ചിലതൊക്കെ ആലോചിച്ചുവെച്ചു. ഞാൻ എല്ലാ തരത്തിലുള്ള സാധനങ്ങളും സംഘടിപ്പിച്ച് അതിലിട്ട് ആ പെട്ടി കുഴിച്ചിട്ടു. എന്നെങ്കിലും ഒരുനാൾ ആരെങ്കിലും എന്റെ ആ പെട്ടി കണ്ടെത്തി അതിൽനിന്ന് എന്നെക്കുറിച്ച് എല്ലാം മനസ്സിലാക്കിക്കോളും. ഞാൻ എന്റെ ഫോട്ടോകൾ, വരച്ച ചിത്രങ്ങൾ, സ്റ്റാമ്പുകൾ, എന്റെ ഡെസ്ക്കിലെ വലിപ്പിനകത്തുണ്ടായിരുന്ന പലതരം പൊട്ടുംപൊടിയും-കല്ലുകൾ, തകരത്തിൽ വെട്ടിയെടുത്ത സൈനികരൂപങ്ങൾ, പെൻസിലുകൾ, പിന്നെ അന്ന് എനിക്ക് പ്രാധാന്യം തോന്നിയിരുന്ന ചില വിഡ്ഢിസാധനങ്ങളും. ഇവയെല്ലാംകൂടി പെട്ടിയിലാക്കി ഞാൻ അത് വേനൽക്കാല വസതിയിൽ വെച്ച് ഒരു മുല്ലപ്പൂച്ചെടിയുടെ അടിയിൽ കുഴിച്ചിട്ടു. വർഷങ്ങൾ പലതും കഴിഞ്ഞ് ആ പെട്ടിപുറത്ത് എടുക്കുമ്പോൾ ഞാൻ അവിടെ ഉണ്ടാവില്ല, അമ്മയോ മറ്റാരെങ്കിലുമോ ഉണ്ടാവില്ല എന്ന ചിന്ത മനസ്സിലേക്കോടിയെത്തി. അമ്മയുടെ കയ്യിൽനിന്നുകൂടി എന്തെങ്കിലും വാങ്ങി അതിൽ ഇടണമായിരുന്നു. അതിനാൽ ഞാൻ അമ്മയുടെ ഒരു ഫോട്ടോ ആൽബത്തിൽനിന്ന് എടുത്തത് കൂടി അതിൽ കൊണ്ടുപോയി കുഴിച്ചിട്ടു. അപ്പോൾ എനിക്ക് എന്തോ അദ്ഭുതകരമായ ഒരു കഴിവ് കിട്ടി എന്ന ചിന്ത മനസ്സിൽ ഉണ്ടായി; എന്റെ തകരപ്പെട്ടിയിൽ ഞാൻ വെച്ച ആളുകൾ മാത്രമേ എന്നോടൊപ്പം എന്നും നിലനിൽക്കുകയുള്ളൂ!

ആ പെട്ടി ഇപ്പോൾ എവിടെയാണ് എന്ന് ഞാൻ ചിന്തിക്കുന്നു. ആ മുല്ലപ്പൂച്ചെടിക്കടിയിൽ അത് ഇപ്പോഴും ഉണ്ടോ?

അമ്മ എന്നെ എപ്പോഴും ഡ്രൈവ് ചെയ്ത് പുറത്തേക്ക് കൊണ്ടുപോകുമായിരുന്നു.

"നീയെന്താണ് നിന്റെ പുസ്തകങ്ങളുമായി വീണ്ടും അവിടെത്തന്നെ ഇരിക്കുന്നത്? പോ, പോ, പോയി ആ കുട്ടികളുമായി കളിക്ക്"

ഞാൻ മറ്റു കുട്ടികളുമായി കളിക്കാൻ ഇഷ്ടപ്പെട്ടിരുന്നില്ല. അവർക്ക് ക്രൂരമായ തരത്തിലുള്ള കളികളും നിങ്ങൾ ജയിക്കേണ്ടുന്ന തരത്തിലുള്ള അവസാനമില്ലാത്ത പരീക്ഷണങ്ങളുമുണ്ട്. ഉദാഹരണത്തിന് അവർ എന്റെ കണ്ണിനുമുന്നിൽ ഉന്നംവെച്ചിട്ടുള്ള തെറ്റാലി പിടിക്കുമായിരുന്നു, ഞാൻ കണ്ണടയ്ക്കുമോ, ഇല്ലയോ എന്ന് അറിയാൻ.

കുട്ടിയായിരുന്നപ്പോൾ എനിക്ക് ശരിക്കും ഒരു പട്ടിയെ വേണമെന്ന് ആഗ്രഹമുണ്ടായിരുന്നു. ഒരിക്കൽ ഞാൻ ഒരു ഭ്രാന്തൻ പട്ടിക്കുട്ടിയെ നിരത്തിൽനിന്ന് എടുത്ത് കൊണ്ടുവന്നു. ഞാൻ അതിന് ആഹാരം കൊടുത്തു. എന്നാൽ അത് അതിന്റെ തന്നെ ഛർദ്ദി നിലത്തുനിന്ന്

നക്കുന്നത് കണ്ടപ്പോൾ അമ്മ പിന്നെ അതിനെ സൂക്ഷിക്കുവാൻ ഞാനെത്ര യാചിച്ചിട്ടും സമ്മതിച്ചില്ല.

പിന്നെ എന്താണ്?

അമ്മൂമ്മയ്ക്ക് ബട്ടനുകൾ ഇട്ടുവെച്ചിരുന്ന ഒരു പെട്ടിയുണ്ടായിരുന്നു. അത് വെച്ച് കളിക്കാൻ ഞാൻ വളരെ ഇഷ്ടപ്പെട്ടിരുന്നു. അവരൊക്കെ എന്റെ സൈനികരായിരുന്നു. ചെറിയ വെള്ള ബട്ടൻ കാലാൾപ്പടയും മറ്റു ള്ളവ കുതിരപ്പടയും പീരങ്കിപ്പടയും ഒക്കെയായിരുന്നു. വലിയൊരു വെളുത്ത മുത്ത് ഉണ്ടായിരുന്നു. അത് ഒരു ജനറൽ-വലിയ സൈനിക ഉദ്യോഗസ്ഥൻ-ആയിരുന്നു. എപ്പോഴും മറ്റൊരു വലിയ ഉദ്യോഗസ്ഥനു മായി ഏറ്റുമുട്ടുന്ന ഒരു ജനറൽ ആയിരുന്നു. ആ ജനറൽ ഒരു ക്ലാവു പിടിച്ച ഒരു പിച്ചളക്കൊളുത്ത് ആയിരുന്നു. എല്ലാ യുദ്ധങ്ങളും ഞാൻ നടത്തി. ബട്ടനുകൾ ആക്രമണത്തിനായി ചാടിവീണു, നിലവിളിച്ചു, കൈകൾ തമ്മിൽ കോർത്ത് മൽപ്പിടിത്തം നടത്തി മരിച്ചുവീണു. ഞാൻ ചെരിഞ്ഞുവീണവരെ തിരികെ പെട്ടിക്കുള്ളിൽത്തന്നെവെച്ചു.

എന്റെ സാഷൻക! കഴിഞ്ഞുപോയ ഇക്കാര്യങ്ങളെയെല്ലാം കുറിച്ച് നിന്നോട് സംസാരിക്കുന്നതുതന്നെ എത്ര സുഖകരമാണെന്നോ!

ഒരു ദിവസം അമ്മ എന്നെ ഒരു ഇന്ദ്രജാല പ്രകടനം കാണാൻ കൊണ്ടുപോയി. അയാളുടെ ഇന്ദ്രജാലത്തിൽ വലിയ പ്രത്യേകതകൾ ഒന്നുംതന്നെ ഉണ്ടായിരുന്നില്ല. എന്നാൽ ഞാൻ അതിൽ പൂർണമായും മുഗ്ധനായിപ്പോയി. സാധനങ്ങൾ പ്രത്യക്ഷമാകുന്നു, അപ്രത്യക്ഷ മാകുന്നു, ഒരു സാധനം മറ്റ് എന്തോ ആയി മാറുന്നു. ചീട്ടിലെ ആസ് എന്ന പുള്ളി ഇസ്പേഡ് എന്ന ഒറ്റപ്പുള്ളിയായും ഹൃദയത്തിലെ രാജ്ഞി യായും മാറി. ഇന്ദ്രജാലക്കാരൻ അയാളുടെ ഉള്ളം കയ്യിൽ നാണയം വെച്ച് കൈ അടച്ചുപിടിച്ച ശേഷം തുറന്നു, അതിനുള്ളിൽ നിന്ന് ഒരു വെള്ള മുയൽക്കുട്ടി വന്നു. അയാൾ ഒരു മാന്യന്റെ ടൈ രണ്ടായി മുറിച്ചു. എന്നിട്ട് അതിന്റെ രണ്ട് അറ്റങ്ങളും ഒന്നിച്ചു ചേർത്തുവെച്ചപ്പോൾ ആ ടൈ കൃത്യമായി പഴയതുപോലെ, ഒരു കേടുപാടും കൂടാതെ ഉള്ളതായി.

അയാൾ അവിടെ സേവനമനുഷ്ഠിച്ചിരുന്ന ആളുകളെ വേദിയിലേക്ക് വിളിച്ച് മനശ്ശക്തികൊണ്ട് അവരെ നിദ്രയിലാക്കാൻ തുടങ്ങി. അമ്മയ്ക്ക് അതുകണ്ട് സ്വയം നിയന്ത്രിക്കാനായില്ല. ഞാൻ പിടിച്ചുനിർത്താൻ ശ്രമി ച്ചിട്ടും അടങ്ങിയില്ല. അത് ഭയാനകവും വശീകരിക്കുന്നതുമായിരുന്നു. ശരിക്കും സാധാരണ രീതിയിലുള്ള ആളുകൾ പെട്ടെന്ന് എന്റെ കൺമുന്നി ലൂടെ ഭ്രാന്തന്മാരെപ്പോലെ ആയിത്തീരുകയും കണ്ണുകളടച്ചുകൊണ്ട് നട ക്കുകയും ചെയ്തു. അയാൾ അമ്മയോട് വെള്ളപ്പൊക്കം തുടങ്ങി എന്നും മുറിയിൽ വെള്ളം പൊങ്ങിപ്പൊങ്ങി വരികയാണ് എന്നും പറഞ്ഞു. അവർ ഉടുപ്പിന്റെ അറ്റം പൊക്കിപ്പിടിച്ച് നടന്നു തുടങ്ങി. എന്നാൽ പിന്നീട് തനിക്ക് ഒന്നുംതന്നെ ഓർമ്മയില്ല എന്ന് അവർ പറഞ്ഞു.

ഞാൻ ഒരു കളിപ്പാട്ടക്കടയിൽ ഇന്ദ്രജാലത്തിനായുള്ള ഒരു സെറ്റ് കണ്ട് അമ്മയോട് മയത്തിൽ അത് വേണമെന്ന് പറഞ്ഞ് അമ്മയെ പാട്ടിലാക്കി. അവർ എനിക്കത് എന്റെ പിറന്നാൾ സമ്മാനമായി നൽകി. എന്തൊരു അദ്ഭുതകരമായ പെട്ടിയായിരുന്നെന്നോ അത്! സദസ്സിനെ അദ്ഭുതപ്പെടുത്തുന്ന, സന്തോഷിപ്പിക്കുന്ന എന്തൊക്കെയുണ്ടോ അതൊക്കെ അതിൽ ഉണ്ടായിരുന്നു. അതാണ് എനിക്ക് ശരിക്ക് വേണ്ടിയിരുന്നത്. ശരിക്കുള്ള, സൂത്രപ്പണികളില്ലാതെ, എന്നാൽ ആളുകൾക്ക് എന്നെ ഇഷ്ടപ്പെടുന്ന തരത്തിൽ ഉള്ളത്.

അതിനുള്ളിലെ ഓർമ്മയിൽ നിൽക്കുന്ന സ്പോഞ്ചുകൊണ്ടുള്ള പന്തുകളും പട്ട് തൂവാലകളും റിബ്ബണുകളും മുട്ടയും പൂവും ഒക്കെ സത്യമായി തോന്നിയിരുന്നു. എന്നാൽ എല്ലാറ്റിലും ഒരു സൂത്രവിദ്യ ഒളിപ്പിച്ചിരുന്നു. പ്രത്യേകതരം ലേസുകൾ, "ചൈനയിലെ മോതിരങ്ങൾ", തയ്ക്കുമ്പോൾ ഒരു തള്ളവിരൽ മൂടുന്ന ഉറ-ഒരുതള്ളവിരൽ നഖത്തിൽ ഒരു തിരിവച്ച് ഉയർത്തിയത്, അതുകണ്ടാൽ എന്റെ നഖം മെഴുകുതിരിപോലെ കത്തുകയാണെന്ന് ആളുകൾക്ക് തോന്നുന്ന തരത്തിലുള്ളത്-ഇവയുണ്ടായിരുന്നു!

വായനശാലയിൽ ഇന്ദ്രജാലക്കാരന്റെയും മോഹനിദ്രയിലാക്കുന്നവരുടെയും വലിയ മാന്ത്രികരുടെയും ഒക്കെ പുസ്തകങ്ങൾ വൃത്തിയായി അടുക്കി വെച്ചിരുന്നത് ഞാൻ കണ്ടു. ഒരു മനുഷ്യനെ ശവപ്പെട്ടിക്കുള്ളിൽ അടച്ചിടും പിന്നെ കുഴിച്ചിടും. അത് ഒരു കുന്ന് കല്ലുകൾ വെച്ച് അടച്ചു. എന്നാൽ തുറന്നു നോക്കിയപ്പോൾ ശവപ്പെട്ടി ശൂന്യമായിക്കണ്ടു. കുഴിച്ചിട്ട മനുഷ്യൻ വീട്ടിലെ മേശയ്ക്കരികിൽ മറ്റെല്ലാവരെയും കാത്ത് അതാ ഇരിക്കുന്നു! എനിക്കത് ഇഷ്ടമായി.

ഞാൻ ഒരു ഇന്ദ്രജാലക്കാരനാകുന്നതും മോഹനിദ്ര ചെയ്യുന്ന ആളാകുന്നതുമൊക്കെ സ്വപ്നം കണ്ടു. എന്റെ ഉഗ്രമായ ഈ പദ്ധതി അമ്മൂമ്മയ്ക്ക് ഇഷ്ടപ്പെട്ടില്ല. അവർ ദീർഘനിശ്വാസം വിട്ടുകൊണ്ടു പറഞ്ഞു,

"കുരങ്ങ് വ്യാപാരം"

കുറേക്കൂടി ഗൗരവമുള്ള വല്ലതിലും എനിക്ക് താത്പര്യമുണ്ടാകണമെന്ന് അവർ ആഗ്രഹിച്ചു.

ഇന്ദ്രജാലത്തിന്റെ സെറ്റിൽ എല്ലാ അതിശയങ്ങളെക്കുറിച്ചുള്ള വിവരണവും ഉണ്ടായിരുന്നു. ഞാൻ അവ സസൂക്ഷ്മം പഠിച്ച് ചെയ്തു നോക്കി. എന്നാൽ എന്റെ സൂത്രങ്ങളൊക്കെ ബാലിശമായിരുന്നു. അല്ലെങ്കിൽ ഞാൻ കണ്ണാടിക്കു മുന്നിൽ നിന്ന് പഠിക്കുമ്പോൾ എല്ലാം ശരിയായി. എന്നാൽ സത്യത്തിൽ ആളുകളുടെ ശ്രദ്ധമാറിപ്പോകാൻ എന്തു ചെയ്യണം എന്ന് പഠിക്കുന്നതായിരുന്നു ഏറ്റവും ബുദ്ധിമുട്ട്. ഞാൻ അദ്ഭുതങ്ങൾ അതിഥികളുടെ മുന്നിൽ കാണിച്ചപ്പോൾ അവർ എന്റെ ഇന്ദ്രജാലമെന്ന കലയെ അധികമൊന്നും പ്രശംസിച്ചില്ല എന്നു മാത്രമല്ല, അവലക്ഷണം എന്ന മട്ടിൽ ചിരിക്കുകയും ചെയ്തു. ഞാൻ അവർക്ക് ഒരു

ഇന്ദ്രജാലക്കാരനല്ല, ഒരു കോമാളിയാണ് എന്ന ചിന്ത എന്റെ മനസ്സിനെ കുത്തിത്തുളച്ച് വേദനിപ്പിച്ചു.

എന്നാൽ ഈ സൂത്രങ്ങൾ ഉൾപ്പെട്ട ചില കാര്യങ്ങൾ ഇതാ.

എന്റ അമ്മൂമ്മയ്ക്ക് സുഖമില്ലാതായി. അല്ലെങ്കിൽ അവർ മഞ്ഞു കാലത്ത് പോസ്റ്റ് ഓഫീസിന്റെ വശത്ത് മഞ്ഞുപെയ്ത നിലത്തുവീണ് അവരുടെ ഇടുപ്പെല്ല് ഒടിഞ്ഞു. അവർക്ക് എഴുന്നേൽക്കാൻ കഴിഞ്ഞില്ല. കിടക്കയിൽ മാസങ്ങളോളം കിടന്ന് ക്ഷീണിച്ച് വന്നു. അമ്മ നെടുവീർപ്പിട്ടു കൊണ്ട് പറഞ്ഞത് ഞാൻ ഓർക്കുന്നു. അമ്മൂമ്മ അവരുടെ "പുറത്തേ ക്കുള്ള വഴിയിലാണെന്ന്." അമ്മൂമ്മയുടെ കൈകളും തലയും വിറയ്ക്കു ന്നതും അമ്മ അവരുടെ തലമുടി ചീകുന്നതുമൊക്കെ ഞാൻ ഇപ്പോൾ ഓർക്കുകയാണ്. എന്റെ അമ്മൂമ്മ ചെറുപ്പത്തിൽ വളരെ സുന്ദരിയായി രുന്നുവത്രെ. അവർക്ക് എന്റെ കൈത്തണ്ടയുടെ വണ്ണത്തിൽ വണ്ണിച്ച് നീണ്ട മുടി ഉണ്ടായിരുന്നു. ആ മുടി അവർക്ക് സുഖമില്ലാതായപ്പോൾ മുറിച്ചുകളയുകയും ഞങ്ങൾ അത് ഒരു കുടുംബ സ്മാരകമായി സൂക്ഷി ക്കുകയും ചെയ്തു. എന്നാൽ സമയം കഴിയുംതോറും വൃദ്ധയായ അമ്മൂമ്മയുടെ മുടി വീണ്ടും വളർന്നു. ഒരു ദിവസം ഞാൻ വ്യാകരണ സ്കൂളിൽ നിന്ന് വൈകിയാണ് വീട്ടിൽ എത്തിയത്. എന്റെ മാർക്കുകളിൽ "D" കൂടുതലായിരുന്നു. എനിക്ക് വീട്ടിൽ പോകണമെന്നേ ഉണ്ടായിരു ന്നില്ല. കാരണം മറ്റൊരു വഴക്കുകേൾക്കൽ ഉണ്ടാകുമെന്ന് എനിക്ക് ഉറപ്പാ യിരുന്നു. ഞാൻ വൈകുന്നേരം വരെ അവിടെയും ഇവിടെയും കറങ്ങി നടന്നു. അങ്ങനെ ഞാൻ വീട്ടിലെത്ത്. ഏറ്റവും മോശമായത് പ്രതീക്ഷിച്ച എന്നെ അമ്മ ചീത്ത പറയുന്നതിനുപകരം കെട്ടിപ്പിടിച്ച് ഉമ്മവെച്ചു. എനിക്ക് എന്താണ് സംഭവിക്കുന്നത് എന്ന് മനസ്സിലായില്ല. പിന്നെ മനസ്സി ലായി. ഡോക്ടർ അമ്മൂമ്മയുടെ മുറിയിൽനിന്നു വന്ന് വിരലുകൾ ഓരോന്നും വൃത്തിയായി കഴുകി. അമ്മ ഡോക്ടറോട് സംസാരിച്ചു. പിന്നീട് അവർ എന്റെ തല അവരുടെ നെഞ്ചോട് ചേർത്തിട്ട് പറഞ്ഞു, അമ്മൂമ്മ മരണത്തിന്റെ വാതിൽക്കലാണ് എന്ന്. അവസാന യാത്ര പറയാൻ അവരെന്നെ അകത്തേക്ക് കൊണ്ടുപോയി.

മരിക്കുന്നതിന് അല്പം മുമ്പ് അമ്മൂമ്മ വല്ലാത്ത അവസ്ഥയിലായി രുന്നു. ഒരു പെരുമാറ്റമായിരുന്നു. ദേഹം മുഴുവൻ വിറച്ചു, പ്രത്യേകിച്ച് കൈകൾ. ഞങ്ങൾ എന്താണ് സംസാരിച്ചിരുന്നത് എന്ന് ഓർമ്മയില്ല. എന്നാൽ അവർ പെട്ടെന്ന് എന്നോട് ഒരു മാജിക് കാണിച്ചുതരാൻ പറഞ്ഞു. ഞാൻ തലയാട്ടി, എനിക്ക് പറ്റില്ല. എനിക്ക് വേണ്ട എന്നായിരു ന്നില്ല അർത്ഥം, എനിക്ക് കഴിയില്ല എന്നായിരുന്നു. അത് ആരോടെങ്കിലും വിശദീകരിക്കാൻ പ്രയാസമായിരുന്നു.

അമ്മ എന്നെ അനുനയിപ്പിക്കാൻ ശ്രമിച്ചു.

"വൊളോഡെൻക, ദയവായി മുന്നോട്ട് വാ! അമ്മൂമ്മ ഇനി ഒരിക്കലും നിന്നോട് ഒന്നും ചോദിച്ചെന്ന് വരില്ല. എന്താണിത്ര ബുദ്ധിമുട്ട്?"

എന്നാൽ എനിക്ക് അത് ചെയ്യാൻ കഴിഞ്ഞില്ല. ഞാൻ അമ്മയുടെ കയ്യിൽനിന്നും കുതറിമാറി ദൂരേക്ക്, എല്ലാവരിൽനിന്നും കഴിയുന്നത്ര ദൂരേക്ക് ഓടിമാറി പൊട്ടിക്കരഞ്ഞു.

ശവമടക്കിനുമുമ്പ് ശവമഞ്ചത്തിൽ അവരുടെ കൈകൾ ശാന്തമായി കിടക്കുന്നതു കണ്ട് ഞാൻ അതിശയിച്ചു.മരിച്ചുപോയ അവരുടെ മുടി അമ്മ അവിടെയിരുന്ന് ചീകുന്നുണ്ടായിരുന്നു.

അവർ എന്നെ ശവപ്പറമ്പിൽ വെച്ച് അവസാനമായി, അമ്മൂമ്മയെ ചുംബിക്കാനും മണ്ണ് വാരി ഇടാനുമായി മുന്നോട്ട് തള്ളി. ഞൻ മൗന ത്തോടെ ശക്തിയായി എതിർത്തു. ഞാൻ ഭയന്നില്ല. എന്നാൽ എന്തോ ഒരു അസ്വസ്ഥത അനുഭവപ്പെട്ടു. ശവമഞ്ചത്തിന്റെ മൂടിക്കു മുകളിൽ കുറേശ്ശെയായി മണ്ണുവന്ന് വീണ് കുന്നുകൂടാൻ തുടങ്ങിയത് ഞാൻ ഓർക്കുന്നു. എന്തോ കാരണത്താൽ ഒരു ചിന്ത എന്നിലേക്കു കടന്നു വന്നു. എനിക്ക് ഇപ്പോൾ ശവമഞ്ചം തുറക്കാൻ കഴിഞ്ഞാൽ അതിനു ള്ളിൽ ശൂന്യമായിരിക്കും. അമ്മൂമ്മ ഞങ്ങളെകാത്ത് വീട്ടിൽ ഇരിക്കുന്നു ണ്ടാവും! അവർ അമ്മൂമ്മയെ കുഴിച്ചിട്ടശേഷം മണ്ണ് പൂമെത്തപോലെ മൃദുവാക്കി വെച്ചു. അമ്മൂമ്മ ഒരു പൂമെത്തയായിത്തീരാനുള്ള സാധ്യത ഇല്ലാത്തതാണ്.

ശവമടക്ക് ഒരുപാടു നേരം നീണ്ടുനിന്നു. എനിക്കാണെങ്കിൽ വേഗം ശുചിമുറിയിലേക്ക് പോകണമെന്നു തോന്നി. അമ്മ എന്നെ സെമിത്തേരി യിലെ ശുചിമുറിയിലേക്ക് വിട്ടു. അവിടെ നിലത്ത് ഒരു കുഴിയാണുണ്ടായി രുന്നത്. കുഴിക്കു മുകളിൽ നിന്നപ്പോൾ അതെന്നെ ഒരു ശവക്കുഴിയെ ഓർമ്മിപ്പിച്ചു. അമ്മൂമ്മയ്ക്ക് ഞങ്ങളെ വീട്ടിൽ കാത്തിരിക്കാൻ കഴിയില്ല എന്നത് എന്നെ വിഷമിപ്പിച്ചു. കാരണം അവർ മണ്ണിനുള്ളിൽ അവരുടെ ശവമഞ്ചത്തിൽ ആയിരുന്നു. കാരണം, മരണം സത്യമായിരുന്നു, ചീഞ്ഞ നാറ്റമുള്ള ഈ കുഴിപോലെ.

അമ്മൂമ്മയുടെ മരണം കുട്ടിത്തരം നിറഞ്ഞ ഒരു ഭയം എന്നിൽ ബാക്കിയാക്കി. ഒരു നാൾ മരിക്കും എന്നത് ഒരു വസ്തുതയായി എന്തു കൊണ്ടോ എന്റെ തലയിൽ കയറിയതേയില്ല. അതേക്കുറിച്ച് കുറച്ച് കാലം കഴിയുന്നതുവരെ എനിക്ക് ഭയമേ തോന്നിയിരുന്നില്ല.

എന്നാൽ ഇപ്പോൾ മുറിവേറ്റവരുടെ ഞെരക്കങ്ങൾ ആതുരാലയത്തിൽ നിന്ന് വരുമ്പോൾ ഞാൻ ശ്രദ്ധിക്കുന്നു. അത് എന്തൊരു ഉഗ്രൻ മരണ മായിരുന്നു! സ്വന്തം ജീവിതം നന്നായി ജീവിച്ച് വയസ്സാകുമ്പോൾ മരി ക്കുക എന്നത് എത്ര നല്ലതാണ്!

സന്തോഷത്തെക്കുറിച്ചുള്ള ചിന്താഗതിതന്നെ ഇവിടെ എങ്ങനെ മാറുന്നുവെന്ന് നോക്ക്.

എന്റെ മനസ്സിൽ ഇപ്പോൾ കടന്നുവന്നത് എന്താണ് എന്നറിയുമോ? ഞാൻ ഒരാൾക്കും ജീവിതത്തിൽ ഒന്നുംതന്നെ കൊടുത്തിട്ടില്ല. ബാലിശ മല്ലാത്ത ശരിക്കുള്ള സാധനങ്ങളെക്കുറിച്ചാണ് ഞാൻ സൂചിപ്പിക്കുന്നത്.

എല്ലാവരും എനിക്ക് ഓരോരോന്നൊക്കെ തന്നു, ഞാൻ മേടിക്കുകയും ചെയ്തു. എന്നാൽ ഞാൻ ആർക്കും ഒന്നും കൊടുത്തിട്ടില്ല. പ്രത്യേകിച്ച് അമ്മമ്മയ്ക്ക്. എനിക്ക് കൊടുക്കേണ്ട എന്നതുകൊണ്ടല്ല, എനിക്ക് അതിന് സാധിച്ചില്ല എന്നതാണ്.

എന്നിട്ടും വീണ്ടും ഇത്തരം ആശയങ്ങൾ ഒരു വെളിപാടുപോലെ വർദ്ധിച്ചുവന്നു.

ഇപ്പോൾ എനിക്ക് മനസ്സിലാകുന്നു എനിക്ക് ഒരുപാട് കൊടുക്കണം എന്ന്. ഊഷ്മളത, സ്നേഹം, ചിന്തകൾ, വാക്കുകൾ, മൃദുലത, മനസ്സിലാക്കൽ എല്ലാം. ഒക്കെ തുടങ്ങും മുമ്പുതന്നെ ഇല്ലാതാവുകയാണ്, നാളെ അഞ്ചുമിനിട്ടിനുള്ളിൽ, ഈ നിമിഷത്തിൽ! അതെന്നെ വല്ലാതെ വേദനിപ്പിക്കുന്നു!

ഇന്നത്തേക്ക് ഞാൻ അവസാനിപ്പിക്കുന്നു. എന്റെ കൈ കഴയ്ക്കുന്നു. കണ്ണുകൾ വേദനിക്കുന്നു. ഞാൻ ഒരു രാത്രി വിളക്കിന്റെ വെളിച്ചത്തിൽ ഇരുന്നാണ് എഴുതുന്നത്.

എന്റെ സാഷൻക, നിന്നോടൊപ്പം നന്നായിക്കഴിയാൻ എനിക്ക് എല്ലാം ഒരുപാട് വേണം.

നമ്മൾ വീണ്ടും കാണുമെന്ന് എനിക്ക് അറിയാം.

എന്തിന്?

ഞാൻ എന്നോടുതന്നെ ആ ചോദ്യം ചോദിക്കുന്നു; എന്തിന്?

എന്തിനാണ് എന്നെ ഈ രീതിയിൽ ശിക്ഷിച്ചുകൊണ്ടിരിക്കുന്നത്? ഈ പ്രത്യേക രീതിയിൽ.

ഞാൻ ട്രാമിൽ ഒരിടത്തേക്ക് പൊയ്ക്കൊണ്ടിരിക്കുകയായിരുന്നു. എന്റെ വയറ്റിനടിയിൽ പൊടുന്നനെ ഒരു വേദനയുണ്ടായി. നീണ്ടു നിന്ന, സഹിക്കാനാവാത്ത വേദന. ഞാൻ ഭയന്നു. എനിക്ക് എല്ലാം മനസ്സിലായി. എന്നാൽ ഇല്ലെന്ന് ഞാൻ മനസ്സിനെ സമാധാനിപ്പിച്ചു. ഇത് അത് അല്ല എന്ന്. എനിക്ക് എന്താണെന്ന് അറിയില്ല, അതല്ല എന്നു തന്നെ തോന്നി. എനിക്ക് രക്തംപോക്ക് തുടങ്ങി. ഞാൻ നേരെ ആശുപത്രിയിലേക്ക് പോകണമായിരുന്നു. എന്നാൽ ഞാൻ വീട്ടിലേക്ക് പോയി, അയാളുടെ അടുത്തേക്ക്. ഞാൻ എന്നെ അതിനകത്തേക്ക് തള്ളിയിട്ടു. അയാൾ ഫ്ളാറ്റിനുള്ളിൽ ഓടി നടന്ന് ഓരോന്ന് പുലമ്പാൻ തുടങ്ങി.

"ഞാൻ എന്തുചെയ്യണമെന്ന് പറയ്. ഞാൻ എന്ത് ചെയ്യണമെന്ന് പറയ്."

അയാൾ ഇത്രയും പരിഭ്രാന്തനാകുമെന്ന് ഞാൻ കരുതിയിരുന്നില്ല. ഒരു ആംബുലൻസ് വിളിക്കാൻ പോലും അയാൾക്ക് അറിയില്ലായിരുന്നു. എന്നേക്കാൾ അയാൾ ഭയന്നു. പേടിക്കേണ്ട എന്നും പറഞ്ഞ് ഞാൻ അയാളെ ആശ്വസിപ്പിച്ചു. എന്നാൽ ഗർഭപാത്രത്തിലെ ഭ്രൂണത്തിൽ

നിന്നുള്ള രക്തവാർച്ച ആണെങ്കിൽ ഞാൻ രക്തം വാർന്ന് മരിക്കും എന്ന് എനിക്ക് മനസ്സിലായി. അത് തനിയെ നിൽക്കുകയുമില്ല.

ഞങ്ങൾ ഒരു ആംബുലൻസിനായി അനന്തമായി കാത്തിരുന്നു.

എനിക്കാണെങ്കിൽ എന്റെ വയറ് കല്ലുകൾ കൊണ്ട് നിറച്ചിരിക്കുകയാണ് എന്നും അത് ദുഷ്ടതകൊണ്ട് ആരോ പിഴിഞ്ഞെടുക്കകയാണെന്നും തോന്നി. എന്റെ കാൽവിരലുകൾ മരവിച്ചു. ഞാൻ ആകെ വിയർത്തു വിറച്ചു. ഞാൻ നിലവിളിച്ചു. വേദനയും അവഹേളനവും എന്നെ ഭ്രാന്തിയാക്കി. അയാളാകട്ടെ ഒന്നിനുപുറകെ ഒന്നായി സ്വസ്ഥത കിട്ടാനായി കോന്യാക്ക് കുടിച്ചു തീർത്തുകൊണ്ടിരുന്നു. വേദന നരക തുല്യമായിരുന്നു. എല്ലാം ഇരുട്ടാവാൻ തുടങ്ങി. മുറിയാകെ ചുറ്റുംപോലെ. എന്റെ ബോധം പോകുന്നുണ്ട് എന്ന് പലപ്രാവശ്യം തോന്നി.

നേരെ ആശുപത്രിയിലെ ഓപ്പറേഷൻ മേശപ്പുറത്തേക്ക്. ബോധം കെടുത്തൽ, ഭ്രൂണഹത്യ. എന്റെ കുട്ടി എന്നിൽ നിന്നും വേർപെട്ട് പോയി. എനിക്ക് ശ്രദ്ധിക്കാൻ കഴിഞ്ഞില്ല. ഞാൻ കട്ടകട്ടയായി രക്തം വാർന്ന അവസ്ഥയിലായിരുന്നു.

ഉള്ളിലെ എല്ലാം പച്ചയ്ക്ക് ചുരണ്ടിയെടുക്കപ്പെട്ടു. എന്റെ ആത്മാവും എന്റെ ഭ്രൂണവും.

ഇപ്പോൾ അവിടെ കുറച്ച് മാംസമേ ഉള്ളൂ. ഞാൻ ലോകത്തെ എല്ലാമായിട്ടും കൂട്ടിമുട്ടിക്കൊണ്ടിരുന്നു; വാതിൽ, ആളുകൾ, ശബ്ദങ്ങൾ, മണങ്ങൾ. എല്ലാം എനിക്കെതിരെ കൂട്ടിമുട്ടിക്കൊണ്ടിരുന്നു. എല്ലാം ശബ്ദമുഖരിതവും നിന്ദ്യവും അസഹ്യവുമായി മാറി. അനാവശ്യമായി.

എങ്ങനെ ഇത് സംഭവിച്ചു?

തലേദിവസമാണ് കടകളിലെ ജനാലകളിലൂടെ കുട്ടികൾക്കുള്ള സാധനങ്ങൾ കണ്ട് അതിശയിച്ച് ഈ ചെറിയവർക്ക് ഇതെല്ലാം എത്ര ആവശ്യമാണെന്ന് വിചാരിച്ചത്. എല്ലാം പാഴിലായിപ്പോയി. ഞാൻ ഇപ്പോൾ തനിച്ചായി.

അമ്മ കണ്ടപ്പോൾ പറഞ്ഞു,

“കരയ്. ഇപ്പോൾ നിനക്ക് നല്ലൊരു കരച്ചിൽ അത്യാവശ്യമാണ്.” എന്നാൽ യാങ്ക പറഞ്ഞു,

“നിനക്ക് നേരെ ഒരു അബോർഷനാണ് ഉണ്ടായത്. അതിനാൽ നീ ഒന്നും സഹിക്കേണ്ടി വന്നില്ല.”

ഞങ്ങൾ ഞങ്ങളുടെ ഭാവി കുഞ്ഞിനായി ഒരു നഴ്സറിയുടെ അടുത്തായി ഒരു ഫ്ളാറ്റ് വാടകയ്ക്ക് എടുത്തിരുന്നു. സോനോച്ക അവിടെ രാത്രികളിലും തങ്ങുന്നു.

ഞാൻ കിടക്കയിൽ കിടന്ന് ആരോഗ്യം വീണ്ടെടുക്കുമ്പോൾ സോന്യ അവളുടെ സാധാരണ ചോദ്യം ചോദിച്ചു.

“ശരി, എങ്ങനെയുണ്ട് എന്റെ കൊച്ചു സഹോദരൻ?”

ഞാൻ അവളോട് പുഞ്ചിരിച്ചുകൊണ്ട് ഉത്തരം പറഞ്ഞു,

"നന്നായിരിക്കുന്നു."

"നിങ്ങളെന്തിനാണ് എപ്പോഴും കിടക്കയിൽ കിടക്കുന്നത്?"

"എനിക്ക് അല്പം ജലദോഷമുണ്ട്."

ഞാൻ തിരിഞ്ഞു കിടന്ന് തലയിണയിൽ മുഖമമർത്തി ചുമയ്ക്കും പോലെ അഭിനയിച്ചു. ഞാൻ തേങ്ങുന്നത് അവൾ കാണില്ലല്ലോ.

ഇന്നലെ ഞാൻ അവളെ കുളിമുറിയിലേക്ക് കൊണ്ടുപോയി അവളുടെ തുണികൾ മാറ്റാൻ ശ്രമിച്ചു. എന്നാൽ അവൾ മുഖം വീർപ്പിച്ച് വലിയ മേലുദ്യോഗസ്ഥയുടെ മട്ടിൽ എന്നെ അതിന് അനുവദിച്ചില്ല. ഞാൻ അവളെ സ്നേഹം കൊണ്ട് വശീകരിക്കാനായി ക്ലിപ്പുകൾകൊണ്ട് എറിഞ്ഞു കളിച്ചു. എന്നാൽ അത് അവളുടെ തൊട്ടടുത്തായിപ്പോയി. അത് തട്ടി അവളുടെ തൊലി കുറച്ച് പോയി.

"ഇതാ നിങ്ങളെന്നെ പിച്ചുകയും ചെയ്തു."

അവൾ അത് എടുത്തിട്ട് എന്നെ നന്നായി ഒന്ന് നുള്ളി. എനിക്ക് വല്ലാതെ വേദനിച്ചു. ഞാൻ അവളെ കുളിപ്പിച്ചു. എന്നാൽ കണ്ണിൽ സോപ്പ് പോയി എന്നും അവളുടെ അമ്മ വളരെ വ്യത്യാസത്തോടെയാണ് ഇതെല്ലാം ചെയ്യാറുള്ളത് എന്നും അവൾ പറഞ്ഞു. ഞാൻ അവളെ ടവ്വൽ കൊണ്ട് തുടച്ചു. അവളുടെ നന്നായി വൃത്തിയാക്കിയ തലമുടി 'ഫ്രിൽ' എന്നൊരു ശബ്ദമുണ്ടാക്കി. ഞാൻ കുട്ടിയായിരുന്നപ്പോൾ അമ്മ പറയുമായിരുന്നു മുടി എന്നും നന്നായി കഴുകിത്തുടച്ച് വൃത്തിയാക്കി വെയ്ക്കണം എന്ന്.

എനിക്ക് എന്നെങ്കിലും കുട്ടിയുണ്ടാകും. അപ്പോൾ ഞാൻ തീർച്ചയായും എന്റെ കുഞ്ഞിന്റെ തലമുടി വളരെ വൃത്തിയാക്കും.

ഞങ്ങളോടൊപ്പം താമസിക്കാൻ സോന്യയ്ക്ക് എന്തായിരുന്നു വിഷമമെന്ന് പിന്നീടാണ് മനസ്സിലാക്കിയത്. അവൾ എപ്പോഴും കിടക്കയിൽ മൂത്രമൊഴിക്കുമത്രെ. ആരെങ്കിലും രാത്രി എഴുന്നേറ്റ് അവളുടെ കിടക്കവിരി നനഞ്ഞിട്ടുണ്ടോ എന്ന് നോക്കുകയും നനഞ്ഞിട്ടുണ്ടെങ്കിൽ മാറ്റുകയും വേണം. അവളെപ്പറ്റിയുള്ള എല്ലാം അവൾക്കറിയാം. അവൾക്ക് അതൊക്കെ ഭയങ്കര നാണക്കേടുമാണ്.

ഇന്ന് അയാൾക്കുപകരം ഞാൻ അവളെ നൃത്തക്ലാസ്സിന് കൊണ്ടുപോയി.

അവൾ ഷൂസ് മാറ്റുമ്പോൾ പെട്ടെന്ന് അവളുടെ ബാലെ സമയത്തിടുന്ന ഷൂ എടുത്ത് എന്റെ മൂക്കിനു താഴെ വെച്ചു.

"ഇതൊന്ന് മണക്കൂ."

ഞാൻ ഷൂവെടുത്ത് അവളുടെ മൂക്കിനു കീഴെ വെച്ചു.

"നീ ഇത് മണക്ക്."

അവൾ തിളങ്ങുന്ന കണ്ണുകൾകൊണ്ട് എന്റെ നേരെ ദേഷ്യത്തോടെ നോക്കി.

സാഷ, സാഷൻക!

എന്റെ അദ്ഭുതമേ! എന്റെ തിളക്കമേറിയവളേ! ഞാൻ നിന്റെ കൂടെ ഇല്ല എന്നും നിനക്ക് വിഷമമാണെന്നും എനിക്കറിയാം. ഞാൻ എപ്പോഴും നീ അവിടെ എന്തു ചെയ്യുകയാണെന്ന് ഓർക്കാറുണ്ട്. നിനക്ക് എന്താണ് സംഭവിക്കുന്നത്? നീ ഇപ്പോൾ എന്താണ് ചെയ്യുന്നത്? നീ എന്തിനെക്കുറിച്ചാണ് ചിന്തിച്ചുകൊണ്ടിരിക്കുന്നത്? എന്താണ് നിന്നെ അസ്വസ്ഥയാക്കുന്നത്? ഈ നിമിഷത്തിൽ നിന്റെ അടുത്തെത്തി നിന്നെ ഉരുമ്മി കെട്ടിപ്പിടിച്ച് നിന്റെ തല എന്റെ നെഞ്ചിൽ അമർത്തിച്ചേർക്കാനായി നിന്റെ അടുത്തുവരാൻ ഞാൻ എത്രനാൾ കാത്തിരിക്കണം? ദയവായി ധൈര്യമായിരിക്കുക! നീ ധൈര്യമായി ഇരുന്നേ പറ്റൂ!

ഞാൻ തിരിച്ചുവരും. നീ നോക്കിക്കോ. എല്ലാം ശരിയാവുകയും ചെയ്യും. ഈയിടയ്ക്കാണ് വേർപിരിഞ്ഞത്. എന്നാൽ സമയം വലിഞ്ഞു നീണ്ട് വർഷങ്ങളിലെത്തി.

പ്രത്യേകിച്ച് ഞാൻ ഇവിടെ അവസാനിച്ചപ്പോൾ സമയം അദൃശ്യമായി വേഗം കടന്നുപോയി. അല്ലെങ്കിൽ മറിച്ച്. അത് മുഴുവനായും നിന്നു, അത് നിലയ്ക്കുമോ എന്നൊന്നും എനിക്ക് പറയാൻ കഴിയില്ല. എല്ലാ സംഭവങ്ങളുടെയും പിന്നിൽ അതുണ്ട്, അദൃശ്യമായി സമയം നമ്മുടെ പുറകിലുണ്ട്. നിന്നിൽ നിന്ന് ഞാൻ വിട്ടുപോയ ആ ദിവസത്തെക്കുറിച്ചോർക്കുമ്പോൾ ഗംഭീരമായ ആ സമയം കഴിഞ്ഞുപോയി എന്നു ഞാൻ ചിന്തിക്കുന്നു.

നീ എന്നെ എത്രമാത്രം സഹായിക്കുന്നുണ്ട് എന്ന് നിനക്ക് ചിന്തിക്കാൻ കഴിയില്ല, കാരണം എനിക്ക് നിനക്കായി എഴുതാൻ കഴിയുന്നുണ്ടല്ലോ. ഇത് എന്റെ മോക്ഷമാണ്. ചിരിക്കണ്ട, ഇത് ശരിക്കും എന്റെ മോക്ഷമാണ്.

ഞാൻ എന്താണ് എഴുതിയത്? ചിരിക്ക് സാഷൻക, എന്റെ അദ്ഭുതമേ, ചിരിക്ക്.

ഞാൻ നേരത്തേ എഴുന്നേറ്റു. അതാണ് ദിവസത്തിലെ ഏറ്റവും നല്ല സമയം. വെളിച്ചം ആയിട്ടേ ഉള്ളൂ. പുലർച്ചയിലെ കുളിർക്കാറ്റ് അപ്പോഴും മന്ദമായി, പുതുമയോടെ വീശുന്നുണ്ടായിരുന്നു. ഇവിടെ ജീവിക്കുമ്പോൾ ആകെ സുഖമുള്ളത് ഈ മണിക്കൂറുകളിലാണ്. ഞാൻ ഈ തണുപ്പിൽ സന്തോഷിക്കുന്നുണ്ട് എങ്കിലും മഞ്ഞുമൂടിയ കാവോലിങ്ങ് പാടശേഖരങ്ങൾക്കു മുകളിലായി ചുവന്ന സൂര്യൻ പൊങ്ങിവരുന്നതിന്റെ ഭീകരതയും എനിക്ക് അനുഭവപ്പെടാൻ കഴിയുന്നു. താമസിയാതെ സൂര്യൻ സ്വർണനിറമാകും. പിന്നെ വെള്ള പാടങ്ങൾക്കു മുകളിലുള്ള മൂടൽമഞ്ഞ് ആവിയായിപോകും. പുലർകുളിർകാറ്റ് ചുരുങ്ങി ഇല്ലാതാകും. വീണ്ടും

നരകം തുടങ്ങും. ഇവിടുത്തെ ചൂട് നമ്മുടെ തലയെ ശരിയായ അർത്ഥത്തിൽ പാചകം ചെയ്തെടുക്കും. പലരും സൂര്യതാപംകൊണ്ട് ബോധം കെടുന്നുണ്ട്.

ഇവിടുത്തെ ദിവസങ്ങളിൽ ഞാൻ മനസ്സിൽ കൂട്ടി വെച്ച കാര്യങ്ങൾ എനിക്ക് പകർത്തുവാൻ താത്പര്യമുണ്ട്. സന്തോഷകരമല്ലാത്തതൊക്കെ എഴുതേണ്ടി വരുന്നതിൽ എന്റെ പ്രിയപ്പെട്ടവളേ, എന്നോട് ക്ഷമിക്കൂ.

കാര്യങ്ങളെപ്പറ്റി ഞാൻ എഴുതില്ല, കാരണം അവയ്ക്കൊക്കെ പ്രാധാന്യമുണ്ടാകും. എന്നാൽ എന്റെ തലയിൽ ആദ്യം വരുന്നതൊക്കെ എഴുതാനാണ് ഞാൻ പോകുന്നത്.

ഇന്നലെ വിസേസ്ലാവിൻസ്കി എന്ന ഒരു ഉദ്യോഗസ്ഥൻ ഹുയാങ്ജ്യുവിൽ വെച്ച് കുടിച്ചു മറിഞ്ഞ് അയാളുടെ തകർക്കപ്പെട്ട ബൈനോക്കുലേഴ്സ് വെച്ച് എല്ലാവരെയും ഉപദ്രവിക്കാൻതുടങ്ങി. അയാൾ കുടിച്ചതിനുള്ള കാരണം ഇതായിരുന്നു; ഒരു വെടിയുണ്ട അയാളുടെ കഴുത്തിൽ തൂക്കിയിട്ടിരുന്ന ബൈനോക്കുലറിൽ തട്ടി. ഭാഗ്യത്തിന് അയാൾ ചെറിയ ഒരു മുറിവോടെ രക്ഷപ്പെട്ടു. അയാൾ എല്ലാവരേയും ആ ബൈനോക്കുലറും തന്റെ മുറിവും കാണിച്ചുകൊടുത്തു. ഞാൻ ചിന്തിച്ചു, ഇത്തരം ഭാഗ്യമുള്ള അപകടങ്ങൾ പുസ്തകങ്ങളിലേ കാണൂ. അയാൾ കഷ്ണം കഷ്ണമായി തകർന്നു. ചെറിയ ഒരു ആൺകുട്ടിയെപ്പോലെ അയാൾ കരഞ്ഞ് കരഞ്ഞ് കുടിച്ചുകൊണ്ടിരുന്നു. അതൊരു വിചിത്രമായ കാര്യമായി. കാരണം ഇതിനൊക്കെ മുമ്പ് അക്ഷോഭ്യനായ, ധൈര്യശാലിയായ മനുഷ്യനായിരുന്നു എന്നായിരുന്നു അയാളെക്കുറിച്ചുള്ള അഭിപ്രായം.. ഇന്ന് രാവിലെ അയാളെ ഒരു കുളത്തിൽ ഒഴുകി നടക്കുന്നത് കണ്ടു. ഇവിടെ നിന്ന് അടുത്തുള്ള തകർന്നുപോയ ഒരു കടയുടെ അടുത്ത് ഒരു ചെറിയ കുട്ടിപോലും മുങ്ങിത്താണുപോകാത്ത ഒരു ചെറിയ കുളമുണ്ട്. അയാൾ ചിലപ്പോൾ വഴുക്കി വീണതാകും. അയാൾക്ക് സ്വബോധം അപ്പോഴേ തീരെ നഷ്ടപ്പെട്ടിരുന്നു. ഞങ്ങൾ അയാളെ പുറത്തെടുത്തപ്പോൾ അയാളുടെ വായിൽനിന്ന് വൃത്തികെട്ട വെള്ളം വായിലൂടെയും മൂക്കിലൂടെയും ഒഴുകി വന്നു. അവർ അയാൾക്ക് കൃത്രിമശ്വാസോച്ഛ്വാസം നൽകാൻ ശ്രമിച്ചു. എന്നാൽ അത് വെറുതെയായി. സർജന്റെ സഹായി അയാളുടെ വായിൽ കയ്യിട്ട് വഴുക്കുന്ന എന്തോ വലിച്ച് പുറത്തേക്കിട്ടു.

എല്ലാം എന്തൊരു വിഡ്ഢിത്തമായിപ്പോയി!

അയാളുടെ വീട്ടുകാർക്ക് അയാളുടെ വീരമൃത്യുവിനെക്കുറിച്ച് ഒരു ചരമ അറിയിപ്പ് ലഭിക്കും.

മറ്റൊരു വിധത്തിൽ പറഞ്ഞാൽ നമുക്ക് അവർക്കായി എന്താണ് എഴുതാൻ കഴിയുക? സത്യാവസ്ഥയോ?

സത്യമെന്തെന്നാൽ ഞങ്ങൾ എല്ലാ ദിവസവും ഒരുപാട് നഷ്ടങ്ങൾ സഹിക്കുകയാണ്. നീ നോക്ക്, എല്ലാവരും ഓരോ തരത്തിലുള്ള

യുദ്ധക്കളത്തിലാണ്. അപകടങ്ങളും സൂര്യാഘാതവുമൊക്കെ സാധാരണ യാണ്. എപ്പോഴുമെന്നപോലെ ഇപ്പോഴും ചൂട് അസഹനീയമാണ്.

പുരുഷന്മാർ മാത്രമല്ല സഹിക്കുന്നത്. മിനിഞ്ഞാന്ന് എന്റെ മുന്നിൽ വെച്ചാണ് അത് സംഭവിച്ചത്. രണ്ടാമത്തെ പീരങ്കി പട്ടാളനിര അവരുടെ യഥാസ്ഥാനത്തേക്ക് കവാത്ത് നടത്തുകയായിരുന്നു. നിരത്ത് കുറച്ച് ഇടിഞ്ഞ് താഴ്ന്നിരുന്നു, കുതിരകൾ വേഗത്തിൽ നീങ്ങിക്കൊണ്ടിരുന്നു. കുതിരയെ തെളിക്കുന്ന പ്രധാനിയുടെ കുതിര പെട്ടെന്ന് വീണു. ഭാഗ്യ വശാൽ സൈനികന് ചാടി എഴുന്നേൽക്കാൻ കഴിഞ്ഞു. എന്നാൽ തോക്കിൽനിന്ന് കുതിരയുടെ മേലേക്ക് വെടിപൊട്ടി രണ്ട് പിൻകാലുകളും ഒടിഞ്ഞു. അത് വേദനകൊണ്ട് നീണ്ടസ്വരത്തിൽ കരയാൻ തുടങ്ങി. അവർ അതിനെ വെടിവെച്ചു കൊന്നു.

ഇതാ ചില നല്ല വാർത്തകൾ. അഡ്മിറൽ സെയ്മോറിന്റെ അവ ശേഷിക്കുന്ന ആളുകൾ പര്യടനം കഴിഞ്ഞ് തിരിച്ച് എത്തി. അവർക്ക് പ്രതിബന്ധങ്ങൾ തകർത്ത് പീക്കിംഗിൽ എത്താൻ കഴിഞ്ഞില്ല. അവരുടെ മുന്നിലുള്ള വഴികൾ പൊളിച്ചുകളഞ്ഞിരുന്നു. അത് സംരക്ഷിക്കാനായി വേണ്ടത്ര ആളുകളെ സജ്ജീകരിക്കാൻ അവർക്ക് കഴിഞ്ഞതുമില്ല. അവർക്കു പിന്നിലുള്ള തീവണ്ടിസ്റ്റേഷൻ ചൈനയിലെ സൈന്യം പിടി ച്ചടക്കിയിരുന്നു. അവർക്ക് ഒന്നും ചെയ്യാൻ പറ്റിയില്ല, യുദ്ധം ചെയ്യുക യല്ലാതെ. അവർ ശൂന്യമായ കൈകളോടെ തിരിച്ചെത്തുകയും ചെയ്തു. ഇരുനൂറ് പേർക്ക് മുറിവേറ്റിരുന്നു. സാധിച്ചപ്പോഴൊക്കെ അവരുടെ മരിച്ച വരെ അവർ അവിടെത്തന്നെ കുഴിച്ചിട്ടിരുന്നു.

ക്യാപ്റ്റൻ ചാഗിന്റെ കീഴിലുള്ള റഷ്യൻ കപ്പൽ യാത്രക്കാരുടെ രണ്ട് സംഘങ്ങൾ ഈ സംയുക്ത സൈന്യത്തോടൊപ്പം പോയിരുന്നു. പകുതി പ്പേർ മാത്രമേ തിരിച്ചുവന്നുള്ളൂ. ഞങ്ങളുടെ യാത്രികർ രണ്ടാഴ്ച ഏറ്റവും ബുദ്ധിമുട്ടുള്ള പരിതസ്ഥിതിയിൽ ജോലി ചെയ്തു. ചാഗിൻ മറ്റ് വലിയ ഉദ്യോഗസ്ഥരോട് പറയുന്നത് ഞാൻ കേട്ടു, എന്തെന്നാൽ ഒരു സമയത്ത് അവർക്ക് പിൻവാങ്ങേണ്ടി വരികയും ഒരു തകർന്ന സ്റ്റേഷനിൽ കുറച്ച് മുറിവേറ്റവരെ ഉപേക്ഷിക്കേണ്ടി വരികയും ചെയ്തിരുന്നു. അവർ സ്റ്റേഷൻ തിരിച്ചു പിടിച്ചപ്പോൾ മുറിവേറ്റ ഈ ആളുകളെ അവർ കഷ്ണം കഷ്ണ മാക്കി. ഇവിടെ ഉണ്ടായ ക്രൂരതയ്ക്ക് കണക്കില്ല. ഞങ്ങളുടെ ആളുകൾ ആരെയും ജയിൽപ്പുള്ളികളായി എടുത്തില്ല. ചാഗിനാകട്ടെ അയാളുടെ കീഴുദ്യോഗസ്ഥരോട് അവർ പിടികൂടിയ ആരെയും ഉപദ്രവിക്കരുത് എന്നു പറഞ്ഞ് അത് തടയാൻ ശ്രമിച്ചിരുന്നു. എന്നാൽ അയാൾ എപ്പോഴും വിജയിച്ചിരുന്നില്ല. പിടികൂടിയവരൊക്കെ നിസ്സഹായരും മുറിവേറ്റവരു മായിരുന്നു എന്ന് ചുരുക്കം. അവരുടെ സഖാക്കളോട് എന്താണ് ഇവർ ചെയ്തത് എന്നറിഞ്ഞാൽ ആ ആളുകൾ വല്ലാതെ കോപിഷ്ഠരാകും.

ഞങ്ങളുടെ സ്ഥിതിഗതികൾ ഇതുവരെ വളരെയൊന്നും മാറിയിട്ടില്ല. ഓരോ ഇടവിട്ട സമയത്തും യുദ്ധത്തിന്റെ ശബ്ദഘോഷങ്ങൾ തീവണ്ടി സ്റ്റേഷൻ പരിസരത്തുനിന്നും നഗരഭിത്തിക്കടുത്തുനിന്നും അകലെ നിന്നും

ലൂടായ് നീർച്ചാലിന്റെ ഭാഗത്തുനിന്നും നൊടിയിട ഉയർന്നുവരും. എന്നാൽ അത് നീണ്ടുനിന്നില്ല. ഞാൻ നിന്നോട് പറഞ്ഞിരുന്നോ, അയിരം കൊല്ലങ്ങൾക്കുമുമ്പ് കുഴിച്ച ഒരു നീർച്ചാൽ ചൈനയുടെ കുറുകെ ടിയ്റ്റ്സിനിനകത്തു കൂടെയാണ് ഒഴുകുന്നത് എന്ന്?

ഇതുവരെ രണ്ടുഭാഗത്തിനും ഒരു ഒഴിവു സമയമായിരുന്നു. എന്നാൽ നഗരത്തിലെ ബോംബുവർഷം തുടർന്നുകൊണ്ടേ ഇരുന്നു. ചൈനക്കാർ അവിശ്വസനീയമായ രീതിയിൽ കൃത്യനിഷ്ഠയുള്ളവരായി മാറി. പാർപ്പിട സമുച്ചയങ്ങളിലെ ഷെൽ വർഷം സാധാരണ ഉച്ചയ്ക്ക് മൂന്ന് മണിമുതൽ രാത്രി എട്ട് മണിവരെയാണ് ഉണ്ടാവുക. പിന്നീട് വീണ്ടും രണ്ടു മണി മുതൽ രാവിലെ പത്ത് മണിവരെ.

സാഷൻക, കുറച്ചു നേരമായി ഞാൻ ആ നിർത്താതെയുള്ള ഗർജ്ജനം കേട്ടുകൊണ്ടിരിക്കുകയാണ്. അതിനാൽ എനിക്ക് ചൈനീസ് തോക്കുകളിൽനിന്നുള്ള വെടികളും തോക്കിൻ കുഴലിന്റെ വ്യാസം പോലും തിരിച്ചറിയാൻ കഴിയുന്നുണ്ട്. കോട്ടകളിൽനിന്നുള്ള ചൈനീസ് വെടി വെയ്ക്കൽ ക്രുപ്സ് എന്ന ആറ് ഇഞ്ച് പീരങ്കിയിൽനിന്നും ഹോട്ച്കിസ് എന്ന പെട്ടെന്നു വെടിവയ്ക്കാവുന്ന തോക്കുകളിൽനിന്നും ഉള്ളവയാണ്. സ്വാഭാവികമായും നീ പറയും "എത്ര കഴിവുള്ള ഒരു കലാഭിജ്ഞനാണ് നീ എന്ന്!" എന്നാൽ തീർച്ചയായും അത്രയ്ക്കൊന്നുമില്ല! എന്നാൽ ചെവികൾ അത് കേട്ട് തഴമ്പിച്ചുകഴിഞ്ഞു. ഇവിടെ ഞാനും മാറുകയാണ്. ഞാൻ മറ്റാരോ ആയിക്കൊണ്ടിരിക്കുകയാണ്. ഇവിടെ മാറാൻ കഴിയാത്തത് അസാധ്യമായ കാര്യമാണ്. എന്നാൽ തീർച്ചയായും എനിക്ക് വേണ്ടത് അതാണ്, അല്ലേ?

ഞാൻ നിർത്തുകയാണ്.

ഇത് ഞാനെഴുതുന്നത് അടുത്ത ദിവസമാണ്.

ഇന്നലെ ഞാൻ ഒരു ചുമതല നിറവേറ്റുവാനായി നഗരത്തിലേക്ക് പോയി. എനിക്ക് പോകാൻ സന്തോഷമായിരുന്നു. അല്ലെങ്കിൽ ഞാൻ ക്യാംപിൽത്തന്നെ തങ്ങി നിന്നു പോയേനെ. ഒന്നുമില്ലെങ്കിലും ഇത് ഒരു തരത്തിലുള്ള ഒരു മാറ്റമാണല്ലോ. ഷെല്ലിംഗിനിടയിൽ പെട്ടുപോകുമോ എന്ന ഭയം ഉണ്ടായിരുന്നുവെങ്കിൽക്കൂടി ഞാൻ നിന്നോട് നേര് പറയുകയാണ്, സാഷൻക, ഞാൻ അവിടെ നഗരത്തിലുണ്ടായിരുന്നപ്പോൾ ഒരു ഷെൽപോലും ആ ജില്ലയിലെവിടെയും വന്നു വീണിട്ടില്ല. പേടിക്കണ്ട!

നഗരത്തിലേക്ക് പോകുന്ന വഴിയിൽ ഒരു ചെറിയ ചതുപ്പുനിലമുണ്ട്. പൊതുവേ പറഞ്ഞാൽ അവിടെ നിറയെ കുളങ്ങളും പൊയ്കകളും ഉണ്ട്. അവ വരൾച്ചയിൽ നശിച്ചുപോയി. ഇപ്പോൾ അതെല്ലാം ചൂടിൽ ജീർണാവസ്ഥയിലാണ്. പലപ്രാവശ്യം ഞാൻ പാമ്പുകളെ 'S' എന്ന ആകൃതിയിൽ കിടക്കുന്നത് കണ്ടിട്ടുണ്ട്. ആദ്യമായിട്ടാണ് ഞാൻ ഈ ഇഴജന്തുക്കളെ കാണുന്നത്. ഇവിടെ അതിനെക്കുറിച്ച് പലരും സംസാരിക്കാറുണ്ട്.

ടിയറ്റ്സിനെയും മുഴുവൻ താഴ്വരെയെയും കടുകിന്റെ നിറമുള്ള റിബ്ബൺ പോലെ പെയ്ഹോ നദി വേർതിരിക്കുന്നു. തരിശുനിലത്തിന്റെ സൂചനകൾ കാണുന്നതുവരെ ദൂരെനിന്ന് ആകർഷകമായ ചിത്രം പോലെ അത് പ്രത്യക്ഷമാകുന്നു.

തീവണ്ടിസ്റ്റേഷനും അതിലെ കെട്ടിടങ്ങളുമൊക്കെ ഭീകരമായ ഒരു അവസ്ഥയിലാണ്. പ്ലാറ്റ്ഫോമുകൾ ഷെല്ലുകളും കുന്നുകൂടിയ ചപ്പുചവറുകളും പൊട്ടിയ ഇഷ്ടികകളും മറ്റുമൊക്കെയായി ചേർന്ന് ഒരു ചവറുകൂനയായി കിടക്കുന്നു. സാധനങ്ങൾ സൂക്ഷിക്കുന്ന മുറിയിലെ ഇരുമ്പ് പണികൾ ചെയ്തിട്ടുള്ള മേൽക്കൂര വെടിയുണ്ടകൾ തുളച്ചുകയറിയിട്ടും കൂർത്ത സാധനങ്ങൾ കൊണ്ട് തുളകൾ വീണിട്ടും ഒക്കെ ആയി ആകെ ഒരു അരിപ്പപോലെ വൃത്തികേടായിട്ടുണ്ട്. കത്തിയമർന്ന തീവണ്ടിമുറികൾ ഇതുവരെ എടുത്ത് മാറ്റിയിട്ടില്ല.

ഞങ്ങളുടെ തുരങ്കം പണിക്കാർ പുതിയ രീതിയിൽ മോടിപിടിപ്പിച്ച് ബലിഷ്ഠമാക്കി. കുറച്ച് ദിവസങ്ങൾക്ക് മുമ്പ് കുന്നുകൂടിയ പോലെ ശവശരീരങ്ങൾ മുമ്പ് ഉണ്ടായിട്ടില്ല. അവ ഓളങ്ങളിലൂടെ ഇപ്പോഴും വന്നുകൊണ്ടിരിക്കുന്നു. ഞാൻ അവിടെ ഉണ്ടായിരുന്നപ്പോൾ സൈനികർ നീല നിറത്തിൽ ഉള്ള എന്തോ ഒരു സാധനം തള്ളിമാറ്റാൻ ശ്രമിച്ച് പത്തേമാരികൾക്കിടയിൽ വീർപ്പിച്ച് വെച്ചു.

ഞാൻ ഇവിടെ അനിസിമോവിന്റെ സംയുക്ത സൈന്യത്തിലെ ഉബ്രി എന്നു വിചിത്രമായ കുടുംബപ്പേരുള്ള ഒരു ഉദ്യോഗസ്ഥനോടൊപ്പമായിരുന്നു. അയാൾ ആദ്യം നഗരം കണ്ടത് അത് നശിപ്പിക്കപ്പെടുന്നതിനു മുമ്പാണത്രെ. ഇപ്പോൾ പിടിച്ചടക്കപ്പെട്ട സമയത്തുള്ള ടിയറ്റ്സിനെ കണ്ടിട്ട് അയാൾ തുടർച്ചയായി വിലപിച്ചു. ഉബ്രിക്ക് ഷെല്ലിന്റെ ശബ്ദം കേട്ടുകേട്ട് കേൾവിശക്തി കുറഞ്ഞിരിക്കുകയാണ്. അതിനാൽ എന്തെങ്കിലും എനിക്ക് സംസാരിക്കണമെങ്കിൽ നിലവിളക്കണം.

അയാൾ എനിക്ക് കുടിപ്പാർപ്പുകൾ കാണിച്ചുതന്നു. പാലം കഴിഞ്ഞ ശേഷം ഉടനെയുള്ളത് ഇംഗ്ലീഷ് പാർപ്പിട സമുച്ചയം. പ്രധാന വീഥിയെ വിക്ടോറിയ റോഡ് എന്ന് വിളിക്കുന്നു. അത് നദിവരെ നീളുന്നു. ചൈനീസ് കോട്ടകൾ വരെ നേരെ പോകുന്നു. ഗ്രനേഡുകൾക്ക് നേരെ ഒരു തടസ്സവുമില്ലാതെ കുഴിയും കുണ്ടുമായ നിരത്തുകളിലൂടെ പറക്കാം.

എല്ലാ ഭിത്തികളും വിണ്ടുകീറിയും കീറിമുറിഞ്ഞും ഇരുന്നു. ഒരു പാട് കെട്ടിടങ്ങളും നശിപ്പിക്കപ്പെട്ടു. കരിഞ്ഞ അവശിഷ്ടങ്ങളും തകർക്കപ്പെട്ട പൊട്ടിച്ചിതറിയ ജനാലകളും ആണ് അവിടെയെല്ലാം. നിരത്തുകളിലും ഇടറോഡുകളിലും പഞ്ഞിയുടെ വലിയ കെട്ടുകളും വിളക്കുകാലുകളും ഇഷ്ടികകളും കൊണ്ട് തടസ്സമുണ്ടാക്കിയിരുന്നു. എല്ലായിടത്തും മരസ്സാമാനങ്ങളും ചപ്പുചവറുകളും മേൽക്കൂരയിലെ ഓടുകളുമൊക്കെ വാരിവിതറി ഇട്ടിരുന്നു. നിരത്തുകൾ നിശ്ശബ്ദമാണ്. കാൽനടക്കാരെ കാണാനേയില്ല. ഉദ്യോഗസ്ഥരുടെ പ്രധാന ആസ്ഥാനമായും ആതുരശാലകളായും സാധനങ്ങൾ കൂനകൂട്ടി ഇടുന്ന സ്ഥലങ്ങളായും

മാറിയ കെട്ടിടങ്ങളുടെ മുന്നിൽ എല്ലാ രാജ്യക്കാരുടെയും പാറാവുകാർ മാത്രം ഉണ്ട്.

ഒന്ന് ഓർത്തുനോക്കുക, അവിടെ ഇപ്പോഴും സർക്കസ് കാണാനായി ആളുകളെ ആഹ്വാനം ചെയ്യുന്ന പരസ്യങ്ങളുണ്ട്. ഒരു അഖില ലോക സംഘം, കീഴടങ്ങുംമുമ്പുതന്നെ പോസ്റ്ററുകൾ എല്ലായിടത്തും ഒട്ടിച്ചു. എന്നാൽ ആളുകളിൽനിന്ന് പ്രതീക്ഷിച്ച പ്രതികരണം ഉണ്ടാകുംമുമ്പ് കലാകാരന്മാർക്കുള്ള യാത്രയ്ക്കായുള്ള സൗകര്യവും അവസരവും താകുവിൽനിന്നു പോകുന്ന അവസാന തീവണ്ടിയിൽ ഒരുക്കേണ്ടി വന്നു.

ഉബ്രിയും ഞാനും ഗോർഡൻ ഹാളിലേക്ക്, നഗരത്തിലെ ഇംഗ്ലീഷ് പാർപ്പിട സമുച്ചയത്തിലേക്ക്, പോയി. അയാൾ പറഞ്ഞു, കീഴടക്കുന്ന സമയത്ത് സ്ത്രീകളും കുട്ടികളും കെട്ടിടത്തിന്റെ അടിഭാഗത്ത് അഭയം പ്രാപിച്ചു എന്ന്. ആഹാരം അടുത്തുള്ള ആസ്റ്റർഹൗസ് ഹോട്ടലിൽ ആയിരുന്നു. റഷ്യൻ ഉദ്യോഗസ്ഥൻ ഫ്യൂസ്ക്കിയും കുടുംബവും ഈ അടിഭാഗങ്ങളിലാണ് അഭയം പ്രാപിച്ചത്. അയാളുടെ ഏഴുവയസ്സായ മകൻ ബോംബാക്രമണത്തിൽ മരിച്ചുപോയി.

ഹോട്ടൽ വല്ലാതെ തകർന്നിരുന്നു. ഇപ്പോഴും ബാൽക്കണികളും വരാന്തകളും ടവറുകളും കൊണ്ട് മനോഹരമായ ഒരു കെട്ടിടമാണ് അതെന്ന് കണ്ടാൽ അറിയാം. സൂര്യതാപമേൽക്കാത്ത തരത്തിലുള്ള മേലാപ്പോടുകൂടിയ വലിയ ഭംഗിയുള്ള ജനാലകൾ. അവ ഇപ്പോൾ മണൽ ബാഗുകൾ വെച്ച് അടച്ചിരിക്കുകയാണ്. ഉബ്രി എന്നോട് പറഞ്ഞു, അതിനുള്ളിൽ മാർബിൾ കൊണ്ടുള്ള കുളിമുറികൾ, വൈദ്യുതികൊണ്ടുള്ള ബെല്ലുകൾ, എല്ലായിടത്തും ആഡംബരസമൃദ്ധിയായിരുന്നു എന്ന്. ഉപരോധത്തിന്റെ തുടക്കം മുതൽ തന്നെ വൈദ്യുതിയോ, വെള്ളമോ പാർപ്പിട സമുച്ചയങ്ങളിൽ ഉണ്ടായിരുന്നില്ല.

പൊതുവേ പറഞ്ഞാൽ ഈ നഗരം ഇപ്പോഴും എത്ര ഭംഗിയുള്ള ഒരു ആഡംബരനഗരമാണ്! യൂറോപ്പുകാർ എത്ര സൗകര്യപ്രദമായാണ് അവരുടെ ജീവിതം ഇവിടെ കരുപ്പിടിപ്പിച്ചിരുന്നത്! മനോഹരമായ നദിക്കരയുടെ വരമ്പ്, വൃത്തിയുള്ള വീതിയേറിയ നിരത്തുകൾ, പോപ്ലാറും അക്കേഷ്യകളും വെച്ചു പിടിപ്പിച്ചിട്ടുള്ള പൂന്തോട്ടങ്ങളും ആകർഷകമായ വിക്ടോറിയ പാർക്കും ഇംഗ്ലീഷ് മാതൃകയിലുള്ള ഗാംഭീര്യമുള്ള വീടുകളും ക്ലബുകളും ടെലിഗ്രാഫ്, ടെലിഫോൺ സൗകര്യങ്ങളും ഡ്രെയിനേജ് സൗകര്യങ്ങളും വെളിച്ചവും ഒക്കെയായി ഗംഭീരമായത്. ഒരുപാട് വലിയ കടകളും മറ്റും ഇപ്പോൾ കേടുവന്നും തീപിടിച്ചും പോയി.

ഏഷ്യയുടെ മധ്യഭാഗത്തുള്ള ഈ യൂറോപ്യൻനഗരം ഇന്ന് ഒരു ഭീതിദമായ കാഴ്ചയാണ്. ഷെല്ലുകൾ വീഴാത്തതായോ, കത്തിനശിക്കാത്തതായോ ഒരു കെട്ടിടമോ, വില്ലയോ പോലും ഇല്ല. ചൈനക്കാർ തന്നെയാണ് ഇതിനെ തകർത്തത്. ഏറ്റവും അറ്റത്തെ പാർപ്പിടസമുച്ചയം ഫ്രഞ്ചുകാരുടേതാണ്. ആശുപത്രിയുടെ വലതുഭാഗത്തായി ചൈനീസ്

ക്രിസ്ത്യാനികൾ താമസിച്ചിരുന്ന പൂർണമായും നശിപ്പിക്കപ്പെട്ട വലിയ നഗരഭാഗം ഉബ്രി കാണിച്ചുതന്നു. അടിഭാഗം വരെ കത്തിച്ച് ചാമ്പലാക്കാൻ ഫ്രഞ്ച് രാജ്യപ്രതിനിധി ഉത്തരവിട്ടു. കാരണം ചൈനീസ് നഗരഭാഗത്തുനിന്ന് ലഹളയും ആക്രമണവും ഉണ്ടായേക്കാമെന്ന് അയാൾ ഭയന്നിരുന്നു.

രണ്ടുകിലോമീറ്റർ അകലെവരെ പൊളിഞ്ഞ ഭിത്തികളും ആൾപ്പാർപ്പില്ലാത്ത വീടുകളിലെ ചിമ്മിനികളും കുന്നുകണക്കിനുള്ള കല്ലുകളും കൽക്കരിയും പരുക്കൻ പാറക്കഷ്ണങ്ങളും മാത്രമല്ലാതെ മറ്റൊന്നും കാണാനില്ലായിരുന്നു. തീയെ അതിജീവിച്ച ചൈനക്കാരുടെ വീടുകൾ കൊള്ളയടിക്കപ്പെട്ടു. മുറ്റങ്ങളിൽ വിലപിടിച്ചതും അല്ലാത്തതുമായ തുണികൾ വലിച്ചു വാരി ഇട്ടിട്ടുണ്ട്. എല്ലാത്തരം മരസ്സാമാനങ്ങളും മേശപ്പുറം അലങ്കരിക്കുന്ന സാധനങ്ങളും ചൈനീസ് എംബ്രോയ്ഡറി പണികൾ ചെയ്തിട്ടുള്ള ആഡംബരപൂർണ്ണമായ സാധനങ്ങളും പോർസലിൻ പാത്രങ്ങളും മനോഹരമായ ഒരു നിര ചിത്രങ്ങൾ, ക്ലോക്കുകൾ, എല്ലാം തകർക്കുകയും ചവിട്ടിത്തേക്കുകയും ചെയ്തിരുന്നു.

ഒഴിഞ്ഞ വീടുകളിലും മറ്റും സഖ്യസൈന്യം ഇതിനകം തന്നെ ലഹളയുണ്ടാക്കിക്കഴിഞ്ഞിരുന്നു. നിർഭാഗ്യവശാൽ ഈ വിലപിടിച്ച സാമഗ്രികളും ചപ്പുചവറുകളും ഇടകലർന്നവയിൽനിന്ന് ഒരു സൈനികൻ പോലും ഒന്നും തിരഞ്ഞില്ല. ചൈനീസ് ഔദ്യോഗിക ഭവനങ്ങളിലൊന്നും ഒരു മേൽനോട്ടവും ഉണ്ടായിരുന്നില്ല. അതിനാൽത്തന്നെ എന്തെങ്കിലും ഉണ്ടായാൽ മുറ്റത്തും നിലത്തും നിരത്തിലും കിടക്കുന്ന ചൈനക്കാരുടെ സ്വത്തിനൊന്നും ഒരു സുരക്ഷയും സാധ്യമായിരുന്നില്ല. അങ്ങനെ ചെയ്യേണ്ട ആവശ്യമുണ്ടായിരുന്നില്ലതാനും.

ഷെൽവീണ് ഭയങ്കരമായ കുലുക്കവും അയാൾക്ക് ഷോക്കും ഉണ്ടായ സ്ഥലം ഉബ്രി എനിക്ക് കാണിച്ചുതന്നു. അയാളുടെ അടുത്തുനിന്ന കൂട്ടുകാരൻ പൊട്ടിത്തെറിയുടെ ആഘാതം ഏറ്റവും ഭയങ്കരമായി അറിഞ്ഞു. അയാളുടെ രണ്ടു കാലുകളുടെയും അറ്റം മുറിഞ്ഞുപോവുകയും ഏതാനും മണിക്കൂറുകൾ കഴിഞ്ഞ് വലിയ വേദന സഹിച്ച് അയാൾ മരിച്ചു പോവുകയും ചെയ്തു.

ഇന്ത്യൻ ശിപായിക്കൂട്ടം "ഇന്റർനാഷണൽ ക്ലബി"ന്റെ പൂന്തോട്ടത്തിൽ വെച്ച് അവരുടെ ഒരു താൽക്കാലിക പാർപ്പിടം സജ്ജീകരിച്ചിരുന്നു. ഞങ്ങൾ അടുത്തുകൂടി പോയപ്പോൾ അവിടെ തീ കത്തുന്നത് കണ്ടു. അവർ ആഹാരം പാചകം ചെയ്യുകയായിരുന്നു. അവർ ചെറിയ കുഴലുകളും പ്രത്യേകതരം കുഴലുകളും കൊണ്ട് ഊതുന്നുണ്ടായിരുന്നു. മനുഷ്യന്റെ വയറ്റിൽ നിന്ന് പോയതെല്ലാം നിരത്തിലേക്ക് കൊച്ച് അരുവി പോലെ ഒഴുകിപ്പോയി തളംകെട്ടി നിന്നിരുന്നു. അതൊന്നും തലപ്പാവ് ധരിച്ച സൈനികരെ ബാധിച്ചിരുന്നില്ല. ഞാനും ഉബ്രിയും മൂക്ക് പൊത്തിപ്പിടിച്ച് അതിവേഗം അവിടെ നിന്നുപോയി.

ഞ്ഞങ്ങൾ അവിടെ ഉണ്ടായിരുന്നപ്പോൾ ഇംഗ്ലീഷുകാർ ഒരു ചൈന ക്കാരനായ ചാരനെ പിടികൂടിയിട്ടുണ്ടായിരുന്നു. അവൻ വെറും ഒരു പയ്യനാ യിരുന്നു. ശിപായികൾ അവനെ ആസ്റ്റർഹൗസ് ഹോട്ടലിന്റെ മുന്നിലുള്ള ചത്വരത്തിനു മുമ്പിലേക്ക് അവരുടെ പ്രധാന ഔദ്യോഗിക ഓഫീസിൽ നിന്നും കൊല്ലാനായി കൊണ്ടുപോയി. ഞങ്ങൾ ഒരു ഇംഗ്ലീഷുകാരനായ ഉദ്യോഗസ്ഥനോട് സംസാരിച്ചപ്പോൾ അയാൾ പറഞ്ഞു, ഒരു ചെറുപ്പ ക്കാരൻ വീടിന്റെ മേൽക്കൂരയിൽ കയറിനിന്ന് കയ്യിലെ തൂവാലയെടുത്ത് അവരുടെ നേർക്ക് വീശിക്കാണിച്ചത് അവർ കണ്ടു എന്നാണ്. ചൈന ക്കാർക്ക് പാർപ്പിട സമുച്ചയങ്ങളിൽ നടക്കുന്ന ഏതിനെക്കുറിച്ചും ഉറ പ്പായും അറിയാമായിരുന്നു.

ആ ചെറുപ്പക്കാരൻ വളരെ മെലിഞ്ഞ് എല്ലും തോലുമായ ഒരാളായി രുന്നു. അവന്റെ തല മുഴുവനായി വടിച്ചിരുന്നു. അവൻ എന്റെ അടുത്തു കൂടി പോയപ്പോൾ ഞങ്ങളുടെ കണ്ണുകൾ ഇടഞ്ഞു. അവന്റെ കണ്ണു കളിൽ മുഴുവൻ ഭയവും നിരാശയും ആയിരുന്നു. ഭയംകൊണ്ടാവാം അവന് ഇക്കിൾ വന്നുകൊണ്ടേയിരുന്നു. ഇപ്പോഴും അവന്റെ ആ നോട്ടം എനിക്ക് അനുഭവപ്പെടുകയാണ്.

സാഷൻക, ഞാൻ വിചാരിച്ചു അവർ അവനെ വെടിവയ്ക്കും എന്ന്. എന്നാൽ ശിപായികൾ അവന്റെ തലവെട്ടി. ഏതോ ഒരു അമേരിക്കക്കാരൻ ക്യാമറയുമായി അവിടെ ഉണ്ടായിരുന്നു. ആരെങ്കിലുമൊക്കെ ആ ക്യാമറ യിലേക്ക്, ഫോട്ടോകളിലേക്ക് ഒക്കെ സ്വയം പരിശോധിക്കാനായി നോക്കി. ശിപായികൾ അഭിമാനത്തോടെ ക്യാമറയുടെ മുന്നിൽനിന്നു കൊടുത്തു.

ഞാൻ അതിൽ ശ്രദ്ധിച്ച് എന്നെ കാണാൻ ശ്രമിച്ചു, എങ്കിലും എനി ക്കതിന് കഴിഞ്ഞില്ല. എന്റെ കണ്ണുകൾ ആ നിർണ്ണായക സമയത്തുതന്നെ ഞാൻ അടച്ചു. ഞാൻ ശബ്ദം മാത്രം കേട്ടു. നിനക്കറിയാമോ ആ ശബ്ദം കുറ്റിച്ചെടികൾ വെട്ടുന്ന കത്രികയുടെ ശബ്ദംപോലെയിരുന്നു. പിന്നീട് ഞാൻ കണ്ണുകൾ തുറന്നു. അവന്റെ തല നിലത്ത് വീഴുന്നത് കണ്ടു. എത്ര പ്രാവശ്യം കൊയ്തെടുത്ത തലകൾ നിലത്ത് വീണത് വിവിധ ചിത്രങ്ങളിൽ കണ്ടിരിക്കുന്നു. ഉദാഹരണത്തിന്, ഒരു പാത്രത്തിന് മുകളിൽ (കലാകാരന്മാരുടെ പ്രിയപ്പെട്ട വിഷയമാണല്ലോ അത്. എന്തോ ഭീകരമായത് അതിനുള്ളിൽ ഉണ്ട്.) അത് ശ്രേഷ്ഠവും മനോഹരവുമായ താണ്. എന്നാൽ എന്റെ മുന്നിൽ കിടക്കുന്ന ആ സാധനം ചെറുതും കറുത്ത രക്തം പുരണ്ടതുമായിരുന്നു. നാക്കു കടിച്ച് വികൃതമായ വായയും ഒരു കണ്ണ് മുകളിലേക്കും പിന്നിലേക്കും തള്ളിനിൽക്കുന്നതുമായിരുന്നു. അയാളുടെ കഴുത്തിൽനിന്ന് കറുത്ത രക്തം ഒഴുകുന്നുണ്ടായിരുന്നു.

എന്തൊരു വിചിത്രമായ കാര്യം. ഇതെല്ലാം കാണുകയും ഭ്രാന്തു പിടിക്കാതെ ഇരിക്കുകയും വേണം എന്ന മട്ടാണ്.

ആ ദിവസം തന്നെ ആഹാരം കഴിക്കാനും കഴിയുന്നു. മറ്റുവല്ലതി നെയും കുറിച്ച്, ഇവിടുത്തെ ഒന്നിനെയുമല്ല, ദൂരെയുള്ള മനുഷ്യരെ

ക്കുറിച്ച് സംസാരിക്കുന്നു. ഉദാഹരണത്തിന് ഇന്ന് ഞാൻ ഗ്ലാസെനാപി നോട് ഞാൻ ഒരു തല വെട്ടുന്ന സ്ഥലത്തായിരുന്നു എന്നും ഇത് കൂടുവിട്ട് കൂടുമാറുന്ന ആത്മാവിനെക്കുറിച്ചുള്ള സംഭാഷണത്തിന് മുമ്പുള്ള ഒരു ഒഴികഴിവ് മാത്രമാണെന്നും പറഞ്ഞു.

എല്ലാവർക്കും എന്തിനാണ് എന്നും എങ്ങനെയാണ് എന്നറിഞ്ഞിട്ടും ആരുടെയെങ്കിലുമൊക്കെ വധശിക്ഷ നടപ്പാക്കുന്നതിൽ മറ്റുള്ളവർക്ക് അതിശയിക്കാൻ കഴിയുന്നത് എങ്ങനെയാണാവോ! അവരെ കൊല്ലുന്ന തിലൂടെ നമ്മൾ സ്വന്തം ജീവനുകളാണ് രക്ഷിക്കുന്നത്. ഉത്തരം ലളിത മാണ്.

കിറിൽ ആത്മാവ് കൂടുവിട്ട് കൂടുമാറുന്നതിൽ വിശ്വസിക്കുന്ന ആളാണ്. അല്ലെങ്കിൽ അയാൾ അങ്ങനെയാണ് എന്ന് പറഞ്ഞു.

ഞാൻ ചോദിച്ചു, അങ്ങനെയാണെങ്കിൽ നമ്മൾ എന്തുകൊണ്ടാണ് വീണ്ടും ഒരു നെപ്പോളിയനോ, മാർകസ് ഔറേലിയസോ ഉണ്ടാകാതിരു ന്നതിൽ അതിശയിക്കാത്തത്? അല്ലെങ്കിൽ ആ ചൈനീസ് ചെറുപ്പക്കാരനു പകരം ഏതെങ്കിലും പ്രാദേശിക ഡോബ്ചിൻസ്കിമാരോ അല്ലെങ്കിൽ ബോബ്ചിൻസ്കിമാരോ- ഗോഗോളിന്റെ ഇൻസ്പെക്ടർ ജനറലിൽ നിന്നുള്ളവർ- മരിക്കാൻ ഏറ്റവും ഭയമുള്ളവരായി വന്നു കൂടായിരുന്നോ? എന്നാൽ അയാൾ പറഞ്ഞു, വളരെക്കാലം മുമ്പ് മരിച്ച ആളുകളാൽ ചുറ്റപ്പെട്ട് തീരെ നിസ്സഹായ അവസ്ഥയിൽ ആയ നാം നമ്മുടെ സ്വപ്ന ങ്ങളിൽ കാണുന്ന ഒന്നിലും അതിശയപ്പെടരുത് എന്ന്.

"നീ നോക്ക്", കിറിൽ പ്രഖ്യാപിച്ചു. "നമ്മൾ മുമ്പ് വ്യത്യസ്തമായ ലോകത്തും വ്യത്യസ്തമായ സമയത്തും ജീവിച്ചു. ഇവിടെ നാം ഉണർന്ന് ഒന്നിലും അതിശയിക്കാതെ, ഉപേക്ഷിച്ച എല്ലാത്തിനെയും അംഗീകരിച്ച് ജീവിതം മുന്നോട്ടുകൊണ്ട് പോകുന്നു. പിന്നീട് നാം മറ്റെവിടെയെങ്കിലും ഉറക്കമുണരുന്നു."

എത്ര അസഹനീയമായ മനുഷ്യൻ, ആ ഗ്ലാസ്നാപ്!

ഞാൻ ആ ചൈനക്കാരൻ ചെറുപ്പക്കാരനോട് ചിരിച്ചിരുന്നുവെങ്കിലും (അയാളുടെ ആത്മാവ് അല്ലെങ്കിൽ അയാളുടെ തലയെങ്കിലും) താൽക്കാ ലികമായ ആശ്വാസം എന്നിൽ കണ്ടെത്തിയിരുന്നു. ചവിട്ടിക്കുഴച്ച മണ്ണിൽ പുതഞ്ഞ് ചോരയും മണലും കലർന്ന് കണ്ണിനുള്ളിലെ കൃഷ്ണമണി യില്ലാതെ, തവിട്ടുനിറമുള്ള പല്ലുകളാൽ കറുത്ത നാക്ക് കടിച്ച് അയാളുടെ തല നിലത്തുകിടക്കുന്നതു കാണാനായി ഞാൻ അതിനുമുമ്പ് അപ്പോൾ കണ്ണുകളടയ്ക്കരുതായിരുന്നു.

ക്ഷമിക്കൂ, എന്റെ പ്രിയപ്പെട്ടവളേ, എന്നോട് ക്ഷമിക്കൂ! എന്നാൽ ഞാൻ ഒന്നുംതന്നെ വെട്ടിക്കളയുന്നില്ല. നിനക്ക് ഈ വരികൾ വായിക്കാതെ വിട്ടു കളയാം, കേട്ടോ.

എനിക്ക് നിന്നോട് നല്ല കാര്യങ്ങൾ കുറേ പറയാനുണ്ട്!

എന്റെ സാഷൻക, കുറച്ചുനേരത്തേക്ക് നിർത്തി വെച്ചുവെങ്കിലും ഞാൻ തുടരുകയാണ്. നിനക്കറിയുമോ ഞാൻ എന്തിനാണ് നിറുത്തിയത് എന്ന്? അതൊരു വിഡ്ഢിത്തമായിരുന്നു. എന്തായാലും ഞാൻ വിശദീകരിക്കും. എല്ലാറ്റിനും ഉപരിയായി എനിക്ക് നിന്നോട് എല്ലാറ്റിനെയും കുറിച്ച് സംസാരിക്കണം. കൊസ്സാക്കുകളും പീരങ്കിപ്പടയാളികളും അവരുടെ കുതിരകളെ പുല്ലുമുളച്ചുനിന്നിരുന്ന തീവണ്ടിപ്പാളങ്ങളിൽ നിർത്തി അശ്ലീലസംഭാഷണങ്ങൾ കൈമാറിക്കൊണ്ട് വൃത്തിയാക്കി. അത് ഇപ്പോൾ നിശ്ശബ്ദമാണ്. ആ ഭാഗത്തുനിന്ന് കുതിരകളുടേയും അവയുടെ വിയർപ്പിന്റേയും മൂത്രത്തിന്റേയും മണം പേറിക്കൊണ്ട് കാറ്റ് അടിക്കുന്നുണ്ട്. എന്നാൽ ഇതെല്ലാം മനുഷ്യത്വമുള്ള, ഹൃദയങ്ങൾ നെഞ്ചിലേറ്റിയ മണങ്ങളാണ്. ഇവിടുത്തെ മനുഷ്യരാണ് വൃത്തികെട്ട മൃഗങ്ങളുടെ മണം പുറത്തേക്ക് വമിപ്പിക്കുന്നത്. മൃഗങ്ങളെ സംബന്ധിച്ചിടത്തോളം തിരിച്ചാണ്. എന്തായാലും അവർ തമ്മിൽ വൃത്തികെട്ട കഥകൾ പറഞ്ഞ്, പരുക്കനായി ഉച്ചത്തിൽ ചിരിക്കുന്നുണ്ടായിരുന്നു. ഞാൻ എന്റെ കാതിൽ പതിയുന്ന ആ സംഭാഷണത്തോടൊപ്പം നിനക്ക് എഴുതാമെന്നും കരുതിയെങ്കിലും വേണ്ടെന്ന് വെച്ചു. അവർ എന്റെ കത്തിന്റെ ഈ കടലാസ്സിനേക്കാൾ മേലെ സംസാരിച്ച് അതിനെ കളങ്കപ്പെടുത്തുമെന്ന് തോന്നിയ പോലെ.

ഞാനൊരു ചെറിയ നടത്തത്തിന് പോയി. ഞാൻ കുതിരാലയങ്ങളിൽ വൃത്തിയായും ചന്തമായും നിൽക്കുന്ന കുതിരകളെ നോക്കി. അവ അവയുടെ സുഗന്ധപൂരിതമായ നിശ്വാസം എന്നിലേക്ക് വിട്ടു. ശരീരത്തിൽവന്ന് ഇരിക്കുന്ന ഈച്ചകളെ അവ തങ്ങളുടെ മസിലുകൾ പ്രകമ്പിപ്പിച്ച് ആട്ടിയകറ്റാൻ ശ്രമിച്ചു. മുക്കറയിട്ടും മസിലുകൾ ഇളക്കിയും ശ്രമിച്ചു. ഇണക്കമുള്ള സങ്കടമുള്ള കണ്ണുകളാൽ അവ എന്നെ ചെരിഞ്ഞ് നോക്കി. അവ നിഷ്കളങ്കരായ സദ്ഗുണങ്ങളുള്ളവയാണ്.

ഞാൻ തുടരുന്നത് സൈനികർ പോയശേഷമാണ്. എന്തിനെയൊക്കെ കുറിച്ചാണ് ഞാൻ നിനക്ക് എഴുതുക?

ടിയറ്റ്സിനിലെ കാത്തലിക് മിഷൻ വടക്കുഭാഗത്ത് എവിടെയോ ആയിരുന്നപ്പോൾ അവളെ ആദ്യമായി കണ്ടെത്തിയ ഭാഗത്തുവെച്ച് പിടികൂടാൻ ശ്രമിച്ചപ്പോൾ താൻ രക്ഷപ്പെട്ട കഥ ലൂസി എന്നോട് ഇന്ന് പറഞ്ഞു. പൊതുവെ പറഞ്ഞാൽ അവൾ എങ്ങനെ ചൈനയിൽ എത്തി എന്നത് എല്ലാവർക്കും ഒരു പിടികിട്ടാത്ത രഹസ്യമാണ്. എന്നാൽ കിറിൽ എന്നോട് വളരെ രഹസ്യമായി പറഞ്ഞു, അവൾ ചൈനയിലേക്ക് തന്റെ പ്രേമസാഫല്യത്തിനായാണ് വന്നത് എന്ന്. അവൾ എല്ലാം വീട്ടിൽ ഉപേക്ഷിച്ച് താൻ സ്നേഹിച്ച പുരുഷനെ കണ്ടുപിടിക്കാൻ ഈ ലോകത്തേക്ക് ഇറങ്ങിത്തിരിച്ചു. എന്നാൽ അയാൾ ഒരു തെമ്മാടിയായിരുന്നു, സാധാരണ കച്ചവടക്കാരനെപ്പോലെ തന്നെ. അവൾക്ക് തിരികെ പോകാൻ കഴിയില്ലായിരുന്നു. അവൾ കാതലിക് മിഷനിൽ ജോലി കണ്ടെത്തി. ശരി, ഞാൻ അവളുടെ കഥയിലേക്ക് കടക്കാം.

ആ ചെറിയ സ്ത്രീ കടന്നുപോയ കാര്യങ്ങളിലൂടെ! ആൾക്കൂട്ടം മിഷന്റെ മൈതാനത്തിലൂടെ കടന്നു. ആർക്കും മാറിപ്പോകാൻ കഴിഞ്ഞില്ല. പിച്ചക്കാരായ ലഹളക്കാർ അടുക്കളയിൽ ഗ്ലാസ്സ് ജാറുകളിൽ ഉപ്പിലിട്ട ഉള്ളി കണ്ടു. അവർ അത് ഗ്രാമക്കാർക്ക് മുഴുവൻ കാട്ടിക്കൊടുത്തു. വിദേശീയരുടെ വഞ്ചനാത്മകമായ ചതിയെക്കുറിച്ച്. അവർ വിചാരിച്ചു ഉള്ളി ചൈനക്കാരുടെ കണ്ണുകളാണെന്ന്. അവരെ ഒതുക്കുക ബുദ്ധിമുട്ടായിരുന്നു. ഒരു കൂട്ടക്കൊല ആരംഭിച്ചു.

അവർ കാത്തലിക്ക് ഉപദേശിയുടെ കണ്ണുകൾ ഫോർക്കുകൊണ്ട് കുത്തിയെടുത്തു. അവർ അയാളുടെ വീട്ടുടമസ്ഥയുടെ തലവെട്ടിക്കളഞ്ഞു. അവർ അപ്പോൾ അവരുടെ മകന്റെ കയ്യും പിടിച്ച് നിൽക്കുകയായിരുന്നു. അവർ കുട്ടിയെ അവരെ കൊന്ന ഉടനെ തന്നെ കൊന്നുകളഞ്ഞു. ഇതെല്ലാം ശബ്ദത്തിൽ ഒരു അസ്വസ്ഥതയും പ്രകടിപ്പിക്കാതെ, അപരിചിതവും വരണ്ടതുമായ രീതിയിൽ, ഇതൊന്നും തന്നെ ബാധിക്കില്ല എന്നമട്ടിൽ, ഇതൊക്കെ മറ്റേതോ സ്ത്രീയുടെ ദുരിതമാണ് എന്ന മട്ടിലും ആണ് ലൂസി പറഞ്ഞത്.

ലൂസിക്ക് ചെറിയൊരു തോക്ക് ഉണ്ടായിരുന്നു. അവൾക്കത് ഉപയോഗിക്കാനായി കൊണ്ടുനടക്കാൻ കഴിയില്ലായിരുന്നു. അവൾ പറഞ്ഞത് ആദ്യമൊക്കെ അവൾ അക്രമികളെ വെടിവെയ്ക്കാൻ ശ്രമിച്ചിരുന്നു, എന്നാൽ മനുഷ്യരെ അങ്ങനെ വെടിവെയ്ക്കാൻ ആ സ്ത്രീക്ക് കഴിഞ്ഞിരുന്നില്ല. പിന്നീട് അവൾ സ്വയം വെടിവെയ്ക്കാൻ തീരുമാനിച്ചു. എന്നാൽ അവൾക്ക് ഇഷ്ടപ്പെട്ട ആളുകളെ ഇവർ എന്താണ് ചെയ്തത് എന്ന് കണ്ടപ്പോൾ അവൾ അവരെ വെടിവെയ്ക്കാൻ തുടങ്ങി. അവൾ പറയുന്നത് അവൾക്ക് ഒരു ആഗ്രഹമേയുള്ളൂ എന്നാണ്. അവരിൽ പറ്റുന്നത്ര ആളുകളെ കൊല്ലുക! അവൾ അദ്ഭുതകരമായാണ് അതിജീവനം ചെയ്തത്. അവൾ സ്വയം ഒരു ഷെഡ്ഡിൽ തന്നെ പൂട്ടിയിട്ട് അവരെ അകറ്റാനായി അവിടുന്ന് വെടിവെച്ച് കുറേപ്പേരെ കൊന്നു. അവളെ ചൈനയിലെ ഒരു ചെറിയ സേനയിലെ സാധാരണ ഒരു സൈനികൻ രക്ഷപ്പെടുത്തി. ആ സമയത്ത് അവർ ഒരുമ്പെട്ടിറങ്ങിയിരുന്ന യിഹേറ്റ്വാനുകളെ ശിക്ഷിച്ചു കൊണ്ടിരിക്കുകയായിരുന്നു. ചിലി പ്രവിശ്യയിലെ ഗവർണർ ഒളിപ്പോരാളികളെ പിടിച്ചു കൊടുക്കുന്നവർക്ക് സമ്മാനം പ്രഖ്യാപിക്കുകവരെ ചെയ്തു.

അവളുടെ കഥ കേട്ടപ്പോൾ അവിടെ എല്ലാവരും നിശ്ശബ്ദരായി കുറച്ചു നേരം ഇരുന്നു. എനിക്ക് എന്റെ കണ്ണുകൾ അവൾക്കു നേരെ ഉയർത്താൻ കഴിഞ്ഞില്ല. ഞാൻ അവളുടെ കൈകൾ ശ്രദ്ധിക്കുകയായിരുന്നു. ദയ കാട്ടുകയും ലാളിക്കുകയും ശുശ്രൂഷിക്കുകയും ഒക്കെ ചെയ്ത ആ കൈകൾ കൊലയും ചെയ്തിട്ടുണ്ട്.

പിന്നീട് ലൂസി പറഞ്ഞു അവൾ ഇനിയും കൊല്ലാൻ തയ്യാറാണെന്ന്. അവൾ അവരെ വെറുക്കുന്നു.

സാഷൻക, ഇതെല്ലാം എത്ര അവിശ്വസനീയവും ദുർഗ്രഹവും ഭയാനകവും ആണ്.

എനിക്ക് അവളെക്കുറിച്ച് വല്ലാത്ത വേദന തോന്നി. അവളെ വെറുക്കാൻ തുടങ്ങി.

കിറിൽ ഞങ്ങൾ രണ്ടുപേരും തനിച്ചായപ്പോൾ അവളെക്കുറിച്ച് ദയയോടെ സംസാരിക്കാൻ തുടങ്ങി. നിനക്കറിയാമോ അയാൾ എന്നോട് പറഞ്ഞു, അയാൾ പീറ്റേർസ് ബർഗിലെ ഒരു പെണ്ണിനെ പ്രേമിക്കുകയും അവൾ അയാളുടെ വികാരങ്ങളെ തള്ളിക്കളഞ്ഞ് ഒരു വിലയും ഇല്ലാത്ത ഒരു മനുഷ്യനുവേണ്ടി അയാളെ ഉപേക്ഷിക്കുകയും ചെയ്തു എന്ന്. ജീവിതത്തിലെ സത്യമായ ഒന്നിനെ കണ്ടുപിടിച്ചു എന്ന ഭാവമാണ് അയാൾക്ക് ഇപ്പോൾ.

സാഷൻക, അവരുടെ വികാരങ്ങൾ ഞങ്ങളുടെ കൺമുന്നിൽവെച്ച് പരിപക്വമാവുന്നത് കാണാൻ രസമാണ്, ചോരയുടേയും മരണത്തിന്റേയും മുറിവുകളുടേയും വേദനയുടേയും പഴുപ്പുകളുടേയും ഇടയിൽ, എല്ലാവരും അവർ ഒന്നിച്ചുചേരുന്നത് ശ്രദ്ധിക്കുകയും അതു കണ്ട് പുഞ്ചിരിക്കുകയും ചെയ്തു. തീർച്ചയായും ആളുകൾക്ക് അവരോട് അസൂയയാണ്. അല്ല, അതൊരു തെറ്റായ വാക്കാണ്. ആളുകൾക്ക് അവരോട് സന്തോഷമാണ്. ഒരുപാട് ഭീകരതയും ക്രൂരതയും ഒക്കെ ചുറ്റിലുമുണ്ട്. ഈ രണ്ടുപേരുടേയും ഉള്ളിൽ മൃദുല സമീപനം ഉണ്ടാകുന്നത് കാണുന്നതിൽ വല്ലാത്ത സന്തോഷമാണ്.

ആളുകൾ അവരെ കാണുമ്പോൾ ചിലപ്പോഴൊക്കെ അവരുടെ സ്വന്തം ഇഷ്ടമുള്ളവരെ ഓർക്കുകയാണ്.

ദൂരെയുള്ള എന്റെ സാഷൻക!

നീ ഇപ്പോൾ എന്നോട് വളരെ അടുത്താണ്. നീ എന്റെ അരികിൽ കുനിഞ്ഞുനിന്ന് ഞാൻ എഴുതിയ വരികൾ നോക്കുകയാണ്. ഞാൻ നിന്നെ വളരെ മൃദുവായി ചുംബിക്കുകയാണ്.

ശുഭരാത്രി, എന്റെ പ്രിയതമേ!

നീയും ഞാനും കുറേക്കാലമായി ഒന്നു തന്നെയാണ്. നീ ഞാനും ഞാൻ നീയുമാണ്. എന്തിനാണ് നമ്മെ വേർപിരിക്കാൻ കഴിയുക? ഒന്നിനും നമ്മെ വേർപിരിക്കാൻ കഴിയില്ല.

പ്രിയനേ,

എന്റെ കാലിൽ ഒരു ഉറുമ്പിൻ കൂടുണ്ട്. അത് തരിച്ച് ഇരിക്കുകയാണ്.

രാവിലെ തൊട്ട് രണ്ടു പ്രാവശ്യം മഴ പെയ്തു. ഒരു വിദ്യാർത്ഥി നടന്നു പോകുന്നത് ജനാലയിലൂടെ കണ്ടു.

ജനാല ഗ്ലാസ്സുപോലെ, തകരംപോലെ, മരംപോലെ.

ദിവസങ്ങൾ പല്ലികളെപ്പോലെ വേഗം വേഗം ഓടിപ്പോകുന്നു. ഒന്നിനെ പിടിക്കാൻ ശ്രമിച്ചാൽ കയ്യിൽ വാലുമാത്രം ബാക്കിയാകും അതാണ്

അതിന്റെ രീതി. മണിയടിക്കുന്നു. ഒഴിവ് സമയം. സ്കൂൾ മുറ്റത്തുനിന്നും കുട്ടികളുടെ നിലവിളി.

പെട്ടെന്ന് ഞാൻ ഓർത്തു. ഒഴിവുസമയത്ത് ആ കുട്ടികളുടെ ബഹളം അതേപോലെ തന്നെയായിരിക്കും. നൂറ് വർഷം കഴിഞ്ഞാലും ഇരുനൂറ് വർഷങ്ങൾ കഴിഞ്ഞാലും. ഡോങ്ക അവളുടെ നഖങ്ങൾ നിലത്ത് ശബ്ദത്തോടെ ഉരച്ചു. അവൾ അവളുടെ മുൻകാലുകൾ എന്റെ കാൽ മുട്ടിൽ വെച്ച് കെഞ്ചുന്നപോലെ എന്റെ കണ്ണുകളിലേക്ക് നോക്കി. അവൾ എന്നോട് നടക്കാൻ കൊണ്ടുപോകാൻ പറയുകയാണ്.

എനിക്ക് കാണാവുന്ന ബാലേ നർത്തകിമാർ ഇളം ചൂടുള്ള വെള്ളം അവരുടെ ബാലേ ഷൂസുകളുടെ കുതിഭാഗങ്ങളിൽ ഒഴിക്കുകയാണ്. അങ്ങനെ ചെയ്താൽ അവരുടെ കാല് കൂടുതൽ ദൃഢമായി അതിനുള്ളിൽ ഇരിക്കും.

ഞാൻ ഡോങ്കയെക്കൂട്ടി പുറത്തുപോയി. ഞങ്ങൾ സോനോച്കയുടെ ബാലേ അദ്ധ്യാപികയെ പാർക്കിൽവെച്ച് പലതവണ കണ്ടുമുട്ടി. അവർക്കും നായുടെ വർഗ്ഗത്തിൽപ്പെട്ട ഒരു മൃഗമുണ്ടായിരുന്നു. എന്നാൽ കാലിൽ ഇടുന്ന ചെരുപ്പിന്റെ അത്ര ചെറുത്. തമ്മിൽ അങ്ങേയറ്റത്തെ വൈജാത്യമുണ്ടെങ്കിലും വാല് കാലുകൾക്കിടയിലാക്കി വെച്ച് തമ്മിൽ മുറുമുറുക്കുന്നതിന് അതൊരു തടസ്സമേ ആയില്ല.

അവർ എന്നോട് ബാലെയെക്കുറിച്ച് സംസാരിച്ചു. അവർ ഒരു ബാലേ നൃത്തത്തിനു പോയപ്പോൾ അവരും പങ്കാളിയും ഒന്നിച്ച് നൃത്തം ചെയ്തപ്പോൾ മറ്റേയാളുടെ തെറ്റുകൊണ്ട് ഇവർ വീണുപോയി. അവർ അയാളെ ഇന്നും വെറുക്കുന്നു. സ്റ്റേജിൽവെച്ച് കല്ലുപോലത്തെ മുഖഭാവമെങ്കിലും പല്ലുകൾക്കിടയിലൂടെ ഓരോ വിഡ്ഢിത്തങ്ങൾ പറഞ്ഞ് അവരെ ചിരിപ്പിക്കുവാൻ അയാൾ ഇഷ്ടപ്പെട്ടു. വീഴ്ച്ചകാരണം പേരുപോയി എന്നു പറഞ്ഞ് അവർ ഇവരെ ആദ്യമൊന്നും ബാലേക്ക് ഒപ്പം കൂട്ടിയില്ല. എന്നാൽ അവർ മാറിടം തുറന്നുകാട്ടാനൊരുങ്ങി എന്നതാണ് സത്യം. അവരുടെ ടീച്ചർ നൃത്തക്ലാസ്സിൽവെച്ച് അവരോട് പറഞ്ഞു, ഒരു അഞ്ച് കോപെക് കഷ്ണങ്ങൾ ഉണ്ടെന്ന് വിഭാവനം ചെയ്യുക. അത് നിന്റെ പുറകുവശത്ത് ഇട്ടിട്ട് ക്ലാസ്സ് സമയം മുഴുവൻ കശക്കിയാലും അത് വീഴില്ല.

ബാലേ നർത്തകരെ നോക്കുന്ന ഒരു എല്ലുരോഗവിദഗ്ധനുമായി അവർക്ക് ഒരു ബന്ധമുണ്ടായിരുന്നുവത്രെ. അയാൾ സ്വന്തം ഭാര്യയെ ഉപേക്ഷിക്കാമെന്ന് വാക്ക് കൊടുത്തിരിക്കുകയാണ്. എന്നാൽ അയാൾക്ക് അത് കഴിയില്ല, അവർക്ക് സുഖമില്ല, കുട്ടികളുണ്ട് അങ്ങനെയുള്ള കാരണങ്ങൾകൊണ്ട്. സാധാരണ രീതികൾ. അവർ ഏകാന്തത ഒഴിവാക്കാനായി ഒരു പട്ടിയെ വളർത്തുകയാണ്.

ഒരു നർത്തകിക്ക് ഭൂമിയുടെ ഗുരുത്വാകർഷണമാണ് സാധനങ്ങളെ പിടിച്ചു നിർത്തുന്നത്.

കുട്ടിയായിരുന്നപ്പോൾ അവർക്ക് മഞ്ഞിൽ സ്ക്കേറ്റു ചെയ്യാൻ പോകാൻ വലിയ ആഗ്രഹമായിരുന്നു. എന്നാൽ അവർക്ക് സ്ക്കേറ്റിംഗിനെക്കുറിച്ചോ, സ്ക്കീയിംഗിനെക്കുറിച്ചോ ചിന്തിക്കാൻ തന്നെ വയ്യായിരുന്നു. തന്റെ കാൽക്കുഴ തെറ്റുമോ എന്ന് അവർ ഭയന്നിരുന്നു.

അവർ പറഞ്ഞു, സോനോച്കയ്ക്ക് ബാലേ നൃത്തത്തിൽ വലിയ താത്പര്യമുണ്ട് എന്ന്. എന്നാൽ അവർ എന്നെ വിലക്കുംപോലെ പറഞ്ഞു,

"ബാലേ നർത്തകികൾ പഠിക്കാൻ പുറകോട്ടായിരിക്കും വായിക്കാൻ. അവർക്ക് സമയമുണ്ടാവില്ല."

അവർ പിന്നെ പറഞ്ഞു, നിങ്ങൾ വേദിയിലേക്ക് പോകുമ്പോൾ കാണികൾ വശീകരിക്കപ്പെട്ടവരെപ്പോലെ ആയിരിക്കും. നിങ്ങൾ അവരെ യാഥാർത്ഥ്യത്തിലേക്ക് കൊണ്ടുവരണം. അവർക്ക് നിങ്ങളോട് പ്രേമം തോന്നിപ്പിക്കണം.

അയാളാണ് സാധാരണയായി ഡോങ്കയെ നടക്കാൻ കൊണ്ടുപോവുക. അമ്മ എന്നോട് പലതവണ പറഞ്ഞു, അയാളെ ഈ ബാലേക്കാരിയുമൊത്ത് പലതവണ കണ്ടിട്ടുണ്ട് എന്ന്.

"നീ വിഡ്ഢിയാവണ്ട. അയാളിൽ ഒരു കണ്ണ് ഉണ്ടാകണം. ഭർത്താവ് തല്ലുകൂടാനുള്ള ഒരാൾ കൂടിയാണ്."

പാവം അമ്മ. എനിക്ക് ഇന്ന് സ്വന്തമായി ഒരു വീടുണ്ട്. അവർ എന്നെ ഗുണദോഷിച്ചും ഉപദേശിച്ചും നിന്ദിച്ചും എന്നെ ശല്യപ്പെടുത്തുകയാണ്. അവർ തനിച്ചാണ്. എനിക്ക് അവരോട് സഹതാപമാണ്. എന്റെ അച്ഛൻ അവരെ ഉപേക്ഷിച്ചശേഷം അവർ അവരുടെ ശ്രദ്ധ എന്നിലേക്ക് തിരിച്ചു. പരിശോധനയ്ക്കായുള്ള ഇത്തരം സന്ദർശനങ്ങളെ എനിക്ക് ഭയമാണ്. ഇപ്പോൾ ഞാൻ എന്തുചെയ്താലും അതിന് ന്യായീകരണവും വിശദീകരണവും വേണം. ഞാൻ എല്ലാം തെറ്റായി ചെയ്യുന്നു. എല്ലായിടത്തും ചെളിയും കുഴിയുമൊക്കെ ഉണ്ട്. പൊതുവേ പറഞ്ഞാൽ ഞാൻ നന്ദികെട്ടവളാണ്.

അവർ എന്നെ എപ്പോഴും പഠിപ്പിക്കാൻ ശ്രമിക്കുന്നു. ഞാൻ ഒരു മഴക്കോട്ട് വാങ്ങി അവരെ കാണിച്ചു. അവർ പറഞ്ഞ് അതിന്റെ നിറം നന്നല്ല എന്നും ശരിക്ക് ശരീരത്തോട് ചേർന്നു നിൽക്കാത്തതാണ് എന്നുമാണ്. ഞാൻ എന്റെ പണം വെറുതെ തുലച്ചുവത്രെ. നീ എന്നാണ് ഒന്നു വലുതാവുക? അവർ എന്നോട് പ്രസംഗിക്കുന്നു. എനിക്ക് അവർ പറയുന്നത് കേൾക്കണ്ട. അതിനർത്ഥം ഞാൻ അവരെ ഇഷ്ടപ്പെടുന്നില്ല എന്നല്ല. അവർ തീരെ സഹിക്കാൻ പറ്റാത്തവരാണ്. എന്നിട്ടും അവരോട് എനിക്ക് സഹതാപമാണ്.

അമ്മ എപ്പോഴും പറയും അവർക്ക് ഞാൻ സന്തോഷമായി ഇരിക്കുന്നത് കാണണം എന്ന്. ഞാൻ അയാളുമായി സന്തോഷമായി, സുഖമായി

ഇരിക്കുന്നത് കാണണമത്രെ. അവർക്ക് സത്യത്തിൽ വേണ്ടത് എന്തെന്നു വെച്ചാൽ ഞാൻ വീണ്ടും കുട്ടിയായി അവരോടൊപ്പം ഇരിക്കണം എന്നാണ്.

അയാൾ ഭയങ്കരമായി മിഥ്യാരോഗ ഭയമുള്ളയാളാണ്. അയാൾ അസുഖങ്ങളെക്കുറിച്ചുള്ള എന്റെ പഠനപുസ്തകങ്ങൾ എടുത്ത് സ്ത്രീ കൾക്കുള്ള രോഗമല്ലാത്തതെന്തും തനിക്കുണ്ട് എന്ന് കണ്ടുപിടിക്കുന്നു. എന്നാൽ അയാൾ ശരിക്കും ഭയക്കുന്നത് അയാൾക്ക് തന്റെ സ്വന്തം അച്ഛന്റെ രോഗം പകർന്നുകിട്ടുമോ എന്നാണ്. അച്ഛന് അവസാന കാലത്ത് ത്വക് രോഗം വന്നു പിടിപെട്ടിരുന്നു.

ചിലപ്പോൾ അയാൾ പെട്ടെന്ന് തന്നെക്കുറിച്ചുതന്നെ എന്നോട് പറ യാൻ തുടങ്ങുമായിരുന്നു. അച്ഛൻ ഒരു പ്രൊഫസർ ആയിരുന്നു. സ്വന്തം വിദ്യാർത്ഥിനികളിൽ ഒരാളോട് പ്രേമമുണ്ടായിരുന്നു. പിന്നീട് അയാൾ അവളോടൊപ്പം കിടന്നു. അയാളുടെ അച്ഛനെ ഇഷ്ടപ്പെട്ടിരുന്ന അവളുടെ മുന്നിൽ അയാളുടെ അച്ഛനോട് ഇഷ്ടമില്ല എന്ന് തെളിയിക്കാനായിട്ടാണ് ഇങ്ങനെ ചെയ്തത്. അയാളുടെ അച്ഛൻ മകനോട് ക്ഷമിച്ചില്ല.

അച്ഛൻ അയാളെ അപമാനിക്കാനായി എന്തോ പറഞ്ഞു. പിന്നീട് അവർ തമ്മിൽ ഒന്നിച്ചിരുന്ന് സംസാരിക്കുന്നതൊക്കെ നിർത്തി.

അയാളുടെ അച്ഛന് ഒരു ഭീകര മരണമാണ് ഉണ്ടായത്. ഒരു തണുപ്പു കാലത്ത് വീട്ടിലേക്ക് വൈകി തിരിച്ചെത്താനായി നടക്കുന്ന അയാളെ വഴിയിൽ വെച്ച് ആരോ കൊള്ളയടിച്ചു. അവർ അയാളുടെ തലച്ചോറിന് ക്ഷതമേല്പിച്ചു. ഇപ്പോൾ അയാൾക്ക് അച്ഛൻ മരിച്ചതിൽ അപരാധ ബോധമാണ്. അയാൾ ഒരിക്കലും അങ്ങോട്ട് ഇഷ്ടപ്പെട്ടിരുന്നു എന്ന് പറഞ്ഞിരുന്നില്ലത്രെ.

അയാൾ ചിരിച്ചുകൊണ്ട് പറഞ്ഞു,

"ഞാൻ അദ്ദേഹത്തെ കുറ്റപ്പെടുത്തിയിട്ടുണ്ട്. ഒരു ചെറുപ്പക്കാരിക്കു വേണ്ടി എന്റെ അമ്മയെ ഉപേക്ഷിച്ചതിൽ. എന്നാൽ ഇപ്പോൾ ഞാനും അതുതന്നെയാണ് ചെയ്യുന്നത്. എന്റെ അച്ഛന്റെ അടുത്ത് ഞാൻ എന്തെ ങ്കിലുമൊക്കെയാണ് എന്ന് തെളിയിക്കാൻ ആഗ്രഹിച്ചു. എന്നാൽ എനിക്കെതിരായി മറ്റേ വശത്തുനിന്ന് അദ്ദേഹം അത് എന്നോട് കാണി ക്കുകയാണ്. വളരെ വിചിത്രമായിരിക്കുന്നു. ഞാൻ അഡയെ കല്യാണം കഴിച്ചപ്പോൾ എവിടെയോ ഇരുന്ന് നീ മണൽക്കൊട്ടാരം ഉണ്ടാക്കുകയാ യിരുന്നു."

ചില സമയങ്ങളിൽ എന്നെ മറന്നുകൊണ്ട് അയാൾ വിളിക്കും

"അഡ!"

അയാൾ ആരെയാണ് വിളിക്കുന്നതെന്ന് ഓർക്കുന്നില്ല.

ഞാൻ ഉത്തരം പറയുന്നു,

"എന്താ നിങ്ങൾക്ക് വേണ്ടത്?"

"നിന്നെ... അല്ലാതാരാ?"

പിന്നീടയാൾ പറയുന്നു,

"നിനക്കറിയുമോ, അഡ ഒരു ശുദ്ധമണ്ടത്തരമായിരുന്നു. ഞാൻ അതിപ്പോൾ നേരെയാക്കുകയാണ്. നീയാണ് എന്റെ ഭാഗധേയം."

അങ്ങനെയാണ് എണ്പതു വർഷങ്ങൾ കൂടെ ജീവിച്ച ഭാര്യയെക്കുറിച്ചായാലും അയാൾ പറയുക.

മറ്റൊരു സമയത്ത് അഡയെക്കുറിച്ച് അയാൾ പറഞ്ഞു. "അതൊരു വ്യത്യാസമുള്ള ഒറ്റപ്പെടലായിരുന്നു."

ആദ്യം അയാൾക്ക് അവളോട് അയാളുടെ പെൺബന്ധങ്ങളെക്കുറിച്ച് പറയണമായിരുന്നു. എന്തായാലും അവർ സത്യസന്ധരും തുറന്ന മനസ്സുള്ളവരുമാകാൻ തമ്മിൽ ഉറച്ചു. പിന്നീടയാൾക്ക് മറിച്ച് തോന്നി. ഇഷ്ടപ്പെടുന്നവരെക്കുറിച്ച് ഒന്നും പറയാൻ പാടില്ല എന്ന്.

അയാൾ അവളോട് നുണ പറയാൻ തുടങ്ങി.

"അവൾ എന്നെ പൂർണ്ണമായും വിശ്വസിച്ചു! എന്നാൽ വിശ്വസിക്കുന്ന ഒരാളെ ഒരിക്കലും ചതിക്കാൻ കഴിയില്ല!"

ഒരിക്കൽ അയാൾ പറഞ്ഞു,

"നീ ഒരാളുടെ കൂടെ ജീവിക്കുമ്പോൾ നിനക്ക് അയാളോടുള്ള ശക്തമായ വികാരത്തെ മണലും ഉരകല്ലും കൊണ്ട് ദിവസവും മിനുക്കി എടുക്കണം. മതിയായ ശക്തിയോ സമയമോ അതിനില്ലതാനും."

അയാൾ അയാളെയും അഡയെയും ഉദ്ദേശിച്ചു പറഞ്ഞതാണ്, എന്നെയല്ല എന്നയാൾ കൂട്ടിച്ചേർത്തു.

അഡയെ വിട്ടുപിരിയാൻ തീരുമാനിച്ച ദിവസം, പത്രം വിൽക്കുന്ന നിരത്തിലെ പയ്യൻ അയാളെ "അപ്പൂപ്പൻ" എന്നു വിളിച്ചു. അയാൾക്ക് അതൊരു വിപത്തായിതോന്നി. അയാൾക്ക് എന്തെങ്കിലും ചെയ്യണമായിരുന്നു. ഒരു തമാശ എന്ന മട്ടിൽ പിന്നീട് അയാൾ എന്നോട് പറഞ്ഞതാണ്.

എന്നാൽ അവൾ അയാളെ വിളിച്ച് കർട്ടനുകൾ തൂക്കിയിടാൻ തുടങ്ങിയപ്പോൾ അയാൾ അവിടെ പോകാൻ തുടങ്ങി.

ഞാൻ സോനോച്കയ്ക്ക് ഓട്സ് ഉണ്ടാക്കുകയായിരുന്നു. അപ്പോൾ അവൾ പറഞ്ഞു,

"അമ്മ പറഞ്ഞു നിങ്ങൾ ഞങ്ങളിൽനിന്ന് എന്റെ അച്ഛനെ അപഹരിച്ചു എന്ന്."

"വേറെ എന്തെല്ലാം പറഞ്ഞു?"

"നിങ്ങൾ എന്നെ ശരിക്കും ശ്രദ്ധിക്കുന്നില്ലെന്നും പറഞ്ഞു."

"പിന്നെ എന്തെല്ലാം?"

"അവധിക്കാലം ആഘോഷിക്കാൻ ഞങ്ങൾ പോകാറില്ല എന്നതും നിങ്ങളുടെ കുറ്റമാണ്. ഞങ്ങൾക്കിപ്പോൾ പണമൊന്നുമില്ല."

ഒരിക്കൽ ഒരു അർദ്ധരാത്രിയിൽ ഒരു ഫോൺവിളി വന്നു. സോന്യ യ്ക്ക് പനിയാണ്. അയാൾ പോകാനൊരുങ്ങി. ഞാൻ അയാളോട് പറഞ്ഞു,

"നിൽക്കൂ, ഞനും നിങ്ങളുടെ കൂടെ വരുന്നു."

അയാൾ ആ ആശയത്തെ ഒരു വീണ്ടുവിചാരമുള്ളതുപോലെയാക്കി.

"നിനക്കറിയുമോ, സോന്യ ഞങ്ങളുടെ കൂടെയുള്ളപ്പോൾ നീ അവളെ അവഗണിക്കുകയാണെന്ന് അവൾ ഉറപ്പിച്ചിരിക്കുകയാണ്."

ഞാൻ അയാളോടൊപ്പം പോയി. ഞങ്ങൾ ഒരു ടാക്സി പിടിച്ചു. ഞങ്ങൾ ആ ദിവസം മുഴുവൻ ഒന്നും മിണ്ടാതെ എതിർദിശകളിലേക്ക് തിരിഞ്ഞ് ഇരുന്നു. ടാക്സി ഡ്രൈവറാകട്ടെ എപ്പോഴും മൂക്കു ചീറ്റുകയും. ഞങ്ങൾ ഒരു ട്രാമിനകത്ത് പെട്ടതുപോലെയുമായി.

ഞാൻ ആദ്യമായാണ് അവരുടെ വീട്ടിൽ പോകുന്നത്.

എല്ലാ ഭിത്തികളും ചിത്രങ്ങൾ കൊണ്ട് നിറഞ്ഞിരുന്നു. അയാൾ അവൾക്കായി കുറേ നഗ്നചിത്രങ്ങൾ വരച്ചിരുന്നു. ആ രീതിയിൽ നിന്നിട്ട്, ഇരുന്നിട്ട്, കിടന്നിട്ട്. അവർ നടന്ന് അടുത്തുവന്നു. പൊട്ടിയ ചെരിപ്പും മുഷിഞ്ഞ മാക്സിയും ഇട്ട് തടിച്ച് വൃത്തികെട്ട ഈ വൃദ്ധയും ചിത്രങ്ങ ളിലെ ചെറുപ്പക്കാരിയുടെ ശരീരവും തമ്മിലുള്ള വൈരുദ്ധ്യം കണ്ട് ഞാൻ സ്തബ്ധയായി നിന്നു പോയി.

കുട്ടിക്ക് നൂറ്റിരണ്ട് ഡിഗ്രിയിൽ കൂടുതൽ പനിയുണ്ടായിരുന്നു. അവൾ വിയർത്ത് കുളിച്ചിരുന്നു. അവളുടെ നാക്കിലും വായുടെ മേൽഭാഗത്തു മൊക്കെ വെള്ള കുത്തുകൾ നിറഞ്ഞിരുന്നു. അവളുടെ മുഖം ചുവന്നും വായ്ക്കുചുറ്റും ഒരു ത്രികോണംമാതിരിയും എന്തോ ഉണ്ടായിരുന്നു. ഒരു കുരു, അതൊരു മണിപോലെ കാലുകൾക്കിടയിലും ഉണ്ടായിരുന്നു.

അഡ എന്നെ കുറ്റപ്പെടുത്തി. അവരുടെ മകൾ ഞങ്ങളുടെ അടുത്തു നിന്ന് നനഞ്ഞ കാലുകളോടെയാണ് തിരിച്ചെത്തിയത് എന്നും കുളങ്ങളി ലൂടെയൊക്കെ അവൾ ഓടുകയായിരുന്നുവെന്നും അവളുടെ ഷൂസ് വേണ്ടത്ര ശ്രദ്ധിച്ചില്ല എന്നും. അവരുടെ കണ്ണുകളിൽ കണ്ണുനീരുണ്ടാ യിരുന്നു.

"ശ്വാസനാളം വീർക്കുന്നതാവുമോ?"

ഞാൻ അവരെ തടഞ്ഞു.

"ക്ഷമിക്കണം. നിങ്ങളൊരു ഡോക്ടറാണോ?"

"അല്ല..."

"എന്നാൽ നിങ്ങളുടെ അഭിപ്രായം കേൾക്കാൻ എനിക്ക് താത്പര്യ മില്ല."

ഇത് വിഷജ്വരമാണെന്നും കുരുക്കൾ അടുത്ത ദിവസം മാറുമെന്നും ഞാൻ അവർക്ക് വിശദീകരിച്ചുകൊടുത്തു.

ഞാൻ വാഷ്ബേസിനിൽ പോയി. അയാൾ ടവ്വൽ കൊണ്ടുത്തന്നു. ഒന്നും ആലോചിക്കാതെ ഞാൻ ചോദിച്ചു, "അവർക്ക് എത്ര വയസ്സായി?"

അയാൾ ലജ്ജയോടെ പറഞ്ഞു,

"ഞങ്ങൾക്ക് ഒരേവയസ്സാണ്." ഞാൻ തനിയെ വീട്ടിലേക്ക് പോയി. പുലർച്ചവരെ അയാൾ അവിടെ താമസിച്ചുവെന്ന് അയാൾ പറഞ്ഞു.

"നീ മനസ്സിലാക്കണം"

ഞാൻ തലയാട്ടി. ഞാൻ എല്ലാം മനസ്സിലാക്കുന്നു. മൂന്ന് ആഴ്ച കഴിഞ്ഞപ്പോൾ സോനോച്കയുടെ കയ്യിലെ തോല് അടർന്നു.

രാത്രിയിൽ ഞങ്ങൾ കെട്ടിപ്പിടിച്ചു കിടന്നപ്പോൾ അയാൾ പറഞ്ഞു.

"ഞാൻ ജനിച്ചു, ഞാൻ മരിക്കും അത് വളരെ വ്യക്തമാണ്. അതൊരു സുഖമുള്ള കാര്യമല്ല. എന്നാൽ സത്യമാണ്. വിശദീകരിക്കാൻ ആവാത്തതാണ്. എന്നാൽ എന്റെ മകൾ എങ്ങനെയാണ്? അവൾ ഇപ്പോൾ ഉണ്ട്, ഒരുനാൾ അവളും മരിക്കും. ശരിക്കും പേടിപ്പെടുത്തുന്നതാണ് ഇത്. ഇത്രയും ഭയപ്പെടുത്തുന്ന എന്തെങ്കിലും ഉണ്ട് എന്ന് ഞാൻ അറിഞ്ഞിരുന്നില്ല."

അയാൾ അവളെ വഷളാക്കി. അവളാകട്ടെ നാണമില്ലാതെ അവളുടെ അധികാരം അയാൾക്കുമേൽ പരമാവധി പ്രയോഗിക്കുകയും ചെയ്തു.

അയാളുടെ വിചാരം അവളെ എപ്പോഴും പുറത്തുകൊണ്ടുപോകണം എന്നാണ്. സർക്കസ്സിനോ, മൃഗശാലയിലേക്കോ, കുട്ടികളുടെ സിനിമ കാണാനോ ഒക്കെ. ഇവിടെ അവളുണ്ടെങ്കിൽ മധുര പദാർത്ഥങ്ങളും ചോക്കലേറ്റുകളും കടലാസ്സ് മിഠായികളും വേണം. ഈ ഫ്ളാറ്റ് മുഴുവൻ മിഠായിക്കടലാസുകൾ കിടക്കുന്നുണ്ടാവും. അയാൾ അവൾക്ക് എല്ലാ ചപ്പുചവറുകളും വാങ്ങിക്കൊടുത്തു. പറയാനയാൾക്ക് ഭയമാണ്. ഈ വാരിക്കോരിക്കൊടുക്കുന്ന ദാനശീലത്തിനു പിന്നിൽ അവളുമായുള്ള ബന്ധം നഷ്ടപ്പെടുമോ എന്ന ഭയമാണ്.

ആഹാരം കഴിക്കാനിരുന്നാൽ അപ്പോൾ തുടങ്ങും അവളുടെ അഭിനയം. ഞാനിത് കഴിക്കില്ല, ഞാൻ അത് കഴിക്കില്ല... അങ്ങനെ. അമ്മയുടെ വീട്ടിൽ എല്ലാം വ്യത്യാസമാണ്. എല്ലാം കൂടുതൽ സ്വാദുള്ളതാണ് എന്നൊക്കെ. എനിക്ക് ഒരു വാക്കും മിണ്ടാൻ കഴിയാറില്ല. അയാൾ അവളെ അവൾക്ക് എന്താണിഷ്ടമെന്നുവെച്ചാൽ ചെയ്യാൻ അനുവദിക്കുന്നു. അവൾക്ക് വിശക്കില്ലേ എന്ന് വിഡ്ഢിത്തത്തോടെ ചിന്തിച്ച് ഉൽക്കണ്ഠപ്പെടുന്നു.

അവൾ എന്റെ വസ്ത്രങ്ങൾ അലമാരിയിൽനിന്നും എടുക്കുന്നു. എന്റെ ബ്രൂച്ചുകളും മുത്തുകളുമൊക്കെ കണ്ണാടിയുടെ അടുത്തുള്ള പെട്ടിയിൽനിന്നും പുറത്തെടുക്കുന്നു. എന്റെ സെന്റും ക്യൂട്ടെക്സും എടുക്കുന്നു. അയാൾ തോൾ വെട്ടിച്ച് അതേപ്പറ്റി അവളോട് സംസാരിക്കാനായി

എന്നോട് പറയുന്നു. എന്നാൽ ഞാൻ സംസാരിക്കാൻ തുടങ്ങിയപ്പോൾ അയാൾ അവൾക്കുവേണ്ടി വാദിക്കാനും എതിർക്കാനും ഒക്കെ തുടങ്ങി. ഞാൻ പറയുന്നതിലെന്തോ അപരാധമുള്ളപോലെ അയാൾ പെരുമാറി.

ഞാൻ അവളുടെ തല ചീകുമ്പോൾ അവൾ നേരെ ഇരിക്കില്ല. വെറി പിടിച്ച് ഇളകിക്കൊണ്ടിരിക്കും. ബ്രഷ് തലയിലെങ്ങാനും കൊണ്ടാൽ ഞാൻ അവളെ മനഃപ്പൂർവ്വം ഉപദ്രവിച്ചു എന്നു പറഞ്ഞ് നിലവിളിക്കും.

ഞായറാഴ്ച രാവിലെ ഞങ്ങൾക്ക് അല്പം കൂടുതൽ ഉറങ്ങാൻ സാധിക്കുന്ന സമയത്ത് അവൾ പ്രഭാതമാവുന്നതിനുമുമ്പ് ചാടിയെണീറ്റ് ഞങ്ങളുടെ മുറിയിൽ വന്ന് കിടക്കയിലേക്ക് ചാടിക്കയറി അയാളുടെ നെഞ്ചിൽ കാല് കവച്ചുവെച്ച് ഇരുന്നുകൊണ്ട് അയാളുടെ കൺപോളകൾ അവളുടെ വിരലുകൾ കൊണ്ട് വിടർത്താൻ ശ്രമിക്കും. അങ്ങനെ അയാളെ ആകെ കളിപ്പിക്കുന്നു.

ഞാൻ അയാളോടൊപ്പം അവൾക്ക് പിറന്നാൾ സമ്മാനം വാങ്ങാൻ പോയി. ഉടുപ്പുകളും ഷൂസുകളും തിരഞ്ഞെടുക്കാൻ അയാൾ എന്റെ സഹായം ആവശ്യപ്പെട്ടു. എന്റെ പിറന്നാൾ അയാൾ ഓർത്തതുമില്ല. വാസ്തവത്തിൽ ഞാൻ എപ്പോഴെങ്കിലും ജനിച്ചിട്ടുണ്ടോ എന്ന് ഞാനും മറന്നുപോയി.

അവൾ ഉണക്കമുന്തിരിങ്ങ ബൺ തിന്നശേഷം കുറച്ച് പൊട്ടിച്ച് അയാൾക്ക് എറിഞ്ഞുകൊടുക്കും. അയാളത് കൊത്തിയെടുക്കും പോലെ ചുണ്ടുകൊണ്ട് പിടിച്ചെടുക്കണം.

അല്ലെങ്കിൽ അവർ തോളോട് തോൾ ചേർന്നിരുന്ന് സ്കെച്ച് ബുക്കിൽ പടം വരയ്ക്കും. ഒരു മരം ഒരു പേജിൽ, കുറുക്കൻ മറ്റൊരു പേജിൽ.

അവർക്ക് ഒന്നിച്ചിരിക്കുന്നത് സന്തോഷമാണ്. അവർക്ക് എന്നെ ആവശ്യമുണ്ടോ?

രാത്രിയിൽ അവൾ കിടക്ക മൂത്രമൊഴിച്ച് നനച്ചിട്ടുണ്ടോ എന്ന് അയാൾ പരിശോധിക്കും. അയാൾ അവളെ കിടക്കയിൽനിന്ന് എടുത്ത് കുളിമുറിയിലേക്ക് കൊണ്ടുപോകുന്നു. അയാളുടെ കൈകളിൽ കിടന്ന് ആടി ഉറക്കത്തിൽ ഓരോന്ന് പുലമ്പിക്കൊണ്ടിരിക്കുന്ന അവളെ അയാൾ സീറ്റിലിരുത്തുന്നു. അയാൾ അടുത്ത് അവളുടെ തലയും മടിയിൽവെച്ച് ഇരിക്കുന്നു. ക്ഷമയോടെ മൂത്രമൊഴിക്കുന്ന ശബ്ദം കേൾക്കുന്നതുവരെ കാത്ത് ഇരിക്കുന്നു.

ചിലപ്പോൾ എന്തായാലും അവൾ കിടക്ക നനയ്ക്കുന്നു. അപ്പോൾ അയാൾ അവളെ പുതിയ നിശാവസ്ത്രം ധരിപ്പിക്കുകയും കിടക്കവിരി വലിച്ചെടുത്ത് പകുതിയാക്കി മടക്കി ഉണങ്ങിയഭാഗം മുകളിലേക്കാക്കി വിരിച്ചുകൊടുക്കുകയും ചെയ്യുന്നു. അയാൾ അവളെ കിടക്കയിൽ കിടത്തി ഉറങ്ങുംവരെ പുറകുഭാഗം ചെറുതായി ചൊറിഞ്ഞു കൊടുക്കുന്നു.

കിടക്കയിലേക്ക് പോകുന്നതിനുമുമ്പ് അവൾക്ക് “അമ്മയുടെ ഉറക്കുന്ന വെള്ളം” കുടിക്കുന്ന ശീലമുണ്ട്.

അവളുടെ കൂട്ടുകാർ രാത്രി താമസിക്കാനായി മാറി മാറി വീട്ടിൽ വന്നു. എന്നാൽ അവർ അത് കണ്ടുപിടിക്കുമെന്ന് ഭയന്ന് പിന്നീട് അവരോടൊക്കെ കൂട്ടുകൂടുന്നത് നിർത്തി. അവൾ അവരുടെ വീടുകളിൽ പോകുമ്പോൾ രാത്രി താമസിക്കാതിരിക്കാൻ എന്തെങ്കിലും ഒഴിവുകഴിവുകൾ കണ്ടുപിടിക്കുന്നു.

അവൾക്ക് അക്കാരണത്താൽ എന്നോടും ലജ്ജ തോന്നിയിരുന്നു. ഞാൻ പറഞ്ഞു, ഇതിലൊക്കെ എന്തിനാണ് ഇത്ര വേവലാതിപ്പെടുന്നത്, ചെറിയ കുട്ടികളായാൽ കിടക്ക നനയ്ക്കും. വലുതാവുമ്പോൾ ആ ശീലം മാറും പിന്നെ റബ്ബർ ഷീറ്റ് പോലും വേണ്ടിവരില്ല എന്നും ഞാൻ പറഞ്ഞു.

പിന്നീട് ഞാൻ അവളുടെ വസ്ത്രങ്ങൾ വേറിട്ട് കഴുകുന്നു.

ചിലപ്പോൾ ഞാൻ വിചാരിക്കാറുണ്ട് ഞങ്ങൾക്ക് തമ്മിൽ ഇഷ്ടപ്പെടാൻ കഴിയില്ല എന്ന്. എന്നാൽ ചിലപ്പോൾ തിരിച്ചാകും. അവൾ എന്റെ മേലേക്ക് ചാരി ഇരിക്കും. അപ്പോൾ എന്റെ മനസ്സിൽ ഈ വിചിത്രജീവിയോട് അല്പം അലിവ് തോന്നുകയും ചെയ്യാറുണ്ട്.

അവളുടെ കോങ്കണ്ണ് പരിശോധിക്കാനായി ഞങ്ങൾ വിവിധ ഡോക്ടർമാരെ കൊണ്ടുപോയി കാണിച്ചു. ഒരു കണ്ണിൽ മാത്രം ലെൻസ് വെച്ച് മറ്റേ ഭാഗം കറുത്ത ലെൻസ് കൊണ്ട് മറയ്ക്കുന്ന തരത്തിലുള്ള പ്രത്യേക കണ്ണട അവൾക്കായി ഒരു ഡോക്ടർ എഴുതിത്തന്നു. അവൾക്കാകട്ടെ അത് ഭയങ്കര നാണക്കേടായി. എപ്പോഴും അത് പുറത്തെടുക്കാൻ ശ്രമിച്ചു. മറ്റു കുട്ടികൾ ചിരിക്കുമോ എന്നായിരുന്നു അവളുടെ ഭയം.

അവൾ വീട്ടിൽ ബഹളക്കാരി ആയിരുന്നു എങ്കിലും സ്ക്കൂളിൽ വളരെ വ്യത്യസ്തയായിരുന്നു. ഞങ്ങൾ സ്ക്കൂളിലെ ഒരുപാട്ടുപരിപാടിക്ക് പോയി. അവിടെ അവൾ സ്റ്റേജിൽവെച്ച് ഒരു പദ്യം ചൊല്ലുവാൻ ഉണ്ടായിരുന്നു. അവൾ കണ്ണടയുമായി വന്നു നിന്നപ്പോൾ ആൺകുട്ടികളിൽ ഒരാൾ ചിരിച്ചു. അവൾ നാണിച്ച് ഓടിപ്പോയി. പിന്നീടവൾ കുറേകരഞ്ഞു.

എന്നാൽ വീട്ടിൽ എല്ലാം അവൾക്ക് സ്വന്തമാണ്. സേവകരാൽ ചുറ്റപ്പെട്ട, അവൾ ഒരു രാജ്ഞിയാണ്. മറ്റുള്ളവർ അവളുടെ വിസിലിന്റെ ഈണത്തിനനുസരിച്ച് നൃത്തം ചെയ്യുന്നവർ.

അവൾ പെൻസിൽ കൊണ്ട് പടം വരയ്ക്കുന്നതും നോക്കി ഞാൻ നിന്നു. വിചാരിച്ചപോലെ അവൾക്ക് ഒരു പടം വരയ്ക്കാൻ പറ്റിയില്ലെങ്കിൽ അവൾ അപ്പോൾ നിർത്തും. അവളത് പിന്നെ നോക്കുകയേ ഇല്ല. അവൾ മറ്റൊരു കടലാസ്സിൽ വേറെ ഒരെണ്ണം വരയ്ക്കും. പഴയ വരകൾ അവൾ നോക്കുകയേ ഇല്ല. പുതിയവ മാത്രമേ നോക്കുകയുള്ളൂ. പഴയതൊന്നും ഓർക്കരുത്. ആ രീതിയിൽ വേണം ഞാൻ ജീവിക്കാൻ പഠിക്കാൻ.

അവൾക്കാകട്ടെ അവളുടെ അച്ഛന്റെ ചായങ്ങൾ വെച്ച് പെയിന്റിംഗ് ചെയ്യാനാണ് ഇഷ്ടമുണ്ടായിരുന്നത്. ഞാൻ അയാളുടെ പഴയ ഷർട്ട് അവൾക്ക് കൊടുക്കും. എന്നാൽ അവൾ അതല്ലെ വൃത്തികേടാക്കും. അയാളാകട്ടെ അവൾക്ക് കാര്യങ്ങൾ എങ്ങനെ വൃത്തിയായി ചെയ്യാം എന്ന് പഠിപ്പിച്ചു കൊടുക്കാൻ ശ്രമിച്ചു. എന്നാൽ വളരെ വേഗം അവൾക്ക് അതിൽ താത്പര്യമില്ലാതായി.

ഒരിക്കൽ അവൾ ഒരു കത്രികകൊണ്ട് ഒരു കട്ട മുടിമുറിച്ച് പശവെച്ച് താടിയിൽ ഒട്ടിച്ചുവെച്ചു. അച്ഛനെപ്പോലെയാവാനാണത്രെ.

ഒരു ദിവസം അയാൾ അവളെ കിടക്കയിൽ കിടത്തിയപ്പോൾ അവൾ തലയിണയിൽ മുഖമമർത്തി കരയാൻ തുടങ്ങി.

"എന്താ പറ്റിയത് എന്റെ കൊച്ചുമോളേ"

വിതുമ്പലിനിടയിൽ അവൾ പറഞ്ഞു, "അച്ഛാ, താങ്കൾ മരിക്കാൻ പോവുകയാണ്. എനിക്ക് താങ്കളോട് വല്ലാത്ത സഹതാപം തോന്നുന്നു."

അവൾക്ക് അവളെക്കുറിച്ച് ഇപ്പോഴാണ് ബോധം ഉണ്ടാകുന്നത്. ഞങ്ങൾ കുളക്കരയിൽനിന്ന് സൂര്യാസ്തമയം കാണുമ്പോൾ അവൾ പെട്ടെന്ന് പറഞ്ഞു,

"അതാ അവിടെ ചെറിയൊരു സൂര്യവെളിച്ചം, അത് സൂര്യനല്ല, ഞാനാണ്. അല്ലെ?"

"ദി സ്നോ മെയ്ഡൻ" എന്ന കുട്ടികളുടെ സിനിമ കാണാൻ ഞങ്ങൾ പോയി. നടക്കുമ്പോൾ ഞാൻ ചിന്തിച്ചു, എന്തൊരു വിചിത്രമായ കാര്യമാണ് അവർ ചെയ്യുന്നത്, മഞ്ഞിൽനിന്നും ഒരു കൊച്ചുകുട്ടിയെ ഉണ്ടാക്കിയെടുക്കുക. എല്ലാറ്റിനും മേലെയായി ഒരു മഞ്ഞുമനുഷ്യനെ ഉണ്ടാക്കിയെടുക്കും പോലെയല്ല ഇത്. ഓരോ കൈകളും കാലുകളും കൈവിരലുകളും കാൽവിരലുകളും കൊത്തിയെടുക്കണം. എന്നാൽ സൊണോച്ക അതിലൊന്നും ഒന്നുംതന്നെ അസാധാരണമായി കണ്ടില്ല. അവളിൽനിന്ന് ഒരിക്കലും ചോദ്യങ്ങളും ഉണ്ടായില്ല.

"എന്നാൽ അവൾ സത്യമായി ഉള്ളതാണ്, അല്ലെ? ജീവനുള്ളത്!"

അയാൾ അവൾക്ക് വലിയ ആളുകൾക്കുള്ള ഒരു വാച്ച് സമ്മാനിച്ചു. സോണിയ അതിന്റെ സൂചിപിടിച്ചു തിരിച്ച് അതിനെ അവളുടെ ചെവിയോട് ചേർത്തുപിടിച്ച് സന്തോഷത്തോടെ ചോദിച്ചു,

"നിങ്ങൾക്ക് കേൾക്കാമോ? ഇതിന് പുൽച്ചാടികളുടെ ശബ്ദമാണ്!"

അയാൾ അവൾക്ക് ഒരു പട്ടം നിർമ്മിച്ച് കൊടുത്തു. ഞങ്ങളെല്ലാവരും കൂടി അതിനെ പറത്താൻ കൊണ്ടുപോയി. എന്നാൽ ആ പട്ടത്തിന് ടെലിഗ്രാഫ് പോസ്റ്റുവരെ മാത്രമേ പറക്കാനായുള്ളൂ. അത് അവിടെ വയറിൽ ചുറ്റിപ്പിണഞ്ഞ് കിടന്നു. ഞങ്ങൾ മടങ്ങുമ്പോൾ അതിന് കൈവീശി കാണിച്ചു. അവിടെ ഒന്നും ഉണ്ടായിരുന്നില്ല. ഏതാനും കീറിപ്പറിഞ്ഞ

കഷ്ണങ്ങൾ അല്ലാതെ. അത് അതുംകൊണ്ട് തിരിച്ച് ഞങ്ങൾക്കും വീശി ക്കാട്ടി.

അവൾക്ക് എന്റെ സ്റ്റെതസ്ക്കോപ്പ് എടുക്കാൻ ഇഷ്ടമായിരുന്നു. എല്ലാം അതിലൂടെ കേൾക്കാനും. അവളുടേയും ഡോങ്കയുടേയും ഭിത്തിയുടേയും കസേരയുടേയും ജനലിന്റെ ഫ്രെയ്മിന്റേയും ഒക്കെ. അവൾ അത് ഗ്ലാസ്സിൽ അമർത്തി പുറംലോകത്തോട് ഉറക്കെ പറയും

"ഉം, ശ്വസിക്ക്! ശ്വാസം ഉള്ളിലേക്ക് വലിച്ചു പിടിക്ക്!"

ഉറങ്ങാൻ നേരത്ത് ഞാൻ അവൾക്ക് വായിച്ച് കൊടുക്കാറുണ്ട്. അവൾ തന്റെ തന്നെ ഉള്ളിലെ എന്തിനെയോ ശ്രദ്ധിച്ചുകൊണ്ടും കൈത്തണ്ടയ്ക്ക് മുകളിലെ കൊച്ചുമുടികൾ അങ്ങോട്ടുമിങ്ങോട്ടും നക്കിക്കൊണ്ടും ശ്രദ്ധ യോടെ കേട്ടുകൊണ്ടിരിക്കും. പുസ്തകത്താളുകൾ മറിക്കുമ്പോൾ അതി നുള്ളിൽ ചിത്രങ്ങൾ എന്തെങ്കിലുമുണ്ടോ എന്ന് ഒളിഞ്ഞുനോക്കി.

അവളെ എപ്പോഴും ശ്രദ്ധിച്ചുകൊണ്ടിരിക്കണം. അവൾ കിടക്കയി ലേക്ക് പോയാലുടൻ പുതപ്പിനുള്ളിലേക്ക് കയറും. പല്ലു തേയ്ക്കണ ബ്രഷ് ഉണങ്ങി ഇരിക്കുന്നുണ്ടാവും. "എണീക്ക്, കുളിമുറിയിലേക്ക്!" എന്നാൽ അപ്പോൾ അവൾ എന്തെങ്കിലും കുസൃതി ഒപ്പിക്കും. കുളിമുറിയിൽ അവൾ ബ്രഷ് അനക്കാതെ പിടിച്ച് തല അങ്ങോട്ടു മിങ്ങോട്ടും ചലിപ്പിക്കും ഒരു പ്രതിഷേധം പോലെ.

എനിക്ക് തോന്നുന്നത് അവൾക്ക് എന്നെ ഇഷ്ടപ്പെടാൻ ഭയമാണ് എന്നാണ്. കാരണം അങ്ങനെയായാൽ അവൾ അമ്മയോട് വിശ്വാസ വഞ്ചന കാണിച്ചു എന്നാവുമല്ലോ. അവൾ ഒറ്റിക്കൊടുക്കലിനെയും വിശ്വാസവഞ്ചനയെയുമൊക്കെ ഭയപ്പെട്ടു. ഞാൻ അവളോട് സംസാരി ക്കാൻ ശ്രമിച്ചു. അതായത് അവൾ രണ്ട് പേരെ ഇഷ്ടപ്പെടുന്നതുകൊണ്ട് ഒരു ദോഷവുമില്ലെന്നും അതിനർത്ഥം അവൾ അവരിലൊരാളോട് വിശ്വാസവഞ്ചന കാണിക്കുകയാണെന്നുള്ളതല്ലെന്നും ഞാൻ പറഞ്ഞു മനസ്സിലാക്കി.

ഞങ്ങൾ എല്ലാം നേരായ രീതിയിൽ കൈകാര്യം ചെയ്യുന്നുവെന്നാണ് ഞാൻ കരുതുന്നത്. ചില സമയങ്ങളിൽ ഞങ്ങൾ ഒന്നിച്ച് ചേർന്നിരിക്കു കയും അത് സുഖകരമാണെന്ന് മനസ്സിലാക്കുകയും ചെയ്യുന്നു. കഴിഞ്ഞ ഞായറാഴ്ച ഞാൻ അവളെ കിടക്കയിൽ കിടത്തിയപ്പോൾ രാത്രിയിലെ നേർത്തവെളിച്ചത്തിൽ എന്നോട് അവളുടെ അടുത്തിരിക്കാൻ പറഞ്ഞു. അവൾക്ക് ഇരുട്ടിൽ ഉറങ്ങാൻ ഭയമാണ്. വെളിച്ചം ഇട്ടുവെയ്ക്കാൻ അവൾ എന്നോട് കെഞ്ചും. ഞാൻ വെളിച്ചം ഇട്ടിട്ട് നേർത്ത തുണികൊണ്ട് മറയ്ക്കും. നിഴലുകൾ എല്ലായ്പ്പോഴും വ്യത്യസ്തമാണ്. അവൾ ഉത്തര ത്തിലെ നിഴൽ എന്താണെന്നും നോക്കി അവിടെ കിടക്കും.

അവൾ അച്ഛൻ ചെയ്യുംപോലെ എന്നോടും ബ്രഷ്കൊണ്ട് അവളെ ചൊറിഞ്ഞു കൊടുക്കാൻ പറയും. ഞാൻ മൃദുവായ ബ്രഷ് എടുത്ത്

അവളുടെ കൈകളിലൂടെയും കാലുകളിലൂടെയും മുതുകിലും താഴെയുമൊക്കെ ഓടിക്കും. അതവളെ ഇക്കിളിയാക്കും. അവൾ സന്തോഷത്തോടെ കുണുങ്ങി ചിരിച്ചു.

ഞാൻ അവൾക്ക് ശുഭരാത്രി നേർന്ന് മന്ത്രിക്കുന്നു,

"ഇത്രമതി, ഇനി ചുരുണ്ട് ചൂടായികിടന്ന് ഉറങ്ങ്."

എന്റെ സാഷൻക!

ഒരുപാട് മരണങ്ങളാണ് ചുറ്റിലും. ഞാൻ അതേക്കുറിച്ച് ചിന്തിക്കാതിരിക്കാൻ ശ്രമിക്കുകയാണ്. എന്നാൽ എനിക്ക് അതിന് കഴിയുന്നില്ല.

അവർ താകുവരെയുള്ള നിരത്ത് വൃത്തിയാക്കി. പുതിയ സൈനിക സംഘങ്ങൾ എല്ലാദിവസവും എത്തിക്കൊണ്ടിരിക്കുന്നു. അവർ ഒരു ആക്രമണത്തിന് തയ്യാറെടുക്കുകയാണ്. അതിനാൽ ഇനിയും കൂടുതൽ മരണങ്ങൾ ഉണ്ടാകും.

ഒരു മനുഷ്യൻ ലൂയി പതിനാറാമനെപ്പോലെ വേഗം മരിക്കണം, കിറിൽ പറഞ്ഞു. തൂക്കുമരത്തട്ടിൽ കയറി ആരാച്ചാരെ കണ്ടപ്പോൾ കഠിനമായ തടവ് ജീവിതത്തിനുശേഷം ആദ്യമായി ജീവനുള്ള ഒരാളെ കണ്ടപ്പോൾ അദ്ദേഹം ആരാഞ്ഞുവത്രെ,

"പെരൌസിന്റെ യാത്രയെക്കുറിച്ച് എന്തെങ്കിലും വിവരമുണ്ടോ സഹോദരാ?"

മരിക്കുന്നതിന് ഏതാനും മിനിട്ടുകൾക്ക് മുമ്പ് വരെ ഭൂമിശാസ്ത്രപരമായ കണ്ടുപിടിത്തങ്ങളെക്കുറിച്ച് അറിയാൻ അദ്ദേഹം തല്പരനായിരുന്നുവത്രെ.

പ്രഭാതഭക്ഷണത്തിനു പോകുന്നത്ര സരളചിത്തനായി എളുപ്പത്തിൽ ഞാനും പോകണം എന്നാണ് എനിക്ക് ആഗ്രഹം.

എന്നാൽ അങ്ങനെയാകാൻ നിങ്ങൾ വളരെ ശക്തനായിരിക്കണം.

ഞാൻ ശക്തനാണോ?

സാഷൻക! ഞാൻ ഇവിടെ ഒരു മാതൃകാപരമായ മരണംകണ്ടു. തൂവെള്ള പല്ലുകളുള്ള സുന്ദരനായ ഒരു ചെറുപ്പക്കാരൻ-എപ്പോഴും അയാൾ സ്വന്തം പല്ലുകളെക്കുറിച്ച് പരാതി പറഞ്ഞുകൊണ്ടിരിക്കുമെങ്കിലും ചുറ്റിനടക്കുകയും പല്ലു വീക്കത്തിന്റെ വേദനകൊണ്ട് ഉറക്കെ നിലവിളിക്കുകയും ചെയ്തിരുന്നയാൾ. ഒരൊറ്റ ക്ഷണം കൊണ്ട് മറഞ്ഞുപോയി. അയാൾക്ക് നേരെ ഷെൽ പൊട്ടിത്തെറിച്ചു. പൊട്ടിത്തെറി സമയത്ത് ഞാൻ അടുത്ത് ഉണ്ടായിരുന്നില്ല. എന്നാൽ പിന്നീട് ഞാൻ അയാളുടെ കൈ ഒരു മരത്തിനു മുകളിൽ കിരീടം വെച്ചതുപോലെ തൂങ്ങിക്കിടക്കുന്നത് കണ്ടു.

ഇങ്ങനെ മരിക്കണം. അതാണെന്റേയും ആഗ്രഹം.

എന്നാൽ അങ്ങനെ അല്ലാതെ വന്നാലോ?

എല്ലാ ദിവസവും ഞാൻ മുറിവേറ്റവരെ കാണുന്നു.

എന്നെപ്പറ്റി അങ്ങനെ വിചാരിക്കില്ലെങ്കിലും ഞാനും ഒരുദിവസം ഇതു പോലെ ആകും എന്ന ചിന്ത കടന്നുവരുന്നു. നിർഭാഗ്യവശാൽ എന്റെ തലയോട്ടിയിലേക്ക് നേരിട്ട് ഒരു അടികിട്ടാനുള്ള സാധ്യത പൂജ്യത്തിന് തുല്യമാണ്. എന്നാൽ അംഗഭംഗം വരാനും വേദനകൊണ്ട് പുളയുവാനും ഉള്ള സാധ്യത നല്ലപോലെ ഉണ്ട്.

ഒരു വെടിയുണ്ടയോ, കൂർത്ത ഒരു ഷെല്ലോ എന്റെ മുട്ടിൽ തറ ച്ചേക്കാം, സംഭവിക്കില്ലേ? അല്ലെങ്കിൽ എന്റെ കയ്യിൽ വന്ന് തറച്ചേക്കാം. എന്റെ വൃക്കയിലും വന്ന് തറയ്ക്കാം, ഇടത്തേതിലുമാവാം, വലത്തേതിലു മാകാം. എന്റെ ഹൃദയ അറയെയോ എന്റെ ശ്വാസകോശത്തെയോ തകർക്കാം. എന്തിനാ എല്ലാം പറയുന്നത്, മനുഷ്യൻ ആകപ്പാടെ അങ്ങനെ മുറിപ്പെടുന്ന ഒരു ജീവിയാണ്. ഞാൻ ഇവിടെ അത് ആവശ്യത്തിൽ ക്കൂടുതൽ ആയി കാണുന്നുണ്ട്.

ഞാൻ മുറിവേറ്റ മനുഷ്യനെ കാണുന്നു. എന്നാൽ എനിക്ക് അയാളുടെ മുറിവ് എന്റെ ശരീരത്തിൽ ഉണ്ടാകുന്നതിനെക്കുറിച്ച് ചിന്തി ക്കാൻ പോലും കഴിയില്ല.

ഒരു സൈനികൻ "ഹുറേ" എന്ന് ഉറക്കെ വിളിക്കുന്നു. ആ നിമിഷം തന്നെ അയാളുടെ രണ്ട് കവിളുകളും തുളച്ച് വെടിയുണ്ട പല്ല് പുറത്ത് തെറിപ്പിക്കുന്നു. ഞാൻ എന്നെ അയാളുടെ സ്ഥാനത്ത് കാണാൻ ശ്രമി ക്കുന്നു. അതെനിക്ക് നിർത്താൻ കഴിയുന്നില്ല.

രാത്രി ഞാൻ പകുതി ഉറക്കത്തിൽ ശങ്കതീർക്കാനായി പോയപ്പോൾ ആതുരാലയത്തിന്റെ കൂടാരത്തിൽനിന്ന് ആരോ ദയയർഹിക്കുംവിധം കെഞ്ചുന്നത് കേട്ടു.

"എനിക്ക് എന്റെ കിടക്ക കാണാൻ കഴിയുന്നില്ല. എന്റെ കിടക്ക കാണിച്ചുതരാൻ ആരെങ്കിലും സഹായിക്കണേ" എന്ന്.

അത് കണ്ണുകളിൽ ബാൻഡേജ് ഇട്ട ഒരു ചെറുപ്പക്കാരനായിരുന്നു. ക്യാംപിലെ കിടക്കകളുടെ ഇടയിൽ വഴി കാണാനായി തിരയുകയായി രുന്നു. അയാൾ അർദ്ധരാത്രിയാണ് പുറത്ത് പോയത്. എന്നാൽ തിരിച്ചു വരുമ്പോൾ വഴിതെറ്റി.

അവർ എന്നെ ബാൻഡേജ് ഇടും എന്നെ ഓപ്പറേഷൻ നടത്തും. എല്ലുകളിലൂടെ ബ്ലേഡ്കടത്തി മുറിക്കും. എന്റെ വലതുഭാഗത്തെ കാലിലെ അവശേഷിച്ച ചീഞ്ഞ ഭാഗം മുറിച്ചുകളയും. അതോ എന്റെ ഇടത് കാലോ?

ജീവിതകാലം മുഴുവൻ ഒറ്റക്കാലിൽ ചാടിച്ചാടിയോ, അല്ലെങ്കിൽ കാലുകൾ ഇല്ലാതെയോ നടക്കുന്ന കാര്യം ആലോചിച്ചാൽ സഹിക്കാൻ കഴിയുന്നില്ല എനിക്ക്.

നാളെ ചിലപ്പോൾ ലൂസി എന്റെ ചോര ഓപ്പറേഷൻ മേശയ്ക്കു മുകളിലെ വെള്ള കട്ടികുറഞ്ഞ തുണിയിൽനിന്ന് കഴുകിക്കളയും.

എന്നാൽ മറിച്ച് ചിലപ്പോൾ അതായിരിക്കും ഞാൻ തീരുമാനിക്കുന്ന എളുപ്പത്തിൽ പോകാനുള്ള സമയം. അത് ഇപ്പോൾ എപ്പോഴായിരുന്നു? മിനിഞ്ഞാന്ന്. സർജന്റെ സഹായി പുകവലിക്കാനായി പുറത്തേക്ക് വന്ന് എന്നെ കണ്ടപ്പോൾ നടന്നങ്ങ്പോയി. അല്പം പുകച്ചു കളഞ്ഞിട്ട് അയാൾക്ക് ആരോടെങ്കിലും സംസാരിക്കാൻ ഉണ്ടായിരുന്നിരിക്കും. എല്ലാവരും അയാളെ അയാളുടെ പൈതൃകപ്പേരായ പേരിന്റെ ആദ്യഭാഗം മിഖയിൽ മിഖാലിച്ച് എന്ന് വിളിച്ചു. എനിക്ക് അയാളെ ഇഷ്ടമാണ്. അയാൾക്ക് നല്ല ഒരു പ്രസാദാത്മകമായ ഭാവമുണ്ട്. ഒരു വിദ്യാർത്ഥി യുടേതെന്ന പോലെ ക്രൂ കട്ട് ചെയ്ത അവിടവിടെ നരച്ച മുടിയും ബഹുമാനം തോന്നിക്കുന്ന മീശയും വട്ടത്തിൽ പാത്രം പോലുള്ള വയറും ഒരു കൊച്ചു വയസ്സനെപ്പോലെ ചെറിയ അടികൾ വെച്ചുള്ള നടപ്പും ഒക്കെ യാണ് അയാൾക്കുണ്ടായിരുന്നത്-അയാൾ ഒരിക്കലും ബിരുദം നേടാതെ യൂണിവേഴ്സിറ്റി വിടുകയാണ് ചെയ്തതത്രെ. അയാൾക്ക് നീലയും ചുവപ്പും ഞരമ്പുകളുള്ള തമാശ തോന്നിക്കുന്ന മൃദുവായ മൂക്കാണ് ഉണ്ടായിരുന്നത്. ഞങ്ങൾ കുറച്ചുനേരം മിണ്ടാതിരുന്നു, പിന്നീടയാൾ ദീർഘശ്വാസം വിട്ടു.

"ദൈവമേ, നീ ഈ ആതുരാലയത്തിൽ എല്ലാത്തരത്തിലുള്ള കാര്യ ങ്ങളും കാണുന്നു! ഇന്ന് രാവിലെ അവർ നിങ്ങളെപ്പോലെ ഒരു ചെറുപ്പ ക്കാരനെ കൊണ്ടുവന്നു. വളരെ മോശമായി അംഗഭംഗം വന്ന അയാൾ സ്വയം തന്നെത്തന്നെ ഇല്ലായ്മ ചെയ്യാൻ ശ്രമിച്ചു. ഞാൻ അയാളെ ഡോക്ടർ വന്ന് ഇഞ്ചക്ഷൻ കൊടുക്കുന്നതുവരെ പിടിച്ചുവെച്ചു."

അയാൾ പുക വലിച്ചുതീർന്നപ്പോൾ എന്റെ തോളിൽതട്ടി ഇങ്ങനെ പറയും പോലെ തോന്നി. നിരാശപ്പെടാതിരിക്കുക, നമ്മൾ ഇനിയും തോറ്റി ട്ടില്ല. പിന്നീട് ഓപ്പറേഷൻ കൂടാരത്തിലേക്ക് അയാൾ അല്പം ധൃതിയിൽ നടന്ന് പോയി.

മരണം. ഒരുപാട് തവണ ആ വാക്ക് ഞാൻ കേട്ടിട്ടുണ്ട്. അല്ലെങ്കിൽ സംസാരിക്കുകയോ എഴുതുകയോ ചെയ്തിട്ടുണ്ട് ആ മൂന്നക്ഷരം. എന്നാൽ അതിന്റെ അർത്ഥം എനിക്ക് ശരിക്ക് മനസ്സിലായിട്ടുണ്ടോ എന്ന് ശരിക്കും തീർച്ചയില്ല.

ഇപ്പോൾ ഞാൻ ആ വാചകങ്ങൾ എഴുതുന്നു. ഞാൻ അതേക്കുറിച്ച് ചിന്തിക്കാൻ തുടങ്ങുകയും ചെയ്യുന്നു.

എനിക്ക് ഇപ്പോൾ മനസ്സിലായോ?

സാഷൻക, ഇവിടെ ഏറ്റവും പ്രധാനമായ കാര്യമെന്താണെന്നുവെ ച്ചാൽ ഒന്നും ചിന്തിക്കാതിരിക്കുക എന്നതാണ്. എന്നാൽ ഞാൻ എപ്പോഴും ചിന്തിക്കുന്നു. അത് തെറ്റാണ്. ഏതായാലും ഒരുപാട്

തലമുറകൾ ഇതേപ്പറ്റി ചിന്തിച്ചിട്ട് ബുദ്ധിപരമായ ഒരു തീരുമാനത്തിലെത്തിയിട്ടുണ്ട്; നിങ്ങൾ ചിന്തിക്കാതിരിക്കുക. അവർ എന്തിനാണ് സൈനികർക്ക് എപ്പോഴും ഒരു അർത്ഥവുമില്ലാത്ത എന്തെങ്കിലും ജോലികൾ കൊടുത്തുകൊണ്ട് അവരെ എപ്പോഴും തിരക്കിലാക്കുന്നത്? അങ്ങനെ ചെയ്താൽ അവർ ഒന്നും ആലോചിക്കില്ല. ഒരു പുരുഷന് ഒന്നും ചിന്തിക്കാതെയിരിക്കുന്നത് ഏറ്റവും നല്ല ഒരു കാര്യമാണ്. അയാൾക്ക് അയാളിൽ നിന്നും രക്ഷ വേണം, മരണത്തിൽനിന്നും.

ഇവിടെ എങ്ങനെയൊക്കെ സ്വയം മറക്കാൻ കഴിയും എന്നൊക്കെ നിങ്ങൾ അറിയണം. നിങ്ങൾ നിങ്ങളുടെ കൈകൾകൊണ്ട് എന്തെങ്കിലുമൊക്കെ ചെയ്യണം. അതിനാൽ അവർ അവരെ തോക്കുകൾ വൃത്തിയാക്കാനോ, യൂണിഫോമുകൾ വൃത്തിയാക്കാനോ, അല്ലെങ്കിൽ മൺവെട്ടി എടുത്ത് കിളപ്പിക്കുകയോ അങ്ങനെ എന്തെങ്കിലും ചെയ്യിക്കുന്നു. അവർ അവർക്കായി ജോലികൾ കണ്ടുപിടിക്കുന്നു.

അതുകൊണ്ടാണ് ഞാൻ എനിക്കായും ഓരോന്ന് കണ്ടുപിടിച്ച് ചെയ്യുന്നത്. കിട്ടുന്ന ഓരോ അവസരത്തിലും നിനക്ക് എഴുതുന്നത്. അത് കടലാസ്സിൽ കത്തെഴുതി ഉണ്ടാക്കുന്ന ഒരു പണിയാണ്. അങ്ങനെ നീ എന്നെ രക്ഷിക്കുന്നു, എന്റെ പ്രിയപ്പെട്ടവളേ!

സാഷൻക, എന്റെ പ്രേമഭാജനമേ, എന്റെ പ്രിയപ്പെട്ടവളേ, ഞാൻ നിന്നോട് പരാതി പറയുകയല്ല. അല്ല, നിനക്കത് മനസ്സിലാകുമെന്ന് എനിക്കറിയാം.

എപ്പോഴും മരണത്തെക്കുറിച്ച് ഞാൻ ചിന്തിക്കുന്നു. അത് ഇവിടെ ചുറ്റുപാടും മുഴുവനും ഉണ്ട്. രാവിലെ തൊട്ട് രാത്രിവരെ ഉണ്ട്. ഞാൻ വളരെ മോശമായിട്ടാണ് ഉറങ്ങുക പതിവ്. ഞാൻ ചിലപ്പോൾ ഭയങ്കരമായി വിയർത്തുകുളിക്കും. സാധാരണയായി ഞാൻ സ്വപ്നങ്ങൾ ഒന്നും ഓർത്തുവെക്കാറില്ല. ഞാൻ ഉണർന്ന് അല്പസമയത്തിനകം അത് ആവിയായി പോയിട്ടുണ്ടാകും. കണ്ണാടിയിൽ ഊതിയാൽ ആവി വരികയും ഒരു കാറ്റിൽ ഒന്നും ബാക്കിയില്ലാതെ അത് വറ്റിപ്പോവുകയും ചെയ്യുന്ന മാതിരി. എന്നാൽ ഇന്ന് എന്തിനെക്കുറിച്ചാണ് സ്വപ്നം കണ്ടത് എന്ന് ഇപ്പോൾ ഞാൻ ഓർക്കുന്നു.

എന്റെ സ്വപ്നത്തിൽ തിരികെ മിലിറ്ററി ഓഫീസിൽ എത്തി നഗ്നനായി മെഡിക്കൽ മിഷന് മുന്നിൽ നിൽക്കുകയാണ്. ഒരുതരം അപമാനകരമായ വഴിപാടാണ് അത്. ഞാൻ ഉണർന്നാൽ അതെല്ലാം ശരിക്കും സംഭവിക്കുന്നതാണെന്ന് തോന്നും. വീണ്ടും ആ പരീക്ഷകൾക്കു വിധേയനാകുന്നതിൽ അതിശയമൊന്നും തോന്നിയില്ല. ക്യൂവിൽ നിൽക്കുന്നു, കൈകൾകൊണ്ട് അവിടം മറച്ച്. എന്റെ മുന്നിൽ നിൽക്കുന്ന പുരുഷന്മാരുടെ ശരീരത്തിലെ മുറിവുകളും ചതവുകളും ഒന്നും കാണാതിരിക്കാൻ കഴിയുന്നില്ല. അവരുടെ രോമം നിറഞ്ഞ മിനുസമാർന്ന നിതംബങ്ങളും അവരുടെ മുഖക്കുരുക്കളും മറുകുകളും ഇതെല്ലാം ഒരുതരം

താഴ്ത്തിക്കെട്ടലാണ്. പ്രത്യേകിച്ച് ഡോക്ടർക്ക് തോന്നുകയാണ് നിങ്ങളുടെ തുടയിടുക്കു കാണണം എന്നാൽ നിങ്ങൾ കുനിഞ്ഞ് നിതംബം കാണിച്ചുകൊടുക്കണം. പിന്നീട് എന്റെ ഊഴം വന്നു. അപ്പോൾ ഡോക്ടർ ക്ലാസെടുക്കുമ്പോൾ മരിച്ചുപോയ എന്റെ സ്കൂൾ അദ്ധ്യാപകൻ വിക്ടർ സെർഗിവിച്ചിനെപ്പോലെയായി മാറി. അദ്ദേഹം കണ്ണട തന്റെ ടൈകൊണ്ട് തുടച്ച് എന്നെ നോക്കി. അദ്ദേഹം എടുത്തുതരാൻ പറഞ്ഞ ഗുളികയ്ക്കുവേണ്ടി നോക്കുകയായിരുന്നു, പരിഭ്രമം കാരണം അവ കണ്ടെത്താനായില്ല എന്ന് പറയാൻ ഞാൻ ശ്രമിച്ചു.

“വിക്ടർ സെർഗിവിച്ച്! ക്ലാസ്റൂമിൽ വെച്ച് അന്ന് താങ്കൾ നിലത്ത് വീണുകിടന്നപ്പോൾ ഞാൻ താങ്കളുടെ ജാക്കറ്റിലെ എല്ലാ പോക്കറ്റിലും നോക്കി, എന്നാൽ ഗുളികകൾ അവിടെ ഉണ്ടായിരുന്നില്ല! സത്യസന്ധമാണിത്.”

എന്നാൽ അദ്ദേഹം തലകുലുക്കിക്കൊണ്ട് ഗ്ലാസ് തുടയ്ക്കൽ തുടർന്നു.

“അവ അവിടെ ഉണ്ടായിരുന്നില്ല... എന്നാൽ പിന്നീട് പ്രധാന അദ്ധ്യാപകൻ ഓടിവന്ന് അവ കണ്ടുപിടിച്ചു. ഇതാ അവ ഇവിടെയുണ്ട്. ഞാൻ നിങ്ങൾക്ക് കാണിച്ചുതന്നു.”

അയാൾ പോക്കറ്റിൽ ഒന്ന് അടിച്ചു.

അതിനുശേഷം എനിക്ക് ഉറങ്ങാൻ കഴിഞ്ഞില്ല.

സാഷൻക, ഞാൻ അതേക്കുറിച്ച് ഒന്നും നിന്നോട് പറഞ്ഞിട്ടില്ല. ഉണ്ടോ?”

ഞങ്ങളുടെ ഷിക്രയ്ക്ക് പഠിപ്പിക്കുന്നതിനിടയിൽ ഹൃദയസ്തംഭനമുണ്ടായപ്പോൾ ഞാൻ വേഗം അദ്ദേഹത്തിന്റെ ജീവൻ രക്ഷിക്കാനായി ഗുളികകൾക്കായി തിരഞ്ഞു എങ്കിലും അവ കാണാൻ കഴിഞ്ഞില്ല. അവർ അദ്ദേഹത്തിന് മരുന്ന് നൽകുമ്പോഴേക്കും നേരം വളരെ വൈകിയിരുന്നു. എനിക്കറിയാം എന്നെ പഴിക്കാൻ കഴിയില്ല എന്ന്. എന്നാൽ ഇപ്പോഴും ഞാൻ അത് എന്നോടുതന്നെ വിശദീകരിച്ചുകൊണ്ടിരിക്കുന്നു.

നിനക്കറിയുമോ, ഞാൻ അദ്ദേഹത്തെ ശരിക്കും ഇഷ്ടപ്പെട്ടിരുന്നു. അവർ അദ്ദേഹത്തെ ഷിക്ര എന്ന് വിളിക്കുന്നത് എന്നെ ദേഷ്യപ്പെടുത്തിയിരുന്നു. ഇടവേളകളിൽ അദ്ദേഹത്തെ കാണാനായി എന്തെങ്കിലും മുരട്ട് ന്യായങ്ങളുണ്ടാക്കി. ആ ഗ്ലാസ് വലിപ്പുകളിലെ പൂമ്പാറ്റകളെയും പഴയ അലമാരകളിലെ പ്രകൃതിയുടെ ദൃഷ്ടാന്തങ്ങളായ ഒട്ടകപ്പക്ഷിയുടെ മുട്ടകളും സ്റ്റാർ മത്സ്യവും പലതും അകത്തു തിരുകിനിറച്ച ജീവികളും ഒക്കെ എന്നെ വളരെ ഇഷ്ടപ്പെടുത്തിയിരുന്നു.

മെഴുകിനാൽ നിർമ്മിച്ച പലതരം ആപ്പിളുകൾ പഞ്ഞിക്കുള്ളിൽ വെച്ച പെട്ടികളുംകൊണ്ട് അദ്ദേഹം ക്ലാസിൽ വന്നത് ഓർക്കുന്നു. അവയെ കടിച്ചുതിന്നണമെന്ന ആഗ്രഹം തോന്നി. അവ വളരെ ഭംഗിയുള്ളതും ചാറ് നിറഞ്ഞ് ശരിക്കുള്ളവയാണെന്നും തോന്നിച്ചു.

വേനൽക്കാലത്ത് ചെടികൾ ശേഖരിച്ച് ഉണക്കി സൂക്ഷിച്ചുവെക്കാനുള്ള ഒരു ചുമതല ഞങ്ങൾക്ക് അദ്ദേഹം തന്നു. ഞാൻ എത്രമാത്രം ശ്രമിച്ചുവെന്നോ! എന്നാൽ അവ താഴ്വാരങ്ങളിൽനിന്നും ശേഖരിച്ച് ഉണക്കി 'ബ്രോക്ഹാസ് എൻസൈക്ലോപീഡിയ'യിൽ സൂക്ഷിക്കുന്നതിനേക്കാൾ നല്ലത് ഡാൻഡെലിയൻ, *റ്ററാക്സാകം*, അല്ലെങ്കിൽ റിബ് വേർട്ട്, *പ്ലാൻടാഗോ*' എന്നിങ്ങനെയുള്ള പേരുകൾ എഴുതി ഒട്ടിക്കുന്നതാണ് ഇഷ്ടമായിരുന്നത്. സാധാരണ ഒരു ചെടി ഇനത്തിൽപ്പെട്ട ഒന്നിന് പ്ലാൻടാഗോ എന്ന ഗംഭീരമായ ഭംഗിയുള്ള പേര് ഉണ്ടായത് അതിശയം തന്നെ.

ശരിക്കും ഈ ഉണങ്ങിയ, ബോറടിപ്പിക്കുന്ന ഇലകളെക്കാൾ ഈ പേരുകളാണ് എന്നെ രസിപ്പിച്ചത്.

വിക്ടർ സെർഗീവിച്ച് ജന്തുശാസ്ത്രം പഠിപ്പിക്കുവാൻ തുടങ്ങിയപ്പോൾ പക്ഷികളെക്കുറിച്ച് പഠിക്കുവാൻ ശക്തമായ ഒരു താത്പര്യം തോന്നി. ആഹാരം കഴിക്കുമ്പോൾ കോഴിക്കാലുകൾ തിന്നപ്പോൾ അവയുടെ എല്ലുകൾ കൂട്ടിച്ചേർത്ത് അത് ആ സന്ധിയിൽ എങ്ങനെ പ്രവർത്തിച്ചിരുന്നു എന്നറിയാൻ താത്പര്യമുണ്ടായിരുന്നു. ഈ ചെറിയ എല്ലിന്റെ പ്രവർത്തനമോ അതോ ആ മുട്ടിലെ ചിരട്ടയുടെ പ്രവർത്തനമോ?

സത്യത്തിൽ വളരെ സത്യസന്ധമായി പറഞ്ഞാൽ ചെടികളെയും പക്ഷികളെയുമൊക്കെ അദ്ദേഹത്തെ കാണുംമുമ്പുതന്നെ ഇഷ്ടപ്പെട്ടിരുന്നുവോ എന്ന് ചോദിച്ചാൽ എനിക്ക് അറിഞ്ഞുകൂടാ. അതൊന്നും ഞാൻ ശ്രദ്ധിച്ചിരുന്നില്ല എന്നു തോന്നുന്നു. അദ്ദേഹത്തിന്റെ സ്നേഹം കാരണം ഞാൻ ഈ ജീവികളെയൊക്കെ സ്നേഹിക്കുകയാണ് ഉണ്ടായത്.

അല്ലെങ്കിൽ അങ്ങനെ അല്ലായിരുന്നുവെങ്കിൽ എന്റെ ശ്രമങ്ങളെ ശ്രദ്ധിച്ച് അദ്ദേഹം എന്നെ പ്രശംസിക്കുമായിരുന്നോ?

എന്നാൽ പിന്നീട് വ്യാകരണസ്കൂളിൽ പഠിക്കുന്നതിനുമുമ്പ് തൂവലുള്ള ജീവികളോടുള്ള എന്റെ സ്നേഹത്തിന് ചില ഉദാഹരണങ്ങൾ ഉണ്ട് - ഒരു ബർച്ച് മരത്തിൽ മൂന്ന് കുഞ്ഞുപ്രാവുകളെ ഞാൻ കണ്ടു. ഒരുപാട് പ്രാവശ്യം ഇറച്ചിക്കഷണങ്ങളുമായി ഞാൻ ആ മരത്തിലേക്കു കയറി അവയുടെ കുഞ്ഞുവായ്ക്കുള്ളിൽ അവ വെച്ചുകൊടുത്തത് ഓർക്കുന്നു. അമ്മൂമ്മയുടെ കൈയിൽനിന്ന് ഇരന്നുവാങ്ങിയ കുഞ്ഞ് വിരലുറയിൽ കുറച്ച് വെള്ളംകൂടി ഒഴിച്ചുകൊടുക്കുകയും ചെയ്തു.

എന്നാൽ എന്റെ ശരിയായ പ്രകൃതിസ്നേഹം പുറത്തുവരുന്നത് ഏതാനും വർഷങ്ങൾ കഴിഞ്ഞിട്ടാണ്. വേനൽക്കാല വസതിയിൽവെച്ചായിരുന്നു, അതും ഒരു പക്ഷിക്കുഞ്ഞിനെപ്പറ്റിയാണ്. അയൽക്കാരന്റെ മകൻ നിലവിളിച്ചുകൊണ്ട് കണ്ണുതുറുപ്പിച്ച് കണ്ണീരൊലിപ്പിച്ചുകൊണ്ട് ഓടിവന്നു. എന്തു സംഭവിച്ചു എന്നൊന്നും അവന് വിശദീകരിച്ചുതരാൻ കഴിഞ്ഞില്ല. ഞാൻ അവനെ ഓടി പിന്തുടർന്നു. അവരുടെ കാർപോർച്ചിലേക്കു

നയിക്കുന്ന വഴിയിൽവെച്ചാണ് ആ കുട്ടിക്ക് കാഴ്ചയില്ല എന്നു മനസ്സിലായത്. ഒരു പക്ഷിക്കുഞ്ഞ് കൂട്ടിൽനിന്ന് ഒരു ഉറുമ്പിൻകൂട്ടിലേക്ക് വീണു. അതിനെ ഉറുമ്പുകൾ കൂട്ടമായി പൊതിഞ്ഞു. അത് കടിയേറ്റ് വേദനകൊണ്ട് പുളഞ്ഞു. ഞാൻ അന്തംവിട്ടു നിന്നു. എന്തു ചെയ്യണമെന്നറിഞ്ഞില്ല. പക്ഷിക്കുഞ്ഞിനെ രക്ഷിക്കുക എന്നത് അസാധ്യമായിരുന്നു. എന്നാൽ അതിന്റെ വേദന കണ്ടുനിൽക്കാനും കഴിയില്ലായിരുന്നു.

നിനക്കറിയുമോ സാഷൻക, അപ്പോഴാണ് ഞാൻ ശരിക്കും വളരാൻ തുടങ്ങിയത്. എന്റെ മനസ്സിൽ എവിടെയോ നല്ലത് ചെയ്യാനുള്ള ധൈര്യമുണ്ട് എന്ന് മനസ്സിലായി. ആ സമയത്ത് 'നല്ലത്' എന്നുവെച്ചാൽ ഈ സഹിക്കുന്നത് ഇല്ലാതാക്കാനുള്ള മനസ്സ് എന്ന അർത്ഥമായിരുന്നു. എനിക്കൊരു മൺവെട്ടി കിട്ടി. ആ കുട്ടിയോട് വീട്ടിനുള്ളിലേക്ക് പൊയ്ക്കോളാൻ പറഞ്ഞു. ഒരു കറുത്ത ഉറുമ്പിൻകൂട്ടമായിക്കഴിഞ്ഞ ആ പക്ഷിക്കുഞ്ഞിനെ മൺവെട്ടികൊണ്ട് രണ്ടായി മുറിച്ചു. രണ്ടു പകുതികളും ഉറുമ്പിൻകടിയേറ്റ് പുളയുന്നുണ്ടായിരുന്നു. കുഞ്ഞ് ഉറുമ്പിൻകെട്ടുകൾ എടുത്ത് വേലിക്കരികിൽ കുഴിച്ചിട്ടു. എന്നാൽ ആ കുട്ടി എല്ലാം ടെറസ്സിന്റെ ജനാലയിലൂടെ കണ്ടുവെന്നു തോന്നി. ഞാൻ എന്താണ് ചെയ്തത് എന്ന് മനസ്സിലായപ്പോൾ അവന് എനിക്ക് മാപ്പ് തരാൻ കഴിഞ്ഞില്ല.

വിക്ടർ സെർഗീവിച്ചിനെ എന്തുകൊണ്ട് എനിക്ക് ഇഷ്ടമാണ് എന്നു ചോദിച്ചാൽ അദ്ദേഹത്തിന് അസാധാരണ കാര്യങ്ങളെ എങ്ങനെ പരിചിതമാക്കിത്തരാൻ കഴിയുന്നു എന്നുള്ള കഴിവു കണ്ടിട്ടാണ്. സാഹിത്യക്ലാസിൽ പുഷ്കിൻ എന്നു പേരായ ഒരു ചെറുപ്പക്കാരനെ ഒരുകൂട്ടം വെട്ടുകിളികളെക്കുറിച്ച് അറിയാനായി ചുമതലപ്പെടുത്തിയപ്പോൾ അയാൾ വേദനാജനകമായ ഒരു വിവരണം നൽകി. അപ്പോൾ ഞങ്ങളെല്ലാവരും പരിഹസിച്ച് ചിരിച്ചു.

"വെട്ടുകിളികൾ വന്നു, പറന്നു പറന്ന്,
പിന്നീടവ താമസിച്ചു, ഇരുന്ന് ഇരുന്ന്,
തിന്നാൻ അവിടെ ഒന്നും ഇല്ലാതാകുന്നതുവരെ.
അവ പോയി, പറന്നുപറന്ന്."

നല്ല തമാശയായിട്ടുണ്ട് അല്ലേ? എന്നാൽ വിക്ടർ സർഗീവിച്ച് അതിനെക്കുറിച്ചും വ്യത്യസ്തമാക്കി. പുഷ്കിൻ പ്രത്യേകമായ ഒരു ചുമതല കൈയാളുന്ന ഒരു പ്രത്യേക ഉദ്യോഗസ്ഥനായിരുന്നു. ചുറുചുറുക്കുള്ള ഈ ചെറുപ്പക്കാരന് പ്രധാനപ്പെട്ട ഒരു കാര്യം ചെയ്യാൻ ചുമതല നൽകി. ആളുകൾ ഒരു വലിയ നാശം അനുഭവിച്ചിരുന്നു. ഉപജീവനത്തിനുതന്നെ വേറെ വഴിയില്ലാതായി. അവർ സർക്കാരിൽനിന്ന് സഹായം പ്രതീക്ഷിക്കുകയായിരുന്നു.

എന്റെ അധ്യാപകന് ചെറുപ്രാണികളോടുള്ള ധിക്കാരപരമായ പെരുമാറ്റം സഹിക്കാൻ കഴിഞ്ഞില്ല. അദ്ദേഹത്തിന് അവ നമ്മെപ്പോലെ

ഓരോ ഇഞ്ചിലും സങ്കീർണമായ, പ്രാധാന്യമുള്ള, ജീവനുള്ളവയായിരുന്നു.

വ്യാകരണസ്കൂളിലെ എല്ലാവരും അദ്ദേഹത്തെ പരിഹസിക്കാറുണ്ടായിരുന്നു. മറ്റ് അധ്യാപകർക്കും എനിക്കും അത് വളരെ നീരസമുണ്ടാക്കിയിരുന്നു. എന്നാൽ അതിനായി എനിക്കെന്താണ് ചെയ്യാൻ കഴിയുക?

അദ്ദേഹത്തിന് ഇഷ്ടപ്പെടാൻ കഴിഞ്ഞതേ എനിക്ക് ഇഷ്ടമുണ്ടായിരുന്നുള്ളൂ; ചെടികളും പക്ഷികളും. പിന്നീട് അദ്ദേഹത്തിന്റെ മരണശേഷം ഈ ജിംഗോസ്പേമ്സുകളെയും (ഒരുതരം ചെടി) നിയോഗ്നാദ്കളെയും (ഒരുതരം പക്ഷി) റാറ്റിറ്റ്കളെയും (ഒരുതരം പക്ഷി)കുറിച്ചുള്ള താത്പര്യം തന്നെ ഇല്ലാതായി. എന്നാൽ ആ പേജുകൾ മനസ്സിൽ തങ്ങിനിന്നു. അത് വെറുതെ മരത്തടികൾ കാണലായിരുന്നില്ല. ഓരോന്നും വേറിട്ട കാഴ്ചകളായിരുന്നു. അത് ലോവേജ്. അത് കസ്റ്റമറി. അതാ അവിടെ പിഗ്പീഡ് എന്ന കള്ളിച്ചെടി. ഓർക്കിഡ്. നിങ്ങൾ കാട്ടുപാതയിലൂടെ നടക്കുകയാണെങ്കിൽ അവിടെ നിങ്ങൾക്കുചുറ്റും ബക്തോൺ, ഹെല്ലെബോറിൻ, കോഡ്ലിങ്, സ്കാബിയസ് തുടങ്ങിയവ ഉണ്ടാകും. അവിടെ മാർഷ് മരിഗോൾഡും സോതിസിലും ജെൻഷ്യനും തുടങ്ങിയ ചെടിക്കൂട്ടങ്ങൾ കാണാം. പക്ഷികളുമുണ്ടാവും. ഒരു ഷിഫ്ഷാഫും അവിടെ ഒരു ബ്ലാക്ക് വുഡ് പെക്കറും ഇതൊരു ബുൂബിയും ആണ്!

കാട്ടുപാതയിലൂടെ നടക്കുന്നത് ഗംഭീര അനുഭവമാണ്. ഈ മെലിഞ്ഞ വള്ളികൾ പഴയൊരു കാട്ടുതീയ്യിനെ എന്തുകൊണ്ട് ഇഷ്ടപ്പെടുന്നു എന്നൊക്കെ അറിയുന്നതും രസകരമാണ്.

ഇതെല്ലാം നിങ്ങൾക്ക് ഒരിക്കലും അവസാനിക്കാത്ത അവിശ്വസനീയമായ ഒരു ജീവിതാവബോധം നൽകുന്നു. അദ്ദേഹത്തിന്റെ മരണശേഷം ഞാൻ എന്നെക്കുറിച്ച് ആദ്യമായി കാര്യമായി ഒന്നു ചിന്തിക്കാൻ തുടങ്ങി.

നീ തീർച്ചയായും പറയും എല്ലാ പ്രായപൂർത്തിയായ യുവാക്കളും ഇത്തരം ഭയംകൊണ്ടുള്ള രോഗമൂർച്ഛയും ആ പെട്ടെന്നുള്ള വികാരത്തള്ളിച്ചയും അനുഭവിക്കുന്നവരാവും. ഒക്കെ സാധാരണയുമാണ് എന്ന്. ഞാൻ അത് വളരെ നന്നായി മനസ്സിലാക്കി. എന്നാൽ അത് എന്റെ സ്ഥിതിയിൽ ഒരു മാറ്റവും വരുത്തിയില്ല.

എന്റെ അമ്മ പറയുമായിരുന്നു എനിക്ക് അഞ്ചു വയസ്സ് ഉണ്ടായിരുന്നപ്പോൾ ആരോ മരിച്ചതിനെക്കുറിച്ച് മുതിർന്നവർ സംസാരിക്കുന്നതു കേട്ട് ഭയന്ന സ്വരത്തിൽ ഞാൻ ചോദിച്ചുവത്രെ, "ഞാനും മരിക്കാൻ പോവുകയാണോ?" അവർ 'അല്ല' എന്നു പറഞ്ഞപ്പോൾ എന്റെ ആധിയും തീർന്നുവത്രെ.

ഞാൻ കുട്ടിയായിരുന്നപ്പോൾ ബട്ടനുകൾകൊണ്ട് യുദ്ധം ചെയ്തുകൊണ്ടിരുന്നപ്പോൾ അവ യുദ്ധക്കളത്തിലാണെന്ന് വിഭാവന ചെയ്തു.

യുദ്ധത്തിനായി ഓടിയടുത്ത് 'ഹൂറേ' എന്ന് ഉച്ചത്തിൽ നിലവിളിച്ച് കൈകൾ പൊക്കിയെറിഞ്ഞ് താഴെ മരിച്ചുംവീണു. അങ്ങനെ ഒരു നിമിഷം അവിടെ കിടന്നശേഷം ചാടിയെണീറ്റ് ഒന്നും സംഭവിക്കാത്തതു പോലെ ഓടി. ജീവനോടെ, കൈകൾ ചേർത്തുപിടിച്ചുള്ള ഗുസ്തിക്കായി. വെട്ടിക്കീറുക, കൊല്ലുക, കുത്തുക.

ഒരു ദിവസം കളിയിൽ മുഴുകിയിരുന്നപ്പോൾ അമ്മ വാതിൽക്കൽ വന്ന് നോക്കിനിന്നത് ശ്രദ്ധിച്ചില്ല. അവർ പറഞ്ഞു.

"നിനക്കറിയാമോ, കൊല്ലപ്പെട്ട ഓരോ ബട്ടനും കരഞ്ഞുകൊണ്ട് വീട്ടിൽ കാത്തിരിക്കാൻ ഒരു അമ്മയുണ്ട്."

എനിക്കവരെ അപ്പോൾ മനസ്സിലായില്ല. എന്റെ അമ്മൂമ്മയുടെ മരണ ശേഷം ഞാനും മരിച്ചു എന്നങ്ങ് സങ്കല്പിക്കാൻ തുടങ്ങി. കൊച്ചു കട്ടിലിൽ കിടന്ന് കൈകൾ നെഞ്ചിൽ ചേർത്ത് മടക്കിവെച്ച് മസിലുകൾ അയച്ച് കണ്ണുകൾ ഇറുക്കിയടച്ച് കുറേനേരം ശ്വാസംവിടാതെ കിടന്നു. ഒരു നിമിഷനേരത്തേക്ക് എന്റെ ഹൃദയതാളം നിർത്താൻ കഴിഞ്ഞേക്കു മെന്ന് തോന്നി. എന്നിട്ട് എന്തു സംഭവിച്ചു? ഞാൻ അദ്ഭുതകരമായ രീതി യിൽ വീണ്ടും ജീവിക്കുകയാണെന്ന് മനസ്സിലായി. മുമ്പൊന്നും തോന്നി യിട്ടില്ലാത്ത ഒരു ശക്തി എന്നെക്കൊണ്ട് ശ്വാസം വലിപ്പിച്ചു. അങ്ങനെ നോക്കിയാൽ എന്റെ ആഗ്രഹം നടന്നില്ല. ഒരു പൊട്ടുപോലും മരണമെന്ത് എന്നതിനെക്കുറിച്ച് അറിയാൻ കഴിഞ്ഞില്ല. എന്നാൽ ജീവിതം എന്താണ് എന്നതിനെക്കുറിച്ച് ഉള്ളിൽത്തന്നെ വ്യക്തമായി അനുഭവിച്ചറിയാൻ കഴിഞ്ഞു. അതെന്റെ ശ്വാസമാണ്. എന്റെ യജമാനനും.

ഞാൻ എന്റെ ശരീരം ഇഷ്ടപ്പെടുന്നില്ല. അതിനെ അവജ്ഞാപൂർവ്വം കാണുകയും ചെയ്യുന്നു. ഇത് മുഴുവനായും എന്റേതല്ല, ഞാൻ ഇതിന്റേ യുമല്ല എന്ന് കുട്ടിക്കാലത്തുതന്നെ എനിക്കു തോന്നി. ഞാൻ അത് ഒരു വിചിത്രമായ രീതിയിൽ കാണുന്നു. കോൺസ്ക്രിപ്ഷൻ കമ്മീഷന്റെ മെഡിക്കൽ പരീക്ഷയിൽ ശരീരഭാരത്തിലും പൊക്കത്തിലും പല്ലിന്റെ ആരോഗ്യത്തിലുമൊക്കെ കുട്ടിയായിരുന്നപ്പോൾ അമ്മയ്ക്ക് ഉണ്ടായിരുന്ന പോലെ ആർക്കോ താത്പര്യമുണ്ടായിരുന്നു. അവർ ഒരു കടലാസിൽ ഈ നമ്പറുകളെല്ലാം കുറിച്ചെടുത്തു. അതൊന്നും എന്നെ ബാധിച്ചതേ യില്ല. ഇതൊക്കെ എന്തിനാണ്? ആർക്ക് വേണം ഇതൊക്കെ?

നിനക്കറിയാമോ, എന്നെ ആദ്യമായി ഭയപ്പെടുത്തിയത് എന്താണ് എന്ന്? എനിക്ക് പതിന്നാലോ പതിനഞ്ചോ വയസ്സുണ്ടായിരുന്നപ്പോൾ പെട്ടെന്ന് ഒരു ബോധമുണ്ടായി. എന്റെ ശരീരം എന്നെ ശവക്കല്ലറയി ലേക്ക് കൊണ്ടുപോവുകയാണ്. ഓരോ ദിവസവും ഓരോ നിമിഷവും. ഞാൻ ശ്വാസം വലിക്കുന്ന സമയത്തും ശ്വാസം വിടുന്ന സമയത്തും.

അതിനെ വെറുക്കാൻ ഈയൊരു കാരണം പോരേ?

ഞാൻ ഓർക്കുന്നു, ഞാൻ കൊച്ചുകട്ടിലിൽ കിടന്ന് ചുമരിൽ വെച്ചിരുന്ന ആവിക്കപ്പലിന്റെ ഉൾഭാഗത്തേക്ക് കണ്ണുകൾ പായിക്കുകയായിരുന്നു. ഒരു ചിന്ത പെട്ടെന്ന് എന്നിൽ നിറഞ്ഞു, ഈ വലിയ കപ്പൽ ഉടനെ തന്നെ നിലകാണാത്ത ആഴക്കടലിനെക്കുറിച്ച് അതിന് എപ്പോഴെങ്കിലും ബോധമുണ്ടെങ്കിൽ അത് ഭയന്ന് മുങ്ങിപ്പോകും.

എന്റെ ശരീരം ആ ആഴങ്ങളെക്കുറിച്ച് ബോധമുള്ളതായി.

അതിനെ വെറുക്കാനായി സമയവും പുതിയ കാരണങ്ങളും ഉണ്ടായി. ക്ഷൗരം ചെയ്യാനുള്ള സമയം വന്നെത്തി. തൊലി എങ്ങനെയായിരുന്നു എന്ന് അറിയാമോ? മുഴുവൻ അറപ്പു തോന്നിക്കുന്ന ചെറിയ മുഴകളും കുരുക്കളും മുഖക്കുരുക്കളും ഉള്ളത്. ഞാൻ ക്ഷൗരം ചെയ്യുമ്പോൾ എപ്പോഴും മുറിയുകയും രക്തം വരികയും ചെയ്തു. ഞാൻ താടി വളർത്താൻ ശ്രമിച്ചു. അത് ശരിക്ക് വളർന്നില്ല, താടി വളരാതിരിക്കാനുള്ള കാരണംതന്നെ സങ്കടകരമാണ്. ഞാൻ ഷേവ് ചെയ്യുമ്പോൾ വീണ്ടും ഒരു പ്രാവശ്യംകൂടി രക്തം പൊടിഞ്ഞപ്പോൾ അതിനുമുകളിൽ ഒരു കഷണം വർത്തമാനപ്പത്രം അമർത്തിവെച്ചു. ഈ വെറുപ്പുളവാക്കുന്ന ഉൾഭാഗം നിറഞ്ഞുള്ള ചാക്കുപോലെ പരുപരുത്ത തൊലി എന്റെ പ്രയത്നംകൊണ്ട് ക്ഷീണിച്ച് എന്നെ നിലത്തേക്ക് തള്ളിയിടുമെന്ന് ഒരു നിമിഷനേരത്തെ അപ്പോഴത്തെ ഒരു തോന്നൽ എന്നെ മരവിപ്പിച്ചുകളഞ്ഞു. എന്റെ ജീവിതം അന്തിമമായി മുങ്ങിത്താഴുന്നതിനുമുമ്പ് അത് ജീവിതത്തെ മുഴുവനായി വെള്ളത്തിനടിയിൽതന്നെ നിർത്തി.

എല്ലാ കാര്യങ്ങളും അസഹനീയമായിരിക്കുന്നു. ലഘുവായ സാധനങ്ങൾപോലും വീട്ടിലെ ചുറ്റികയോട് ചെറിയ ഉപായങ്ങൾക്കായി ഗൂഢാലോചന നടത്തുന്നു. ഇവിടെ ഇതാ മൂന്ന് കോപെക് നാണയങ്ങൾ, ഇത് ഞാൻ പോയാലും ഇവിടെ ഉണ്ടാകും. അവിടെ അതാ ഒരു വാതിലിന്റെ പിടി ഉണ്ട്. ആളുകൾ ഇപ്പോഴും അതിൽ പിടിക്കുന്നുണ്ട്. ജനാലയ്ക്കപ്പുറം ഒരു നേർത്ത മഞ്ഞുപാളിയുണ്ട്. മുന്നൂറ് വർഷങ്ങളായുള്ള മഞ്ഞുപാളിയും മാർച്ചിലെ ചൂടുകാലത്ത് നിലാവിലെന്നപോലെ തിളങ്ങുകയും മിന്നിനിൽക്കുകയും ചെയ്യും.

പ്രഭാതം പൊട്ടിവിടരുമ്പോൾ കണ്ണാടി പെട്ടെന്നുതന്നെ നിരുപദ്രവകാരിയായ ഒരു സാധനത്തിൽനിന്നും അത് എന്തായിരുന്നു എന്നതിലേക്ക് മാറുന്നു - സമയത്തിന്റെ തൊണ്ടയാണത്. അതിനെ നോക്കിനിന്ന് ഒരു നിമിഷം കഴിഞ്ഞപ്പോൾ അത് ആ ഒരു മിനിറ്റിനെ വിഴുങ്ങിക്കളഞ്ഞു. എന്റെ ജീവിതത്തിന്റെ വളർച്ച ആ മിനിട്ടു കാരണം ചെറുതായിപ്പോയി.

മറ്റൊരു നിരാശാജനകമായ കാര്യം എന്തെന്നാൽ എന്റെ ചുറ്റുമുള്ള എല്ലാവരും അവരവരുടെ നിലനില്പിനെക്കുറിച്ച് ബോധമുള്ളവരാണ്. എന്നാൽ എനിക്ക് ചിലപ്പോൾ ഇതൊക്കെ യാഥാർത്ഥ്യമല്ലെന്നും എന്നെക്കുറിച്ച് എനിക്ക് സ്വയം അറിയില്ല എന്നും തോന്നാറുണ്ട്. എന്നെക്കുറിച്ച് എനിക്ക് തീർച്ചയില്ല. ഞാൻ ജീവിച്ചിരുന്നില്ലായിരിക്കും. മറ്റാരെങ്കിലും

എന്നെ കണ്ടുപിടിച്ചതാവാം, കപ്പലിൽ ഉള്ള കൊച്ചുമനുഷ്യരെ കണ്ടുപിടിച്ചതുപോലെ. ഞാനിപ്പോൾ അക്കൂട്ടത്തിൽ പീഡിപ്പിക്കപ്പെടുമോ?

ഞാൻ ആഴമില്ലാത്ത ഒരു വെള്ളച്ചുഴിയിലേക്ക് മുങ്ങുകയാണ്. ഞാൻ അപ്രത്യക്ഷമാവുകയും ജീവിതം അവസാനിപ്പിക്കുകയും ചെയ്യുകയാണ്. എനിക്ക് തെളിവുകൾ വേണമായിരുന്നു. ഒന്നും ഉണ്ടായിരുന്നില്ല. കണ്ണാടി എന്തിനേയോ പ്രതിഫലിപ്പിച്ചു. എന്നാൽ എന്നെപ്പോലെ ഞാൻ എന്തായിരുന്നു എന്ന് അതിനുതന്നെ ഒരു ഊഹവുമില്ല. ഒരു വ്യത്യാസവുമില്ലാതെ എല്ലാം വിഴുങ്ങുവാനേ എനിക്കു കഴിഞ്ഞുള്ളൂ.

ഒന്നും ചെയ്യാൻ കഴിഞ്ഞിരുന്നില്ല; സാധാരണ സമയങ്ങളിൽ ഉള്ള കാര്യങ്ങൾ. ഉദാഹരണത്തിന് ആ പുസ്തകങ്ങൾ എന്നെ അദ്ഭുതപ്പെടുത്തുകയും സന്തോഷിപ്പിക്കുകയും ചെയ്യുന്നു. അവ എന്നെ അധികസമയം പൊങ്ങിക്കിടക്കാൻ അനുവദിച്ചില്ല, എല്ലാം ഒരു കൊഴുപ്പു പുരട്ടിയതിന്റെ പാളിപോലെ വ്യർത്ഥമായ, ഈർപ്പമുള്ള പാളിയായി പൊതിഞ്ഞുപിടിച്ചിരിക്കുകയാണ്.

അന്ധനായ ആ മനുഷ്യൻ ദേഷ്യം പിടിപ്പിക്കുന്ന ഒരാളാണ്. ഞാൻ എന്റെ മുറിയിലെ കൊച്ചുകട്ടിലിൽ ഇരുട്ടിനെയും ശൂന്യതയെയും ഭയന്ന് തലയിണയ്ക്കടിയിൽ ചുരുണ്ടുകിടക്കുമ്പോൾ അയാൾ ഇടനാഴിയിലൂടെ ചൂളമടിച്ചുകൊണ്ട് ഇഴഞ്ഞുവലിഞ്ഞ് നടന്നു. ഇരുട്ടിലായാലും ശൂന്യതയിലായാലും പ്രശ്നമില്ലെന്ന മട്ടിൽ അന്ധതയിലും അയാൾ ജീവിതം നന്നായി ജീവിക്കുകയാണ്. എനിക്ക് കാണാൻ കഴിയാത്ത എന്താണ് അയാൾ ഇരുട്ടുമൂടിയ കണ്ണുകൾകൊണ്ട് കാണുന്നത്? എന്തുതരം കാണാൻ കഴിയാത്ത ലോകമാണ് അത്?

എന്റെ അമ്മയെയാണ് സഹിക്കാൻ കഴിയാത്തത്. എന്റെ മുറിയിൽ ആഹാരം കഴിക്കാൻപോലും പുറത്തുവരാതെ ഞാൻ വാതിൽ അടച്ച് ഇരുന്നു.

അമ്മയോട് സംസാരിക്കുന്നതിൽ അർത്ഥമില്ലായിരുന്നു. അവർ വിചാരിച്ചു എന്റെ പ്രായത്തിലെ കുട്ടികൾക്ക് വരുന്ന സ്വഭാവവ്യത്യാസമാണ് എനിക്കുള്ളത് എന്ന്. എന്നെപ്പറ്റി അവരുടെ ഒരു സുഹൃത്തിനോട് വിശദീകരിക്കുന്നത് കേട്ടു.

"പെയിന്റിംഗിനോടുള്ള താത്പര്യം കുറഞ്ഞു. ഇപ്പോൾ ജീവിതത്തിന്റെ അർത്ഥമറിയുന്നതിന്റെ താത്പര്യമാണ്. അതും കഴിഞ്ഞുപോകും. അവൻ ഇതുവരെ സുന്ദരികളായ ചെറുപ്പക്കാരി പെണ്ണുങ്ങളുടെ വലയിൽ വീണിട്ടില്ല. ഇക്കാലത്ത് അവരൊക്കെ എങ്ങനെയുള്ളവരാണ് എന്ന് നിനക്കറിയാമല്ലോ!"

എനിക്ക് പെൺകുട്ടികളെ വല്ലാത്ത ഭയമായിരുന്നു. ശരിക്ക് പറഞ്ഞാൽ പേടിയല്ല. വല്ലാത്ത നാണം. അതു പിന്നെ പരിഭ്രമമായി മാറുകയായിരുന്നു. ഞാൻ ഒരു ദിവസം ട്രാമിൽ പോകുമ്പോൾ നല്ല ഭംഗിയുള്ള മുടിയുള്ള ഒരു പെൺകുട്ടി മുന്നിൽ വന്ന് ഇരുന്നു. ഓളങ്ങൾപോലെ

ഇളകുന്ന ഒരു ടബ്ബ് നിറയെ ചെസ്റ്റ്നട്ട് മാതിരി മുടിയുള്ളവൾ! ഇടയ്ക്കിടെ അവൾ വശങ്ങളിൽനിന്നും മുടിയെടുത്ത് കൈകളിലാക്കി തോളുകളിൽക്കൂടി പിന്നിലേക്കിട്ടു. എനിക്കാണെങ്കിൽ ആ മുടി തൊടണമെന്ന് വല്ലാത്ത ആഗ്രഹമായി! ആരും നോക്കുന്നില്ലെന്നു കണ്ടപ്പോൾ ഞാൻ അതിൽ തൊട്ടു. അത് അവൾ അറിയില്ലെന്ന് ഞാൻ കരുതി. എന്നാൽ അവൾക്കത് അനുഭവപ്പെടുകയും എന്നെ കളിയാക്കുംപോലെ ചെരിഞ്ഞ് ഒന്നു നോക്കുകയും ചെയ്തു. എനിക്ക് ലജ്ജ തോന്നി. ഞാൻ ഒരു വെടിയുണ്ട മാതിരി ട്രാമിൽനിന്നും പുറത്തെത്തി.

അത്തരം കാര്യങ്ങൾ ഉണ്ടായാൽ നിങ്ങൾക്ക് നിങ്ങളോടുതന്നെ കൂടുതൽ അവജ്ഞ തോന്നും.

ഇപ്പോൾ അതോർക്കുമ്പോൾ തമാശ തോന്നുന്നു. എന്നാൽ എന്റെ അമ്മ എന്നെക്കുറിച്ച് വേവലാതിപ്പെട്ടിരുന്നു. അവർ രഹസ്യമായി എന്റെ സാധനങ്ങൾ തിരഞ്ഞു. ഞാൻ വല്ല വിഷമോ തോക്കോ വല്ലതും ഒളിപ്പിച്ചിട്ടുണ്ടോ എന്ന് അറിയാൻ. ഒരു ദിവസം അവർ വാതിൽക്കൽ വെച്ച് അവരുടെ അന്ധനോട് യാചിക്കുന്ന തരത്തിൽ മന്ത്രിക്കുന്ന സ്വരം ഞാൻ കേട്ടു,

“പവ്‌ലുഷ, നിങ്ങൾ അവനോടൊന്ന് സംസാരിക്കൂ! ആണുങ്ങൾ തമ്മിലാവുമ്പോൾ കൂടുതൽ മനസ്സിലാകുമല്ലോ.”

അയാൾ ഇഴഞ്ഞുവലിഞ്ഞ് നടന്ന് കതകിൽ തട്ടി.

ഞാൻ ഉറക്കെ നിലവിളിച്ചു,

ഞാൻ ഏതെങ്കിലും ബുദ്ധിമാന്റെയോ സന്ന്യാസിയുടെയോ പുസ്തകമെടുക്കും. അതിലൂടെ ഉത്തരം കിട്ടുവാനായി അല്ലെങ്കിൽ ശരിയായി ഉന്നയിക്കപ്പെട്ട ചോദ്യമായാലും മതി എന്നു കരുതിയിട്ട്. എന്നാൽ എല്ലാ ബുദ്ധിമാന്മാരും ഒരൊറ്റ സ്വരത്തിൽ എന്നോട് ഈ വർത്തമാനകാലത്ത് ക്ഷണികമായ നിമിഷങ്ങളിൽ സന്തോഷത്തോടെ ജീവിക്കാൻ ആഹ്വാനം ചെയ്തു.

എന്നാൽ അത് എളുപ്പമായിരുന്നില്ല.

വർത്തമാനകാലം ഒരുദ്ദേശ്യവുമില്ലാത്തതും പ്രയോജനമില്ലാത്തതുമാണെങ്കിൽ ഞാനെങ്ങനെ സന്തോഷിക്കുവാനാണ്? എല്ലാം എന്നെ അസുഖക്കാരനാക്കി. ഭിത്തിയിലൊട്ടിച്ച കടലാസുകൾ, ഉത്തരം, കർട്ടനുകൾ, ജനാലയ്ക്കപ്പുറമുള്ള പട്ടണം, അതൊന്നുംതന്നെ ‘ഞാനല്ല’. ഞാൻ തന്നെ എന്നെ രോഗിയാക്കി. കാരണം ഞാൻ ‘എന്റേതല്ലാ’യിരുന്നു. മറ്റെല്ലാം അതുപോലെതന്നെയായി. വിഡ്ഢിത്തങ്ങളും അപമാനങ്ങളും മാത്രം നിറഞ്ഞ എന്റെ വൃത്തികെട്ട ചെറിയ ഭൂതകാലം എന്നെ രോഗിയാക്കി. ഭാവികാലം പ്രത്യേകിച്ച്, ദുർഗന്ധപൂർണമായ ശ്മശാനത്തിലെ വൃത്തികെട്ട കുഴിയിലേക്ക് നയിക്കുന്നതാണ് അത്.

പിന്നെ ആ കുഴിക്കുമുമ്പ് ഇതൊക്കെ എന്തിനാണ്? ഏതാണ് ഞാൻ

തിരഞ്ഞെടുക്കേണ്ടിയിരുന്നത്? മാംസമോ? സമയമോ? സ്ഥലമോ? ഞാൻ ഒന്നും തിരഞ്ഞെടുത്തില്ല, എന്നെ ആരും എങ്ങോട്ടും ക്ഷണിച്ചുമില്ല.

എന്റെ അവസ്ഥ തീരെ മോശമായപ്പോൾ അന്ധന്റെ ക്ഷൗരം അകത്തേക്കെടുത്തും പുറത്തേക്ക് വിട്ടും വീണ്ടും ശ്വാസം ഉള്ളിലേക്കെടുത്തും പുറത്തേക്ക് വിട്ടും സാധിക്കാത്തമട്ടിൽ വീർപ്പുമുട്ടുമ്പോൾ എന്റെ തൊലിപ്പുറം വിയർപ്പിൽ കുളിക്കുകയും എന്റെ ഹൃദയം വേദനിക്കുകയും ഞാൻ ഉള്ളിൽ വിറയ്ക്കുകയും ചെയ്തു. എന്റെ വിരലറ്റങ്ങളിൽ എവിടെയോ അവിശ്വസനീയമായ ഒരു വിറയൽ പെട്ടെന്നു തുടങ്ങി.

അസാധാരണമായ എന്നാൽ ആത്മവിശ്വാസത്തോടെയുള്ള ഒരു നേർത്ത മൂളൽ എവിടെനിന്നോ ആഴങ്ങളിൽനിന്ന് ഉയർന്നുവന്നു. ഓളങ്ങളിൽനിന്ന് ഉയർന്നു പൊങ്ങിവരുന്നപോലെ. അതെന്നെ മുറിയുടെ ചുറ്റും ഓടിക്കാനും തണുപ്പുകാലമായതിനാൽ കടലാസുകൾകൊണ്ട് ഇറുക്കി അടച്ചിരുന്ന ജനാലകൾ കരകര ശബ്ദത്തോടെ ഉന്തിത്തുറക്കാനും നിരത്തിലേക്കു നോക്കി ശ്വാസം കഴിക്കാനും പ്രേരിപ്പിച്ചു. മൂളൽ ഉച്ചത്തിലും ശക്തിയിലും ആയി. എന്നെ നിറഞ്ഞ് തുളുമ്പിപ്പിച്ചു. അവസാനം ഈ പരിധിയിലൊതുങ്ങാത്ത, തടുക്കാനാവാത്ത ഓളം എന്നെ കോരികയിൽ എന്നെപ്പോലെ അടിയോടെ കോരിയെടുത്ത് മുകളിൽ ആകാശത്തിലേക്ക് കൊണ്ടുചെന്ന് ഇട്ടു. വാക്കുകൾ എന്നിൽ നിറഞ്ഞുതുളുമ്പി.

സാഷൻക, അത് വിശദീകരിക്കാനാവില്ല. നീ അനുഭവിക്കുകതന്നെ വേണം.

ഭയം അലിഞ്ഞ് ആവിയായിപ്പോയി. അപ്രത്യക്ഷമായിരുന്ന ലോകം തിരികെ വന്നു. അദൃശ്യമായിരുന്നവ ദൃശ്യമായി.

ആ 'ഞാനല്ല' എന്ന ഭാവം പ്രതികരിക്കാൻ തുടങ്ങി. എന്നോട് തിരിച്ച് മൂളാനും അതിന്റേതാണെന്ന് അംഗീകരിക്കാനും തുടങ്ങി. നിനക്ക് ഞാൻ അർത്ഥമാക്കുന്നതെന്തൊക്കെയാണെന്ന് മനസ്സിലാകുന്നല്ലോ അല്ലേ? ചുറ്റുമുള്ള എല്ലാം എന്റേതായി, സന്തോഷകരവും സ്വാദിഷ്ഠവുമായി! എനിക്ക് അത് അനുഭവിക്കണമായിരുന്നു. ഭിത്തിയിലൊട്ടിച്ച കടലാസുകളുടെയും ഉത്തരത്തിന്റെയും കർട്ടനുകളുടെയും ഒക്കെ രുചി അറിയണമായിരുന്നു. 'എന്റേതല്ല' എന്നു കരുതിയതൊക്കെ എന്റേതായി.

ഞാൻ ആ നിമിഷങ്ങളിലൊക്കെയാണ് ജീവിച്ചിരുന്നത്. ചുറ്റും നോക്കി മറ്റുള്ളവർ എങ്ങനെയാണ് ഇതൊക്കെ ഇല്ലാതെ കഴിച്ചുകൂട്ടിയത് എന്ന് മനസ്സിലാക്കാൻ കഴിഞ്ഞില്ല. ഇതൊന്നുമില്ലാതെ ജീവിക്കാൻ എങ്ങനെ കഴിയും?

പിന്നീട് വാക്കുകൾ അകന്നുപോയി. മൂളൽ അപ്രത്യക്ഷമായി. ശൂന്യത വീണ്ടും നിറയാൻ തുടങ്ങി. ശരിയായ കീഴടക്കൽ. ഞാൻ വിറയ്ക്കുകയും ഇളകുകയുമൊക്കെ ചെയ്യാൻ തുടങ്ങി. ഞാൻ എന്റെ കൊച്ചുകട്ടിലിൽ എവിടെയും പോകാതെ നീണ്ടുനിവർന്നു കിടന്നു.

പുറത്തേക്ക് പോകേണ്ട ആവശ്യം എന്താണെന്ന് എന്നോട് വിശദീകരിക്കാൻ കഴിഞ്ഞില്ല. ആർക്കാണ്? പുറത്തേക്ക് പോകേണ്ടത്? എന്താണ് അതിനർത്ഥം? പുറത്തേക്ക് പോവുക? എന്താണ് ഞാൻ? എന്താണ് എന്ത്?

ഏറ്റവും ഭീതിജനകമായ കാര്യം ഇതായിരുന്നു; വാക്കുകൾ ഒരിക്കലും തിരിച്ചുവന്നില്ലെങ്കിൽ എന്തു ചെയ്യും?

ഈ ശൂന്യമായ, തണുത്തുറഞ്ഞ നിശ്ചലമായ ലോകത്തെ വലിച്ചു നീട്ടാനൊന്നും എനിക്ക് കഴിയില്ല. അതിൽ അദ്ഭുതകരമായ മൂളലോ, മർമ്മരശബ്ദമോ, ഒഴുക്കിന്റെ പ്രവാഹത്തിൽ വാക്കുകളുടെ ഇളകിമറിയലോ ഒക്കെ നിറയ്ക്കുവാനേ എനിക്ക് കഴിയൂ. ക്ഷണികമായ ഈ നിമിഷത്തിന് വാക്കുകളിലൂടെ മാത്രമേ സന്തോഷപൂർണവും അർത്ഥപൂർണവുമായ ഒന്ന് ആകാൻ കഴിയൂ. അതില്ലാതെ ബുദ്ധിമാന്മാരായ മനുഷ്യർ എന്നോട് ആഹ്വാനം ചെയ്തതുപോലെ വർത്തമാനകാലത്തെ സന്തോഷം അനുഭവിക്കുക തീരെ അസാധ്യമാണ്. ഈ വർത്തമാനകാല നിമിഷം മുഴുവൻ വളരെ ചെറുതും ഉപയോഗമില്ലാത്തതുമാണ്, അത് വാക്കുകളിലേക്കോ, വാക്കുകൾ അതിലേക്കോ നയിച്ചില്ലെങ്കിൽ. വാക്കുകൾക്കു മാത്രമേ നിലനില്പിന്റെ നിലനില്പാകുവാനും നിമിഷങ്ങളെ അർത്ഥപൂർണമാക്കാനും ശരില്ലാത്തവയെ ശരിയാക്കാനും എന്നെ 'ഞാൻ' ആക്കുവാനും കഴിയുകയുള്ളൂ.

സാഷൻക, നിനക്ക് മനസ്സിലാകുന്നുണ്ടല്ലോ. ഞാൻ ജീവിതത്തിനോട് ഒരു ബന്ധവുമില്ലാത്ത രീതിയിൽ കഴിയുകയായിരുന്നു. ലോകത്തിനും എനിക്കുമിടയിൽ അക്ഷരമാലയിലെ അക്ഷരങ്ങൾ വലിയ ഭിത്തിപോലെ വളർന്നിരിക്കുകയായിരുന്നു. വാക്കുകളുടെ പ്രത്യേകമായ നിരീക്ഷണത്തിലൂടെ എനിക്ക് എന്താണ് സംഭവിക്കുന്നത് എന്ന് ശ്രദ്ധിച്ചുകൊണ്ടിരുന്നു. എനിക്ക് ഇത് പേജുകളിലേക്ക് ഉണ്ടായിട്ടും ഇല്ലാതെയും ആവാഹിക്കാൻ കഴിയുമോ? അപ്പോൾ എനിക്ക് അറിയാൻ കഴിഞ്ഞു, ആ ബുദ്ധിമാന്മാരായ മനുഷ്യർ വളരെക്കാലംമുമ്പ് പറഞ്ഞുപഴകിയവയ്ക്ക് എന്ത് ഉത്തരം കൊടുക്കണമെന്ന്. ഈ ക്ഷണഭംഗുരത ആർജിക്കുന്നതിന്റെ അർത്ഥം അറിയാൻ നിങ്ങൾക്ക് അതിന്റെ ചിറകിൽ പിടിച്ചാൽ മതി.

ബുദ്ധിമാന്മാരേ, നിങ്ങൾ എവിടെയാണ്? എവിടെയാണ് നിങ്ങൾക്ക് കാണാൻ കഴിയുന്ന ലോകം? എവിടെയാണ് നിങ്ങളുടെ ജീർണിച്ച നിമിഷം? നിങ്ങൾക്ക് അറിയില്ലേ? എന്നാൽ എനിക്ക് അറിയാം.

ഞാൻ സത്യം കണ്ടുപിടിച്ചു എന്നു വിചാരിച്ചു. ശക്തൻ മാത്രമല്ല പ്രബലനും. അതെ സഷൻക, നീ വിചാരിച്ചോളൂ. എനിക്ക് എല്ലാം വളരെ പ്രതാപമുള്ളതായി മാറി. അജ്ഞതയിൽ മറഞ്ഞിരുന്നതെല്ലാം വെളിവായി കിട്ടി. വാക്കിന്റെ ശക്തി തുറന്നുകിട്ടി. അപ്പോൾ അത് അങ്ങനെയൊക്കെയാണ് കാണപ്പെട്ടത്. ഞാൻ ഒരു പ്രധാന ചങ്ങലയുടെ അവസാന

കണ്ണിയായി മാറി. ചിലപ്പോൾ ഏറ്റവും പ്രധാന ചങ്ങലകളിൽ ഒന്ന്; ശരിയായ ആ വ്യക്തിയിൽനിന്നും വിയർക്കുന്നവനായ, ചീത്ത വായ്നാറ്റമുള്ള, ഇടംകയ്യനായ, നെഞ്ചെരിച്ചിലുള്ളവനായ - അത്ര പ്രാധാന്യമുള്ളതല്ല - ഒരാൾ. എന്നാൽ നിന്നെയും എന്നെയുംപോലെ സത്യമായ ഒരാൾ ഒരിക്കൽ എഴുതി "വാക്ക് തുടക്കത്തിൽ ആയിരുന്നു." നോക്ക്, അയാളുടെ വാക്കുകൾ ഇപ്പോഴും ഉണ്ട്. അവരിൽ അയാൾ ഉണ്ട്. അവർ അയാളുടെ ശരീരമായി മാറി. ഇതാണ് ശരിയായ അമരത്വം. മറ്റൊന്നുമല്ല. എല്ലാം അവിടെയുണ്ട്, മനുഷ്യശരീരഅവശിഷ്ടങ്ങൾ നിറഞ്ഞുകവിഞ്ഞ ശ്മശാനത്തിലെ ആ കുഴിയിൽ.

ആ മനുഷ്യനിൽനിന്ന് എന്നിലേക്കുള്ള വാക്കിലൂടെ എന്തൊക്കെയോ നീണ്ട് നീണ്ട് കടന്നുപോകുന്നുണ്ട്. ജീവിതത്തേക്കാൾ മരണത്തേക്കാൾ ശക്തമായ ഒന്ന്. പ്രത്യേകിച്ചും ഇതൊക്കെ ഒന്നാണെന്ന് നിങ്ങൾ തിരിച്ചറിയുമ്പോൾ.

ഞാൻ എന്റെ ചുറ്റും ഉള്ള മനുഷ്യരെ ശ്രദ്ധിക്കുമ്പോൾ ഉണ്ടാകുന്ന അദ്ഭുതം ഒന്ന് സങ്കല്പിച്ചുനോക്ക്. അവർ എങ്ങനെയാണ് ജീവിക്കുന്നത്? മരണത്തിനും മുകളിലുള്ള ഈ ചങ്ങലയിൽ കുടുങ്ങിയില്ലെങ്കിൽ അവർ വീഴില്ലേ? എന്താണ് അവരെ പിടിച്ചുനിർത്തുന്നത്?

ഏറ്റവും പഴയ ഒന്നാമത്തെ പദാർത്ഥമാണ് എഴുതുവാൻ ഉപയോഗിക്കുന്ന മഷി എന്നെനിക്ക് വളരെ വ്യക്തമാണ്.

എല്ലാകാലത്തും എല്ലാ ആളുകളുടെയും വെള്ളിനാവുകൾ ഉറപ്പിച്ചു പറയുന്ന ഒന്നാണത്, എഴുത്തിന് മരണമില്ല എന്ന്. ഞാൻ അത് വിശ്വസിക്കുകയും ചെയ്യുന്നു. എല്ലാറ്റിനും ഉപരി ഇതു മാത്രമാണ് മരിച്ചവരുടെയും ജീവിക്കുന്നവരുടെയും ഇനി ജനിക്കാൻ പോകുന്നവരുടെയും ആശയവിനിമയ ഉപാധി.

എന്റെ വാക്കുകൾ എന്താണോ ഈ നശ്വരമായ വർത്തമാനകാലത്ത് അവശേഷിക്കുന്നത്, അത് എന്റെ അമ്മൂമ്മയുടെ ശ്മശാനത്തിലെ കുഴിയിലേക്ക് അടക്കം ചെയ്തുകഴിഞ്ഞു എന്ന് ഉറപ്പാണ്. അതുകൊണ്ട് എന്ത് എഴുതപ്പെട്ടു എന്നത് ഏറ്റവും പ്രധാന ഭാഗമാണ്; എന്റെ തന്നെ ആദ്യഭാഗം.

ഞാൻ ഇല്ലാതിരുന്ന കാലത്ത് വാക്കുകൾ തന്നെയായിരുന്നു എന്റെ ശരീരമായിരുന്നത്. ഞാൻ കരുതുന്നു. ഞാൻ വാക്കുകളെ സ്നേഹിച്ചതുപോലെ ചിലപ്പോൾ മറ്റാരുംതന്നെ അവയെ ഇഷ്ടപ്പെട്ടിട്ടുണ്ടാവില്ല. ഞാൻ അവയെ അസ്വസ്ഥതയിലേക്ക് തള്ളിവിടാൻ ഇഷ്ടപ്പെട്ടു. എന്നാൽ അവ എന്റെ പിന്നിൽനിന്നും പരസ്പരം കണ്ണിറുക്കി.

അവ എന്നെ പരിഹസിക്കുകയായിരുന്നു.

എന്റെ മിക്കവാറും എല്ലാ കാര്യങ്ങളും വാക്കുകളാക്കി മാറ്റി. വാക്കുകൾ എന്തെങ്കിലും പ്രകാശിപ്പിക്കാൻ അശക്തമാണ് എന്ന അവസ്ഥയിലേക്ക് വ്യക്തമായി അത് മാറി. അല്ലെങ്കിൽ മറിച്ച് ഇങ്ങനെയാണ്. വാക്കുകൾക്ക് സ്വന്തമായി എന്തൊക്കെയോ നിർമ്മിക്കാനുണ്ട്, എന്നാൽ നിങ്ങൾക്ക് വാക്കുകളാകാൻ കഴിയില്ല. വാക്കുകൾ ചതിയാണ്. അവ നിങ്ങളെ അമരത്വത്തിലേക്കുള്ള യാത്രയിലേക്ക് നയിക്കും എന്ന് ഉറപ്പുതരുന്നു. പിന്നീടവ നിങ്ങളെ സമുദ്രതീരത്ത് നിർത്തിയിട്ട് അടിയിലൂടെ രഹസ്യമായി യാത്രചെയ്യുന്നു.

എന്നാൽ ഏറ്റവും പ്രധാന കാര്യം എന്തെന്നാൽ ഒരു വാക്കിനും സത്യാവസ്ഥ ഉൾക്കൊള്ളാൻ കഴിയില്ല. സത്യാവസ്ഥ നിങ്ങളെ ബധിരനാക്കിക്കളയും. ജീവിതത്തിൽ സംഭവിക്കുന്ന എല്ലാ പ്രധാന കാര്യങ്ങളും വാക്കുകൾക്ക് അതീതമാണ്.

നിങ്ങൾ അനുഭവിച്ചതൊക്കെ വാക്കുകളാക്കുവാൻ സാധിക്കും എന്ന് നിങ്ങൾക്ക് തോന്നുന്നുവെങ്കിൽ അവിടെ ഒരു സൂചന വരുന്നു, നിങ്ങൾ ഒന്നുംതന്നെ അനുഭവിച്ചിട്ടില്ല എന്ന്.

ഞാൻ പറയുന്ന ഇതെല്ലാംതന്നെ വളരെ കുഴപ്പിക്കുന്നവയായിരിക്കും. സാഷൻക, എന്നാലും സാരമില്ല. എനിക്ക് ഇതൊക്കെ ഒന്ന് പുറംതള്ളിയേ പറ്റൂ. ഞാൻ എത്രയധികം ചിന്താക്കുഴപ്പം നിനക്ക് ഉണ്ടാക്കിയാലും എന്നെ നിനക്ക് മനസ്സിലാകും.

ഞാൻ പറയുന്നത് വാക്കുകളുടെ വ്യർത്ഥതയെക്കുറിച്ചാണ്. നിനക്ക് വാക്കുകളുടെ വ്യർത്ഥതയെക്കുറിച്ച് അറിയില്ലെങ്കിൽ പിന്നെ നിനക്ക് അവയെക്കുറിച്ച് ഒന്നും മനസ്സിലാവില്ല.

ഞാൻ അതിനെ ഇങ്ങനെ വിശദീകരിക്കാൻ ശ്രമിക്കട്ടെ; ഞാൻ നിനക്ക് സമയത്തെക്കുറിച്ച് എഴുതിയിരുന്നത് ഓർമ്മിക്കുക. പാഠങ്ങൾക്കിടയിലെ ഒഴിവുസമയത്ത് മധ്യകാലഘട്ടത്തിലെ വിദൂഷകർ തങ്ങളുടെ വിഡ്ഢികളായ ജന്മിമാരെ തന്ത്രപരമായ ചോദ്യങ്ങൾ ചോദിച്ച് വീഴ്ത്തുന്ന രീതി ഞാൻ വായിച്ചിട്ടുണ്ടായിരുന്നു. ഞാൻ എന്റെ അദ്ധ്യാപകനെ ഒരിക്കൽ അത്തരത്തിൽ പരിഹസിക്കാൻ നോക്കി. എന്നാൽ അയാൾ എന്റെ പൂവിനെക്കുറിച്ചുള്ള കവിത മുഴുവനാക്കാൻ സമ്മതിക്കാതെ സാധാരണപോലെ ചെവിക്കല്ല് നോക്കി ഒരു അടി തന്നു. പിന്നീട് എല്ലാ വെള്ളിനാക്കുള്ളവരും സമയത്തിലൂടെ തങ്ങളുടെ വ്യാപ്തി വർദ്ധിപ്പിക്കാമെന്നുള്ള ആത്മവിശ്വാസത്തോടെയുള്ള ആഗ്രഹവും പുലർത്തി. അതേപോലെതന്നെയുള്ള, എന്നെപ്പോലെ ഒരു പുസ്തകപ്പുഴുവായ പയ്യൻ ജീവിതകാലം മുഴുവൻ പൂക്കളുമായുള്ള വാഗ്വാദത്തിന്റെ മരണത്തിൽ നിന്ന് ഏറ്റവും നല്ലത് കിട്ടാൻ ശ്രമിക്കുകയും ചെയ്യുന്നു. എന്നാൽ അവസാനം ഒന്നും കേൾക്കാൻപോലും നിൽക്കാതെ അവർ ചെവിക്കല്ലിൽ അടിക്കുന്നു.

ഓർക്കുക, ഒരു പുസ്തകത്തിന് ആദ്യവും അവസാനവും ഉണ്ട് എന്നതുകൊണ്ട് ഏത് പുസ്തകവും കള്ളമാണ് എന്ന് നിന്നെ വിശ്വസിപ്പിക്കാൻ ഒരു വഴിയും ഇല്ല. അവസാനം ഒരു കുത്തിടുന്നത് സത്യസന്ധതയില്ലായ്മയാണ്, തീർന്ന ഭാഗത്ത് 'ദി എൻഡ്' എന്ന് എഴുതുന്നതും. അത് മരണമല്ല. വാക്കുകൾ പരസ്യമായ സത്യമാണ് എന്ന് കരുതുന്നു. എന്നാൽ അവ ഇന്ദ്രജാലംപോലെയും വഞ്ചന നിറഞ്ഞതും സത്യമല്ലാത്തും നികൃഷ്ടരായ പകരക്കാരായും മാറുകയാണ് ഉണ്ടായത്.

ഞാൻ ഇനി ഒരിക്കലും എഴുതുകയില്ല എന്ന് എന്നോടുതന്നെ സത്യം ചെയ്തു. അതാണ് വേണ്ടുന്ന പ്രതികരണം എന്നു കരുതി.

സാഷൻക, ആരും വിശദീകരിക്കില്ല. അവർ ചെയ്യുമോ? ഏതെങ്കിലും യോജിക്കാത്ത സ്ഥലത്ത് പെട്ടെന്ന് എന്തെങ്കിലും വെളിവാകുന്നതുവരെ ഇതിനൊന്നും ഒരു ഉത്തരവും ഇല്ല. ഞാൻ ആരാണ്? കാരണം ആ ചോദ്യത്തിന് ഉത്തരം കണ്ടെത്താൻ ബുദ്ധിമുട്ടാണ്. നിനക്കും അങ്ങനെയാവാനേ കഴിയൂ.

നീ കണ്ടോ, ഞാൻ അങ്ങനെയാകണമെന്ന് ആഗ്രഹിക്കാൻ തുടങ്ങിയിട്ടുണ്ട്.

ഞാൻ എന്റേതായിരുന്നില്ല. വാക്കുകൾ വന്നു. ശക്തനാണെന്ന് തോന്നി. എന്നാൽ അവരോട് പറയാൻ കഴിയില്ല. വരൂ! അവർ എന്നെ ഒന്നുമില്ലാത്തവനും ഉപയോഗമില്ലാത്തവനും ഉപയോഗിച്ചുകഴിഞ്ഞ ഒന്നായും കരുതി ചവറ്റുകുട്ടയിലേക്ക് തള്ളിക്കളഞ്ഞ് ഉപേക്ഷിക്കുകയും ചെയ്തു.

ഞാൻ ക്ഷീണിച്ചിരുന്നപ്പോൾ എന്നെ വെറുത്തു. എനിക്ക് ശക്തനാകണമായിരുന്നു. എന്നാൽ ഞാൻ എന്താകണമെന്ന് വാക്കുകൾ തീരുമാനിച്ചു.

സാഷൻക! എന്നെ മനസ്സിലാക്കുക. അങ്ങനെ അങ്ങ് മുമ്പോട്ടു പോകാൻ എനിക്ക് കഴിയില്ല! ഇത് നീയുമായി ബന്ധമുള്ള എന്തോ ആണെന്ന് നീ കരുതുന്നു അല്ലേ - അല്ല!

എനിക്ക് അവരിൽനിന്ന് സ്വാതന്ത്ര്യം വേണമായിരുന്നു. സ്വതന്ത്രനായി ഇരിക്കണം. ഒരു കാരണവുമില്ലാതെ അങ്ങ് ജീവിക്കണം. വാക്കുകളില്ലാതെ സ്വന്തം അവകാശങ്ങൾക്കായി ജീവിക്കുന്നു എന്ന് തെളിയിക്കണമായിരുന്നു.

ഞാൻ എഴുതിയവ എല്ലാംതന്നെ കത്തിച്ചുകളഞ്ഞു. ഒരു നിമിഷം അതേക്കുറിച്ചോർത്ത് ദുഃഖിക്കുന്നില്ല. നീ എന്നെ വഴക്കുപറഞ്ഞു. എന്നാൽ നിനക്ക് തെറ്റിയിരുന്നു. എന്റെ പ്രിയപ്പെട്ടവളേ, ദയവായി വഴക്ക് പറയരുതേ! എനിക്ക് മാറണമായിരുന്നു, എല്ലാവരിൽനിന്നും വ്യത്യസ്തനാവണമായിരുന്നു. ഞാനൊഴികെ എല്ലാവരും എന്ത് മനസ്സിലാക്കി എന്ന് അറിയണമായിരുന്നു. ഏതൊരു കണ്ണുപൊട്ടനും കാണുന്നതെങ്ങനെ എന്ന് കാണുകയും ചെയ്യണമായിരുന്നു.

എനിക്ക് മരിച്ച് മറ്റൊരാളായി ജനിക്കുവാൻ കഴിയില്ല. എനിക്ക് ഈ ജീവിതമാണ് നൽകപ്പെട്ടിരിക്കുന്നത്. എനിക്ക് അനുവദിച്ച സമയത്തിനുള്ളിൽ നിന്നുകൊണ്ട് എനിക്ക് ശരിയായ ഒരാൾ ആവണമായിരുന്നു.

നിനക്കറിയുമോ, ഞാനാണ് അന്ധൻ. ഞാൻ വാക്കുകൾ മാത്രമേ കണ്ടുള്ളൂ. വാക്കിനുള്ളിലൂടെ കാണാൻ ശ്രമിച്ചില്ല. അത് ജനാലയിലൂടെ ഗ്ലാസിനെ നോക്കുംപോലെയാണ്, പുറത്തെ നിരത്തിലേക്ക് നോക്കുംപോലെയല്ല. നിലനിൽക്കുന്നതും ക്ഷണികവുമായ എല്ലാംതന്നെ വെളിച്ചം പ്രതിഫലിപ്പിക്കുന്നു. ആ വെളിച്ചം വാക്കുകളാകുന്ന ഗ്ലാസിലൂടെ കടന്നുപോകുന്നു. വാക്കുകൾ വെളിച്ചത്തെ കടന്നുപോകാൻ അനുവദിച്ച് നിലനിൽക്കുന്നു.

നീ ചിരിക്കുമെന്ന് തീർച്ചയാണ്. ഇത് എന്റെ സ്ഥിരം രീതിയാണ്. ഞാൻ വീണ്ടും എഴുതില്ല എന്ന് സത്യം ചെയ്താലും തിരിച്ചുവന്നാൽ ചിലപ്പോൾ ഒരു പുസ്തകംതന്നെ എഴുതിയേക്കുമെന്ന് തോന്നുന്നു. ചിലപ്പോൾ ഉണ്ടാവുകയുമില്ല. അത് സാരമില്ല.

ഞാൻ ഇപ്പോൾ അനുഭവിച്ചുകൊണ്ടിരിക്കുന്നത് നൂറുകണക്കിന് ആയിരക്കണക്കിന് വാക്കുകളേക്കാൾ പ്രാധാന്യമുള്ളതാണ്. ഈ എന്നിൽ നിറഞ്ഞുതുളുമ്പുന്ന ജീവിക്കാനുള്ള താത്പര്യം എങ്ങനെ വാക്കുകൾകൊണ്ട് രേഖപ്പെടുത്താൻ കഴിയും?

എന്റെ സാഷൻക! ഇത്രയും ഉത്സാഹം മുമ്പൊരിക്കലും അനുഭവപ്പെട്ടിട്ടില്ല.

ഞാൻ പുറത്തേക്ക് ഒരു നിമിഷം നോക്കി. നിലാവുള്ള രാത്രി. തെളിഞ്ഞ ആകാശം. നിറയെ നക്ഷത്രങ്ങളും. എല്ലാം വളരെ സന്തോഷം പ്രദാനം ചെയ്തു. ഞാൻ ക്ഷീണിച്ച വിരലുകൾ തിരുമ്മിക്കൊണ്ട് അലസനായി നടന്നു.

മനോഹരമായ രാത്രി. വായിക്കുവാൻ സാധിക്കുന്ന തരത്തിൽ പ്രകാശം പരത്തുന്ന ചന്ദ്രൻ.

തോക്കിൻമേൽ ഘടിപ്പിച്ചിട്ടുള്ള കുന്തങ്ങൾക്കുമേൽ അത് മിന്നിത്തിളങ്ങുന്നു.

ശബ്ദമല്ല, നിശ്ശബ്ദതയാണ് മനോഹരമായിരിക്കുന്നത്. അല്ല, എല്ലാദിക്കിൽനിന്നും ശബ്ദങ്ങൾ ഉണ്ടാകുന്നുണ്ട്. എന്നാൽ ഏറെ സമാധാനപരമായ ഇമ്പമുള്ള ശബ്ദങ്ങൾ - കുതിരക്കുളമ്പടി ശബ്ദം, അടുത്ത കൂടാരത്തിൽ നിന്നുള്ള കൂർക്കംവലി ശബ്ദങ്ങൾ, ആതുരാലയത്തിൽ ആരോ കോട്ടുവായിടുന്ന ശബ്ദം, പോളാർമരങ്ങളിൽ ചീവീടുകൾ കരയുന്ന ശബ്ദം.

ആകാശഗംഗയെയും നോക്കിക്കൊണ്ട് ഞാൻ അവിടെനിന്നു. പെട്ടെന്നത് പ്രപഞ്ചസൃഷ്ടിയെ തിരശ്ചീനമായ മട്ടിൽ വിഭജിക്കുന്നതായി ഞാൻ കണ്ടു.

ഞാൻ ഈ പ്രപഞ്ചത്തിന് കീഴിൽനിന്ന് ഉച്ഛ്വസിച്ചുകൊണ്ട് ആലോചിച്ചു. അങ്ങോട്ട് നോക്ക് ഒരു മനുഷ്യനെ സന്തോഷവാനാക്കുവാൻ ആകാശത്തിലെ ചന്ദ്രൻ മതി എന്നായിരിക്കുന്നു. ഞാൻ ജീവന്റെ തെളിവിനായി അന്വേഷിച്ചുകൊണ്ട് ഒരുപാട് വർഷങ്ങൾ ചിലവഴിച്ചു.

എന്തൊരു വിഡ്ഢിയാണ് ഞാൻ സാഷൻക!

ചന്ദ്രൻ പോയി തുലയട്ടെ! തെളിവുകളും പോയി തുലയട്ടെ!

സാഷൻക, പ്രിയപ്പെട്ടവളേ! നീ ജീവിച്ചിരിക്കുകയും എന്നെ സ്നേഹിക്കുകയും ഈ വരികൾ ഇപ്പോൾ നീ വായിക്കുകയും ചെയ്യുന്നു എന്നതിൽ വളരെ സന്തുഷ്ടനായിരിക്കേ അതിൽക്കൂടുതൽ എന്തു തെളിവാണ് ജീവിച്ചിരിക്കുന്നു എന്നതിനായി എനിക്ക് ആവശ്യം!

എനിക്കറിയാം ഒരിക്കൽ കത്തെഴുതിക്കഴിഞ്ഞാൽ അത് എന്തായാലും എങ്ങനെയെങ്കിലും നിന്റെ അടുത്തെത്തും. എഴുതിയില്ലെങ്കിലോ? അത് എന്നെന്നേക്കുമായി അപ്രത്യക്ഷമാകും. അതിനാലാണ് ഇത് നിനക്കായി എഴുതുന്നത് സാഷൻക!

ഇന്നലെ ഞാൻ ട്രാം സ്റ്റോപ്പിലേക്ക് നടക്കുമ്പോൾ എന്റെ അടുത്തേക്ക് വരുന്ന അവളെ കണ്ടു.

ഞാൻ അപ്പുറത്തേക്ക് മുറിച്ച് കടന്നു. അവളും അതുതന്നെ ചെയ്തു.

അവൾ നേരെ എന്റെ അടുത്തേക്ക് വന്നു. ഞങ്ങൾ മുഖാഭിമുഖം നോക്കിനിന്നു.

നല്ല ഹെയർസ്റ്റൈലിൽ അവൾ കുറേക്കൂടി ചെറുപ്പമായിരിക്കുന്നു. ഒരു വ്യത്യസ്തയായ വ്യക്തിയെപ്പോലെ. അവരുടെ മുടി പുറകിലേക്കും പിന്നെ മുന്നോട്ടും ചീകിവെച്ചിരുന്നു. എനിക്ക് അവരുടെ ചേർന്നിരിക്കുന്ന കാതിന്റെ തട്ടുകൾ കാണാൻ കഴിഞ്ഞു.

അവൾ എന്നോട് ഒന്നും പറഞ്ഞില്ല. അവളുടെ കൺപീലികളിൽ ഒന്ന് പെട്ടെന്ന് സങ്കോചത്തോടെ ഇളകാൻ തുടങ്ങി.

ഞാൻ പറഞ്ഞു,

"ഹലോ അഡലവ്ന."

കൺപീലികൾ തുടിച്ചു.

"അലക്സാന്ദ്ര, എനിക്ക് നിങ്ങളോട് സംസാരിക്കണം. നിങ്ങൾ ഞാൻ പറയുന്നത് കേൾക്കണം. എനിക്ക് പറയാനുണ്ട്."

എന്നാൽ ഞാൻ അവളോട് പറഞ്ഞു,

"ആവശ്യമില്ല."

"എന്നോട് ഒന്നും പറയണ്ട, അഡലവ്ന!"

"എനിക്ക് എല്ലാം അറിയാം."

"ഭർത്താവ് ശല്യം."

ഇതിനെല്ലാം വളരെ വർഷങ്ങൾക്കുമുമ്പ് ഈ ഭർത്താവിന്റെ ഭാര്യ ചിന്തിക്കുമായിരുന്നു: എന്നെ ആർക്കാണ് ഇങ്ങനെ ആവശ്യം?

മുലക്കണ്ണിനുചുറ്റും തടിച്ചുവരാൻ തുടങ്ങിയപ്പോൾ നിങ്ങൾ സന്തോഷിച്ചു. അതിനകം ചെറുതാകാൻ തുടങ്ങിയിരുന്ന നിങ്ങൾ പിന്നെ ഒന്നുമല്ലാതായി. നീ എട്ടു വയസ്സുള്ള പെൺഗള്ളിവറായി മാറി കാണപ്പെട്ടു.

നിങ്ങൾ ഗള്ളിവറെക്കുറിച്ച് ചിന്തിക്കാൻ തുടങ്ങിയിരുന്നു. എങ്ങനെയാണ് അയാൾ വിസർജ്ജിച്ചിരുന്നത്? പാവം ലില്ലിപ്പുട്ടുകൾ അതുവെച്ച് എന്താണ് ചെയ്തത്? അയാൾ ഒരിക്കൽ മൂത്രമൊഴിച്ചു. അത് ഒരു വൻ അഗ്നിബാധ ശമിപ്പിക്കാൻ പോന്നതായിരുന്നു. ആ എരുമകളും പശുക്കളും ആടുകളുമൊക്കെ എല്ലാ പുലർകാലത്തും കൂമ്പാരം കൂടുന്നവ എന്തു മാത്രം കുന്നുകളായി പരിണമിച്ചിരിക്കണം!

നീ വലിയ ഒരു നുണ പ്രതീക്ഷിച്ചു. എന്നാൽ അതിനുമാത്രം വലിയ ഒരാളും അവിടെ ഉണ്ടായിരുന്നില്ല.

നിന്റെ അമ്മയുടെ രണ്ടാമത്തെ ഭർത്താവ് ഒരു പരാജയമായിരുന്നു. പരാജയങ്ങൾ എപ്പോഴും ഒരു കുട്ടിയുള്ള വിധവയെ വിവാഹം ചെയ്യുന്നു.

ഒരിക്കൽ വളരെ ചെറുപ്പകാലത്തെ ദിവസങ്ങളിലൊന്നിൽ തന്റെ അയാളുടെ സിംഫണി ഒരു പ്രസിദ്ധനായ സംഗീതജ്ഞന് അയച്ചു കൊടുത്തു. മറുപടിയും കിട്ടിയില്ല. പിന്നീട് ഒരു സംഗീതപരിപാടിയിൽ വെച്ച് സ്വന്തമായി ചെയ്തിരുന്നത് ആ സംഗീത അദ്ധ്യാപകന്റെ പുതിയ ആൽബത്തിൽ ഉണ്ട് എന്ന് തിരിച്ചറിഞ്ഞു. പിന്നീട് അയാൾ ഒന്നും ചെയ്യാതെ മനുഷ്യകുലത്തോട് മുഴുവൻ പ്രതികാരം ചെയ്തു. പിന്നീട് അയാൾ താപപ്രസരണയന്ത്രത്തിൽ തന്റെ തണുത്ത വിരലുകൾ വെച്ച് ചൂടാക്കിക്കൊണ്ട് ഒരു നൃത്തക്ലാസ്സിന് അകമ്പടി സേവിച്ച് അല്പം പണം സമ്പാദിച്ചു.

അയാൾ പത്രങ്ങൾ വായിച്ച് അവയിൽനിന്നും രഹസ്യസ്വഭാവമുള്ള വസ്തുതകൾ ചികഞ്ഞെടുത്ത് സ്വയം സങ്കല്പിക്കാൻ ഇഷ്ടപ്പെട്ടു. ഉദാഹരണത്തിന് അയ്യായിരം വർഷങ്ങൾക്കുമുമ്പ് ഒരുപാട് ആളുകൾ കൊല്ലപ്പെട്ടു എന്നിരിക്കട്ടെ. എത്രപേർ മരിച്ചു എന്ന് കൃത്യമായി അറിയില്ല. എന്നാൽ ശരിക്കും ഒരു കണക്ക് കൃത്യമാണ്. നിലനിൽക്കുന്നു. സത്യമായി വർത്തിക്കുന്നു. അത് വസ്തുനിഷ്ഠാപരവും സ്വതന്ത്രവുമാണ്. കൊളംബസിനു മുൻപും കണ്ടുപിടിക്കപ്പെടാത്ത അമേരിക്ക അവിടെ നിലനിന്നിരുന്നതുപോലെ. നമുക്ക് ചില കാര്യങ്ങളെക്കുറിച്ച് അറിഞ്ഞില്ലെങ്കിലോ, അത് അനുഭവിക്കാൻ കഴിഞ്ഞില്ലെങ്കിലോ, അത് കേൾക്കാൻ കഴിഞ്ഞില്ലെങ്കിലോ, രുചിക്കാൻ കഴിഞ്ഞില്ലെങ്കിലോ അതിനർത്ഥം അത് സത്യമല്ല എന്നല്ല.

കണക്കുകൾ അനുസരിച്ച് ആത്മഹത്യകൾ അധികവും സംഭവിക്കുന്നത് ഉച്ചയ്ക്കുശേഷം രണ്ടുമണിക്കും മൂന്നുമണിക്കും ഇടയിലോ, രാത്രി പതിനൊന്നിനോ പന്ത്രണ്ടിനോ ഇടയിലോ ആണ്.

പരാജിതൻ ചിന്തിച്ചത് വിവാഹം കഴിഞ്ഞശേഷം അയാൾ മാന്യമായി പെരുമാറുകയും അവജ്ഞ മാത്രം തിരികെ ലഭിച്ചു എന്നുമാണ്. അയാൾ പ്രേമത്തിൽ അകപ്പെട്ടപ്പോൾ അയാൾ തന്റെ പ്രേമഭാജനത്തോട് പറഞ്ഞു.

"നീ എന്റെ ജീവിതത്തിൽ പ്രത്യക്ഷപ്പെട്ടു. എന്റെ പുണ്യം."

എന്നാൽ കുറേ വർഷങ്ങൾ കഴിഞ്ഞപ്പോൾ അയാൾ ചിന്തിച്ചു.

"ഒരു പെണ്ണിന് ശരിക്കും പുണ്യമാകാൻ കഴിയുമോ? നിങ്ങൾ നീന്തിക്കൊണ്ടിരിക്കുമ്പോൾ അവൾ നിങ്ങളെ നീന്തിക്കൊണ്ടിരിക്കാൻ പ്രേരിപ്പിക്കുന്നു. നിങ്ങൾ മുങ്ങിത്താഴുകയാണെങ്കിൽ അവൾ നിങ്ങളെ മുങ്ങിത്താഴാൻ തന്നെയേ സഹായിക്കുകയുള്ളൂ."

നിന്റെ അമ്മയുടെ പുതിയ ഭർത്താവ് സ്വന്തം അച്ഛനല്ലാത്ത രീതിയിൽ നിന്നെ കാണാൻ തുടങ്ങി എന്നു നീ കരുതി. എന്നാൽ അയാൾ അങ്ങനെ ചെയ്തിട്ടില്ല.

നിന്റെ അമ്മ ടൈപ്പ്റൈറ്ററിൽ ദിവസം മുഴുവൻ തട്ടി തട്ടി സമയം കളയുന്നു. കൈവിരലുകൾ തഴമ്പിച്ച് വിരൽത്തുമ്പുകൾ കല്ലിച്ചതാകുന്നു. വിൽപ്പത്രങ്ങൾ, അറ്റോർണിയുടെ കത്തുകൾ, വില്പനയുടെ ബില്ലുകൾ, നിയമപരമായ വസ്തുവിവരപ്പട്ടികകൾ, സാക്ഷ്യപ്പെടുത്തലുകളുടെ പരിഭാഷകൾ...!

എല്ലായ്പ്പോഴും പണി തുടരാനാവാത്ത അവസ്ഥ വരും. മേലുദ്യോഗസ്ഥൻ അമ്മയുടെ ബ്ലൗസിന്റെ കഴുത്തിലേക്കു നോക്കി ജോലി സമയം കഴിഞ്ഞും പിടിച്ചുനിർത്തുമ്പോൾ. മുറിവാതിൽ പൂട്ടി വൈനും രണ്ടു ഗ്ലാസുകളും എടുത്ത് അമ്മയെ മുഖസ്തുതി ചെയ്യുമ്പോൾ...

"നീ നിന്റെ ഭർത്താവിനെ സ്നേഹിക്കുന്നു എന്നും കാര്യങ്ങൾ കഷ്ടമാണെന്നും എനിക്കറിയാം. എനിക്ക് സഹായിക്കാൻ കഴിയും." അയാൾ പറയും.

ആ സഹായം നിരസിച്ച് വിദഗ്ധമായ ചലനങ്ങളോടെ അമ്മ കടലാസ് വെയ്ക്കുന്നിടത്തേക്ക് തന്റെ കടലാസ് നീക്കിയിട്ടു.

അമ്മ വീട്ടിൽനിന്ന് ജോലി ചെയ്യാൻ തുടങ്ങി. മണിക്കൂറുകളോളം ടൈപ്പ് ചെയ്ത് ബുദ്ധി മന്ദിച്ച് അവർക്ക് തലവേദനയുണ്ടാകുന്നു. അവർ ടൈപ്പ്റൈറ്റർ ഒരു കുഷ്യനിൽ വെച്ചു. ദ്വാരങ്ങളുള്ള ഒരു തുണികൊണ്ട് മൂടി. കാർബൺ കടലാസുകൾ അച്ചടിച്ച് വന്നു. അവർ പുകവലിക്കാനായി ജനാലയുടെ വെളിയിലേക്ക് തല പുറത്തിട്ടപ്പോൾ നക്ഷത്രനിബിഡമായ ആകാശം അവർക്ക് കാർബൺ കടലാസ് പോലെ തോന്നി.

അമ്മ മരിച്ച ഉടനെ അമ്മൂമ്മയുടെയും അപ്പൂപ്പന്റെയും അടുത്തേക്ക്. ഫ്ളാറ്റിൽ തനിച്ചാവരുത് എന്ന വിചാരത്തോടെ നീ താമസം മാറ്റി.

ശവമടക്ക് കഴിഞ്ഞപ്പോൾ അമ്മൂമ്മ നിന്നോട് പറഞ്ഞു,

"ദുഃഖം അടക്കരുത്, കരയ്."

അവർ നിന്നോട് പറഞ്ഞു, നിന്റെ അമ്മ മരിച്ചത് ഹൃദയം ദുർബലമായിട്ടായിരുന്നു എന്ന്. അധികപ്രയത്നം ഹൃദയത്തിന് താങ്ങാനായില്ല.

നിനക്ക് പതിനാറ് വയസ്സാകുന്നതുവരെ അമ്മ അങ്ങനെയായിരുന്നില്ല. അമ്മ ആത്മഹത്യ ചെയ്തു എന്നാണ് അമ്മൂമ്മ പറഞ്ഞിരുന്നത്. ചെറിയ ഒരു ആത്മഹത്യാക്കുറിപ്പ് അവർ കാണിച്ചുതരികയും ചെയ്തു. "അഡോച്ക, ശരിയായ ദുഃഖമില്ലാതെ ആത്മാവ് പരിപക്വമാവില്ല. ഒരു മനുഷ്യൻ വേദനയിലൂടെയാണ് വളരുക."

നിന്റെ അമ്മ മരിച്ച വിധം വസ്തുനിഷ്ഠമായി പറഞ്ഞാൽ ഇങ്ങനെയാണ്. അവർ ബാക്കിവന്ന ഉറക്കഗുളികകളെല്ലാംകൂടി കൊച്ചുകുപ്പിയിൽ നിന്ന് കൈയിലേക്ക് തട്ടി. ആരും അത് എണ്ണിയിരുന്നില്ല. എന്നാൽ ആ സംഖ്യ എവിടെയോ നിലനിൽക്കുന്നുണ്ട്. അത് യഥാർത്ഥമായും ജീവസ്സുറ്റതുമാണ്. അവയെ അടുക്കളയിലെ അരകല്ലിലേക്ക് ഇട്ടു. അവയെ ഒരു കുഴവകൊണ്ട് പൊടിയാക്കി. അവയ്ക്കു മുകളിൽ റോവൻബെറിയുടെ കള്ള് ഒഴിച്ചു. അതൊരു നനഞ്ഞ കുഴമ്പുപോലെയായി. അവൾ അത് ഒരു സ്പൂൺകൊണ്ട് ഇളക്കി. കുറച്ചുകൂടി ഒഴിച്ച് നേർത്തതാക്കി. ഗ്ലാസിലേക്ക് അരിച്ചു. ഒറ്റവലിക്ക് കുടിച്ച് തനിക്ക് എന്തു സംഭവിക്കുന്നു എന്ന് നോക്കി. പിന്നീടവർ മേശമേലുള്ള മരുന്നുകളുടെ പെട്ടി എടുത്ത് കുലുക്കി ഒന്നിനുപുറകെ ഒന്നായി വിഴുങ്ങാൻ തുടങ്ങി. ഉപയോഗിക്കേണ്ട തീയതി കഴിഞ്ഞ ഹാർട്ടിനുള്ള, ദഹനത്തിനുള്ള, ആസ്ത്മയ്ക്കുള്ള ഗുളികകൾ.

നിന്റെ അമ്മയുടെ ഭർത്താവ് വൈകിയാണ് എത്തിയത്. അയാൾ ഭാര്യ ഉറങ്ങുന്നതുകണ്ട് ഉണർത്തിയില്ല. എന്താണ് ഉടുതുണികൾ അഴിച്ചുമാറ്റാതെ ഉറങ്ങാൻ കിടന്നത് എന്ന് അതിശയപ്പെടുകയും ചെയ്തു.

നിന്റെ അമ്മയ്ക്ക് മരിക്കണമെന്നില്ലായിരുന്നു. അവർ സുരക്ഷിതയാവാനും സ്നേഹിക്കപ്പെടാനും ആഗ്രഹിച്ചിരുന്നു.

മൂന്നു വർഷങ്ങൾ കഴിഞ്ഞപ്പോൾ നീ വൃദ്ധരായവർക്കുവേണ്ടി ഒരു പോസ്റ്റ്കാർഡിൽ ഇങ്ങനെ എഴുതി. "പ്രിയപ്പെട്ട അപ്പൂപ്പനും അമ്മൂമ്മയ്ക്കും ഞാൻ വിവാഹിതയായി. അഡ." നീ ഇത് എഴുതിയില്ലെങ്കിലും നീ ചിന്തിച്ചു, "ഒന്നുമാത്രം എനിക്കങ്ങോട്ട് മനസ്സിലാകുന്നില്ല. എന്താണ് എനിക്കുള്ളത്, എന്നെ ശരിയായ രീതിയിൽ ആർക്കറിയാം, എന്റെ ഉള്ളിൽ നിന്ന് ഉള്ള ഈ സന്തോഷം ലഭിക്കുവാനുള്ള അർഹതയുണ്ടോ എനിക്ക്?"

തീക്ഷ്ണവികാരങ്ങളുള്ള, ഇനിയും അറിയാൻ ബാക്കിയായ മൃദുവായ കൈകളുള്ള നിന്റെ ഭർത്താവ്.

അയാൾ നിന്നോട് "ഞാൻ അനുഗ്രഹിക്കപ്പെട്ടവൻ" എന്ന് പറഞ്ഞു. അത് അച്ഛനമ്മമാരിൽനിന്നും വരുന്നതല്ല, അതൊരു തിരിച്ചറിവ് ആണെന്നും പറഞ്ഞു.

നിനക്ക് ജീവിക്കാനായി ഒന്നുമില്ലായിരുന്നു. അയാളാകട്ടെ പ്രൊഫസറായ അച്ഛനിൽനിന്നും ഒരു സഹായവും സ്വീകരിച്ചതുമില്ല. സത്യത്തിൽ അയാൾ അദ്ദേഹത്തിനോട് സംസാരിച്ചതുതന്നെ ഇല്ല. നീ നിന്റെ ഒരേ ഒരു വിലപിടിച്ച നിധിയായ നിന്റെ അമ്മയുടെ കല്യാണമോതിരം വിറ്റു. അയാൾ കപ്പലുകളുടെ അറ്റകുറ്റപ്പണികൾ ചെയ്യുന്ന സ്ഥലത്ത് തൊഴിലാളിയായി ജോലിക്ക് പോയി. ഞായറാഴ്ചകളിൽ അയാൾ ശൂന്യമായ ഓഫീസുകളിലെയും ഓരോ സ്ഥാപനങ്ങളിലെയും ചിലപ്പോൾ കടകളിലെയും ജനാലകൾ കഴുകി വൃത്തിയാക്കി.

നീയാകട്ടെ വാടകമുറികളെടുത്ത് കൂടുകൾ നെയ്യാൻ പഠിച്ചു. മറ്റുള്ളവരുടെ കേടുവന്ന വീട്ടുപകരണങ്ങളെ സ്നേഹിക്കാൻ പഠിച്ചു.

നീ ജോലിക്ക് പോകുമ്പോൾ അയാൾ പഠിച്ചു. നിന്റെ ചെലവിൽ ജീവിക്കുന്നത് അയാൾക്ക് വിഷമമായിരുന്നു. നീ അയാളോട് പറഞ്ഞു,

"അങ്ങനെയൊന്നും പറഞ്ഞ് വിഡ്ഢിയാകണ്ട. നമ്മൾ ഭാര്യയും ഭർത്താവും അല്ലേ?"

നിനക്ക് രണ്ടാമത്തെ ഷിഫ്റ്റിൽ ജോലിയായിരുന്നപ്പോൾ നീ അയാൾക്കുള്ള പ്രാതൽ ഉണ്ടാക്കി അയാളുടെ കിടക്കയിൽ കൊണ്ടുചെന്ന് കൊടുക്കുമായിരുന്നു, കുറച്ചുനേരംകൂടി അയാളോട് ചേർന്നുകിടന്ന് ഉറങ്ങുന്നതിനു പകരം. അയാളുടെ അമ്മ അയാൾക്കായി പാചകം ചെയ്യുന്നതിനെപ്പറ്റി നീ കേട്ടിരുന്നു. അവരോട് രഹസ്യമായ ഒരു മത്സരത്തിലായിരുന്നു നീ. എന്നാൽ അയാളുടെ അമ്മയുടെ മാംസവും മത്സ്യവും ചേർത്തുണ്ടാക്കുന്ന ആ പലഹാരം തന്നെയായിരുന്നു നല്ലത്.

വായനശാലയിൽ നിന്നെടുത്ത ചിത്രങ്ങളുള്ള പുസ്തകത്താളുകൾ മറിക്കുമ്പോൾ അയാൾ അതിൽ ഒന്നിൽ വിരൽകൊണ്ട് തൊട്ടു,

"അഡ് നോക്ക്, ഇത് നമ്മളാണ്."

ഒരു മൊട്ടത്തലയുള്ള സ്ത്രീ ഒരു ഇണക്കമുള്ള യൂണിക്കോണുമായി നിൽക്കുന്നു.

നീ ചോദിച്ചു, "നമ്മൾ ഒന്നാകുമെന്ന് നിങ്ങളെങ്ങനെ മനസ്സിലാക്കി?"

"എപ്പോൾ നീ നിന്റെ ഗ്ലാസുകൾ ഊരിയെടുത്തുവോ അപ്പോൾ. അത് നീ നിന്റെ തുണികൾ ഉരിഞ്ഞതുപോലെയായിരുന്നു. വിചിത്രംതന്നെ അല്ലേ? നീ നിന്റെ ഗ്ലാസുകൾ ഊരിയെടുത്തപ്പോൾ ഞാൻ നിന്നെ പ്രേമിക്കാൻ തുടങ്ങി എന്ന് ഞാൻ മനസ്സിലാക്കി.

മുമ്പ് അയാൾ പോക്കറ്റിൽ ഇടാവുന്ന കത്തികൊണ്ടാണ് നഖം മുറിച്ചിരുന്നത്. ഇപ്പോൾ നീ ഒരു കൊച്ചുകത്രികകൊണ്ട് മുറിച്ചുകൊടുക്കുന്നു.

നീ രഹസ്യമായി പ്രൊഫസറുടെ കൈയിൽനിന്ന് പണം മേടിച്ചു. വൃത്തികെട്ട മുടിയും താടിയും വൃത്തികെട്ട ശ്വാസവും എല്ലാം അയാളുടെ സ്കോളർഷിപ്പിൽ അടങ്ങിയിരുന്നു. അയാൾ അസുഖക്കാരനായിരുന്നു. മൃതപ്രായമായ തൊലിയാണ് അയാളുടെ കൈകളിൽ ഉണ്ടായിരുന്നത്. എപ്പോഴും അയാൾ നിന്നോട് പറയുമായിരുന്നു.

"ഈ പണം എന്റെ കൈയിൽനിന്ന് കിട്ടിയതാണ് എന്നുമാത്രം പറയരുത്. അവന് വിഷമമാകും."

എല്ലായിടത്തും കെട്ടിടങ്ങൾ പൊളിക്കുന്നുണ്ടായിരുന്നു. നിന്റെ ഭർത്താവ് എല്ലായിടത്തുനിന്നും വലിച്ചെറിഞ്ഞ വീട്ടുസാധനങ്ങൾ പെറുക്കിക്കൊണ്ടുവന്നു. കസേരകൾ, ഫ്രെയ്മുള്ള ഫോട്ടോകൾ, വെങ്കലംകൊണ്ടുള്ള ജനലഴികൾ. ഒരിക്കൽ അടുത്ത വീട്ടിൽ ആരോ മരിച്ചപ്പോൾ അവർ വീട് ഒഴിഞ്ഞുപോയി. സാധനങ്ങൾ എല്ലാം കുപ്പത്തൊട്ടിയിൽ വലിച്ചെറിഞ്ഞിരുന്നു. അയാൾ ഒരു കെട്ട് കത്ത് അതിൽനിന്ന് എടുത്തുകൊണ്ടുവന്നു. എല്ലാം അറപ്പുളവാക്കുന്ന ശൃംഗാരചേഷ്ടകളുള്ളത്. പൂച്ചക്കുട്ടിയേ! എന്റെ പ്രിയപ്പെട്ടവളേ! എന്റെ തേനേ! എന്റെ വിലപ്പെട്ട താനേച്ക! ആരുടെയോ കത്തുകളായതിനാലാണ് കുറ്റബോധമില്ലാതെ അത് വായിക്കുന്നത്.

മറ്റുള്ളവരുടെ കത്തുകൾ വായിക്കുന്നതിന്റെ ശരിയും തെറ്റും അയാൾ നിനക്ക് വിശദീകരിച്ചുതന്നു.

"കാരണം നമ്മളും മരിക്കാൻ പോവുകയാണ്. മറ്റുള്ളവരുടെ കത്തുകളുടെ വീക്ഷണത്തിൽ നമ്മളും മരിച്ചവരാണ്. ആരുടെയോ കത്തുകൾ എന്ന ഒന്ന് ഇല്ല."

അയാൾ സ്വന്തം ചിന്തകൾ നീയുമായി പങ്കുവെച്ചപ്പോഴൊക്കെ നീ അദ്ഭുതപ്പെട്ടു. അതൊന്നും നിനക്ക് ഇപ്പോഴും മനസ്സിലായിട്ടില്ല. നീ വെറുതെ കാര്യങ്ങൾ ഓർത്തുനോക്കി.

"തുടക്കത്തിൽ വാക്ക് ഉണ്ടായിരുന്നില്ല. ചിത്രമേ ഉണ്ടായിരുന്നുള്ളൂ. അക്ഷരമാലയിലെ അക്ഷരങ്ങൾ ഒന്നിനടിയിൽനിന്ന് ഉദ്ഭവിച്ചതും സംക്ഷേപിച്ചതുമാണ്."

അല്ലെങ്കിൽ 'ഒരാളുടെ സ്വന്തം രൂപത്തിൽനിന്നും ഇഷ്ടത്തിൽനിന്നും ആർക്കും അത് ചെയ്യാൻ കഴിയും. ഒരു പൂച്ചയ്ക്കോ ഒരു കാർമേഘത്തിനോപോലും. ഒരു കാട് പെയിന്റ് ചെയ്യുന്നത് മരങ്ങൾ അതിനെ കാണുന്നതുപോലെയല്ല."

അയാൾ തന്റെ വർണങ്ങൾ നിറഞ്ഞ കൈകൊണ്ട് നിന്നെ കെട്ടിപ്പിടിച്ച് തടവി. നീ അതേപോലെ തന്നെ ദേഹത്ത് പറ്റിപ്പിടിച്ച നിറങ്ങളുമായി പുറത്തേക്കും പോയി.

പകൽസമയങ്ങളിൽ അയാളെ ഈ മുഴുവൻ ലോകത്തുനിന്നും രക്ഷിക്കുവാനായി നീ ധൈര്യമുള്ളവളും തയ്യാറുള്ളവളുമായിരുന്നു.

എന്നാൽ രാത്രി നീ അയാളുടെ കൈകളിൽ കിടന്ന് കരഞ്ഞു.

അയാളുടെ ക്ഷൗരം കഴിഞ്ഞശേഷം അയാളുടെ റേസറിൽനിന്ന് സിങ്കിലേക്ക് പത ഒഴുക്കിക്കളയലാണ് നിനക്ക് സന്തോഷത്തിനായി ആകെ വേണ്ടിയിരുന്നത്.

നിനക്ക് കുട്ടികളുണ്ടായില്ല. അയാൾക്ക് വേണമെന്നും ഉണ്ടായിരുന്നില്ല.

ചീനച്ചട്ടിയുടെ വക്കിൽ മുട്ടകളുടെ തോടുകൾ പൊട്ടിച്ച് നീ മുട്ടയെ വെറുത്തു. ഒരു നൂറ് വർഷം കടന്നുപോയി.

നിനക്ക് മേൽച്ചുണ്ടിൽ ചില അസ്വസ്ഥതകൾ ഉണ്ടായി. അയാൾ നിന്നെ ചുംബിക്കുന്നത് ഏതായാലും വളരെ നാൾ മുമ്പ് നിർത്തിയിരുന്നുവല്ലോ.

അയാൾക്ക് മറ്റു ചിലർ ഉണ്ടായിരുന്നു. നീ അത് വിശ്വസിച്ചില്ല. ഒന്നും അറിയേണ്ട എന്നു വിചാരിച്ചാലും അത് സംഭവ്യമാണ്. നിനക്ക് ഒന്നും അറിയണമെന്നില്ലായിരുന്നു. മെലിഞ്ഞ് വളഞ്ഞ ഹെയർപിൻ പെട്ടെന്ന് കാഴ്ചയിൽപെട്ടു. വേറെ ആരുടെയോ മണം.

നിന്റേതല്ലാത്ത ലിപ്സ്റ്റിക് കോഫി മേശമേൽ.

"ആരുടെയാണിത്?"

"ആരുടേതെന്നോ? നീ എന്താ ഉദ്ദേശിക്കുന്നത്? ഫ്ളാറ്റിൽ മുഴുവൻ നീ സാധനങ്ങൾ ചിതറി ഇടും."

മറ്റവളെ ഇയാൾ എങ്ങനെയാണ് ഓമനിക്കുന്നത്? നിന്നെ ഓമനിക്കുന്നതുപോലെയോ വ്യത്യസ്തമായിട്ടോ?

മറ്റവളോട് അയാൾ എന്തൊക്കെയാണ് പറയുന്നുണ്ടാവുക? കണ്ടുമുട്ടുമ്പോഴും പിരിയുമ്പോഴുമൊക്കെ? കെട്ടിപ്പിടിക്കുമ്പോൾ? നിന്റെ അടുത്ത് അയാൾ ഒരു തകർന്ന കുപ്പിഗ്ലാസ്സാണ്. എന്നാൽ മറ്റേയാളുടെ അടുത്ത് അയാൾ ഒരു തീപോലെ ശ്വാസം കഴിക്കുന്നയാളും മൃദുവായ കൈകളുള്ള ആളുമാണ്.

നിലത്ത് ചെളി ഉരച്ചുകഴുകുമ്പോൾ നീ നിലത്ത് ചെറിയ കുഴികൾ കണ്ടു. അവ അവൾ കൂർത്ത ചെരിപ്പിട്ട് നടന്ന് ഉണ്ടായതാണെന്നും അയാൾ ഒരു ചിത്രപ്പണികണ്ട് ആകെ വികാരപരവശനായി എന്നും നീ സങ്കല്പിച്ചു.

"നമുക്ക് വ്യത്യസ്തരാകാം" എന്ന മതിവരാത്ത കളി കളിക്കുമ്പോൾ രാത്രിയിലെ അപൂർവ്വമായ തഴുകലുകൾക്കിടയിൽ അയാൾക്ക് ശരിക്കും നിന്നെയാണ് വേണ്ടത് എന്നും മറ്റവളെ അല്ല എന്നും നിനക്കെങ്ങനെ വിശ്വസിക്കാൻ കഴിഞ്ഞു?

കിടക്കയിൽ അയാൾ കണ്ണുകൾ അടച്ച് അങ്ങനെ കിടക്കുമ്പോൾ

അയാൾ നിന്നെയല്ല പിടിക്കുന്നത് എന്നു വിചാരിച്ച് ഭയപ്പെട്ടു. നീ അയാളോട് പറഞ്ഞു,

"എന്നെ നോക്കൂ."

ഏറ്റവും വിഷമമുണ്ടാക്കിയത് അയാൾ മറ്റവളെ വീട്ടിൽ കൊണ്ടു വന്നപ്പോഴാണ്. മറ്റവൾ നിന്റെ സാധനങ്ങൾ എല്ലാം തൊട്ടു. എടുത്തു. നിന്ദാപൂർവ്വം ഇളിച്ചു, ഇങ്ങനെ പറയുംപോലെ: എന്തൊരു വിചിത്രമായ ഇഷ്ടമാണ് നിന്റെ ഭാര്യയ്ക്കുള്ളത്!

നീ കിടക്കയിലേക്ക് തിരിച്ചുപോകാൻ ഭയപ്പെട്ടുതുടങ്ങി. ഇനി അത് തന്റെ കിടക്കയല്ല എന്ന മട്ടിൽ. ആരാണ് കമ്പിളി വിരിച്ചുവെച്ചത്? തലയിണ ആരാണ് ചുളുക്കിയത്?

നിന്റെ നഖങ്ങൾ ചെറുതും വൃത്തിഹീനവുമായിരുന്നു. അയാൾ വീട്ടിൽ വരുന്ന അവസരങ്ങളിൽ നിന്റെ വയർ അയാളിലേക്കടുപ്പിച്ച് നിന്നെ കെട്ടിപ്പിടിക്കുമ്പോൾ, മെലിഞ്ഞ അവളെ കെട്ടിപ്പിടിക്കുകയും ചുംബിക്കുകയുമൊക്കെ ചെയ്തശേഷമുള്ള അയാളുടെ വികാര ഭേദങ്ങളെക്കുറിച്ച് നീ സങ്കല്പിക്കാൻ ശ്രമിക്കുന്നു.

അയാൾ മറ്റവളുടെ ബ്രാ അഴിച്ച് അവളുടെ മാറിടത്തിൽ ചുംബി ക്കുന്നു. അവ എങ്ങനെ ഉള്ളതായിരിക്കും?

അയാൾ എവിടെയെങ്കിലും പുറത്തുപോകുമ്പോൾ നീ അയാൾ മറ്റവളെ കാണാൻ പോവുകയാണെന്ന് കരുതുന്നു. അയാൾ എങ്ങോട്ടേ ക്കാണെങ്കിലും പോകുന്നത് മറ്റവളുടെ അടുത്തായിരിക്കും. അയാൾക്ക് അറിയുന്ന ഏത് സ്ത്രീയും നിനക്ക് മറ്റവളാണ്.

മറ്റവൾ കുളിക്കുമ്പോൾ അയാൾ നിനക്ക് ഫോൺ ചെയ്ത് എല്ലാം ശരിയാണെന്നും അയാളെ അത്താഴത്തിന് കാക്കേണ്ട എന്നും പറയുന്നു.

മറ്റവൾ എന്തു ധരിക്കുന്നു എന്ന് നീ ചിന്തിക്കുന്നു, ഏത് വേഷമാവും അയാൾ അഴിച്ചിട്ടുണ്ടാവുക എന്ന്.

മറ്റവൾ ഇങ്ങനെ പറയുമെന്ന് നീ ഭയക്കുന്നുണ്ടായിരുന്നു:

"നീ അയാളെ പ്രേമംകൊണ്ട് അല്ലാതെ കീഴടക്കി. എന്നാൽ നിനക്ക് കൊടുക്കാൻ കഴിയാത്തത് കൊടുക്കാൻ എനിക്ക് കഴിയും. അയാൾക്ക് നിന്നിൽനിന്ന് ഒളിക്കാൻ രഹസ്യങ്ങളുണ്ട്. എന്നാൽ അയാൾ എന്നോട് എല്ലാം പറയുന്നു."

അങ്ങനെയൊരു രീതിയിലാണ് അതെങ്കിൽ നിനക്ക് എന്തു ചെയ്യാൻ കഴിയും?

അത് നിന്റെ തന്നെ തെറ്റാണ്, മറ്റെന്തിലുമുപരി നീ എങ്ങനെ വ്യത്യസ്തയാകാം എന്നതും മറന്നുപോയി അല്ലേ?

അയാൾ തന്റെ വിശ്വാസവഞ്ചന വെളിവാക്കിയതിനാൽ നീ അയാളോട് ക്ഷമിക്കുക. കാരണം അയാൾ നിന്റെ വികാരങ്ങളെ മാനി ക്കുകയും ദയ കാണിക്കുകയും ചെയ്തു. അതിനർത്ഥം അയാൾക്ക്

നിന്നെ ആവശ്യമുണ്ട് എന്നാണ്. നിന്നെ വിലമതിക്കുന്നു. നിന്നെ എതിർക്കാനോ അപമാനിക്കാനോ അയാൾ ഭയക്കുന്നു.

കുമ്പസാരം എന്നത് സത്യസന്ധമല്ല. അതൊരു ക്രൂരതയാണ്. തന്റെ അടുത്ത ഒരാളോട് ക്രൂരത കാണിക്കുവാൻ അയാൾക്ക് ആഗ്രഹമില്ല. വിശ്വാസവഞ്ചനയുടേതാണ് ശരീരം. എപ്പോഴും അത് തന്നെയാണ്. ആളുകൾ ഒന്നിച്ചാകുമ്പോൾ അവരുടെ ശരീരങ്ങൾ എവിടെയാണ് എന്നതിന് പ്രസക്തിയില്ല.

നിനക്ക് അയാളെ ഉപേക്ഷിക്കാൻ കഴിയില്ല. കാരണം വിലപ്പെട്ടത് എന്താണോ അതാണ് നിനക്ക് നഷ്ടപ്പെട്ടത്.

സ്നേഹവാത്സല്യങ്ങളില്ലാതെ ആർക്കും ആരെയും കൈകാര്യം ചെയ്യാനാവില്ല. നിനക്കത് ഒരിക്കലും ആവശ്യത്തിന് ഉണ്ടായിരുന്നില്ല. മറ്റേത് മൃദുസ്വഭാവത്തേക്കാൾ വലുതാണ്. സ്നേഹവാത്സല്യങ്ങൾക്കായുള്ള ആവശ്യം.

തുറന്നുവെച്ച ജനാലയ്ക്കു മുന്നിൽ കാറ്റടിക്കുമ്പോൾ അയാൾക്ക് ശ്വാസം മുട്ടും. അയാളെ തടയാൻ നിനക്ക് കഴിയില്ലെങ്കിൽ മറ്റുള്ളവർക്ക് എങ്ങനെ തടയാനാകും? നീ ഒന്നും പറഞ്ഞില്ല. എല്ലാം ശരിയായ രീതിയിലാണെന്നും ഒന്നും ശ്രദ്ധിക്കുന്നില്ലെന്നും അഭിനയിച്ചു.

നീ വാക്കുകളെ ഭയപ്പെട്ടു. വാക്കുകൾ നാശം മാത്രമേ ഉണ്ടാക്കൂ. അയാൾ ഇങ്ങനെ പറഞ്ഞാൽ എന്തുചെയ്യും: "മറ്റവൾ എന്നെ തൊടുമ്പോൾ അത് എന്നെ ഭയചകിതനാക്കുന്നു. നീ എന്നെ തൊടുമ്പോൾ അതില്ല. നീ കാരണം ഞാൻ അവൾക്ക് വിശ്വസിക്കാൻ കൊള്ളാത്തവനാണ്."

ഒരു വാക്കുപോലും ഇല്ല, അധിക്ഷേപമോ ചോദ്യമോ ആയി. അത് വേദനാജനകമാണ്. എന്നാൽ നീ അയാളോട് ക്ഷമിച്ചു.

അയാളോട് ഒരു വിഷമവുമില്ല.

ഏതായാലും അയാളും ദാരുണമായ വേദനയിലാണ്. അപരാധബോധം അയാളെ ദയാലുവാക്കിയിട്ടുണ്ട്.

മറ്റവൾ ഫോൺ ചെയ്യുമ്പോൾ നീ അയാളെ ഫോണിനടുത്തേക്ക് വിളിച്ചിട്ട് കുളിമുറിയിൽ പോയി വെള്ളം തുറന്നുവെച്ചു. എന്നാൽ ഒന്നും കേൾക്കേണ്ടല്ലോ.

നീ അയാളുടെ സാധനങ്ങൾ മണക്കാൻ ഭയന്നു. നനയ്ക്കുന്നതിനു മുമ്പ് അവയിലൊക്കെ എന്തെങ്കിലും ഉണ്ടോ എന്നു നോക്കാൻ ഭയന്നു. പോക്കറ്റുകളിൽ വല്ലതും വെച്ചിട്ടുണ്ടോ എന്നു നോക്കാൻ നീ അയാളോടുതന്നെ പറഞ്ഞു.

നീ അയാളോട് സരളമായും നന്നായും പെരുമാറി. സഹോദരി സഹോദരന് രാവിലെ ചുംബനം നൽകുന്ന മാതിരി.

"കാണാം." ഒന്നുമറിയാത്തപോലെ നീ കൈ വീശി.

ലോകം ഇടിഞ്ഞൊന്നും വീഴാൻ പോകുന്നില്ല എന്ന മട്ടിൽ ഓജസ്സോടെ ജീവിക്കുക. കരഞ്ഞുകൊണ്ട് അവിടെയൊന്നും നടക്കരുത്. കുളികഴിഞ്ഞശേഷം ഇസ്തിരിയിടുക. കാരണം അയാൾ ഇസ്തിരിയിടാത്ത ഷർട്ടിട്ട് മറ്റവളുടെ അടുത്തേക്ക് പോയാൽ അവൾ സഹതപിച്ചിട്ട് അത് ഇസ്തിരിയിട്ടു കൊടുക്കും.

സ്റ്റുഡിയോ തുടങ്ങിയപ്പോൾ എല്ലാം എളുപ്പമായി. അയാൾ അവിടത്തെ കൊച്ചുകട്ടിലിൽ കിടന്ന് രാത്രി കഴിച്ചോളും.

രാവിലെ നിനക്ക് എഴുന്നേൽക്കാനോ ഒന്നും ചെയ്യാനോ താത്പര്യമില്ലെങ്കിൽ ചിരിക്കുക. വീണ്ടും ചിരിക്കുക. വീണ്ടും.

വെള്ള പൂശാതെ വളരെക്കാലമായ ഉത്തരത്തിനോട് അവിടെ കിടന്ന് നീ നന്ദി പറയുക. എല്ലാറ്റിനും മീതെയായി കുട്ടികൾ വിത്തുകളിൽനിന്നല്ല ഉണ്ടാകുന്നത്.

ഒരു പെൺകുട്ടി പിറന്നു. വൈകിയെത്തിയ കുട്ടി. ഒരുപാട് കാത്തിരിപ്പിന്റെയും പ്രാർത്ഥനയുടെയും ഫലം. മുറിഞ്ഞ വലിയ തലയുമായാണവൾ വന്നത്. പ്രസവസമയത്ത് അവൾ തന്റെ അമ്മയുടെ മാംസം പഴന്തുണിക്കഷണംപോലെ കീറിമുറിച്ചു.

ഒരു കൊച്ച് കുരങ്ങു പിറന്നാൽ അത് ഉടൻതന്നെ അമ്മയുടെ രോമങ്ങളിൽ അള്ളിപ്പിടിക്കും. എന്നാൽ ഒരു കുട്ടി ജനിച്ചാൽ അതിന് പിടിവള്ളിയായി ഒന്നും ഉണ്ടാവില്ല. അത് നഗ്നനും നിസ്സഹായനുമാണ്.

കുഞ്ഞിൽനിന്ന് ഉത്സാഹം പൊന്തിവരുമ്പോൾ അത് നിങ്ങളെ വീണ്ടും ഒന്നിച്ചാക്കും. മറ്റൊരുവിധത്തിൽ നിങ്ങൾ ഒന്നിച്ചിരിക്കുമ്പോൾ വീണ്ടും എല്ലാം ശരിയാകും.

ആവശ്യത്തിന് പാൽ ഉണ്ടായിരുന്നില്ല. നിനക്ക് ആ കുപ്പിയോട് അസൂയ തോന്നി.

അയാൾ മകളുടെ വസ്ത്രംമാറ്റലൊക്കെ തനിയെ ചെയ്യാൻ ഇഷ്ടപ്പെട്ടു. അയാൾ പറയുമായിരുന്നു അവളുടെ രണ്ട് കുഞ്ഞിക്കാലുകൾ രണ്ടു ചെറിയ വേവിച്ച മധുരപലഹാരങ്ങൾ പോലെയുണ്ട് എന്ന്.

സോനോച്ക ജനിച്ചപ്പോൾ നിനക്ക് മൃദുവായ തഴുകലിലൊന്നും താത്പര്യം തോന്നിയില്ല. അയാൾ നിർബന്ധിച്ചുമില്ല.

നിന്റെ കൊച്ചുമകളുടെ രോഗം മനസ്സിനെയും ശരീരത്തെയും ബാധിച്ചു. അത് നിന്നോടുള്ള അയാളുടെ സ്നേഹക്കുറവാണെന്ന് വിശദീകരിക്കാൻ എളുപ്പമായി. കുട്ടിയുള്ളതിനാൽ അയാളെ അധികം ശ്രദ്ധിക്കാൻ പറ്റാത്തതിൽ സ്വയം പഴിക്കാം. നിന്റെ ഭർത്താവിന് തനിച്ചാണെന്നും താൻ ഉപേക്ഷിക്കപ്പെട്ടവനാണെന്നും ഉള്ള തോന്നൽ തുടങ്ങി, അല്ലേ? നിന്റെ കുട്ടിക്ക് അസുഖമായപ്പോൾ അതേക്കുറിച്ചു മാത്രം ചിന്തിച്ചു, മറ്റൊന്നും ശ്രദ്ധിച്ചില്ല.

ചെവിവേദന കാരണം മകളുടെ ചെവിക്കല്ല് മുറിഞ്ഞപ്പോൾ നിന്റെ ഭർത്താവിന് കുഞ്ഞിന്റെ കരച്ചിൽ കേട്ടുനിൽക്കാനാവാതെ ഡോക്ടറുടെ ക്ലിനിക്കിൽനിന്നും പുറത്തുപോയി. നീ അവളുടെ മകളുടെ തല നിന്റെ മടിയിൽവെച്ച് ഇറുക്കി കൈകൾകൊണ്ട് ദുഷ്ടപ്രവൃത്തി ചെയ്യുംപോലെ അമർത്തി. സോന്യ നിന്നെ പേടിച്ച കണ്ണുകളോടെ നോക്കി, നിങ്ങൾ രണ്ടുപേരുംകൂടി എന്തിനാണ് ഈ വേദന തനിക്ക് നൽകിയത് എന്ന് മനസ്സിലാവാതെ ഒരു ഇടവേളപോലും ഇല്ലാതെ കരച്ചിലിൽത്തന്നെ മുഴുകി.

കണ്ണാടിക്കു മുന്നിൽനിന്ന് നീ കണ്ണിനു താഴെയുള്ള തൊലി പിടിച്ചു വലിച്ചു. ഒരുപാട് ചുളിവുകൾ കണ്ട് നിനക്ക് വിശ്വസിക്കാൻ കഴിഞ്ഞില്ല. നിനക്ക് മുടി കൊഴിയാൻ തുടങ്ങി. കുളിമുറിയിൽ വെള്ളം പോകുന്ന കുഴി അടഞ്ഞു. നീ ഒരുകൂട്ടം നനഞ്ഞ ചവിട്ടികൾ വലിച്ചെടുത്തു. നീ ചിരി നിർത്തി, എന്നാൽ നിന്റെ തേഞ്ഞ പല്ലുകൾ പുറത്തുകാട്ടേണ്ടല്ലോ. എന്നാൽ മറ്റവളാകട്ടെ മധുരമായി കോട്ടുവായിട്ട് എല്ലാം പുത്തനായി സൂക്ഷിച്ച്, ചെറുപ്പത്തോടെയും ആരോഗ്യത്തോടെയും അത്യാവേശത്തോടെ സംസാരിക്കുകയും ചെയ്തുകൊണ്ട് ഇരുന്നു.

നിന്റെ കൂട്ടുകാർ നിന്നെ നോക്കി ചിരിച്ചു. അവർക്കെല്ലാം എല്ലാം അറിയാം അല്ലേ?

ചില സമയങ്ങളിൽ താൻ രാത്രി വരാൻ വൈകുമെന്ന് അയാൾ നിനക്ക് ചെറിയ കത്തെഴുതിവെച്ചു. ഒരിക്കൽ അയാൾ കൂട്ടിച്ചേർത്തു, "ഒരിക്കൽ നീ ഒരു ബുദ്ധിമാനെ കല്യാണം കഴിച്ചു. എന്നാൽ ഇപ്പോൾ നീ വയസ്സിനെക്കുറിച്ചുള്ള ആവശ്യമില്ലാത്ത ദുരഭിമാനത്തിലാണ്. എന്റെ പ്രിയപ്പെട്ടവളേ, എന്നോടൊപ്പം നീ കുറച്ചുസമയംകൂടി ചെലവഴിക്കുക."

അതിനുശേഷം നീ അയാളെ കൂടുതൽ ഇഷ്ടപ്പെട്ടു.

ഒരു ദിവസം നിനക്ക് ഇനി മുമ്പോട്ടു പോകാൻ കഴിയില്ലെന്നു തോന്നിയ സമയത്ത് നീ കണ്ണുകൾ അടച്ചു. പെട്ടെന്ന് നിനക്ക് സന്തോഷം തോന്നി എന്നത് ഇടയ്ക്കിടെ ഓർക്കുന്നു. ഒരു സൂചിയുടെ കുത്തു പോലെ ക്ഷണികമായിട്ടാവും ചിലപ്പോൾ സന്തോഷം വരുന്നുണ്ടാവുക; കുട്ടിയുടെ കരച്ചിൽ, മൂത്രം മണക്കുന്ന തുണി, പണമില്ലാത്ത അവസ്ഥ, വെറുപ്പു തോന്നിപ്പിക്കുന്ന കാലാവസ്ഥ, കൂടുതൽ നേരം തിളയ്ക്കുന്ന പാൽ, ഇനി നിനക്ക് കുക്കർ ഉരച്ചു കഴുകണം. ഭൂകമ്പത്തെക്കുറിച്ച് റേഡിയോവിൽ വന്ന പ്രക്ഷേപണം, എവിടെയോ ഉള്ള യുദ്ധം, ഇതെല്ലാം കൂടി ചേർന്നതാണ് സന്തോഷം.

മറ്റൊരു മഴ നൂറ്റാണ്ട് ഒന്നുകൂടി.

കുറേക്കാലമായി നീ ഭർത്താവുമൊത്ത് കിടക്കയിൽ കഴിയുന്നതിനേക്കാൾ അധികം സമയം ചെലവഴിക്കുന്നത് മേശയ്ക്കിരുവശവും ഇരുന്നാണ്. ഭർത്താവും ഭാര്യയുമായിട്ടല്ല, മേശ പങ്കിടുന്നവരായി.

നിങ്ങൾ രണ്ടുപേരും വസ്ത്രങ്ങൾ ഊരിവെച്ച് രണ്ടുപേരും അതാത് സ്ഥാനങ്ങളിൽ കിടക്കുന്നു. വലിയ കിടക്ക, രണ്ടുപേരുടെ ഇടയിലും വലിയ വിള്ളലും. നിന്റെ തല അയാളുടെ ചുമലിൽ വിശ്രമിച്ചില്ല. മഞ്ഞു കാലരാത്രിയിൽ രണ്ടു ജീവികൾ തമ്മിലുള്ള അകലം അവഗണിക്കാൻ കഴിയും. എന്നാൽ മറികടക്കാനാവില്ല.

പെട്ടെന്ന് വലിയ കിടക്കയിൽനിന്ന് ഒറ്റപ്പെടലുമായി ഉറക്കമുണർന്നപ്പോൾ നീ അയാൾ എങ്ങനെ ഉറങ്ങുന്നുവെന്ന് നോക്കി. അയാളുടെ മുഖം ശരിക്കും വയസ്സായതായിരുന്നു.

ഒരു പുതിയ ശബ്ദം വീട്ടിലേക്ക് കടന്നുവന്നു. ഒച്ചയോടുകൂടി അടയുന്ന ഒരു വാതിലിന്റെ.

അയാൾ തന്റെ ജീവിതത്തോട് നിലവിളിക്കുകയായിരുന്നു. എന്നാൽ നീയാണ് അയാളുടെ ജീവിതം എന്നു തിരിച്ചറിഞ്ഞ് അയാളോട് പോരടിച്ചു. ഗംഭീര കലഹങ്ങൾ. അനാവശ്യമായി നീണ്ടുപോയ, കഠിനമായത്. അതും വല്ലാതെ കരഞ്ഞുകൊണ്ടിരിക്കുന്ന കുട്ടിയുടെ മുന്നിൽവെച്ച്.

ഒരുസമയത്ത് അയാൾ തിളച്ച വെള്ളത്തിന്റെ പാത്രം കൈയിൽ പിടിച്ചപ്പോൾ അയാൾ നിന്റെ ശരീരത്തിൽ അത് ഒഴിക്കുമോ എന്നു ഭയന്നു. എന്നാൽ അയാൾ നിയന്ത്രണം പാലിച്ച് ജനാലയ്ക്കലുള്ള കറ്റാർവാഴ ചെടിച്ചട്ടിയിൽ ഒഴിച്ചു. പിന്നീട് നീ അത് ചെടിച്ചട്ടിയോടെ ചവറുകൂനയിൽ താഴ്ത്തി. ബക്കറ്റ് പുറത്തെടുത്തുവെങ്കിലും കറ്റാർവാഴയുടെ കുത്തുന്ന മണം അടുക്കളയിൽ തങ്ങിനിന്നു.

ഒരിക്കൽ കുടിച്ചുവന്ന് അയാൾ നിന്നോട് ഒച്ചയിട്ടു.

"എന്റെ ചെരുപ്പ് നിന്റെ പല്ലിൽ വെയ്ക്കാനുള്ള ഇടവരുത്തണ്ട!"

കുളിമുറിയിൽ ഷവർ കർട്ടൻ മുഴുവനായി മൂടാനയാൾ ശ്രദ്ധിക്കാറില്ലായിരുന്നു. പിന്നാലെ ഒരു കെട്ട് പഴന്തുണിയുമായി നീ അവിടെ പോയി തുടയ്ക്കുന്നു.

ശുചിമുറിയിൽ പോയിക്കഴിഞ്ഞാൽ അയാൾ ബ്രഷുപയോഗിച്ച് ഒരിക്കലും കറകൾ വൃത്തിയാക്കി കഴുകാറില്ലായിരുന്നു.

എന്തെങ്കിലുമൊക്കെ നേടിയ തന്റെ സുഹൃത്തുക്കളെ അയാൾ അവജ്ഞാപൂർവ്വം നിന്ദിച്ചു. നീ അതിന് വീണ്ടും വഴക്കുണ്ടാക്കി.

ഒരു ദിവസം നിന്റെ ജീവിതം അയാളുടെ ജീവിതത്തിന്റെ ഒപ്പിയെടുത്ത ഭാഗമാണ് എന്നൊരു ചിന്തയുണ്ടായി. വിധി എന്തൊക്കെയോ അയാൾക്കായി എഴുതുകയും അത് പെട്ടെന്നുതന്നെ നിന്നിലേക്ക് പകർത്തുകയും ചെയ്തു. പിന്നീട് നിന്നിലൂടെ കാണപ്പെട്ട അയാളുടെ ജീവിതം നീ തട്ടിയെടുക്കുകയും ചെയ്തു.

മുറിയുടെ മുക്കിലും മൂലയിലും പൊടിയുടെ അടുക്ക് അടിഞ്ഞുകൂടി. രോമമുള്ള കൊച്ചുമൃഗങ്ങളെപ്പോലെ ബ്രഷിൽനിന്നും അവ പറന്നുയർന്നു.

നീ അതിശയിച്ചു, അവയ്ക്കൊക്കെ എന്താണ് തിന്നാൻ കൊടുത്തിരുന്നത് എന്ന്.

അയാൾ എപ്പോഴും തന്റെ സോക്സ് വലിച്ചെറിഞ്ഞു. ബുക്ക് ഷെൽഫിലെ കമ്പിയിലേക്ക്, അല്ലെങ്കിൽ മേശമേലുള്ള ആണിക്കഷണത്തിലേക്ക്. എന്നാൽ സോക്സ് വളരെ പ്രാധാന്യമുള്ള സാധനമായിരുന്നു. അവ വിലയില്ലാത്തതോ, അബദ്ധത്തിൽ ഉണ്ടായതോ അല്ല. അവ സ്ഥലങ്ങളുടെ അടയാളങ്ങളാണ്. ആളുകൾ മൃഗങ്ങളെപ്പോലെ പെരുമാറുന്നു. എന്തുകൊണ്ടാണ് എന്ന് അവർക്ക് ഓർമ്മയില്ല. ആളുകൾ തങ്ങളുടെ സ്ഥലങ്ങൾ അടയാളപ്പെടുത്തിവെയ്ക്കുന്നത് കാല്പാദങ്ങളുടെ മണം കൊണ്ടാണ്. ഒരു കാലടിപ്പാത ബാക്കിവെച്ചുകൊണ്ട്. എല്ലാ മൃഗങ്ങൾക്കും ഇത് മനസ്സിലാവുന്നു, അവ നഗ്നപാദരായിട്ടാണ് സഞ്ചരിക്കുക. ഡോങ്ക തന്റെ വായ്ഭാഗം കാലിൽ വെയ്ക്കാനിഷ്ടപ്പെടുന്നത് നോക്കൂ, അല്ലെങ്കിൽ ചെരുപ്പിൽ അവളുടെ യജമാനന്മാരുടെ മണം മൂക്കിൽ കയറി അവളെ ഇക്കിളിയാക്കും.

ആളുകൾക്ക് എത്രയധികം കൂടുതൽ ഒന്നിച്ച് ജീവിക്കാൻ ബുദ്ധിമുട്ടാണോ അത്രകണ്ട് അവർക്ക് അവരുടെ മണ്ണ് ഉറപ്പോടെ അടയാളപ്പെടുത്തുവാനും കഴിയുന്നു.

അയാൾ ഇങ്ങനെ പറയുമെന്ന് എപ്പോഴും നീ ഭയപ്പെടുന്നു.

“ഞാൻ മറ്റൊരാളെ സ്നേഹിക്കുന്നു. ഞാൻ അവൾക്കുവേണ്ടി നിന്നെ പിരിയുകയാണ്.”

പിന്നീട് അയാൾ അത് പറഞ്ഞു.

അയാൾ വാക്കുകൾ മുൻകൂട്ടി തയ്യാറാക്കിയിരുന്നു. നീ അയാളോട് കെഞ്ചിയിരുന്നുവെങ്കിൽ (നീ അയാളോട് കുഞ്ഞിനുവേണ്ടി അവിടെ നിൽക്കാൻ പറഞ്ഞാൽ അയാൾ പറയുമായിരുന്നു) (അയാൾ പറഞ്ഞു)

“മാതാപിതാക്കൾ കുഞ്ഞ് സന്തോഷമായിരിക്കാൻ വേണ്ടുന്നതാണ് ചെയ്യേണ്ടത്. എനിക്ക് നിന്റെ കൂടെ ഇരിക്കാൻ സന്തോഷമില്ല. ഞാൻ മറ്റവളുമായി സന്തോഷത്തിലാണ് ഇരിക്കുന്നത്. സന്തോഷമില്ലാത്ത ആളുകൾക്ക് കുഞ്ഞിന് സന്തോഷം നൽകാനാവില്ല.”

കുഞ്ഞിനുവേണ്ടി എന്നത് ഒരു ഒഴികഴിവ് മാത്രമാണെന്ന് നിനക്കും അയാൾക്കും അറിയാമായിരുന്നു. ഉപേക്ഷിക്കപ്പെട്ട് തനിച്ചാവുമെന്ന് നീ ഭയക്കുന്നു. പിന്നീട് നിന്നെ ആരും ഇഷ്ടപ്പെടില്ല.

നീ അങ്ങനെ വിശ്വസിച്ചില്ലെങ്കിലും നീ അയാളോട് പറഞ്ഞു,

“ഒന്നിനും ധൃതിവെയ്ക്കണ്ട. നമുക്കിത് വേനൽക്കാലംവരെ നീട്ടിക്കൊണ്ടുപോകാം. കുറച്ച് ക്ഷമിക്കൂ. നിങ്ങൾ രണ്ടാളും നിങ്ങളെക്കുറിച്ച് തീർച്ചയുള്ളവരായി നിങ്ങളുടെ വികാരങ്ങൾ പരീക്ഷിക്കുകയും വേണം. കാലം കടന്നുപോകുമ്പോൾ ഇത് ആറിത്തണുക്കുമെന്നും ആയിക്കൂടെ?

അതിനായി നിങ്ങളെന്തിനാണ് ജീവിതം നശിപ്പിക്കുന്നത്? ഇനിയും നിങ്ങൾക്ക് പോകണമെന്നാണെങ്കിൽ നിങ്ങളെ തടുക്കാൻ നിൽക്കില്ല."

അയാൾ എന്തായാലും അത് വിശ്വസിച്ചില്ല.

"അവളോടൊപ്പമാണ് ഞാൻ പ്രേമം എന്തെന്നറിഞ്ഞത്."

"എന്റെ കൂടെയോ?"

"ഞാൻ പറയണമെന്ന് നീ ആവശ്യപ്പെടുന്നതെന്തിനാണ്?'

"അത് ഒരു തെറ്റാണെന്ന് പറയാൻ!"

"എന്നാൽ അത് നീയാണ്, നീയാണ് തെറ്റ്."

സോന്യ വാട്ടർ പെയിന്റിങ്ങിനായി ഉപയോഗിച്ചുകൊണ്ടിരുന്ന ഇരുണ്ട് വെള്ളം നിറഞ്ഞ മേശപ്പുറത്തിരുന്ന ഗ്ലാസ് ജാറെടുത്ത് നീ വീട്ടാവശ്യത്തിനായുള്ള മൺസാധനങ്ങൾ വെച്ചിരുന്ന അലമാരിയിലേക്ക് എറിഞ്ഞു. മുറി മുഴുവൻ ചൈനയിലെ കളിമൺപാത്രക്കഷണങ്ങളും മലിനജലവും കൊണ്ട് നിറഞ്ഞു. മോള് അവളുടെ കിടക്കയിൽനിന്ന് എഴുന്നേറ്റ് ഒന്നു സംശയിച്ച് നിന്ന് നഗ്നപാദങ്ങളോടെ വാതിൽക്കലെത്തി.

"നിൽക്ക്! ഇങ്ങോട്ട് ഉള്ളിലേക്ക് വരണ്ട."

നിങ്ങൾ രണ്ടാളും സോന്യയുടെ നേർക്ക് കുതിച്ചു. അയാൾ വഴുക്കി കൈ ഗ്ലാസിന്റെ ചില്ലിൽ തട്ടി കൈമുറിഞ്ഞു. നീ നിന്റെ മകളെ കൈകളിലെടുത്ത് കട്ടിലിലേക്ക് തിരികെ എത്തിച്ചു. അവിടെ കിടത്തി ആശ്വസിപ്പിച്ച് പുറത്തേക്കുള്ള വാതിൽ അടച്ച് തിരികെ വന്നു. പിന്നെ നിങ്ങൾ ശബ്ദം താഴ്ത്തിയാണ് നീണ്ട പ്രസംഗങ്ങൾ നടത്തിയത്.

രക്തമൊഴുക്ക് നിലയ്ക്കില്ല, വെറുപ്പും.

വാക്കുകൾ പുറംതള്ളിയശേഷം അയാൾ രക്തംപുരണ്ട കൈകൾ നിന്റെ മാറിൽ ബ്ലൗസിനു മുകളിൽ തേച്ചിട്ട് തിടുക്കപ്പെട്ട് ആ പൊട്ടിയ ചില്ലുകൾക്കുമീതെ തലങ്ങും വിലങ്ങും നടന്നു.

പൊട്ടിയ ജാറിനെയൊഴിച്ച് എല്ലാറ്റിനെപ്പറ്റിയും പശ്ചാത്തപിച്ചുകൊണ്ട് നീ നിന്റെ കിടക്കയിൽ കിടന്ന് പൊട്ടിക്കരഞ്ഞു. നീ അതെറിഞ്ഞതിനു മുമ്പ് വർഷങ്ങൾ കാത്തിരുന്നതിനാണ് നീ പശ്ചാത്തപിച്ചത്.

പകുതി രാത്രിയും നീ വൃത്തിയാക്കുന്നതിന് ഉപയോഗിച്ചു. പിന്നീട് നീ നിന്റെ മകളെ നിന്റെ കിടക്കയിൽ കിടത്തി. സോനോച്ക തിരിയുകയും മറിയുകയും ചെയ്തു. പുലർച്ചെ ആവുമ്പോഴേക്കും ഏങ്കോണിച്ച് കിടന്ന് നിന്നെ കട്ടിലിന്റെ ഏറ്റവും അറ്റത്ത് കിടത്തുകയും ചെയ്തു.

നൂറ്റാണ്ടുകൾ അവസാനിച്ചു.

വൈകുന്നേരങ്ങളിൽ അവർ സോന്യയെ വിളിച്ചുകൊണ്ട് പോയിരുന്നതായിരുന്നു കഠിനമായിരുന്നത്. നീ ആ ഫ്ളാറ്റിൽ ഓടിനടന്ന് ചിന്തിച്ചുകൊണ്ടിരുന്നു.

നിനക്ക് സ്ത്രീസുഹൃത്തുക്കൾ ആരുമില്ലെന്ന് പെട്ടെന്നാണ് നീ മനസ്സിലാക്കിയത്. വർഷങ്ങൾക്കിടയിൽ അവർ അപ്രത്യക്ഷരായി. അയാളുടെ സുഹൃത്തുക്കൾ മാത്രം ബാക്കിയായി. അവർ നിന്നോട് വളരെ വ്യത്യസ്തമായാണ് ഇപ്പോൾ സംസാരിക്കുന്നത്. ആർക്കും സമയമുണ്ടായിരുന്നില്ല. എന്തായാലും എല്ലാം കാലങ്ങളായി അറിയുന്ന അവരുടെ കണ്ണുകളിലേക്ക് നോക്കാൻ നിനക്ക് താത്പര്യമുണ്ടായിരുന്നില്ല.

നീ നിന്റെ സ്റ്റോക്കിംഗ്സ് പുറത്തുവെച്ചു. ഡോങ്ക വാലാട്ടി നിന്റെ കാലുകൾ നക്കി. എന്നാൽ ഇപ്പോൾ അവൾ മറ്റവളുടെ കാലുകളാണ് നക്കിയത്.

നീ വൈൻകുപ്പി മേടിച്ച് കുടിക്കാൻ ശ്രമിച്ചു. അതിന് പുളിപ്പും ദുർഗന്ധവുമുണ്ടായിരുന്നു. നിനക്ക് അത് കുടിക്കാൻ കഴിഞ്ഞില്ല. നീ അത് സിങ്കിലേക്കൊഴിച്ചു.

ചിലപ്പോൾ നീ ഉത്സാഹവതിയായി. ചിലപ്പോൾ നിനക്കതൊന്നും തോന്നിയില്ല. അയാളുടെ പഴയ സോക്സിനടുത്തുകൂടി പോയാൽത്തന്നെ നീ വീണ്ടും കരയാൻ തുടങ്ങി.

ആരും നിന്റെ അടുത്തുകിടന്ന് കൂർക്കം വലിക്കാൻ ഉണ്ടായില്ല. രാത്രി നിന്നെ തൊഴിക്കാനോ, വിരിപ്പിനെ കയറുപോലെ ചുരുട്ടാനോ ഒന്നും ആരും ഉണ്ടായില്ല.

അയാൾക്ക് വയറിന് പ്രശ്നങ്ങളുണ്ടായിരുന്നു. മറ്റവൾ ആ ചെറുപ്പക്കാരി അയാൾക്ക് രാവിലെ ഓട്സ് കഞ്ഞി മതി എന്നും ഉപ്പു കുറച്ച് ആഹാരം കഴിച്ചാൽ മതി എന്നും ഉറപ്പാക്കി ചെയ്യുമോ? നിങ്ങളുടെ ജീവിതത്തിൽ എന്താണ് ആ കുറവ് എന്ന് തിരിച്ചറിഞ്ഞു. വ്യത്യസ്തതയില്ലാത്ത ജീവിതമാണ് ആ കുറവ്.

അയാൾ കുടിച്ച് സങ്കടകരമായ അവസ്ഥയിൽ പശ്ചാത്തപിച്ച് നിന്നെ ഫോൺ ചെയ്യുന്ന സമയത്ത് നീ വീട്ടിൽ ഇല്ലെങ്കിൽ എന്തു സംഭവിക്കും? അയാൾ ശരിക്കും ഒരു വിഡ്ഢിയെപ്പോലെ പെരുമാറിയെന്നും അയാളോട് ക്ഷമിക്കണമെന്നും അയാൾ ആവശ്യപ്പെടും അല്ലേ? അതായത് അയാൾ നിന്നെ ഇഷ്ടപ്പെടുന്നു എന്നും തിരിച്ചുവരണമെന്നാണ് എന്നും. അയാൾ ക്ഷീണിതനാണ്, തിരിച്ചുവന്ന് നിന്റെ മടിയിൽ തലവെച്ച് കിടക്കണം. ലോകം അങ്ങനെതന്നെ അവസാനിക്കണമെന്നും എല്ലാറ്റിനും ഉപരിയായി അയാളുടെ വിചാരണകൾക്കും സഹനത്തിനുംശേഷം പുരുഷൻ അയാളുടെ ഇഷ്ടക്കാരിയുടെ അടുത്തുവന്ന് മടിയിൽ തലചായ്ക്കുന്നു.

നീ എവിടെയും പുറത്തു പോകാതെ ഇരിക്കാൻ ശ്രമിച്ചു. നിനക്ക് എവിടെയും പോകാനുണ്ടായിരുന്നില്ല. നീ റോവൻബെറി കള്ളും കുടിച്ച് ഫോൺ അടിക്കുന്നുണ്ടോ എന്നും നോക്കിക്കൊണ്ട് ഇരുന്നു. ഓരോ പ്രാവശ്യവും നീ റിസീവർ എടുത്ത് ഡയൽടോൺ കേട്ടു. ഫോൺ വർക്ക് ചെയ്യുന്നുണ്ട് എന്ന് കണ്ടു. ഒരു പ്രാവശ്യം നീ കുളിക്കുമ്പോൾ ഷവറിനടിയിൽനിന്ന് ഫോൺ എടുക്കാനായി നഗ്നയായി ഓടി. അച്ഛനിൽ

നിന്നും സമ്മാനം കിട്ടിയതിനെക്കുറിച്ചു പറയാൻ സോന്യ വിളിച്ചതായിരുന്നു.

ഒരുപാട് സമ്മാനങ്ങളുമായി എന്നും സോന്യ തിരിച്ചുവന്നു. അധികം വൈകാതെ അയാൾ കുട്ടിയെ തന്റെ പക്ഷത്തേക്കാക്കുമെന്ന് നീ ചിന്തിച്ചു.

അയാൾ നിന്റെ മകളെ ഞായറാഴ്ച തിരികെ കൊണ്ടുവിട്ടപ്പോൾ നീ അയാളോട് ഒരു പ്രഭാഷണം നടത്തി.

“ആഴ്ച മുഴുവൻ ഞാൻ മറ്റുള്ളവരുടെ സന്തോഷം കളയുന്നവളും സദാ അധിക്ഷേപിക്കുന്നവളും നിഷേധിയും കുറ്റം കണ്ടുപിടിക്കുന്നവളും അവകാശം സ്ഥാപിക്കുന്നവളും അനുസരണ അടിച്ചേൽപ്പിക്കുന്നവളുമായി മാറി. നിങ്ങളാകട്ടെ വളരെ നല്ലവനും ദയാവാനും ആയി മാറി. നിങ്ങൾ ആ കുട്ടിയെ ഓരോന്ന് കൊടുത്ത് ചീത്തയാക്കി. ‘ഇല്ല’ എന്നൊരു വാക്കേയില്ല. നിങ്ങൾ അവളെ ലാളിച്ച് വഷളാക്കുന്നു. എനിക്ക് വാങ്ങിക്കൊടുക്കാൻ കഴിയാത്ത സാധനങ്ങൾ വാങ്ങിക്കൊടുത്ത് അവൾക്കത് ഒരു ശീലമാക്കുന്നു.”

നീ അയാൾക്ക് തുന്നിക്കൊടുത്ത സ്വെറ്റർ ആണ് അയാൾ അപ്പോഴും ഇട്ടിരിക്കുന്നത് എന്ന് ശ്രദ്ധിക്കുന്നു.

സോന്യ കിടക്കയിൽനിന്ന് നൃത്തം ചെയ്ത് വീമ്പടിക്കുന്നു.

“നോക്കൂ, അച്ഛൻ തന്ന വാച്ച്. അമ്മയ്ക്ക് കേൾക്കാൻ കഴിയുന്നുണ്ടോ, പുൽച്ചാടികളുടെ ശബ്ദംപോലെ?”

നീ അവളോട് ഒച്ചയിട്ടു.

“കിടന്നുറങ്ങ് വേഗം.”

അവൾ അവളുടെ രോമം കൊഴിയുന്ന പുലിക്കുട്ടിയുമായി, പുതിയ കളിപ്പാട്ടങ്ങളുമായല്ല, കിടന്നുറങ്ങി.

അയാൾ സോന്യയ്ക്ക് ചിത്രങ്ങളുള്ള പോസ്റ്റ് കാർഡുകൾ അയയ്ക്കാൻ തുടങ്ങി. കുറുക്കന്മാർ, ബണ്ണിമുയലുകൾ, രണ്ടു തലയുള്ള മൂന്നു കണ്ണുകളുള്ള, ഒരു കാലുള്ളവ അങ്ങനെ. എല്ലാവരും അവളെ നോക്കി ചിരിച്ച് അവളെ വിളിച്ച് കൈകൾ വീശുന്നവ. ആദ്യം നീ അതൊക്കെ എടുത്ത് വലിച്ചെറിഞ്ഞു. പിന്നീട് പോസ്റ്റ്കാർഡുകളുടെ എണ്ണം നന്നായി കുറയുന്നത് അവൾ കണ്ടെത്തിയപ്പോൾ നീ അത് നിർത്തി. സോന്യ അവയെല്ലാം അവളുടെ കട്ടിലിനുമുകളിൽ പിൻ ചെയ്ത് വെച്ചു. ഉറങ്ങുംമുമ്പ് അവയോട് സംസാരിച്ചു.

സോന്യ ഓട്സ് പാചകം ചെയ്യുമ്പോൾ ഏകാഗ്രത നശിച്ച് ജനാലയിലൂടെ ഇരുണ്ട മനുഷ്യരൂപങ്ങൾ നടന്നുപോകുന്നത് നോക്കി. വേഗം നടന്നു പോകുന്ന അവർക്ക് സന്തുഷ്ടരാണെന്ന് തിരിച്ചറിയാൻ കഴിഞ്ഞിരുന്നില്ല. ഓട്സ് കരിഞ്ഞു. നീ മേശയ്ക്കരികിൽ ഇരുന്ന് തലയിൽ കൈവെച്ച് ഉറക്കെ കരയാൻ തുടങ്ങി. അപ്പോൾത്തന്നെ സോന്യ വന്നു.

"അമ്മേ എന്താ ഈ മണം? എന്താ പറ്റിയത്? നിങ്ങൾ കരയുകയാണോ?"

നിന്റെ തലയിൽ കൈകൊണ്ട് ചിക്കിചിക്കി അവൾ വളർന്ന ഒരാളെപ്പോലെ നിന്നെ ആശ്വസിപ്പിക്കുവാൻ തുടങ്ങി.

"അത് പഴയ ഓട്സ്. സാരമില്ല അമ്മ."

സോനോച്ക രാത്രിയിൽ കിടക്കയിൽ മൂത്രമൊഴിക്കൽ നിർത്തിയതായിരുന്നു. എന്നാൽ അയാൾ പോയതോടെ അതെല്ലാം വീണ്ടും തുടങ്ങി.

നീ കുട്ടികളുടെ പുസ്തകം വായിക്കുകയായിരുന്നു. അതിൽ ഒരു പെൺകുട്ടി ചന്തയിലേക്ക് പഴയ പാവകൾ വിൽക്കാൻ പോവുകയായിരുന്നു. പെട്ടെന്നാണ് നീ തിരിച്ചറിഞ്ഞത് മരിച്ച പെൺകുട്ടികളാണ് പാവകൾ ആവുന്നത് എന്ന്. കുട്ടികൾക്കുവേണ്ടി ഇങ്ങനെയൊക്കെ എഴുതാൻ ആർക്കാണ് കഴിയുക?

നീ കുട്ടികൾക്കുള്ള ആശുപത്രിയിൽനിന്ന് സോനോച്കയുമായി മടങ്ങുകയായിരുന്നു. പെട്ടെന്ന് സോനോച്ക ട്രാമിലെ എല്ലാവരും കേൾക്കേ ഉറക്കെ ചോദിച്ചു.

"അമ്മേ ഞാൻ കാരണമാണോ അച്ഛൻ നമ്മെ വിട്ട് പോയത്?"

സ്കൂൾ അവധിക്കാലത്ത് അവൻ സോന്യയെ ഒരാഴ്ചയൊക്കെ കൊണ്ടുപോയി നിർത്തി. നീ പുറത്തുപോകുന്നത് മിക്കവാറും നിർത്തി. ചവറ് പുറത്തേക്ക് കളഞ്ഞില്ല. പാത്രങ്ങൾ കഴുകിയില്ല. കിടക്കവിരികൾ മാറ്റിയില്ല. തുണികൾ ഇസ്തിരിയിട്ടില്ല. രോമമുള്ള കൊച്ചുജീവികളോട് നീ പഴന്തുണികൾകൊണ്ട് യുദ്ധം ചെയ്തില്ല. നീ കീഴടങ്ങി. ഇതൊക്കെ നിനക്കൊരു പ്രതികാരമായിരുന്നു. നിന്റെ ആഹാരം നീ ചോക്കലേറ്റിലൊതുക്കി. അതും ഒരു പ്രതികാരമായിരുന്നു.

നിന്റെ മുടി അഴുക്കുപുരണ്ട് തൂങ്ങിക്കിടന്നു. കയറുപോലെ ചുറ്റിപ്പിണഞ്ഞ് വല്ലാതെ നരച്ച് അത് പേടിപ്പിക്കുന്നതായി മാറി.

നീ കണ്ണാടി നോക്കി. കണ്ണിനു ചുറ്റുമുള്ള ചുളിവുകളും കവിളിലെ ചുളിവുകളും കണ്ടു. മെലിഞ്ഞുണങ്ങിയ കഴുത്ത് കണ്ടു. ഒരു സ്ത്രീ ആദ്യം ഉള്ളിൽ ഉണങ്ങും. പിന്നെ മനസ്സിലും, പിന്നെ പുറത്തും.

നീ വിചാരിച്ചു, ഇതെങ്ങനെ സംഭവിച്ചു? ചെറിയ അരുവികൾപോലെ ഞെരമ്പുകൾ കാലിൽ പിണഞ്ഞുകിടന്നു. രഹസ്യഭാഗത്തെ രോമങ്ങൾ നരച്ചു. വളരെക്കാലമായി തുടങ്ങിയ ശരീരമാറ്റങ്ങളായിരുന്നു ഇവ.

നീ ചുമരിൽ തൂങ്ങിക്കിടക്കുന്ന നിന്റെ ചിത്രങ്ങളിലേക്ക് നോക്കി. എങ്ങനെ താൻ നഗ്നയായി ഇതിനൊക്കെ പോസ്റ്റ് ചെയ്തു എന്നും അയാൾ ഇടവേളയുണ്ടാക്കി തന്റെ ശരീരം മുഴുവൻ ചുംബിക്കുകയും ചെയ്തു എന്നും നീ ഓർത്തു. ഇപ്പോൾ നീ സ്വയം ചോദിക്കുന്നു,

"ആ ക്യാൻവാസിൽ ആരാണ്? പിന്നെ ഞാൻ ആരാണ്?"

നീ സ്വയം സംസാരിക്കാൻ തുടങ്ങി.

"അടുക്കളയിൽ പോയി ആ ചെറിയ ജനാല തുറന്ന് ചായപ്പാത്രം വെയ്ക്ക്. നീ കേൾക്കുന്നുണ്ടോ?"

"എന്തിന്?"

"കാരണം അതൊക്കെ ചെയ്യുമ്പോൾ നീ നിന്നെത്തന്നെ ഒരു നിമിഷം സ്നേഹിക്കും."

"സ്വയം സ്നേഹിക്കുകയോ? എന്തിന്?"

നീ നിന്റെ വിധിയുമായി ഒരു സംവാദം നടത്തി. നീ ഒന്ന് കുളിച്ച് വൃത്തിയായി നല്ല വസ്ത്രങ്ങൾ ധരിച്ച് മേക്കപ്പ് ചെയ്ത് നിന്റെ അവസാനത്തെ പണവുംകൊണ്ട് നീ നിനക്കുതന്നെ പൂക്കൾകൊണ്ടൊരു ബൊക്കെ വാങ്ങിക്കുക. എന്തൊക്കെയോ അപ്പോൾ സംഭവിക്കും.

അങ്ങനെ ചെയ്തു.

"അഡ",

നീ സാധാരണ പോകുന്ന മൃഗഡോക്ടറുടെ അടുത്ത് ഡോങ്കയെയും കൊണ്ട് പോയി. സോനോച്ക അയാളെ ഡോക്ടർ ഡൂലിറ്റിൽ എന്നാണ് വിളിക്കുക. ഡോ. ഡൂലിറ്റിൽ ഒരു പുരുഷനാണ്. അയാൾക്ക് നിന്റെ അസുഖം ഭേദമാക്കാൻ കഴിയും. അതെ, അയാൾക്ക് കഴിയും! ആളുകൾ ആരോഗ്യമുള്ള പൂച്ചകളെയും പട്ടികളെയും അവിടെ കൊണ്ടുവരുന്നു എന്നും ഷണ്ഡരാക്കി, നഖം പിളർന്ന രീതിയിലാണ് തിരികെ കൊണ്ടുപോകുന്നത് എന്നും ആരും ആ കൊച്ചുകുട്ടിയോട് പറഞ്ഞില്ല.

'അഡോച്ക, സ്വാതന്ത്ര്യം നിനക്ക് ചേരുന്നുണ്ട്. നീ നിന്നെയൊന്ന് നോക്ക്!"

എല്ലാവർക്കും എല്ലാം അറിയാം. അയാൾ നിന്റെ അരക്കെട്ടിൽ ചുറ്റിപ്പിടിച്ചു. അയാൾ മുമ്പ് ഇത്രയും പരിചിതഭാവത്തിൽ ഒന്നും ചെയ്തിട്ടില്ല. അയാൾ മഞ്ഞനിറത്തിലുള്ള പല്ലുകാട്ടി ഇളിച്ചു.

"നമ്മൾ ഇങ്ങനെ കണ്ടുമുട്ടിയ സ്ഥിതിക്ക് എന്തുകൊണ്ട് ഒന്നിച്ച് അത്താഴം കഴിച്ചുകൂടാ?"

നീ ചിന്തിച്ചു. ഇതാണത്, അദ്ഭുതസംഭവം.

"എന്തുകൊണ്ട് പറ്റില്ല? നിങ്ങൾ എന്നെ ഭക്ഷണശാലയിലേക്ക് കൂട്ടിക്കൊണ്ടുപോയി വിലകൂടിയ ഭക്ഷണം വാങ്ങിത്തരൂ."

നീ കണ്ണാടികളാൽ ചുറ്റപ്പെട്ട ഒരു മൂലയിൽ ഇരുന്നു. ഭക്ഷണം കൊണ്ടുവന്നയാൾ എപ്പോഴും കണ്ണാടിയിൽ സ്വന്തം രൂപം നോക്കി ടൈ നേരെയാക്കിയും കുപ്പായക്കൈ ശരിയാക്കിയുമൊക്കെ നിന്റെ അരികിൽ തന്നെ നിന്നു.

ഡൂലിറ്റിൽ അയാളുടെ ജോലിക്കാലത്തെ ചില തമാശക്കഥകൾ പറഞ്ഞു. നീ ഉറക്കെ ചിരിച്ചു.

ഭക്ഷണപ്ലേറ്റുകൾ എടുക്കാൻ വന്നവൾ മേശമേൽ നന്നായി കുനിഞ്ഞ് അയാൾക്ക് മാറിടത്തിലെ ആ വിള്ളൽ കാണാൻപാകത്തിൽ നിന്ന് പ്ലേറ്റുകൾ എടുത്തു. അയാൾ ഒന്നു നോക്കി ചിരിച്ചു, ക്ഷമാപണ ത്തോടെ പറയുന്ന മട്ടിൽ, ഒരു പുരുഷൻ എന്തു ചെയ്യാനാണ്? ഞങ്ങൾ ജന്മവാസനയുടെ അടിമകളാണ്.

"നീ നിന്റെ ജീവിതം മുഴുവൻ മൃഗങ്ങളെ ഇണചേർക്കുകയും പിരി ക്കുകയും ചെയ്തുകൊണ്ടിരുന്നാൽ നിനക്ക് ഒരിക്കലും പ്രണയിക്കാ നാവില്ല."

നിന്റെ ഷാംപേൻ തീർത്ത് നീ ഗ്ലാസ് താഴെ വെയ്ക്കുമ്പോൾ അയാൾ വീണ്ടും ഒഴിച്ചുതരുമ്പോൾ നീ ചോദിച്ചു,

"ഒരാൾ ഒരാളെത്തന്നെ ജീവിതകാലം മുഴുവൻ പ്രണയിച്ചാൽ മറ്റൊരാളെ പ്രണയിക്കാൻ സാധ്യമാണോ?"

"മൂന്നാമത്തെ പ്രാവശ്യമാണ് നീ ഇത് ചോദിക്കുന്നത്."

"മൂന്നാമത്തെ പ്രാവശ്യം?"

അപ്പോഴാണ് നീ ഒരുപാട് കുടിച്ചു എന്ന് നിനക്കുതന്നെ മനസ്സി ലായത്.

അവിടെയുള്ള എല്ലാവർക്കും നീ എവിടെ പോകുന്നുവെന്നും എന്തിന് പോകുന്നുവെന്നും പറയാൻ കഴിയുമായിരുന്നു.

നീ പോകുമ്പോൾ ഭക്ഷണം വിളമ്പുന്നയാൾ ഒരു പ്ലേറ്റ് നക്കുന്നത് നീ കണ്ണാടിയിലൂടെ കണ്ടു.

നിങ്ങൾ ഭക്ഷണശാലയിൽനിന്ന് പുറത്തുവന്നപ്പോൾ ഡൂലിറ്റിൽ നിന്നെ നിന്റെ ചുണ്ടിൽ ചുംബിക്കാൻ തുടങ്ങി. നീ അയാളുടെ കഴുത്തിൽ തൂങ്ങി അയാളോട് പറഞ്ഞു,

"എന്റെ സ്ഥലത്തേക്ക് മാത്രം പോകണ്ട."

നീ അയാളുടെ സ്ഥലത്തേക്ക് പോയി. ഇരുട്ടത്ത് ചെരുപ്പൂരി വെയ്ക്കു മ്പോൾ അയാൾ പതുക്കെ പറഞ്ഞു.

"പേടിക്കണ്ട, എന്റെ ഭാര്യയും കുട്ടികളും വേനൽക്കാല വസതി യിലാണ്."

ഡൂലിറ്റിൽ നിന്റെ നിക്കർ അഴിച്ചപ്പോൾ നീ ആക്രോശിച്ച് തുടങ്ങി. നീ കണ്ണുനീരിനിടയിൽ പറഞ്ഞു, നീ വർഷങ്ങളായി ഒരു പുരുഷന്റെയും കൂടെ കിടന്നിട്ടില്ല. അയാൾ വിചാരിച്ചു, "നന്നായി, അതിനർത്ഥം എന്നെ ഒന്നും പിടികൂടുകയില്ല എന്ന്."

അയാൾ കിതയ്ക്കുകയും പൊക്കുകയും ആഗ്രഹിക്കുകയും ചെയ്തു. എന്നാൽ അതെല്ലാം വെറും സമയം കളയൽ മാത്രമായി.

അയാൾ കുളിമുറിയിൽ പോയി അകത്ത് കുറ്റിയിട്ട് ഇരുന്നു.

നീ കാത്ത് നിന്നു. പിന്നീട് വേഗം വേഷം ധരിച്ച് ഫ്ളാറ്റിന് പുറ ത്തേക്ക് പോയി.

ഒരു ചിന്ത നിന്റെ മനസ്സിലൂടെ മിന്നിമറിഞ്ഞു - അതൊരു മഞ്ഞു കാലമായിരുന്നു. കുടിച്ച് മറിഞ്ഞ് മഞ്ഞിൻ വീണു മരിക്കാൻ നിനക്ക് കഴിയുമായിരുന്നു എന്ന്.

മരിക്കാൻ നിനക്ക് ഭയമില്ലായിരുന്നു. എന്നാൽ പിന്നീട് എന്തുണ്ടാവുമെന്ന് ഓർത്താണ് നീ ഭയന്നത്. അവർ നിന്നെ നഗ്നയാക്കി പരിശോധിക്കും. വയറ് രണ്ടായി പിളർന്ന് അതിനുള്ളിൽ എന്താണെന്ന് തീർച്ചയായും നോക്കും.

നിനക്ക് ആകെ ആവശ്യം കുറച്ച് പൊടി ആണ്.

നീ അവസാനമായാണ് കുളിമുറിയിലെ ഫ്ളഷ് പ്രവർത്തിപ്പിക്കുന്നത് എന്ന് നിനക്കു തോന്നി. വീണ്ടും ഫ്ളഷ് ചെയ്തു.

നീ കൈനിറയെ ഗുളികകൾ എടുത്ത് അവ വിഴുങ്ങാൻ തുടങ്ങി. അവ ഇറക്കാനായി എന്തെങ്കിലും കരുതാൻ മറന്നു. നീ മുറിയിൽപ്പോയി ടാപ്പിൽനിന്ന് നേരിട്ട് വെള്ളമെടുത്ത് അവയെ ഇറക്കാനായി ശ്രമിച്ചു.

എന്നാൽ ഗുളികകൾ വലുതായിരുന്നതിനാൽ അവ വിഴുങ്ങി വയറ്റിലേക്കെത്തിക്കാൻ കഴിഞ്ഞില്ല. നിനക്ക് അവയെ പൊട്ടിക്കണമായിരുന്നു. നീ കുളിമുറിയുടെ ടബ്ബിന്റെ വക്കിലിരുന്ന് അവയെ പൊട്ടിക്കാൻ തുടങ്ങി.

നീ ഉമ്മറത്തെ വാതിൽ അടച്ചിരുന്നത് ഓർത്തു. നിനക്ക് അത് തുറക്കണമായിരുന്നു. നീ മുറിയിൽ അങ്ങുമിങ്ങും നടക്കുമ്പോൾ നീ വിറയ്ക്കുന്നുണ്ടെന്ന് നിനക്ക് തോന്നി.

നീ കിടക്കയിൽ കിടന്നു.

തലയിൽ മുരളൽ തുടങ്ങി. മുറി മുഴുവൻ വട്ടത്തിൽ കറങ്ങാനും ഇളകാനുമൊക്കെ തുടങ്ങി.

നീ ഫോണിനടുത്തേക്ക് നീങ്ങി. നമ്പർ കറക്കി. അവൾ ഫോൺ എടുത്തു. ആ മറ്റവൾ. അവൾ ഉറക്കത്തിലായിരുന്നാൽ അവൾക്ക് ഒന്നും മനസ്സിലായില്ല.

“അയാളെ വിളിക്ക്, എനിക്ക് എന്റെ ഭർത്താവിനോട് സംസാരിക്കണം.”

“നിങ്ങൾക്കറിയുമോ ഇപ്പോൾ സമയം എത്രയായി എന്ന്?”

“ഇല്ല.”

അയാൾ ഫോണെടുത്തു.

“എന്തുപറ്റി? നിനക്ക് വട്ടായോ? നീ സോന്യയെ ഉണർത്തി.”

“ഞാൻ ഒരുപാട് ഗുളികകൾ കഴിച്ചു. എനിക്ക് ഭയമാകുന്നു. എനിക്ക് മരിക്കണ്ട. ദയവായി ഇങ്ങോട്ട് വരൂ.”

“നിന്റെ ശബ്ദം അസ്പഷ്ടമായിരുന്നു.”

“നീ തന്നെ ഒരു ആംബുലൻസ് വിളിക്ക്.”

“വരൂ.”

"ഞാൻ തന്നെ നിനക്ക് ആംബുലൻസ് വിളിച്ചുതരാം."

"ദയവായി!"

"ഞാൻ നിന്നെ എത്ര വെറുക്കുന്നു! ഞാനങ്ങോട്ട് നേരെ വരികയാണ്."

"അവളില്ലാതെ മാത്രം!"

"ശരി. ഞാൻ നേരെ അങ്ങോട്ടു വരാം. നീ സ്വയം സുഖമില്ലാത്തവളാകാൻ ശ്രമിക്കുകയാണ്."

"നിൽക്കൂ."

"ഇനി എന്താണ്?"

"ഞാൻ നിങ്ങളെ പ്രേമിക്കുന്നു."

"ഞാൻ വരുന്നു, ഞാൻ വരുന്നു."

മറ്റവൾക്ക് ഉറങ്ങണം. അവൾക്ക് പുലർച്ചെ നേരത്തെ ജോലിക്ക് പോകേണ്ടതാണ്.

എന്റെ സാഷൻക!

വീണ്ടും എന്റെ മുന്നിൽ ഒരു കഷണം കടലാസുണ്ട്. നീയുമായി ഇതാണ് എനിക്കുള്ള ബന്ധം. എന്നാൽ എങ്ങനെ ഈ വിഡ്ഢി കടലാസ് കഷണം നമ്മെ തമ്മിൽ ബന്ധിപ്പിക്കുന്നു? നമ്മെ പിരിയിക്കുന്ന എല്ലാം അപ്രധാനവും നിസ്സാരവുമെന്നിരിക്കെ ഇതെന്തിന്?

നിന്നെ എന്നിൽനിന്നു പിരിക്കുന്ന എന്ത് തടസ്സമാണ് ഉണ്ടാകാൻ സാധ്യതയുള്ളത്? നിനക്കും അങ്ങനെതന്നെയാവും അല്ലേ?

എന്റെ പ്രിയപ്പെട്ടവളിൽ പ്രിയപ്പെട്ടവളേ, എനിക്ക് വീട്ടിലേക്ക് തിരിച്ചെത്താൻ എത്ര ആഗ്രഹമുണ്ടെന്ന് നിനക്കേ അറിയൂ.

അതിനാലാവും നിനക്ക് എഴുതുക എന്നത് എന്നെ സംബന്ധിച്ച് ഇത്ര പ്രാധാന്യമുള്ളതായത്. ഞാൻ എഴുതുമ്പോൾ അത് ഞാൻ തിരിച്ചുവരും പോലെയാണ്.

ഇന്ന് കിറിൽ എന്നോടു ചോദിച്ചു അയാൾക്ക് എന്തെങ്കിലും പറ്റിയാൽ അയാളുടെ ബാഗ് അയാളുടെ അമ്മയ്ക്ക് ലഭിക്കുമെന്ന് ഉറപ്പുണ്ടല്ലോ അല്ലേ എന്ന്. പിന്നീട് അയാൾ ചിരിച്ചു.

"അവർക്ക് അതിലുള്ളതൊന്നും മനസ്സിലാകാനിടയില്ല എന്ന് തീർച്ചയാണ്."

അയാൾ അവരെക്കുറിച്ച് എപ്പോഴും മൃദുലഭാവത്തിൽ സംസാരിച്ചുകൊണ്ടിരിക്കുന്നു.

ഇവിടെനിന്ന്, ഇത്ര ദൂരെനിന്ന് അമ്മയെ മനസ്സിലാക്കാതിരുന്നതും അവരെ സ്നേഹിക്കാൻ പറ്റാതിരുന്നതും ഒക്കെ ശുദ്ധ അസംബന്ധം കൊണ്ടാണെന്ന് എനിക്കിപ്പോൾ മനസ്സിലാകാൻ തുടങ്ങുന്നു.

അവർ എപ്പോഴെങ്കിലും എന്നെ വിഷമിപ്പിച്ചിട്ടുണ്ടെങ്കിൽ അത് ക്ഷമിക്കാൻ ഞാൻ തയ്യാറാണ്. എന്റേതിൽനിന്ന് ഉണ്ടായതിനുമൊക്കെ മാപ്പു ചോദിക്കാൻ ഞാൻ തയ്യാറാണ്.

ഈ കഴിഞ്ഞ കുറേ വർഷങ്ങളായി എന്നെ വേദനിപ്പിച്ചുകൊണ്ടിരുന്ന ചിലതൊക്കെ സമ്മതിച്ചുകൊടുക്കാൻ ഞാൻ തുടങ്ങുകയാണ്. അവരോട് ചിലതൊക്കെ വെറുതെ അങ്ങോട്ട് കുമ്പസാരിക്കാൻ എനിക്ക് കഴിയില്ല. നീ നോക്ക് സാഷൻക, അതൊരു വലിയ വിഡ്ഢിക്കഥയാണ്. ഞാൻ ജനാലയ്ക്കൽ നാണയങ്ങളുമായി കളിച്ചുകൊണ്ടിരിക്കുകയായിരുന്നു. നിനക്ക് നമ്മുടെ വലിയ വീതിയുള്ള ജാലകപ്പടി ഓർമ്മയില്ലേ? അതെങ്ങനെ അന്ന് എനിക്ക് അത്തരത്തിൽ തോന്നിയത് എന്തോ? ഞാൻ അവിടെ നിന്ന് നാണയങ്ങളുമായി കളിക്കുകയായിരുന്നു. അവയെ ഒരറ്റത്ത് നിർത്തിവെച്ച് ഒരു ഭാഗത്ത് ചെറിയൊരു തട്ടുകൊടുത്താൽ അവ വട്ടത്തിൽ കറങ്ങി ചെറിയൊരു നേർത്ത മുഴക്കത്തോടെയുള്ള വൃത്തങ്ങളായി മാറും. കണ്ണ് അമ്മയുടെ ആഭരണങ്ങൾ വെച്ച ക്രിസ്റ്റൽ പാത്രത്തിലേക്ക് എത്തി. ബ്രൂച്ചുകൾ, ബ്രേസ്‌ലെറ്റുകൾ, കമ്മലുകൾ, പിന്നെ അവരുടെ മോതിരവും കണ്ടു. അന്ധമായ മനുഷ്യൻ അവർക്ക് നൽകിയ കല്യാണമോതിരമാണ് അത്. അത് ജനൽപ്പടിയിൽവെച്ച് നാണയത്തെപ്പോലെ തിരിപ്പിക്കാൻ എനിക്ക് പെട്ടെന്ന് വല്ലാത്ത ആഗ്രഹം തോന്നി.

ആദ്യത്തെ കുറച്ചു പ്രാവശ്യം അത് ശരിയായില്ല. അത് വഴുതിവീണ് നിലത്തുകൂടി ചാടിച്ചാടി നടന്നു. എന്നാൽ അത് ഒരു പ്രാവശ്യം ശരിയായി വന്നു. അത് വളരെ ഭംഗിയുള്ളതായിരുന്നു. ലോലവും സുതാര്യവുമായ ആ കൊച്ച് സ്വർണവൃത്തം ജാലകപ്പടിയിൽ വൃത്തങ്ങളുണ്ടാക്കുമ്പോൾ കിലുങ്ങുന്ന ശബ്ദമുണ്ടാക്കിയിരുന്നു. അത് നിശ്ചലമാകുന്നതിന് തൊട്ടുമുമ്പ് ഒരു വശത്തേക്ക് കറങ്ങി ലഘുവായ ഒരു താളത്തിൽ കറങ്ങുന്നതു കാണാൻ എനിക്ക് വളരെ ഇഷ്ടം തോന്നി. അടുത്ത പ്രാവശ്യം ഞാൻ എന്റെ നഖംകൊണ്ട് ചെറുതായി ഒന്ന് അതിൽ തട്ടിയപ്പോൾ അത് ജനാലയിലൂടെ ചാടി പുറത്തേക്ക് വീണു.

ഞാൻ വെളിയിലേക്കോടിപ്പോയി തിരയലോട് തിരയലായിരുന്നു. എന്നാൽ അത് എനിക്ക് കണ്ടെത്താൻ കഴിഞ്ഞില്ല. ചിലപ്പോൾ ആരെങ്കിലും പെറുക്കിക്കൊണ്ട് പോയിട്ടുണ്ടാവും.

ആദ്യം ഞാൻ അമ്മയോട് എല്ലാം പറയാൻ തുടങ്ങുകയായിരുന്നു. പക്ഷേ, ഞാൻ പറഞ്ഞില്ല. അവർ ചോദിച്ചതുമില്ല. പിന്നീട് അവർ ചോദിച്ചപ്പോൾ നേരത്തെ പറയാൻ പറ്റാതെ ഒരുപാട് വൈകിയതിനാൽ എനിക്ക് ഒന്നിനെക്കുറിച്ചും അറിയില്ല എന്ന് പറഞ്ഞു. ആരാവും അവരുടെ മോതിരം മോഷ്ടിച്ചിട്ടുണ്ടാവുക എന്നാലോചിച്ച് അവർ വളരെ അസ്വസ്ഥയായി. തീർത്തും നിഷ്കളങ്കരായ പലരെയും അമ്മ സംശയിച്ചു. അവർ അവരുടെ അന്ധനായ മനുഷ്യനോട് അത് അടുത്ത ഫ്ളാറ്റിലെ സ്ത്രീയാകും എന്ന് പറയുന്നതു കേട്ടു. പിന്നീടത് എന്റെ രണ്ടാനച്ഛന്

ജലദോഷം പിടിപെട്ടപ്പോൾ വീട്ടിലേക്ക് വിളിച്ചിരുന്ന ഡോക്ടറാവും എന്ന് അവർ തീരുമാനിച്ചു.

എനിക്ക് വല്ലാത്ത നാണക്കേട് തോന്നി. ഞാൻ ഒന്നും പറഞ്ഞില്ല.

എന്നാൽ ഇപ്പോൾ ഞാൻ എല്ലാം അവരോട് പറയും.

അവരെക്കുറിച്ച് ഞാൻ ചിന്തിക്കുന്നു. കൊച്ചുകൊച്ച് കാര്യങ്ങളാണ് ഞാൻ ഓർക്കുന്നത്. ഉദാഹരണത്തിന് എന്റെ അമ്മ കറുത്ത ഒരു ബാൻഡേജ് കണ്ണിനുമുകളിൽ ഇട്ടിട്ടാണ് ഉറങ്ങുക. മുറിയിൽ എവിടെ നിന്നെങ്കിലും കുറച്ച് വെളിച്ചം വന്നാൽക്കൂടി അവർക്ക് ഉറങ്ങാൻ കഴിയുമായിരുന്നില്ല.

ഞാൻ കുട്ടിയായിരുന്നപ്പോൾ അവരുടെ വസ്ത്രങ്ങളിലെ നേർത്ത പുകയിലയുടെ മണം എനിക്കിഷ്ടമായിരുന്നു. നല്ല മണമുള്ള പ്രത്യേകതരം സിഗരറ്റാണ് അവർ വലിച്ചിരുന്നത്. നല്ല സ്വഭാവത്തിലാണെങ്കിൽ ഞാനൊന്ന് അഭ്യർത്ഥിച്ചാൽ അവർ ചുണ്ടിനിടയിലൂടെ പുക വിടുമായിരുന്നു. ഓരോ വലയവും മറ്റേതിനെ കടന്ന് അങ്ങനെ പോകും. എട്ടെണ്ണം വരെ അങ്ങനെ പോയിട്ടുണ്ട്.

അന്ധനായ മനുഷ്യൻ ഞങ്ങളുടെ അടുത്തേക്ക് വന്നപ്പോൾ അയാൾ അവരെ പുകവലിക്കുന്നതിൽനിന്നും വിലക്കി. എന്നാൽ ചിലപ്പോഴൊക്കെ അയാളുടെ പുറകിൽനിന്ന് അവർ പുകവലിച്ചു. ജനാലയിലൂടെ പുക പുറത്തേക്ക് വിട്ടു. അത് ഞങ്ങളുടെ ഇടയിലെ കൊച്ച് രഹസ്യമായി സൂക്ഷിക്കാൻ അവർ എന്നോട് പറഞ്ഞു.

ഒരിക്കൽ എനിക്ക് അസുഖമായിരുന്നപ്പോൾ തണുത്തുറഞ്ഞ കാലാവസ്ഥയിൽനിന്ന് അവർ അകത്തേക്ക് വന്നത് ഞാൻ ഓർക്കുന്നു. എന്നെ തൊട്ടുനോക്കുംമുൻപ് അവർ കൈക്കുഴയിൽ കൈയുകൾ വെച്ച് ചൂടാക്കിയതിനുശേഷം അവർ സ്വന്തം കഴുത്തിൽ വെച്ച് ചൂടായോന്നു നോക്കിയിരുന്നു.

പിന്നീട് ഞങ്ങൾ കണക്ക് ചെയ്യാൻ തുടങ്ങിയപ്പോൾ അവർക്ക് ഒരു കണക്കുപോലും ചെയ്യാൻ കഴിയാതെ എന്നോട് എന്റെ എല്ലാ വീട്ടുകണക്കും തനിയെ ചെയ്യണമെന്ന് ആജ്ഞാപിച്ചത് എനിക്ക് തമാശയായി തോന്നിയിരുന്നു.

പിന്നീട് കുറേക്കഴിഞ്ഞ് ഞാൻ ചില ഫോട്ടോകൾ കണ്ടു. അതിൽ അവർ മറ്റ് ഏതോ പുരുഷനുമായി നിൽക്കുന്നുണ്ടായിരുന്നു. എന്നാൽ അത് എന്റെ അച്ഛനായിരുന്നില്ല. അവരെക്കുറിച്ച് എത്ര കുറച്ചാണ് എനിക്ക് അറിയുക എന്ന് ഞാൻ അതിശയപ്പെട്ടു. അവർ ഭാവിതലമുറയ്ക്കായി കരുതിവെച്ച ആ ഫോട്ടോയിലെ പാംമരത്തിന്റെ ചുവട്ടിൽ അവരോടൊപ്പം നിന്ന പുരുഷൻ ആരാണെന്ന ചെറിയൊരു കാര്യം എനിക്ക് എന്തുകൊണ്ടോ ചോദിക്കാൻ കഴിഞ്ഞില്ല.

ഇപ്പോൾ ഞാൻ ഞങ്ങളുടെ സംഭാഷണങ്ങളൊക്കെ എന്തിനായിരുന്നു എന്ന് അതിശയിക്കുകയാണ്. അവർ ഉറക്കെ നിലവിളിച്ചു.

"ഒരു നീണ്ടു മെലിഞ്ഞ മൃഗം എപ്പോഴും അലസനായി ഇരിക്കുന്നു."

"ഞാൻ അലസനൊന്നുമല്ല. ഞാൻ ചിന്തിക്കുകയാണ്." ഞാൻ അവരുടെ മുഖത്തുനോക്കി വാതിൽ ശക്തിയിൽ അടയ്ക്കുന്നു.

ഒരു ദിവസം അവർ എന്റെ മുറിയിൽ രാത്രിയിൽ കടന്നുവന്നു. അവർക്ക് എന്തെങ്കിലും പ്രധാനപ്പെട്ട കാര്യം സംസാരിക്കാനാവും എന്നാണ് കരുതിയത്. ഞാൻ എന്റെ കൊച്ചുകട്ടിലിൽ ഉറക്കം നടിച്ച് കിടന്നു. അവർ എന്നെ കമ്പിളികൊണ്ട് ഒന്ന് പുതപ്പിച്ചിട്ട് അല്പനേരം നോക്കിനിന്നിട്ട് തിരിച്ചുപോയി.

ഞാൻ അവരോട് ക്ഷമ ചോദിക്കുന്നത് പ്രധാനമായും ആ കണ്ണുപൊട്ടന് വേണ്ടിയാണ്.

ഒരു ദിവസം ഞാൻ ഓടി വീട്ടിലെത്തിയപ്പോൾ അയാളെ എന്റെ മുറിയിൽ കണ്ടു. അയാൾ മുറിയിലെ എല്ലാം തൊട്ടുനോക്കുകയായിരുന്നു. അയാൾ എന്റെ മുറിയിൽ ഇനി വരികയോ, എന്റെ സാധനങ്ങൾ തൊട്ടുനോക്കുകയോ ചെയ്യില്ല എന്ന് ഉറപ്പുവരുത്താനായി ഞാൻ ഒരു ഭ്രാന്തുപിടിച്ചവനെപ്പോലെ അമ്മയുമായി വഴക്കുകൂടി. അവർ കരഞ്ഞുകൊണ്ട് എന്റടുത്ത് വഴക്കുകൂടി. ഭ്രാന്തുപിടിച്ചപോലെ ആവുകയും ചെയ്തു. ചുരുക്കത്തിൽ അങ്ങോട്ടുമിങ്ങോട്ടും പറഞ്ഞതു കേൾക്കാതെ ഞങ്ങൾ രണ്ടുപേരും ഒച്ചയിട്ടു.

അപ്പോഴാണ് ഞാൻ മനസ്സിലാക്കുന്നത് ഞങ്ങൾ രണ്ടുപേർക്കുമിടയിൽ അവർ എത്ര ബുദ്ധിമുട്ടിയിരുന്നുവെന്ന്.

അവരുടെ ഭർത്താവ് അന്ധനാണ് എന്നത് അവരെ അത്ര അലട്ടിയിരുന്നില്ല. കഫേയിലെ ഭക്ഷണം വിളമ്പുന്നയാൾ അയാൾക്കുവേണ്ടി അവർ എന്താണ് ഓർഡർ ചെയ്യുന്നത് എന്നു ചോദിച്ചു. കാണാൻ കഴിയുന്നവരോട് അങ്ങനെ ചോദിക്കുന്നത് സ്വാഭാവികം മാത്രം. എന്നാൽ അവർ ചിരിച്ചുകൊണ്ട് പറഞ്ഞു,

"എന്റെ ഭർത്താവിനോട് ചോദിക്കൂ. അയാൾ നിങ്ങളെ തിന്നുകയൊന്നുമില്ല."

ഞാൻ വിചാരിച്ചു, മറിച്ചായാൽ അവരുടെ വികാരങ്ങൾക്ക് പ്രാധാന്യം ഉണ്ടെന്നു വരും. ഒരു അന്ധനോടൊപ്പമാവുമ്പോൾ പ്രത്യേകിച്ചും. അവരുടെ സുഹൃത്തുക്കളിൽ ഒരാളുടെ മകൾ ഞങ്ങളെ കാണുവാൻ വന്നത് ഞാനോർക്കുന്നു. അവളെ വളരെ സുന്ദരിയായിട്ടാണ് ഞാൻ കണ്ടിരുന്നത്. എന്നാൽ പിന്നീട് ഭീതിദമായ ഒരു അപകടം ഉണ്ടായി. അവൾ ആരെയോ സന്ദർശിക്കാൻ പോയപ്പോൾ അവൾ അവിടുത്തെ ചാരുകസേരയിൽ ഇരുന്ന് ആതിഥേയന്റെ പട്ടിയുമായി കളിക്കാൻ തുടങ്ങി. അതൊരു വീട്ടിൽ വളർത്തിയ പട്ടിയായിരുന്നില്ല.

നിരത്തിൽനിന്നും പിടിച്ചുകൊണ്ട് വന്നതായിരുന്നു. ഏതോ കളിയുടെ മൂർദ്ധന്യത്തിൽ പട്ടി അവളുടെ മുഖത്തു കടിച്ചു. മനോഹരിയായിരുന്ന

അവൾ വികൃതമായി. അവൾ അമ്മയുടെ അടുത്ത് ഏതെങ്കിലും അന്ധനായ ചെറുപ്പക്കാരനെ പരിചയപ്പെടുത്തിക്കൊടുക്കാൻ കഴിയുമോ എന്ന് ചോദിക്കാൻ വന്നു.

ഞാൻ അവരുടെ ജീവിതം നശിപ്പിക്കാനായി പരമാവധി ശ്രമിച്ചു. എന്നാൽ അവർ തമ്മിൽ ഇഷ്ടപ്പെട്ടിരുന്നു. ഞാൻ ഇത്ര ക്രൂരനായത് എന്തുകൊണ്ടാണ് എന്ന് അവർക്കു മനസ്സിലായില്ല.

അയാൾ അവരോട് ഒരിക്കലെങ്കിലും ഒച്ചയിട്ടിട്ടുണ്ടോ എന്ന് ഓർക്കാൻ ശ്രമിക്കുകയാണ്. എനിക്കത് ഓർമ്മയില്ല. മറിച്ച് അമ്മയുടെ കണങ്കാൽ തിരിഞ്ഞ് അസ്ഥിബന്ധത്തിൽ ഉളുക്ക് തട്ടിയപ്പോൾ എന്റെ രണ്ടാനച്ഛൻ അവരെ മൃദുവായി പരിചരിച്ച് കിടക്കയിൽ ആഹാരം കൊണ്ടുപോയി കൊടുത്തു. എനിക്കത് ഇപ്പോഴും കാണാം. അവർ വിലക്ഷണമായി ഊന്നുവടിയിൽ ഇടനാഴിയിലൂടെ ചാടിച്ചാടി നടന്നപ്പോൾ അയാൾ അവരെ പിടിക്കാനും സഹായിക്കാനുമായി തൊട്ടടുത്തുകൂടി നടന്നു.

കണ്ണാടി നോക്കുമ്പോൾ അമ്മ എപ്പോഴും അസ്വസ്ഥയാകുമായിരുന്നു. എന്നാൽ അയാൾ കടന്നുവരുമ്പോൾ അയാൾ അവരുടെ പുറകിലൂടെ കൈ ചുറ്റിപ്പിടിച്ച് അവരെ ചുംബിക്കുന്നു. അയാൾ വക്രമായി ഒരു ചിരി ചിരിച്ച് അന്ധനായാലുള്ള ഗുണങ്ങളെക്കുറിച്ച് വിശദീകരിച്ചു. നമുക്ക് നാമായി ഇരിക്കാം, നിങ്ങൾ എങ്ങനെ വേണമെന്ന് കണ്ണാടി പറയും പോലെ അല്ല.

ഞാൻ ഫിസിക്സ് പരീക്ഷയ്ക്ക് തയ്യാറെടുക്കുമ്പോൾ എന്തോ പിറുപിറുത്തപ്പോൾ അയാൾ പറഞ്ഞു, “ഒരു സെക്കന്റിൽ വെളിച്ചം നൂറുകണക്കിന്, ആയിരക്കണക്കിന് മൈൽ ദൂരം സഞ്ചരിക്കും. അതു കൊണ്ട് ആർക്കെങ്കിലും വേണമെങ്കിൽ അയാളുടെ തൊപ്പി കണ്ണാടി നോക്കി നേരെയാക്കാൻ കഴിയും.”

ആ നിമിഷം എനിക്കും വളരെ വ്യക്തമായി, എന്തെന്നാൽ വെളിച്ച ത്തിന് ഇത്ര വേഗത്തിൽ സഞ്ചരിക്കേണ്ട ആവശ്യമില്ലായിരുന്നു എന്ന്.

അയാൾ നന്നായി വായിക്കുമായിരുന്നു. ഞാൻ അയാളുടെ മുറിയിൽ പോയി. അത് ഇരുണ്ടതും ശൂന്യവുമായിരുന്നു. ഞാൻ ലൈറ്റിട്ടപ്പോൾ അയാൾ അതാ ആ ചാരുകസേരയിൽ തടിച്ച ഒരു പുസ്തകവുമായി ഇരിക്കുന്നു! അയാൾ അന്ധർക്കായി രൂപചിത്രീകരണം ചെയ്ത പുസ്തകങ്ങൾ ലൈബ്രറിയിൽനിന്ന് എടുക്കുകയും വായിക്കാനുള്ള പേജുകൾ കീറിയതിന് ധാർമ്മികരോഷം പൂണ്ട് ഇരിക്കുകയും ചെയ്തു. ബ്രെയ്‌ലി ലിപി അക്ഷരങ്ങൾ ആളുകളുടെ വിരലുകളുടെ ഉപയോഗം കൊണ്ട് ആകെ തേയ്മാനമായി ഇരിക്കുകയും ചെയ്തിരുന്നു.

എന്റെ രണ്ടാനച്ഛൻ കവിതകൾ എഴുതിയിരുന്നു. അർദ്ധരാത്രിയിൽ അയാൾ അമ്മയെ ഉണർത്താതെ അടുക്കളയിലേക്ക് കടന്ന് ഇരുട്ടത്ത് ഇരുന്ന് അയാളുടെ കുത്തുന്ന സൂചിവെച്ച് കടലാസിൽ വേഗം തുളകൾ ഇടുമായിരുന്നു.

അമ്മ അയാളുടെ പ്രിയപ്പെട്ട വരികൾ ഇടയ്ക്കിടെ ചൊല്ലും.

"നിന്റെ ഇളംചൂട് ഇരുളിൽ എനിക്ക് വെളിച്ചമായി."

എല്ലായിടത്തും തുളകളിട്ട കട്ടിയുള്ള കടലാസുകൾ അവരുടെ മുറിയിൽ കുന്നുകൂടി എല്ലായിടത്തും കിടന്നു. അയാൾ എന്റെ മനസ്സിലുള്ള നാണയശേഖരത്തോടുള്ള എന്റെ ഇഷ്ടത്തെപ്പറ്റി വീണ്ടും വീണ്ടും പറയാൻ ശ്രമിച്ചു. എന്റെ രണ്ടാനച്ഛനും നാണയങ്ങൾ ശേഖരിച്ചിരുന്നു. അവ വേർതിരിക്കാൻ വേണ്ടി അയാൾ മണിക്കൂറുകൾ ചിലവഴിച്ചു. അയാൾക്ക് അപൂർവ്വമായ ചെറിയ ചില ഇഷ്ടങ്ങളേ ഉണ്ടായിരുന്നുള്ളൂ. അയാൾ അവയുടെ സ്പർശനം ഇഷ്ടപ്പെട്ടിരുന്നു.

ഞാൻ അയാളുടെ കുഴിഞ്ഞുതാണ കണ്ണുകളിലേക്ക് നോക്കി. അയാൾ എനിക്ക് ബോസ്പൊറാൻ രാജവംശത്തിന്റെ തലസ്ഥാനമായ പാന്റികാപ്പിയത്തെക്കുറിച്ച് പറഞ്ഞുതന്നു. ലംബമായി ശില്പങ്ങൾ കൊത്തിയ ആ നാണയങ്ങൾ ഞാൻ ഓർക്കുന്നു. ഒരു വശത്ത് വരച്ച അമ്പും വില്ലും മറുവശത്ത് കഴുകനും സിംഹവും ചേർന്ന ഗ്രെഫോണും അതിൽ ആലേഖനം ചെയ്തിരുന്നു.

അയാൾ നാണയങ്ങളിൽനിന്ന് കൈയെടുക്കുമ്പോൾ അതിൽനിന്ന് ലോഹത്തിന്റേതായ പുളിച്ച മണം വരുമായിരുന്നു. ഞാൻ ഈ ചെറിയ ആകൃതിവ്യത്യാസമുള്ള ഉരുണ്ടുപരന്ന ലോലവസ്തുക്കളെ എന്റെ കൈവെള്ളയിൽ വെയ്ക്കുമായിരുന്നു. അവ ആർക്കിമിഡീസിന്റെയും ഹാനിബാളിന്റെയും കാലത്തുണ്ടായിരുന്നവയാണെന്ന് വിശ്വസിക്കാൻ കഴിഞ്ഞില്ല.

ഒരു കൊച്ചുനാണയത്തിൽ റിസ്ക്യുപോറിഡസ് ഒന്നാമൻ രാജാവിന്റെ രൂപം കൊത്തിയിരുന്നു. ഞാൻ ആ വിചിത്രമായ പേര് ഓർക്കുന്നു. മറുവശത്ത് റോമൻ രാജാവായ ടിബേരിയസിന്റെ രൂപവും കൊത്തിയിരുന്നു. എന്റെ രണ്ടാനച്ഛൻ വിശദീകരിച്ചുതന്നു. അതായത് ബോസ്പോറൻ രാജാക്കന്മാർ 'സീസറിന്റെയും റോമക്കാരുടെയും സുഹൃത്ത്' എന്ന പദവി വഹിച്ചിരുന്നു. അവരുടെ നാണയത്തിൽ റോമൻ ചക്രവർത്തിമാരുടെ രൂപങ്ങളും കൊത്തിയിരുന്നു.

അയാൾ ഉട്രേഷ്റ്റിലെ തലയില്ലാത്ത, രൂപത്തിലുള്ള ഒരു നാണയം പ്രത്യേകിച്ച് വിലമതിച്ചിരുന്നു.

ആളുകൾ മരിക്കുമ്പോൾ അവർ പല്ലുകൾക്കിടയിൽ അവരുടെ യാത്രാസമ്പാദ്യമായ ഒരു നാണയം എടുത്തുവെയ്ക്കുമായിരുന്നു എന്ന് അയാൾ എന്നോട് പറഞ്ഞിരിക്കുന്നു. ഒരിക്കൽ അയാൾ തമാശയോടെ പറഞ്ഞു, അയാൾ മരിക്കുമ്പോൾ ആ തലയില്ലാത്ത രൂപത്തിലുള്ള ഉട്രേഷ്റ്റിലെ നാണയം അവർ അയാളുടെ വായ്ക്കുള്ളിൽ വെയ്ക്കണം എന്ന്.

"അവസാനം ഉപായത്തിലാക്കാൻ എനിക്ക് താത്പര്യമില്ല."

സാഷൻക, ഒന്ന് സങ്കല്പിച്ചുനോക്ക്, ഞാൻ കുട്ടിയായിരുന്നപ്പോൾ നാണയങ്ങൾ കടലാസ് പണത്തിന്റെ കൊച്ചുമക്കളായിരുന്നു.

എന്റെ രണ്ടാനച്ഛൻ അലങ്കാരങ്ങളുള്ള അറബി സ്ക്രിപ്റ്റിന്റെ അവശിഷ്ടങ്ങളായ ഈ തുടച്ചുനീക്കപ്പെട്ട പരന്ന ആകൃതിയിലുള്ള നിധിയെ നിർത്താതെ തരംതിരിച്ചുകൊണ്ടിരുന്നു. ഞാൻ അദ്ഭുതത്തോടെ കണ്ടുകൊണ്ടിരുന്നു. അയാൾ ആ നാണയങ്ങളിലൂടെ ഭൂതകാലത്തെ കാണുന്നുണ്ടെന്നും ആ നാണയങ്ങൾ അയാൾ കൊത്തി ഉണ്ടാക്കിയവ യാണെന്നും വർഷങ്ങൾക്കുമുമ്പ് മറഞ്ഞുപോയ രാജാക്കന്മാർ കാണാൻ എങ്ങനെ ഇരുന്നുവെന്നും അത് അയാൾക്ക് കാണാൻ കഴിയുന്നു ണ്ടെന്നും എനിക്കു തോന്നിപ്പോയി. എന്നാൽ അതേസമയത്ത് മൂല യിലുള്ള ചിലന്തിവലയും പുറത്തെ ഫാക്ടറിയിലെ ചിമ്മിനിയുമൊക്കെ അയാൾക്ക് ഉള്ളതേ ആയിരുന്നില്ല.

എനിക്ക് പിന്നീട് അയാളുടെമേൽ ഒരു അധികാരം ഉള്ളതുപോലെ ഒരു വികാരം ഉണ്ടായി. അയാൾ ഒരു അന്ധൻ. ഞാനോ കാഴ്ചയുള്ള വൻ... അയാൾക്ക് കാണാൻ കഴിയാത്ത സാധനങ്ങൾ കാണുന്നവൻ. ഒരു അന്ധൻ നിർവ്വചനപ്രകാരം പ്രതിരോധിക്കാൻ ശേഷിയില്ലാത്ത ദുർബലനാണ്. എന്നാൽ അയാൾ ശക്തിമാനായിരുന്നു. ജീവിതത്തോട് ആഗ്രഹമുള്ളവനും. അതിനാലാവണം അമ്മ അയാളിൽ പിടിച്ചുതൂങ്ങി യത്. എന്റെ രണ്ടാനച്ഛന് താൻ ഒരു വികലാംഗനാണെന്നോ ഭ്രഷ്ട നാണെന്നോ ഉള്ള ഒരു തോന്നൽ ഒരുതരത്തിലും ഉണ്ടായിരുന്നില്ല. അയാൾ വെളിച്ചം കാണാതിരുന്നത് നമ്മൾ കണ്ണ് മൂടിക്കെട്ടി ഇരുട്ടാക്കും പോലെയേ ആയിരുന്നില്ല. അയാൾ വെളിച്ചം കാണാതിരുന്നത് ഒരു കാഴ്ച യുള്ള മനുഷ്യൻ കാൽമുട്ടുകൊണ്ടോ കൈമുട്ടുകൊണ്ടോ വെളിച്ചത്തെ കാണാൻ ശ്രമിച്ച് പറ്റാതിരുന്നതുപോലെയാണ്.

എന്റെ രണ്ടാനച്ഛന് വളരെ ഉയർന്ന രീതിയിൽ തമാശ പറയാനുള്ള കഴിവുണ്ടായിരുന്നു. ഉദാഹരണത്തിന് അയാൾ ആപ്പിൾ കത്തികൊണ്ട് മുറിച്ചുതിന്നുമ്പോൾ തൊലികളഞ്ഞ ഒരു കഷണം കത്തിയുടെ മുനയിൽ കുത്തിനിർത്തി ഞങ്ങളോട് പറഞ്ഞു, ഒരു ചെറുപ്പക്കാരി സ്ത്രീ അയാളെ പോസ്റ്റ് ഓഫീസിലേക്ക് കൂട്ടിക്കൊണ്ടുപോയി പിരിയാൻ നേരം പറഞ്ഞു വത്രെ, ഇങ്ങനെ ജീവിക്കുന്നതിലും നല്ലത് ജീവിക്കാത്തതാണ് അല്ലേ എന്ന്. എന്റെ രണ്ടാനച്ഛൻ വടിയെടുത്ത് അവളെ അടിച്ചുവത്രെ. ഇതു കേട്ട് എല്ലാവരും സന്തോഷപൂർവ്വം ചിരിക്കണമെന്ന് ഉദ്ദേശിച്ചാണ് അയാൾ ഈ കഥ ഞങ്ങളോട് പറഞ്ഞത്.

ഞങ്ങൾ വേനൽക്കാലത്തെ വസതിയിൽ താമസിക്കുമ്പോൾ അയാൾ പൂന്തോട്ടത്തിലൂടെ നടന്ന് ആപ്പിൾ മരക്കൊമ്പുകളെ പിടിച്ചു വളയ്ക്കു ന്നതും അവയെ തൊട്ടുനോക്കുന്നതും ഒക്കെ എന്തുകൊണ്ടോ ഞാൻ ഇപ്പോൾ ഓർക്കുന്നു. അയാൾക്ക് ഓരോ ആപ്പിളും എവിടെ തൂങ്ങുന്നു വെന്ന് അറിയാമായിരുന്നു. അവ എങ്ങനെ വളരുന്നു എന്നും അനുഭവിച്ച് അറിയാൻ അയാൾക്കു കഴിഞ്ഞിരുന്നു.

മറ്റൊരോർമ്മ ഒരു കടയിൽ വെച്ച് അയാൾ മോഷ്ടിക്കപ്പെട്ടു. അയാൾ കാശ് കൊടുക്കുമ്പോൾ മൃദുചിത്തയായ ഒരു സ്ത്രീ സഹായിക്കാമെന്നു പറഞ്ഞ് പേഴ്സിലെ എല്ലാ പണവും മോഷ്ടിച്ചു. അയാൾ ബഹളം തന്നെ ഉണ്ടാക്കി. എടുത്തുകൊടുക്കാൻ നിൽക്കുന്ന പാവപ്പെട്ട പെൺകുട്ടി വിതുമ്പി കരയുകയും അവൾക്ക് ഇതിൽ കൂടുതൽ ഒന്നും ചെയ്യാൻ കഴിയില്ല എന്ന് പറയുകയും ചെയ്തു.

ഞാൻ ആദ്യമായി ക്ഷൗരം ചെയ്തപ്പോൾ എന്റെ രണ്ടാനച്ഛൻ എനിക്ക് ഒരു യൂ.ഡി കൊളോൺ തന്നു. ആ നിമിഷമാവണം ചെറിയൊരു ആശയം എന്റെ തലയിൽ ഉദിച്ചത്. അയാൾക്ക് സ്വന്തമായി കുട്ടികളില്ല. ഇത്രയും വർഷങ്ങൾ ഞാൻ അയാളുടെ മകനാണെന്ന് അയാൾക്ക് തോന്നിയിരിക്കണം. എന്നാൽ അതു തടയാനായി എന്നാൽ കഴിയുന്ന തെല്ലാം ചെയ്തു.

അതിനിടയിൽ ഞാൻ ആ സൂത്രം അയാളിൽനിന്ന് പഠിച്ചു. ക്ഷൗരം ചെയ്യുമ്പോൾ മുറിഞ്ഞാൽ ഒരു കൊച്ചുകഷണം വർത്തമാനപ്പത്രം കീറി മുറിവിൽ വെയ്ക്കുക.

ഇക്കാലമത്രയും ഞാൻ എന്റെ അച്ഛനെക്കുറിച്ച് ഓർക്കുമായിരുന്നു. എന്തിനാണ് അദ്ദേഹം എന്നെയും അമ്മയെയും ഉപേക്ഷിച്ചത്? പിന്നീട് എന്തുണ്ടായി? ഞാനും അദ്ദേഹവും തമ്മിൽ കാണുന്നത് എപ്പോഴും സ്വപ്നം കണ്ടു. എന്റെ സ്കൂൾമുറ്റത്ത് വന്ന് അദ്ദേഹം എന്നെ കാണും എന്ന് എങ്ങനെയോ ഞാൻ ചിന്തിച്ചു.

ഒരിക്കൽ ഒരു മനുഷ്യൻ തന്റെ മകനെ സൈക്കിൾ ഓടിക്കാൻ പഠിപ്പിക്കുന്നത് ഞാൻ കണ്ടു. സൈക്കിളിന്റെ പിന്നാലെ പിടിച്ച് അയാൾ കൂടെ ഓടുന്നത് കണ്ടു. എന്റെ അച്ഛനും അതുപോലെ എന്നെ സൈക്കിൾ ഓടിക്കാൻ പഠിപ്പിക്കണമെന്ന് ഞാൻ ആഗ്രഹിച്ചു.

സ്കൂൾ വർഷം അവസാനിച്ചപ്പോൾ എല്ലാവരും കൂടിച്ചേർന്ന സ്കൂൾ അസംബ്ലിയിൽവെച്ച് പ്രധാന അധ്യാപകൻ എനിക്ക് കഴിവിന്റെ അംഗീ കാരമായ സർട്ടിഫിക്കറ്റ് കൈമാറി. എഴുന്നേറ്റുനിന്ന് വേനൽക്കാല മുടി വെട്ടായ സമ്മർകട്ട് ചെയ്ത മുടിയുമായി, എന്റെ അച്ഛനുവേണ്ടി ഞാൻ തിരഞ്ഞു, മാതാപിതാക്കൾ നിറഞ്ഞ തിരക്കിൽ അദ്ദേഹം അവിടെ ഉണ്ടാ വില്ല എന്ന് അറിഞ്ഞിട്ടുകൂടി. എന്നാൽ അദ്ദേഹം പെട്ടെന്ന് തിരിച്ചുവന്നാൽ എന്തുണ്ടാകും? അദ്ദേഹം എന്റെ വിജയം കാണുന്നുണ്ടോ? എന്നെക്കുറിച്ച് അഭിമാനിക്കുന്നുണ്ടോ?

ചില സമയങ്ങളിൽ എന്തോ കാരണവശാൽ അയാൾ അവശേഷി പ്പിച്ച ആഹാരസാധനങ്ങൾ അമ്മ കളയാതെ വെച്ചിരിക്കുന്നത് കാണാറു ണ്ടായിരുന്നു. ഉദാഹരണത്തിന് ഞാൻ ചെറിയ കുട്ടിയായിരുന്നപ്പോൾ അയാളുടെ വരയ്ക്കുന്ന പെൻസിൽ എടുത്ത് കളിക്കാറുണ്ടായിരുന്നു. അയാളുടെ പഴയ പാഠപുസ്തകങ്ങൾ പറഞ്ഞറിയിക്കാനാവാത്തവിധം

പൊടിയടിച്ച് വിരസമായ കണക്കുകൂട്ടലുകളും ഫോർമുലകളും നിറഞ്ഞവ, മുകളിലെ മുറിയിൽ അപ്പോഴും കിടന്നിരുന്നു. ഒന്നിച്ചിരുന്നപ്പോൾ അവർ എടുത്ത ഫോട്ടോകളൊക്കെ അമ്മ കൊണ്ടുപോയി കളഞ്ഞിരുന്നു. അതുകൊണ്ട് ഗർഭിണിയായിരുന്നപ്പോൾ അദ്ദേഹത്തോടൊപ്പം ഇരിക്കുന്നതുമാത്രമേ കാണാൻ കഴിഞ്ഞുള്ളൂ. അച്ഛന്റെ കൈകൾ പ്രയാസപ്പെട്ട് അവരുടെ തടിച്ച തോളിൽ അമർന്നിരുന്നത് മാത്രമേ അതിൽ ഉണ്ടായിരുന്നുള്ളൂ.

ഞാൻ ഒരിക്കൽ അമ്മയോട് എന്റെ അച്ഛനെപ്പറ്റി ചോദിച്ചു. ആ മനുഷ്യനെക്കുറിച്ച് അപ്പോൾ എന്നോട് പറയാൻ അവർക്ക് താത്പര്യമില്ല എന്ന ഉത്തരമാണ് കിട്ടിയത്.

"നീ വലുതാകുമ്പോൾ എല്ലാം കണ്ടുപിടിച്ചോളും."

പിന്നീട് അദ്ദേഹത്തെക്കുറിച്ച് അവരോട് ചോദിക്കാൻതന്നെ ഞാൻ ഭയന്നു.

ഈ ഇഷ്ടമില്ലായ്മ, ഉപയോഗിക്കാത്ത സ്നേഹം, ദൃഢീകരിച്ച വെറുപ്പ് എന്റെ രണ്ടാനച്ഛനായി ചിലവഴിക്കപ്പെട്ടു. വിക്ടർ സെർഗിവിച്ചിന് അതനുഭവിക്കാൻ സാധിക്കുകയും ചെയ്തു. ആ വയസ്സൻ കിറുക്കൻ ഇതെല്ലാം അർഹിക്കുന്നുണ്ടോ എന്നെനിക്ക് തീർച്ചയില്ലായിരുന്നു.

ക്ലാസിൽ അദ്ധ്യാപകൻ ഏറ്റവും ചെറിയ അണുജീവികളായ പ്രോട്ടോസോവയെ മൈക്രോസ്കോപ്പിലൂടെ കാണിച്ചുതരുമായിരുന്നു. അദ്ദേഹം തന്റെ ടൈ അപ്പോൾ തോളിലൂടെ പുറകോട്ടിടുമായിരുന്നു. എന്നാൽ അത് ഇടയിൽ കടന്നുവരില്ലല്ലോ. പക്ഷേ, അത് വീണ്ടും തിരിച്ചുവന്ന് മുമ്പിലേക്ക് വീണു. ഞങ്ങൾക്ക് ഒന്നും നേരാംവണ്ണം ഉണ്ടാക്കാൻ കഴിഞ്ഞിരുന്നില്ല, വെറും അവ്യക്തമായ മഷിപ്പാടുകളല്ലാതെ. എന്നാൽ ഞങ്ങൾ കണ്ടിരുന്നത് ശരിയായ ജീവിതത്തിന്റെ അനശ്വരതയാണെന്ന് ഞങ്ങളുടെ അധ്യാപകൻ ഞങ്ങളെ വിശ്വസിപ്പിച്ചു. പിന്നീട് അത് ചൂണ്ടിക്കാണിക്കാൻ അദ്ദേഹം എന്നെ ഒരു ഉപകരണമാക്കി. മുഴുവൻ ക്ലാസും ഒരു അവസാനവുമില്ലാതെ ചിരിച്ച് സന്തോഷിച്ചു. എന്നാൽ എനിക്കത് വല്ലാത്ത വേദനയായി. എന്നെ പരിഹസിക്കുകയാണെന്ന് അദ്ദേഹത്തിന് മനസ്സിലായില്ല. എന്റെ കൂട്ടുകാരോട് എന്നെ രണ്ടായി വിഭജിക്കുകയാണെന്ന് കരുതാൻ പറഞ്ഞ് തമാശയ്ക്കായി അദ്ദേഹം തുടങ്ങി. ഓരോ പകുതിയും എന്നിൽത്തന്നെ ഉണ്ട്. ഓരോന്നും ചെറുപ്പക്കാരായ വ്യക്തികളാണ്. ഒരേസമയം അവയ്ക്കൊക്കെ വയസ്സാവും. ജീവിതം ആദ്യം തൊട്ട് ആരംഭിക്കുന്നു; അങ്ങനെ അത് കോടിക്കണക്കിന് വർഷങ്ങൾ തുടരുന്നു.

"വെറുതെ ഒന്ന് സങ്കല്പിക്കുക!" അദ്ദേഹം ആവേശത്താൽ ഉറക്കെ പറഞ്ഞു. "ഈ അണുജീവിയെ നമ്മൾ മൈസ്ക്രോകോപ്പിലൂടെ നോക്കുകയും ദിനോസറിനെ കാണുകയും ചെയ്യുന്നു."

ശരിയായ അമരത്വം ഈ ലോകത്തിലുണ്ടെന്നും പ്രോട്ടോസോവയുടെ അന്ത്യം സത്യമായിട്ടുള്ളതല്ല, അവ അബദ്ധത്തിൽ സംഭവിക്കുന്നതാണെന്നും കണ്ട് ഞാൻ അതിശയിച്ചു. എന്റെ പ്രിയ അദ്ധ്യാപകൻ വിക്ടർ സെർഗിവിച്ച് എന്നെ ആ പരുക്കൻ പ്രാണിയുടെ ദയയ്ക്കായി എറിഞ്ഞുകൊടുത്തത് എന്നെ അതിശയിപ്പിച്ചുകളഞ്ഞു. ഞാൻ രാത്രി എന്റെ തലയിണയിൽ മുഖമമർത്തി കരഞ്ഞുകൊണ്ട് വിചാരിച്ചു, അദ്ദേഹം എന്നെ ഇഷ്ടപ്പെടുന്നുണ്ടാവില്ല എന്ന്. ഞാനും അദ്ദേഹത്തെ ഇനി ഇഷ്ടപ്പെടാൻ പോകുന്നില്ല.

കുരുവി!

എന്നാൽ ഒരാഴ്ച കഴിഞ്ഞ് ഞങ്ങളുടെ ക്ലാസിൽവെച്ച് അദ്ദേഹം അന്തരിച്ചു.

സാഷ! ഞാൻ നിനക്ക് എഴുതുന്നു. ചുറ്റുമുള്ള എല്ലാം ഞാൻ മറക്കുന്നു. എത്ര സുഖകരമാണത്!

ഇവിടെ എല്ലാം മരണവും വേദനയും കിനിഞ്ഞ് ഇറങ്ങിയതാണ്. എവിടെയെങ്കിലും എന്തെങ്കിലും സംഭവിക്കാത്ത തരത്തിലുള്ള ജീവിതമുണ്ടോ എന്നുപോലും ചിന്തിക്കാൻ കഴിയാത്തതരത്തിലാണ്. നിരത്തുകൾ, വർത്തമാനപത്രങ്ങൾ, കടകൾ, ട്രാമുകൾ, മൃഗശാല, ഭോജനശാലകൾ അങ്ങനെ എവിടെയും. ജനങ്ങൾക്ക് എന്തും പോസ്റ്റ് ഓഫീസിൽ കൊണ്ടുപോയി ഇടാൻ കഴിയും. അല്ലെങ്കിൽ കേക്കിനായി മധുരപലഹാരക്കടയിൽ വിളിക്കാൻ കഴിയും.

ഇവിടെനിന്ന് നോക്കുമ്പോൾ ചെറിയ കാര്യങ്ങൾപോലും വിചിത്രമായി തോന്നും. ഞാൻ ഇല്ലാതെ എന്റെ നഗരം അതിന്റേതായ ജീവിതം ജീവിക്കുന്നു എന്നതുതന്നെ അദ്ഭുതകരമല്ലേ? അതെനിക്ക് കാണാമറയത്താണ്. അവിടെ ഇപ്പോൾ ചൂടുകാലമാണ്. നീ ഉള്ളിടത്തും. എന്നാൽ അത് വായുസഞ്ചാരമില്ലാത്ത വിയർത്തൊലിക്കുന്നതാവില്ല അല്ലെ?

തണുപ്പുകാലം വരാനായി ഞാൻ എത്രമാത്രം കാത്തിരിക്കുന്നുവെന്നോ?

വായയിൽ തണുത്ത വായു നിറച്ച് ഇറക്കണം. ഉണങ്ങിയ ബിസ്കറ്റുകൾ തിന്നുന്നമട്ടിൽ നടക്കുമ്പോൾ മഞ്ഞിൻതരികൾക്കു മുകളിൽ എന്റെ കാലടികൾ പതിയുന്ന ശബ്ദം കേൾക്കണം. വെള്ളമൊഴുകിപ്പോകുന്ന പൈപ്പിനടിയിൽ മഞ്ഞുപാളികൾ കാണണം. അതിരാവിലെ സാവധാനത്തിലും ചിന്തയിലാണ്ടും മഞ്ഞുപൊഴിയുന്നത് കാണണം.

നിനക്കറിയുമോ, മാർച്ച് മാസത്തിലെ കാട് ഞാൻ ഓർക്കുകയാണ്. മഞ്ഞ് മാറിക്കഴിഞ്ഞിരുന്നു. എന്നാലും ആളുകൾ മഞ്ഞുകാലത്തെ ഹിമപാതയിലൂടെ അടിവെച്ച് അടിവെച്ച് നടന്നു. അപ്പോഴും ഉണക്ക ഇലകൾക്കു മുകളിൽ അല്പം മഞ്ഞുണ്ടായിരുന്നു. വൃത്തികെട്ട, മരക്കുറ്റികൾ

നിറഞ്ഞ അപ്പോഴും മഞ്ഞ് അലിഞ്ഞുതീരാത്ത ഒരു വിചിത്രമായ വഴി ഉണ്ടായിരുന്നു. ഞാനത് എന്തിനാണ് ഓർക്കുന്നത്?

ഞങ്ങൾ മട്ടുപ്പാവിൽ ഒരു കുപ്പിവെള്ളം മറന്നുവെച്ചതും ഞാൻ ഓർക്കുന്നു. തണുത്തുറഞ്ഞ ഒരു രാത്രിയിൽ കുപ്പി പൊട്ടിച്ചിതറി. എന്നാൽ വെള്ളം കുപ്പിയുടെ ആകൃതിയിൽ അങ്ങനെ നിന്നു.

എല്ലാം ഓർക്കുന്നത് ഞങ്ങൾ ഇവിടെ ദാഹിച്ച് പൊരിയുന്നതു കൊണ്ടാണ്.

സാഷൻക, നാട്ടിലേക്ക് വരുന്നതിനെക്കുറിച്ച് ഞാൻ എത്ര പ്രാവശ്യം ചിന്തിച്ചിട്ടുണ്ടെന്നോ! അവിടെ എല്ലാം ഇപ്പോഴും അതേ സ്ഥലത്തുതന്നെ ഇരിക്കുന്നുണ്ടാവും. എന്റെ മുറിയിലെല്ലായിടത്തും പുസ്തകങ്ങൾ. ജാലകപ്പടിയിൽ ഉത്തരംവരെ മുട്ടുന്ന ഷെൽഫുകളിൽ അട്ടിയായി അടുക്കിയമട്ടിൽ, നിലത്ത് ഒരു കെട്ട് വിറകും. എന്റെ പഴയ വളഞ്ഞ കൊച്ചു കട്ടിൽ. എന്റെ മേശവിളക്ക്. വെടിവെയ്പില്ല, മരണമില്ല, എല്ലാം അതാതിന്റെ സാധാരണ നിലയിൽ. ക്ലോക്ക് അടിക്കുന്നു. എന്നാൽ സമയം നിശ്ചലമായി. എല്ലാം ശരിയാണ്. അതാണ് വീട്. അത് എന്റേതാണ്.

നിനക്കറിയുമോ, ഞാൻ അവിടെനിന്ന് മടങ്ങിയെത്തി ഭിത്തിയിലൊട്ടിച്ച കടലാസുകളിലേക്ക്. അലസമായി പകുതി ദിവസവും അങ്ങനെ നോക്കിക്കിടക്കുന്നത് സ്വപ്നം കാണുന്നു. ഇത്ര നിസ്സാരമായ ഒരു സംഗതി ഒരു മനുഷ്യനെ ഇങ്ങനെ സന്തോഷിപ്പിക്കും എന്ന കാര്യം മുമ്പൊരിക്കലും എന്റെ തലയിൽ കയറിയിട്ടില്ലായിരുന്നു.

അതെ, അതെ, താൻ തിരിച്ചുവരുമ്പോൾ ഏറ്റവും പരിചിതവസ്തുവിനെപ്പോലും വളരെ വ്യത്യാസത്തോടെയേ ഞാൻ നോക്കിക്കാണൂ. ചായയുണ്ടാക്കുന്ന സ്ഥലം, ഒരു വിളക്ക്, മൃദുവായ ഒരു ചാരുകസേര, ഒരു പുസ്തക അലമാരി. ജനാലയിലൂടെ കാണുന്ന ഫാക്ടറിയുടെ ചിമ്മിനി, ആ സാധനങ്ങൾക്കെല്ലാം ഇപ്പോൾ ഒരു പുതിയ അർത്ഥം ഉള്ളതായി എനിക്ക് തോന്നുകയാണ്. അതിനു മാത്രമല്ല, എന്തു സംഭവിച്ചാലും അത് സംഭവിക്കേണ്ടതാണ് എന്നു തോന്നുന്നു.

മരിച്ചവരെക്കുറിച്ചുള്ള എന്താണ് എന്നെ അദ്ഭുതപ്പെടുത്തുന്നത് എന്നറിയാമോ? അവരെല്ലാം ഒരേപോലെയാണ്. ജീവിതത്തിൽ അവർ വ്യത്യസ്തരായിരുന്നു. എന്നാൽ പിന്നീട് അവരുടെയൊക്കെ കണ്ണുകൾ ഒരേപോലെയാണ്. കൃഷ്ണമണി ജീവനില്ലാതെ, വഴുവഴുപ്പുള്ള തൊലിയുമായി, മിക്കവാറും എപ്പോഴും വായയും തുറന്ന്. മുടിയെല്ലാം പ്രത്യേകിച്ച് അറപ്പുതോന്നിക്കുന്നതും ആയിട്ട് വിരലുകളിലെ നഖങ്ങളും. വിശദീകരിക്കാനെനിക്ക് കഴിയില്ല!

മണവും ഒരുപോലെയാണ്. മണമല്ല, അഴുകിയ നാറ്റം. ദുർഗന്ധം. ലോകത്തിലെ ഏറ്റവും അസഹ്യമായ നാറ്റം.

നിനക്കറിയുമോ എന്റെ ജീവിതത്തിൽ ഞാൻ ഒരുപാട് ചത്ത മത്സ്യങ്ങളെയും മൃഗങ്ങളെയും പക്ഷികളെയുമൊക്കെ കണ്ടിട്ടുണ്ട്. എന്നാൽ

മനുഷ്യശവശരീരത്തിന്റെ ദുർഗന്ധംപോലെ മറ്റൊന്നും ഒരിക്കലും ഉണ്ടാവില്ല.

ആ നാറ്റവുമായി പഴകുക ബുദ്ധിമുട്ടാണ്. ശ്വസിക്കാതിരിക്കാനും കഴിയില്ല.

മനുഷ്യവിസർജ്ജ്യത്തിന്റെ ദുർഗന്ധം, അവർ കുഴികൾക്കു മുകളിൽ തളിക്കുന്ന ചുണ്ണാമ്പു ചേർത്തുള്ള വെള്ളവും മറ്റും ചേർന്നുള്ളത്. മറ്റേതുമായി താരതമ്യം ചെയ്യുമ്പോൾ ഒന്നുമല്ല. അല്ലെങ്കിൽ മുറിവുകൾ വെച്ചുകെട്ടുന്ന ബാൻഡേജ് സ്റ്റേഷനുള്ളിലെ പഴുപ്പുകലർന്ന ബാൻഡേജുകളുടെ മണം.

വിയർപ്പിന്റെയും വൃത്തികെട്ട ശരീരങ്ങളുടെയും ശ്വാസംമുട്ടിക്കുന്ന മണം, എന്നാൽ ഞാൻ സ്വന്തമായി ശ്വസിക്കുവാൻ ആഗ്രഹിക്കുന്നത് വൈക്കോലിന്റെ മണം കുതിരയുടെ മണത്തോടൊപ്പം വരുന്നതാണ്.

ചിലപ്പോൾ എനിക്ക് എന്റെ മൂക്കുതന്നെ ചെത്തിക്കളയാൻ തോന്നും.

മുറിച്ചിട്ട് ആദ്യം കിട്ടുന്ന അവസരത്തിൽ വീട്ടിലേക്ക് അയയ്ക്കണമെന്നും തോന്നും. ഗോഗോളിന്റെ പൊയ്പ്പോയ മൂക്ക്. പിന്നെ ഒന്നിനെയും മണക്കില്ല. എന്നാൽ എന്റേത് ചുറ്റിനടന്ന് പരിചിതമണങ്ങളെയൊക്കെ മണക്കുന്നു.

സമയം കടന്നുപോകുമ്പോഴും എല്ലാം അതുപോലെയുണ്ട് എന്നത് അദ്ഭുതകരമാണ്. ഓർക്കുന്ന ആ മണങ്ങൾ എന്നെ ദുർബലനല്ല, ശക്തനാക്കുകയാണ് ചെയ്യുന്നത്.

ഞാൻ പാർക്കിലൂടെ നടന്നു. പൂത്തിരിക്കുന്ന നാരകമരം പ്രസരിപ്പിക്കുന്നത് വെറുമൊരു മണമല്ല, വലിയ പൂപ്പാടത്തിന്റെ അത്ര മണമാണ്. ഞങ്ങളുടെ മധുരപലഹാരക്കട അവിടെയുണ്ട്. വാനില, സിനമൺ, ചോക്കലേറ്റ്, മെരിംഗ്, മാർസി പാൻ, എക്ലയേഴ്സ്, മാർഷ്മല്ലോസ്. പഴം കൊണ്ടുള്ള മധുര പലഹാരം. പ്ലംഫഡ്ജ്, ഹൽവ. എന്റെ പ്രിയപ്പെട്ട റം ചേർത്ത മിഠായികൾ. പൂക്കടയിൽനിന്നും പച്ചനിറത്തിന്റെയും നീരുകളുടെയും മണം. വെളുത്ത ലില്ലിപ്പൂക്കളുടെയും ആവി പൊങ്ങുന്ന മണ്ണിന്റേയും മണം.

തുറന്ന ജനാലയിലൂടെ വരുന്ന മണം. പുതുതായി പൊടിച്ച കാപ്പിക്കുരു. അവരതാ മീൻ വറുക്കുന്നു. അവിടെ പാല് തിളച്ചുപൊങ്ങുന്നു. ആരോ ജനൽപ്പടിയിൽ സീറ്റ് കൈക്കലാക്കി ഓറഞ്ച് തൊലി കളയുന്നു. ഇവിടെ അവർ സ്ട്രോബറി ജാം തയ്യാറാക്കുന്നു.

ആവി പൊങ്ങുന്ന ഇസ്തിരിപ്പെട്ടി, ഇസ്തിരിയിടാനുള്ള ബോർഡ്, നീരാവി.

വീണ്ടും അലങ്കാരപ്പണികൾ പുരോഗമിക്കുന്നു - എന്റെ മൂക്കിൽ പെയിന്റിന്റെ മണം ഇക്കിളിയുണ്ടാക്കുന്നു.

ഇപ്പോൾ തോലിന്റെ മണം - ഷൂസ്, ഹാന്റ്ബാഗുകൾ, ബെൽറ്റുകൾ.

പിന്നീട് സുഗന്ധദ്രവ്യങ്ങൾ - സെന്റിന്റെ മണം, ക്രീമുകൾ, യൂഡി കൊളോൺ, പൗഡറുകൾ.

മീനിന്റെ മണം - പൊടിച്ച മഞ്ഞിനുമുകളിലിട്ട മീനിന്റെ കടലിന്റെ പുത്തൻമണം.

എഞ്ചിനീയറിംഗ് വർക്ക്ഷോപ്പുകൾ - തുരുമ്പിന്റെയും ഗ്രീസിന്റെയും മണ്ണെണ്ണയുടെയും എഞ്ചിൻ എണ്ണയുടെയും മണം.

ഒരു മൂലയിലുള്ള ചെറിയ കടയിൽനിന്നും പുതിയ വർത്തമാനപത്രങ്ങളിലെ പ്രിന്ററിന്റെ പെട്ടെന്നുള്ള ശീൽക്കാരശബ്ദം.

ഇവിടെ ബോയിലർ മുറിയിൽനിന്ന് ആരോ പുറത്തുവന്നു. അയാളിൽ നിന്നും വിയർപ്പിന്റെയും ചാക്കുതുണിയുടെയും കൽക്കരിയുടെയും ഗന്ധം പൊങ്ങി.

ചൂടുള്ള, വിശപ്പുണ്ടാക്കുന്ന പുതുതായി ഉണ്ടാക്കിയ ബ്രഡ്റോളുകളുടെ മണം ബേക്കറിയിൽനിന്നും പൊങ്ങിവന്നു.

ഇതാ ഒരു കെമിസ്റ്റിന്റെ ജോലിസ്ഥലം! കെമിസ്റ്റിന്റെ ജോലിസ്ഥലം ആശുപത്രിപോലെ മണത്തു!

കുറച്ചപ്പുറത്ത് അവർ ടാർ ഉരുക്കുകയാണ്. അവർ റോഡ് ടാർ പൂശുകയാണ്. എല്ലാം ചൂടുള്ള അതിന്റെ മണത്തിൽ മുങ്ങിനിന്നു.

എനിക്കിങ്ങനെ മണത്തുമണത്ത് അനന്തമായി അങ്ങനെ നടക്കാൻ കഴിയും.

ഇപ്പോൾ ഒരു മാസമാകാറായിട്ടുണ്ടാകും.

ഇപ്പോൾത്തന്നെ മൂന്ന് ആഴ്ചകൾ കഴിഞ്ഞു സോനോച്കയ്ക്ക് ഇത് സംഭവിച്ചിട്ട്. അവൾക്ക് ഇനിയും ശരിയായിട്ടില്ല.

ഇതൊക്കെ എല്ലാംകൂടി ഏതുതരത്തിൽ എങ്ങനെ സംഭവിച്ചു എന്ന് ഇപ്പോഴും വ്യക്തമല്ല. ഡോങ്ക ചിലപ്പോൾ തണുത്തുറഞ്ഞ പടികളിൽ ഈയം പൊതിഞ്ഞ ഭാഗത്ത് വഴുക്കിയിട്ടുണ്ടാവും. സോനോച്കയെയും പിന്നാലെ കൊണ്ടുപോകുമ്പോൾ അവൾ വഴുക്കി തല കൂർത്ത ഒരു കല്ലിന്റെ വക്കിൽത്തട്ടി വീണു. അവൾ മഞ്ഞുപെയ്യുന്ന ഒരു ചെളിക്കുളത്തിൽ വീണുകിടക്കുകയായിരുന്നു.

ഞാൻ അവളെ എന്റെ ആശുപത്രിയിലേക്ക് മാറ്റി. അവൾക്ക് ഒരു പ്രത്യേക മുറി കിട്ടാൻ ഞാനെത്ര ശ്രമിക്കേണ്ടിവന്നുവെന്നോ.

അവൾ അവിടെ ഉണങ്ങി എല്ലും തോലുമായി കിടക്കുന്നുണ്ട്.

അവളുടെ കൈകളും കാലുകളും മുഴുവൻ ഇഞ്ചക്ഷനുകളുടെ നീല പാടുകളാണ്. അവളെ ശ്രദ്ധിക്കാൻവേണ്ടി പഠിച്ച ആളുകളെ അവർ കൊണ്ടുവന്നു.

“ഇതാ ഒരു രസകരമായ കേസ്. ഞങ്ങൾ സംസാരിക്കുന്നത് ഒരു പെൺകുട്ടിയെക്കുറിച്ചാണ്. മുറിവ് പറ്റിയശേഷം അവൾ കോമയിലാണ്.

അവളുടെ അച്ഛനമ്മമാർ മാറിമാറി ആശുപത്രികളിൽ വന്ന് മണിക്കൂറുകളോളം ഇരിക്കുന്നു.

ആരെങ്കിലും പഴയ തുണികൾ അവളുടെ ശരീരത്തിൻകീഴിൽ നിന്നെടുത്ത് നല്ല വെള്ളം അവളുടെ വരണ്ട കണ്ണിൽ ഒഴിക്കുന്നു. അവളുടെ വരണ്ടുണങ്ങിയ ചുണ്ടുകൾ നനയ്ക്കുന്നു. തിരിച്ചും മറിച്ചും കിടത്തി കുളിപ്പിക്കുന്നു.

ഞാൻ അതിലെ നടന്ന് അകത്തേക്ക് നോക്കി. അയാൾ ജനാലയിലൂടെ പുറത്തേക്ക് നോക്കിക്കൊണ്ട് അവളുടെ ജീവനില്ലാത്ത പാദങ്ങൾ തിരുമ്മുകയായിരുന്നു.

അയാൾ സംഭവിച്ചതിനൊക്കെ സ്വയം പഴിക്കുന്നു. അവൾ എന്നെയും അഡ പ്രധാന ഡോക്ടറുടെ അടുത്ത് പൊയ്ക്കൊണ്ടിരിക്കുന്നു. ആവശ്യപ്പെടുകയും കരയുകയും ചെയ്യുന്നു.

ഇടനാഴിയിൽവെച്ച് അവൾ പറയുന്നത് എനിക്ക് കേൾക്കാൻ കഴിഞ്ഞു.

"ഡോക്ടർ, എന്തെങ്കിലും ചെയ്യൂ."

അവൾ സോന്യയുടെ കൂടെയാകുമ്പോൾ ഞാൻ അകത്തു പോകില്ല.

ഞാൻ രാത്രി ജോലിയിലാകുമ്പോൾ ഇടയ്ക്കിടെ ഞാൻ അകത്തു പോകും.

അവളുടെ കട്ടിലിനടുത്തുള്ള ഒരു ലോക്കറിൽ ഒരു ഭാഗത്ത് ലെൻസുള്ള കണ്ണടയുണ്ട്. അവളുടെ വാച്ചും. ഞാൻ അത് തിരിച്ച്‌വെയ്ക്കും. കളിപ്പാട്ടങ്ങൾ കിടക്കയിലുണ്ട്. വീട്ടിൽനിന്ന് കൊണ്ടുവന്നവ. അയഞ്ഞ് തൂങ്ങുന്ന ബട്ടൻ കണ്ണുകളുള്ള പുലിക്കുട്ടി.

അവളുടെ ചെരുപ്പുകൾ കിടക്കയ്ക്ക് താഴെ ഉണ്ട്. ക്ഷമയോടെ കാത്തിരിക്കുന്നു.

അയാൾ അവളുടെ അടുത്തിരിക്കുമ്പോൾ ഒരിക്കൽ ഞാൻ അകത്തേക്ക് പോയി. അയാൾ അണ്ണാന്റെ രോമമുള്ള ബ്രഷെടുത്ത് അവളുടെ കൈകളിലൂടെ ഓടിക്കുന്നത് കണ്ടു. അയാൾ എന്നെ കണ്ടു. നാണക്കേട് തോന്നി ബ്രഷ് മാറ്റിവെച്ചു.

അവളുടെ രണ്ട് കൂട്ടുകാരികൾ സ്കൂളിൽനിന്ന് വന്നു. അവർ അവിടെ ഒരു മിനിട്ട് ഇരുന്നശേഷം പേടിച്ച് ഒതുങ്ങി മാറി ഇരുന്നു. അയാൾ അവരോട് പറഞ്ഞു,

"എന്തെങ്കിലുമൊക്കെ പറയൂ. ക്ലാസിൽ നിങ്ങളിപ്പോൾ എന്തു ചെയ്തുകൊണ്ടിരിക്കുന്നു എന്ന് പറയൂ."

അവർ ഒന്നുകൂടി ഒതുങ്ങി ഇരുന്നു.

എന്തോ കാരണംകൊണ്ട് അവർ അവളുടെ കൈക്കുള്ളിൽ കപ്പിന്റെ ആകൃതിയിലുള്ള ഒരു കായ വെച്ചുകൊടുത്തു. എന്നിട്ട് അവർ കരഞ്ഞു കൊണ്ട് മുറിക്ക് പുറത്തിറങ്ങി.

രാത്രിയുടെ മധ്യത്തിൽ അയാൾ നിലവിളിച്ചുകൊണ്ട് ഉണർന്നു. സോനോച്കയുടെ വിരൽ കതകിനടിയിൽപെട്ടതായി അയാൾ സ്വപ്നം കണ്ടതാണ്.

നിനക്കറിയുമോ, ഞാൻ മുൻപേ നടക്കുകയായിരുന്നു. അവൾ പിന്നിൽ വാതിലിനിടയിൽ കൈവെച്ചു നിൽക്കുന്നത് ഞാൻ കണ്ടില്ല.

അയാൾ ആകെ വിയർത്തുകുളിച്ച് ഉറക്കെ ശ്വാസിച്ചു. അയാൾ വികാര വിക്ഷുബ്ധതയോടെ മുറിയിലേക്ക് തിരിഞ്ഞ് നടന്നുപോയി.

ഞങ്ങൾ വേറെ വേറെ കിടന്നു.

ഞാൻ ആദ്യമായി മറ്റേ മുറിയിൽ കിടക്കാൻ പോയി. കാരണം അയാൾ കൂർക്കം വലിക്കുകയും അസ്വസ്ഥനാവുകയും ചെയ്യും. അർദ്ധരാത്രിയിൽ അയാൾ തന്റെ കൈ എടുത്ത് എന്റെ കണ്ണിൽ വെയ്ക്കുകയും ചെയ്യും.

എന്നാൽ ഇപ്പോൾ എനിക്ക് ശരിക്കും മനസ്സിലാകുന്നുണ്ട് അയാൾ അന്ന് പ്രത്യേകതരം ഒറ്റപ്പെടലിനെക്കുറിച്ച് സൂചിപ്പിച്ചത്. ഒരു ദിവസം ഞാൻ ഉറക്കമുണർന്നപ്പോൾ എന്റെ തലയിണയുടെ അടുത്ത് അയാളുടെ വാർദ്ധക്യം ബാധിച്ചതും അകലം തോന്നിക്കുന്നതും അപരിചിതവുമായ മുഖം കണ്ടു.

ഞാൻ മുമ്പ് കാണാതിരുന്ന അയാളുടെ കാര്യങ്ങൾ ഞാൻ ഇപ്പോൾ ശ്രദ്ധിക്കാൻ തുടങ്ങി.

ചില അവിശ്വസനീയമായ രീതിയിൽ അയാൾ ചിലതിലൊക്കെ അതൃപ്തിയുള്ള ആളായി മാറി. ആളുകളോടൊപ്പം ഒന്നിച്ചിരിക്കുമ്പോൾ അയാൾ അയാളുടെ ഗ്ലാസ് ഉയരത്തിൽ അലമാരയുടെ മുകളിലോ മറ്റോ ആയി വെച്ചു. എന്നാൽ അബദ്ധത്തിൽപോലും ആരും എടുക്കില്ലല്ലോ. മറ്റുകാര്യങ്ങളിലൊക്കെ എന്നാൽ അയാൾ ഒരു വൃത്തികെട്ടവനായി. എപ്പോഴും ഞാൻ അയാളുടെ തുണികൾ കഴുകാൻ എടുക്കുമ്പോൾ അയാളുടെ അടിവസ്ത്രത്തിൽ തവിട്ട് കറകൾ കണ്ടു. അയാൾ കഴിക്കുന്ന രീതി എന്നെ ദേഷ്യം പിടിപ്പിച്ചു. ആർത്തിയോടെയും വേഗത്തിലും ശ്രദ്ധയില്ലാതെ വൃത്തികെട്ട രീതിയിലും.

ഞങ്ങൾ അയാളുടെ പഴയ കൂട്ടുകാരുടെ വീടുകളിൽ പോകാതെയായി. അയാൾ അവനൊരു ചെരുപ്പുനക്കിയാണ്. അയാൾക്ക് കൂട്ടുകാരൊന്നും ബാക്കിയുണ്ടായിരുന്നില്ല. പഴയ കുടുംബസുഹൃത്തുക്കൾ അല്ലെങ്കിൽ മറിച്ച് അവരുടെ ഭാര്യമാർ ഇയാൾ അഡയെ വിട്ടശേഷം ഒരു മോശം ഉദാഹരണത്തെയാണ് തങ്ങൾ കൂടെകൂട്ടുന്നത് എന്ന് ചിന്തിച്ച് അയാളെ ക്ഷണിക്കുന്നതും മറ്റും ഒഴിവാക്കിയിരുന്നു.

അയാൾ വൃദ്ധനാകുന്നു. അതേച്ചൊല്ലി അയാൾ ഭയക്കുകയും ചെയ്തു.

അയാൾ കൂടുതൽ ശക്തിയോടെ എന്നെ അയാളോട് ചേർത്ത് അമർത്തി. അത് അയാളെ കൂടുതൽ വയസ്സനാക്കി.

അയാൾ എല്ലാം മറക്കാൻ തുടങ്ങി. പ്രധാന കാര്യങ്ങളും നിസ്സാര മായവയുമൊക്കെ. അയാൾ എന്റെ അടുത്തേക്ക് സംഭ്രമത്തോടെ ഓടിവന്നു.

"ഒന്നു ചിന്തിക്ക്, 'മുസീദ് ഓർസെയിൽ ദി പാർക്വിറ്റ് പ്ലാനേഴ്സ്' ആരാണ് പെയിന്റ് ചെയ്തത് എന്ന് എനിക്ക് ഓർക്കാൻ കഴിയുന്നില്ല. രാവിലെ മുതൽ അതെന്നെ വിഷമിപ്പിക്കുകയാണ്."

ചിലപ്പോൾ എനിക്ക് അയാളെ വളരെ നല്ല രീതിയിലാവും മനസ്സിൽ തോന്നുക. വളരെ എളുപ്പമായും സുഖവും സുതാര്യമായും ഒക്കെ. എന്നാൽ ചിലപ്പോൾ ഇരുട്ട് തിരമാലപോലെ പൊങ്ങി എന്റെ ഉള്ളിൽ നിറയും.

ഞങ്ങൾ രണ്ടുപേരും ഒന്നിച്ചായാലും തികച്ചും ഒറ്റപ്പെട്ടതുപോലെ യാണ്.

സോന്യയ്ക്ക് ഇതൊക്കെ സംഭവിക്കും മുൻപ് അയാൾ പറഞ്ഞു.

"നമ്മൾ സന്തോഷത്തോടെ ഇരുന്ന സമയമുണ്ടായിരുന്നു അല്ലേ?"

"അതെ."

എന്താണ് സംഭവിക്കുന്നത്?

അയാൾ അതിന് സ്വയം വിശദീകരണം നൽകി.

"നോക്ക്, നീയും ഞാനും ഫ്രെസ്നെൽസിന്റെ രണ്ട് കണ്ണാടികൾ പോലെയാണ്. അവർ രണ്ട് കണ്ണാടികൾ എടുത്ത് വെളിച്ചം പ്രതിഫലി പ്പിക്കും. ഒന്നിച്ച് വെയ്ക്കുകയും ചെയ്യും. ഒരു പ്രത്യേക രീതിയിൽ വെച്ചാൽ രണ്ട് പ്രകാശങ്ങളുംകൂടി ഇരുട്ട് പ്രദാനം ചെയ്യും."

ഇടയ്ക്കിടെ ഞങ്ങൾ ഒരു ചീത്ത സിനിമയിൽ എന്നപോലെ വഴക്കു കൂടാറുണ്ടായിരുന്നു. ചെറിയ കാര്യങ്ങൾക്കായി തമ്മിൽ പിരികയറ്റും. ഉച്ചത്തിൽ ബഹളമുണ്ടാക്കി വാതിൽ വലിച്ചടയ്ക്കും.

ചില സമയങ്ങളിൽ ഞാൻ ഇതെല്ലാം പുറത്തുനിന്ന് കാണുക യാണെന്ന് തോന്നാറുണ്ട്. ആരാണ് ഈ രണ്ട് ആളുകൾ അടുക്കളയിൽ? അവരെന്താണ് പറയുന്നത്? എന്തിന്?

അവൾ ശരിക്കും ശുണ്ഠി പിടിപ്പിച്ചു. ആരാണ് ആ സ്ത്രീ? അത് ഞാൻ തന്നെയാണോ ശരിക്കും? അല്ല, അത് അസാധ്യമാണ്. എന്നാൽ ഞാൻ എവിടെയാണ്? എനിക്കെന്താണ് സംഭവിക്കുന്നത്? ഞാൻ എങ്ങോ ട്ടാണ് പോകുന്നത്?

"നീ ആടിനെ നേരെ പാചകം ചെയ്തിട്ടില്ല. നിനക്കറിയാമോ. അഡ എത്ര നന്നായിട്ടാണെന്നോ..."

ഇറച്ചി ചവറ്റുകൂനയിലേക്ക് പറക്കുന്നു.

"എന്നാൽ നിങ്ങൾക്കുള്ള ആട് അവർ തന്നെ പാചകം ചെയ്യട്ടെ." അടുക്കളയിലെ ആ സ്ത്രീ ഞാനായിരിക്കാൻ സാധ്യതയില്ല. ഉണ്ടോ?"

സോന്യയുടെ അപകടത്തിനുശേഷം വഴക്കുകൾ തണുത്തു. എന്നാലും ഞങ്ങൾ തമ്മിൽ കൂടുതൽ അടുപ്പം ഉണ്ടായിട്ടില്ല.

അയാൾ ആശുപത്രിയിൽനിന്ന് വരുന്നു, കുടിക്കുന്നു. ഒരു ദിവസം മുഴുവൻ കുടിച്ച് ഒരിക്കൽ അയാൾ പിറുപിറുത്തു.

"നിനക്കറിയുമോ സാഷ, എനിക്ക് ഭയം തോന്നുന്നു. "എന്റെ ജീവിതത്തിൽ ഞാൻ കാത്തുകൊണ്ടിരുന്ന വ്യക്തി നിനക്കാവാൻ കഴിയില്ല, എങ്കിൽ ഇതും തെറ്റായ ഒരനുമാനമാവില്ലേ? എന്നാൽ ഞാൻ അതുതന്നെ ശരി എന്നു കരുതിയാൽ അത് അങ്ങനെതന്നെയാവുകയും ചെയ്യും."

ഞാൻ അയാളെ വിവസ്ത്രനാക്കി കിടക്കയിൽ കിടത്തി. കുപ്പിയിൽ ബാക്കിയുണ്ടായിരുന്നത് കുടിച്ചുതീർത്തു.

മറ്റൊരു സമയത്ത് അയാൾ പറഞ്ഞു,

"ഞാൻ വിചാരിച്ചു നമ്മൾക്ക് തമ്മിൽ ഉണ്ടായിരുന്നത് സത്യമാണ് എന്ന്. അതായത് നമ്മൾ ഒന്നിച്ചുനിന്നാൽ അത് സത്യമാണ്. മറ്റാരുടെയെങ്കിലും ഒപ്പമാണ് നമ്മളെങ്കിൽ നമ്മൾ നമ്മളെ തിരഞ്ഞുകൊണ്ടിരിക്കും ഒരിക്കലും കാണുകയുമില്ല. എന്നാൽ അത് വെറുമൊരു മായ മാത്രമായിരുന്നിരിക്കും.

മിനിഞ്ഞാന്ന് ഞാൻ ആശുപത്രിയിൽ വെച്ച് അഡയെ കണ്ടു. പതുക്കെ പടികൾ കയറിക്കൊണ്ട് അവൾ മകളുടെ അടുത്തേക്ക് പോവുകയായിരുന്നു. ജനാലയുടെ അടുത്തുനിന്ന് ശ്വാസം കിട്ടാൻ കിതയ്ക്കുകയായിരുന്നു അവൾ. ഞാൻ അവൾക്ക് മുന്നിൽ എത്തി. അവൾ എന്നെ കണ്ടപ്പോൾ പെട്ടെന്ന് ചിരിച്ചു. ഞാൻ അവൾക്കു മുമ്പേ നടക്കാൻ തുടങ്ങി.

"ഞങ്ങളുടെ സോനോച്കയ്ക്കായി നീ കഴിവതെല്ലാം ചെയ്യുന്നുണ്ടെന്നറിയാം. നന്ദി. ദയവായി എന്നെ വെറുക്കരുത്."

അവൾ പതുക്കെ മുകളിലേക്ക് കയറാൻ തുടങ്ങി. ആ രാത്രി എനിക്ക് ഉറങ്ങാൻ കഴിഞ്ഞില്ല. അയാളുടെ ശ്വാസോച്ഛ്വാസത്തിൽനിന്ന് അയാളും ഉറങ്ങിയിരുന്നില്ല എന്ന് മനസ്സിലായി. രണ്ടുപേരും അവിടെ ഉറക്കമില്ലാതെ കിടക്കുമ്പോൾ ഞാൻ പറഞ്ഞു,

"ഓർക്കൂ, നിങ്ങൾ അഡയെ വിവാഹം ചെയ്തത് ഒരു തെറ്റായിരുന്നു എന്നു നിങ്ങൾ എന്നോട് പറഞ്ഞില്ലേ?"

"ഉവ്വ്."

"ആട്ടെ, നിങ്ങൾ ആ തെറ്റ് ശരിയാക്കി അവളോടൊപ്പം അവസാനകാലം വരെ ജീവിക്കണമായിരുന്നു എന്ന് ഞാൻ ഇപ്പോൾ ചിന്തിക്കുകയാണ്."

എന്റെ സാഷൻക!

നിനക്ക് അവിടെ എങ്ങനെയുണ്ട്!

നിനക്ക് എന്താണ് സംഭവിക്കുന്നത്?

എനിക്കറിയാം നീ എനിക്കായി കാത്തിരിക്കുകയാണ്, എന്നെ ഇഷ്ടപ്പെട്ട് എനിക്കായി കത്തുകൾ എഴുതിക്കൊണ്ട്.

ഈ പദസമുച്ചയത്തിൽനിന്ന് എന്തെങ്കിലും വിട്ടുകളയണമെന്നുണ്ടെങ്കിൽ അത് 'എന്നെ' എന്നതായിരിക്കും. എന്നാൽ ഇപ്പോൾ എല്ലാം അപ്രധാനമായിരിക്കുകയാണ്.

നിന്റെ കത്തുകൾ ഇല്ലാത്തത് എന്നെ വല്ലാതെ വിഷമിപ്പിക്കുന്നു. ഞങ്ങളെല്ലാവരും ഇവിടെ ഒരു കത്തിനായി കാത്തിരിക്കുകയാണ്. എന്നാൽ ഒന്നും ഇല്ല. ഭാവിയിൽ ഉണ്ടാകാനും സാധ്യതയില്ല എന്നു തോന്നുന്നു. നിന്റെ കത്തുകൾ ചുറ്റിക്കറങ്ങിവരികയാണെന്ന് തോന്നുന്നു. അവ എന്തായാലും എന്റെ കൈയിൽ കിട്ടും. അവ എവിടെയൊക്കെ ആയിരുന്നാലും ഞാൻ കാത്തിരുന്ന് കാത്തിരുന്ന്... അവ വരുന്നതുവരെ കാക്കും. എന്തായാലും പ്രശ്നമില്ല. ഞാൻ അവ കൈക്കലാക്കും. ചിലപ്പോൾ വലിയ കെട്ട് ഒന്നിച്ചാവും വരിക. അവ എവിടെയോ കുന്നുകൂടി കിടക്കുന്നുണ്ട്. പിന്നീട് അവ ഡാം പൊട്ടി ആ വെള്ളപ്പൊക്കത്തിലൂടെയെങ്കിലും എത്തും.

എനിക്ക് ഒരു മണിക്കൂറോ മറ്റോ പെട്ടെന്ന് സ്വതന്ത്രമായി കിട്ടിയാൽ അപ്പോൾ എനിക്ക് നിന്നോടൊപ്പം ഉണ്ടാകണം.

ഞങ്ങൾക്ക് ഇവിടെ നല്ല വർത്തമാനങ്ങളാണ്. ഒടുവിൽ ഇവിടെയും നല്ല വാർത്തകളുണ്ടാവും. നയതന്ത്രസംഘങ്ങളെ ഇപ്പോഴും പീക്കിംഗിൽ പിടിച്ചുനിർത്തിയിരിക്കുകയാണ്. എല്ലാവരും വിചാരിച്ചു അവർ മരിച്ചുവെന്ന്. എന്നാൽ അവർ ജീവിച്ചിരിക്കുന്നുണ്ട്. ഒരു ഇടനിലക്കാരൻ അവിടുത്തെ പ്രതിബന്ധങ്ങൾ തകർത്ത് ഇവിടെ എത്തിയിട്ടുണ്ട്. അതിൽ അവരൊക്കെ തടവിലാണെന്നും രക്ഷപ്പെടുവാൻ കാത്തിരിക്കുകയാണെന്നും എഴുതിയിരിക്കുന്നു. ഒരുപാട് ഇടനിലക്കാരെ അവർ ഇയാൾക്കു മുമ്പ് അയച്ചിരുന്നുവത്രേ. എന്നാൽ ആരും ഞങ്ങളുടെ അടുത്ത് എത്തിയില്ലായിരുന്നു. പീക്കിംഗിലേക്ക് ഒരു പര്യവേഷണം നടത്താൻ ഞങ്ങൾ ഇവിടെ പദ്ധതി ഇട്ടതാണ്. എന്നാൽ ആദ്യം ബലവത്തായ ടിയറ്റ്സിനെ ആക്രമിക്കണം. ഞങ്ങൾക്ക് ചൈനയുടെ സൈന്യത്തെ ഉയർത്തുവാൻ ആകില്ല.

ഇതാ കൂടുതൽ വർത്തമാനങ്ങൾ. ഞങ്ങളെ കിഴക്കൻ ആർസനിലേക്ക് മാറ്റി.

ഞങ്ങളുടെ ഹെഡ്ക്വാർട്ടേഴ്സ് മുൻമിലിറ്ററി എഞ്ചിനീയറിംഗ് അക്കാദമിയിലേക്ക് മാറ്റി. ജർമ്മൻ, ഇംഗ്ലീഷ് പ്രൊഫസർമാർ താമസിച്ചിരുന്ന

അതേ കൊച്ചുവീടുകളിൽ ഞങ്ങളുടെ ഉദ്യോഗസ്ഥന്മാർക്കുള്ള താമസ സൗകര്യം ഒരുക്കിക്കഴിഞ്ഞു. ഞാൻ നിനക്കിപ്പോൾ എഴുതുകയാണ്, ഒരു അക്കേഷ്യ മരത്തിനു ചുവട്ടിൽ കൊതുകിനെ അകറ്റാനായി നേർത്ത ഒരു തുണിയും ചുറ്റിക്കൊണ്ട് ഇരിക്കുകയാണ്. എല്ലാവരും വെന്തുരുകുന്ന ചൂടിൽ വല്ലാതെ ബുദ്ധിമുട്ടുന്നുണ്ട്. വിയർപ്പ് മൂക്കിലൂടെ എന്റെ മുന്നിലെ കടലാസിൽ വീഴുന്നുണ്ട്. ആ വിയർപ്പ് കുറയ്ക്ക്, നീ എന്നോട് ക്ഷമിക്കുക!

ഞങ്ങൾ എത്തിയപ്പോൾ ഇവിടെ എല്ലാം വലിച്ചുവാരി ഇട്ടിരിക്കുകയായിരുന്നു. യിഹേറ്റാനുകൾ ലഹളയുണ്ടാക്കിയശേഷം എല്ലാവരും അവസാനനിമിഷം ഓടിരക്ഷപ്പെടുകയായിരുന്നു. ചൈനക്കാരുടെയും ഇംഗ്ലീഷുകാരുടെയും ഫ്രഞ്ച്കാരുടെയും പുസ്തകങ്ങളും യൂണിഫോമുകളും മുറ്റത്ത് ചിതറിക്കിടന്നിരുന്നു. കുട്ടികളുടെ പുസ്തകങ്ങളിലെ പേജുകൾ മറിക്കുവാൻ രസമായിരുന്നു. അവ ചിത്രങ്ങളും ഗദ്യപദ്യങ്ങളും കൊണ്ട് നിറഞ്ഞിരുന്നു. എല്ലായിടത്തും പൊട്ടിയ പേനകളും കപ്പുകളും മഷിയും ചൈനീസ് മഷി ബ്രഷുകളും ജേഡിന്റെ ക്ഷുദ്ര ആഭരണങ്ങളും തൊപ്പികളും ചൈനീസ് പെയിന്റിംഗുകളും വലിയ നീണ്ട കടലാസിലെ നീതിവാക്യങ്ങളും തോക്കുനിറച്ച മരക്കുറ്റികളും പെട്ടികളും എല്ലാം ഉപേക്ഷിക്കപ്പെട്ട് കീറിപ്പറിഞ്ഞ് തവിടുപൊടിയാക്കി ചവിട്ടിത്തേക്കപ്പെട്ട് കിടന്നിരുന്നു.

കിറിലും ഞാനും നല്ലൊരു യൂറോപ്യൻ വായനശാല അവിടെ കണ്ടെത്തി. അധിക പുസ്തകങ്ങളും കണക്കിനെയും ഊർജ്ജതന്ത്രത്തിനെയും രസതന്ത്രത്തിനെയുംപറ്റി ഉള്ളതായിരുന്നു. ഞങ്ങളുടെ പട്ടാളക്കാർ അവ പെട്ടെന്ന് കേടുവരുത്തുവാനും കത്തിക്കാനും തുടങ്ങി. ആർക്കും അവരെ തടയാൻ കഴിഞ്ഞില്ല. അക്കാദമി കെട്ടിടങ്ങളെല്ലാം തന്നെ ചൈനക്കാരെപ്പോലെ ഒരേ മട്ടിൽ ഒരേ നിരയിൽ ഒന്നിനു പുറകെ ഒന്നായി കെട്ടിയിട്ടുള്ളതാണ് എന്നത് രസകരമാണ്. ആദ്യത്തെ കെട്ടിടങ്ങളെല്ലാംതന്നെ പ്രൊഫസർമാരുടെ വീടുകളോ ഓഡിറ്റോറിയങ്ങളോ ലബോറട്ടറികളോ പാഠ്യമുറികളോ ആയിരുന്നു. പുറകിലുള്ളവ കുട്ടികളുടെ താമസസ്ഥലങ്ങളും. മറ്റ് വിവിധ ആവശ്യങ്ങൾക്കുള്ള കെട്ടിടങ്ങളും അടുക്കളയും തൊട്ടുപുറകിലായിരുന്നു.

ആദ്യത്തെ മുറ്റത്ത് ഒരു മരത്തിനു മുകളിൽ നിരീക്ഷണടവർ ഉണ്ടാക്കിയിട്ടുണ്ട്. ഇന്ന് ഞാൻ അറ്റം വരെ കയറി. അവിടെനിന്നാൽ മനോഹരമായ കാഴ്ചകൾ കാണാം. ചുറ്റും എന്തു നടക്കുന്നു എന്ന് ഞാൻ ഓർക്കാതിരുന്നാൽ മാത്രം ആസ്വദിക്കാവുന്നവ. ആയുധശാലയുടെ നേരെ വടക്കുഭാഗത്തായി ലുതായ് കനാൽ കാണാം. ചൈനക്കാർ അതിന്റെ കരകളിൽ ആയുധങ്ങൾക്കായുള്ള ബാറ്ററികൾ കരുതിവെച്ചിരിക്കുന്നു. പടിഞ്ഞാറ് ഭാഗത്താണ് ചൈനീസ് ടിയറ്റ്സിൻ. അവിടെ വിദേശീയരുടെ പാർപ്പിടസമുച്ചയങ്ങൾ കുറച്ച് ദൂരെയായി ഉണ്ട്.

തോങ്-കുവിലേക്കുള്ളു റെയിൽവേപാളങ്ങൾ തെക്ക് കിഴക്കായി സ്ഥാപിച്ചിട്ടുണ്ട്. കിഴക്കുഭാഗത്തേക്ക് നീണ്ടുകിടക്കുന്ന ഭാഗത്ത് അതിരുകളില്ലാത്ത, കാവോലിയാങ് വരെ നീണ്ടുകിടക്കുന്ന സമതലമാണ്. അവിടെയും ഇവിടെയും ഒക്കെയായി ചൈനയിലെ ഗ്രാമങ്ങളുടെയും മരത്തോപ്പുകളുടെയും ചിന്നിച്ചിതറിയ ഇരുണ്ട കഷ്ണങ്ങൾ കാണാം. വടക്കും കിഴക്കും ദൂരെയുള്ള പ്രദേശങ്ങളിലേക്ക് ഞാൻ ബൈനോക്കുലേഴ്സിലൂടെ നോക്കിയപ്പോൾ ലൂതായിൽനിന്നും ടിയറ്റ്സിനിലേക്ക് ചൈനയിലെ സൈന്യം മുന്നോട്ടു കുതിക്കുന്ന കാഴ്ച കാണാൻ കഴിഞ്ഞു.

കിറിലും ഞാനും ആയുധപ്പുരയുടെ ചുറ്റും നടന്ന് അതിന്റെ സൗകര്യങ്ങൾ കണ്ട് അതിശയിച്ചു. അവിടെ പടക്കോപ്പ് ഉപകരണങ്ങൾക്കായുള്ള വർക്ക്ഷോപ്പുകൾ, ഡിപ്പോകൾ, ലബോറട്ടറികൾ എന്നിവ ഉണ്ടായിരുന്നു. ചൈനയുടെ ചെമ്പ്, വെള്ളിനാണയങ്ങൾ ഇവിടെ ഉണ്ടാക്കിയിരുന്നുവത്രെ. വളരെ വലിയ ഹാളുകൾ അവിടെ ഉണ്ടായിരുന്നു. വെടിമരുന്ന് നിർമ്മാണവും ഏറ്റവും പുതിയ മാതൃകയിലുള്ള മൗസർ ആന്റ് മാൻലിച്ചർ തോക്കുകൾക്കുള്ള വെടിയുണ്ട നിർമ്മാണവും ഒക്കെ ഇവിടെ നടന്നിരുന്നു. ആ വലിയ ഹാളുകൾ മുഴുവൻ സൗകര്യങ്ങളുള്ള ഫാക്ടറികളായിരുന്നു. ഭൂമിക്കടിയിലുള്ള ഡിപ്പോകളിൽ ഗ്രനേഡുകളുടെയും പൊട്ടിത്തെറിക്കുന്ന മൈനുകളുടെയും കൂർത്ത ചീളുകളുടെയുമൊക്കെ വൻശേഖരം ഉണ്ടായിരുന്നു. കിറിൽ ചൈനയിലെ ശാസനങ്ങൾ എനിക്ക് വായിച്ച് തന്നു. ഉദാഹരണത്തിന് 'ഭൂമിക്കടിയിലെ ഇടിവെട്ടിന്റെ നിലവറ' എന്നത് മൈൻ ഡിപ്പോ ആണെന്നും 'ജലത്തിലെ വ്യാളിയുടെ ഇരിപ്പിടം' എന്നത് അഗ്നിശമന ഉപകരണങ്ങളുടെ ഡിപ്പോ എന്നാണെന്നും പറഞ്ഞുതന്നു.

അടുപ്പുകൾ അഥവാ വലിയ ചൂളകൾ കൂടാതെ തിളപ്പിക്കാനുള്ള വലിയ വലിയ ഉപകരണങ്ങൾ, എഞ്ചിനുകൾ എന്നിവ അവിടെ ഉണ്ടായിരുന്നു. ചൈനക്കാർ തൊഴിൽദേവതയുടെ പ്രതിമ ഉണ്ടാക്കി അതിനു മുൻപിൽ ചന്ദനത്തിരികൾ കത്തിച്ചിരുന്നു. എഞ്ചിനുകളുടെയും ബോയിലറുകളുടെയും പുറത്ത് 'ഒരു എഞ്ചിന് ചലിപ്പിക്കുക എന്നത് വളരെ സന്തോഷകരമാണ്', 'ഒരു ബോയ്ലർ തുറക്കുക എന്നത് ഐശ്വര്യകരം ആണ്' എന്നീ സാമാന്യതത്ത്വങ്ങൾ ഒട്ടിച്ചിരുന്നു.

ഞങ്ങൾ ആതുരാലയങ്ങളുടെ സമീപത്ത് അല്ലാതിരിക്കുകയും മുറിവേറ്റവരുടെ രാവും പകലുമുള്ള ഞരക്കങ്ങളും നിലവിളികളുമൊക്കെ കേൾക്കാതിരിക്കുകയും ചെയ്യുന്നതിനാൽ ഞങ്ങളുടെ ഈ മാറ്റം നല്ലതിനാണ്. സറേംബയുമായും ലൂസിയുമായും അവിടെപ്പോയി സംസാരിക്കാൻ കഴിയില്ല എന്നതു മാത്രം തീർച്ചയായും ഒരു വിഷമകരമായ കാര്യമാണ്. ഇവിടെ ആളുകളുമായി നിങ്ങൾക്ക് വേഗം ആത്മബന്ധമുണ്ടാകും.

ആയുധശാലയുടെ വിദേശവിഭാഗത്തിൽ ഒരു തുറന്ന സ്ഥലത്ത് വെടിമരുന്നുപൊടി ഉണ്ടാക്കിവെച്ചിട്ടുണ്ട്. അവയുടെ അടുത്തുകൂടി പോകാൻ

തന്നെ ഭയമാണ്. ഒരു ചെറിയ വെടിയുണ്ട മതി ഇവിടെയുള്ള എല്ലാറ്റിനെയും ആകാശംവരെ പറപ്പിക്കാൻ. ഏറ്റവും നല്ല കാര്യം ഉടനെ മരിക്കുക എന്നതാണ്, അംഗവിഹീനനായിരിക്കുകയല്ലാതെ.

ഇല്ല സാഷൻക, ഞാൻ എപ്പോഴും അതാണ് ചിന്തിക്കാറുള്ളത്. എന്നാൽ ഇപ്പോൾ ഞാൻ വളരെ വ്യത്യാസമായാണ് അതേക്കുറിച്ച് ചിന്തിക്കുന്നത്. ജീവിതം ഒരു വികൃതമായ പ്രകൃതിയുടെ വികൃതിയാണ്. അല്ലെങ്കിൽ ഒരു നിർഭാഗ്യമാണ്. ആവശ്യമില്ലാത്ത, ഉപകാരമില്ലാത്ത ഒരു പുഴു. ഞാൻ നല്ലൊരു മരണം ആഗ്രഹിക്കുന്നു. അതിനാൽ ഞാൻ മരിച്ചു കഴിഞ്ഞു എന്നത് എനിക്കു ശ്രദ്ധിക്കേണ്ട കാര്യമില്ല, ഒരു നിമിഷംകൊണ്ട് മറഞ്ഞുപോയി എന്നും.

ഇപ്പോൾ എനിക്ക് ജീവിക്കണം, എങ്ങനെയെങ്കിലും.

സാഷ, എനിക്ക് ജീവിക്കാൻ വല്ലാത്ത ആഗ്രഹമുണ്ട്. മുടന്തനായോ, വികൃതമായ പ്രതിഭാസമായോ എങ്ങനെയെങ്കിലും ജീവിക്കുക! ശ്വാസോച്ഛ്വാസം നിർത്താതെ! മരണത്തെ സംബന്ധിച്ച ഏറ്റവും ഭയങ്കരമായ കാര്യം ശ്വാസം നിലയ്ക്കൽ ആണ്.

ആതുരശാലയിൽ ഒരിക്കൽ ഈ പറയുന്ന രംഗം കണ്ട് സ്തംഭിച്ച് നിന്നുപോയിട്ടുണ്ട്. ഒരു പരിക്കേറ്റയാൾ കൈയും കാലുമൊക്കെ തകർന്നയാൾ. അത് മുറിച്ചുമാറ്റാനായി കാക്കുകയാണ്. ആരോ ഒരു തമാശക്കാരൻ ഒരു തമാശക്കഥ പറഞ്ഞു. കൂടാരത്തിലെ എല്ലാവരും ആർത്ത് ചിരിച്ചു. അയാളും ചിരിച്ചു. അയാൾ എന്തിനാണ് ചിരിച്ചത് എന്ന് എനിക്ക് അപ്പോൾ മനസ്സിലാക്കാൻ കഴിഞ്ഞില്ല. എന്നാൽ ഇപ്പോൾ മനസ്സിലാവുന്നു.

അവർക്ക് എന്നെ മുറിവേൽപ്പിക്കാം. ഞാൻ അംഗവിഹീനനാകും. എന്നാലും ഞാൻ ജീവിക്കും. ഒരു കാലേ ഉള്ളൂ എങ്കിലെന്താ? അതു വെച്ച് ചാടിച്ചാടി ഇഷ്ടമുള്ള എവിടേക്കും പോകാൻ കഴിയുമല്ലോ. അവർ എന്റെ രണ്ടു കാലുകളും അരിഞ്ഞോട്ടെ. ഞാൻ ജനാലയിലൂടെ പുറത്തേക്കും നോക്കി ഇരിക്കും!

ഞാൻ അന്ധനാക്കപ്പെട്ടാൽ ഞാൻ പിന്നെ അന്ധനാണ്. എന്നാൽ അപ്പോഴും ഞാൻ എനിക്കു ചുറ്റിലെ എല്ലാ ശബ്ദങ്ങളും കേൾക്കുന്നു. എന്തൊരു അതിശയമാണ് ഇത്? എന്റെ നാവ്? എനിക്ക് ചായ മധുരമുള്ളതാണോ അല്ലയോ എന്ന് പറയാൻ കഴിയും. ഒരു കയ്യേ ഉള്ളൂവെങ്കിലും ആ കൈ വെച്ച് എനിക്ക് ജീവിക്കണം! അതുകൊണ്ട് ഞാൻ ഈ ലോകത്തെ തൊടുകയും അനുഭവിച്ച് അറിയുകയും ചെയ്യും!

സാഷൻക, ഈ കത്ത് ഭ്രാന്തമായതും വായിൽ തോന്നിയത് പറയുന്നതായും നിനക്ക് തോന്നുമോ എന്ന് ഞാൻ ഭയക്കുന്നു. എന്നോട് ക്ഷമിക്കൂ എന്റെ പ്രിയപ്പെട്ടവളേ, ഇങ്ങനെ പിച്ചും പേയും പറയുന്നതിന്. ഈ പിച്ചും പേയും പറച്ചിൽ എനിക്ക് സുഖമില്ലാത്തതുകൊണ്ടല്ല, ഞാൻ ഞാനാണ് എന്നതുകൊണ്ടാണ്.

അതിശയകരമായ ഒരു കാര്യം, ഇവിടെ എല്ലാവരും ചിന്തിക്കുന്നത് തങ്ങൾ സ്വന്തം വീടുകളിൽ സുരക്ഷിതരായി എത്തുമെന്നാണ്.

അറിയുന്നവരോ, അറിയാത്തവരോ ആയ ആരെയെങ്കിലും നിർജീവ മായ കണ്ണുകളോടെ, തുറന്ന വായോടെ, ജീർണിച്ച തൊലിയോടെ കണ്ടാൽ എല്ലാവരും സന്തോഷത്തോടെ ചിന്തിക്കുന്നു. ഓ, അത് അയാളല്ലേ, ഞാനല്ലല്ലോ എന്ന്. ലജ്ജാകരമായ, ദുഷ്കരമായ ഒരു സന്തോഷം. ഇന്ന് അവർ അയാളെ കൊന്നു, എന്നെയല്ല! ഇന്ന് ഞാൻ ജീവനോടെ ഇരിക്കുന്നു!

എന്റെ ഏതു കത്തും ഇതുപോലും എന്റെ അവസാനത്തേതാകും എന്ന ചിന്ത എനിക്ക് ഇല്ലാതാകുന്നുമില്ല. ഒരിക്കൽ അത് പൂർത്തിയാ ക്കാൻ കഴിഞ്ഞേക്കില്ല എന്നും തോന്നുന്നു. ഓപ്പറകളിൽ മാത്രമേ അർത്ഥ പൂർണമായ സമാപനഗാനത്തോടെ ഒരു അവസാനമുണ്ടാകൂ. എന്നാൽ ഇവിടെ ഇവിടെ ആളുകൾ ആകസ്മികമായി മരിക്കുന്നു.

സാഷൻക, ഇടയ്ക്കിടെ അങ്ങ് മരിക്കുക എന്നതിലധികം ഭയാനക മായി മറ്റെന്തുണ്ട്?

ഓരോ മിനിട്ടും ഓരോ കത്തും അവസാനത്തേതായിരിക്കാം. അതിനാൽ എന്താണ് ഏറ്റവും പ്രധാനമായിട്ടുള്ളത് എന്ന് തീർച്ചയായും പറയണം. നിഷ്ഫലവും നിസ്സാരവുമായ കാര്യങ്ങൾ എഴുതരുത്.

ചുരുക്കത്തിലുമാവണം. കാരണം ഈ കത്ത് ഏത് നിമിഷവും തുറന്നേക്കാം. ഞാൻ മുൻപ് പറയാത്തതോ, പറയാൻ ബാക്കിവെച്ചതോ ഒക്കെ ഇപ്പോൾ പറയണം.

എന്നാൽ എന്തിനെക്കുറിച്ചാണ് ഞാൻ എഴുതുക? എല്ലാം നിസ്സാരവും നിഷ്ഫലവുമായ കാര്യങ്ങൾ.

നിനക്കറിയുമോ നിന്നോട് പറയാൻ കരുതിവെച്ച ഒരു കഥയുണ്ടാ യിരുന്നു. വളരെ വർഷങ്ങൾക്കു മുൻപ്. അത് സന്തോഷമായി ഇരിക്കുന്ന ഒരുകാലത്ത്. ഇപ്പോൾ ഞാൻ അത് എഴുതുകയാണ്. പിന്നീട് എഴുതാൻ കഴിഞ്ഞില്ലെങ്കിലോ? എനിക്കൊഴിച്ച് മറ്റാർക്കും അതിൽ താത്പര്യ മുണ്ടാകില്ല. എന്നാലും എനിക്കത് പറയണം. ഇതൊരു ചെറുകഥയാണ്.

ചിലപ്പോൾ ഇവിടെയിരുന്ന് നോക്കുമ്പോൾ അത് രസകരമാകും എന്ന് തോന്നുന്നു.

ഞാൻ എന്റെ അച്ഛനെ അവസാനം കണ്ടു.

അമ്മയ്ക്ക് ഒരു പെട്ടി ഉണ്ടായിരുന്നു, വീടിന്റെ ഒരുവശത്തെ ഒരു ബോർഡിൽ പൂട്ടി സൂക്ഷിച്ചുവെച്ചത്. അവർ എവിടെയാണ് താക്കോൽ വെച്ചിരുന്നത് എന്ന് ഞാൻ കണ്ടുപിടിച്ചു. ആരും വീട്ടിൽ ഇല്ലാതിരുന്ന ദിവസം ഞാനത് തുറന്നു. അത് മുഴുവൻ പലതരം പ്രമാണങ്ങളും കടലാസുകളും രസീതുകളുമായിരുന്നു. അത് എന്തായിരുന്നു എന്നു വെച്ചാൽ ഈ കഴിഞ്ഞ എല്ലാ വർഷങ്ങളിലും എന്റെ അച്ഛൻ അമ്മയ്ക്ക്

തുടർച്ചയായി പണം അയച്ചുകൊടുക്കുമായിരുന്നു. എനിക്ക് അതേപ്പറ്റി അറിയില്ലായിരുന്നു. എന്നാൽ പ്രധാന കാര്യം ഞാൻ അദ്ദേഹത്തിന്റെ അഡ്രസ് കണ്ടുപിടിച്ചതാണ്.

ഞാൻ അമ്മയോട് ഒന്നും പറഞ്ഞില്ല.

ആദ്യം ഞാൻ അദ്ദേഹത്തിന് എഴുതാമെന്ന് കരുതി, എന്നാൽ എന്തെഴുതണമെന്ന് എനിക്ക് അറിയില്ലായിരുന്നു. പിന്നീട് അദ്ദേഹത്തെ കാണാൻ പോകാമെന്ന് കരുതി. ഒരു ദിവസത്തെ ട്രെയിൻ യാത്ര. ഞാൻ അദ്ദേഹത്തിന്റെ വാതിലിനു മുമ്പിലെത്തി നിന്നു.

ഞാൻ അവിടെ നിന്നു എന്നല്ലാതെ ബെല്ലടിക്കാൻ മുതിർന്നില്ല. ഒന്ന് നീ സങ്കല്പിക്ക്. ഞാൻ ഈ ഒരു കൂടിക്കാഴ്ചയെക്കുറിച്ച് വർഷങ്ങളായി ചിന്തിച്ച് ജീവിക്കുകയാണ്. ആ സമയത്ത് എനിക്ക് എന്താണ് ഇതിനായുള്ള ആവശ്യം എന്നെനിക്ക് എന്നോടുതന്നെ വിശദീകരിക്കാൻ കഴിഞ്ഞില്ല. എന്തിനാണ് ഇത് എനിക്കൊരു ആവശ്യമായി തോന്നിയത്? ട്രെയിനിൽ ഞാൻ ഒരു പോള കണ്ണടച്ചിരുന്നില്ല. അവസാനം ഞാൻ ഒരുപാട് സ്വപ്നം കണ്ട സ്നേഹനിധിയായ അച്ഛന്റെ സ്നേഹം പിടിച്ചുപറ്റി എന്ന് ചിന്തിക്കാൻ പോകുന്ന നിഷ്കളങ്കനായ ഒരു മുതിർന്ന യുവാവായിരുന്നില്ല ഞാൻ. ഒരു അപരിചിതനെ കണ്ടുമുട്ടാൻ പോകുന്നു എന്നേ തോന്നിയുള്ളൂ. അദ്ദേഹത്തിന് എന്നെ ആവശ്യമില്ല. എന്തായാലും അദ്ദേഹം എന്നെ ഉപേക്ഷിക്കുകയും ചെയ്തു. ഈ കഴിഞ്ഞ വർഷങ്ങളിൽ ഒന്നിലും അദ്ദേഹം എന്നെക്കുറിച്ച് ഒന്നും അന്വേഷിച്ചില്ല. ചിലപ്പോൾ അദ്ദേഹം എന്നെ വാതിലിനകത്തേക്കുകൂടി കടത്തില്ല. എന്താണ് എനിക്കുവേണ്ടിയിരുന്നത്? അവസാനം എന്റെ ജീവിതകാലം മുഴുവൻ എനിക്ക് നിഷേധിക്കപ്പെട്ടിരുന്ന സ്നേഹം തിരികെ ലഭിക്കുവാനോ? അത് സാധ്യമാവില്ല. അദ്ദേഹത്തെ ആവശ്യമുണ്ടായിരുന്ന ജീവിതത്തിന്റെ വലിയൊരു ഭാഗംതന്നെ ഞാൻ ഇല്ലാതെയാണ് ജീവിച്ചത്. ഞാൻ പ്രതികാരേച്ഛയുള്ള ആളാണോ? സ്വന്തം ഭാര്യയെയും കുട്ടിയെയും ഉപേക്ഷിച്ച തെമ്മാടിയോട് പ്രതികാരം ചെയ്യാൻ വന്നതാണോ? കരുതിവെച്ചിരുന്ന പകയൊക്കെ പുറംതള്ളാനോ? എന്റെ ഭയങ്കരമായ ദേഷ്യം? അദ്ദേഹത്തിന്റെ ദുഷ്ടതയ്ക്ക് ആരെങ്കിലും ശിക്ഷ നൽകുമല്ലോ അല്ലേ? മുഖത്ത് ഇടിക്കുകയാണോ? അദ്ദേഹത്തെ അപമാനിക്കുകയാണോ? ചിലപ്പോൾ എനിക്ക് വേണ്ടത് അദ്ദേഹത്തിന്റെ പശ്ചാത്താപമാകും. ക്ഷമയ്ക്കുവേണ്ടിയുള്ള യാചനയായിരിക്കും.

വിചിത്രമായ കാര്യമെന്തെന്നുവെച്ചാൽ ഞാൻ എനിക്ക് ഒട്ടും അറിയാത്ത ഈ മനുഷ്യനോട് ഉള്ളതിനേക്കാൾ എന്റെ രണ്ടാനച്ഛനെയും എന്റെ അമ്മയെയും ഞാൻ വെറുത്തു.

എനിക്ക് അദ്ദേഹത്തിൽനിന്ന് എന്തെങ്കിലും വേണമെന്ന് കരുതി അദ്ദേഹം ഭയന്നുപോയാലോ? എനിക്ക് അദ്ദേഹത്തിൽനിന്ന് ഒന്നും ആവശ്യമില്ല. അദ്ദേഹം എന്തെങ്കിലും തരാൻ ശ്രമിച്ചാലും എനിക്കതു വേണ്ട, ഞാനത് എടുക്കില്ല.

എനിക്ക് അസ്വസ്ഥത തോന്നി. ആ വാതിലിനു മുന്നിൽ വളരെ നേരം നിന്നപ്പോൾ കുട്ടിക്കാലം മുതൽ ഞാൻ ആഗ്രഹിച്ച ഈ കൂടിക്കാഴ്ച എനിക്ക് വേണ്ടിയിരുന്നില്ല എന്നു തോന്നാൻ തുടങ്ങി. എനിക്ക് അദ്ദേഹത്തെ വേണ്ടതാനും.

ഞാൻ പിൻതിരിഞ്ഞ് പോകാൻ തുടങ്ങിയപ്പോൾ പെട്ടെന്ന് വാതിൽ തുറന്നു. ആരോ വാതിലിനു പുറത്ത് നിൽക്കുന്നുണ്ട് എന്ന് അദ്ദേഹത്തിന് തോന്നിക്കാണും.

ശക്തിഹീനമായി തൂങ്ങിക്കിടക്കുന്ന, വിഷമിച്ച് ശ്വാസം വലിക്കുന്ന ശരീരം. അടഞ്ഞ മൂക്കിലേക്ക് ശബ്ദത്തോടെ അദ്ദേഹം ശ്വാസം വലിച്ചു കയറ്റി. തടിച്ച കവിളുകളും കണ്ണിനടിയിൽ കാക്കക്കാലും തൂങ്ങുന്ന മാംസവുമുള്ള തടിച്ച ഒരു വയസ്സനെയായിരുന്നില്ല ഞാൻ പ്രതീക്ഷിച്ചിരുന്നത്. അത് അദ്ദേഹമായിരുന്നു. ഒന്നും ചോദിക്കാതെ അദ്ദേഹം എന്നെ നോക്കി.

ഞാൻ പറഞ്ഞു,

"ഹലോ, ഞാൻ അങ്ങയെ കാണാനാണ് ഇവിടെ വന്നത്."

ഞാൻ ആരാണെന്ന് ഉടനെ അദ്ദേഹം മനസ്സിലാക്കിയതിൽ എനിക്ക് വല്ലാത്ത അതിശയം തോന്നി. ജീവിച്ച ഇത്രയും വർഷങ്ങളായി അദ്ദേഹവും ഈ നിമിഷത്തിനായി കാത്തിരുന്നതുപോലെ.

ഒരു നിമിഷനേരത്തേക്ക് സംശയകരമായ ഭാവം നീണ്ടുനിന്നു. പുരികമുയർത്തി നെടുവീർപ്പിട്ട് അദ്ദേഹം പറഞ്ഞു.

"വാ, അകത്തേക്ക് വാ. യാത്ര കഴിഞ്ഞ് നിനക്ക് വിശപ്പുണ്ടോ?"

അതൊരു വല്ലാത്ത അനുഭവമായിരുന്നു. ഇതൊന്നും എനിക്ക് സംഭവിക്കുന്നതല്ല, ഇതെല്ലാം അസാധ്യവും പ്രത്യേകതകൾ ഇല്ലാത്തതുമാണെന്ന് അപ്പോൾത്തന്നെ തോന്നി. അദ്ദേഹം എന്നെ അദ്ദേഹത്തിന്റെ ഭാര്യയ്ക്കും മക്കൾക്കും അദ്ദേഹത്തിന്റെ ആദ്യഭാര്യ നീനയിലെ മകനാണെന്നും പറഞ്ഞ് പരിചയപ്പെടുത്തി.

എല്ലാവരും വല്ലാതെയായി. ആരും ഇത്തരമൊരു കാര്യത്തിന് തയ്യാറായിരുന്നില്ല. അതിനാൽത്തന്നെ ആരും ഒന്നും പറഞ്ഞില്ല. അദ്ദേഹത്തിന്റെ ഭാര്യ എല്ലാവരോടുമായി സംസാരിച്ചു. എന്നാൽ അവർ പരുഷമായി, വീർപ്പുമുട്ടുംപോലെ മന്ത്രിക്കുകയായിരുന്നു. അവർ പറഞ്ഞു അവരുടെ തൈറോയ്ഡ് ഗ്രന്ഥിയിൽ ഞെരമ്പുകൾ വലിഞ്ഞുമുറുകി ഒരു വളർച്ച ഉണ്ടായിട്ടുണ്ട്, അത് അവരുടെ സ്വനവ്യാപിനിയെ അമർത്തുകയാണ് എന്ന്. അവരെ കണ്ടപ്പോൾ ഞാൻ എന്റെ അമ്മയെ എങ്ങനെയോ ഓർത്തു എന്നത് അതിശയകരമായി തോന്നി.

എന്റെ സഹോദരി നല്ല തടിയുള്ള ഒരു ചെറുപ്പക്കാരിയായിരുന്നു. അവൾ ഇരുന്ന ഉടനെ കസേര അവളെക്കൊണ്ട് നിറഞ്ഞു. ഞാൻ എന്തോ

അവളിൽനിന്ന് മോഷ്ടിക്കാൻ പോകുന്നതുപോലെ അവൾ എന്നെ ചെരിഞ്ഞൊന്നു നോക്കി.

എന്നാൽ മറിച്ച് ആ കൊച്ചുപയ്യൻ ശരിക്കും എന്നെ ഇഷ്ടപ്പെടുത്തി. എവിടെനിന്നോ ഒരു മൂത്ത ജ്യേഷ്ഠൻ പ്രത്യക്ഷപ്പെട്ടിട്ടുണ്ട് എന്ന രസകരമായ വസ്തുത അവനെ തീർച്ചയായും സന്തോഷിപ്പിച്ചിട്ടുണ്ട്. അവൻ എന്നോട് നേരെ ചോദിച്ചു, യുദ്ധസ്ഥലത്തെ വല്ലവരെയും അറിയുമോ എന്ന്. ഞാൻ ഇല്ല എന്നു പറഞ്ഞ് അവനെ നിരാശപ്പെടുത്തി. ചിലപ്പോൾ അവന്റെ ആൺകുട്ടിയുടേതായ ലോകത്തിൽ യുദ്ധസ്ഥലത്തെക്കുറിച്ച് അറിയുന്ന ഒരു മുതിർന്ന ജ്യേഷ്ഠൻ അവന്റെ ജീവിതത്തെ കൂടുതൽ എളുപ്പമുള്ളതാക്കുമെന്ന് അവൻ ധരിച്ചിരിക്കാം.

അവർ എന്റെ സഹോദരനും സഹോദരിയും ആയിരുന്നു. എനിക്ക് ഒരു വികാരവും തോന്നിയില്ല. ഞാനെന്തിന് വികാരം കൊള്ളണം?

എന്റെ സഹോദരൻ എന്നെ അവന്റെ മുറിയിലേക്ക് വലിച്ച് കൊണ്ടുപോയി. അവന്റെ നിധിശേഖരം കാണിച്ചുതരാൻ ധൃതികൂട്ടി. കപ്പലിന്റെ മോഡലുകൾ പാവകളായ ഭടന്മാർ, കാർഡ്ബോർഡ് കൊണ്ടുള്ള ഒരു കോട്ട. അവൻ പറഞ്ഞു, അവന്റെ സഹോദരി ഗ്രാമർ സ്കൂളിൽ പോകുന്നില്ല. കാരണം അവളെ അവർ അവിടെനിന്ന് ബഹിഷ്കരിച്ചു; ആരും അവളോടൊപ്പം ക്ലാസ്മുറിയിലോ ഊൺമുറിയിലോ ഇരിക്കുന്നില്ല എന്ന്. അവൾ അതിനാൽ എപ്പോഴും വീട്ടിൽത്തന്നെ ഇരിക്കുകയാണത്രെ. പെൺസുഹൃത്തുക്കളില്ലാതെ ആൺസുഹൃത്തുക്കൾ മാത്രമായി.

മറ്റാരുടെയോ ജീവിതത്തിലേക്ക് ഞാൻ പെട്ടെന്ന് പോയി പെട്ടതുപോലെ തോന്നി.

ഞാനും അവളും കുറച്ചുനേരം ഒന്നിച്ചുണ്ടായിരുന്നു. എന്ത് ചോദിക്കണമെന്ന് ഒരു രൂപവും എനിക്കുണ്ടായിരുന്നില്ല. അവൾ എന്താണ് വായിച്ചത് എന്ന് ഞാൻ ചോദിച്ചു. എനിക്ക് ആരെയും എതിർക്കണമെന്ന് തീർച്ചയായും ഒരു ആഗ്രഹവും ഉണ്ടായിരുന്നില്ല. എന്നാൽ അവൾ വെറുപ്പിന്റെ സ്വരത്തിൽ പറഞ്ഞു,

"ഒരു സ്ത്രീക്കറിയാം അവളെ നോക്കുന്ന പുരുഷന്മാർ അവളെയോ അവളുടെ ആകാരത്തെയോ വ്യത്യസ്തമായി കാണുകയില്ല എന്ന്."

ഞങ്ങളെ അത്താഴത്തിന് വിളിച്ചപ്പോൾ എനിക്ക് സന്തോഷമായി.

മേശയ്ക്കുചുറ്റും ആരും സംസാരിച്ചില്ല. എന്റെ അച്ഛന്റെ ഭാര്യ മാത്രം പരുക്കനായി, ശ്വാസം മുട്ടുംപോലത്തെ ശബ്ദത്തിൽ എന്റെ ജീവിതത്തിലെ പദ്ധതികളെക്കുറിച്ച് ചോദിച്ചു. ആ പാവം പെൺകുട്ടി അവൾക്ക് കൂടുതൽ ക്യാബേജ് സൂപ്പ് ഒഴിക്കാനായി സൂപ്പ് പാത്രത്തിന്റെ അടപ്പ് തുറന്നു. എന്നാൽ എന്റെ അച്ഛൻ അവളെ മൃദുവായി ശാസിച്ചു.

"നിനക്കിനി വേണമെന്നില്ല."

അവളുടെ മുഖം ചുവന്ന് തുടുത്തു. കണ്ണിൽനിന്നും കണ്ണുനീർ ഉതിർന്നു. അവൾ കസേരയിൽനിന്ന് എഴുന്നേറ്റ് അവളുടെ മുറിയിലേക്ക് വികൃതമായി ഓടി.

ഞങ്ങളുടെ അച്ഛൻ ദീർഘനിശ്വാസം വിട്ട് നാപ്കിൻ ചുരുട്ടിവെച്ച് അവളുടെ പുറകെ പോയി. എന്നാൽ അച്ഛൻ തനിയെ മടങ്ങി. അവൾ അദ്ദേഹത്തിനായി വാതിൽ തുറന്നില്ല. അതിനുശേഷം എല്ലാവരും അവരവരുടെ പ്ലേറ്റുകളിലേക്കു നോക്കി നിശ്ശബ്ദരായി ഭക്ഷണം കഴിച്ചു. ഞാൻ അവിടെ ഇരുന്ന് ചിന്തിച്ചു, "ഞാൻ എന്താണിവിടെ ചെയ്യുന്നത്?" എന്നാൽ ഈ ലോകത്ത് സംഭവിക്കുന്ന എന്തിനും ഒരു കാരണമുണ്ട്, അല്ലേ? തീർച്ചയായും എല്ലാറ്റിനും തമ്മിൽ എന്തോ ഒരുതരം ബന്ധം ഉള്ളതുപോലെ. ആ ബോധം സ്വയം എനിക്ക് പ്രത്യക്ഷമാകാൻ വിസമ്മതിച്ചു. എന്റെ അച്ഛനുമായുള്ള കൂടിക്കാഴ്ച ഇത്തരത്തിലാകുമെന്ന് എങ്ങനെ കരുതാൻ?

ഞാൻ എന്റെ കൊച്ചുസഹോദരനോടൊപ്പം കുറച്ചു നേരം ഇരുന്നു. അവന് തീവണ്ടികളെക്കുറിച്ചും കാൽനടക്കാരെക്കുറിച്ചും ഉള്ള പ്രശ്നങ്ങൾക്ക് പരിഹാരം ഉണ്ടാക്കിക്കൊടുക്കാൻ. അവന്റെ വയസ്സ് വെച്ചു നോക്കുമ്പോൾ അവൻ വളരെ പിന്നിലാണെന്ന് കണ്ട് അതിശയിച്ചു. ഞങ്ങളുടെ സഹോദരി അകത്തേക്കു നോക്കി നിലത്ത് ഇടനാഴിയിൽ വീണുകിടന്ന സ്കാർഫിനെ പതുക്കെപ്പതുക്കെ വന്ന് എടുത്ത് സ്വന്തം കിടക്കയിലേക്കു കൊണ്ടുവെച്ചു.

അവൾ പോയപ്പോൾ പിന്നാലെ അവൻ മുഖംകൊണ്ട് കോക്രി കാണിച്ച് പിറുപിറുത്തു.

"ബാരൽ ബെല്ലി, വൂബ്ലിജെല്ലി!"

ഞാനെന്റെ കൈ അവന്റെ കഴുത്തിൽവെച്ചു.

"അവളെപ്പറ്റി നീ അങ്ങനെയൊന്നും സംസാരിക്കരുത്." അവൻ മുഖം തിരിച്ചു.

"അവൾ എന്റെ സഹോദരിയാണ്. ഞാൻ എന്റെ ഇഷ്ടംപോലെ അവളെപ്പറ്റി സംസാരിക്കും."

ഞാൻ അവന്റെ കഴുത്ത് ഞെക്കി. അവന് വേദനിച്ചുവെന്ന് എനിക്ക് മനസ്സിലായി.

"അവൾ എന്റെ സഹോദരിയാണ്. അവളെക്കുറിച്ച് അങ്ങനെ സംസാരിക്കാൻ നീ ധൈര്യപ്പെടരുത്. മനസ്സിലായോ?"

അവന് മനസ്സിലായി. തന്നെ പോകാൻ അനുവദിക്കണമെന്ന മട്ടിൽ പേടിച്ച് കരഞ്ഞു. ഈ ജ്യേഷ്ഠനെ അവൻ ഇഷ്ടമായില്ല എന്ന് അവന്റെ നോട്ടത്തിൽനിന്ന് വ്യക്തമായി.

വൈകുന്നേരം അച്ഛനും ഞാനും കുറച്ചുനേരം തനിച്ചായി. അദ്ദേഹം വലിയ കപ്പിൽ ചായ കുടിച്ചുകൊണ്ടിരുന്നു. അദ്ദേഹത്തിന് കിഡ്നിയിൽ കല്ലുണ്ട് എന്നു പറഞ്ഞു.

അദ്ദേഹം എന്തുചെയ്യുകയായിരുന്നു എന്ന് ഞാൻ ചോദിച്ചു. അച്ഛൻ ഒരു ശില്പിയാണെന്ന് പറഞ്ഞു. അദ്ദേഹത്തെക്കുറിച്ച് അങ്ങനെ ഒരു അറിവ് എനിക്ക് ഉണ്ടായിരുന്നില്ല.

അദ്ദേഹം അപ്പോൾ എന്താണ് മാതൃകയാക്കി കൊത്തുപണി ചെയ്യുന്നതെന്ന് ഞാൻ ചോദിച്ചു.

"ബാബേൽ ടവർ."

പിന്നീട് അദ്ദേഹം എന്നോടു പറഞ്ഞു, അവർ പുതിയ ജയിലിന്റെ രൂപരേഖ ഉണ്ടാക്കുവാൻ ഏൽപ്പിച്ചിരിക്കുകയാണ് എന്ന്.

അദ്ദേഹം അവിടെ കാലിന്മേൽ കാൽ കയറ്റിവെച്ച് ഇരുന്നു. എന്നെപ്പോലെതന്നെ. ഇപ്പോഴാണ് ഞങ്ങൾ ഒരേപോലെ ഇരിക്കുന്നുവല്ലോ എന്ന് തോന്നിയത്. ഞാൻ എന്റെ രൂപത്തിലുള്ള ആളുടെ ആംഗ്യവിക്ഷേപങ്ങളും മുഖംകോട്ടലുമൊക്കെ എന്റേതുപോലെയുണ്ടോ അതെല്ലാം അദ്ദേഹത്തിലും കാണുന്നുണ്ടോ എന്ന് ശ്രദ്ധിക്കാൻ തുടങ്ങി. എന്റെ മൂക്കും കണ്ണിന്റെ ആകൃതിയും എന്റെ ചുണ്ടും അദ്ദേഹത്തെപ്പോലെ ആയിരുന്നു.

ഞാൻ ജനിച്ചത് അച്ഛൻ ഓർക്കുന്നുണ്ടോ എന്ന് ഞാൻ അദ്ദേഹത്തോട് ചോദിച്ചു. അദ്ദേഹം എന്നെ ആദ്യമായി കണ്ടതിനെക്കുറിച്ച് ഊർജ്ജസ്വലതയോടെ സംസാരിക്കാൻ തുടങ്ങി. ഞാൻ ജനിച്ച ഉടനെ എന്റെ രൂപം ഈജിപ്ഷ്യൻ കൊത്തുപണിയുടെ മട്ടിൽ മുഖം അല്പം ഉന്തിനിന്നിരുന്ന മാതിരി ആയിരുന്നുവത്രെ. അടുത്ത ദിവസം എല്ലാത്തിന്റെയും ആഴം ഒന്നുകൂടി കൂടിയത്രേ. മൂക്ക് കൂടുതൽ വളഞ്ഞുവന്നു, കണ്ണ് ഒന്നുകൂടി കുഴിഞ്ഞു, ചുണ്ട് ഒന്നുകൂടി കനത്തു. കുട്ടികൾക്കുണ്ടാവുന്ന മഞ്ഞപ്പിത്തം കാരണം ഞാൻ കാരറ്റിന്റെ നിറമായി. കൈനഖങ്ങൾ വളർന്ന് നീണ്ട രീതിയിലാണത്രേ ഞാൻ ഭൂമിയിലേക്ക് വന്നത് എന്നു കണ്ടപ്പോൾ അദ്ദേഹം അതിശയിച്ചുവത്രെ.

നമ്മൾ അമ്മയെ കാണാൻ തീവണ്ടിസ്റ്റേഷനിൽ പോയത് ഓർമ്മയുണ്ടോ എന്ന് ഞാൻ ചോദിച്ചു. എനിക്ക് അമ്മയെ കാണാമല്ലോ. അദ്ദേഹം ഓർമ്മയില്ലാത്തതുപോലെ തലകുലുക്കി.

അദ്ദേഹം എന്നോട് അമ്മയെക്കുറിച്ചും അന്ധനായ അവരുടെ ഭർത്താവിനെക്കുറിച്ചും എന്റെ യൂണിവേഴ്സിറ്റികളെക്കുറിച്ചും അന്വേഷിച്ചു.

എന്നാൽ അദ്ദേഹത്തിന് വലിയ താത്പര്യമില്ല എന്ന് തോന്നി. എനിക്കും ഇല്ലായിരുന്നു. ഞങ്ങൾ രണ്ടുപേരും കോട്ടുവായിട്ടു. ഇതിനെല്ലാം മുമ്പ് എനിക്ക് ട്രെയിനിൽ ഉറങ്ങാത്ത രാത്രിയായിരുന്നുവല്ലോ.

അതുകൊണ്ട് അദ്ദേഹത്തിന്റെ മുറിയിലെ കൊച്ചു കട്ടിലിൽ പുസ്തക അലമാരയ്ക്കരികിൽ ഞാൻ കിടന്നു.

അദ്ദേഹം പ്രാധാന്യമുള്ളത് എന്തെങ്കിലും പറയും എന്ന് ഞാൻ കരുതി. എന്നാൽ ഞാൻ കേട്ടത് 'ഗുഡ്നൈറ്റ്. നമുക്ക് നാളെ നന്നായി

സംസാരിക്കാം.' പരിതാപകരമായ എന്തോ ഒന്ന് അദ്ദേഹത്തിനുള്ളിൽ ഉണ്ടായിരുന്നു.

ഉറങ്ങാൻ പോകുന്നതിനുമുമ്പായി ഇടയ്ക്കൊക്കെ ചെയ്യുന്നതു പോലെ അലമാരയിൽനിന്നും കെട്ടിടങ്ങളുണ്ടാക്കാൻ ഉപയോഗിക്കുന്ന കല്ലുകളെക്കുറിച്ചൊരു പുസ്തകമെടുത്തു. കാഴ്ചയിൽ 'സാർകോ ഫാഗസ്' ഒരു പ്രത്യേകതരം കല്ലാണ്. അത് ട്രോവാസിൽ ഖനനം ചെയ്ത് എടുക്കുന്നു. മരിച്ച മനുഷ്യന്റെ എല്ലിനെപ്പോലും ബാക്കിവെയ്ക്കാതെ, ഒരു തെളിവുപോലും ബാക്കിവെയ്ക്കാതെ ഉന്മൂലനം ചെയ്യുന്നതരം കല്ലു കളാണ് അവ. അതിനാൽ അവർ അതുകൊണ്ട് കല്ലറ കെട്ടുന്നു. മാംസത്തെപ്പോലും നശിപ്പിക്കുന്നവയാണ്. ഒരു കല്ല് മനുഷ്യശരീരത്തെ അപ്പാടെ ആവാഹിക്കുക എന്നത് വിചിത്രം തന്നെയായിരുന്നു.

ഞാൻ അതിരാവിലെ ഉണർന്ന് എഴുന്നേറ്റു. ചുറ്റും ഇരുട്ടാണ്. ആരും എഴുന്നേറ്റിട്ടില്ല. എല്ലാവരും നല്ല ഉറക്കത്തിലാണ്. ആരോടും യാത്ര പറയാതെ ഞാൻ തീവണ്ടിസ്റ്റേഷനിലേക്ക് നടന്നു. ഞാൻ ആദ്യത്തെ തീവണ്ടിയിൽ സ്ഥലംവിട്ടു.

പോകുന്നതിനുമുമ്പ് അമ്മയോട് രാത്രി ഒരു കൂട്ടുകാരന്റെ കൂടെ യായിരിക്കും എന്ന് നുണ പറഞ്ഞിരുന്നു. എന്നാൽ തിരിച്ചെത്തി ചായ കുടിക്കാൻ ചെന്നപ്പോൾ ഞാൻ പറഞ്ഞു 'ഞാൻ അച്ഛനെ കാണാൻ പോയതാണ്'.

അവർ കുറേനേരം ഒന്നും മിണ്ടിയില്ല. കപ്പിൽ സ്പൂണിട്ട് ഇളക്കി ക്കൊണ്ട് പെട്ടെന്ന് പറഞ്ഞു,

"എന്തിന്? അയാൾ നിന്റെ അച്ഛനൊന്നുമല്ല."

ഞാൻ മൂകനായി.

പിന്നീട് അമ്മ പറഞ്ഞു, "അവർ ചെറുപ്പമായിരുന്നപ്പോൾ കുറേ വർഷ ങ്ങൾ ഇദ്ദേഹം പ്രേമ അഭ്യർത്ഥനയുമായി പുറകെ നടന്നുവത്രെ. എന്നാൽ അവർ അയാളെ ഒരിക്കലും പ്രേമിച്ചില്ല. അയാൾ എന്നെ ഒരു സംഗീത പരിപാടിക്ക് ക്ഷണിച്ചു. ഞങ്ങൾ ഒന്നിച്ച് ഹാളിലെ ഇടനാഴിയിലൂടെ നടന്നപ്പോൾ എല്ലാവരും ഞങ്ങളെ നോക്കിക്കൊണ്ടിരുന്നു. ഞാൻ അയാളെ ഓർത്ത് ലജ്ജകൊണ്ട് മരിക്കും എന്നു തോന്നി. വൃത്തിയില്ലാ ത്തതും ചുളുങ്ങിയതുമായ തൊലിയും സാധാരണ സോപ്പിന്റെ മണവു മായിരുന്നു അയാൾക്ക്."

അയാൾ വിവാഹം കഴിക്കാൻ ആവശ്യപ്പെട്ടു. അമ്മ നിരസിച്ചു. എന്നാൽ ഗർഭിണിയായപ്പോൾ അയാളെ ഓർക്കുകയും സമ്മതിക്കുകയും ചെയ്തു. അവർ പറഞ്ഞു കല്യാണസമയത്ത് അവർ അവരുടെ വയറി നുള്ളിലേക്ക് ഒതുക്കാൻ ശ്രമിച്ചു എന്ന്. ഏതായാലും ആരും അത് അന്ന് ശ്രദ്ധിച്ചില്ലത്രെ.

ഒന്ന് പിറുപിറുക്കാൻ മാത്രമേ എനിക്ക് കഴിഞ്ഞുള്ളൂ.

"അപ്പോൾ അതിനർത്ഥം നിങ്ങൾ അദ്ദേഹത്തെ സ്വന്തം കാര്യ സാധ്യത്തിനായി ഉപയോഗിച്ചു എന്നല്ലേ?"

"അതെ. ഞാൻ അല്പം ക്രൂരമായിത്തന്നെ അഭിനയിച്ചു. ഞാൻ നിനക്കുവേണ്ടി എന്തും ചെയ്യുമായിരുന്നു. ഞാൻ എന്നോട് തന്നെ പറഞ്ഞു, കുട്ടിക്ക് അച്ഛൻ വേണം. അങ്ങനെ അയാളെ സ്നേഹിക്കാൻ പറ്റുമെന്നു കരുതി. എന്നാൽ അത് ശരിയായില്ല. ഞാൻ എന്നോട് തന്നെ പറഞ്ഞു, ഞാൻ സഹിക്കണം എന്ന്! എന്നാൽ അവസാനം അയാൾ തൊടുമ്പോഴൊക്കെ എനിക്ക് സുഖമില്ലാതായി. അതൊരു കുടുംബ മായിരുന്നില്ല. പീഡനമായിരുന്നു. ഞാൻ പൊട്ടിത്തെറിച്ച സമയം വന്ന ടുത്തു. അത് അയാൾക്ക് ചീത്ത സമയമായിരുന്നു. അയാൾ രൂപകല്പന ചെയ്ത ഒരു പാലം പൊളിഞ്ഞുവീണു. പിന്നീട് ഞാൻ അയാളോട് എല്ലാം പറയുകയും ചെയ്തു."

ഞാൻ എന്റെ ബോധത്തിലേക്ക് വന്നപ്പോൾ ഞാൻ ചോദിച്ചു.

"ആരാണ് എന്റെ അച്ഛൻ?"

എന്റെ രണ്ടാനച്ഛനിൽനിന്നും ഒളിപ്പിച്ചുവെച്ചിരുന്ന പോപ്പി റോസസ് എന്ന സിഗരറ്റ് പാക്കറ്റ് എടുത്ത് ജനാലയ്ക്കൽ പോയിനിന്ന് അവർ വലിക്കാൻ തുടങ്ങി. ഞാൻ കാത്തു.

അവസാനം അവർ ഉത്തരം പറഞ്ഞു.

"അത് എന്ത് വ്യത്യാസമാണ് ഉണ്ടാക്കുക? ചിലപ്പോൾ നിനക്ക് അച്ഛനേ ഉണ്ടാവില്ല. നീ എന്റെ വയറ്റിൽ കുരുത്തപ്പോൾ മുതൽ നിനക്ക് ആരുമില്ല. ഞാനേയുള്ളൂ. ഇതിനെ ഒരു വിശുദ്ധഗർഭധാരണമാണെന്ന് കരുതിക്കോ."

അവർ ഒരു കയ്പുള്ള ചിരി ചിരിച്ചു. അതേപ്പറ്റി പിന്നീടൊരു വാക്കും ഞാൻ പറഞ്ഞില്ല.

ഇതാ സാഷൻക, ഞാൻ നിന്നോട് പറഞ്ഞുകഴിഞ്ഞു.

ഏറ്റവും തമാശ എന്തെന്നോ? എനിക്ക് ഇതേക്കുറിച്ച് ഗൗരവപൂർണ മായ ഒരു കഥ എഴുതണം എന്നുണ്ടായിരുന്നു. അല്ലെങ്കിൽ ഒരു നോവ ലെറ്റ്. ഒരു ചെറുപ്പക്കാരൻ തന്റെ അച്ഛനെ അന്വേഷിച്ച് അവസാനം കണ്ടെ ത്തുന്നു. എനിക്കറിയില്ലായിരുന്നു അതൊരു ശരിയായ തമാശക്കഥ യാണെന്ന്. ദൈവമേ! എനിക്കാണെങ്കിൽ ഒരു എഴുത്തുകാരൻ ആവണ മായിരുന്നു! ഒരു എഴുത്തുകാരനാകുക എന്നുവെച്ചാൽ ആരുമല്ല എന്നർത്ഥം.

സാഷ, ഞാൻ എന്നെ കണ്ടു. വൃദ്ധനായി, തമാശക്കാരനായ, ഇപ്പോൾ കണ്ടാൽ അറപ്പുളവാക്കുന്ന ഒരാൾ. ഞാൻ അയാളെ കടന്നുപോയി. ഞാൻ വളരെ വയസ്സനായിക്കഴിഞ്ഞു. എന്നിട്ടും എന്നെക്കുറിച്ച് ഒന്നും അറിയില്ല. ഞാൻ ആരാണ്? എനിക്ക് എന്താണ് വേണ്ടത്? ഞാൻ ഇപ്പോഴും ആരുമല്ല. ഈ ജീവിതത്തിൽ ഞാൻ ഒന്നുംതന്നെ ചെയ്തിട്ടില്ല.

ഞാൻ അടിസ്ഥാനം തൊട്ട് തുടങ്ങേണ്ടിയിരിക്കുന്നു. ആരോ ഒരാൾ വ്യത്യസ്തനും യഥാർത്ഥത്തിലുള്ളതും ആയ ഒരാൾ എന്റെ ഉള്ളിൽ വളരുന്നുണ്ട് എന്ന് എനിക്ക് അനുഭവിച്ച് അറിയാൻ കഴിയുന്നുണ്ട്. അയാൾക്കാകട്ടെ എന്തെങ്കിലും പ്രാധാന്യമുള്ള കാര്യം ചെയ്യാൻ ആഗ്രഹവും ശക്തിയുമുണ്ട്. ഞാൻ തിരിച്ചുവരുമ്പോൾ ഒരു മിനിട്ടു പോലും വെറുതെ കളയാൻ ഉദ്ദേശിക്കുന്നില്ല. എല്ലാം വ്യത്യാസമാകാൻ പോവുകയാണ്. എനിക്ക് ഒരുപാട് കാര്യങ്ങൾ ചെയ്യാനുണ്ട്. നേടാനുണ്ട്. ആകാശത്തെപ്പോലും ഞാൻ ഇപ്പോൾ മറ്റൊരു രീതിയിലാണ് കാണുന്നത്.

എനിക്കറിയാം നീ ഈ പൊട്ടവരികൾ വായിച്ച് ചിന്തിക്കുന്നു: ഏതായാലും അവന് ആകാശത്തേക്കു നോക്കാൻ കഴിയുന്നുണ്ടല്ലോ.

അല്ല സാഷ, അത് ശരിയല്ല, ശരിയല്ല.

നിനക്കറിയാമോ, എന്റെ തലയിൽ വന്നുദിച്ച ആശയം എന്താണെന്ന്? നീ ചിരിക്കും. ദയവായി ചിരിക്കരുതേ, എന്റെ പ്രിയപ്പെട്ടവളേ!

എനിക്ക് തിരിച്ചുവരാൻ കഴിഞ്ഞാൽ എനിക്ക് ഒരു അദ്ധ്യാപകനാവണം.

പുരാതന ഗ്രീസിൽ അവർ തങ്ങളുടെ അദ്ധ്യാപകരെ തിരഞ്ഞെടുത്തിരുന്ന രീതി നിന്റെ ഓർമ്മയിൽ വരുമെന്ന് ഞാൻ വിചാരിക്കുകയാണ്. ഒരു അടിമ കയ്യോ, കാലോ ഒടിഞ്ഞ് ഒരുതരത്തിലുള്ള പണിക്കും കൊള്ളാതാകുമ്പോൾ യജമാനൻ പറയുമത്രെ, 'ഇതാ നമുക്ക് മറ്റൊരു അദ്ധ്യാപകൻ.'

ഏതുതരത്തിലുള്ള അദ്ധ്യാപകനാവാനാണ് എനിക്ക് പറ്റുക എന്ന് എനിക്ക് അറിയില്ല. എന്നാൽ അത് എനിക്കുള്ളതാണ് എന്നൊരു തോന്നൽ എനിക്കുണ്ട്. ഏതായാലും ഞാനൊന്ന് ശ്രമിച്ചുനോക്കും.

പൊതുവേ പറഞ്ഞാൽ മുമ്പ് അസാധ്യമെന്ന് കരുതിയിരുന്ന ചിന്തകൾ ഇപ്പോൾ എന്റെ തലയിലേക്ക് അരിച്ചുകയറുകയാണ്. ഉദാഹരണത്തിന് എനിക്ക് നമുക്ക് ഒരു കുട്ടി വേണമെന്നുണ്ട്. നീ അദ്ഭുതപ്പെട്ടോ?

എനിക്ക് എന്നോടുതന്നെ അദ്ഭുതം തോന്നുന്നു. എന്തോ കാരണവശാൽ അതൊരു ആൺകുട്ടി ആയാൽ മതി എന്നാണെനിക്ക്. അവൻ അല്പം വളർന്നു എന്നുതന്നെ ഞാൻ സങ്കല്പിക്കുന്നു. കൈക്കുഞ്ഞുങ്ങളെക്കുറിച്ച് എനിക്ക് ഒന്നും അറിയില്ല. എനിക്ക് അവരെ ഭയവുമാണ്. ഞാൻ ഓർക്കുന്നത്, ഉദാഹരണത്തിന് ഞങ്ങൾ എങ്ങനെയാണ് ചെസ്സ് കളിക്കുക എന്നതിനെക്കുറിച്ചാണ്. അവന് കളിയിൽ ഒരു താത്പര്യം ഉണ്ടാകാൻ ഞാൻ രാജ്ഞി ഇല്ലാതെ കളിക്കും.

അവന്റെ തലയിൽ ഒരു ബുക്ക് വെച്ച് ഞാൻ അവന്റെ പൊക്കം അളക്കും.

ഞങ്ങളൊന്നിച്ച് വരയ്ക്കും സാധനങ്ങൾ ഉണ്ടാക്കും. അക്കേഷ്യ തൊണ്ടുകൊണ്ട് എങ്ങനെ ഒരു വിസിൽ ഉണ്ടാക്കാമെന്ന് കാണിച്ചു കൊടുക്കും.

ഞാൻ അവനെ സൈക്കിൾ ചവിട്ടാൻ പഠിപ്പിക്കുന്നതായി സങ്കല്പിക്കുകയാണ്. അവൻ എല്ലായിടത്തും പാറി നടക്കുന്നു. ഞാൻ പിന്നാലെ പിടിച്ചുകൊണ്ടും. എന്നാൽ അത് അവൻ അല്പംകൂടി വളർന്ന ശേഷമാണ്.

നമുക്ക് എല്ലാമുണ്ട്, സാഷ, എന്റെ പ്രിയപ്പെട്ടവളേ, എന്നെ വിശ്വസിക്ക്!

ഞാൻ വീണ്ടും ഓർക്കുകയാണ് നീ എവിടെയെങ്കിലും പോയാൽ ഞങ്ങൾ നിനക്കായി നിന്നെ കണ്ടുമുട്ടാനായി തീവണ്ടി സ്റ്റേഷനിൽ വരും. അവിടെ വലിയ തിരക്കാവും. ഞാൻ അവനെ എന്റെ തോളിൽ കയറ്റിയിരുത്തി നിന്നെ നോക്കാൻ പറയും. അല്ലെങ്കിൽ നമ്മൾ തമ്മിൽ കാണാതിരുന്നാലോ? നിന്നെക്കണ്ട് അവൻ ഉക്കെ നിലവിളിക്കും

"അമ്മേ, അമ്മേ, ഞങ്ങൾ ഇവിടെയുണ്ട്."

ഇന്നലെ എനിക്ക് രാത്രി ജോലിയായിരുന്നു. ഞാൻ കുട്ടികളുടെ വാർഡിലേക്ക് പോയി അവർക്ക് ചുമരിൽ ലിറ്റിൽ ടോംതമ്പിന്റെ പതുക്കെ ചലിക്കുന്ന ഒരു സിനിമ കാണിച്ചുകൊടുത്തു. അവൻ വിശക്കുന്ന പക്ഷികൾക്ക് ബ്രഡ്ഡിന്റെ തരികൾ ഇട്ടുകൊടുത്തു, രാക്ഷസന്റെ കൊട്ടാരത്തിലേക്ക് അവന്റെ സഹോദരീ സഹോദരന്മാർക്കൊപ്പം പിടിച്ചുകൊണ്ടുവരപ്പെട്ടതാണെന്ന് അവന് ആദ്യമേ അറിയാമായിരുന്നു. അവന് കൂടുതലായി ബ്രഡ്ഡും ആവശ്യമില്ലായിരുന്നു.

പിന്നീട് ഞാൻ സോനോച്കയുടെ മുറിയിലേക്ക് പോയി.

അവൾ അപ്പോഴും തന്റെ കുഞ്ഞുകൈക്കുള്ളിൽ അക്കോൺ പിടിച്ച് മരിക്കുകയേ വേണ്ട എന്ന മട്ടിലും എന്നാൽ ഒന്നും ചെയ്യാൻ കഴിയാത്ത നിലയിലും കിടക്കുകയാണ്.

ഞാൻ അവളുടെ ശുഷ്ക്കിച്ച കൈയിൽ തൊട്ടു.

പുൽച്ചാടി വാച്ച് തിരിച്ചുവെച്ചുകൊടുത്തു. പുറത്ത് മഞ്ഞ് പെയ്യുകയാണ്, നിശ്ശബ്ദമായി. പതുക്കെ, മൃദുവായി, രോമംപോലെ മൃദുവായി, ശബ്ദമില്ലാതെ.

ഞാൻ കിടക്കയുടെ അറ്റത്ത് കിടന്ന് അവളെ കെട്ടിപ്പിടിച്ചു. അവളെ എന്നോട് ചേർത്തമർത്തി. അവളുടെ ചെവിയിൽ ഞാൻ മന്ത്രിക്കാൻ തുടങ്ങി.

"സോനോച്ക, എന്നെ ശ്രദ്ധിക്ക്. ഞാൻ നിന്നോട് വളരെ പ്രധാനപ്പെട്ട ചില കാര്യങ്ങൾ പറയാൻ പോവുകയാണ്. മനസ്സിലാക്കാൻ ശ്രമിക്ക്. എനിക്കറിയാം നിനക്ക് എന്നെ കേൾക്കാൻ കഴിയുന്നുണ്ട് എന്ന്. ഒരു

പുസ്തകത്തിൽ ഞാൻ മരണത്തെപ്പറ്റി വായിച്ചിട്ടുണ്ട്. നീ കുട്ടിയായിരിക്കുമ്പോൾ, പുറത്ത് മഞ്ഞിൽ കുളിച്ചുകൊണ്ടിരിക്കുമ്പോൾ, നിന്റെ അമ്മ നിന്നെ ജനാലയിലൂടെ നോക്കിക്കൊണ്ടിരിക്കുമ്പോൾ, പിന്നെ നിന്നെ വിളിക്കുമ്പോൾ എന്നതുപോലെയാണത്രെ അത്. നീ ഒരുപാട് നേരം പുറത്ത് കളിച്ചുകഴിഞ്ഞ് ഇനി വീട്ടിലേക്ക് പോകേണ്ട നേരമായിരിക്കുന്നു. നീ മഞ്ഞിൻകണങ്ങളിൽ തട്ടി വീഴാൻ പോയി. നീ നനഞ്ഞു. നിന്റെ ബൂട്ടിനുള്ളിൽ മുഴുവൻ മഞ്ഞാണെന്ന് നീ അറിഞ്ഞു. നിനക്ക് ഇനിയും കളിച്ചുകൊണ്ടേയിരിക്കണമായിരുന്നു. എന്നാൽ സമയമായി. വാഗ്വാദത്തിനൊന്നും വേണ്ടി ശ്രമിക്കാൻ സാധ്യമല്ല. നീ പിടിവാശിക്കാരിയാണ്, അത് ശരിക്കും നല്ലതാണ്. നിങ്ങൾ കുറച്ചുപേരേ ബാക്കിയായിട്ടുള്ളൂ. നിങ്ങളൊക്കെ ജീവിതത്തിൽ ഇപ്പോഴും അള്ളിപ്പിടിച്ച് ഇരിക്കുന്നു. നിനക്ക് പോകാൻ ഇഷ്ടമല്ല. നീ ഒരു മിടുക്കി പെൺകുട്ടിയാണ്! വളരെ കൊച്ചു പെൺകുട്ടീ, നീ വലിയ ഒരാളാണ്! എന്നാൽ നിനക്ക് മനസ്സിലാകണം നിനക്ക് ജീവിക്കാൻ കഴിയില്ല എന്ന്. എല്ലാം നിനക്ക് അതേപോലെയാണ്. നീ നിന്റെ അച്ഛനമ്മമാരെ പഴന്തുണിപോലെ പിച്ചിച്ചീന്തിയിരിക്കുന്നു. അവർ നിന്നെ ഭയങ്കരമായി ഇഷ്ടപ്പെടുന്നു! അവരോട് പറഞ്ഞുകഴിഞ്ഞു, ഒരു പ്രതീക്ഷയും ഇല്ല എന്ന്. നിന്നെ നോക്കുന്ന ഡോക്ടർമാർക്ക് നിന്നെ സഹായിക്കണമെന്ന് വളരെ ആഗ്രഹമുണ്ട്. എന്നാൽ ഒന്നും ചെയ്യാൻ കഴിയില്ല. അതേപ്പറ്റി ഓർത്ത് ഒന്നും വിഷമിക്കണ്ട. അവർക്ക് മറ്റു ചില കാര്യങ്ങളെക്കുറിച്ച് അറിയില്ലായിരിക്കാം, എന്നാൽ അവർക്ക് ഇതേപ്പറ്റി നന്നായി അറിയാം. അവർ നിനക്ക് വലിയ, മുതിർന്ന, ബുദ്ധിയുള്ള ആളുകളാണ്. എന്നാൽ അവർക്ക് ശരിക്ക് ഒന്നും ചെയ്യാന് കഴിയില്ല. എന്നെ വിശ്വസിക്കുക.

നീ നിന്റെ ശരീരത്തിലേക്കൊന്നു നോക്കിയാൽ നിനക്ക് മനസ്സിലാവും ഇനി അതുകൊണ്ട് ഒരു പ്രയോജനവും ഇല്ല എന്ന്. നീ കൂടുതലായി അതിൽ തൂങ്ങിക്കിടക്കണ്ട. നിനക്കറിയാമോ നീ നിന്റെ ശരീരത്തെ പോകാൻ അനുവദിച്ചാൽ നിന്റെ അച്ഛനമ്മമാരെ അത് സഹായിക്കലായിരിക്കും. നീയും അവരെ വല്ലാതെ സ്നേഹിക്കുന്നുണ്ട് അല്ലേ? അവരാകെ തകർന്നിരിക്കുകയാണ്. ചെറിയൊരു പ്രതീക്ഷയുടെ തുള്ളിയെങ്കിലും അവർക്ക് നൽകിയാൽ മറ്റൊന്നുമില്ലെങ്കിലും അവരുടെ ജീവിതം മുന്നോട്ട് പോകും. എന്നാൽ ഒരു പ്രതീക്ഷയും ഇല്ലെങ്കിൽ അത് ശരിക്കും ഒരു വേദനയാണ്. ശരിക്കും ഒരു ദുരിതമാണ്. നീ മരിച്ചാൽ അവർക്ക് കുറേ സുഖമാവും. അത് നിനക്ക് മനസ്സിലാക്കാൻ വിഷമമാണ്. എന്നാൽ ശ്രമിക്ക് എന്റെ മെലിഞ്ഞ കൊച്ചുതേൻമുയലേ! നീ നിന്റെ ഈ ശരീരം ഒന്ന് നോക്ക്, നിനക്ക് ഇതുകൊണ്ട് യാതൊരുവിധ പ്രയോജനവും ഇല്ല. നിനക്ക് ഇനി നൃത്തം ചെയ്യാൻ കഴിയില്ല, നിനക്ക് ഉപചാരം ചെയ്യാൻ കഴിയില്ല, ഓടാനാവില്ല, തുള്ളിച്ചാടി നടക്കാനാവില്ല, വരയ്ക്കാനാവില്ല, പുറത്തുകടക്കാനും ആവില്ല. അതിനാൽ മരിച്ചാൽ വലിയ കാര്യമായിരിക്കും. നിനക്കറിയാമോ ജീവിതം വളരെ സമൃദ്ധമായ ഒരു സമ്മാനമാണ്. അതിലെ എല്ലാം സമൃദ്ധിയുടേതാണ്. നിന്റെ

മരണവും ഒരു സമ്മാനമാണ്. നിന്നെ ഇഷ്ടപ്പെടുന്നവർക്കായുള്ള സമ്മാനം. ജീവിതത്തെക്കുറിച്ച് എന്തെങ്കിലും അറിയാൻ കഴിയുന്നത് ഈ ഒരു വഴിയിലൂടെയാണ്. നമ്മൾ ഇഷ്ടപ്പെടുന്നവരുടെ അടുത്ത ആളുകളുടെ മരണം ഒരു സമ്മാനമാണ്. നമ്മൾ എന്താണിവിടെ എന്ന് അറിയുന്നതിനുള്ള പ്രധാന കാരണം മനസ്സിലാക്കാൻ അത് നമ്മെ സഹായിക്കുന്നു. പിന്നീട് ഒന്ന് സങ്കല്പിക്ക്. നീ ചെറിയ കുട്ടിയാണ്. ഒന്നും നിനക്ക് അറിയാറായിട്ടില്ല. എന്തുകൊണ്ട് ബൾബ് കത്തുന്നു എന്നതിനെക്കുറിച്ചോ ഫെർനലിന്റെ ഇരട്ടക്കണ്ണാടിയെക്കുറിച്ച് പറയാനോ ഒന്നും ഇനിയും നിനക്ക് ആയിട്ടില്ല. എന്നാൽ ഇങ്ങനെ സംഭവിക്കുമ്പോൾ ഇവിടെയുള്ള മുതിർന്നവർക്കോ ബുദ്ധിയുള്ളവർക്കോപോലും അറിയാൻ പറ്റില്ല. അറിയുമോ, അതെല്ലാം നിനക്ക് വെളിവാക്കിത്തരും.

നിനക്ക് ഇഷ്ടമാണെങ്കിൽ ഞാൻ നിന്റെ അകോൺ എടുത്ത് കുഴിച്ചിടാം, അത് വസന്തകാലത്ത് നിലത്ത് കുഴി കുഴിച്ചിട്ടാൽ കൊച്ച് മരമായി വളരും. ഇനി ഇപ്പോൾ നീ പറയ്, അകോണിജീവിതം ജീവിക്കുന്ന അകോണിന് ഓക്ക്മരത്തിന്റെ ജീവിതത്തെക്കുറിച്ച് അറിയുമോ? ഒരു ശരീരം എന്നുവെച്ചാൽ വെറും ശരീരമാണ്. നീ നിന്റെ ബലെഷൂകളില്ലാതെ ബാല്യകാലശീലങ്ങളെ അതിജീവിച്ചു അല്ലേ? നീ നിന്റെ ശരീരത്തെയും അതിജീവിക്കുകയാണ് വേണ്ടത്. ഏറ്റവും പ്രധാനപ്പെട്ട ഒരു കാര്യം നീ പെട്ടെന്ന് ഒറ്റപ്പെടുമെന്ന് വിചാരിക്കരുത്. ഓർക്കുക, ഒരു ഉറപ്പുള്ള കൊച്ചുനൂല് എല്ലാ സാധനങ്ങളിലും ചെന്നുതട്ടി പുറകോട്ടു പോയി ഒരേ ഒരു ബിന്ദുവിൽ ചെന്നുചേരുന്നതായി നീ വരച്ചിട്ടുണ്ട്. ലോകവും ആ വഴിയിലാണ്. തുടക്കത്തിൽ നമ്മളെല്ലാം ഒന്നിച്ചായിരുന്നു. ഒന്നായിട്ട്. പിന്നീട് എല്ലാം ചിന്നിച്ചിതറി. എന്നാൽ നമ്മെയെല്ലാം ആ ഒരേയൊരു ബിന്ദുവിലേക്ക് കുടുക്കി വലിക്കുന്ന ഒരു കൊച്ചുചരട് എല്ലാവരെയും തമ്മിൽ ബന്ധിപ്പിക്കുന്നതാണ്. പിന്നീട് ലോകം മുഴുവൻ ആ ഒരേ ഒരു ബിന്ദുവിൽ ഒന്നിച്ചുചേരുന്നു. എല്ലാവരും അവിടേക്ക് പോകുന്നു. ആദ്യം നീ, പിന്നെ ഡോങ്ക, പിന്നെ നിന്റെ അമ്മ, അച്ഛൻ ആര് ആദ്യം പോകുന്നു എന്നതൊരു പ്രശ്നമല്ല. ചിലർ അതിനെ അപ്രത്യക്ഷമാകുന്ന സ്ഥലം എന്ന് വിളിക്കുന്നു. എന്നാൽ ആ സ്ഥലത്ത് ചെന്നുചേരുന്ന സ്ഥലം എന്ന പേരാണല്ലോ അതിന് നല്ലത്. കാരണം അവിടെയാണ് എല്ലാവരും ഒന്നിച്ചുണ്ടാവുക. തീവണ്ടിപ്പാതകൾപോലും അവിടെ ഒന്നിച്ചുചേരുന്നുണ്ട്. എല്ലാ ട്രാമുകളും അവിടെ പോകാറുണ്ട്. നീയും നിന്റെ അച്ഛനും പറത്താറുള്ള പട്ടവും തിരിച്ച് അവിടെ എത്തുന്നു, വയറുകളിൽ ചുറ്റിയാൽപ്പോലും. ഒന്നു ചിന്തിക്ക്, അത് അവിടെ ഇപ്പോഴും തൂങ്ങിക്കിടക്കുകയാണ്. ഞാൻ ജോലിക്കു പോകുമ്പോൾ അത് എന്നെ നോക്കി ഇന്ന് കൈ കാണിച്ചു. എന്നാൽ അത് വളരെ വൈകിപ്പോയിരുന്നു. പുറത്ത് ജനാലയ്ക്കപ്പുറത്ത് മഞ്ഞ് പെയ്യുന്നുണ്ട്, കട്ടിയായി, വെളുത്ത്. അത് നിശ്ശബ്ദമാണ്. എല്ലാവരും ഉറങ്ങുകയാണ്. അവർ ഒരു നിശ്ചലതയിലേക്ക് സ്വയം ഓടുകയാണ്. എന്റെ കൊച്ചുപെൺകുട്ടീ, നിന്റെ ഈ ശരീരത്തിന് ഒന്നും ഒരിക്കലും ഇനി ചെയ്യാനാവില്ല. എന്നാൽ

നിനക്ക് എല്ലാം ചെയ്യാൻ കഴിയും. ഇപ്പോൾ ചുരുണ്ടുകൂടി ഇറുകിപ്പിടിച്ച് ചൂടാവുക!

സാഷ, എന്റെ വിചിത്രമായ കണ്ണുകളുള്ളവളേ!

ഇന്ന് ഞാൻ നിന്നെ സ്വപ്നം കണ്ടു!

നീ വിശ്വസിക്കുമോ എന്നറിയില്ല, ആ സ്വപ്നം എനിക്ക് ശരിക്ക് ഓർക്കാൻതന്നെ കഴിയുന്നില്ല, എന്നാലും നമ്മൾ ഒന്നിച്ച് എവിടേക്കോ പോകുന്നു എന്നാണ് ഓർമ്മ. എന്തോ കാരണത്താൽ നീ മറഞ്ഞു പോവുകയും ഞാൻ നിന്റെ പുറകെ ഓടുകയും ചെയ്തു. എന്നാൽ എനിക്ക് ഓടാൻ കഴിഞ്ഞില്ല. എന്റെ ചലനങ്ങൾ എല്ലാം ഞാൻ നെഞ്ച ളവുവരെ വെള്ളത്തിലാണ് എന്ന മട്ടിൽ ദുഷ്കരമായിത്തീർന്നു. എന്തു കൊണ്ടാണ് സ്വപ്നങ്ങളെല്ലാം പെട്ടെന്ന് മറന്നുപോകുന്നത്? സാരമില്ല, അതിന് അത്ര പ്രാധാന്യമൊന്നും ഇല്ല. പ്രധാന കാര്യമെന്തെന്നുവെച്ചാൽ ഞാൻ നിന്നെ സ്വപ്നം കണ്ടു, നമ്മൾ ഒന്നിച്ചായിരുന്നു.

നീ എന്നെയും ചിലപ്പോൾ സ്വപ്നം കണ്ടുകാണും അല്ലേ? ഓർത്തു നോക്ക്. എന്റെ സ്വപ്നവും നിന്റെ സ്വപ്നവും എവിടെയെങ്കിലും വെച്ച് കണ്ടുമുട്ടി തമ്മിൽ ചുംബിച്ച് കൈകൾകൊണ്ട് ചുറ്റിപ്പിടിച്ച് തമ്മിൽ ഇറുക്കെ കെട്ടിപ്പിടിക്കുന്നത് ഒന്നു സങ്കല്പിച്ചുനോക്ക്.

എന്റെ കൊച്ചുപെൺകുട്ടി! എന്റെ സ്നേഹമേ!

ടിയറ്റ്സിൻ രണ്ടു ദിവസത്തിനുള്ളിൽ തകർക്കപ്പെടും. അങ്ങനെ യാണ് അവർ പറയുന്നത്. എല്ലാവരും ഇവിടെ അതും കാത്തിരിക്കുക യാണ്. എന്നാൽ ആർക്കും ശരിയായി ഒന്നും അറിയില്ല. ഞങ്ങൾ പീക്കിംഗിലേക്കുള്ള പര്യവേക്ഷണത്തിന് തയ്യാറാവുകയാണ്. എന്നാൽ അവർ വീണ്ടും പറഞ്ഞു ഞങ്ങൾ മഴക്കാലം കഴിയുംവരെ കാക്കണമെന്ന്. എവിടെയാണ് ആ മഴയൊക്കെ ഇപ്പോൾ? അതിനുമുമ്പ് ഞങ്ങളുടെ പുറപ്പെടാനുള്ള തയ്യാറെടുപ്പ് ഉണ്ടാകാൻ ഇടയില്ലാത്തതാണ്. കിംവദന്തി കൾ, കേട്ടുകേൾവികൾ, കിംവദന്തികൾ. അതാണ് ഇവിടെ എല്ലാവരെയും മുന്നോട്ട് നയിക്കുന്നത്.

എനിക്ക് ഒരുപാട് ഭാരം കുറയുകയും എന്റെ ശരീരത്തിൽനിന്നും വസ്ത്രങ്ങൾ അയഞ്ഞ് വീഴുകയും ചെയ്യുന്നുണ്ട്. എങ്കിലും ഞാൻ ജീവ നോടെയും നന്നായും ഇരിക്കുന്നു. കഴിഞ്ഞ കുറച്ച് ദിവസങ്ങളായിട്ട് എന്റെ വയറിന് പ്രശ്നമാണ്. ഞാൻ ഡോക്ടറുടെ അടുത്ത് പോയെ ങ്കിലും സെറെംബ പറഞ്ഞു ഇപ്പോൾ കാര്യമായി ഒന്നും കഴിക്കണ്ട എന്ന്. എനിക്ക് ഇതുവരെ തലയിൽ പേൻ വന്നിട്ടില്ല. ഇവിടെയുള്ള അധികം പേരെപ്പോലെ ഞാനും ഇടയ്ക്കൊക്കെയേ കുളിക്കുകയും ക്ഷൗരം ചെയ്യുകയും ചെയ്യാറുള്ളൂ. ഞാൻ ആകെ രോമാവൃതമായിരിക്കുകയാണ്. ഇന്ന് ഞാൻ ഷേവ് ചെയ്ത് വൃത്തിയാകാമെന്ന് കരുതി. ഞാൻ ഒരു ഒഴിഞ്ഞ വീഞ്ഞപ്പെട്ടി എടുത്ത് എന്റെ അഞ്ചുദിവസത്തെ രോമം ചെത്തി

വൃത്തിയാക്കി. ഒരു ബാൻഡേജിന്റെ കഷണമാണ് ക്ഷൗരം ചെയ്യാനുള്ള ബ്രഷാക്കിയത്. എനിക്ക് ക്ഷൗരം ചെയ്യാൻ സ്വന്തമായി ഒരു കണ്ണാടി ഇല്ല. എന്റേത് പൊട്ടി. ഞാൻ കിറിലിന്റെ കണ്ണാടി കടം വാങ്ങുകയാണ്. ഞാൻ ഇടയ്ക്കിടെ ക്ഷൗരം ചെയ്യണം, അല്ലെങ്കിൽ ഞാൻ മുഴുവനായും രോമം പൊതിഞ്ഞ ഒരു വിത്തായിപ്പോകും.

ഞാൻ ഷേവ് ചെയ്തുകൊണ്ടിരിക്കുമ്പോൾ കണ്ണാടിയിൽ നോക്കി. അപ്പോൾ പെട്ടെന്ന് വായും പൊളിച്ചുനിൽക്കുന്ന എന്നെത്തന്നെ കണ്ടു. നിനക്ക് മനസ്സിലാകും. ഞാൻ എന്നെ മരിച്ചവനായിട്ട് കണ്ടു. ഞാൻ ഉൾപ്പെടെ ഓരോരുത്തരേയും അവർ മരിച്ചുകഴിഞ്ഞ് കാണപ്പെടുംപോലെ ഞാൻ എന്നെ കാണാൻ തുടങ്ങി. എന്നാൽ അത്തരം ചിന്തകളെ ഞാൻ ആട്ടിയോടിക്കാൻ ശ്രമിച്ചു.

ഇന്ന് ലൂസി ഒരു കൂട്ടം മുറിവേറ്റവരോടൊപ്പം തോങ്കുവിലേക്ക് പോയി. ഒരു പത്തേമാരിയിൽ പേയ്ഹോയുടെ താഴ്‌വഴിയിലൂടെ അവരെ പറഞ്ഞയച്ചു. ആ മനുഷ്യരുടെ കണ്ണുകളിൽ എന്തൊരു സന്തോഷമായിരുന്നെന്നോ. ടിയറ്റ്സിനിൽനിന്നും വെടിയുണ്ടകളിൽനിന്നും ഗ്രനേഡുകളിൽനിന്നും ഓപ്പറേഷൻ മേശകളിൽനിന്നും ദാരുണമായ വേദനകളിൽനിന്നുമൊക്കെ ദൂരേക്ക് പോവുകയാണല്ലോ. കരയിൽ നിൽക്കുന്നവരുടെ കണ്ണുകളിൽ എന്തൊരു അസൂയ!

ലൂസി ഞങ്ങളുടെ ആൾക്കാരോട് യാത്ര പറയുമ്പോൾ അവളുടെ കണ്ണുകളിൽനിന്നും കണ്ണുനീർ പൊട്ടിപ്പുറപ്പെട്ടു. അവൾ അവളുടെ കൈ കഴുത്തിലെ മറുകിൽത്തന്നെ വെച്ചുകൊണ്ടിരുന്നു. ഞങ്ങളുടെ പുതിയ കേണൽ, സാങ്കേവിച്ച് ആണ്. ഞാൻ അയാളെപ്പറ്റി നിന്നോട് പറഞ്ഞിട്ടില്ല. പിന്നീട് പറയാം. കിറിലിന് അവളെ കാണാനായിട്ട് അവധി കൊടുത്തയാൾ. അയാൾ ഇപ്പോൾ അവിടെയുണ്ട്. ആ തുറമുഖമേടയിൽ. എന്നാൽ അയാൾ എന്നോ വരേണ്ടതായിരുന്നു. അയാൾക്ക് ഒന്നും സംഭവിച്ചിട്ടുണ്ടാവില്ല എന്ന് ഞാൻ കരുതുന്നു.

അവരുടെ സന്തോഷത്തിൽ എനിക്കും വലിയ സന്തോഷമുണ്ട്. അവർ അവരുടെ ജീവിതം മുഴുവൻ തിരഞ്ഞു. ഇവിടെ തമ്മിൽ കണ്ടുമുട്ടി. അവർ കല്യാണം കഴിക്കാൻ പോവുകയാണെന്ന് കിറിൽ എന്നോട് പറഞ്ഞു. അവൾ അയാൾക്കുവേണ്ടി തോങ്കുവിൽ കാത്തിരിക്കുമത്രെ.

ഗ്ലാസെനാപ് അവളിൽ എന്താണ് കണ്ടത് എന്ന് എനിക്ക് ശരിക്കും മനസ്സിലായില്ല. അവൾ ഒരു നല്ല സ്ത്രീയാണ്. എന്നാൽ അയാളെ നോക്കുമ്പോൾ വളരെ ലളിതമായ - അതാണത് - ജീവിതമുള്ള ഒരാൾ. ഒരു പാട് വയസ്സിന് മൂത്തതും. എന്നാൽ അതൊന്നും പ്രാധാന്യമുള്ളതല്ല. ഓവിഡ് അത് എങ്ങനെയാണത് ശരിയാക്കിയത്? അവളെ നിനക്ക് ഇഷ്ടമാണെങ്കിൽ ആ പെണ്ണ്തന്നെ ഒരു പ്രാധാന്യമില്ലാത്തതാണ്.

കിറിൽ ഇപ്പോൾ തിരിച്ചെത്തി. ഭിത്തിയിലേക്ക് മുഖം തിരിച്ച് കിടക്കയിൽ കിടന്നു. ആദ്യം അയാൾ ഒന്നും പറഞ്ഞില്ല. പിന്നീട് പറഞ്ഞു, "ഇനി ഞാൻ പൂർണജീവനോടെതന്നെ തിരിച്ചുപോകണം!"

സാഷൻക, എവിടെ മരണമുണ്ടോ, എവിടെയൊക്കെ ആളുകളെ കൊല്ലാൻ അയയ്ക്കുന്നുവോ, അവിടെയൊക്കെ ഒരുപാട് കള്ളത്തരങ്ങളുമുണ്ടാവും. നിനക്കറിയാമോ ഞാൻ അതേക്കുറിച്ചൊക്കെ ചിന്തിക്കുന്നത് എന്താണ് എന്ന്? ജയിക്കുന്നതോ, തോൽക്കുന്നതോ ഒന്നും വലിയ പ്രാധാന്യമുള്ള കാര്യങ്ങളല്ല, കാരണം ഏതു യുദ്ധത്തിലും ജയം എന്നത് അതിനെ അതിജീവിക്കൽ തന്നെയാണ്.

അമരത്വത്തെക്കുറിച്ചുള്ള തെറ്റായ വാക്കുകളും നല്ലതും ചീത്തയും ഭംഗിയുള്ളതും എന്നതിനെക്കുറിച്ചൊക്കെയുള്ള നുണകളും പോരാട്ടങ്ങളും എന്നിവയൊക്കെ കൂടാതെ ഇവയിലൊക്കെ ഒരു സത്യവുമുണ്ട്. അതെനിക്ക് അനുഭവവേദ്യമാകുന്നുമുണ്ട്. ചിലപ്പോൾ അതൊക്കെ മനസ്സിലാക്കാനായിട്ടാവണം ഞാൻ ഇവിടെ ഇരിക്കുന്നത്.

ആളുകൾ ഇവിടെ പരുക്കന്മാരാണ്. എന്നാൽ മൃദുലചിത്തരുമാണ്. മുമ്പ് മറച്ചുവെച്ചിട്ടുള്ള അവരിലെ ചിലതൊക്കെ ഇപ്പോൾ പുറത്തുവരുന്നു. ഞാൻ ശ്രദ്ധിച്ചിട്ടുണ്ട് ഞാൻ കണ്ടിട്ടുള്ള പരുക്കൻ സ്വഭാവമുള്ള പട്ടാളക്കാർ മൃദുലഭാവത്തിൽ വീട്ടിലേക്ക് കത്തെഴുതുന്നത്. അയാൾ ചിലപ്പോൾ കുടിച്ച് ഭാര്യയെ തല്ലുന്നവനാവും. എന്നാൽ ഇപ്പോൾ അയാൾ അവൾക്ക് എഴുതുന്നു എന്ന് ഉമ്മകളോടെയും കെട്ടിപ്പിടിച്ചും നിന്റെ പെറ്റ്യ.' ഇത്രമാത്രം മതിയല്ലോ ഇവിടെയിരുന്ന് എഴുതുന്നത് മുതലാവാൻ?

എനിക്കോ? ഈ അനുഭവമില്ലാതെ ജീവിതത്തിന്റെ പ്രധാന പ്രശ്നങ്ങളിൽനിന്ന് സരളമായവയിലേക്ക് പറ്റിപ്പിടിച്ച് കയറുകയാണ് എന്നെനിക്ക് മനസ്സിലാക്കാൻ ശരിക്കും കഴിയുന്നുണ്ടോ? ഏറ്റവും സരളമായ ഒന്നിലേക്ക്?

ഉണ്ട്, ഇവിടെയും ഒരുപാട് തിന്മകൾ ചുറ്റിലും ഉണ്ട്. ഒരുപാട് പ്രാകൃത സ്വഭാവങ്ങളും ബോധമില്ലായ്മയും വൃത്തികെട്ട ദുഷ്ടതകളും ഒക്കെ ഇവിടെയുണ്ട്. ഞാൻ എന്നിലും എന്റെ ചുറ്റുമുള്ളവയിലും ഏറ്റവും മനുഷ്യത്വപരമായ കാര്യങ്ങളിൽ മാത്രമേ ഉറച്ചുനിൽക്കാറുള്ളൂ. എന്നിലും എന്റെ ചുറ്റിലും ഉള്ളവയിലും ഒക്കെ മനുഷ്യത്വത്തിന്റെ തരി സൂക്ഷിച്ചുവെയ്ക്കുക എന്നുള്ളതാണ് ഏറ്റവും പ്രധാനമായത്. ഉദാഹരണത്തിന് എനിക്ക് ശരിക്ക് ഒരിക്കലും കൂട്ടുകാർ ഉണ്ടായിട്ടില്ല. എന്നാൽ ഇവിടെ എന്റെ ജീവിതത്തിലെ അവസാനദിവസങ്ങളും മണിക്കൂറുകളും ഒരു മനുഷ്യനുമായി പങ്കുവെയ്ക്കുന്നു.

കിറിൽ എനിക്ക് അത്ര പ്രിയപ്പെട്ടവനാണ്. ഇപ്പോൾ ഒരു സഹോദരനെപ്പോലെയാണ്. തടിച്ച കണ്ണടവെച്ച ഈ വികൃതരൂപിയായ മനുഷ്യൻ എനിക്ക് വളരെ പ്രിയപ്പെട്ടവനായി മാറി. മുറിവേറ്റവരുടെയും മരണപ്പെട്ടവരുടെയും കണക്കുകൾ നീണ്ടുനീണ്ട് പോയപ്പോൾ അയാൾ കണ്ണുതുടയ്ക്കാനായി കണ്ണട ഊരിമാറ്റി. അയാളുടെ കനത്ത കൺപീലികൾ നിറഞ്ഞ, ഭയാശങ്കകൾ നിറഞ്ഞ കണ്ണുകൾ നിസ്സഹായത തോന്നിക്കുന്ന,

കുട്ടികളുടേതുപോലെ ഉള്ളതാണ്. ഇപ്പോൾ അതാ അയാൾ ഭിത്തിയിലേക്കും നോക്കി കിടക്കുന്നു. അയാൾ ഉറങ്ങുന്നതുപോലും അയാളുടെ കണ്ണടയിലൂടെയാണ്.

അയാളും ഞാനും ഒരേ ഭയാശങ്കകളാണ് പങ്കുവെച്ചത്. അത് ഞങ്ങളെ എങ്ങനെ അടുപ്പിച്ചുവെന്നോ. ഒരു ദിവസത്തേക്കുകൂടി ഒന്നും സംഭവിക്കരുതേ എന്ന സമാനചിന്ത സ്ഥിരമായി മനസ്സിലുണ്ടാകും. ഒന്നുകൂടി, മറ്റൊന്നുകൂടി, മറ്റൊന്നുകൂടി അയാൾ താഴോട്ട് കാലുകളിലേക്ക് നോക്കി നെടുവീർപ്പിടുന്നത് ഞാൻ ഓർക്കുന്നു.

"എന്തൊരു വൃത്തികെട്ടതായി അവ. എന്നാൽ അവരത് വെടിവെച്ചിട്ടാൽ അതിപ്പോഴും ഒരു നാണക്കേടാകും."

കിറിന് ഒരു കാലിലെ വിരലിൽ കുഴിനഖമുണ്ടായിരുന്നു. അയാൾ മുഖമില്ലാത്ത രീതിയിൽ കൊല്ലപ്പെടുകയാണെങ്കിൽ ആ കുഴിനഖമുപയോഗിച്ച് അയാളെ തിരിച്ചറിയാൻ കഴിഞ്ഞേക്കുമെന്ന് അയാൾ തമാശ പറയാറുണ്ടായിരുന്നു.

പുരുഷസുഹൃദ്ബന്ധങ്ങൾ - സ്തുത്യർഹമായ അനുഭവങ്ങളുള്ള അതിനെക്കുറിച്ച് ഒരുപാട് നുണകൾ പറയപ്പെടുന്നു എന്ന് ആദ്യമായി ഇവിടെവെച്ച് ഞാൻ മനസ്സിലാക്കി. അത് കൂടുതലായൊന്നും ആവശ്യപ്പെടുന്നില്ല. അയാൾ നിങ്ങളെ ഉപേക്ഷിക്കില്ല എന്നും നിങ്ങൾ കഴിയുന്ന ഏത് വിധത്തിലും അയാളെ സഹായിക്കും എന്നുമുള്ള ഒരു തോന്നൽ ഉണ്ടാകണം. ജീവനോടെയും സുഖമായും ഇരിക്കുന്ന രണ്ടുപേർ തമ്മിൽ കാണുമ്പോൾ അദ്ഭുതകരമായ എന്തോ ഒന്ന് എപ്പോഴും ഉണ്ടാകുന്നു.

ഗ്ലാസെനാപ് ഇവിടെയുണ്ട്. അയാൾക്ക് ഒന്നും ശരിക്ക് സംഭവിച്ചിട്ടില്ല എന്നതുകൊണ്ട് എനിക്ക് ശരിക്കും സന്തോഷമുണ്ട്. അയാൾ ഉറക്കത്തിലാണ്. അയാളുടെ ചൈനയിലെ ചായപ്പൊടി നിറച്ച തലയിണയിൽ അയാൾ പുതഞ്ഞുകിടക്കുകയാണ്. ചിലപ്പോൾ അയാളുടെ പ്രിയപ്പെട്ടവളെ സ്വപ്നം കാണുകയാവും. ഭാഗ്യമുള്ള മനുഷ്യൻ! അല്ല, അയാൾ ഉറങ്ങുകയല്ല, അയാൾ സ്വയം സംസാരിക്കുകയാണ്. അതാ അയാൾ എഴുന്നേറ്റ് പുറത്തേക്ക് നടന്നുപോയി.

ചീവീടുകൾ പോപ്ലാർ മരങ്ങളിൽ ഇരുന്നു ചിലയ്ക്കാൻ തുടങ്ങിക്കഴിഞ്ഞു, എന്റെ ചെവി തുളച്ചുകൊണ്ട്.

ഞാൻ കിറിൽ പറഞ്ഞത് ഓർക്കുകയാണ്. കിറിൽ കുട്ടിയായിരുന്നപ്പോൾ ക്ഷുരകനെപ്പോലെ കളിക്കുമായിരുന്നുവത്രെ. അയാൾ ഒരിക്കൽ പൂച്ചയുടെ താടിരോമങ്ങൾ മുറിച്ചു. അതിനുശേഷം അത് കസേരക്കാലുകളിൽ തട്ടിയും മുട്ടിയും നടക്കുകയും അതിന്റെ മുഖംകൊണ്ട് ആഹാരത്തെ തള്ളിനീക്കുകയും ചെയ്തുവത്രെ.

പുരുഷന്മാരെക്കുറിച്ച് വേറെ രീതിയിൽ എനിക്ക് അനുഭവപ്പെടാൻ തുടങ്ങി. മരിക്കുംതോറും അവർ കൂടുതൽ അടുപ്പം തോന്നിക്കുന്നവരായി എനിക്ക് ശക്തമായി അനുഭവപ്പെടാൻ തുടങ്ങി. ഇന്നലെ മരിച്ചവരുടെ

ലിസ്റ്റ് എഴുതാനെടുത്തപ്പോൾ പെട്ടെന്ന് എനിക്ക് ആദ്യമായി എന്റെ ഹൃദയത്തിൽ ആ സൈനികസംഘം എന്റെ സ്വന്തമാണെന്നും അതിന്റെ ഭാഗമാണ് ഞാൻ എന്നും തോന്നി.

ജീവിതം എന്നു പറയുന്നത് മരിക്കാനുള്ള ഒരു തയ്യാറെടുപ്പ് ആണ് എന്ന് ഞാൻ ചിന്തിക്കാറുണ്ടായിരുന്നു. നിനക്കറിയുമോ, ഞാൻ നോഹ യാണെന്നും ഒരു വെള്ളപ്പൊക്കമുണ്ടായി ഭൂമിയിലെ എല്ലാം നശിച്ചു പോകുമെന്നും ഒരു ചിന്തയുണ്ടായ സമയം എനിക്കുണ്ടായിരുന്നു. അതി നാൽ രക്ഷപ്പെടാനായി ഒരു പേടകം ഉണ്ടാക്കണം. നോഹ എല്ലാവരേയും പോലെ അല്ല. അയാൾ എല്ലായ്പോഴും വെള്ളത്തെക്കുറിച്ച് ചിന്തിക്കുക മാത്രമാണ് ചെയ്തത്. ഞാനും എന്റെ പേടകം ഉണ്ടാക്കി. എന്റെ പേടകം മരംകൊണ്ടല്ല, വാക്കുകൾകൊണ്ടാണ് ഉണ്ടാക്കിയത്. എനിക്ക് ചുറ്റുമുള്ള വരെല്ലാം ഈ വർത്തമാനകാലത്ത് ജീവിക്കുന്നു. നശ്വരമായ നിമിഷങ്ങൾ ആസ്വദിക്കുന്നു. എന്നാൽ എനിക്കാകെ ചിന്തിക്കാൻ കഴിഞ്ഞത് അനി വാര്യമായ വെള്ളപ്പൊക്കത്തേയും ആ പേടകത്തേയുംകുറിച്ചാണ്. അതെനിക്ക് ദുരിതപൂർണമായി തോന്നി. അവയ്ക്കും എന്നെപ്പറ്റി ആ രീതിയിൽത്തന്നെ തോന്നിയിരിക്കാം.

ഏറ്റവും പ്രധാനപ്പെട്ട കാര്യങ്ങളെക്കുറിച്ച് എഴുതിവെയ്ക്കണമെന്ന് ഞാൻ ചിന്തിച്ചു. എല്ലാ ജീവികളെയും രണ്ടിൽ രണ്ടായിട്ട്. സംഭവങ്ങൾ,, ആളുകൾ, സാധനങ്ങൾ, ഓർമ്മകൾ, പടങ്ങൾ, ശബ്ദങ്ങൾ എന്നിവ. നോക്ക്, ഒരു പുൽച്ചാടി പറന്ന് അകത്തേക്ക് വന്ന് എന്റെ മുട്ടിൽ വന്ന് മൂക്കിട്ട് ഉരച്ചു. അതിനെ ഞാൻ എടുക്കണോ എന്നത് എന്റെ മാത്രം കാര്യമാണ്. ഞാൻ കുട്ടിക്കാലത്ത് മുല്ലപ്പൂച്ചെടിയുടെ ചുവട്ടിൽ കുഴിച്ചിട്ട നടപടി ഇതുമായി സാമ്യമുണ്ടായിരുന്നതാണ്. ഇപ്പോഴാണ് മുഴുവനായി എല്ലാം എന്റേതിലേക്ക് ചേർക്കുന്നത്.

നോഹയുടെ ജോലി നിർബന്ധബുദ്ധിയോടെയുള്ള മരണത്തെ ക്കുറിച്ചുള്ള ബുദ്ധിപരമായ സ്വീകാര്യതയാണ്. അല്ലെങ്കിൽ ഞാൻ എന്നെ ഒരു ഉപകാരവുമില്ലാത്ത നോഹയെപ്പോലെ ആക്കിയേനെ.

സാഷൻക! ഇതെല്ലാം വിഡ്ഢിത്തരമാണ്. ഒരു നോഹയും എവി ടെയും ഉണ്ടായിരുന്നില്ല. എന്റെ വാക്കുകളുടെ പേടകം ഒഴുകിപ്പോകും ഞാൻ ഇവിടെയുമാകും. നമ്മൾ സ്വയം തയ്യാറെടുക്കണം. മരണത്തി നായി, അല്ല ജീവിക്കാനായി. ഞാൻ ഇപ്പോഴും ജീവിക്കാൻ തയ്യാറായി ട്ടില്ല. സാഷ്ക!

ഇതാ ഞാൻ നോഹയുടെ നോഹയായി, വിഡ്ഢികളുടെ വിഡ്ഢി യായി വളരെ പ്രാധാന്യമുള്ളതും വലുതും നേടാൻ അസാധ്യവുമായ എന്തിനെങ്കിലും വേണ്ടി നോക്കിക്കൊണ്ടിരിക്കുന്നു. അത് ഞാൻ നിർത്തേണ്ടിയിരിക്കുന്നു. കാരണം എനിക്ക് നീയുണ്ട് എന്ന് ഞാൻ മനസ്സി ലാക്കേണ്ടിയിരിക്കുന്നു. എനിക്ക് നീയുണ്ട്. മരണം ചുറ്റിലുമുണ്ട്. എന്നാൽ ജീവിതത്തിന്റെ മഹാപ്രളയം എന്നിൽത്തന്നെ ഉണ്ട്. അതെന്നെ കീഴട ക്കുന്നു. ഉയർത്തിക്കൊണ്ട് വരുന്നു, ചുമന്ന് നിന്നിലേക്ക് എത്തിക്കുന്നു.

രാത്രി അത്തരമൊരു തീവ്രമായ വേദന എനിക്കുണ്ടായി. നീയും ഞാനും കൂടിച്ചേരുന്നതാണ് ഒരേ ഒരു മോക്ഷമായി ഞാൻ കാണുന്നത്. എന്താണ് സംഭവിച്ചത് എന്നത് എങ്ങും മാഞ്ഞുപോയിട്ടില്ല. അത് ഇപ്പോഴും അവിടെയുണ്ട്, ജീവനോടെ, അത് എന്നിലും നിന്നിലുമുണ്ട്, അത് നമ്മുടെ സത്തയാണ്.

നിനക്ക് ഓർമ്മയുണ്ടോ, മഞ്ഞുകാലത്ത് നമ്മുടെ സ്മാരകക്കെട്ടിടത്തിലേക്ക് തലമുടി വെട്ടുന്നയാളുടെ അടുത്തുനിന്നും ഞാൻ വന്നത്? ശീലമാകാത്ത തണുപ്പിൽ ചെവികൾ തണുത്തുറഞ്ഞ് മുതുകിലെ കുത്തുന്ന വേദനയുമായി ഞാൻ എത്തി. വൈകുന്നേരം ആയതോടെ കട്ടിയുള്ള മൂടൽമഞ്ഞ് ഉണ്ടായി. നിന്റെ സ്കാർഫിൽ നമ്മളെ പൊതിഞ്ഞ് അലസമായി നമ്മൾ നടന്നു. എനിക്ക് ആ സ്കാർഫ് കാണാൻ കഴിയുന്നുണ്ട്. വലിയ അയഞ്ഞ തുന്നലുമായിട്ട്. നമ്മൾ തണുത്തുറഞ്ഞ് വടിപോലെയായി നിന്റെ സ്ഥലത്തേക്ക് പോയി. വസ്ത്രങ്ങൾ ഊരി കമ്പിളിക്കുള്ളിൽ കിടന്നു. പല്ലുകൾ തമ്മിൽ കൂട്ടിയിടിച്ച് നീ എന്റെ മഞ്ഞുപോലത്തെ തണുത്ത കൈകൾ എടുത്ത് നിന്റെ കാലുകൾക്കിടയിൽവെച്ച് ചൂടാക്കി.

വേനൽക്കാലവസതിയിൽ നമ്മൾ ബൈക്ക് ഓടിക്കാനായി പോയപ്പോൾ നിന്റെ പാവാട ബൈക്കിന്റെ ചക്രത്തിനിടയിൽ കുരുങ്ങിയത് ഓർമ്മയുണ്ടോ?

എന്തായാലും ഇതൊക്കെയാണ് നമ്മുടെ ജീവിതത്തിലെ ചെറിയ ചില സംഭവങ്ങൾ. അവ എത്രയെണ്ണമാണ്! അല്ലെങ്കിൽ തിരിച്ചു പറഞ്ഞാൽ എത്ര കുറച്ചായാലും അവ ഇപ്പോഴുമുണ്ട്.

ഞാൻ നിന്നോടൊപ്പം ആദ്യമായി താമസിച്ചപ്പോൾ ഞാൻ ശുചിമുറിയിലേക്ക് പോയി. ഇരുട്ടത്ത് എനിക്കൊന്നും കാണാൻ കഴിഞ്ഞില്ല. ഞാൻ ഭിത്തിയിൽ തപ്പിത്തപ്പി വഴി കണ്ടുപിടിച്ച് നടന്നപ്പോൾ എന്റെ കാല് കസേരയിൽ തട്ടി ശബ്ദമുണ്ടായി, അത് നിന്നെ ഉണർത്തുകയും ചെയ്തു.

എന്റെ കണ്ണിൽ ചെറിയൊരു മറുകുണ്ടായപ്പോൾ അത് നീ നാക്കിന്റെ അറ്റംകൊണ്ട് നക്കി.

എന്നോട് പറയ്, നീ നിന്റെ വിരലിലെ നഖങ്ങൾ കടിക്കാറുണ്ടോ എന്ന്? അങ്ങനെ ചെയ്യരുത് എന്റെ പ്രിയപ്പെട്ടവളേ, നിന്റെ വിരലുകൾ ചവയ്ക്കരുത്. നിനക്ക് മൃദുലമായ നല്ല ഭംഗിയുള്ള വിരലുകളാണ് ഉള്ളത്.

ഒരിക്കൽ എന്തോ ചിന്തിച്ച് വായിൽ കടിച്ചുപിടിച്ച ടൂത്ത്ബ്രഷുമായി നീ ഫ്ളാറ്റിലൂടെ നടന്നു.

നീ എന്റെ അടുത്തുവന്ന സമയത്ത് ഞാൻ കാപ്പിപ്പാത്രം സ്റ്റൗവ്വിൽ വെച്ച് വെള്ളം ഒഴിക്കാൻ മറന്നത് നിനക്കോർമ്മയുണ്ടോ? ഒടുവിൽ കരിഞ്ഞ പാത്രം എനിക്ക് വലിച്ചെറിയേണ്ടിവന്നു.

മറ്റൊരു സമയത്ത് നമ്മൾ കെറ്റിലിനെക്കുറിച്ച് മറന്നുപോയി. അത് തിളച്ചുമറിഞ്ഞ് ഒരു ആവിയിലെ കുളിക്കു പാകത്തിലായി. നീ പിന്നീട് ഒരിറക്ക് ചായ കുടിച്ചിട്ട് നിന്റെ കപ്പിലേക്ക് നോക്കി പെട്ടെന്ന് പറഞ്ഞു,

"നോക്ക് എനിക്ക് ചായയും പഞ്ചസാരയും ഒരു ഉത്തരത്തിൽ തൂങ്ങുന്ന വിളക്കും കിട്ടിയിട്ടുണ്ട്!"

നിന്റെ കാലുകൾ പുതിയ ഷൂസിൽ പാകമായിട്ടില്ല. നീ അവ ഒരു ടേബിൾസ്പൂൺകൊണ്ട് വലിച്ചുനീട്ടി. പിന്നെ നിന്റെ ശംഖ്! സ്ട്രോംബിദാസ്, എപ്പോഴും സിഗരറ്റ് കുറ്റികൾകൊണ്ട് നിറഞ്ഞിരിക്കും. കൊമ്പുള്ള ഇരുണ്ട പിടിയുള്ളത്. അതെങ്ങനെയുണ്ട്? എവിടെയുണ്ട്? അതെന്നെ കാത്തിരിക്കുന്നുണ്ടോ?

എന്റെ പ്രേമമേ, നീയും ഞാനും വളരെക്കാലം മുമ്പ് പിരിഞ്ഞു. എന്നാൽ വളരെ കുറച്ച് ദിവസങ്ങളേ കടന്നുപോയിട്ടുള്ളൂ എന്ന ചിന്തയാണെനിക്ക്.

ഞാൻ കണ്ണുകളടച്ചു. നീ കിടക്കയിൽ ഇരിക്കുന്നത് ഞാൻ കാണുന്നു. എന്റെ ഷർട്ടിട്ട് നിന്റെ കൈകൾ, കാൽമുട്ടിൽ ചുറ്റി താടി അതിലൂന്നി ഇരിക്കുന്നുണ്ടായിരുന്നു. കുളിമുറിയുടെ തൊട്ടുവെളിയിൽ നീ നിന്റെ തലമുടി കഴുകുകയായിരുന്നു. നീ ടവൽകൊണ്ട് തലപ്പാവ് കെട്ടിയിരുന്നു. നിന്റെ കണങ്കാലിലെ കൊതുക് കടിച്ച പാട് എന്റെ മുഖത്തിനുനേരെ വന്നു. ഞാൻ നിന്റെ കണങ്കാലുകളിൽ ചുംബിച്ചു.

മുമ്പ് അറിഞ്ഞപോലെ നിന്റെ കഴുത്തിലെ തുടിപ്പ് എനിക്കറിയാൻ കഴിയുന്നുണ്ട്. അത് ആ ചെറിയ ബിന്ദുവിൽ മിടിക്കുന്നതു കാണാൻ എനിക്കിഷ്ടമാണ്. സുതാര്യമായ തൊലിക്കടിയിൽ ചെറിയൊരു ആശങ്കയോടെയുള്ള ആ പൊങ്ങിത്താഴൽ ഞാൻ ഇഷ്ടപ്പെടുന്നു.

ഞാൻ നിന്റെ ചുണ്ടുകൾക്കിടയിലെ വിടവ് കാണുന്നു. അവയെ ഞാൻ ചുംബിക്കും. അവയുടെ അറ്റം മുഴുവൻ നിറംമാറുന്നു. ചെറിയൊരു പാട് നടുവിലും വന്നു.

നിന്നോടുള്ള ഇത്തരം ഇഷ്ടങ്ങൾ എന്നിൽ വന്ന് നിറയുകയാണ്. നിന്റെ ചുണ്ടുകളോട്, നിന്റെ കണങ്കാലുകളോട്, നിന്നെ മുഴുവനായും തന്നെ!

രാത്രിയിലെ ഇരുട്ടിൽ ഞാൻ നിന്നോട് മന്ത്രിക്കുന്നു, മൃദുവായ വാക്കുകൾ പറയുകയും ചുംബിക്കുകയും താലോലിക്കുകയും ലൈംഗിക ബന്ധം പുലർത്തുകയും ചെയ്യുന്നു.

നീ എന്റെയാണ്. നിന്നെ ഞാൻ ആർക്കും കൊടുക്കില്ല!

എനിക്ക് നിന്നോട് ഭ്രാന്തമായ ആഗ്രഹമുണ്ട്. എനിക്ക് നിന്റെ ശരീരത്തിനോടും ഭ്രാന്തമായ പ്രണയമാണ്.

എല്ലാറ്റിനും ഉപരിയായി ഞാൻ ജീവനോടെ ഇരിക്കുന്നു, സാഷ!

പ്രിയനേ,

ഒരു ട്രാം പുലർച്ച. അവ ഒരുപാടുണ്ട്.

ജനാലയ്ക്കു പുറത്ത് അപ്പോഴും ഇരുട്ടാണ്. ട്രാമിനുള്ളിലെ മങ്ങിയ വെളിച്ചം എല്ലാവരെയും നീലമുഖമുള്ള ആളുകളാക്കി മാറ്റി.

ചിലർ കൂർക്കം വലിക്കുന്നുണ്ട്. ചിലർ ദിനപത്രങ്ങളിൽ മുഖം പൂഴ്ത്തി ഇരിക്കുന്നു.

ആദ്യപേജിൽ യുദ്ധം, അവസാനത്തെ പേജിൽ പദപ്രശ്നം.

വലിയ പട്ടണങ്ങളിൽനിന്ന് ഞങ്ങളെ അറിയിച്ചിരുന്നതെന്തെന്നു വെച്ചാൽ ആളുകൾ പച്ചനിറത്തിൽ പാടുകൾ വന്നിട്ടുള്ള, പൊട്ടിയൊലിക്കുന്ന ഉത്തരങ്ങളുള്ള പൊതുവായനശാലകളിൽ പോയി ഇരിക്കരുത് എന്നാണ്. വീടില്ലാത്ത ആളുകൾ അവിടെ പോയി ഇരിപ്പിടം കൈക്കലാക്കി അതിൽ കിടക്കുകയും വാരികകളിൽ മുഖം പൂഴ്ത്തിക്കിടന്ന് ദുർഗന്ധം വമിപ്പിക്കുകയും ചെയ്യാറുണ്ട്.

സൂര്യാസ്തമയത്തിന്റെ നേർത്ത കിരണങ്ങൾ നിരത്തുകളിലെ മിനുസമേറിയ കല്ലുകളിൽ നന്നായി തൊലി മിനുക്കുന്ന നേരത്ത് അവർ 'ഗൗളി'ൽ അന്ന് വൈകുന്നേരം എഴുതിയിരുന്നു. അവർ ജറുസലേമിൽ നിന്നും എഴുതിയിരുന്നു.

ശാസ്ത്രവാർത്തകൾ: ശാസ്ത്രജ്ഞന്മാർ കണക്കുകൂട്ടിയിരിക്കുന്നു. എന്തെന്നാൽ അയ്യായിരം കൊല്ലങ്ങളായി മിക്കവാറും ആളുകൾ സ്വന്തം ഇഷ്ടമില്ലാതെ ചെടികളെപ്പോലെ അടുത്തവയോ അവയുടെ പരാഗവിതരണക്കാരെയോ തിരഞ്ഞെടുക്കാതെ വേരുകളും ശാഖകളും തമ്മിൽ പിണഞ്ഞ് സ്വയം പൊട്ടിമുളയ്ക്കുന്ന ചെടികളെപ്പോലെ അടുപ്പിച്ചടുപ്പിച്ച് വളർന്നു പെരുകിക്കൊണ്ടിരിക്കുന്നു.

അതിൽ സമയവുമായി ബന്ധപ്പെട്ട എന്തോ തമാശയുണ്ട് എന്നത് പരീക്ഷിച്ചറിഞ്ഞ് വിവരിച്ചിട്ടുണ്ട്. സംഭവങ്ങൾ ഏതു ക്രമത്തിലും സംഭവിക്കാമെന്നും ആർക്കും ഉണ്ടാകാമെന്നും അത് പറയുന്നു. ഒരു അടുക്കളയിൽ ചീർപ്പും ടിഷ്യു പേപ്പറും ഉണ്ടായേക്കാം. അതിനാൽ അത് നിന്റെ ചുണ്ടുകളെ ഇക്കിളിയാക്കാം. തികച്ചും അതിനു യോജിക്കാത്ത അടുക്കളയിൽവെച്ച് ജീവിച്ചിരിക്കാത്ത ഒരാളുടെ കത്ത് വായിക്കാം. നീ പല്ലുഡോക്ടറുടെ അടുത്ത് പോയപ്പോൾ നിന്റെ റൂട്ട്കനാൽ ചെയ്തത് പരിശോധിക്കുമ്പോൾ അവർ നിന്റെ ഞരമ്പിനെ കൊളുത്തിവലിച്ചു. പിന്നീട് എട്ട് നൂറ്റാണ്ടുകൾക്കുശേഷം നിന്റെ മേശവിരിയുടെ നൂൽ തൊങ്ങൽ വികാരാവേശത്തിൽ വിറയ്ക്കാൻ തുടങ്ങി.

പഴമക്കാർ കണ്ടെത്തിയതുപോലെ കാലം കഴിയുംതോറും ഭൂതകാലം പിന്നിലേക്ക് ഉപേക്ഷിക്കപ്പെടുന്നില്ല. അതുമായി കൂടുതൽ അടുപ്പം ഉണ്ടാവുകയാണ്. എല്ലാ വാച്ചുകൾക്കും പുൽച്ചാടികളെപ്പോലെ ശബ്ദമുണ്ടാക്കാൻ മാത്രം കഴിയും. കാലങ്ങളായി എല്ലാവർക്കും അറിയാവുന്ന

പോലെ സമയം രണ്ടാവാൻ പത്തുമിനിറ്റ് എന്നതുപോലെ ആളുകൾക്കു മുന്നിലും പലതും തെളിയിച്ച് കാണിക്കുന്നു.

ആൽപ്സിൽനിന്ന് ഒരുപാട് കൂടുതലായി പിടികൂടുന്നതിനാൽ പൂമ്പാറ്റകൾ അവിടെ ഏകദേശം അപ്രത്യക്ഷരായിരിക്കുകയാണ്.

സിഗരറ്റിനുപകരം ചായപ്പൊടി ദിനപ്പത്രത്തിൽ നിറച്ച് ഉപയോഗിക്കാം.

വൈകുന്നേരമാകുമ്പോഴേക്കും അത് കടഞ്ഞെടുത്തതുപോലെ പുത്തൻ ആകും.

പ്രധാന വാർത്ത: അവൾ അവിടെ നടക്കുകയായിരുന്നു, ജീവിതം തന്റെ പാവാടയേക്കാൾ ചെറുതാണെന്നറിയാതെ.

വായനക്കാരുടെ കത്തുകൾ: നീ അത്താഴത്തിന് എത്തുമെന്ന് പ്രതീക്ഷിക്കാൻ കഴിയുന്നത് എത്ര വലിയ കാര്യമാണ്.

ആവശ്യമുണ്ട്: പ്രാവുപിടിയൻ തന്റെ പ്രാവുകൾ തിരിച്ചെത്തുമെന്ന് പ്രതീക്ഷിച്ച് കാത്തുനിൽക്കുകയാണ്. അയാൾ ആകാശത്തേക്കല്ല, ബേസിനിലെ വെള്ളത്തിലേക്കാണ് നോക്കുന്നത്. അയാൾക്ക് അങ്ങനെയും നന്നായി ആകാശം കാണാം എന്ന രീതിയിൽ ചിത്രീകരിച്ചിരിക്കുന്ന ചിത്രമുള്ള ഒരു സ്റ്റാമ്പ് ആവശ്യമുണ്ട്.

മഞ്ഞുകൊണ്ടുള്ള ഒരു സ്ത്രീ വിലപിക്കുകയാണ്, എന്താണ് എല്ലാവരും ടൈറ്റാനിക്കിനോട് സഹതപിക്കുന്നത്, ഒരാളും ആ മഞ്ഞുകട്ടയോട് സഹതപിക്കാത്തതെന്ത് എന്ന്.

ഏകയാണ്, ആരും വിഡ്ഢിയാക്കപ്പെട്ടിട്ടില്ല. വർഷങ്ങളായി തവിട്ടു നിറത്തിലുള്ള തലമുടിയാണ്. ഒരു ചീത്ത ശീലവും ഇല്ല. ചിലപ്പോൾ ഞാൻ പുകവലിക്കും. എനിക്ക് ഒരു സഹോദരി ഉണ്ട്. ഡ്രൂയിഡിക് ജാതക പ്രകാരം ഒരു കടുക്മണി. പൊക്കം നിന്റെ കൈയിനടിയിൽ പാകം. എന്റെ തടിയില്ല. ബാത്റാബിമിന്റെ വശത്തുള്ള ഹെഷ്ബണിലെ തടാകം പോലത്തെ കണ്ണുകൾ!

കാറ്റു കാരണം പോറൽ വീണ ഗ്ലാസ് ചില്ലുകളുള്ള വലിയ ഇഷ്ടിക ഭിത്തിയുടെ പുറകിലുള്ള ആശുപത്രിയിലാണ് ജോലി. അവിടെ കുട്ടികൾ കാൻസറിനെയല്ല, കുത്തിവെയ്പിനെയാണ് പേടിക്കുന്നത്. സൂചികൾ കുത്തുന്നിടത്ത് ഇനി ഒരിടംപോലും ബാക്കിയില്ല.

ഇപ്പോൾ ജീവിതത്തിലെ മഹാറാണി. സന്ദേശവും സന്ദേശ വാഹകയും.

ഞാൻ സത്യത്തിന്റെയും നീതിയുടെയും നൂലിഴകൾ നൂൽക്കുന്നു.

ഞാൻ ചുരണ്ടിക്കൊണ്ട് ഒരു കൊച്ച് കൈയും കാലും ട്രേയിൽ കിടക്കുന്നതിനെ ചികഞ്ഞു. അതിൽ എന്താണ് ഇല്ലാത്തത് എന്ന് നോക്കി, എല്ലാം ചുരണ്ടി പുറന്തള്ളുന്നതിനുമുമ്പ്.

ഞാൻ ക്ഷീണിതയായി വീട്ടിലെത്തി. അത് വീടായിരുന്നില്ല.

ഞാൻ രാത്രി പിഞ്ഞിക്കീറിയ ചെറിയ കട്ടിലിൽ തിരിഞ്ഞും മറിഞ്ഞും കിടന്നു. അത് അസ്പഷ്ടമായി ചീറ്റിക്കൊണ്ട് പഴയ കട്ടിൽപോലെ എന്തോ മന്ത്രിക്കുന്നുണ്ടായിരുന്നു. അടുക്കളയിലെ പൈപ്പ് ഒരു അസ്ഥിര സാധനമാണ്. ഞാനൊരു പുതിയ തലയിണ വാങ്ങിച്ചു. ഞാൻ അതുമായി യാതന സഹിക്കുകയാണ്. അതിന് ഒരു കോഴിയുടെ മണമാണ്. അപരിചിതമായ രാത്രികാലങ്ങളിലെ കരച്ചിലുകൾ ജനാലയിലൂടെ കടന്നുവന്നു. ഞാൻ ഒരു മൃഗശാലയുടെ എതിരായിട്ടാണ് താമസിക്കുന്നത്. ഞാൻ അവിടെ ഒന്ന് നടക്കാമെന്നു കരുതി പോയി. അപ്പോൾ തണുപ്പുകാലം തുടങ്ങിക്കഴിഞ്ഞിരുന്നു. കൂടുകൾ ഒഴിഞ്ഞിരുന്നു.

മഞ്ഞുവീഴ്ച തുടങ്ങിയിട്ടില്ലാത്ത, പൊടിപോലെ മഞ്ഞുവീഴുന്ന സമയത്ത് ഒരിക്കൽ ഞാൻ പോയി. കുളത്തിലെ വെള്ളം അടിച്ചുകളഞ്ഞിരുന്നു. അടിയിൽ ചപ്പുചവറുകൾ ഒരുപാടുണ്ടായിരുന്നു.

ഞാൻ കുരങ്ങിന്റെ കൂടാരത്തിൽ പോയി. അത് ചൂടുപിടിച്ച് ദുർഗന്ധം വമിക്കുന്നതായിരുന്നു. അവ രോമത്തിലും കൈകളിലുള്ള മൂത്രത്തെ തിരുമ്മുന്നത് ഞാൻ കണ്ടു. അത് അവരുടെ വാക്കുകളായിരുന്നു.

പിന്നീട് ഞാൻ സ്കൂൾ കുട്ടികളുടെ പുറകെ നടന്നു. അവർ മൃഗശാലയുടെ അറ്റംവരെ നടത്തിച്ചു. അവിടെ കോഴികളല്ലാതെ ഒന്നും ഉണ്ടായിരുന്നില്ല. വൃത്തിയായി വീടുകളിൽ വളർത്തുന്ന നാടൻ കോഴികൾ. എന്റെ തലയിണയുടെ മണം. അവർ അവിടെവെച്ച് കോഴികളെ മുട്ടയിട്ട് വിരിയിക്കുമ്പോൾ അമ്മക്കോഴി അവയെ ശരീരത്തിനടിയിൽവെച്ച് തിരിച്ചുകൊണ്ടിരിക്കുമത്രേ. അപ്പോൾ അവയ്ക്ക് അമ്മയുടെ ചൂട് എല്ലാവശത്തും ഒരുപോലെ കിട്ടും. ആരോഗ്യമുള്ള കോഴിക്കുഞ്ഞ് പിറക്കുന്നത് അമ്മയുടെ ക്ഷമയും പരിചരണവുംകൊണ്ട് ആണത്രേ. എന്നാൽ ഇത് മനസ്സാക്ഷിപ്രകാരം പ്രവർത്തിക്കുന്ന മാതൃത്വത്തിന്റെ ഉത്തമോദാഹരണമല്ല എന്ന രീതിയിലേക്ക് അത് മാറുകയാണ്. ശരിക്കും എന്ത് സംഭവിക്കുന്നു എന്നതിനെപ്പറ്റി പറയാം. കോഴിക്കുഞ്ഞിന്റെ വയറ് ചൂടാവുന്നു. അസ്വസ്ഥത മാറ്റാൻ യോജിച്ച എന്തിനെങ്കിലുമായി, ഉള്ളിലെ ചൂട് ആറ്റുവാനായി തണുത്ത സാധനത്തിനായി ചുറ്റും നോക്കുന്നു. കോഴികൾ മുട്ടയുടെ പുറത്തിരിക്കുന്നത് അവ തണുപ്പായതിനാലാണ്. ആ ഭാഗം ചൂടാവുമ്പോൾ അവയെ തിരിച്ചുപിടിച്ച് തണുത്ത ഭാഗം മുകളിലേക്കാക്കുന്നു. കുറച്ചു പ്രാവശ്യം ഇത്തരത്തിൽ ചെയ്തുകഴിയുമ്പോൾ കോഴിക്കുഞ്ഞ് പുറത്തേക്ക് വരും. അമ്മക്കോഴി ഒരു കൂട്ടം കുഞ്ഞുങ്ങളെക്കണ്ട് അതിശയിക്കുന്നു. അങ്ങനെ, കുട്ടികളേ, പ്രകൃതി നമുക്കായി എന്തെല്ലാം ചിന്തിച്ചുവെച്ചിരിക്കുന്നു എന്നറിയുമോ?

ഞാൻ കോഴിക്കൂട് വിട്ടു. തണുത്തുവിറച്ച് നിൽക്കുന്ന ഒരു പിടിയാനയെ കണ്ടു, ഏകാന്തതയിലെ നഷ്ടപ്പെട്ട ഒരു ആത്മാവ്. അവളുടെ വീട് അല്ലാത്ത സ്ഥലം ഈ തണുപ്പിൽ അവർ വൃത്തിയാക്കുകയാണ്. അവൾ ഡിസംബർ ആദ്യത്തെ ഈ ത്രിസന്ധ്യസമയത്ത് മുന്നോട്ടും

പിന്നോട്ടും ആടിക്കൊണ്ടിരിക്കുകയാണ്. ഓരോ കാൽ മുന്നോട്ടും പിന്നോട്ടും വെച്ചുവെച്ച് തണുപ്പും സഹിച്ച് നിൽക്കുന്ന അവളുടെ കൊമ്പിൽ നിന്നും ആവിപൊങ്ങി വരുന്നുണ്ട്.

എനിക്കും പെട്ടെന്ന് ആ തണുത്തുവിറച്ച ആനയുടെ അനുഭവം തോന്നി. ഞാനും അവളോടൊപ്പം നിന്ന് അങ്ങോട്ടുമിങ്ങോട്ടും ആടി. ഞാനെങ്ങനെ ഇവിട അവസാനിക്കാൻ? എന്താണ് ഇത്ര ഭയങ്കര തണുപ്പ്? ഇത്തരത്തിൽ ഞാനെങ്ങനെയാണ് എത്തിപ്പെട്ടത്? എനിക്ക് വീട്ടിൽ പോകണം! എനിക്ക് ചൂട് വേണം!

അച്ഛൻ വിട്ടുപോയശേഷം അമ്മ തനിച്ചായി. അവർക്ക് ഒരു പൂച്ചയുണ്ടായിരുന്നു. അത് എല്ലാ വർഷവും സ്ഥിരമായി പൂച്ചക്കുട്ടികൾക്ക് ജന്മം നൽകുമായിരുന്നു. അമ്മ അവയെ ചന്തയിലെ ഇടനിലക്കാർക്ക് പണം മേടിക്കാതെ തന്നെ നൽകി. എന്നാൽപ്പിന്നെ അവ ചത്തുപോകില്ലല്ലോ. അമ്മയുടെ ആരോഗ്യം വളരെ മോശമായിക്കൊണ്ടിരുന്നു. ഞാൻ കാണാൻ പോകുമ്പോഴൊക്കെ അവർ പൂച്ചക്കുട്ടികളെപ്പറ്റി മാത്രമാണ് സംസാരിച്ചിരുന്നത്. ഓരോ സമയത്തും അവർ എന്നെക്കൊണ്ട് ഒരു പൂച്ചക്കുട്ടിയെ മേടിപ്പിക്കാൻ ശ്രമിച്ചുകൊണ്ടിരുന്നു, ഞാൻ നിരസിച്ചുംകൊണ്ടിരുന്നു. എന്നാൽ ഇപ്പോൾ പിടിയാനയെ കണ്ടതിനുശേഷം സമ്മതിച്ചു. ഞാനേതായാലും ഒരു മൃഗശാലയ്ക്ക് എതിരെയാണ് താമസം. ഒരു നാടൻ ശാഖ ഇവിടെ ഞാനും ഒരുക്കണമല്ലോ.

അധികനേരമൊന്നും ഞാൻ എടുത്തില്ല. എന്റെ മേലേക്ക് ഇഴഞ്ഞു വന്ന ഒന്നിനെ ഞാൻ എടുത്തു. ഞാൻ അവളുടെ മൂക്കു കാരണം അവളെ തമ്പ്റ്റാക്ക് എന്നു വിളിച്ചു.

പൂച്ചക്കുട്ടിയെ ഞാനെന്റെ കോട്ടിനുള്ളിൽ ഇട്ട് വീട്ടിലേക്ക് പോയി. അത് ഇഴഞ്ഞ് പുറത്തുകടക്കാൻ ശ്രമിച്ചുകൊണ്ടിരുന്നു. ഞാൻ അവളുടെ മുഖത്ത് ഊതിയപ്പോൾ അത് പതുങ്ങി ഒളിച്ചിരുന്നു.

തമ്പ്റ്റാക്ക് എപ്പോഴും കളിച്ചുകൊണ്ടിരുന്നു. അത് കാണാൻ നല്ല രസമായിരുന്നു. ആദ്യമായി അവൾ കണ്ണാടിയിൽ കണ്ടപ്പോൾ അവൾ സ്വന്തം പ്രതിബിംബത്തെ ആക്രമിക്കാൻ നിന്നു. ദേഹത്തെ രോമങ്ങൾ എഴുന്നേറ്റുനിന്നു. നഖങ്ങൾ പുറത്തേക്ക് നീണ്ടു. കുറച്ചുനേരം മൂക്കുകൊണ്ട് ശബ്ദമുണ്ടാക്കിയശേഷം അവൾക്ക് എന്നെന്നേക്കുമായി കണ്ണാടിയിൽ താത്പര്യം നഷ്ടപ്പെട്ടു.

എന്നാൽ ഒരു നൂലിന്റെ പിന്നാലെ മണിക്കൂറുകൾ നടന്നോളും. അല്ലെങ്കിൽ നല്ലൊരു ഉറക്കം കഴിഞ്ഞാൽ അവൾ മുറിക്കുചുറ്റും മണിക്കൂറുകളോളം മിന്നൽപോലെ ഓടിനടക്കും. കിടക്കയിൽനിന്ന് കസേരയിലേക്ക്, അവിടുന്ന് കർട്ടനിലേക്ക്, അവിടുന്ന് സോഫയിലേക്ക്. അങ്ങനെ ഏതിലെങ്കിലും തട്ടി നിൽക്കുന്നതുവരെ ചുറ്റിച്ചുറ്റി നടന്നുകൊണ്ടേയിരിക്കും. അവൾ സോഫയുടെ അടിയിൽ ഒളിച്ചിരിക്കും. പിന്നീട് പാറിനടക്കുന്ന കടലാസ് കണ്ടിട്ട് ചാടിവരും.

ഞാൻ തമ്പ്റ്റാക്കിനെ കക്കൂസ് ഉപയോഗിക്കാൻ പഠിപ്പിക്കണമെന്ന് കരുതി. എന്നാൽ അവൾ അതിനുള്ളിൽ വീണു. പിന്നെ വെള്ളം കാണുന്നതേ ഭയമായി.

അവൾക്ക് എന്തുകൊണ്ടോ മണലിൽ പോകാനിഷ്ടമില്ലായിരുന്നു. എന്നാൽ ഒരു പെട്ടിയോ, പറക്കുന്ന കടലാസ് തുണ്ടോ ഒക്കെ ഇഷ്ടമായിരുന്നു.

അവൾക്ക് ഒരു നാണവുമില്ലായിരുന്നു. കുട്ടിത്തരം നിറഞ്ഞ പ്രകൃതം. ഞാൻ ഇവിടെയിരുന്ന് എന്റെ കൊച്ചുമേശമേൽ മുന്നിൽ ഇരുന്ന് ബിസ്കറ്റ് തിന്നുമ്പോൾ പിൻകാലുകൾ ഉത്തരത്തിനുനേരെ പൊക്കിയുയർത്തി അവൾ തന്റെ റോസ് നിറത്തിലുള്ള ഗുദഭാഗത്ത് നക്കിക്കൊണ്ടിരുന്നു. ഈജിപ്റ്റുകാർക്ക് എന്റെ തമ്പ്റ്റാക് ദൈവത്തോളം ഉയർന്ന ഒരാളാണ് എന്നത് വിചിത്രമായ, രസകരമായ കാര്യമാണ്.

അവൾ ചാരുകസേര മുതൽ റിബ്ബൺവരെ എല്ലാറ്റിനെയും മാന്തിപ്പറിച്ചു. അവൾക്കായി മുഴുവൻ മരസ്സാമാനങ്ങളും വീട്ടിലേക്ക് ഞാനെത്തിച്ചു. അവളുടെ കാൽനഖങ്ങൾ അവയിൽ ഇട്ടുരച്ച് മൂർച്ചകൂട്ടി. അവൾക്ക് ആരെയെങ്കിലും ആ കാൽനഖങ്ങൾകൊണ്ട് കീറിമുറിക്കാൻ കഴിയുമെന്നും എന്റെ തമ്പ്റ്റാക്ക് ഒരു മൃഗമാണെന്നും സങ്കല്പിക്കാൻ എനിക്ക് ബുദ്ധിമുട്ടായിരുന്നു.

എങ്ങനെയൊക്കെയോ തമ്പ്റ്റാക്ക് ഞാൻ അറിയാതെ വളർന്ന് ഒരു മുതുതലച്ചിയായി മാറി.

ഞാൻ എവിടെയോ കേട്ടിട്ടുണ്ട്. പൂച്ചകൾക്ക് അവരുടെ യജമാനൻ ഉണ്ടെങ്കിലും ഇല്ലെങ്കിലും ഒരുപോലെയാണ് എന്ന്. അസംബന്ധം. ഞാൻ തിരിച്ചെത്തിയാൽ മുതുതലച്ചി എപ്പോഴും സന്തോഷിച്ചു. എന്നെ കാണുമ്പോൾ അവൾ എഴുന്നേറ്റ് ശരീരം വളച്ച് എന്റെ വാത്സല്യം കിട്ടാനായി സ്നേഹത്തോടെ അടുത്തു വരും. ഞാൻ കുളിച്ച് ടവൽ ചുറ്റി ക്രീം മുഖത്തു പുരട്ടി സോഫയിൽ ഒരു പുസ്തകവുമായി എന്റെ കാലുകൾ പൂച്ചയുടെ പുറത്ത് ചൂടുവെള്ളക്കുപ്പിയിലെന്നപോലെ വെയ്ക്കും. ഞാൻ വായിക്കുകയും അവളെ കാലുകൊണ്ട് തിരുമ്മുകയും ചെയ്യും. അത് മധുരമായ സന്തോഷശബ്ദം ഉണ്ടാക്കും.

ഒരേയൊരു ഭയങ്കരമായ കാര്യം അവൾ ആകെ ചൂടുപിടിക്കുമ്പോഴുള്ള പ്രശ്നമാണ്. പാവം അവൾ അപ്പോൾ സ്വന്തം ശരീരം മനസ്സാമാനങ്ങളിൽ ഉരുമ്മുകയും നിലത്ത് കിടന്ന് ഉരുളുകയും വയറ് വെച്ച് നിരങ്ങുകയും ഭയങ്കരമായി നിലവിളിക്കുകയും ചെയ്തു.

അമ്മ പറഞ്ഞിരുന്നു അവളെ മൃഗഡോക്ടറെ കാണിച്ച് ഗർഭാശയം നീക്കം ചെയ്യണമെന്ന്. എനിക്ക് അവളോട് സഹതാപം തോന്നി.

പാവം അവൾ. ആശ്വസിപ്പിക്കാനായി ഞാൻ ലാളിക്കുകയും തലോടുകയും ഉരുമ്മുകയുമൊക്കെ ചെയ്യുമ്പോൾ അവൾ ലൈംഗിക

ബന്ധത്തിനാണെന്ന് തോന്നുന്നു, നിരത്തിലേക്ക് ഓടാൻ ശ്രമിക്കുന്നതിനാൽ ഞാൻ അവളെ എപ്പോഴും മുറിയിൽ അടച്ചിടണം.

അവൾ വേദനകൊണ്ട് പുളയുകയും ശ്രദ്ധ കിട്ടാനായി ഓലിയിടുകയും ചെയ്യുന്നതുമൊക്കെ ശ്രദ്ധിച്ചുകൊണ്ടിരുന്നതിനാൽ രാത്രി ഉറക്കം കിട്ടാൻ ബുദ്ധിമുട്ടായി. നിലാവുള്ള രാത്രിയിൽ ഞാൻ കണ്ണും തുറന്ന് കിടന്നു. എന്റെ പൂച്ച ചന്ദ്രനെയും വസന്തകാലത്തെയുംപോലെ, വേലിയേറ്റത്തെയും വേലിയിറക്കത്തെയുംപോലെ രാത്രികളും പകലുകളും പോലെ, തണുത്തുറഞ്ഞ ആനയെപ്പോലെ, മൊത്തത്തിൽ എല്ലാ പൂച്ചകളെയും പൂച്ചകളല്ലാത്തവയെയുംപോലെ, ജനിപ്പിച്ചവയെയും ഇനി ജനിക്കാത്തവയെയുംപോലെ ഭീമാകാരമായ യന്ത്രസംവിധാനത്തിന്റെ ഭാഗമാണെന്ന് ഞാൻ കരുതി. അവളെപ്പോലെ ഞാനും സ്പർശനം ആവശ്യമായ ഈ യന്ത്രസംവിധാനവ്യവസ്ഥയുടെ ഭാഗമാണെന്ന് ഞാൻ അനുഭവിച്ച് അറിയാൻ തുടങ്ങി.

എനിക്കും ഓരിയിടാൻ തോന്നി. കോടിക്കണക്കിന് വർഷങ്ങളോളം കോട്ടോ, രോമമോ, ചെതുമ്പലോ ഒന്നും ഉണ്ടായിട്ടും ഉണ്ടാവാതെയും എത്രയെത്രപേർ ഈ ദുരിതം എന്നെയും ഈ മുതുക്കിപൂച്ചയേയും പോലെ സഹിച്ചിട്ടുണ്ടാവണം. ഒന്നു മാത്രമേ ചിന്തയിൽ ഉണ്ടാവൂ. തങ്ങൾ ലാളിക്കപ്പെടാൻ എത്രകാലം കാത്തിരിക്കണം!

പകൽസമയങ്ങളിൽ ഞാൻ പ്രകൃതിയുടെ സഹായിയായി മറ്റുള്ളവരുടെ പ്രത്യുൽപ്പാദന അവയവങ്ങൾ സൂക്ഷ്മമായി പരിശോധിക്കുന്നു. എന്നാൽ രാത്രികാലങ്ങളിൽ ഞാനും പൂച്ചയും ചുരുണ്ടുകൂടി ഒരു ശരീരമായി കിടന്ന് ഒന്നിച്ച് കരയുന്നു.

കൂടാതെ നിലാവുള്ള രാത്രികൾ ഞങ്ങളെ ഉപദ്രവിക്കാനായി പ്രത്യേകം ഉണ്ടാക്കിയതാണുതാനും.

തുറന്ന ജനാലയിലൂടെ ആരോ നിലവിളിക്കുന്ന ശബ്ദം കേട്ടു. ഈ പ്രപഞ്ചം മുഴുവൻ കേൾക്കത്തക്കവിധത്തിൽ.

അതെ! അതെ! അതെ! മുതുക്കിപൂച്ച അപ്രത്യക്ഷയായി. അവൾക്ക് അത് കൂടുതൽ സഹിക്കാൻ വയ്യായിരുന്നു.

ഞാൻ കോട്ടിടാതെ പുറത്തേക്ക് കുതിച്ചു. അടുത്തുള്ള മുറ്റങ്ങളിലൊക്കെ ചെന്ന് അവളെ വിളിച്ചു. ഉറക്കെ വിളിച്ചു. കാൽനടക്കാരുടെ സഹായം തേടി. എന്നാൽ അവൾ തിരിച്ചുവന്നില്ല. ചിലപ്പോൾ ആരെങ്കിലും അവളെ എടുത്തുകൊണ്ടുപോയിക്കാണണം. ചിലപ്പോൾ എന്തെങ്കിലും അവളുടെ പുറത്ത് കയറിയിട്ടുണ്ടാവും. എന്റെ പാവം തമ്പ്റ്റാക്ക്.

ജോലിസ്ഥലത്ത് അവരെന്നെ സമാധാനിപ്പിച്ചു. അവർ പറഞ്ഞു, ചില ആളുകൾക്ക് എപ്പോഴും ഒരു പൂച്ചയുണ്ടാകും; അത് എപ്പോഴും ഓടിപ്പോകും. പിന്നെ അവർക്ക് പുതിയ ഒന്നിനെ ലഭിക്കും. അതേ പേരിടും. അതുകൊണ്ട് അവർക്ക് പുതിയ രൂപത്തിൽ അതേ പൂച്ചതന്നെ ഉണ്ടാകും. അമരത്വമുള്ള പൂച്ചവർഗ്ഗം.

അമ്മ എന്നോട് പുതിയ പൂച്ചക്കുട്ടിയെ എടുത്തോളാൻ പറഞ്ഞു.

എന്നാൽ എനിക്ക് വീണ്ടും അതുതന്നെ ചെയ്യാൻ തോന്നിയില്ല. ഒരു പൂച്ചയുമായി പഴകിയശേഷം പിന്നെ അതിനെ പിരിയുക എന്നത് വിഷമകരമാണ്. എന്നാൽ പകരം എനിക്ക് തണുത്തുറഞ്ഞ ഒരു പിടി യാനയെ മതി. അവൾ ഓടിപ്പോവില്ല.

ഞാൻ എപ്പോഴും അവധി സമയങ്ങളിലും ജോലി ചെയ്യാമെന്ന് സമ്മതിക്കാറുണ്ട്. എന്നാൽ ഒരുപാട് സമയം എനിക്ക് തനിച്ചിരിക്കേണ്ടല്ലോ. പകൽസമയം അത്ര പ്രശ്നമല്ല. എന്നാൽ വൈകുന്നേരം എന്റെ കിടപ്പാടത്തിലേക്ക് ഈ വിചിത്രമായ സ്ഥലത്ത് വരുന്നു. വേഗം ഉറക്കം വരാനും എന്നിൽനിന്ന് രക്ഷപ്പെടാനുമായി ചെറിയൊരു ഗ്ലാസ് മദ്യം കുടിക്കുന്നു.

ശനിയാഴ്ചകളിൽ യാങ്ക എന്നോട് പുറത്തുപോകാനും അവളുടെ കുട്ടികളോടൊത്ത് ഇരിക്കുവാനും പറഞ്ഞപ്പോൾ എനിക്ക് സന്തോഷമായി.

എനിക്ക് അവരോടൊപ്പം പോകാൻ ഇഷ്ടമാണ്. ഞാൻ അവരുടെ വീട്ടിൽ എത്തി കോട്ട് ഊരുമ്പോഴേക്കും അവരുടെ മൂത്തമകൻ കോസ്തിക് എന്നെ പിടിച്ചുവലിച്ച് അവന്റെ മുറിയിലേക്ക് കൊണ്ടുപോയി. അവൻ വലിയ കൂടയിൽനിന്ന് പാവകളെടുത്ത് എനിക്ക് കാണിച്ചുതന്നു. എന്റെ കൈയിൽ കൊച്ച് കാറുകളും മൃഗങ്ങളും കുന്നുകൂടി. അവ നിലത്തും വിതറിയിരുന്നു. എന്നാൽ അവൻ കൂടുതൽ ഇട്ടുകൊണ്ടേയിരുന്നു.

ഒരിക്കൽ ഞാൻ അവനോട് അടയ്ക്ക വെട്ടുന്ന സാധനത്തെക്കുറിച്ച് പറഞ്ഞു. ഇപ്പോൾ എപ്പോൾ ഞാൻ വന്നാലും അടയ്ക്കപെട്ടി എന്റെ കൈയിൽ ബലമായി പിടിപ്പിച്ച് അതിനെപ്പറ്റി അവനോട് വീണ്ടും സംസാരിക്കാൻ പറഞ്ഞു.

ഇപ്പോൾ അവർക്ക് ഇഗോറിയോക്ക് കൂടി ഉണ്ടായിട്ടുണ്ട്. യാങ്കയ്ക്ക് അവൾക്ക് എന്തു കുട്ടിയായിരിക്കും എന്ന് നേരത്തെ അറിയാൻ താത്പര്യമില്ലായിരുന്നു. അവൾക്ക് ഒരു പെൺകുട്ടി വേണമെന്നായിരുന്നു. എന്നാൽ അത് ഒരു ആൺകുട്ടിയായി. അവൾക്ക് അസ്വസ്ഥതയായി. നഴ്സ് അതേപ്പറ്റി തമാശ പറഞ്ഞു, പൊക്കിൾകൊടി വേർപെടുത്തിയ ആ കത്രിക കൊണ്ട് ശബ്ദമുണ്ടാക്കിക്കൊണ്ട് നഴ്സ് ചോദിച്ചു,

"ശരി, എന്നാൽ നമുക്ക് ഇതിന്റെ തല നുള്ളിയെടുക്കാം?"

ജനനശേഷം വീടു മുഴുവൻ വീണ്ടും കുട്ടികളുടെ ഒരു ഫാക്ടറിയായി മാറി. എല്ലാ സാധനങ്ങളും അവിടവിടെ വലിച്ചിട്ടു. കുട്ടിയുടെ ഭാരം നോക്കാനുള്ള ഉപകരണം എഴുത്തുമേശയിൽ. എല്ലായിടത്തും വൃത്തിയുള്ള നാപ്കിനുകൾ, ലാവന്ററിന്റെ രൂക്ഷഗന്ധം, കൂട്ടിയിട്ടിരിക്കുന്ന ബേബി ജാക്കറ്റുകൾ, അടുക്കളയാകട്ടെ ഈർപ്പമുള്ള ആവികുളിമുറി പോലെ, റബ്ബർ മുലക്കണ്ണുകൾ സോസ്പാനിൽ തിളയ്ക്കുന്നു.

മുലപ്പാൽ കുതിർന്ന രാത്രിവേഷത്തിനു മുകളിൽ കുളിമുറിവേഷം ധരിച്ച് യാങ്ക എന്നോട് സംസാരിക്കുകയും ഒരു കൊച്ചുപാവയ്ക്കെന്ന പോലെ ഒരു ചെറിയ സോക്സ് വേഗം തുന്നുകയും ചെയ്തു. അവൾ വേഗം ഒന്ന് തുന്നി മറ്റേതും തുടങ്ങി. അവളുടെ ഭർത്താവ് അകത്തു വന്നു, അയാൾ പൂർത്തിയാക്കിയ സോക്സ് തന്റെ വിരലിലിട്ട് അതുമായി മുറിയിൽ ലാത്താൻ തുടങ്ങി. ഒരു കാല്വെച്ച് മേശയ്ക്കു കുറുകെ ചാടി, ഭാര്യയെ ചാടിക്കടന്നു, അവളുടെ കൈപിടിച്ച് തോളിലേക്കും തലയിലേക്കുമൊക്കെ എടുത്ത് വെപ്പിച്ചു. യാങ്ക ചിരിച്ചു. സോക്സ് അയാളിൽ നിന്നും വാങ്ങി മുറിയിൽനിന്ന് ഓടിച്ചുവിട്ടു.

"പോകുന്നുണ്ടോ... ഞങ്ങൾ സ്ത്രീകൾ ഇവിടെ സംസാരിക്കുകയാണ്..."

യാങ്ക അസ്വസ്ഥയായിരുന്നു. കാരണം രണ്ടാമത്തെ പ്രസവം കഴിഞ്ഞപ്പോൾ അവളുടെ ആകൃതിതന്നെ മാറി. അവൾ ഊതിവീർപ്പിച്ചതുപോലെയായി. അവളുടെ മുഖം പരന്നതായി. അവൾക്ക് മുലപ്പാല് ഒഴുകിപ്പോകുന്നുണ്ട്. അവളുടെ മാറിടം വീങ്ങിയിട്ടുണ്ട്. മുലക്കണ്ണുകൾ വിണ്ടിട്ടുണ്ട്.

അവൾ ആഗ്രഹിക്കുന്ന എന്തും സാധിച്ചുകിട്ടുമെന്നതിനാലാണ് അവൾക്ക് ഗർഭിണിയാകാൻ ഇഷ്ടം എന്ന് യാങ്ക പറഞ്ഞു. അവൾ ഒരു ആഗ്രഹം കണ്ടുപിടിച്ചു. അത് ശരിവെച്ച ഭർത്താവ് അർദ്ധരാത്രി പൈനാപ്പിൾ തേടി ഇറങ്ങി.

അവൾക്ക് അയാളുമൊത്ത് ഇഷ്ടമുള്ള എന്തും ചെയ്യാം. "യാങ്കയുടെ ഭർത്താവ്," അങ്ങനെയാണ് അയാളെ എല്ലാവരും വിളിക്കുന്നത്.

എന്തെങ്കിലും കാര്യമായി വീട്ടിനകത്ത് ചെയ്യണമെങ്കിൽ യാങ്ക എല്ലാം കൈകാര്യം ചെയ്യുന്നു. അയാൾ പല്ലുമായി ബന്ധപ്പെട്ട ഒരു സാങ്കേതിക വിദഗ്ധനാണ്. അയാൾക്ക് എപ്പോഴും കൈകൾ വൃത്തിയാക്കിവെക്കണം. തന്റെ താഴത്തെ ചുണ്ട് വലിച്ചുനീട്ടി വിരൽത്തുമ്പുകൊണ്ട് നുള്ളിയെടുക്കുന്ന ഒരു സ്വഭാവം അയാൾക്കുണ്ടായിരുന്നു.

അയാൾ നല്ല ഒരച്ഛനായിരുന്നു. കുട്ടികളുടെ അടുത്തിരുന്ന് ബഹളം വെച്ചുകൊണ്ടിരിക്കുന്നയാൾ. എന്നാൽ തമാശക്കാരനുമാണ്. മൂത്തകുട്ടി തൊട്ടിലിലായിരുന്നപ്പോൾ അയാൾ അവനോട് ഒരേയൊരു വാക്ക് മാത്രമേ സംസാരിച്ചിരുന്നുള്ളൂ.

"അച്ഛൻ, അച്ഛൻ!"

അയാൾക്ക് കുട്ടി പറയുന്ന ആദ്യത്തെ വാക്ക് അച്ഛൻ എന്നാവണമത്രെ. അമ്മ എന്ന് വേണ്ടപോലും.

എന്നാൽ കുട്ടി വളരെ തെളിച്ച് ഏതോ മധുരപദാർത്ഥംപോലെ പറഞ്ഞു, 'തരൂ!'

യാങ്കയുടെ ആദ്യത്തെ പ്രസവം വളരെ ബുദ്ധിമുട്ടുള്ളതായിരുന്നു. അവൾ പറഞ്ഞത് എനിക്കോർമ്മയുണ്ട്,

"ഒരിക്കലും വേണ്ട! ഒരിക്കലും ഒരു കുഞ്ഞ് വേണ്ട!" എന്നാൽ പിന്നീട് വീണ്ടും അവൾ ഗർഭിണിയായപ്പോൾ അവൾ വ്യത്യാസമായി എന്തോ പറഞ്ഞു. നിങ്ങൾ ബുദ്ധിമുട്ടുകളും വേദനകളും ഒക്കെ മറക്കുമെന്നും നിങ്ങൾക്ക് ജീവിക്കാൻ ആഗ്രഹമുണ്ടാവുകയും കുട്ടികൾ ഇനിയും വേണമെന്ന് തോന്നുകയും ചെയ്യും എന്നും മറ്റും.

പ്രകൃതിയുടെ എത്ര ബുദ്ധിപരമായ ഒരു ഭാവമാണ് മറവി എന്നത്! നിനക്കറിയുമോ ഭയം മറന്നേക്കും. എന്നാൽ പുതുതായി ജനിച്ച കുഞ്ഞിനെ കൈകളിൽ എടുക്കുന്നത് എങ്ങനെ മറക്കാനാണ്? പുറകുവശം നിങ്ങളുടെ കൈകളിൽ അമർന്ന്, വെൽവെറ്റുപോലത്തെ തൊലിയുമായി, വശങ്ങളിലേക്ക് അല്പം തള്ളിനിൽക്കുന്ന കുട്ടിക്കുമ്പയുമായി ഒരു കുഞ്ഞ്.

ഞങ്ങൾ മൂന്നുപേരുംകൂടി കുട്ടിയെ ഇരുത്താനുള്ള പ്രാമുമായി നടക്കുവാൻ പോകുമ്പോൾ ജന്മം നൽകുന്നതിന്റെ വേദന അമ്മയുടെ സഹജമായ മാതൃത്വമുണരാൻ അത്യാവശ്യമാണ് എന്ന് യാങ്കയുടെ ഭർത്താവ് ഗംഭീരമായി വിശദീകരിച്ചു.

മയങ്ങാനുള്ള മരുന്നിന്റെ മയക്കത്തിൽ പ്രസവിക്കുന്ന കുരങ്ങന്മാർ മറുപിള്ളയെ തിന്നുകയും സ്വന്തം കുട്ടികൾക്ക് ഒന്നും കൊടുക്കാതിരിക്കുകയും ചെയ്യുന്നു എന്ന് എവിടെയോ അയാൾ വായിച്ചിട്ടുണ്ടത്രെ.

"അതിനാൽ വേദന ആവശ്യമാണ്. അത് ശാസ്ത്രീയമായി തെളിയിച്ചിട്ടുണ്ട്. വേദനയില്ലാതെ ഒരു ജീവിതമില്ല."

ഞാൻ എന്റെ സോനോച്കയുമായി നല്ല സന്തോഷത്തിലാണ്. ഞങ്ങൾ എപ്പോഴും എന്തെങ്കിലും ഓർമ്മകൾ പങ്കുവെയ്ക്കുന്നു.

ഒരിക്കൽ അവൾ ഒരു വേനൽക്കാല വസതിയിൽ ഒരു രാത്രി കഴിച്ചുകൂട്ടി. അന്ന് ഞങ്ങൾക്ക് എത്ര വയസ്സായിരുന്നു? പതിമ്മൂന്നോ അതോ പതിന്നാലോ? അമ്മ നമ്മുടെ കൈയിൽ ബർച്ച്മരങ്ങളുടെ ഇടയിൽ കെട്ടിയിട്ടിട്ടുള്ള അയയിലേക്ക് തുണികൾ വിരിച്ചിടാനായി തന്നു. ഞങ്ങൾ നനഞ്ഞ ടവ്വലുകളെടുത്ത് തമാശയ്ക്കായി നഗ്നപാദങ്ങളോടെ അങ്ങോട്ടുമിങ്ങോട്ടും തല്ലിക്കളിച്ചു. ആദ്യം തമാശയ്ക്ക്, ഒരു കിളിപോലെ. പിന്നീടത് കണ്ണുനീർ വരുന്നത്ര ക്രൂരമായി മാറിപ്പോയി.

യാങ്കയുള്ളതിനാൽ ഞാൻ എത്ര ഭാഗ്യവതിയാണ്! അവളുടെ കോസ്തിക്കും ഇപ്പോൾ ഇഗോറിയോക്കും.

കുട്ടിയുടെ നെഞ്ചളവ് അവന്റെ തലയേക്കാൾ രണ്ട് സെന്റീമീറ്റർ കൂടുതലാണ്. നല്ല ആരോഗ്യത്തിന്റെ ലക്ഷണം. അവൻ മുലക്കണ്ണുകൾ ആർത്തിയോടെ വലിച്ചുകുടിക്കുന്നു.

ആവശ്യത്തിൽ കൂടുതൽ പാലുണ്ട് അവിടെ. യാങ്കയ്ക്ക് അതുകൊണ്ട് എന്തുചെയ്യണമെന്നറിഞ്ഞില്ല. അവൾ ഭർത്താവിനെ അത് വലിച്ചെടുത്ത് കളയാൻ അനുവദിക്കുന്നു.

വൈകുന്നേരം ഞാൻ കുട്ടികളുടെ അടുത്തിരിക്കുമ്പോൾ യാങ്ക ഒരു കുപ്പി നിറയെ മുലപ്പാൽ നിറയ്ക്കുന്നു.

അവൾ പോകുമ്പോൾ പഞ്ഞി ബ്രായ്ക്കുള്ളിൽ തിരുകുന്നു.

“ഇതൊരു പേടിസ്വപ്നമാണ്. ഞാൻ എപ്പോഴും നനഞ്ഞ് കുതിരുന്നു. സ്ത്രീകളെ എന്തുകൊണ്ട് പൈപ്പുമായി സൃഷ്ടിക്കുന്നില്ല?”

യാങ്ക പോകുമ്പോൾ ഞാൻ കുഞ്ഞിന് നിറയെ ആഹാരം കൊടുക്കുന്നു. അവന്റെ മൂത്തചേട്ടൻ അവന്റെ ഇഷ്ടികക്കട്ടകളുടെ കൂടെയിരുന്ന് നിലത്തിരുന്ന് കളിക്കുമ്പോൾ ഞാൻ കുക്കറിലെ വെള്ളത്തിൽ തണുത്ത വെള്ളം നിറച്ച കുപ്പി ചൂടാക്കുന്നു. കുഞ്ഞുപാവയുമായി ഞാൻ കസേരയിൽ സുഖമായി ഇരിക്കുന്നു. ഞാൻ എന്റെ കൈയിൽ ഏതാനും തുള്ളി ഒഴിച്ച് നക്കിനോക്കിയശേഷം അവനെ ശ്രദ്ധാപൂർവ്വം ആഹാരം കഴിപ്പിക്കുന്നു. അവൻ മുഖം ചുളുക്കുകയും വായിൽ കുമിളകൾ ഉണ്ടാക്കുകയും ചെയ്യുമ്പോൾ ഞാൻ സന്തോഷവതിയാകുന്നു. അവൻ താഴ്ന്ന സ്വരത്തിൽ കരയുന്നു. എന്തോ കുഴപ്പമുണ്ട്. പാൽക്കുപ്പിയിൽനിന്നും ശരിക്ക് പുറത്തേക്ക് വരുന്നില്ല. ഞാൻ അടുക്കളയിൽ പോയി കുപ്പിയിലെ തുള ചൂടുള്ള സൂചികൊണ്ട് കുത്തി വലുതാക്കുന്നു. ഇപ്പോൾ അത് ശരിക്ക് വരുന്നുണ്ട്. എനിക്ക് കുപ്പിയുടെ കണ്ണ് മാറ്റണം. പിന്നീട് ഞാൻ അവനെ എന്റെ തോളിൽ കിടത്തി ഏമ്പക്കം വരാനായി പുറകിൽ തട്ടിക്കൊടുക്കുന്നു. പാലിന്റെയും മൂത്രത്തിന്റെയും ഗന്ധമുള്ള ഈ കൊച്ചു ജീവിയെ ഞാൻ താലോലിച്ചു.

പിന്നീട് ഞാൻ കോസ്തക്കിനെ കിടക്കയിൽ കിടത്തി ഉറക്കുംമുമ്പ് കഥ വായിച്ചുകൊടുത്തു.

കഴിഞ്ഞ പ്രാവശ്യം ഞാൻ കോസ്തക്കിനോടൊപ്പം കിടന്ന് എന്റെ കൈകൊണ്ട് അവനെ എന്റെ അടുത്തുനിന്നും മാറാതിരിക്കാനായി ചുറ്റിപ്പിടിച്ചു.

അവന്റെ പെരുമാറ്റത്തിൽനിന്ന് എനിക്ക് മനസ്സിലായി. എന്റെ ശ്വാസത്തിന് എന്തോ പ്രശ്നമുള്ളതായി തോന്നുന്നു.

എനിക്കറിയാം എന്റെ വയറ്റിന് എന്തോ കുഴപ്പം ഉണ്ട് എന്ന്. എനിക്ക് പരിശോധനയ്ക്കായി പോകണം. അവർ എന്തെങ്കിലും കണ്ടുപിടിച്ചാലോ എന്നെനിക്ക് ഭയമാണ്.

പിന്നീട് ഞാൻ രാത്രി വീട്ടിലേക്ക് പോയി. കാണാൻ കഴിയാത്ത പിടിയാനയ്ക്കായി ജനാലയിലൂടെ ഒരു ചുംബനം ഊതിവിട്ട് തണുത്ത കിടക്കയിലേക്ക് കയറി. അലാറം ക്ലോക്ക് അടിക്കുന്നതിന് മിനുട്ടുകൾക്കുമുമ്പ് ഉണർന്നു. ഉത്തരത്തിലേക്ക് നോക്കി. അത് മുഴുവൻ മഞ്ഞനിറമാർന്ന പുള്ളിക്കുത്തുകൾ ഉള്ള പാടുകൾ നിറഞ്ഞിരിക്കുകയാണ്. അത് പുതുതായി പിറന്ന കുഞ്ഞിന്റെ മൂത്രത്തുണിപോലെ ഇരുന്നു.

വേദനയില്ലാതെ ജീവിതമില്ല. പ്രകൃതിയുടെ എന്തൊരു ബുദ്ധിപൂർവ്വകമായ ആശയമാണത് - മറക്കുക!

ഈ ഞായറാഴ്ച ഞാൻ മതിയാകുന്നതുവരെ ഉറങ്ങി. നല്ല വെളിച്ചമായപ്പോഴേ എഴുന്നേറ്റുള്ളൂ. നിരത്തിലൂടെ ജനാലയ്ക്കുള്ളിലൂടെ മൃഗങ്ങളുടെ കരച്ചിൽ വന്നെത്തുന്നുണ്ടായിരുന്നു. ആക്രോശിക്കൽ, അലറൽ, മുക്രയിടൽ. എങ്ങും ജീവിതത്തിന്റെ നിലവിളികൾ.

ഞാൻ മൂരിനിവർന്ന് ഈ ശബ്ദങ്ങൾ ശ്രദ്ധിച്ചു. കുത്തുന്ന നിലവിളികൾ, ആരോ ഉല്ലാസത്തോടെ പരുഷസ്വരത്തിൽ ഉറക്കെ ശബ്ദമുണ്ടാക്കുന്നു. ചിലപ്പോൾ സ്വർഗത്തിലെ പക്ഷികളാകുമോ? ഞാൻ ഏതോ ഒരു ഉഷ്ണമേഖല കാട്ടിൽ ഉണർന്നപോലെ. അല്ലെങ്കിൽ സ്വർഗത്തിൽ. ഈ വെയിലുള്ള പകൽസമയത്ത് അവയെല്ലാംകൂടി സംതൃപ്തി കലർന്ന സന്തോഷം പങ്കുവെയ്ക്കുകയാണ്. അവയ്ക്ക് അത് നിയന്ത്രിച്ചു നിർത്താനാകുന്നില്ല. സന്തോഷത്താൽ കൂവി വിളിക്കാൻ കഴിയാത്തവർ വെറുതെ മരവിച്ച് മൂകരായി നിൽക്കുന്നു - മരം, ജനാല, ഉത്തരത്തിൽ കാണുന്ന ഒരു തുണ്ട് സൂര്യപ്രകാശം തുടങ്ങിയവ.

സാഷൻക!

എനിക്ക് ഇന്ന് വലിയ സുഖം തോന്നുന്നില്ല.

വയറിളക്കം ഇവിടെ കലികൊണ്ട് പാഞ്ഞുനടക്കുകയാണ്. ഇന്നലെ ടൈഫോയ്ഡിന്റെ ലക്ഷണം കണ്ടു.

ഇത് കാടത്തരമാണ്. അവർ ഞങ്ങളോട് ആ വെള്ളം കുടിക്കരുത് എന്ന് പറയുന്നു. എന്നാൽ അവർ ഇപ്പോഴും ആ വെള്ളത്തിൽ പാത്രങ്ങൾ കഴുകുന്നു. ഇവിടെ ശരിയായ ഒരു മാറാരോഗം തുടങ്ങിക്കഴിഞ്ഞു. സൈനികർ എപ്പോഴും ശുചിമുറികൾക്കുള്ളിലാണ്.

ഏറ്റവും ഭയാനകമായ കാര്യം മുറിവേറ്റവർക്ക് വയറിളക്കമുണ്ടായാൽ കാര്യങ്ങളൊക്കെ വഷളാകും എന്നതാണ്. വിസർജ്ജ്യങ്ങൾ തുടച്ചു നീക്കാൻ വൈക്കോലോ പുല്ലോ ഒന്നും എവിടെയും കിട്ടാനുമില്ല.

ഇവിടെ എപ്പോഴുമെന്നപോലെ കനത്ത ചൂടാണ്. എന്റെ തല പെരുകുകയും ചിന്തകൾ കൂടിക്കുഴയുകയും ചെയ്യുന്നു.

നിനക്കറിയാമോ, ഞാൻ എന്തെങ്കിലും എഴുതിയിട്ട് കുറേക്കാലമായി. അതാണ് എന്റെ കത്തുകൾക്ക് ആകെ അടുക്കും ചിട്ടയും ഇല്ലാതിരിക്കുന്നത്. മോശപ്പെട്ട ഒരു കാര്യമെന്താണെന്നുവെച്ചാൽ എനിക്ക് തനിച്ചിരിക്കാൻ ഒരു വഴിയുമില്ല. എപ്പോഴും ആളുകൾക്കിടയിൽ. അതാണ് എല്ലാത്തിനും മീതെ എന്നെ ദേഷ്യം പിടിപ്പിക്കുന്നത്.

തീർച്ചയായും ചൂട് എന്നെ തളർത്തിയിടുന്നു. ഇക്കാലം മുഴുവൻ ഒരു മഴയോ മഴ മൂടലോ ഉണ്ടായിട്ടില്ല. എന്റെ തലയുടെ ഉള്ളിൽ മുരളുന്നു. എനിക്ക് എന്റെ ചിന്തകളെ ഏകോപിപ്പിക്കാൻ പറ്റുന്നില്ല. വയറിളക്കത്തെപ്പറ്റിയോ, ആപത്തുകളെപ്പറ്റിയോ അല്ലാതെ എന്തെങ്കിലും സത്യമായി ചിലപ്പോഴെങ്കിലും ചിന്തിക്കണമെന്നുണ്ട്. എല്ലാ ദിവസവും രാവിലെ

ഞാൻ കത്തുകളെഴുതുകയും നമ്പറുകൾ എഴുതുകയും ചെയ്യുന്നുണ്ട് – അതായി മനുഷ്യൻ ശരിക്കും മാറുകയാണ്.

എനിക്ക് നിശ്ശബ്ദതയും ഏകാന്തവാസവും വേണം. എന്നാൽ ഇവിടെ ഞാൻ ബഹളത്തിലും തിരക്കിനിടയിലുമാണ് - ശബ്ദങ്ങൾ, അപക്വമായ തമാശകൾ, വിഡ്ഢിച്ചിരികൾ, ആണയിടൽ, ബുദ്ധിശൂന്യമായ വർത്തമാനങ്ങൾ, വിവരമറിയിക്കൽ, പ്രസ്താവനകൾ, ആജ്ഞകൾ.

ഇതിൽ നിന്നൊക്കെ എനിക്ക് എത്ര ദൂരേക്ക് അകലാൻ സാധിക്കുമോ അത്രയും അകന്ന് എന്റേതായ ലോകത്ത് അലസമായി കുറച്ചു നേരമെങ്കിലും നടക്കണം. തനിച്ചാവാൻ പറ്റായ്ക ദുസ്സഹമാണ്.

ഞാൻ ഗ്ലാസ്നാപുമായി ഇന്ന് വഴക്കുകൂടി. അയാൾ എന്നെ സംസാരിക്കാൻ വിളിച്ചപ്പോൾ എനിക്ക് ശല്യമായിത്തോന്നി. ചിലപ്പോഴെങ്കിലും എനിക്ക് ചിന്തിക്കണമെന്നും നിശ്ശബ്ദതയിൽ ലയിച്ച് ഒറ്റയ്ക്ക് ഇരിക്കണമെന്നും മനസ്സിലാകാത്തപോലെ. ഇപ്പോൾ അയാൾ മുഖം കറുപ്പിച്ച് മുറിയിൽ അങ്ങുമിങ്ങും നടക്കുന്നു, ഒരു പെൻഡുലംപോലെ.

ചിലപ്പോൾ എനിക്ക് കുറെ എഴുതണമെന്ന് തോന്നും. ഇന്നലത്തെപ്പോലെ. എന്റെ കൈപ്പത്തി ക്ഷീണിച്ച് വേദനിക്കാൻ തുടങ്ങുകയും വിരലുകൾ നോവുകയും ചെയ്തു. ഞാൻ ചെറിയ കത്തുകൾ എഴുതാൻ തുടങ്ങി. അധികം ക്ഷീണം തട്ടാത്ത മാതിരി. എന്നാൽ എന്റെ കത്തുകൾ വലുതാക്കണമെന്ന് അവർ എന്നോട് കരഞ്ഞു പറഞ്ഞു. വിയർപ്പ് കത്തുകളിൽ വീണ് അക്ഷരങ്ങൾ മങ്ങി. കടലാസുകൾ എന്റെ കൈയിൽ ഒട്ടി. ഇനി വീണ്ടും എനിക്ക് എഴുതാൻ തുടങ്ങണം. കൂടുതൽ തവണ സത്യം ബോധ്യപ്പെടുത്തണം.

മറ്റൊരു ദേഷ്യം പിടിപ്പിക്കുന്ന കാര്യമെന്തെന്ന് വെച്ചാൽ ഇരുട്ടത്ത് വേണം എഴുതാൻ. എനിക്ക് വൈകുന്നേരങ്ങളിൽ ഒരുപാട് എഴുതേണ്ടി വരുന്നു. അപ്പോഴേക്കും ഇരുട്ടായിട്ടുണ്ടാവും. എന്റെ കണ്ണുകളെ അത് ശരിക്കും വേദനിപ്പിക്കുന്നു. ഇന്നലെ ഞാൻ ഒരു മെഴുകുതിരി വെളിച്ചത്തിലാണ് ഇരുന്ന് എഴുതിയത്. കണ്ണുകൾ കഴച്ചു. എനിക്ക് ആ ചഞ്ചലമായി ജ്വലിച്ചുകൊണ്ടിരുന്ന മെഴുകുതിരി വെളിച്ചത്തിൽ എല്ലാം രണ്ടായി കാണാൻ തുടങ്ങി. ഞാൻ തിരിച്ചുവന്നിട്ട് ഡോക്ടറുടെ അടുത്ത് പോകണം. അദ്ദേഹം എനിക്ക് കണ്ണടയ്ക്കുള്ള കുറിപ്പടി എഴുതിത്തന്നേക്കും.

എനിക്കാണെങ്കിൽ ഈ പട്ടികവിവരങ്ങളുമായി ഇപ്പോഴും പൊരുത്തപ്പെടാൻ പറ്റിയിട്ടില്ല. ഞാൻ പേരുകൾ എഴുതുകയും അവരുടെ കുടുംബത്തെപ്പറ്റിയും അമ്മമാരെപ്പറ്റിയും ചിന്തിക്കുകയും ചെയ്യുന്നു. ആർക്കും ഇതൊക്കെ എന്തിനുവേണ്ടിയാണെന്നോ ഒന്നും വിശദീകരിക്കാൻ കഴിയില്ല.

യുദ്ധത്തിൽനിന്ന് ജനറൽമാരുടെ പേരുകൾ ആണ് പിന്നിലാക്കപ്പെട്ടത്. എന്നാൽ ഒരാളും ഈ ആളുകളെക്കുറിച്ച്, എന്റെ ആളുകളെക്കുറിച്ച് ഓർക്കാൻ പോകുന്നില്ല.

അബലാർഡിന്റെയും ഹെലോയ്സിന്റെയും എഴുത്തുകുത്തുകൾ ഞാൻ ഒരിക്കൽ വായിച്ചു. അറിയപ്പെടുന്ന ഇരകളും അറിയപ്പെടാത്ത ഇരകളും ഉണ്ട് എന്നത് എന്റെ മനസ്സിൽ ആദ്യമായി തറച്ചു. അബലാർഡ് വലിയൊരു നിർഭാഗ്യം അനുഭവിച്ചു. അയാളുടെ വൃഷണങ്ങൾ അപരിഷ്കൃതരും ക്രൂരരുമായ ആളുകൾ നശിപ്പിച്ചു. അതിനുശേഷം നൂറ് വർഷങ്ങൾ ലോകം മുഴുവൻ അയാളോട് സഹതപിച്ചു. ഇനിയും നൂറുകണക്കിന് വർഷങ്ങൾ സഹതപിക്കുകയും ചെയ്യും. എന്നാൽ അയാളെ ദ്രോഹിച്ചവരെ പിടികൂടി എന്നും അവരിൽ ഒരാൾ അയാളുടെ കൂടെ വർഷങ്ങളോളം താമസിച്ച അയാളുടെ വേലക്കാരനാണെന്നും അതേകത്തിൽ അയാൾ പറയുന്നു. അയാളുടെ വേലക്കാരൻ അയാളോട് ഇങ്ങനെ പ്രതികാരം ചെയ്യണമെങ്കിൽ അയാൾ ആ വേലക്കാരനോട് എത്ര മോശമായിട്ടാവും പെരുമാറിയിട്ടുണ്ടാവുക എന്ന് ചിന്തിച്ചുനോക്ക്! പ്രതികാരത്താൽ ആ ആളുകളുടെ വൃഷണങ്ങൾ ഛേദിച്ചു എന്നു മാത്രമല്ല അവരെ കണ്ണുപൊട്ടന്മാരുമാക്കി. അയാളെ ചെയ്തതിനേക്കാളൊക്കെ അവർ അനുഭവിച്ചുവെങ്കിലും അവരെ ആരെങ്കിലും ഓർക്കുകയോ അവരോട് സഹതപിക്കുകയോ ചെയ്യുന്നില്ല.

ഞാൻ ഈ വിവരപ്പട്ടിക എഴുതിക്കൊണ്ട് ചിന്തിക്കുന്നു, ആരും ഒരിക്കലും ഈ ആളുകളോട് സഹതപിക്കില്ല.

നിനക്ക് ഓർമ്മയുണ്ടോ ഹെലോയ്ഡും അബെലാർഡും അവരുടെ മകനെ വിളിച്ചത്?

അസ്ട്രോലാബിയസ്.

അസ്ട്രോലാബിയസ് പിന്നീട് എന്തായി മാറി? അയാളുടെ കഥ മറ്റൊരു ഹാംലറ്റായി മാറിയേക്കാം. എന്നാൽ ആരും അത് എഴുതുകയില്ല. ആർക്കാണ് അയാളെ വേണ്ടത്? അയാളെ ആരെങ്കിലും എന്നെങ്കിലും ഓർക്കുമോ?

ഞാൻ എന്റെ അമ്മൂമ്മയെ വെറുതെ ഓർത്തു. മരിച്ച ആളുകളെക്കുറിച്ച് അവർ എപ്പോഴും അസ്വസ്ഥയാവാറുണ്ടായിരുന്നു. അവർക്ക് അറിയുന്നവരോ അറിയാത്തവരോ ആയ ആര് മരിച്ചാലും അവർ എങ്ങനെ മരിച്ചു എന്ന് എപ്പോഴും അറിയണമായിരുന്നു. അയാൾക്ക് വേദനയില്ലാത്ത എളുപ്പമരണം ഉണ്ടാകണമെന്നും ഏറ്റവും കുറച്ച് മാത്രമേ സഹിക്കാവൂ എന്നും അവർ ആഗ്രഹിച്ചിരുന്നു.

അതൊരു തമാശയായി എനിക്ക് തോന്നിയിരുന്നു അപ്പോൾ. ആ മനുഷ്യൻ എന്തായാലും മരിച്ചു. ദൈവത്തിനറിയാം പിന്നീടുള്ള കാര്യങ്ങൾ. ഇവിടെ ഒരാൾ അയാൾക്ക് എളുപ്പമരണം ആശംസിക്കുന്നു.

ഗ്ലാസനാപ് ഇന്നലെ എന്റെ ജോലിയിൽ എന്റെ അടുത്ത ഊഴക്കാരനായി. നിങ്ങൾ വയറിളക്കം നിറഞ്ഞ കുഴിയിൽ താഴ്ന്നുകൊണ്ടിരിക്കുമ്പോൾ ഏതു സമയത്തും നിന്റെ തല പൊട്ടിത്തെറിക്കും. നിങ്ങളുടെ സ്വന്തം അമരത്വത്തിനെ പരിഗണിക്കുമ്പോൾ അതൊരു

പരിഹാസ്യകരമായ കാര്യമല്ലേ? അയാൾ അവിടെ ഇരുന്ന് സ്വയം വിശ്വസിപ്പിക്കാൻ ശ്രമിച്ചു.

"അതിനാൽ ഞാൻ മുമ്പ് ജീവിച്ചിരുന്നില്ല - അതൊരു മരണമായിരുന്നില്ല, മറ്റെന്തോ ആയിരുന്നു. അതിനുശേഷം ഞാൻ പിന്നെ ജീവിക്കില്ല. അതൊരു മരണമായിരിക്കില്ല, എന്നാൽ വീണ്ടും അതേ മറ്റെന്തോ ആയിരിക്കും."

എന്നാൽ ഞാൻ പറഞ്ഞു,

"ചെവിക്കല്ല് നോക്കി അടിക്ക്!"

അയാൾക്ക് തീർച്ചയായും അത് മനസ്സിലായില്ല. ഞാൻ വിശദീകരിച്ചുമില്ല. എന്തായാലും അയാൾക്കത് മനസ്സിലാവില്ല.

ഗ്രാമത്തിലെ പെണ്ണുങ്ങൾ പല്ലുവേദനയെ മന്ത്രത്താൽ അകറ്റും പോലെ ലോകത്തിലെ എല്ലാ മതങ്ങളും തത്ത്വശാസ്ത്രങ്ങളും മരണത്തെ അകറ്റാനേ ശ്രമിച്ചിട്ടുള്ളൂ എന്ന് അയാൾക്ക് മനസ്സിലാവില്ല.

അത് ചിലപ്പോൾ ഇങ്ങനെയാകും. ശരീരം മരണത്തിന്റെ വേദനയ്ക്കെതിരെ പൊരുതുന്നു. തലച്ചോറുകൊണ്ടും മനസ്സുകൊണ്ടും ചിന്തകൊണ്ടും ഒക്കെ. ഒന്നും നിങ്ങളെ അവസാനം രക്ഷിക്കില്ല.

ഏറ്റവും പ്രധാന കാര്യം ഇപ്പോൾ എനിക്ക് അറിയാൻ കഴിഞ്ഞത് ക്രിസ്തുവും ഗൗതമന്റെ നിരയിലുള്ള സിദ്ധാർത്ഥനും അവരുടെ വായ തുറന്നുവെച്ചിട്ടായിരുന്നു, എല്ലാ മനുഷ്യരെയുംപോലെ മരിച്ചത് എന്ന് ഇപ്പോൾ വളരെ നന്നായി എനിക്ക് സങ്കല്പിക്കാൻ കഴിയും. അതൊരു പ്രശ്നമല്ല. അവരുടെ വായിലേക്കു പറക്കുന്ന ഈ ഈച്ചകളെയും എനിക്ക് ഊഹിക്കാനാവും. ജീവിതകാലം മുഴുവൻ ഈ ബുദ്ധിമാന്മാരായ മനുഷ്യർ പഠിപ്പിച്ചുതന്നതെന്തെന്നാൽ മരണം നിലനിൽക്കുന്നില്ല എന്നാണ്. ഉയർത്തെഴുന്നേൽപ്പും പുനരവതാരമെടുക്കലും ഒക്കെ അവർ പഠിപ്പിച്ചു. അവർക്ക് ചെവിക്കല്ലിൽ അടികിട്ടി. രക്ഷകന് ഒരാളെയും രക്ഷിക്കാനാവില്ല. കാരണം അയാൾ ഒരിക്കലും മരണത്തിൽനിന്ന് ഉയർത്തെഴുന്നേറ്റില്ല. എഴുന്നേൽക്കുകയുമില്ല. ഗൗതമൻ എല്ലാവരെയുംപോലെ അഴുകിപ്പോയി. അദ്ദേഹം ആരും ആയില്ല. ഒരുതരത്തിലുള്ള ബുദ്ധനെപ്പോലെയും ആയില്ല. ആയിരക്കണക്കിന് വർഷങ്ങൾക്കുമുൻപും അദ്ദേഹം ആരുമായിരുന്നില്ല. ലോകം ഒരു സ്വപ്നമല്ല. ഞാൻ മായയിലുമല്ല. എന്റെ സ്വത്വം നിലനിൽക്കുന്നു. അതിന് സന്തോഷമായി ഇരിക്കണമെന്ന് ആഗ്രഹവുമുണ്ട്.

ഇന്ന് ഒരു മെലിഞ്ഞ കുതിരയെ അടുക്കളയുടെ സമീപത്തായി കെട്ടിയിരുന്നു. മാംസത്തിനുവേണ്ടി കശാപ്പു ചെയ്യുന്നതിനായിട്ട്. അത് വാലുകൊണ്ട് വീശുകയും തലയാട്ടുകയും ചെയ്തു. കണ്ണുകളിൽ മുഴുവൻ ഈച്ചകൾ വന്നിരുന്ന് അതിന് അസുഖം ബാധിച്ചിരുന്നു. അടുക്കളയുടെ വാതിൽക്കൽ കെട്ടിയിരുന്ന ആ ജീവിക്ക് താൻ എത്രകാലം ജീവിക്കുമെന്ന് അറിയില്ലായിരുന്നു. ഒരു മനുഷ്യനെ മനുഷ്യനാക്കുന്നത് ആ

വ്യത്യാസമാണ്. നമ്മളാണ് മരണം അനിവാര്യമെന്നറിയുന്ന ഒരേ ഒരു ജീവി. അതിനാൽ സന്തോഷിക്കുന്നത് എപ്പോഴെങ്കിലും മതി എന്നുവെച്ച് താമസിപ്പിക്കാനാവില്ല, ഇപ്പോൾ നമ്മൾ സന്തോഷമായി ഇരിക്കണം.

എന്നാൽ എനിക്ക് എങ്ങനെ സന്തോഷമായി ഇരിക്കാൻ കഴിയും എന്റെ സാഷൻക?

ഏതു നിമിഷവും എനിക്ക് സംസാരവും മറ്റും നിർത്തിവെക്കേണ്ടി വരും. ഞങ്ങൾ ശത്രുസങ്കേതപരിശോധനയ്ക്കായുള്ള ദൗത്യത്തിന് പോവുകയാണ്. ടിയറ്റ്സിൻ ആക്രമിക്കുക എന്ന പദ്ധതി വീണ്ടും മാറിയിരിക്കുകയാണ്. അവർ ഇവിടെ എല്ലാ കാര്യങ്ങളും എപ്പോഴും മാറ്റിക്കൊണ്ടിരിക്കുന്നു. ഞങ്ങൾക്ക് ഒരു കാര്യത്തെക്കുറിച്ചും ഒന്നുംതന്നെ തീർച്ചയില്ല. എന്നാൽ പെട്ടെന്നുള്ള ആക്രമണം നീട്ടിവെയ്ക്കുക എന്നതിനർത്ഥം ആർക്കെങ്കിലും ഒന്നോ രണ്ടോ ദിവസം കൂടുതൽ ജീവിക്കുവാനുള്ള ഒരു നല്ല ഭാഗ്യം ഉണ്ട് എന്ന അർത്ഥംകൂടിയാണ്. ആരായിരിക്കും എന്നത് എനിക്ക് കൃത്യമായി അറിയണമെന്നുണ്ട്. ഒരിക്കലും ഞാനാവില്ല. ഞങ്ങൾ വേഗം കണ്ടുപിടിക്കും. അവർ രണ്ടു ദിവസത്തേക്കുകൂടി ജീവിതം നീട്ടിക്കിട്ടിയാൽ എന്താണ് ചെയ്യുക? അത് സംശയകരമായ കാര്യമാണ്. എല്ലാവരും എന്തിനെങ്കിലും വേണ്ടി ആഗ്രഹിക്കുന്നവരാണ്.

സർജനും സഹായിയും എത്തിച്ചേർന്നു. അവരും ഞങ്ങളോടൊപ്പം വരുന്നുണ്ട്. പരിക്കേറ്റവരെ കിടത്തി ചികിത്സിക്കാനുള്ള സ്ഥലം അവർക്ക് നോക്കിക്കാണണമായിരുന്നു. സെറംബ ചില തമാശക്കഥകൾ പറഞ്ഞപ്പോൾ എല്ലാവരും ചിരിക്കുന്നത് ഞാൻ കേട്ടു.

പിന്നീട് എനിക്ക് ചിന്തിക്കാനായി നിശ്ശബ്ദമായ ഒരു സമയംപോലും ഉണ്ടായിരുന്നില്ല. എന്നാൽ ഇതിൽനിന്നെല്ലാം ഒഴിഞ്ഞുമാറി ദൂരേക്ക്, എത്ര ദൂരേക്ക് സാധിക്കുമോ അത്രയും ദൂരേക്ക് പോകാൻ ഞാൻ എത്ര ആഗ്രഹിക്കുന്നുവെന്നോ?

ഞാൻ എന്തിനെക്കുറിച്ചാണ് സംസാരിക്കുന്നത്? സമയത്തെപ്പോലെ ഒരു കാര്യമില്ല എന്നത് സത്യമാണ്. ഓ, അതെ, മണിക്കൂറുകളും മിനിട്ടുകളും അതിലുണ്ട്. എന്നാൽ സമയം എന്നത് നമ്മളാണ്. നമ്മൾ ഇല്ലാത്ത സമയത്തിന് ശരിക്കും നിലനില്പുണ്ടോ? ഞാൻ ഉദ്ദേശിക്കുന്നത് നമ്മൾ സമയത്തിന്റെ നിലനില്പിനായുള്ള രൂപങ്ങളാണ് എന്നാണ്. അതിന്റെ വാഹകരാണ്. അത് രോഗം പരത്തുന്ന വാഹകരാണ്. അതിനാൽ സമയം എന്നത് പ്രപഞ്ചത്തിന്റെ ഒരു രോഗമാണ്. പ്രപഞ്ചം സാംക്രമികരോഗത്തിൽനിന്ന് ക്രമേണ മുക്തി നേടി നമ്മൾ അപ്രത്യക്ഷരാകുന്നു. സമയം തൊണ്ടവേദനപോലെ മാഞ്ഞുപോകുന്നു.

മരണം പ്രപഞ്ചത്തിന്റെ സമയത്തിനെതിരായ പോരാട്ടമാണ്. നമ്മളോടുള്ള പോരാട്ടം. ഇങ്ങനെയൊക്കെ പറഞ്ഞാലും എന്താണ് ഈ പ്രപഞ്ചം? ഗ്രീക്ക് ഭാഷയിൽ പറഞ്ഞാൽ ഇതിനർത്ഥം അടുക്ക്, വൃത്തി, സൗന്ദര്യം, തേൻ എന്നിവയൊക്കെയാണ്. ലോകസൗന്ദര്യത്തിന്റെയും

സൗഹാർദ്ദത്തിന്റെയും നമുക്കെതിരായ, നമ്മുടെ കുഴപ്പങ്ങൾക്കെതിരെയുള്ള പ്രതിരോധമാണ് മരണം.

എന്നാൽ നാം എതിർക്കുന്നു. പ്രപഞ്ചത്തിന് സമയം എന്നത് ഒരു രോഗമാണ്. എന്നാൽ നമുക്ക് അത് ജീവിതത്തിന്റെ മരണമാണ്.

പ്രപഞ്ചപുഷ്പങ്ങളെ ഇങ്ങനെ വിളിക്കുന്നത് വിചിത്രമാണ്. സാധാരണമല്ലാത്ത പ്രാപഞ്ചികമായ അല്ലെങ്കിൽ ഐഹികമായ പൂക്കൾ.

എന്റെ വയറ് കലങ്ങുന്നു, ഈ വിവരങ്ങൾ തന്നതിന് ക്ഷമിക്കുക. എനിക്ക് ടൈഫോയ്ഡ് വരാനുള്ള മട്ടാണെന്ന് ഞാൻ ഭയക്കുന്നു. എന്റെ തല പിളരുകയാണ്.

അതാ അവർ എന്നെ അങ്ങോട്ട് വിളിക്കുന്നു. ഞാൻ ഈ വൈകുന്നേരത്തോടെ എഴുതിത്തീർക്കും.

സാഷ!

ഞാൻ തിരിച്ചുവന്നിരിക്കുകയാണ്. ഇപ്പോൾ രാത്രിയായിക്കഴിഞ്ഞു.

എന്റെ കൈകൾ ഇപ്പോഴും വിറയ്ക്കുന്നു, ക്ഷമിക്കുക. എനിക്ക് എല്ലാംകൂടി എഴുതാൻ വയ്യ. എന്റെ ചെവികൾ പൊട്ടിത്തെറിയുടെ ശബ്ദങ്ങൾ കേട്ട് ഇപ്പോഴും മുഴക്കത്തിലാണ്.

ഞാൻ ഇതൊന്നും പറയാൻ പാടില്ലാത്തതാണ്. പക്ഷേ, എനിക്ക് തടുക്കാനാവുന്നില്ല. എല്ലാം ഞാൻ ഉള്ളിൽ ഒതുക്കുകയായിരുന്നു.

ഞങ്ങളുടെ പുതിയ ഗ്രൂപ്പ് കമാന്റർ സ്റ്റാങ്കേവിച്ച്, ചെവികേൾക്കാത്ത ഉബ്രി - ഞാൻ നിന്നോട് ഇയാളെക്കുറിച്ച് പറഞ്ഞിട്ടുണ്ട് - ഞങ്ങളുടെ സർജൻ സെറംബ, അയാളുടെ സഹായിയും മറ്റൊരു ഉദ്യോഗസ്ഥൻ ഉസ്പേൻസ്കി, ഇന്ന് പ്രമോഷൻ ഉറപ്പിച്ച് കിട്ടിയ ചെറുപ്പക്കാരൻ എന്നിവരൊക്കെയാണ് ഇവിടെ കൂടെ ഉള്ളത്. ഒരുപാട് മറ്റ് ഉദ്യോഗസ്ഥന്മാരും സ്വകാര്യവ്യക്തികളും ഉണ്ട്.

ഉസ്പെൻസ്കി കുട്ടികളെപ്പോലെ നിർത്താതെ ചിലച്ചുകൊണ്ടേയിരുന്നു. എന്നാൽ ഇടയ്ക്കിടെ വിക്കിക്കൊണ്ടിരുന്നു. അതിഭാഷകനായ ഒരു വിക്കന് ജോലിയിൽ ഉയർച്ച കിട്ടിയതിന്റെ സന്തോഷം കരകവിഞ്ഞ് ഒഴുകുകയായിരുന്നു. സ്റ്റാങ്കേവിച്ചിന് അയാളോട് മിണ്ടാതിരിക്കാൻ പറയേണ്ടിവന്നു.

എനിക്ക് വയറ് കൊളുത്തി വലിച്ചതിനാൽ ഞാൻ അവരിൽ നിന്നൊക്കെ ഒഴിഞ്ഞ് ഒരു ചെറിയ മലയിടുക്കിലേക്ക് പോകേണ്ടിവന്നു. ഞാൻ കുത്തിയിരുന്നപ്പോൾ ബോംബ് സ്ഫോടനം ആരംഭിച്ചു. പെട്ടെന്ന് അവർ കൂടിനിന്നിരുന്ന ഭാഗത്ത് ഷെൽ വന്നുവീണു.

ഞാൻ അവരുടെ അടുത്തേക്ക് ഓടി. ഞാൻ എന്താണ് അവിടെ കണ്ടത് എന്നു പറയാൻ കഴിയില്ല.

എന്നോട് ക്ഷമിക്കുക, ഞാൻ വീണ്ടും വിറയ്ക്കാൻ തുടങ്ങി.

ഉംബ്രി എന്നിൽനിന്നും പത്തടി അകലെ, ഏറ്റവുമടുത്ത് വീണുകിടക്കുകയാണെന്ന് കണ്ടു. അയാളുടെ കൈകാലുകൾ മുറിഞ്ഞു പോയിരുന്നു. അവ അവിടെ ഉണ്ടായിരുന്നില്ല! ബൂട്ടിട്ട ഒരു കാലിന്റെ ബാക്കി ഭാഗം അയാളുടെ അടുത്ത് കിടന്നിരുന്നു. അയാളുടെ മുഖം നരച്ച കരിപ്പൊടിയിൽ മൂടിയിരുന്നു. ഞാൻ കുനിഞ്ഞുനോക്കി. അയാൾക്ക് അപ്പോഴും ജീവനുണ്ട് എന്നു തോന്നി. അയാളുടെ വായ തുറന്നിരുന്നു. ഞാൻ നോക്കി നിന്നപ്പോൾ ഒരുതരം പാട അയാളുടെ കണ്ണുകളെ വന്നു മൂടി. ഞാൻ അയാളിലേക്ക് കുനിഞ്ഞ അതേ സമയത്ത് അയാൾ മരിച്ചു. എന്തുകൊണ്ടെന്നറിയില്ല എനിക്ക് എന്താണ് ചെയ്യേണ്ടത് എന്ന് ബോധ്യമായി. ഞാൻ കയ്യെത്തി അയാളുടെ കണ്ണുകൾ തുടച്ചു. ഞാൻ കൈ എത്തിച്ചതേയുള്ളൂ. എനിക്ക് അവയെ തൊടാൻ കഴിഞ്ഞില്ല.

ഞാൻ മുന്നോട്ട് നടന്നു. എനിക്കു ചുറ്റും ആളുകൾ അലറിക്കൊണ്ടും ഞരങ്ങിക്കൊണ്ടും വേദനിച്ച് പുളഞ്ഞും കിടക്കുന്നുണ്ട്.

ഞാൻ ഞങ്ങളുടെ കമാന്റർ സ്റ്റാങ്കേവിച്ച് പുല്ലിൽ കിടക്കുന്നതായി കണ്ടു. അയാൾ ക്ഷീണിച്ച് അല്പനേരം പുല്ലിൽ കിടക്കുകയാണെന്ന് എനിക്കു തോന്നി. ഞാൻ അയാളുടെ അടുത്തേക്ക് ഓടിച്ചെന്നു. അയാളുടെ മുഖം ശാന്തമായിരുന്നു. കണ്ണുകൾ അല്പം തുറന്നിരുന്നു. ഒളിച്ചുനോക്കുംപോലെ. അയാളുടെ കൈകൾ മാംസമരയ്ക്കുന്ന അരകല്ലിൽപെട്ടതുപോലെ ഉണ്ട്. ഞാനയാളെ പതുക്കെ തോളിൽ പിടിച്ച് ഉയർത്താൻ ശ്രമിച്ചു. എന്നാൽ അയാളുടെ ശരീരം വേഗം വഴങ്ങി. എന്നാൽ അയാളുടെ തലയുടെ പിൻഭാഗം പുല്ലിൽത്തന്നെ കിടന്നു.

പരിക്കേറ്റ കുതിര അടുത്തുനിന്ന് അതിന്റെ പിൻകാലിൽ ഞരങ്ങിക്കൊണ്ടിരുന്നു. അതിനു പിന്നിൽ ഞങ്ങളുടെ സർജന്റെ സഹായി മൈക്കൽ മിഖ്‌ലിച്ച് കിടന്നിരുന്നു, മുഖമില്ലാതെ. പല്ലുകളുടെയും എല്ലുകളുടെയും വെടിയുണ്ടകളുടെയുമൊക്കെ കൂട്ടം രക്തം നിറഞ്ഞ് കൂടിക്കുഴഞ്ഞ് കിടന്നു.

അവയുടെ ഇടയിലൂടെ ഒരു ഞരക്കം ഞാൻ കേട്ടു. അവരുടെ അടുത്തേക്ക് ഞാൻ ഓടി. അത് ഡോക്ടർ സെറംബയുടേതായിരുന്നു. അയാൾക്ക് ജീവൻ ഉണ്ടായിരുന്നു. അയാൾ ആടിനെപ്പോലെ എന്തോ ഒരുതരത്തിൽ കരയുകയും രക്തം ഗുളുഗുളു ശബ്ദത്തോടെ പുറത്തേക്കൊഴുകുകയും ചെയ്തു. അയാളുടെ വയർ തുറന്ന് കുടൽമാല നിരത്തിലെ മണ്ണിൽ വീണുകിടന്നു. സെറംബ കറുത്ത രക്തക്കുളത്തിലാണ് ഞരങ്ങിക്കൊണ്ട് മുങ്ങിക്കിടന്നത്. എനിക്ക് അയാളെങ്ങനെ ജീവനോടെ ഇരിക്കുന്നു എന്നും ഞാൻ എന്താണ് ചെയ്യേണ്ടതെന്നും മനസ്സിലായില്ല. ഞാൻ അയാളോട് നിലവിളിച്ചു,

"എന്താണ്, എന്താണ് ഞാൻ ചെയ്തുതരേണ്ടത്?"

അയാൾക്ക് ആടിന്റെ കരച്ചിൽ കരയാനേ കഴിഞ്ഞുള്ളൂ. എന്നാൽ അയാൾക്ക് എന്തുവേണമെന്ന് ക്രമേണ എനിക്ക് മനസ്സിലായി. ഞാൻ അയാളെ കൊന്നുകളയണമായിരുന്നു.

ഞാൻ കൂടുതൽ ഞരക്കങ്ങൾ കേട്ട് എഴുന്നേറ്റ് നടന്നു.

ഞാനൊരു ഉദ്യോഗസ്ഥനെ കണ്ടു. കാലുകൾ രണ്ടും ഒന്നിനുമേൽ ഒന്നായി അയാളുടെ അടിയിലേക്ക് ചുരുട്ടിവെച്ച് സർക്കസ്സിലെ അക്രോബാറ്റിനെപ്പോലെ മരിച്ചുകിടക്കുന്നു. അയാളുടെ വായും എല്ലാവരെയും പോലെ തുറന്നിട്ടായിരുന്നു. കണ്ണുകൾ നോക്കുന്നുണ്ട്. എന്നാൽ ഒന്നും കാണുന്നില്ല. കട്ടിയുള്ള രക്തം അയാളുടെ താടിയിൽ കട്ടിയായി പറ്റിക്കിടന്നു.

അവസാനം ഒരാളെ ഞാൻ ജീവനോടെ കണ്ടു. അത് ആ വിക്കൻ ഉസ്പെൻസ്കിയായിരുന്നു. അയാൾക്ക് എവിടെയാണ് പരിക്കേറ്റത് എന്നു പറയാൻ എനിക്ക് കഴിയില്ല, തൊണ്ടയിൽനിന്നും രക്തം പ്രവഹിക്കുന്നുണ്ടായിരുന്നു. അയാളുടെ ശരീരത്തിലെ യൂണിഫോം പുകയുന്നുണ്ട്. അയാളുടെ പുരികങ്ങളും തലമുടിയും പൊള്ളിക്കരിഞ്ഞിരുന്നു. അയാളുടെ കീറിപ്പറിഞ്ഞ കാലുറയിലൂടെ എനിക്ക് അയാളുടെ കാലുകളിൽ രക്തത്തിൽ കുതിർന്ന മാംസം കാണാൻ കഴിഞ്ഞു.

എനിക്ക് എന്റെ ചിന്താശക്തി മുഴുവനായി നശിച്ചു. എന്തു ചെയ്യണമെന്ന് എനിക്കറിഞ്ഞില്ല. ഞാൻ അയാളുടെ അടുത്തിരുന്ന് അയാളെ ആശ്വസിപ്പിക്കാൻ ശ്രമിച്ചു.

"പിടിച്ചുനിൽക്കൂ! എല്ലാം ശരിയാകും!"

ചില സൈനികർ ഓടിവന്നു. മെഡിക്കൽരംഗത്തെ സേവകർ, ഞാൻ ഉപേൻസ്കിയെ എടുത്ത് ആതുരാലയത്തിൽ എത്തിക്കാൻ സഹായിച്ചു. വഴിയിൽവെച്ച് അയാൾ സ്വന്തം രക്തമൊഴുക്കിനെ തടസ്സപ്പെടുത്തിയപ്പോൾ ഒരു സേവകൻ അയാളുടെ വിരലുകൾ എടുത്ത് സ്വയം വായ്ക്കുള്ളിൽ കുത്തിത്തിരുകി. എന്നാൽ രക്തത്തിന് സുഗമമായി പോകാൻ കഴിയുമല്ലോ.

ഞാൻ ആതുരാലയത്തിൽ ഒരു മണിക്കൂറോളം അയാൾക്കരികിൽ ഇരുന്നു. എനിക്ക് അയാളെ വിട്ടുപോകാൻ കഴിഞ്ഞില്ല. അയാൾക്ക് ബോധമുണ്ടായിരുന്നു. ഞാൻ വീണ്ടും പറഞ്ഞുകൊണ്ടിരുന്നു,

"പിടിച്ചുനിൽക്കൂ, എല്ലാം ശരിയാകും."

കൂടാരത്തിൽ ഭയങ്കര ചൂടായിരുന്നു. വേവുന്ന അന്തരീക്ഷം. ഒരുകൂട്ടം ഈച്ചകളുണ്ട്. ചീഞ്ഞളിഞ്ഞ നാറ്റവും. ഞാൻ അയാൾക്ക് വീശിക്കൊടുത്ത് ഈച്ചകളെ ഓടിച്ചു. അയാൾക്കുവേണ്ടി മറ്റൊന്നും ചെയ്യാൻ എനിക്ക് കഴിഞ്ഞില്ല.

എന്നാൽ അയാൾ മരിച്ചപ്പോൾ ഞാൻ അയാളുടെ മുഖത്തിനടുത്തേക്ക് കുനിഞ്ഞ് ആ കണ്ണുകൾ അടച്ചു. അതിന് ശരിക്കും അത്രയ്ക്ക് ശക്തി വേണ്ടിവന്നില്ല.

ഞാനയാളെ അവിടുന്ന് മാറ്റണമായിരുന്നു. ഞാൻ അയാളെ ഉയർത്താൻ സഹായിച്ചു. മരിച്ചുകഴിഞ്ഞ മനുഷ്യൻ ജീവിക്കുന്നവനേക്കാൾ

ഭാരമേറിയവനാണ്. മറ്റു മനുഷ്യരിൽനിന്നും ഞാൻ അത് കേട്ടറിഞ്ഞിരുന്നു.

സാഷ, എനിക്ക് നിന്റെ അടുത്ത് ഉണ്ടാകണമെന്ന ആഗ്രഹം തീവ്രമായിരിക്കുന്നു, ഇപ്പോൾത്തന്നെ വേണം!

ഞാൻ വളരെ ക്ഷീണിതനാണ്.

എനിക്ക് വന്നിട്ട് നിന്റെ മടിയിൽ തലവെച്ച് കിടക്കണം. നീ എന്നെ ഒന്ന് തലോടിയിട്ട് പറയും

“എല്ലാം ശരിയാണ്. എന്റെ പ്രിയപ്പെട്ടവനേ! എല്ലാ കാര്യങ്ങളും ശരിയാകും! അതെല്ലാം കഴിഞ്ഞു. എല്ലാം ഇപ്പോൾ ശരിയാകും. ഞാൻ നിന്റെ കൂടെ ഉണ്ടല്ലോ.

ഞാൻ രാവിലെ എഴുന്നേറ്റ് ഒരുങ്ങുകയാണ് ആദ്യം ചെയ്തത്. എനിക്കറിയാമായിരുന്നു ജ്യോതിശാസ്ത്രജ്ഞന്റെ സ്ഥലത്താണ് ഞാൻ താമസിക്കേണ്ടിവരിക എന്ന്. എന്റെ മൂക്ക് അയാളുടെ കുത്തുന്ന യൂഡികൊളോണിന്റെ ഗന്ധം പിടിച്ചെടുത്തു. ഞാൻ കണ്ണാടിയിൽ നോക്കി. ഞാൻ എന്നെ തിരിച്ചറിഞ്ഞില്ല. ചാരനിറത്തിലുള്ള മുഖം. കറുത്ത വലയങ്ങൾ കണ്ണിനുചുറ്റും.

എന്റെ ശരീരം ചെമ്മൺ നിറത്തിലായിരിക്കുന്നു.

ഞാൻ എന്റെ മുടിയിലൂടെ വിരലോടിച്ച് നരച്ചവ പിടിച്ച് പറിച്ചെടുത്തു.

കണ്ണുകൾ അപ്പോഴും ഒരേപോലെ ഇരുന്നു. ഇടത്തേത് നീല, വലത്തേത് തവിട്ടുനിറം. കൺപോളകൾ കുറച്ച് വീർത്തിരുന്നു.

കഴുത്തിനു പുറത്തുള്ള തൊലി ചുളിയാൻ തുടങ്ങിയിരുന്നു.

ഞാൻ വാഷ്ബേസിനിലേക്ക് കുനിഞ്ഞ് എന്റെ മാറിടം തണുത്ത വെള്ളംകൊണ്ട് കഴുകി. അവ തൂങ്ങി, പശപോലെ ഒട്ടി, ഇരുണ്ട്, നീല ഞെരമ്പുകളാൽ ആവൃതമായി ഇരുന്നിരുന്നു.

ഞാൻ മുലക്കണ്ണിനു ചുറ്റുമുള്ള രോമങ്ങൾ ട്വീസർകൊണ്ട് പറിച്ചുകളഞ്ഞു.

പാദങ്ങൾ വിണ്ടിരുന്നു.

കാപ്പി കുടിച്ചശേഷം ഞാൻ എന്റെ നഖങ്ങൾ വെട്ടി വൃത്തിയാക്കാൻ തുടങ്ങി. എന്നാൽ എന്റെ ജീവിതം ഞാൻ തന്നെ അടുക്കും ചിട്ടയും ആക്കേണ്ടതുണ്ട്.

ഞങ്ങൾ പോപ്ലാർമരങ്ങളുടെ മൃദുശാഖകൾ തിങ്ങിനിറഞ്ഞിരുന്ന പാർക്കിന്റെ തുടക്കത്തിൽവെച്ച് കണ്ടുമുട്ടി. ഒരു വൃദ്ധ അവിടെ അക്കോഡിയൻ വായിക്കുന്നുണ്ടായിരുന്നു.

ഞങ്ങൾ അല്പനേരം നടന്നു.

ഞാൻ അയാളെ വീട്ടിലേക്ക് കൂട്ടിക്കൊണ്ടുവന്നു.

വഴിയിൽവെച്ച് കണ്ണാടി വെച്ചിരുന്ന ഒരു കടയിൽ ജനാലയിലൂടെ കാണാവുന്ന എന്റെ പ്രതിബിംബത്തിലേക്ക് ഞാൻ ഒളികണ്ണിട്ടു നോക്കി. ഞാൻ മുടി വൃത്തിയായി കെട്ടിവെച്ചിരുന്നു. ഒരു ചെറുപ്പക്കാരി പെൺകുട്ടി എന്നെത്തന്നെ നോക്കുന്നതായി ഞാൻ കണ്ടു. അവളുടെ കളിയാക്കുന്ന കണ്ണിൽ ഇന്നലെ ഞാൻ അവൾക്ക് ആരായിരുന്നു എന്ന് വായിച്ചു. വൃദ്ധയായ, നിറം മങ്ങിയ അവൾക്ക് ലോകത്തിലെ ഒരു തലമുടിക്കെട്ടും യോജിക്കില്ലായിരുന്നു.

ഒരു ജനാലയുടെ അടുത്ത് ഒരു ട്രൈപോഡിൽ ഒരു ടെലിസ്കോപ്പ് സ്ഥാപിച്ചിരുന്നു.

ഒരു മെഴുകുതിരി അത്താഴം. പാട്ട്, ഡോൺഗിയോവിനി.

അയാൾ ഗ്രഹത്തിലെത്ര ചന്ദ്രന്മാരുണ്ടെന്ന പട്ടിക ഉണ്ടാക്കുന്നു.

ടൈറ്റാൻ, ഇയാപെറ്റസ്, റിയ! ഡിയോൺ! മിമാസ്! ഹൈപെരിയൺ! ഫിബി!

അയാൾ ടേതിസിനെയും എൻസെലാഡസിനെയും മറന്നുവെങ്കിലും ഞാൻ ആരാധനയോടെ നോക്കി പുഞ്ചിരിച്ചു.

കഴിഞ്ഞ ചന്ദ്രഗ്രഹണസമയത്ത് മഴ പെയ്തിരുന്നു എന്ന സത്യത്തെ ച്ചൊല്ലി അദ്ദേഹം സങ്കടപ്പെടുന്നു.

അയാൾ ജനാലയടയ്ക്കുന്നു, എന്നാൽപ്പിന്നെ കൊതുകുകളും രോമ ങ്ങളും ഒന്നും അകത്തേക്ക് പറന്നുവരില്ലല്ലോ. ഒരു പ്രാണി എപ്പോഴും ജനാലയ്ക്കൽ വട്ടമിട്ട് പറന്നു.

അയാളുടെ ആ ടെലിസ്കോപ്പിന്റെ പുറകുഭാഗത്ത് സ്നേഹത്തോടെ കൈപ്പത്തി അമർത്തിക്കൊണ്ട് എന്നോട് സ്വന്തം ടെലിസ്കോപ്പിനെ ക്കുറിച്ച് പറയാൻ തുടങ്ങി.

"ഇത് ശരിക്കും ഉള്ള ഒരു യഥാർത്ഥ ഉപകരണമാണ്. എന്റേത് ഗലീലിയോ ഉപയോഗിച്ചതിനേക്കാൾ ആറ് മടങ്ങ് ശക്തിയുള്ളതാണ്."

പിന്നീട് പറഞ്ഞുറപ്പിച്ച പരിപാടി പ്രകാരം അയാൾ ടെലിസ്കോപ്പ് എടുത്തു. ഞങ്ങൾ രണ്ടുപേരുംകൂടി മുകളിലേക്ക് പോയി. കോണിപ്പടി കയറുമ്പോൾ അയാൾ പെട്ടെന്ന് ഷൂലേസ് കെട്ടുമ്പോൾ ഞാൻ അയാ ളുടെ കഷണ്ടി കണ്ടു.

മുകളിലത്തെ നിലയിൽ മച്ചിലേക്കുള്ള വാതിൽ ഉണ്ട്. അയാൾ താക്കോൽ ഉപയോഗിച്ച് ആ വലിയ ആമപ്പൂട്ട് തുറന്നു. ഞങ്ങൾ മച്ചി ലേക്ക് അമർത്തിപ്പിടിച്ച് കയറി. ശൂന്യാകാശത്തിന്റെ അടിഭാഗം വെളിച്ച ത്തിൽ കുളിച്ചിരുന്നു. മുകൾഭാഗം നക്ഷത്രങ്ങളാൽ മിന്നിത്തിളങ്ങുന്നു ണ്ടായിരുന്നു.

ആ മച്ചിലും മഞ്ഞുകണങ്ങളിന്മേൽ മൃദുരോമങ്ങൾ കിടക്കുന്നുണ്ടാ യിരുന്നു.

"ഇതാ എന്റെ സ്വന്തം ആകാശം മുകളിൽ." അയാൾ എനിക്ക് നക്ഷത്രസമൂഹത്തെ കാട്ടിത്തന്നു.

“നോക്ക്, പ്ലിയാഡസ്. അതാ അവിടെ.” അയാൾ തന്റെ കൈകൾ കൊണ്ട് എന്നെ ചുറ്റി - ആൽഫാടൗറി. ഇവിടെ തണുപ്പുണ്ട്. നിനക്ക് ജലദോഷം പിടിക്കില്ലെന്ന് തീർച്ചയല്ലേ?”

അയാൾ എന്നെ നന്നായി ഇറുക്കെ കെട്ടിപ്പിടിച്ചു.

“എന്നാൽ ശരിക്ക് എല്ലാ നക്ഷത്രസമൂഹങ്ങളും വിഡ്ഢിത്തമാണ്. ക്ഷണികമായ അടുപ്പിച്ചുവെയ്ക്കൽ എന്നാൽ ഒന്നുമല്ല. നിരത്തിലൂടെ നടന്നുപോകുന്ന ആളുകളോ, നക്ഷത്രസമൂഹത്തെ കടന്നുപോകുന്ന പക്ഷികളോ ഒന്നും അടുത്തേക്കില്ല. നക്ഷത്രങ്ങൾക്ക് പേരു നൽകുക എന്നത് ശരിക്കും സമുദ്രത്തിലെ തിരമാലകളിൽ കാണുന്ന ചന്ദ്രക്കലകൾ നോക്കുന്നതുപോലെയാണ്.”

ഇതെല്ലാം സമയവുമായി പൊരുത്തമില്ലാത്തതുകൊണ്ടാണ് എന്ന് അയാൾ വിശദീകരിച്ചു. കടന്നുപോകുന്ന നക്ഷത്രങ്ങൾക്ക് ഒരു സമയവും നമുക്ക് മറ്റൊന്നുമാണ്.

“നിനക്ക് മനസ്സിലാകുന്നുണ്ടോ?”

“ഉവ്വ്, എനിക്ക് മനസ്സിലാവുന്നുണ്ട്.”

“ഈ വൃത്താകൃതിയിലുള്ള എല്ലാ കൂടങ്ങളും പരന്നിരിക്കുന്ന ധൂമ താരാഗണങ്ങളും ഒക്കെ നമുക്ക് ഒരു ഛായാപടം പോലെയാണ്. എന്നെ ന്നേക്കുമായി ഉള്ളതുമാണ് അത്. ഒരിക്കൽ ഒരിടത്ത് വലിയൊരു പൊട്ടി ത്തെറി ഉണ്ടായി. ഭും...! എല്ലാം പൊട്ടിച്ചിതറി. അത് നമുക്കായി പറന്നു വന്നു. സത്യത്തിൽ അത് വളരെ വേഗം ചിതറി പറക്കുകയും വീണ്ടും വേഗത്തിൽ കൂടിച്ചേരുകയും ചെയ്തു. മറ്റൊരു പൊട്ടിത്തെറിയിൽ അത് വീണ്ടും ചിതറി പറന്നുപോയി. വീണ്ടും കൂടിച്ചേർന്നു. വീണ്ടുമൊരു പൊട്ടി ത്തെറി. ഇതിൽക്കൂടുതൽ ലളിതമായി ഞാൻ എങ്ങനെയാണ് നിനക്ക് വിവരിച്ചുതരിക? ശരി, ഒരു കൊച്ചുകുട്ടി പ്ലാസ്റ്റിക് എടുത്ത് കൊച്ചുമൃഗ ങ്ങളെയും മനുഷ്യരെയും മരങ്ങളെയും വീടുകളെയുമൊക്കെ നിർമ്മി ക്കുന്നതുപോലെയാണ് ഇത്. പിന്നീട് ആ കുട്ടി അതിനെ ഒടിച്ചുമടക്കി ഒന്നാക്കിവെച്ചു. എന്നാൽ പിറ്റേദിവസം കുട്ടി വീണ്ടും അവ ഉണ്ടാക്കാൻ തുടങ്ങി. അല്ലെങ്കിൽ ഇതാണ് ഭേദം: പാർക്കിലെ വൃദ്ധയെ ഓർമ്മയില്ലേ? നമുക്ക് അവർ ജീവിതത്തിന്റെ രാഗമാണ്. അത് ശരിക്കും സംഗീത ഉപ കരണത്തിന്റെ ഒരു കമ്പിയാണ്. നീ കൈകൾ വിരിക്കുകയും ചുരുട്ടി ഒന്നാക്കുകയും ചെയ്യുന്നതുപോലെ. പിരിയുക, ഒന്നിച്ചാവുക. മനസ്സി ലായോ?”

“എനിക്ക് മനസ്സിലായി.”

അയാൾ ടെലിസ്കോപ്പിനെ ട്രൈപോഡിലാക്കി അത് അങ്ങനെയും ഇങ്ങനെയുമൊക്കെ നേരെയാക്കി വെയ്ക്കുമ്പോൾ മേഘങ്ങൾ കൂട്ടമായി ആകാശത്ത് കുന്നുകൂടി. ഞാൻ ആ ഒറ്റക്കണ്ണിലൂടെ നോക്കുന്ന ഉപക രണത്തിലൂടെ ചന്ദ്രനെ നോക്കി.

അയാൾ എന്റെ തലമുടിയിൽ തിരുമ്മാൻ തുടങ്ങി.

"നിന്റെ മുടി വളരെ മൃദുവായ രോമങ്ങൾകൊണ്ടുള്ളതാണ്."

ഞങ്ങൾ താഴേക്ക് പോയി. കിടപ്പുമുറിയിലെ അലമാരി തുറന്നിരുന്നു. അവിടെ തൂക്കിവെച്ചിട്ടുള്ള സൂട്ടുകളുടെയും താഴെ വെച്ചിട്ടുള്ള ഷൂസുകളുടെയും എണ്ണം കണ്ട് ഞാൻ ഞെട്ടിപ്പോയി.

ഭിത്തിയിൽ അയാളുടെ കുട്ടികളുടെ ഫോട്ടോകൾ ഉണ്ടായിരുന്നു. ഒരു ആൺകുട്ടിയും ചെറിയൊരു പെൺകുട്ടിയും. ഇരട്ടകൾ, പ്രാമിൽ ഇരിക്കുന്നവരായിട്ട്. പിന്നെ സ്കൂളിൽ പോകുന്നത്. അവിടുന്ന് ബിരുദം നേടുന്നത്.

ഫ്ളാറ്റിൽ എല്ലായിടത്തും മറ്റു സ്ത്രീകളുടെ സാന്നിധ്യമുണ്ട് എന്ന് വിളിച്ചറിയിച്ചിരുന്നു. അവർ അവരുടെ ഭൂമിക വേണമെന്നുവെച്ചുതന്നെ അവിടെ അടയാളപ്പെടുത്തിയിരുന്നു. കുളിമുറിയുടെ ഷെൽഫിൽ അടിവസ്ത്രങ്ങൾ, മുടിയിൽ തേക്കുന്ന സാധനം, അയാളുടെ യൂഡി കോളോണിന്റെ കൂടെ ലിപ്സ്റ്റിക് ചവറുകൂടയിലാകട്ടെ മുകളിൽ കറുത്ത തലമുടിയുടെ ഒരു കൂട്ടം. ഇരിപ്പുമുറിയിലെ കറുത്ത കസേരയിലാകട്ടെ നീണ്ട മഞ്ഞമുടി. ഇവയിലൊക്കെ എന്റെ കണ്ണുകൾ ഉടക്കി.

ഞാൻ ചോദിച്ചു,

"നിങ്ങൾക്ക് ഒരുപാട് സ്ത്രീകൾ ഉണ്ടോ?"

അയാൾ ചിരിച്ചു.

"ഒന്ന്. അവൾ എന്നെ പ്രേമിക്കുന്നു. നീ പുനർജ്ജന്മം എന്ന് കേട്ടിട്ടുണ്ടോ? പ്രേമിക്കുന്ന പെണ്ണ് ഏകയായ ഒരുവളാണ്. അവൾ മരിക്കുമ്പോൾ പ്രേമിക്കാത്ത പെണ്ണായി മാറി അവളുടെ ആത്മാവ് മറ്റൊരു സ്ത്രീയിൽ, പ്രേമിക്കുന്ന ഒരു സ്ത്രീയുടേതുമായി ഒന്നിച്ചുചേരുന്നു. ആ ഒരു സ്ത്രീയാണ് വിവിധ ശരീരങ്ങളായി മറ്റുള്ളവരെ പ്രേമിക്കുന്നത്.

ഞാൻ വിചാരിച്ചു ഞാൻ സാധാരണ രീതിയിലെന്നപോലെ വിവസ്ത്രയാകണമെന്ന്. എന്നാൽ അയാൾ സാമർത്ഥ്യത്തോടെ ആദ്യം സ്വയം വിവസ്ത്രനായി. തലയ്ക്കു പിന്നിൽ കൈയും വെച്ച് കിടന്നു. ഇടനാഴിയിലെ വിളക്ക് കത്തുന്നുണ്ടായിരുന്നു. ഇരുണ്ട മുറിയിൽ അയാൾക്ക് എല്ലാം കാണാമായിരുന്നു. എനിക്ക് എന്റെ മാറിടത്തെപ്പറ്റി ലജ്ജ തോന്നി. ഞാൻ എന്റെ ബ്രാ ഊരിയില്ല.

അയാൾ എന്റെ മുകളിൽ കിടന്ന് പരുങ്ങുകയും ധൃതി കാട്ടുകയും ചെയ്തു. എനിക്ക് ഉത്തരം കിട്ടാത്ത ഒരു ചോദ്യം ഞാൻ എന്നോടുതന്നെ ചോദിച്ചു, എനിക്ക് പ്രേമമില്ലാത്ത ഒരു മനുഷ്യനോടൊപ്പം ഞാൻ എന്തിന് കിടക്കുന്നു?

എനിക്ക് ഓർമ്മ വന്നത് ഒരു ഗുണപാഠകഥയിലെ സന്ന്യാസിയെക്കുറിച്ചാണ്. അദ്ദേഹം തന്റെ അനുയായികളോട് വിചിത്രമായ, വിശദീകരിക്കാൻ കഴിയാത്ത കാര്യങ്ങൾ ചെയ്യാൻ നിർദ്ദേശിച്ചു. പിന്നീട് അവരുടെ വിഡ്ഢിത്തം നിറഞ്ഞ പ്രവൃത്തികളുടെ പരമമായ അർത്ഥം തെളിഞ്ഞു വന്നു. അർത്ഥം അവർക്ക് കാണാൻ കഴിയാത്തതും സന്ന്യാസിക്ക്

ബുദ്ധിയിൽ സ്പഷ്ടമായി തെളിയുന്നതുമായിരുന്നു. ആദ്യം അദ്ദേഹം അവരോട് ഒരു ബോട്ടിൽ ദ്വാരങ്ങളുണ്ടാക്കാൻ പറഞ്ഞു. അത് ഒരു പാവം മുക്കുവന്റേതായിരുന്നു. ആ ബോട്ട് മുങ്ങി. പിന്നീട് അദ്ദേഹം അവരോട് നിരത്തിൽ കണ്ടുമുട്ടുന്ന ഒരുവനെ കൊല്ലാൻ പറഞ്ഞു. അവസാനം ഒരു പണംപോലും വാങ്ങാതെ അയാൾ ആഹാരവും കിടപ്പാടവും നൽകാത്ത ഗ്രാമത്തിലെ നശിച്ചുപോയിരുന്ന ഒരു ഭിത്തി കെട്ടി നേരെയാക്കി ക്കൊടുത്തു. ഇതിന്റെയൊക്കെ അർത്ഥം സന്ന്യാസി വിശദീകരിച്ചു. അവൾ ബോട്ടു മുക്കിയതെന്തിനാണ്? ഒരു ഭയങ്കരനായ രാജാവ് അവരെ വേട്ടയാടുകയും എല്ലാ ബോട്ടുകളും പിടിച്ചെടുക്കുകയും ചെയ്യുന്നുണ്ടായിരുന്നു. യാത്രക്കാരനാകട്ടെ അയാളുടെ മകനെ കൊല്ലാൻ പോവുകയായിരുന്നു. ഭിത്തി അനാഥരുടേതാണ്. അവിടെ നിധി കുഴിച്ചിട്ടുണ്ട്. അത് അവർക്ക് പിന്നീട് കുഴിച്ചെടുക്കാം.

ഒരു ബക്കറ്റിൽ മഞ്ഞ് കൊണ്ടുനടക്കുന്നയാളെ ഞാൻ കണ്ടതായി ഓർക്കുന്നു. മഞ്ഞുകട്ടകൾ ഉള്ളപ്പോൾ അയാൾ എന്തിനാണ് ബക്കറ്റിൽ മഞ്ഞു കൊണ്ടുപോകുന്നത് എന്ന് ഞാൻ അതിശയപ്പെട്ടു. എന്നാൽ അയാളെ അയച്ച സന്ന്യാസിക്ക് അതെന്താവശ്യത്തിനുള്ളതായിരുന്നുവെന്ന് നന്നായി അറിയാമായിരുന്നു. ആ സന്ന്യാസിതന്നെയാണ് പഴകിയ പൂപ്പൽ പിടിച്ച ഈ കിടക്കയിലേക്ക് എന്നെ നയിച്ചതും. എന്നാൽ അർത്ഥം ഇതുവരെ വെളിവാക്കിയിട്ടുമില്ല.

ജ്യോതിശാസ്ത്രജ്ഞൻ അപ്പോഴും കഠിനമായി പ്രയത്നിച്ചുകൊണ്ടിരിക്കുകയായിരുന്നു. അയാൾ വിയർത്തുകൊണ്ട് പുറത്തുവന്നു.

പിന്നെ അയാൾ നിലത്തേക്ക് വീണ് മുതുകമർത്തിക്കിടന്ന് ഒരു സിഗരറ്റിന് തീ കൊളുത്തിക്കൊണ്ട് സ്വയം തൃപ്തിയോടെ ചോദിച്ചു.

“ശരി, അതെങ്ങനെ ഉണ്ടായിരുന്നു?”

ഞാൻ മറുപടി പറഞ്ഞു.

“ഡോണ എൽവിറ, അത് ലെപോറെല്ലോ ആണ് എന്ന് തിരിച്ചറിഞ്ഞ മാതിരി.”

“എന്ത്?”

അയാൾക്ക് ഒന്നും മനസ്സിലായില്ല.

അയാൾ നൈപുണ്യത്തോടെ ഗർഭനിരോധന ഉറ കെട്ടി ചവറുകൂടയിലേക്ക് എറിഞ്ഞു. കോട്ടുവായിട്ടുകൊണ്ട് പല്ലിളിച്ചുകാട്ടി.

“ഒരു ടീസ്പൂൺ ആ ലിംഗദ്രാവകം ഒരു പുരുഷനെ നിഷ്ഠൂരനാക്കുന്നു. അതിനുവേണ്ടി പുരുഷൻ എന്തു ചെയ്യാനും തയ്യാറാകുന്നു. എന്തൊരു അപമാനകരമായ അടിമത്തം!”

ഉടനെതന്നെ അയാൾ ആഞ്ഞ് ശ്വസിക്കാൻ തുടങ്ങി.

ഞാൻ ഉറങ്ങാൻ ശ്രമിച്ചു. സാധിച്ചില്ല. കിടക്ക വളരെ അസ്വസ്ഥത ഉണ്ടാക്കുന്നതായിരുന്നു. അത് മൃദുവായി ഒരു തൂവൽക്കിടക്കപോലിരുന്നു.

ഞാൻ അതിൽ താണുപോയി. വിരിപ്പുകളോ? അതിൽ എനിക്ക് മുമ്പ് ആരാവും കിടന്നിരിക്കുക?

കണ്ണാടിയിലെ കളിയാക്കുന്ന നോട്ടം മനസ്സിലേക്ക് ഇഴഞ്ഞെത്തി. പെൺകുട്ടിയുടെ കണ്ണുകൾ പിന്നെയും പിന്നെയും പറഞ്ഞു എനിക്ക് ഒരു തലമുടിക്കെട്ടും ചേരില്ല എന്ന്. അങ്ങനെയായിരുന്നു ആളുകൾ എന്നെ കണ്ടത്. ഞാനും അങ്ങനെതന്നെ ആയിരുന്നു.

രാത്രി മുഴുവൻ ഒരു കൊച്ചുപ്രാണി ജനാലയ്ക്കരികിൽ ചിറകടിച്ച് പറന്നുകൊണ്ടിരുന്നു.

കാലത്ത് ഇയാളെ കാണുക എന്നത് എന്നെ ഭയപ്പെടുത്തി. അയാൾക്കൊപ്പം എന്നെ കാണുന്നത് അതിലേറെ ഭയപ്പെടുത്തി. ഞാൻ ശബ്ദമുണ്ടാക്കാതെ വസ്ത്രം ധരിച്ചു. അയാളുടെ എല്ലാ സാധനങ്ങളും ട്രൗസറും ഷർട്ടുമൊക്കെ നിലത്തുനിന്ന് പെറുക്കിയെടുത്ത് ഒരു കസേരയിൽ വൃത്തിയായിവെച്ച് ഞാൻ സ്ഥലംവിട്ടു.

അപ്പോഴേക്കും പുലർച്ചെ ആവാറായിട്ടുണ്ടായിരുന്നു. നഗരം നിശ്ശബ്ദമായിരുന്നു. നടപ്പാതകളുടെ വക്കുകളിൽ പോപ്ലാർ മരച്ചില്ലകൾ പോലും തണുത്തുറഞ്ഞ് നിന്നിരുന്നു.

ഞാൻ ട്രാമുകൾ നിൽക്കുന്നിടത്തേക്ക് പോയി. രാത്രി ഡിപ്പോയിൽ ഇരുന്ന് സമയം കഴിച്ചു. ഞാൻ മൃഗശാലയെ സമീപിച്ചുകൊണ്ടിരുന്നപ്പോൾ പുരാണകഥയിലെ ഒരു രംഗംപോലെ അത് എന്റെ മുന്നിലെത്തി. എന്റെ പിടിയാനയെ ട്രാം പാളങ്ങളിലൂടെ നടത്തിക്കൊണ്ട് പോവുകയാണ്. അവൾ തിരക്കില്ലാതെ ചെവികൾ ആട്ടിയും ഇളക്കിയും തുമ്പിക്കൈകൊണ്ട് നിരത്തിലെ ഭാഗങ്ങളും പാളങ്ങളുമൊക്കെ മണപ്പിച്ചും പൊടി ചുഴറ്റിക്കൊണ്ടും എവിടേക്കോ പോവുകയായിരുന്നു. സന്ന്യാസിക്കറിയാം അവളെ എവിടേക്കാണ്, എന്തിനാണ് കൊണ്ടുപോകുന്നത് എന്ന്.

ഞാൻ വീട്ടിലെത്തി. കുളിക്കാൻ താത്പര്യം തോന്നി. ഞാൻ ആദ്യം കുളിച്ചു. പിന്നെ ഒന്നു കുതിരാനായി കുളിക്കുന്ന ടബ്ബിൽ വെള്ളം നിറച്ച് അതിൽ കിടന്നു. എന്റെ ശരീരത്തിലെ കൊച്ച് രോമങ്ങളിൽ എമ്പാടുമുണ്ടായ കൊച്ചുകുമിളകളെ നോക്കിക്കിടന്നു. പെട്ടെന്ന് എനിക്ക് തലയും വെള്ളത്തിൽ മുക്കണമെന്ന് തോന്നി. വെള്ളക്കുരങ്ങാകണമെന്ന് തോന്നി. പെട്ടെന്ന് ഞാൻ മുമ്പു വാങ്ങിച്ച വെള്ളത്തിൽ താഴ്ന്നുകിടക്കാൻ സഹായിക്കുന്ന സാധനം അലമാരയിൽനിന്ന് എടുത്ത് വെള്ളത്തിൽ താഴ്ത്തി മരവിച്ച് അവിടെ കിടന്നു.

വെള്ളത്തിനുള്ളിലെ നിശ്ശബ്ദത വളരെ അപരിചിതവും ശബ്ദത്തോട് അടുത്തതുമായിരുന്നു. എനിക്ക് എല്ലാം കേൾക്കാം, സാധാരണ കേൾക്കാത്തതുപോലും. എല്ലാം ഒരു കട്ടിയുള്ള പാടയിലൂടെ കടന്നുവരുംപോലെയായിരുന്നു. എന്റെ നാഡിമിടിപ്പ് എപ്പോഴത്തേക്കാൾ ഉച്ചത്തിലായി.

അമ്മയുടെ വയറ്റിൽ ഇങ്ങനെയായിരുന്നുകാണും എന്ന ചിന്ത എനിക്കുണ്ടായി.

എത്രനേരം ഞാൻ വെള്ളത്തിനടിയിൽ ഇരുന്നു, ആ ട്യൂബും വായിൽ കടിച്ച് എന്ന് എനിക്കറിയില്ല. ചിലപ്പോൾ ഒരു മണിക്കൂർ വെള്ളം തണുക്കുംവരെ ഇരുന്നുകാണും. ഞാൻ മുഴുവനായി തണുത്തുറഞ്ഞു.

ഞാൻ പുറത്തേക്കിറങ്ങി. കുളിവസ്ത്രം ധരിച്ച എന്നെ കണ്ണാടിയുടെ മുന്നിൽത്തന്നെ നിന്ന് കുറേനേരം നോക്കി.

പിന്നീട് ഞാൻ പുലർച്ച മുഴുവൻ ഛർദ്ദിച്ചു.

സാഷൻക!

ടിയറ്റ്സിൻ പിടിച്ചെടുക്കപ്പെട്ടു.

ഞാൻ ഇപ്പോൾ ഇതാ പട്ടികയെഴുതൽ അവസാനിപ്പിച്ചിട്ടേയുള്ളൂ.

ഞങ്ങളുടെ ഇടയിൽ നൂറ്റൻപത് പേരേ മരിച്ചിട്ടുള്ളൂ. അതിന്റെ മൂന്നിരട്ടി പേർ മുറിവേറ്റവരായി. ഞങ്ങളുടെ സൈന്യത്തിന്റെ മേജർ-ജനറൽ സ്റ്റെസ്സെലിനും പരിക്കേറ്റിരുന്നു. അയാൾ ബാൻഡേജിട്ട് ഞങ്ങളുടെ പ്രധാന ഓഫീസിലേക്ക് തിരിച്ചെത്തി.

എല്ലാ സഖ്യകക്ഷികൾക്കുംകൂടി എണ്ണൂറ് ആൾക്കാരെ നഷ്ടപ്പെട്ടു. ജപ്പാൻകാർക്കാണ് ഏറ്റവും നഷ്ടമുണ്ടായത്. അവർ മുന്നിലേക്ക് നേരെ വന്ന് ലഹളകൂട്ടി പട്ടണത്തിലെ ഗേറ്റ് തകർത്തു. അമേരിക്കക്കാരുടെ ജനറൽ ബട്ട്ലർ മരിച്ചു.

സഖ്യസൈന്യം പടിഞ്ഞാറുനിന്ന് പട്ടണം ആക്രമിച്ചു. ഞങ്ങളുടെ സംയുക്തസൈന്യം കിഴക്കുനിന്നും ലൂതായ് കനാൽ വഴി ആക്രമിച്ച് ലിഹൻചാൻ കോട്ടകൾ തകർത്തു. ചൈനയുടെ സഖ്യം പകുതിയോളം തകർന്ന് ചിതറി. കുറേപ്പേർ യാന്റ്സനിലേക്കും ബിയറ്റ്സനിലേക്കും പിൻവാങ്ങി.

അതിനാൽ ഞാൻ വിജയഭേരികളോടെയുള്ള എഴുത്തുകുത്തുകളാണ് നടത്തിയത്. ഇവിടെയുള്ള എല്ലാവരും സന്തോഷിക്കുകയാണ്. എല്ലാ ഉദ്യോഗസ്ഥരും ഇന്ന് അവരുടെ പിറന്നാളാണ് എന്നമട്ടിൽ അങ്ങുമിങ്ങും ചുറ്റിനടക്കുന്നുണ്ടായിരുന്നു.

എന്റെ കത്തുകളിലും നമ്പറുകളിലുമുണ്ടായിരുന്നവർ പ്രത്യേകിച്ചും സന്തോഷിച്ചു.

ഇന്നലെയും ഇന്നുമായി ഞങ്ങൾ പിടിച്ചെടുത്ത പട്ടണം കാണുവാൻ പോയി.

ഇതാ എന്റെ വിജയഭേരിയോടെയുള്ള ഓദ്യോഗിക വിജ്ഞാപനം നിനക്കായി സാഷൻക!

വഴിയിൽ ഞങ്ങൾ ആദ്യം ഞങ്ങളുടെ ആളുകൾ പിടിച്ചെടുത്ത 'ഇംപാൻസ്' എന്ന കോട്ടയിൽ തങ്ങി. ചൈനയുടെ ക്യാമ്പുകൾ എല്ലാം

ഒഴിവാക്കി. ഞാൻ ചിതറിക്കിടന്ന ഒരു കെട്ട് ചൈനാനിർമ്മിതമായ ചീട്ട് കണ്ടു. അവ ഒരു ഓർമ്മയ്ക്കായി എടുക്കാൻ തുനിഞ്ഞു. എന്നാൽ ഞാൻ എന്റെ മനസ്സ് മാറ്റി. ഞാൻ എന്തിനാണ് ഇത് ഓർക്കുന്നത്? ചൈനയിലെ ഭടന്മാരുടെ ഇനിയും മാറ്റിയിട്ടില്ലാത്ത ഈച്ചകൾ ആർക്കുന്ന, നായ്ക്കൾ കടിച്ചുവലിക്കുന്ന ശരീരങ്ങൾ അടുത്ത് കിടക്കുന്നുണ്ടായിരുന്നു.

പാറാവുകാരിലെ പാവപ്പെട്ട പണിക്കാർ ശവശരീരങ്ങൾ എടുത്തു മാറ്റുന്ന ജോലി ചെയ്തു. അവർ ശരീരങ്ങളെ കൊളുത്തുകളിൽ കോർത്തെടുത്ത് കുഴികളിലേക്ക് ഇട്ടു. സൂര്യനുദിച്ച് ചൂടാവാൻ തുടങ്ങിയപ്പോഴേക്കും മരിച്ച മനുഷ്യരുടെ ദുർഗന്ധം അസഹ്യമായിത്തുടങ്ങി. ജോലി ചെയ്യുന്നവർ സുഗന്ധഇലകൾ മൂക്കിൽവെച്ച് അടച്ചിട്ടാണ് ജോലി ചെയ്തത്.

രാത്രി മുഴുവൻ തീ കത്തിച്ചു. ഇപ്പോൾ അവശിഷ്ടങ്ങൾ പുകയുകയാണ്. ഇത് ലക്ഷക്കണക്കിന് ആളുകൾ ജീവിച്ചിരുന്ന പട്ടണമാണെന്ന് വിശ്വസിക്കാൻതന്നെ വിഷമം തോന്നി. എവിടെയും അടിച്ചുതകർക്കപ്പെട്ട പൊട്ടിപ്പൊളിഞ്ഞ ചരക്കുവണ്ടികളും കൈവണ്ടികളും റിക്ഷകളും ചത്ത മൃഗങ്ങളും ആളുകളുമൊക്കെ ചിന്നിച്ചിതറിക്കിടന്നു. പുകയുടെ മണവും മുറിഞ്ഞ മാംസത്തിന്റെ മണവും എല്ലായിടത്തും നിറഞ്ഞു. ഞങ്ങൾ ഓരോ ചുവടുവെയ്പിലും മരിച്ച മനുഷ്യരെ മറികടന്നിരുന്നു. ചിലർക്ക് അപ്പോഴും വസ്ത്രങ്ങൾ ഉണ്ടായിരുന്നു. ഒരു വൃദ്ധ പുറംതിരിഞ്ഞാണ് കിടന്നിരുന്നത്. അവരുടെ മുലകൾ അവരുടെ കൈകളുടെ വശങ്ങളിലൂടെ വീണുകിടന്നിരുന്നു. ചില സ്ഥലങ്ങളിൽ അവർ കോരികകൊണ്ട് ശവങ്ങളെ എടുത്ത് കുന്നുകൂട്ടി ഒരു ഉന്തുവണ്ടിയിൽ നിറച്ച് എങ്ങോ കൊണ്ടുപോകുന്നുണ്ടായിരുന്നു. എല്ലായിടത്തും ആക്രമിക്കുന്ന രീതിയിൽ ഈച്ചകളുണ്ടായിരുന്നു. അതിനാൽ ആരാണ് ശരിക്കും മരിച്ചത് എന്നും ജീവനോടെയുള്ളത് ആരാണെന്നും ഒന്നും തിരിച്ചറിയാൻ കഴിഞ്ഞില്ല.

ഞങ്ങൾക്ക് കുന്നുകൂടിയിരുന്ന അവശിഷ്ടങ്ങൾക്ക് മുകളിലൂടെ കയറേണ്ടിയിരുന്നു. ഒരുസമയത്ത് എന്റെ ബൂട്ട് എന്തിലോ തട്ടി വീഴാൻ പോയി. കല്ലുകൾക്കിടയിൽ പൊള്ളിക്കരിഞ്ഞ, തിരിഞ്ഞുപോയ ഒരു മുഖം ഞാൻ കണ്ടു.

ഒരു നായ വഴിയിലൂടെ നടക്കുന്ന എല്ലാവരെയും നോക്കി മോങ്ങുന്നുണ്ടായിരുന്നു. അതിന്റെ മുൻകാലുകൾക്ക് കുഴപ്പമൊന്നുമില്ലായിരുന്നു. എന്നാൽ പിൻകാലുകൾ ഒടിഞ്ഞിരുന്നു. അതിന്റെ വശത്തുണ്ടായിരുന്ന പശുക്കളെയും ഈച്ചകളെയുംകൊണ്ട് മൂടിയിരുന്നു. അതിന് മുൻകാലുകളിൽ ഇഴയാനേ കഴിഞ്ഞുള്ളൂ. അത് ഞങ്ങളുടെ അടുത്ത് മുരണ്ട് കാർക്കശ്യത്തോടെ നിന്നു. എല്ലാവരും നടന്നുപോയി. ഞാൻ അവിടെ നിന്ന് അതിനെ വെടിവെച്ച് കൊന്നു.

അതാണ് സാഷൻക, എന്റെ ആദ്യത്തെ കൊലപാതകം. ഞാനൊരു പാവം സൈനികനാണ്.

തീപിടിത്തത്തിന്റെ ഭാഗത്ത് ചാരം പുരണ്ട പന്നികൾ അഗ്നിക്കിരയായ, പൊള്ളിക്കരിഞ്ഞ മരക്കഷണങ്ങൾക്കിടയിലും കഴുക്കോലുകൾക്കിടയിലും മാംസത്തിനായി തിരയുന്നുണ്ടായിരുന്നു. അവിടെ കരിഞ്ഞ ശവശരീരങ്ങളുണ്ട് എന്നെനിക്ക് അറിയില്ലായിരുന്നു. പുകയുന്ന ഒരു കൈയിലെ തുണ്ടുതുണ്ടായ കൈവിരലുകൾ ഇളകുന്നത് ഞാൻ കണ്ടു. ഇതെല്ലാംകൂടി ഭയങ്കരമായ ദുർഗന്ധം പുറത്തുവിട്ടിരുന്നു. ഒരു ചിന്ത എന്റെ മനസ്സിലൂടെ മിന്നിമറഞ്ഞു. പന്നികൾ പൊരിച്ച മനുഷ്യരെ തിന്നുന്ന കാഴ്ച ഞാൻ കണ്ടു. എന്തിന് ഞാനത് കാണേണ്ടിവന്നു?

ഒരു കരിഞ്ഞ ശരീരം എന്നെ അമ്പരപ്പിച്ചു. ഒന്നുകിൽ ആ മനുഷ്യൻ തീയിൽ അങ്ങനെതന്നെ ചുളുങ്ങി ചെറുതായിപ്പോയിരിക്കണം, അല്ലെങ്കിൽ അതൊരു കുട്ടിയായിരുന്നിരിക്കണം.

ഞങ്ങൾ ക്യാമറയുമായി നടക്കുന്ന ആ അമേരിക്കക്കാരനെ വീണ്ടും കടന്നുപോയി.

പട്ടണത്തിന്റെ സജീവമായ ഭാഗം ജപ്പാൻകാർ പിടിച്ചെടുത്തു കഴിഞ്ഞു. കടകളിലും വീടുകളിലും ജപ്പാൻ കൊടികൾ ഉണ്ട്. കരുതലോടെ പ്രവർത്തിക്കുന്ന ജപ്പാൻകാർ വലിയ ഒരു കൊടിവിതരണം നടത്തി. ടിയറ്റ്സിൻ പിടിച്ചെടുത്തശേഷം അവരത് അവിടുത്തെ താമസക്കാർക്ക് ഉടനടി കൈമാറി.

ചൈന പട്ടണംതന്നെ അറപ്പുതോന്നിക്കുന്നതാണ്. ചൈനക്കാർ തങ്ങളുടെ മുറ്റം കല്ല് പാകുകയും തൂത്ത് വൃത്തിയാക്കുകയും ചെയ്താലും നിരത്തുകൾ ചപ്പുചവറുകൾ ഇടുന്ന എച്ചിൽകുഴികളായിരുന്നു. അവ ഇടുങ്ങിയതും പൊടി പിടിച്ചതുമാണ്. മഴയത്ത് ഇഴുക്കമുള്ള മണ്ണു കാരണം നടക്കാൻ പറ്റാത്തത്. ഞങ്ങൾ ചുറ്റിത്തിരിഞ്ഞുപോകുന്ന ഇടവഴികളിലൂടെ നടന്നു. ചിലപ്പോൾ അവ മുഴുവനായും ഒഴിഞ്ഞിരുന്നു. അതെന്നെ അസ്വസ്ഥനാക്കി. എല്ലാ വീടിന്റെ വാതിലുകളും തകർത്ത് സാധനങ്ങളെല്ലാം പുറത്തേക്ക് വാരിവലിച്ച് ഇട്ടിരുന്നു.

ചൈനക്കാർ ഓടിപ്പോവുകയോ ഒളിക്കുകയോ ചെയ്തിരുന്നു. ഞങ്ങൾ കണ്ടുമുട്ടിയ ചൈനക്കാർ യൂറോപ്പുകാരെ കണ്ട മാത്രയിൽ മുട്ടിലിരുന്ന് വെള്ളനിറത്തിലുള്ള കളിമണ്ണുകൊണ്ടുള്ള ചിത്രലിപിയിൽ എന്തോ എഴുതിയ കഷണങ്ങൾ ഞങ്ങൾക്കുനേരെ പിടിച്ച് ഇളക്കിക്കാണിച്ചു. ഭിത്തികളിലും വായിക്കാൻ പ്രയാസമായ ഇതേ ചിത്രലിപികൾ ഉണ്ടായിരുന്നു. കിറിൽ വിശദീകരിച്ചതെന്തെന്നാൽ അവർ പറയുന്നു 'ഷൺമാൻ' – 'സമാധാനം കാംക്ഷിക്കുന്നവർ' എന്നാണെന്ന്.

ബാങ്കുകളും കടകളും മറ്റും കൊള്ളയടിക്കുകയും ചുട്ടെരിക്കുകയും ചെയ്തിരുന്നു. തകർക്കപ്പെട്ട മരസ്സാമാനങ്ങൾ, തരംതാണ നിലവാരത്തിലുള്ളവയായിരുന്നു. എപ്പോൾ ഞങ്ങൾ സൈനികരെയോ ഓഫീസർമാരെയോ കണ്ടാലും അവർ തകർക്കപ്പെട്ട സാധനങ്ങൾ കൂടെ കൊണ്ടുവന്നിരുന്നു. പട്ടണം മുഴുവൻ തകർത്ത് തരിപ്പണമാക്കിയിരുന്നു.

എടുക്കാൻ പറ്റാത്തതൊക്കെ പിച്ചിക്കീറി, ചവിട്ടിത്തേച്ച് തവിടുപൊടിയാക്കിയിരുന്നു.

ഞങ്ങൾ ഞങ്ങളുടെ ആളുകളെയും കണ്ടു.

ഒരു സൈനികൻ കമ്പിളിരോമങ്ങൾ, പട്ട്, ചെറിയ പ്രതിമകൾ ഒക്കെ ഒരു മാറാപ്പിലാക്കി അതും തൂക്കി നടന്നുപോകുന്നു. അയാൾ അടുത്ത വീട്ടുമുറ്റത്തിലേക്ക് പോയി. അവിടെ കുറച്ചുകൂടി നല്ലതെന്തോ കണ്ടു. മാറാപ്പിലുള്ളതെല്ലാം അവിടെ നിലത്ത് കൊട്ടി നല്ലത് പെറുക്കിയെടുക്കുന്നു.

എല്ലായിടത്തുനിന്നും നിലവിളികളും വെടിയൊച്ചകളും കേട്ടു.

ഞങ്ങൾ ഒരു സ്ത്രീയുടെ ഭീകരമായ രക്തം ഉറയുന്നതരത്തിലുള്ള അലറിക്കരച്ചിൽ കേട്ടു. ഞങ്ങൾ ഓടി ആ മുറ്റത്തെത്തി. എന്നാൽ ഒരുപാട് ശിപായിമാർ വഴിയിൽവെച്ച് ചാക്കുകളിൽ സാധനങ്ങളിൽ നിറച്ച് കൊണ്ടുപോകുന്നത് കണ്ടിരുന്നു. അവരിലൊരാൾ നടക്കുമ്പോൾ ട്രൗസർ മുകളിലേക്ക് പൊക്കിയിടുന്നതു കണ്ടു. ആ ആംഗ്യവിക്ഷേപത്തിൽ നിന്നും ആ വീട്ടിലേക്ക് ഇനി പോയിട്ട് ഒരു കാര്യവുമില്ലെന്നും മനസ്സിലായി. ആരും അവിടെ ഇപ്പോൾ കരയുന്നുമില്ല.

നിരത്തിനു നടുവിൽ ഇരുന്നിരുന്ന ഒരു വികലാംഗൻ ഞങ്ങളെ കണ്ടപ്പോൾ തലകുനിച്ച് വീണ്ടും പറയാൻ തുടങ്ങി,

"കടോലികോ-ഷാങ്ക, കടോലികോ-ഷാങ്ക!"

സഖ്യസൈനികർ യിഹേറ്റ്വാനുകളെ തപ്പി നടക്കുകയായിരുന്നു. സൈനികർ തങ്ങളുടെ വേഷം മാറ്റി സാധാരണക്കാർക്കിടയിൽ ചേർന്നു. ഒരു ചെറിയ അന്വേഷണം നടത്തിയതിനുശേഷം വധശിക്ഷ നടപ്പാക്കി. അന്വേഷണരീതി ഇങ്ങനെയാണ് - ഒരാളുടെ തുണി വലിച്ചുമാറ്റി തോളുകൾ പരിശോധിക്കും. തോക്കിൻമുനവെച്ചുള്ള കുത്തിന്റെ പാടുകൾ മതിയായിരുന്നു വധശിക്ഷയ്ക്കുള്ള മതിയായ കാരണം. അപ്പോൾതന്നെ വെടിവെച്ചുകൊല്ലുമായിരുന്നു. ആദ്യം അവർ അവരുടെ പന്നിത്തലമുടി വെട്ടും. തോക്കിൻപാത്തിവെച്ച് അടിച്ച് തല കുഴമ്പുപോലെയാക്കും. പിന്നീടേ വെടിവെച്ചിരുന്നുള്ളൂ.

ഞാനത് വീണ്ടും വായിച്ചപ്പോൾ എന്നോടുതന്നെ ചോദിച്ചു, ഞാനെന്തിന് ഈ ഭീകരതയൊക്കെ എഴുതി പിടിപ്പിക്കുന്നു?

എത്ര വേഗം കഴിയുമോ അത്രയും വേഗം ഇതെല്ലാം മറക്കണം എന്നതാണ് എനിക്കുവേണ്ടുന്ന ഒരേയൊരു കാര്യം. എന്നാൽ ഞാൻ ഇപ്പോഴും ഇവിടെ നടക്കുന്ന ഓരോ കാര്യവും എഴുതിവിടുന്നു. ആരെങ്കിലും ഇതൊക്കെ ഒന്ന് സൂക്ഷിച്ചുവെയ്ക്കണ്ടേ? ഞാനിവിടെ എത്തിപ്പെട്ടത് ഇതിനാവും. ഇതെല്ലാം കാണാനും എഴുതിവെയ്ക്കാനും.

ഇന്ന് ഞാൻ കാണുന്നതൊന്നും എഴുതിവെച്ചില്ലെങ്കിൽ ഒന്നുംതന്നെ ബാക്കിയുണ്ടാവില്ല. ഇതൊക്കെ ഒരിക്കലും നടക്കാത്തതുപോലെയായിരിക്കും.

അല്ലെങ്കിൽ ഞാൻ ചിലപ്പോൾ ഇതൊന്നും എഴുതിയില്ലെങ്കിലോ? എന്തിന്? ആർക്കുവേണ്ടി?

എന്റെ തല വല്ലാതെ വേദനിക്കുന്നു. രണ്ടായി പിളരുംപോലെ.

സാഷൻക, എനിക്ക് മനസ്സിലാവുന്നില്ല ഞാൻ ആരാണെന്നും ഇവിടെ ഞാൻ ഇത്രകാലം എന്തു ചെയ്യുകയായിരുന്നുവെന്നും.

എനിക്ക് ഒരു സ്വപ്നമുണ്ടായി. ഞാൻ എന്റെ അച്ഛന്റേയും അമ്മയുടെയുംകൂടെ കടൽത്തീരത്തായിരുന്നു. അമ്മ നീന്താൻ പോയി. അവർ അവരുടെ റബ്ബർ തൊപ്പി എടുത്ത് തലമുടി അതിൽ തിരുകിവെച്ചു. പെട്ടെന്ന് ഞാൻ തിരിച്ചറിഞ്ഞു അമ്മ നഗ്നയാണെന്ന്. ഞാൻ ഉറക്കെ നിലവിളിച്ചു.

"അമ്മേ..."

അവർ ചിരിച്ചു.

"ഇവിടെയെങ്ങും ആരുമില്ല."

ഞാൻ ചുറ്റും നോക്കിയപ്പോൾ അവിടെയൊന്നും ആരും ഉണ്ടായിരുന്നില്ല. ഇല്ല, ഞങ്ങളെക്കൂടാതെ മറ്റാരുമില്ല. അവർ വെള്ളത്തിലേക്ക് നടന്ന് ഞങ്ങളെ ആഴക്കടലിലേക്ക് വരാൻ ക്ഷണിച്ചു. ഞാനും അച്ഛനും തിരകളുടെ അടുത്ത് നിന്നതേയുള്ളൂ. അവർ ശക്തമായ ചലനങ്ങളോടെ വെള്ളം തുഴഞ്ഞകറ്റി എളുപ്പത്തിൽ നീന്തി. അവരുടെ വെള്ളനിറത്തിലുള്ള തൊപ്പി മാത്രം തിരമാലകൾക്കുമുന്നിൽ ഉയർന്നുകണ്ടു.

വരണ്ട വിചിത്രമായ ശബ്ദംകേട്ടാണ് ഞാൻ ഉണർന്നത്. എന്റെ സ്വപ്നത്തിനുള്ളിൽനിന്ന് പുറത്തുകടന്നിട്ടില്ലാത്തതിനാൽ അത് എന്തായിരുന്നു എന്ന് എനിക്ക് അറിയാൻ കഴിഞ്ഞില്ല. ഉണങ്ങിയ ന്യൂഇയർ മരത്തിൽനിന്ന് ഒരു വൃത്താകൃതിയിലുള്ള ഗ്ലാസ് നിലത്തു വീണു.

ഞാൻ എന്റെ ബോധത്തിലേക്ക് തിരിച്ചെത്തി ഓർത്തു, അമ്മ മരിച്ചുവല്ലോ.

രാത്രി എല്ലായിടവും നിശ്ശബ്ദമായിരുന്നു. ദേവദാരുമരത്തിന്റെ സൂചിമുനഭാഗങ്ങൾ നിലത്തുവീഴുന്ന ശബ്ദം വരെ കേൾക്കാം. എന്റെ തൊണ്ടയിൽ ഒരു ഇക്കിളി ഉണ്ടായി. ഞാൻ സുഖമില്ലാതെ കിടപ്പായി. ആഹാരം വിഴുങ്ങുമ്പോൾ വേദന ഉണ്ടായി. എന്റെ മൂക്ക് അടഞ്ഞു. ഒന്നും മണക്കാൻ പറ്റാതെയായി. എന്റെ തല മുഴുവൻ കട്ടിയുള്ള ചെളി നിറഞ്ഞു.

ഈ മഞ്ഞുകാലത്ത് ഇത് മൂന്നാംതവണയാണ്. ഇരുട്ടിൽ ഒന്ന് എഴുന്നേൽക്കാൻപോലും വയ്യാതായി. മൊത്തത്തിൽ എനിക്ക് ആകെ ക്ഷീണമാണ്.

അമ്മ അവരുടെ പിറന്നാൾ ആഘോഷിക്കുകയായിരുന്നു അപ്പോൾ. ഞാൻ ഒരു മിനിട്ട് അവിടെ നിന്നു. അവർക്ക് അതിഥികൾ ഉണ്ടായിരുന്നു. എനിക്ക് കൂടുതൽ സമയം നിൽക്കാൻ കഴിഞ്ഞില്ല. വർഷങ്ങളായി അവർ

ഒരു ഓപ്പറ ഹൗസിൽ ജോലി ചെയ്തുവരികയായിരുന്നു. പ്രോഗ്രാമുകൾ വിൽക്കുകയാണ് ജോലി. അവർക്ക് പുതിയ സുഹൃത്തുക്കളെ ലഭിച്ചു. എനിക്ക് അവരെ അറിയില്ലായിരുന്നു. അവർ എന്നോട് അവരുടെ കൂടെ കുളിമുറിയിലേക്ക് ചെല്ലാൻ പറഞ്ഞു.

"എന്റെ ഇവിടെ ഒന്നു നോക്ക്! ആ മുഴ നിനക്ക് തടയുന്നുണ്ടോ? സാഷൻക, എന്റെ മോളേ, എനിക്ക് പേടിയാവുന്നു."

അവർക്ക് മാറിടത്തിൽ ഒരു മുഴയുണ്ടായിരുന്നു.

"അമ്മേ, ആളുകൾക്ക് പലതരം മുഴകളുണ്ടാകും."

ആദ്യം അത് ചെറുതായിരുന്നു. പ്രമേഹക്കുരുപോലെ ഒന്ന്. എന്നാൽ ഇപ്പോൾ അത് വലുതാവാൻ തുടങ്ങിയിരിക്കുന്നു. "എനിക്ക് തോന്നിയതാണോ? എന്റെ കക്ഷത്തിലെ ഗ്രന്ഥികൾ വീർത്തിരിക്കുന്നു. നിനക്ക് മുഴ തൊടാൻ കഴിയുന്നുണ്ടോ? എന്റെ തലയിൽ, ചെവികൾക്കു പിന്നിൽ!"

"അമ്മേ, നമ്മൾ ജനിക്കുമ്പോൾതൊട്ട് പലതരത്തിലുള്ള എത്രയോ ചെറിയ മുഴകൾ എല്ലാവർക്കും ഉണ്ടാകും. അതൊന്നുംതന്നെ പേടിക്കേണ്ടതല്ല. എല്ലാ സ്ത്രീകൾക്കും അത്തരത്തിലൊക്കെ ഉണ്ടാകും. നിങ്ങൾക്ക് ഒരു പരിശോധനയാണ് ആവശ്യം."

"അത് വേദനിക്കുമോ?"

"പേടിക്കണ്ട, എല്ലാം ശരിയാകും."

അത് അങ്ങനെയായിരുന്നില്ല. മാരകമായ കാൻസർ അവരുടെ ഗർഭാശയത്തെവരെ ബാധിച്ചിരുന്നു. പൊതുവേ പറഞ്ഞാൽ രോഗം അതിവേഗം മൂർച്ഛിച്ചു. ആശുപത്രിയിൽ പോക്കും ഓപ്പറേഷനുകളും തുടങ്ങി.

ഞാൻ അവരെ ഏകദേശം എല്ലാ ദിവസവും പോയി കണ്ടു. അവർക്ക് ആശുപത്രിവാസം കഠിനമായിരുന്നു. അവർക്ക് വീട്ടിൽ പോകണമായിരുന്നു. വാർഡിലെ ഭിത്തികൾ പുകപിടിച്ചതും ഭീകരവുമായ ഒരു അടുക്കള ഭിത്തിപോലെ അസുഖം ബാധിച്ചവയാണത്രെ.

ആദ്യത്തെ ക്ലിനിക്കിൽ അവർ തീരെ വയ്യാതിരുന്ന ഒരു വൃദ്ധയോടൊപ്പമായിരുന്നു മുറി പങ്കിട്ടത്. അവർക്ക് അവരുടെ മൊട്ടത്തലയുള്ള തലയോട്ടിയിൽ ഒരുപിടി മുടിയുണ്ടായിരുന്നു. അവർ എപ്പോഴും മേക്കപ്പ് ചെയ്തുകൊണ്ടിരുന്നു. അവരുടെ സ്ഥിതി മോശമാകുംതോറും മുഖം മിനുക്കൽ രൂക്ഷമായി. അവർക്ക് ചുണ്ടുകൾ ഉണ്ടായിരുന്നില്ല. അവരുടെ ചുളുങ്ങിയ വായയ്ക്കുചുറ്റും വലിയ കൊഴുത്ത വലയങ്ങൾ അവർ വരച്ചു. അവരുടെ ഞരക്കം അമ്മയെ രാത്രി മുഴുവൻ ഉറക്കിയില്ല. ഞാൻ കാണാൻ ചെന്നപ്പോൾ അമ്മ എന്നോട് യാചിച്ചു,

"സാഷൻക! എന്നെ ഇവിടുന്ന് കൊണ്ടുപോ. ഒരു പോള കണ്ണടയ്ക്കാൻ എനിക്ക് കഴിയുന്നില്ല. ഞാൻ ഇത് അതിജീവിക്കും എന്നെനിക്ക് തോന്നുന്നില്ല."

"അമ്മേ, നിങ്ങൾ ക്ഷമയോടെ ഇരിക്കൂ. അവർ നിങ്ങളെ ഇവിടെ കിടത്തി ചികിത്സിക്കുകയാണ്."

എനിക്കവരോട് താത്പര്യമില്ല എന്നും അവർക്ക് ഇവിടെയിരുന്ന് ഭ്രാന്തുപിടിച്ചാൽ എനിക്കത് നിസ്സാരമാണെന്നും പറഞ്ഞ് അവർ എന്നോട് ആക്രോശിച്ചു. അമ്മ എപ്പോഴും ആത്മനിയന്ത്രണം പാലിച്ചിരുന്നു. എന്നാൽ അസുഖം അവരെ ആകെ മാറ്റി. ഡോക്ടർമാരെല്ലാം കഴിവു കുറഞ്ഞ പഠിപ്പുകാരാണെന്നും അവർ തെറ്റായ പരിശോധനകളും ആഹാരരീതികളും എഴുതിക്കൊടുക്കയാണെന്നും അവർ വിചാരിച്ചു. നഴ്സുമാരാണ് ഇതിന്റെ മോശപ്പെട്ടതൊക്കെ അനുഭവിച്ചത്. അവരൊന്നും അമ്മ വിളിച്ചാൽ ഒരിക്കലും വരുന്നില്ല എന്നും അവരൊക്കെ ധാർഷ്ട്യമുള്ളവരും രോഗികളുടെ ദുരിതങ്ങളോട് അല്പം മാത്രം ശ്രദ്ധയുള്ളവരാണെന്നും പറഞ്ഞ് പരാതി കൊടുത്തു. അവർ അവരുടെ ദേഷ്യം വളരെ ഉറക്കെ പ്രകടിപ്പിച്ചു. ആ ഇടനാഴിവരെ അത് കേട്ടുകാണും.

"അവരൊന്നും ചെയ്യുന്നില്ല. പണം മാത്രം മേടിക്കും. അവർ ചിന്തിക്കുന്നത് എത്രയും വേഗം വീട്ടിലെത്തി സന്തോഷമായി ഇരിക്കുക എന്നത് മാത്രമാണ്."

എന്നാൽ അമ്മ അവരെ തങ്ങളുടെ ജോലി ചെയ്യാൻ സമ്മതിക്കുന്നില്ല എന്ന് നഴ്സുമാർ എന്നോട് ആവലാതി പറഞ്ഞു. അവർ വാർഡിൽ നിന്ന് പോകുന്ന നിമിഷം ബെല്ലിൽ വിരലമർത്തി അവരെ വിളിക്കും. അവർ തിരികെ എത്തുമ്പോൾ അവർ തനിക്ക് എന്താണ് വേണ്ടത് എന്നു മറന്നുപോവുകയും നഴ്സുമാർ ഒരു നിമിഷം സ്വസ്ഥത കൊടുക്കില്ല എന്ന് പരാതി പറയുകയും ചെയ്തു.

ഇതെല്ലാം എന്നെ വിഷമിപ്പിക്കുകയും വേദനിപ്പിക്കുകയും ലജ്ജിപ്പിക്കുകയും ചെയ്തു.

അവരുടെ കടുത്ത ഈർഷ്യയും ദേഷ്യവും അവർ എന്റെമേൽ ചൊരിഞ്ഞു. എല്ലാ കയ്പും അതൃപ്തിയും എന്റെ മേൽ ചൊരിയാൻ എന്നെ കാത്തിരിക്കുംപോലെ. അവർക്ക് ഒരാൾക്കു മാത്രം ക്യാൻസർ. നഴ്സുമാർക്കില്ല, ജനാലയ്ക്കടുത്തുകൂടി പോയ ആൾക്കില്ല, എനിക്കില്ല. അതിനെല്ലാം പഴി എനിക്ക് എന്ന രീതിയായിരുന്നു അവരുടെ മട്ടും ഭാവവും.

അതിനുശേഷം അത് ശാന്തയാകും. ഞങ്ങൾ മിണ്ടാതെ അവിടെ ഇരിക്കും. ഞാൻ അവരുടെ കൈ പിടിച്ച് തലോടുമ്പോൾ അവർ ഉടനെ കരയുമായിരുന്നു.

"ഞാൻ ഇവിടെ കിടന്ന് ചിന്തിക്കുന്നു. ആ വൃദ്ധ നിലം വൃത്തിയാക്കുന്നു. ശക്തിയോടെയും നല്ല കരുത്തോടെയും അവർ ഇനിയും ഒരു ഇരുപത് കൊല്ലത്തോളം അത് തുടരും. എന്തുകൊണ്ട് എനിക്കിത് വന്നു? അവർക്ക് ഇല്ല? ഞാൻ സ്വയം ചിന്തിച്ചു. ഇത്തരം ആശയങ്ങൾ എന്റെ മനസ്സിൽ എങ്ങനെ കയറിക്കൂടി? എന്നോട് ക്ഷമിക്ക്! ചില സമയങ്ങളിൽ ഞാൻ ഞാനേ അല്ലെന്നു തോന്നും. ഞാൻ മറ്റാരോ ആയി മാറുകയാണ് എന്നും!

അമ്മ ഭയങ്കരമായ വേദന അനുഭവിച്ചുകൊണ്ടിരിക്കുകയായിരുന്നു. അവർ എപ്പോഴും അത് കുറയാനുള്ള ഇഞ്ചക്ഷനുകൾക്കായി അപേക്ഷിച്ചുകൊണ്ടിരുന്നു.

"അവർക്ക് ശരിക്ക് ഇഞ്ചക്ഷൻ തരാനും അറിയില്ല. ഞാൻ മുഴുവനായി കറുത്തു നീലച്ചുപോയി."

സൂചി കുത്തിയ പാടുകൾ നിറഞ്ഞ കൈകളും കാലുകളും അവർ കാട്ടിത്തന്നു.

അവർക്ക് അടുത്ത ഇഞ്ചക്ഷൻ ഞാൻതന്നെ എടുത്തു. അവർ ശാന്തയായി.

"സാഷൻക, നീ നേരായ രീതിയിലാണ് കുത്തുന്നത്. അതിനാൽ എനിക്ക് വേദനിച്ചില്ല."

പിന്നീട് അവർക്ക് ബോധക്ഷയമുണ്ടായി. ഞാൻ വല്ലാതെ ക്ഷീണിച്ചു. ഞാൻ ജോലി കഴിഞ്ഞാണ് അമ്മയെ ശുശ്രൂഷിക്കാൻ എത്തിയിരുന്നത്. അവരെ കുളിക്കാൻ സഹായിക്കുകയും മുടി ചീകുകയും നഖങ്ങൾ വെട്ടുകയും കിടക്കയിൽ കിടന്നുണ്ടാകുന്ന പുണ്ണുകളെ പ്രതിരോധിക്കാൻ പുറം തിരുമ്മിക്കൊടുക്കുകയും കാലിൽ ക്രീമുകൾ പുരട്ടുകയും അവരുടെ കിടക്ക ദൂരെയുള്ള മരങ്ങൾ പാകത്തിൽ ജനാലയ്ക്കലേക്ക് തള്ളിനീക്കുകയും ചെയ്തു. ആ ജോലികളൊന്നുമല്ല എന്നെ ക്ഷീണിപ്പിച്ചത്. അമ്മയുടെ ചിന്തകളും വാക്കുകളും മൗനവും ഒക്കെ സഹിക്കാനെനിക്ക് വിഷമമായിരുന്നു.

ആദ്യത്തെ ഓപ്പറേഷനുശേഷം സർജൻ എന്നോട് പറഞ്ഞു,

"ഞങ്ങൾക്ക് മുഴുവനായി പുറത്തെടുക്കാൻ കിട്ടിയിട്ടില്ല." എന്നാൽ ഞാൻ അവരെ വിശ്വസിപ്പിച്ചു, അവർക്ക് ഭേദമാവുകയാണ് എന്ന്.

ചില സമയങ്ങളിൽ അമ്മയുടെ ആശുപത്രിയിൽ അല്ലാതെ യാങ്കയുടെ കുട്ടികളോടൊപ്പം അവളുടെ വീട്ടിൽ കഴിഞ്ഞു. അതായിരുന്നു എന്നെ പിടിച്ചുനിർത്തിയത്. എന്നെ വീണ്ടും ഞാനാക്കിയത്. അമ്മയും കാൻസറും എന്നിൽനിന്ന് ചോർത്തിയെടുത്തതൊക്കെ തിരികെ കൊണ്ടുവന്നത്.

ഞാൻ അവരെ അങ്ങനെ വിളിച്ചു. യാങ്കയുടെ കുട്ടികൾ. അവർ അത് ഇഷ്ടപ്പെട്ടു. അവർ എത്ര വേഗമാണ് വളരുന്നത് എന്നു വിചാരിച്ച് ഞാൻ അതിശയം കൂറി. ഇന്നലെയാണ് കോസ്തിക് സ്റ്റൂളിന് മുകളിൽ കയറിനിന്ന് പാലത്തിൽ പോയിനിന്ന് ചൂച്ചൂ കാണണമെന്ന് പറഞ്ഞത്. ഇപ്പോൾ അവൻ സ്കൂളിൽ പോകാൻ തുടങ്ങി! ഇത് കുറച്ച് കടുപ്പമാണ്! ഞാൻ പോയി അവന് എക്സർസൈസ് ബുക്കുകളും പെൻസിൽ കേസുകളും പെൻസിലുകളും പെന്നുകളും പുസ്തകസഞ്ചിയും ഒക്കെ മേടിച്ചു. യാങ്കയ്ക്കും ഇതെല്ലാം കണ്ട് സന്തോഷമായി.

അവർ എന്നെ സ്നേഹിക്കുന്നു. ഒരിക്കൽ കോസ്തിക്ക് എനിക്കൊരു തീപ്പെട്ടി തന്നു.

“തുറക്കുമ്പോൾ സൂക്ഷിക്കണേ!”

“എന്താണിതിനുള്ളിൽ?”

അവൻ അത് എന്റെ ചെവിക്കു നേരെ പിടിച്ചു. അകത്ത് എന്തോ ചലിക്കുന്നുണ്ടായിരുന്നു. അവൻ ഒരു വണ്ടിനെ പിടിച്ച് അതിനുള്ളിൽ ഇട്ട് എനിക്കു തന്നതാണ്.

“സാഷ ആന്റി, ഇവനെ നിങ്ങളുടെ വീട്ടിലേക്ക് കൊണ്ടുപൊയ്ക്കോളൂ. അവന് നിങ്ങളുടെ കൂടെ കഴിയാൻ പറ്റും. എന്നാൽ നിങ്ങൾക്ക് ബോറടിക്കുകയുമില്ല!”

എന്റെ കൊച്ച് അദ്ഭുതം! ഞാൻ തനിച്ചാവുന്നതിനെക്കുറിച്ച് അവൻ ശ്രദ്ധിക്കുന്നു.

ഞാൻ അവരുടെ കൂടെയാവുമ്പോൾ എല്ലാം മറക്കുന്നു. അമ്മയുടെ അസുഖവും ക്ലിനിക്കും കാൻസർ ഈ ലോകത്ത് ഉണ്ട് എന്ന കാര്യവും. ഞാൻ എന്റെ ബാഗിനുള്ളിൽനിന്ന് പാലും ജ്യൂസും ബിസ്ക്കറ്റുകളും മേശപ്പുറത്ത് വെയ്ക്കുമ്പോൾ അവർ വിളിച്ചുപറയുന്നു.

“ഹൂറേ! പാല്! ജ്യൂസ്, ഹുറേ! ബിസ്കറ്റ്!”

ഞാനും അവരോടൊപ്പം നിലവിളിക്കാൻ തുടങ്ങുന്നു.

“ഹുറേ! റാസൻക! ഹുറേ! കൺസെൻസ്ഡ് മിൽക്ക്! ഹുറേ! ബാഗെൽസ്!

ഒരു കാരണവും ഇല്ലാതെതന്നെ ഞങ്ങൾക്ക് സന്തോഷമായി.

ഞാൻ കുളിമുറിയിൽ മൂത്ത പയ്യനുവേണ്ടി ഒരു കൊച്ച് ബെഞ്ച് തയ്യാറാക്കിവെച്ചിരുന്നു. എന്നാൽ അവന് അവന്റെ കൊച്ചു പാത്രത്തിൽ മൂത്രമൊഴിക്കണ്ടല്ലോ. അവന് ശുചിമുറിയിൽ മൂത്രമൊഴിക്കുന്നത് അഭിമാനമായിരുന്നു. വലിയവരെപ്പോലെ കാലു കുത്തിനടന്ന് എനിക്കു വേണ്ടി നിലത്ത് വെള്ളമൊഴിച്ച് വെയ്ക്കുമായിരുന്നു. ഇപ്പോൾ അവൻ തന്റെ കൊച്ചു ബെഞ്ച് കൊച്ചനുജന് കൈമാറിക്കഴിഞ്ഞു. കുട്ടിക്കാലത്തെ അസുഖങ്ങളൊന്നും കൂടാതെ അവന് ലിംഗത്തിന്റെ തൊലിപ്പുറമേ ഒരു അസുഖം കൂടി ഉണ്ടായിരുന്നു. കട്ടിയേറിയ ചർമ്മം. കുറേക്കാലം ഞങ്ങൾ വിചാരിച്ചു ഓപ്പറേഷനൊന്നും വേണ്ടിവരില്ല എന്ന്. എന്നാൽ കുട്ടി ആ വേദന സഹിക്കുന്നത് ഞങ്ങൾക്ക് കണ്ടുനിൽക്കാൻ കഴിഞ്ഞിരുന്നില്ല.

ഞാൻ അവരെ കുളിപ്പിക്കാൻ ഇഷ്ടപ്പെട്ടു. പ്രത്യേകിച്ച് വേനൽക്കാലത്ത് നിരത്തിൽ കളി കഴിഞ്ഞ് ചെളിയും വിയർപ്പുമായി ഓടിവരുമ്പോൾ. ഞാൻ അവരെ കുളിമുറിയിൽ കൊണ്ടുപോയി നനച്ച്, കാലുകൾ ഉരപ്പിച്ച്, വെയിലേറ്റു കരിഞ്ഞ ചെരിപ്പിട്ടിട്ടുള്ളതുമായ പാടുകൾ ഉരച്ച് തേച്ച് കഴുകിവിട്ടു. അവർ കുളിമുറി മുഴുവൻ പത ഊതി വെള്ളം തെറിപ്പിച്ച് തമാശ കാട്ടി. ഞാനും മുഴുവൻ നനഞ്ഞ് കുളിക്കും. ഞങ്ങൾ ചിരിക്കും. ഞാൻ അവരുടെ മുടി ഷാംപൂ ചെയ്ത് കഴുകി. അവർ ചിലച്ചു

കൊണ്ടിരിക്കും. അവരുടെ മുടി പട്ടുപോലെ എന്റെ വിരലുകളിലൂടെ ഒഴുകി. ഞാൻ ഷവറിനടിയിൽനിന്ന് അത് കഴുകി.

അവരെ കുളിപ്പിച്ച് തോർത്തിക്കഴിഞ്ഞ് അവരുടെ തലമുടി എന്റെ കൈവിരലിലൂടെ കടക്കുമ്പോൾ ഉള്ള ശബ്ദം കേട്ട് ഞങ്ങൾ ചിരിച്ചു.

ക്ഷീണം തോന്നുമ്പോൾ ഞാൻ ഒന്ന് വിശ്രമിക്കാനായി കിടക്കും. അപ്പോൾ ഇഗോറിയോയ്ക്ക് എന്റെ അടുത്തുവന്ന് അവന്റെ കുഞ്ഞിക്കാറ് എനിക്കു ചുറ്റും ഓടിക്കും. മലകൾക്കു മുകളിലും താഴെയും. അവൻ മുരളും മോട്ടോറിന്റെ ശബ്ദം ഉണ്ടാക്കിക്കൊണ്ടേയിരിക്കും. അത് ശരിക്കും രസമായിരുന്നു.

വാഗ്വാദങ്ങളും കരച്ചിലും നിലവിളിയുമൊക്കെ ഉറപ്പായും അവിടെയും ഉണ്ടായിരുന്നു. കൊച്ചുകാര്യങ്ങൾ പറഞ്ഞ് അവർ വഴക്ക് കൂടി. എപ്പോഴും മൂത്ത കുട്ടിയാവും ജയിക്കുക. ഒരു ദിവസം രണ്ടുപേർക്കും ഒരേ കളിപ്പാട്ടം വേണം എന്നായി. ഞാൻ പറഞ്ഞു, കൊച്ചുകുട്ടി എടുത്തോട്ടെ എന്ന്. ഞാൻ കോസ്തിക്കിനോടാണ് പറഞ്ഞത്. എന്നാൽ ഒരുമിനിട്ട് കഴിഞ്ഞ് ചെറിയ കുട്ടി കരഞ്ഞുകൊണ്ട് എന്റെ അടുത്ത് ഓടിവന്നു.

"ഇഗോർയോക്ക്, എന്തുണ്ടായി?"

അവൻ ഏങ്ങലടിക്കുകയാണ്. അവന് ഒന്നും പറയാൻ കഴിഞ്ഞില്ല.

ഞാൻ കോസ്തിക്കിനെ വിളിച്ചു. അവൻ കൈകൾ വിടർത്തി അദ്ഭുതം കാണിച്ചു.

"നിങ്ങൾ എന്നോട് പറഞ്ഞു അവന് ആദ്യം കൊടുക്കാൻ. ഞാൻ അത് ചെയ്തു."

അപ്പോൾ ഇഗോറിയോക്ക് പറയുകയാണ്,

"അതെ. അവനത് ആദ്യം കക്കൂസിലെ വെള്ളത്തിൽ കൊണ്ടുപോയി മുക്കി."

ഒരു പ്രാവശ്യം ഞാൻ അവരെ ഡോക്ടർ കളിക്കിടെ പിടികൂടി. രണ്ടു പേരും തമ്മിൽ ചൂട് അളക്കുകയായിരുന്നു. വിരല് താഴേന്ന് പിടിച്ചിട്ട്. ഞാൻ എന്തു ചെയ്യാൻ?

യാങ്ക വീണ്ടും കുട്ടികൾ വേണ്ടെന്ന് പറഞ്ഞെങ്കിലും വീണ്ടും ഗർഭിണിയായി. അവൾ പരാതി പറഞ്ഞു,

"എന്തുതരം മാറിടമാണിത്? മൃദുലമായ പുഴുങ്ങിയ മുട്ടപോലെ? എന്നാൽ അത് കട്ടിയേറിയ പുഴുങ്ങിയ മുട്ടയാണ്. എന്റെ കാലിലെ തൊലി ഒരു ഭൂപടംപോലെ ആയിട്ടുണ്ട്. നോക്ക് നദികൾ അതിലൂടെ പായുന്നു!"

ഞാൻ അവളുടെ മാറിടത്തിലേക്ക് നോക്കി - മൃദുവായത്, നീല ഞെരമ്പുകളും കടും തവിട്ടുനിറത്തിലെ മുലക്കണ്ണുകളും സജീവമായ, ജോലി ചെയ്യുന്ന, ആവശ്യത്തോടെയുള്ളവ. ഞാൻ അവളോട് അസൂയ പ്പെട്ടു.

യാങ്ക അവളുടെ പ്രസവം നിർത്തുന്നതിനെക്കുറിച്ച് കാര്യമായി ആലോചിക്കുകയായിരുന്നു.

"എനിക്കെന്തിനാണ് ഇനിയും കൂടുതൽ?"

ഞാൻ ഓർക്കുന്നു.യാങ്ക പറഞ്ഞത്. അവർ കോസ്തിക്കിനോട് നിനക്കൊരു കുഞ്ഞനുജൻ പിറക്കാൻ പോകുന്നു എന്നു പറഞ്ഞപ്പോൾ അവൻ കാണിച്ച കുട്ടിത്തരം നിറഞ്ഞ ഭയം ഈ ലോകത്ത് ഒറ്റപ്പെട്ട ഒന്നായിരുന്നില്ല.

"നിങ്ങൾക്കെന്തിനാണ് ഒരു ആൺകുട്ടി? നിങ്ങൾക്ക് ഇപ്പോൾ ഒരു ആൺകുട്ടി ഇല്ലെ?"

എന്നാൽ ഇഗോറിയോക്ക് ജനിച്ചപ്പോൾ കോസ്തിക്ക് വളരെ സന്തോഷിക്കുകയും വീട്ടിലേക്ക് ഒരു കുഞ്ഞുവാവ വന്നതിൽ അസൂയപ്പെടാതിരിക്കുകയും ചെയ്തു. ഒരു ദിവസം അവൻ എന്നോട് അവനെ ഒരുകമ്പിളിയിൽ പൊതിഞ്ഞ് അപ്പോൾ ജനിച്ച ഒരു കുഞ്ഞിനെപ്പോലെ കൊണ്ടുനടക്കാൻ പറഞ്ഞു. ഞാൻ അവനെ പൊതിഞ്ഞ് മുറി മുഴുവൻ നടക്കാൻ തുടങ്ങി. അവൻ വായിൽ വിരലിട്ട് കണ്ണ് അടച്ചുപിടിച്ചു. പിന്നീടവൻ ഉച്ചത്തിൽ പൊട്ടിച്ചിരിക്കാൻ തുടങ്ങി. പിന്നെ ബഹളം വെക്കാൻ തുടങ്ങി.

"എനിക്ക് പോണം, എനിക്ക് പോണം."

എന്നാൽ എനിക്ക് വിടാൻ താത്പര്യമില്ലായിരുന്നു.

യാങ്കയുടെ കുടുംബത്തിൽ അകൽച്ച വീഴാൻ തുടങ്ങിയിരുന്നു. ഞാൻ വിചാരിച്ചു, ഈ കുട്ടി അവരെ വീണ്ടും ഒന്നിപ്പിക്കും എന്ന്. ഗർഭധാരണത്തിന് മുൻപ് ഞാനത് കേൾക്കാൻ തുടങ്ങിയിരുന്നു.

"അയാൾ നുണ പറയുകയാണ്. ഒന്നും പറയാതെ ഭിത്തിയിലേക്ക് മുഖവും തിരിച്ചുകിടന്ന് പിന്നീടെഴുന്നേറ്റ് അടുക്കളയിലേക്ക് പോയി. അയാളുടെ അത്താഴം നിലത്തേക്ക് വലിച്ചെറിയുന്നു."

അവൾ അവളുടെ ഭർത്താവിനെപ്പറ്റി പരാതി പറഞ്ഞു. അമ്മയുടെ ഒരേ ഒരു മോനായിട്ടാണ് വളർന്നത്. ഇപ്പോൾ അയാളൊരു വികൃതിച്ചെക്കനെപ്പോലെ ചെറിയ കാര്യങ്ങൾ പറഞ്ഞ് നിലവിളിക്കുകയും മാപ്പ് അപേക്ഷിക്കുകയും ഭ്രാന്തനെപ്പോലെ ഓരോന്ന് എടുത്ത് എറിയുകയും ചെയ്യുന്നു എന്ന്.

"ഒരിക്കൽപ്പോലും അയാൾ അയാളുടെ പ്ലേറ്റുകൾ കഴുകിയിട്ടില്ല."

ഞാനവളെ ആശ്വസിപ്പിക്കാൻ ശ്രമിച്ചു.

"എന്നാൽ നിനക്ക് മിടുക്കരായ കുട്ടികളുണ്ട്."

അവൾ മറുപടി പറഞ്ഞു,

"സാഷൻക, എന്നെ വിശ്വസിക്ക്. കുട്ടികൾ പ്രേമത്തിന് പകരമാവില്ല.

ഒരിക്കൽ അവൾ കയ്പോടെ പറഞ്ഞു,

"എനിക്ക് ഒടുവിൽ മനസ്സിലായി, എന്താണ് കുടുംബം എന്ന്. നരകത്തിൽ ജീവിച്ച് കുട്ടികൾക്കുവേണ്ടി അതെല്ലാം ഒളിപ്പിച്ചുവെയ്ക്കുക."

അവർ വളരെക്കാലം മുമ്പുതന്നെ വഴക്കുകൂടാൻ തുടങ്ങിയിരുന്നു. അങ്ങനെ ഒന്ന് കഴിഞ്ഞ സമയത്ത് യാങ്ക ഓടി കുട്ടികളെയുംകൊണ്ട് എന്റടുത്തുവന്ന് അവിടെ രാത്രി താമസിച്ചു. രാവിലെ അവളുടെ ഭർത്താവ് വന്ന് ക്ഷമ ചോദിച്ചു. അയാൾ ബെല്ലടിച്ചശേഷം വാതിൽ ഇടിച്ച് പൊളിക്കുമെന്ന് ഭീഷണിപ്പെടുത്തി. യാങ്കയ്ക്ക് അയാളെ അകത്തു കയറ്റണമെന്ന് ഇല്ലായിരുന്നു. എന്നാൽ കുട്ടികൾ നിലവിളിക്കാൻ തുടങ്ങി. ഞാൻ വാതിൽ തുറന്നപ്പോൾ ഞങ്ങൾ തുറക്കാൻ വൈകിയതിൽ അയാൾ അപ്പോൾത്തന്നെ ദേഷ്യപ്പെട്ട് നിൽക്കുകയായിരുന്നു. കൂടുതൽ നിലവിളി. പാവം കുട്ടികൾ! അവർ അവരുടെ കൊച്ചുമുഷ്ടികൾകൊണ്ട് അച്ഛന്റെയും അമ്മയുടെയും നേർക്ക് ദേഷ്യത്തോടെ മാറി മാറി ഇടിച്ചുകാട്ടി. ഇതെല്ലാം കഴിഞ്ഞ് അവസാനം വിഡ്ഢിത്തത്തോടെയുള്ള ഒത്തുതീർപ്പും നടത്തി അവർ എന്നെ വിട്ട് വീട്ടിലേക്ക് മടങ്ങി. മൈഗ്രേനുമായി ഞാൻ ഇവിടെ കിടപ്പിലാവുകയും ചെയ്യുന്നു.

പിന്നീട് യാങ്കയ്ക്ക് എന്നോട് സഹതാപമായി.

"സാഷ്ക്കാ, ഞാൻ നിനക്കുവേണ്ടി ഒരാളെ കണ്ടെത്താം. നീ കല്യാണം കഴിക്കണം."

"എന്തിന്?"

"നിനക്കറിയില്ലേ ആളുകൾ എന്തിനാണ് കല്യാണം കഴിക്കുന്നത് എന്ന്?"

"ഇല്ല."

"ശൂന്യത നികത്താൻ. ഞങ്ങൾ വഴക്കിടുന്നു, പരസ്യമായിപ്പോലും. ഞങ്ങൾ നിലവിളിക്കുകയും വാതിലുകൾ തല്ലിപ്പൊളിക്കുകയും പാത്രങ്ങൾ എറിഞ്ഞുടയ്ക്കുകയും അയാൾ മുഷ്ടികൾ ചുരുട്ടി ഓങ്ങുകയും ഞാൻ പൊട്ടിക്കരയുകയും ചെയ്യുന്നു. എന്നാൽ പിന്നീട് ഞങ്ങളുടെ ചൂടൊക്കെ തണുത്തുകഴിഞ്ഞാൽ ഞങ്ങൾ തമ്മിൽ സ്നേഹിക്കുന്നു. എനിക്ക് ഈ മനഃക്ഷോഭമൊന്നുമില്ലെങ്കിൽ ജീവിക്കാനാവില്ല."

ഇപ്പോൾ യാങ്ക അടുത്ത കുട്ടിക്കായി കാത്തിരിക്കുകയാണ്. അവർ സമാധാനമായി ജീവിക്കുന്നു. ഞാൻ അവരെ കാണാൻ ചെന്നപ്പോൾ അയാൾ ഭാര്യയെ കെട്ടിപ്പിടിച്ച് അയാളുടെ കൈകൾ അവളുടെ വളരുന്ന വയറ്റിൽവെച്ച് ചിരിക്കുകയായിരുന്നു.

"ഇതാ ഇപ്പോൾ അവസാനം എനിക്ക് ഒരു പെൺകുട്ടി ഉണ്ടാകാൻ പോകുന്നു. നമ്മൾ ശരിക്കും ശ്രമിച്ചു, അല്ലേ?"

യാങ്ക തന്റെ വയറ് കണ്ണാടിയിൽ നോക്കി. ബ്ലൗസ് താഴ്ത്തിയിട്ടു. ഞങ്ങളെല്ലാവരും – ഞാൻ, കുട്ടികൾ, അവളുടെ ഭർത്താവ് – അതിലേക്ക് നോക്കി. ഞങ്ങൾക്ക് എല്ലാവർക്കും ആ മണിപോലെ ഉന്തിനിൽക്കുന്ന

വയറിലെ നേർവരയിൽ വിരൽകൊണ്ട് ഒന്നു തൊടണമെന്നും പൊക്കിളിൽ വിരൽ അമർത്തണമെന്നും തോന്നി. ഞങ്ങൾ ഓരോരുത്തരായി വിരൽ അമർത്തി.

"സിങ്, സിങ്, ഞങ്ങൾ നിന്നെ കാത്തിരിക്കുകയാണ്."

ആദ്യത്തെ മഞ്ഞ് വീണപ്പോൾ പട്ടണമാകെ പുക നിറഞ്ഞു. ഞങ്ങൾ പുറത്ത് മുറ്റത്തിറങ്ങി ഒരു മഞ്ഞ് സ്ത്രീയെ ഉണ്ടാക്കുകയും മഞ്ഞിന്റെ വലിയ പന്തുകളുണ്ടാക്കി ഉരുട്ടിക്കളിക്കുകയും ചെയ്തു. മഞ്ഞ് സ്ത്രീയെ ഉണ്ടാക്കിക്കഴിഞ്ഞപ്പോൾ ഇഗോറിയോക്ക് അതിന്റെ അടുത്തേക്ക് നടന്നെത്തി അവന്റെ കൈയുറകൊണ്ട് അതിന്റെ വയറിൽ അമർത്തിക്കൊണ്ട് പറഞ്ഞു,

"അമ്മയെപ്പോലെയുണ്ട്!"

എന്റെ അമ്മയുടെ രണ്ടാമത്തെ ഓപ്പറേഷൻ കഴിഞ്ഞപ്പോൾ അവർ ഒരു മാസം വീട്ടിൽ കഴിഞ്ഞു. അവരെ ശുശ്രൂഷിക്കാനായി ഞാൻ ലീവെടുത്തു.

ഞാൻ അവർക്ക് സുഗന്ധദ്രവ്യങ്ങളുള്ള ചായയും ക്രീം സൂപ്പും ഉണ്ടാക്കിക്കൊടുത്തു.

കാൻസർ പകരുന്നതല്ല എന്നറിഞ്ഞിട്ടും അവർ ഉപയോഗിച്ച കപ്പിൽ നിന്നും എനിക്ക് കുടിക്കാൻ ഭയം തോന്നി. ഞാൻ മനഃപ്പൂർവ്വം അവരുടെ സ്പൂൺ ഉപയോഗിച്ച് സൂപ്പ് കുടിക്കാനൊരു ശ്രമം നടത്തി.

ക്രമേണ എന്റെ അമ്മ അവർ അറിയാതെതന്നെ ശോഷിച്ച് അസുഖക്കാരിയായ വൃദ്ധയായി മാറി. കിടക്കയിൽ നിന്നെഴുന്നേറ്റ് കാലുകൾകൊണ്ട് കുറെനേരം തപ്പിത്തപ്പി ചെരുപ്പുകളിട്ട് ചുവരിൽ ശുഷ്കിച്ച വിരൽകൊണ്ട് പിടിച്ചുപിടിച്ച് പതുക്കെ കുളിമുറിയിലേക്ക് ആടിയാടി നടക്കുന്നത് കാണുന്നതുതന്നെ വേദനാജനകമായിരുന്നു. സംസാരിക്കുമ്പോൾ അവരുടെ ശബ്ദവും നേർത്ത് ശോഷിച്ചതായിരുന്നു.

അവർ കണ്ണാടിക്കു മുന്നിൽനിന്ന് തല ചീകുന്നത് ഞാൻ ഓർക്കുന്നു. ചീർപ്പിൽനിന്ന് തലയിലെ പൊഴിഞ്ഞ മുടിയെടുത്ത് നെടുവീർപ്പിടുന്നു.

"എന്താണ് എനിക്കിനി ബാക്കിയുള്ളത്?"

ഞാൻ അവരെ കുളിപ്പിക്കുമ്പോൾ അതിശയിച്ചു, ഇത് എന്റെ അമ്മ തന്നെയാണോ?

അവർ അവരുടെ തലമുടി കുറേനാളായി കറുപ്പിക്കാറുണ്ടായിരുന്നില്ല. അത് മുകളിൽ ചെസ്റ്റ്നട്ട്പോലെയും അറ്റംവരെ നരച്ചും ഇരുന്നിരുന്നു. മാറിടത്തിനുപകരം ഭീകരമായ മുറിവുകൾ. അവരുടെ കാലുകൾക്കിടയിൽ ജീവനില്ലാത്ത നരച്ച മുടിക്കൂട്ടം.

തടിച്ചു വീർത്ത വെരിക്കോസ് ഞരമ്പുകൾ നീലയും വയലറ്റും കലർന്ന് നാരുകളായി പുറത്തേക്ക് ഉന്തിക്കിടന്നിരുന്നു.

ഇപ്പോൾ അവർ ഇടയ്ക്കിടെ അവരുടെ കുട്ടിക്കാലവും യൗവ്വന കാലവുമൊക്കെ ഓർത്തു. മുമ്പൊരിക്കലും അവർ എന്നോട് ഇതൊന്നും പറഞ്ഞിരുന്നില്ല.

അവർ കുട്ടിയായിരുന്നപ്പോൾ നീണ്ടുവെളുത്ത ഓപ്പറ ഗ്ലൗസുകൾക്കായി സ്വപ്നം കണ്ടിരുന്നു.

"നിനക്കറിയില്ലേ ഈ ഇറുകിപ്പിടിച്ച് മുട്ടുവരെ കിടക്കുന്ന കുട്ടികളുടെ ആ കൈയുറ?"

അവരുടെ ആഗ്രഹം ഒരിക്കലും സാധിച്ചില്ലത്രെ.

അച്ഛൻ അവരോട് പ്രണയാഭ്യർത്ഥന നടത്തിയപ്പോൾ അവർ ഇരുട്ടാകുംവരെ നിരത്തുകളിൽ അങ്ങുമിങ്ങും അലഞ്ഞുനടന്നു. അവർ അവരുടെ വീടുകളിലേക്കു പോകാനുള്ള ട്രാമുകളിൽ വന്നപ്പോൾ അവർ തമ്മിൽ അങ്ങോട്ടുമിങ്ങോട്ടും സംസാരിച്ചു.

"നമുക്ക് അടുത്തതിൽ കയറാം അല്ലേ?"

അവസാനത്തേതും നഷ്ടപ്പെടുത്തിയപ്പോൾ അവൾ പട്ടണനിരത്തിലൂടെ പകുതി ദൂരം അലഞ്ഞുനടന്നു.

അമ്മ ദീർഘശ്വാസം വിട്ടു.

"ആ ട്രാമുകൾപോലെ ജീവിതം മുഴുവൻ വഴുതിപ്പോയി നഷ്ടപ്പെടുമെന്നും ഇത് അവശേഷിക്കുമെന്നും ആർക്ക് ചിന്തിക്കാൻ കഴിയും?"

അവർ അവരുടെ അച്ഛനമ്മമാരെപ്പറ്റി മുമ്പ് പറഞ്ഞിട്ടില്ലായിരുന്നു. അവർ അവരെപ്പറ്റി സംസാരിക്കാൻ തുടങ്ങി, 'നിന്റെ അപ്പൂപ്പൻ', 'നിന്റെ അമ്മൂമ്മ' എന്നൊക്കെ പറഞ്ഞ്, ഞാൻ ജനിക്കുന്നതിന് വളരെ മുമ്പ് മരിച്ചുപോയ അവരെയൊന്നും ഞാൻ കണ്ടിട്ടില്ലെങ്കിൽക്കൂടി.

അവർ എപ്പോഴും അവരുടെ ആദ്യത്തെ മകനെ, എന്റെ ചേട്ടനെ ഓർക്കുന്നു. ഞാൻ മുമ്പൊന്നും കണ്ടിട്ടില്ലാത്ത ഒരു ഫോട്ടോ പെട്ടെന്ന് മേശപ്പുറത്ത് വന്നു. ഒരു തടിച്ചു കുറുകിയ മാംസളമായ കാലുകളുള്ള ഒരാൺകുട്ടി പല്ലില്ലാത്ത വായ കാട്ടി ചിരിക്കുകയാണ്.

ഒരു ദിവസം പകൽസ്വപ്നത്തിൽ അവർ വിളിച്ചുകൂവി,

"സാഷൻക, സാഷൻക!"

ഞാൻ അവരുടെ അടുത്തേക്കു ചെന്നു.

"ഞാനിവിടെ ഉണ്ടല്ലോ അമ്മേ!"

അവർ കണ്ണുതുറന്ന് വിചിത്രഭാവത്തിൽ എന്നെ നോക്കി.

എനിക്ക് മനസ്സിലായി അവർ എന്നെയല്ല വിളിച്ചത് എന്ന്.

അവർക്ക് ജീവിതം ചുരുങ്ങാൻ തുടങ്ങിയിരുന്നു. കടന്നുപോയ ജീവിതത്തിലെ എല്ലാം അവർക്ക് സുതാര്യമായി മാറി. ഒന്ന് മറ്റൊന്നിലൂടെ കാണിച്ചുകൊടുത്തു.

ഞാൻ അമ്മയെ കുളികഴിഞ്ഞ് തോർത്തുകയായിരുന്നു. ഞാൻ പാവ

വെച്ച് കളിച്ചിരുന്ന കാര്യം അവർ ഒരിക്കൽ ഓർമ്മിച്ചെടുത്തു. ഞാൻ അവരോട് ഒരിക്കൽ പറഞ്ഞുവത്രെ,

"ഞാൻ വലുതാവുമ്പോൾ ഞാൻ വലുതും നിങ്ങൾ ചെറുതുമായി രിക്കും."

അവർ ചിരിച്ചു. എന്തിനോ മാപ്പപേക്ഷിക്കുംപോലെ.

"അതാണിപ്പോൾ സംഭവിച്ചത്. നമ്മൾ പരസ്പരം സ്ഥലം മാറ്റി."

എനിക്ക് അവരുടെ അസുഖത്തിൽനിന്നും ഓരോ സമയത്തും രക്ഷ പ്പെടണമെന്ന് ഉണ്ടായിരുന്നു. അവർക്ക് അത് മനസ്സിലായിരുന്നു. അവർ എന്നെ പലപ്പോഴും പുറത്തേക്ക് ഓടിച്ചുവിടും. എന്നാൽ വേറെ എവിടെ യെങ്കിലും പോയി ആ പിരിമുറുക്കം ഒന്ന് കുറയ്ക്കാമല്ലൊ. അവരുടെ കൂടെ എപ്പോഴും ഇരിക്കണ്ടല്ലൊ.

"നിങ്ങൾക്ക് ബോറടിക്കും അമ്മേ. അപ്പോൾ നിങ്ങൾ എന്തു ചെയ്യും?"

"നിനക്കറിയുമോ എനിക്ക് ഒരുപാട് കാര്യങ്ങൾ ഓർക്കാനുണ്ട്."

വൈകുന്നേരം ഞാൻ യാങ്കയുടെ വീട്ടിൽ പോകുന്നു. അവിടെ അയാൾ അവളുടെ കൈ അവളുടെ വയറിൽ വെച്ചശേഷം എന്നെ നോക്കി കണ്ണിറുക്കി പറയുന്നു,

"ഇക്കുറി ഇതൊരു പെൺകുഞ്ഞാവും. ഞാൻ ഒരെണ്ണത്തിനുവേണ്ടി ഉത്തരവ് നൽകിയിട്ടുണ്ട്."

എന്നാൽ അയാൾക്കറിയാത്ത ഒരു കാര്യം എനിക്ക് അറിയുമായി രുന്നു.

ഞാൻ യാങ്കയ്ക്ക് ഏറ്റവും അടുത്ത വിശ്വാസമുള്ള ആളാണ്. എനിക്ക് അവളുടെ എല്ലാ രഹസ്യങ്ങളും അറിയാം. ചിലപ്പോൾ അങ്ങനെ അറി യാത്തതാണ് നല്ലത് എങ്കിലും.

യാങ്ക വിചാരിച്ചു അവൾ ഗർഭിണിയാണെന്ന്. അവളുടെ ഭർത്താവ് പോയ സമയത്ത് അവൾ അവളുടെ കാമുകനുമൊത്ത് ബന്ധപ്പെടാൻ ഒരു മുൻകരുതലും എടുത്തില്ല. പിന്നീട് ഗർഭധാരണവും അയാൾ ഇല്ലാത്തപ്പോഴായി. തീയതി തെറ്റിപ്പോയി എന്ന് അവൾക്ക് മനസ്സിലാവു കയും ചെയ്തു.

യാങ്ക അവളുടെ ഭർത്താവിനോട് ആദ്യംമുതൽതന്നെ വിശ്വാസ വഞ്ചന കാണിക്കുന്നവൾ ആയിരുന്നു. പലപ്പോഴും ഞാൻ അവളുടെ കുട്ടികളുടെ കൂടെയിരിക്കുമ്പോൾ അവൾ ആരുടെയെങ്കിലും കൂടെ അവരുടെ കിടക്കയിലാവും. അവളുടെ ഭർത്താവ് ചോദിച്ചാൽ ഞാൻ നുണ പറയേണ്ടിവരും. അയാൾ ഇതുവരെ ചോദിച്ചിട്ടില്ല.

യാങ്ക ആദ്യത്തെ കാമുകനെ മറക്കാനായി രണ്ടാമനെ സ്വീകരിച്ചു. രണ്ടാമനെ മറക്കാനായി മൂന്നാമനേയും.

അവൾ എപ്പോഴും അത്തരത്തിൽ ഉള്ളവളായിരുന്നു. ചെറുപ്പകാലത്ത് ആരെയും അവൾ പ്രേമിച്ചിരുന്നില്ല. എന്നാൽ ആണുങ്ങൾ അവളെ

പ്രേമിക്കുകയും അവൾ അവരെ വട്ടു പിടിപ്പിക്കുകയും ചെയ്തു. അവർ അവൾക്കായി തമ്മിൽത്തല്ലുന്നതു കാണാൻ അവൾക്ക് ഇഷ്ടമായിരുന്നു.

അവളുടെ ഏറ്റവും ഒടുവിലത്തെ കാമുകൻ ഒരു സംഗീതജ്ഞനായിരുന്നു. അവരുടെ രഹസ്യസങ്കേതങ്ങൾ കൂടാതെ അവർ ചിലപ്പോൾ അവർക്ക് രണ്ടുപേർക്കും അറിയുന്ന ആളുകളുടെ വിരുന്നുസൽക്കാരങ്ങളിലുംവെച്ച് കണ്ടുമുട്ടുന്നു.

“നീ ഒന്ന് സങ്കല്പിക്ക്, ഞങ്ങൾ സോഫയിൽ അടുത്തടുത്ത് ഇരിക്കുകയായിരുന്നു. ഞാൻ സംഭാഷണം തുടങ്ങുകയും എപ്പോഴും ചെയ്യും പോലെ അയാളുടെ മുടി അലങ്കോലമാക്കുകയും ചെയ്തു. ആരും കണ്ടില്ല എന്നത് നന്നായി.”

അവളുടെ ഭർത്താവിനോട് കാമുകന്റെ കുട്ടിത്തം കലർന്ന അസൂയ കണ്ട് അവൾ ചിരിച്ചു.

ഒരു ദിവസം അവൾ അവളുടെ സംഗീതജ്ഞനെ കാണാൻ പോകാനായിട്ട് ലിപ്സ്റ്റിക് ഇടുകയായിരുന്നു. കുട്ടികൾ എന്നോടൊപ്പമുണ്ടായിരുന്നു. അവൾ പറഞ്ഞു,

“എന്റെ ഭർത്താവിന് എന്റെ ശരീരത്തെക്കുറിച്ച് ഒന്നും അറിയില്ല. എന്നാൽ അയാൾക്ക് അറിയാം.”

ആ സമയത്ത് അവൾക്ക് ജലദോഷവും ചുണ്ടിൽ കുരുവും ചുമയുമുണ്ടായിരുന്നു.

ഞാൻ ചോദിച്ചു,

“എന്തിനാ യാങ്കാ ഇങ്ങനെ തിടുക്കപ്പെടുന്നത്? അതും നിന്റെ മൂക്ക് ഇങ്ങനെ ഒലിക്കുമ്പോൾ? ആദ്യം അസുഖം മാറട്ടെ.”

എന്നാൽ അവൾ ചിരിച്ചു.

“ഓഹോ... അയാൾ എന്റെ ഉള്ളിലാവുമ്പോൾ ഞാൻ ചുമയ്ക്കുന്നതും അയാൾക്കിഷ്ടമാണ്. അയാൾ പറയുന്നത് അപ്പോൾത്തന്നെ അവിടെ എല്ലാം ഇറുക്കമുള്ളതാകും എന്നാണ്.”

ഒരു ദിവസം രണ്ടു പുരുഷന്മാരോടൊപ്പം എങ്ങനെ സാധിക്കുന്നു എന്ന് ഞാൻ യാങ്കയോട് ചോദിച്ചു. എന്നാൽ അവരെ വേർപിരിയുംവരെ അതവളെ വല്ലാതെ അലട്ടിയിരുന്നുവത്രെ. ഒരു പ്രതീകാത്മകരേഖ അവൾ അവർക്കിടയിൽ വരച്ചു. പുതിയൊരു ഷാംപൂ തേച്ച് കുളിച്ചു, കാലിലെ രോമം കളഞ്ഞു, മറ്റൊരു പെർഫ്യൂം തേച്ചു.

“എനിക്കറിയില്ല അത് എങ്ങനെ വിശദീകരിക്കണം എന്ന്. സാഷ്ക്ക, നോക്ക് ഇതൊന്നുകൊണ്ടു മാത്രമാണ് ഈ കുടുംബം മുന്നോട്ട് പോകുന്നത്. ഞാൻ എന്റെ കാമുകന്റെ അടുത്തുനിന്നും വീട്ടിലേക്ക് വരുമ്പോൾ സുഖവും സ്വാസ്ഥ്യവും അനുഭവപ്പെടുന്നു. ഞാൻ വിശ്വാസവഞ്ചന കാണിച്ചശേഷം എന്റെ ഭർത്താവിനോട് പ്രേമവും മൃദുലഭാവവും വീണ്ടും ഉണ്ടാകുന്നതായി തോന്നുകയാണ്. വീട്ടുജോലികൾക്കും കുട്ടികളെ

നോക്കാനും അയാൾക്കിഷ്ടപ്പെട്ട നിറച്ച കാപ്സിക്കവും മറ്റും ഉണ്ടാക്കാൻ എനിക്ക് ഉത്സാഹമുണ്ട്. എന്റെ ഭർത്താവ് വിചാരിക്കുന്നു, "എന്തൊരു നല്ല ഭാര്യ!"

അവളുടെ സംഗീതജ്ഞൻ ആദ്യംമുതലേ ഒരു തെറ്റായ കമ്പിയാണ് ഞാനുമായി മുറുക്കിയത്. അയാളിൽ യാങ്ക എന്താണ് കണ്ടതെന്ന് എനിക്കറിയില്ല. അയാൾ എപ്പോഴും വിയർപ്പിന്റെ ദുർഗന്ധം പരത്തി, അഴുകിയ നാറ്റം പരത്തിക്കൊണ്ടിരുന്നു. എനിക്ക് എന്നെ അയാൾ നോക്കുന്ന വിധവും ഇഷ്ടപ്പെട്ടില്ല. ഒരു ദിവസം വേനൽക്കാലത്ത് അവർ രാത്രി എന്റെ സ്ഥലത്തേക്ക് വന്നു. അവർക്ക് വിശക്കുന്നുണ്ടായിരുന്നു. എന്നാൽ മേശ ഒഴിഞ്ഞിരുന്നു. യാങ്ക അടുക്കളയിൽ എന്തെങ്കിലും പാചകം ചെയ്യാനായി പോയി. അയാൾ കൂടെ കൊണ്ടുവന്ന ഒരു പാട്ട് വെച്ച് അയാളോടൊപ്പം നൃത്തം ചെയ്യാൻ എന്നെ ശല്യപ്പെടുത്തി. അടുത്തേക്ക് ചേർത്തുപിടിച്ച് അയാളിലേക്ക് പിടിച്ച് അമർത്തി. അയാളുടെ കൈകൾ സഞ്ചരിക്കാൻ തുടങ്ങി. അടുക്കളയിലേക്ക് ഒരു കണ്ണ് പായിച്ച് അവളെങ്ങാനും വരുന്നുണ്ടോ എന്ന് ചെരിഞ്ഞ് നോക്കിക്കൊണ്ടിരുന്നു.

ഞാൻ അയാളെ ബാൽക്കണിയിലേക്ക് തള്ളിക്കൊണ്ടുപോയി ആ ഇരുട്ടിൽ വെച്ച് ഞാനയാളുടെ കഴുത്തിൽ ചുറ്റിപ്പിടിച്ച് അയാളുടെ ചുണ്ടുകളിൽ ചുംബിക്കാൻ തുടങ്ങി. തിരിച്ച് ശക്തമായി ചുംബിക്കുമ്പോൾ അയാൾ കിതച്ചു. എന്നാൽ എപ്പോഴും അയാൾ കരുതലോടെ ആയിരുന്നു. യാങ്ക എവിടെയാണ്? അവൾ ഞങ്ങളെ കാണുമോ?

ഞാൻ അയാളെ തള്ളിമാറ്റി ചിരിച്ചു. അയാൾ ഭയം കലർന്ന സ്വരത്തിൽ ചോദിച്ചു,

"എന്താ കുഴപ്പം?"

"ഒന്നുമില്ല. എനിക്ക് എല്ലാം ഉത്സാഹം നിറഞ്ഞ് സന്തോഷവും മാധുര്യവും മനോഹാരിതയുമുള്ളതായി കാണാനാണ് താത്പര്യം. ഞാൻ അതിനായി ജനിച്ചവളാണ്! നിങ്ങളുടെ മൂക്ക് വളരെ നീണ്ടതാണ്. നിങ്ങളുടെ കണ്ണുകൾ ഇടുങ്ങിയതും നിങ്ങൾ പല്ലുകൾ വിടവുള്ളതും നിങ്ങളുടെ വയർ ഉന്തിയതുമാണ്."

ദുർഗന്ധത്തെക്കുറിച്ച് ഞാൻ ഒന്നും പറഞ്ഞില്ല.

അയാൾ എന്നെ ഇപ്പോൾ വെറുക്കാൻ തുടങ്ങിക്കാണും.

യാങ്കയുടെ സ്ഥലത്തുനിന്ന് ഞാൻ അമ്മയുടെ അടുത്തേക്ക്, അവരുടെ കാൻസർരോഗബാധയിലേക്കാണ് പോകാറ് പതിവ്.

എനിക്ക് കുറേനാൾ അടക്കി നിർത്താൻ കഴിഞ്ഞുവെങ്കിലും അവസാനം ഞാൻ ചോദിച്ചു,

"അമ്മേ, നിങ്ങൾ എന്തിനാണ് എന്റെ അച്ഛനോട് വിശ്വാസവഞ്ചന കാണിച്ചത്?"

"നിനക്ക് എന്നോട് ക്ഷമിക്കാൻ കഴിയില്ലേ?"

"അല്ല, അത് അങ്ങനെയല്ല. വളരെക്കാലം മുതൽക്കുതന്നെ നിങ്ങളെ കുറ്റപ്പെടുത്തുവാൻ എനിക്ക് ഒരു അർഹതയുമില്ലെന്ന് ഞാൻ മനസ്സിലാക്കിയിരുന്നു. നിങ്ങൾക്ക് മാപ്പുതരാനും എനിക്ക് അർഹതയില്ല. നിങ്ങൾക്ക് വളരെ ബുദ്ധിമുട്ടായിരുന്നിരിക്കണം കുടിലബുദ്ധിക്കാരിയും നുണ പറയുന്നവളുമായി എപ്പോഴും കഴിയാൻ അല്ലെ, എന്നു ഞാൻ ചിന്തിക്കുകയാണ്."

"ഞാൻ നുണ പറഞ്ഞിട്ടില്ല. ഇത് ഒരു നുണയല്ല. നീ വീട്ടിൽ കയറി വരുന്നു, ഒരു സത്യം മറന്ന് മറ്റൊന്ന് ഓർക്കുന്നു. ഒരു സ്ത്രീയിൽനിന്ന് മറ്റൊരു സ്ത്രീയിലേക്ക് മാറുന്നു.

"നിങ്ങൾ അവരുമായി പ്രേമത്തിലായിരുന്നോ? അച്ഛനോട് എന്ന പോലെ?"

"ഞാൻ കല്യാണത്തിന് മുമ്പും ശേഷവുമൊക്കെ പ്രേമിച്ചിട്ടുണ്ട്. കല്യാണംകൊണ്ട് ഒന്നും നേടാനില്ല. ചിലപ്പോൾ നിങ്ങൾക്ക് രാത്രി മുഴുവൻ പ്രേമിക്കാൻ കഴിയും. നിങ്ങൾ ഉണർന്നുകഴിഞ്ഞ് മനസ്സിലാക്കുന്നു, നിങ്ങൾ ഉറങ്ങുമ്പോൾ പ്രേമത്തിലകപ്പെട്ടിരുന്നു എന്ന്. നീ നിന്റെ ഭർത്താവിനെ സ്നേഹിക്കുന്നത് വളരെ വ്യത്യാസമായിട്ടാണ്.

"നിങ്ങൾ അദ്ദേഹത്തിൽനിന്ന് എല്ലാം മറച്ചുവെച്ചിരുന്നോ?"

"എന്തിനാണ് അദ്ദേഹത്തെ വേദനിപ്പിക്കുകയും ദ്രോഹിക്കുകയും ചെയ്യുന്നത്? അദ്ദേഹം എനിക്ക് വളരെ പ്രിയപ്പെട്ട എന്റെ അടുത്ത ആളാണ്. നമ്മുടെ അടുത്ത ആളെ നാം എന്തിന് വേദനിപ്പിക്കണം!"

പിന്നീട് അവർ പല പ്രാവശ്യം സംഭാഷണം തുടർന്നുകൊണ്ടു പോകാൻ താത്പര്യം കാട്ടി. അവർക്ക് എന്നോട് സ്വയം ന്യായീകരിക്കണെമായിരുന്നു എന്നതിനാൽ ഞാനത് തടഞ്ഞു.

"അമ്മേ, നിങ്ങൾ എന്നോട് ഒന്നും വിശദീകരിക്കണമെന്നില്ല."

"അല്ല കേൾക്ക്. ഒരു പുരുഷന് ഒരു സ്ത്രീയെ വ്യത്യാസപ്പെടുത്താൻ കഴിയും. ഞാൻ എന്നെ അവരുടെ കണ്ണിലൂടെ കണ്ടു. അവർ എന്നെ കണ്ട മാതിരി ഞാൻ എന്നെ കാണുകയും എനിക്കത് അനുഭവപ്പെടുകയും ചെയ്തു. ഒരു കണ്ണിൽ ഞാൻ ക്ഷീണിതയും അലസയും ഒന്നിനും കൊള്ളാത്തവളും ആയിരുന്നു. മറ്റേ കണ്ണിൽ ഞാൻ ശരിക്കുള്ളതും ആഗ്രഹമുള്ളവളുമായിരുന്നു. ഒരു സ്ത്രീ ദയവുള്ളവളാകേണ്ടതാണ്. നിങ്ങൾ അവസരം തന്നില്ലെങ്കിൽ, സഹാനുഭൂതി വേറെ വഴിയിലാകും, അത് ഇല്ലാതാകും."

ഒരു പ്രാവശ്യം കുറേ നേരത്തെ മൗനത്തിനുശേഷം ഞാൻ വിചാരിച്ചു അവർ ഉറങ്ങി എന്ന്. എന്നാൽ അവർ പഴയകാലത്തിൽത്തന്നെ ആയിരുന്നു. അമ്മ പറഞ്ഞു,

"നിനക്കറിയുമോ, ഞാൻ എപ്പോഴും നിന്റെ അച്ഛന്റെ മുടി മുറിച്ച് അയാൾക്ക് നൽകിയിരുന്നു. ഞാൻ മറ്റൊരു പുരുഷന്റെ മുടി മുറിച്ച്

ഞാനെന്റെ ഭർത്താവിനോട് വിശ്വാസവഞ്ചന കാണിച്ചു എന്ന് ശരിക്ക് തോന്നുന്നതുവരെ അത് അങ്ങനെയല്ല."

അവർ എന്റെ പ്രതികരണമറിയാൻ കാത്തു. ഞാൻ ഒന്നും പറഞ്ഞില്ല.

"എന്തായാലും അത് എന്തൊരു വൃത്തികെട്ട വാക്കാണ്? വിശ്വാസ വഞ്ചന. നിങ്ങൾ ഒരാളിൽനിന്നും ഒന്നും പിടിച്ചെടുക്കുന്നില്ല. ഇത് ശരിക്കും വ്യത്യാസമാണ്. നിങ്ങൾക്ക് ആവശ്യമുള്ള ചിലത്. ആ ആവശ്യ മുള്ള ചിലത് ഒരാളുടെയും സ്ഥാനം കൈക്കലാക്കുന്നില്ല. ഈ ആവശ്യ മുള്ള ചിലത് ജീവിതത്തിൽ മുമ്പ് ഉണ്ടായിരുന്നില്ല. അത് ഇതുവരെ നിറയാതിരുന്ന ശൂന്യതയെ നിറയ്ക്കുന്നു. അതില്ലാതെ നിങ്ങൾ ചുറ്റും നടന്ന് നോക്കിയാൽ ലോകത്തിന്റെയും നിങ്ങളുടെ കൈയിലെയും വലിയ ഒരു ഭാഗം കൈക്കലാക്കി എന്നമട്ടിൽ നിങ്ങൾക്ക് അനുഭവപ്പെടും. അത് നിങ്ങളെ സത്യസന്ധനും ജീവിക്കുന്നവനുമായ ഒരു മുഴുവൻ ആളാ ക്കുന്നു. ഒരു സത്രീ എന്ന നിലയിൽ മറ്റുള്ളവരുമായാണ് ഞാൻ സന്തോഷമായി ഇരുന്നത്. നിനക്ക് മനസ്സിലായോ? നിന്റെ അച്ഛൻ ഒരി ക്കലും എന്നോട് പറയാത്ത എല്ലാ കാര്യങ്ങളും അവർ എന്നോട് പറഞ്ഞു."

പിന്നീട് അവർ ലജ്ജയോടെ പറഞ്ഞു,

"ഞാനൊരു വിഡ്ഢിയായ വൃദ്ധയാണ് അല്ലെ? ഞാൻ മിണ്ടാതിരി ക്കണമായിരുന്നു."

"അമ്മേ, എന്നോട് എല്ലാ കാര്യങ്ങളെയുംകുറിച്ച് സംസാരിച്ചോളൂ. നിങ്ങൾ എന്നോട് ഇത്തരം കാര്യങ്ങളൊന്നും ഒരിക്കലും സംസാരിച്ചിട്ടില്ല, ഉവ്വോ? നാണിക്കേണ്ടതില്ല."

"എനിക്ക് നാണമൊന്നുമില്ല. ഞാൻ ഒരു ഒഴികഴിവും പറയുന്നുമില്ല. എനിക്ക് നാണിക്കാനോ, ഒഴികഴിവ് പറയാനോ ആയിട്ട് ഒന്നുമില്ല. സംഭവിച്ചതല്ല ശരിക്കും ഭയങ്കരമായിട്ടുള്ളത്. നിങ്ങളുടെ മനസ്സിലെ കാര്യങ്ങൾ തുറന്നുപറയാനാകില്ല, നിങ്ങളുടെ ഭർത്താവിനോടും നിങ്ങളുടെ മകളോടും നിങ്ങളെ വേദനിപ്പിക്കുന്നതും നിങ്ങളെ സന്തോഷി പ്പിക്കുന്നതും ആയ ഒന്നുംതന്നെ."

അവർ പെട്ടെന്ന് മുഖവുരയൊന്നും കൂടാതെ എന്നോട് വളരെ പ്രധാന പ്പെട്ട കാര്യമാണെന്ന മട്ടിൽ ഇങ്ങനെ പറയാൻ തുടങ്ങി. അവരുടെ ചെറുപ്പകാലത്തെക്കുറിച്ചാണ്. വേനൽക്കാല വസതിയിലെ ഒരു സുഹൃ ത്തിന്റെ പാവയുടെ ഒരു ബ്ലൗസ് കുഞ്ഞായിരിക്കുമ്പോൾ അവർ മോഷ്ടിച്ചുവത്രെ. മറ്റേ പെൺകുട്ടി വല്ലാതെ കരഞ്ഞു. അമ്മയ്ക്ക് അത് തിരിച്ചുകൊടുക്കണമെന്നുണ്ടായിരുന്നു. എന്നാൽ അത് തിരിച്ചുകൊടു ക്കാൻ കഴിയില്ല എന്ന് അവർക്ക് അറിയാമായിരുന്നു. അവർ അവരുടെ സുഹൃത്തിനെ ബ്ലൗസ് തിരയാൻ സഹായിച്ചപ്പോൾ അവർ അവരുടെ നിക്കറിനുള്ളിൽ അതിനെ കുത്തിത്തിരുകി വെച്ചിരിക്കുകയായിരുന്നു. പിന്നീട് കൂടിപ്പിണഞ്ഞുകിടക്കുന്ന ചെടിക്കൂട്ടങ്ങളിലേക്ക് ആരും കാണാ തിരിക്കാൻ വലിച്ചെറിഞ്ഞു.

"അമ്മ ഇത് ഇത്ര കൊല്ലക്കാലം മനസ്സിൽ സൂക്ഷിച്ചിട്ട് എന്നോട് ഇപ്പോഴാണോ പറയുന്നത്?"

"പിന്നീട് ഞാൻ എന്റേതല്ലാത്ത ഒന്നും ഒരാളുടെയും എടുത്തിട്ടില്ല."

"എന്റെ അമ്മേ, നിങ്ങളെ ഞാൻ എത്ര ഇഷ്ടപ്പെടുന്നുവെന്നോ!"

ഇങ്ങനെയുള്ള സന്ദർഭങ്ങളിൽ അവരുമായി ഇരിക്കുമ്പോൾ സ്നേഹത്തിന്റെ ചൂടും സുഖവും വീണ്ടും എനിക്ക് അനുഭവപ്പെട്ടിരുന്നു. ഒരു കാലത്ത് വളരെ വളരെ പണ്ട് സോഫയിൽ ഞങ്ങൾ കാലും പിണച്ചിരുന്ന് ലോകത്തിലെ എല്ലാ കാര്യങ്ങളും മന്ത്രിച്ചിരുന്ന ഒരു കാലത്തെന്നപോലെ ലഘുവായി തോന്നി ഈ ഇരിപ്പും.

അമ്മയ്ക്ക് കാൻസർ ഉണ്ടായിരുന്നതുകൊണ്ടല്ല, പിന്നീട് ഒരിക്കലും ആ അടുപ്പം തോന്നിയിട്ടില്ല.

അമ്മ വീട്ടിലായിരുന്നു. അപ്പോഴേക്കും ശിശിരകാലത്തിന്റെ അവസാനം ആയി. യാങ്ക ആശുപത്രിവാസം മതിയാക്കിയിരുന്നു. അവൾ ഇടവേളസമയത്ത് സ്കൂൾ വരാന്തയിലൂടെ നടക്കുമ്പോൾ ചെറിയ കുട്ടികൾ ഓടിവന്നു. ഒരാൾ അവളുടെ വയറ്റിൽ വലിയ വേഗത്തിൽ തല കൊണ്ടിടിച്ചു. അവൾ ആദ്യം ഭയന്നു. പിന്നീട് കുഴപ്പമില്ല എന്നുതോന്നി.

അല്പസമയം കഴിഞ്ഞപ്പോൾ യാങ്ക പറഞ്ഞു, അവൾക്ക് വയറ്റിൽ കുട്ടിയുടെ അനക്കമൊന്നും തോന്നുന്നില്ല എന്ന്. അവളുടെ ഭർത്താവ് അവളെ വേഗം ആശുപത്രിയിലേക്ക് കൊണ്ടുപോയി. ഞാൻ കുട്ടികളോടൊപ്പം താമസിച്ചു. അയാൾ തനിച്ച് വിഷണ്ണനായി തിരിച്ചെത്തി.

ഞാൻ ഡോക്ടറോട് ചോദിച്ചു, "ഇത് അപകടകരമായ അവസ്ഥയാണോ?" അദ്ദേഹം എന്നോട് പറഞ്ഞു,

"ഭ്രൂണം ജീവിച്ചിരുന്നാൽ അല്ല. എന്നാൽ അത് മരിച്ചുപോയാൽ അതെ. എന്നാൽ വെറുതെ ദുഃഖിച്ചുകൊണ്ടിരിക്കരുത്."

കുറെനാളായി കാത്തിരുന്ന മകൾ എങ്ങനെ ഇത്ര പെട്ടെന്ന് അഴുകിയ ഭ്രൂണമായി മാറി എന്ന് അയാൾക്ക് അങ്ങോട്ട് മനസ്സിലാക്കാൻ കഴിഞ്ഞില്ല.

യാങ്കയ്ക്ക് കുഞ്ഞിനെ നഷ്ടമായി. ഒരുപാട് ഒരുപാട് ബുദ്ധിമുട്ടുകൾ ഉണ്ടായി. അവളെ ആശുപത്രിയിൽത്തന്നെ ആക്കി.

ഈ സമയത്ത് ഞാൻ എന്നെ മൂന്നായി മുറിച്ച് അമ്മയുടെയും യാങ്കയുടെയും അവളുടെ കുട്ടികളുടെയും കൂടെ പകുത്ത് എടുത്തു. അമ്മ വിചാരിച്ചു ഞാൻ അവരുടെ കൂടെയാണ് കൂടുതൽ സമയം കഴിയേണ്ടത് എന്ന്. എനിക്കാണെങ്കിൽ യാങ്കയുടെ ആൺകുട്ടികളെയും നോക്കണമായിരുന്നു. അതിനാൽ ഞാൻ യാങ്കയുടെ സ്ഥലത്തേക്ക് താമസം മാറി. ഞാൻ ശമ്പളമില്ലാത്ത ലീവെടുത്തു.

അവരോടൊപ്പമുണ്ടായിരുന്ന ആ കുറച്ചു ദിവസങ്ങൾ ബുദ്ധിമുട്ടുള്ളതും അതേസമയം രസകരവുമായിരുന്നു. എന്നെ ആവശ്യമുണ്ട് എന്ന ചിന്തതന്നെ സന്തോഷം പകരുന്നതായിരുന്നു. ഞാൻ കുട്ടികളുടെ

മുറിയിലെ ഒരു കൊച്ചു കിടക്കയിലാണ് കിടന്നത്. ഞാൻ കാലത്ത് നേരത്തെ എഴുന്നേറ്റു. ഉറക്കം തൂങ്ങിയ മുഖവും ഉലഞ്ഞ മുടിയുമായി ഫ്ളാറ്റിനകത്ത് കറങ്ങിനടക്കണ്ട എന്ന് കരുതി. ഞാൻ പ്രാതൽ ഉണ്ടാക്കി. യാങ്കയുടെ ഭർത്താവ് ജോലിക്ക് പോയി. ഞാൻ മൂത്ത കുട്ടിയെ സ്കൂളിലും ഇളയ കുട്ടിയെ കിന്റർഗാർഡനിലുമാക്കി. ഞാൻ കടകളിലൂടെ നടന്ന് വീട്ടിലെത്തി വൃത്തിയാക്കലും അലക്കലും പാചകം ചെയ്യലും നടത്തി. സ്വന്തം വീട്ടിൽ ഞാൻ വെറുത്തിരുന്നതൊക്കെ ഇവിടെ ചെയ്യാൻ സന്തോഷമായിരുന്നു. പിന്നെ ഞാൻ കുട്ടികളെ വിളിച്ചുകൊണ്ടു വന്ന് ആഹാരം കൊടുത്തു. ഒരുപാട് കാര്യങ്ങൾ അവരോടൊപ്പം ഇരുന്ന് ചെയ്തു. കോസ്തിക്കിന്റെ ഹോംവർക്ക് അടക്കം. യാങ്കയുടെ ഭർത്താവ് വന്നപ്പോൾ ഞാൻ അയാൾക്കും ഭക്ഷണം കൊടുത്തു. ഞാൻ പാചകം ചെയ്ത എല്ലാറ്റിനെയും അയാൾ പുകഴ്ത്തി. അത് ശരിക്കും സന്തോഷകരമായിരുന്നു.

യാങ്കയുടെ ഭർത്താവ് എന്നെ വളരെ വ്യത്യാസത്തോടെ നോക്കാൻ തുടങ്ങി. മുമ്പ് അയാൾ എന്നെ ശ്രദ്ധിച്ചിരുന്നതായി തോന്നിയിട്ടില്ല. ഇപ്പോൾ അയാൾ എന്നെ വീട്ടുജോലിയിൽ സഹായിക്കുന്നു. പാത്രങ്ങൾ മുറുമുറുപ്പില്ലാതെ കഴുകിവെയ്ക്കുന്നു. ഞാൻ ഒരു ദിവസം അലസമട്ടിൽ ഇരുന്നപ്പോൾ അയാൾ എന്റെ പുറകിൽ വന്ന് പുറം തിരുമ്മിത്തന്നു. അയാൾക്ക് വളരെ മര്യാദയുള്ള കൈകളാണ് ഉണ്ടായിരുന്നത്. പിന്നീടൊരിക്കൽ ഒരു കാരണവുമില്ലാതെ അയാൾ എനിക്ക് പൂക്കൾ തന്നു. സ്വബോധത്തോടെ തന്നെ അയാൾ എന്നെ കെട്ടിപ്പിടിക്കുകയും ചുംബിക്കുകയും ചെയ്തു.

"നന്ദി. നിങ്ങളില്ലായിരുന്നെങ്കിൽ ഞങ്ങൾ എന്തു ചെയ്യുമായിരുന്നു?"

ഞാൻ ഒരു കളി കളിക്കുംപോലെയായിരുന്നു. ഇത് എന്റെ കുടുംബം, എന്റെ വീട്, എന്റെ ഭർത്താവ്, ഇവരൊക്കെ എന്റെ കുട്ടികൾ. അവരും എന്നോടൊപ്പം കളിച്ചു.

മിക്കവാറും എല്ലാ ദിവസവും ഞങ്ങൾ ആശുപത്രിയിൽ യാങ്കയെ സന്ദർശിക്കുവാനായി പോയി. ആശുപത്രി വളരെ അടുത്തായിരുന്നു.

ഞങ്ങൾ നാലുപേരും കൈകൾ കോർത്തുപിടിച്ച് നിരത്തിലൂടെ നടക്കുമ്പോൾ ഞങ്ങളെ കാണുന്നവർ ഞങ്ങൾ ഒരു കുടുംബക്കാരാണെന്നും തമ്മിൽ ബന്ധമുള്ളവരാണെന്നും മറ്റും വിചാരിച്ചുകാണും.

യാങ്കയുടെ സ്ഥിതി കാഴ്ചയ്ക്ക് പരിതാപകരമായിരുന്നു. കുഴിഞ്ഞ കവിളുകളും കരഞ്ഞുചുവന്ന കണ്ണുകളുമായിട്ട്. അവൾക്ക് പനിയുമുണ്ടായിരുന്നു.

അവൾ ഭർത്താവിനോട് പറഞ്ഞു,

"എന്നെ നോക്കണ്ട. നിങ്ങൾ ഭയന്നുപോകും."

ശരിക്കും മുയലിനെപ്പോലുള്ള പല്ലുകളും തൂങ്ങിയ കാതുകളും

കുളിക്കാത്ത ഒട്ടുന്ന നാരുപോലെയുള്ള മുടിയും ഒക്കെയായി അവളെ കാഴ്ചയിൽ ഭയങ്കരമായി തോന്നിച്ചു.

അവൾ എന്നോട് പറഞ്ഞു,

“സാഷ, നീ ശരിക്കും പൂത്തതുപോലെയുണ്ട്.”

അവർ അവളോട് പറഞ്ഞുവത്രെ അവൾക്കിനി കുട്ടികൾ ഉണ്ടാവില്ല എന്ന്.

അതിന് എന്തു പറയണമെന്ന് എനിക്കറിഞ്ഞില്ല.

“എന്നാൽ അതുതന്നെയാണ് നിനക്ക് വേണ്ടിയിരുന്നത് അല്ലെ?”

“അതെ, അതുതന്നെയാണ് എനിക്ക് വേണ്ടിയിരുന്നത്.”

യാങ്ക വീണ്ടും പൊട്ടിക്കരയാൻ തുടങ്ങി.

ഞങ്ങൾ അവളുടെ കിടക്കയിൽ ഇരുന്നു. അവളുടെ കുട്ടികൾ അവളുടെ ഭയപ്പെടുത്തുന്ന, കണ്ണീരണിഞ്ഞ രോഗാതുരമായ മുഖം കണ്ട് ഭയന്ന് മാറി ഇരുന്നപ്പോൾ എന്നോട് ചേർന്നുള്ള അവരുടെ ഇരിപ്പും കണ്ട് അവർ അവളിൽനിന്ന് അകന്നതായി അവൾ മനസ്സിലാക്കി. അവളുടെ ഭർത്താവ് എന്നോട് വ്യത്യാസമായി പെരുമാറുന്നതായും അവൾ കണ്ടു. ഒരു പ്രാവശ്യം കയ്പുള്ള ചിരിയോടെ അവൾ ചോദിച്ചു,

“ഞാൻ അവിടെ ഇല്ലാതെ നല്ല രസമായിരുന്നോ?”

യാങ്കയെ ആശുപത്രിയിൽനിന്ന് വിട്ടു. എന്റെ കളി തീർന്നതിനാൽ ഞാൻ വീട്ടിലേക്ക് മടങ്ങിപ്പോയി.

അമ്മയ്ക്ക് രണ്ടാമത്തെ ഓപ്പറേഷൻ വേണ്ടിവന്നു.

എന്റെ അവസാനത്തെ പ്രതീക്ഷയും നശിപ്പിച്ചുകൊണ്ട് ഡോക്ടർ പറഞ്ഞത് ഞാൻ ഓർക്കുന്നു,

“പറയൂ, ഇനി എത്രകാലം കൂടി അവർ ജീവിച്ചിരിക്കും? ഒരു വർഷം കൂടി?” ഞാൻ ചോദിച്ചു.

“അയ്യോ ഇല്ല. എല്ലാം ഇപ്പോൾത്തന്നെ വേഗത്തിൽ നീങ്ങുകയാണ്.”

“ഒന്നും ചെയ്യാൻ കഴിയില്ലേ?”

“ഇല്ല.”

“അവരോട് ഇത് പറയൂ. ഞാൻ എപ്പോഴും വിചാരിക്കും ഡോക്ടറല്ലാതെ അവരോട് അടുത്ത ആരെങ്കിലും ഇക്കാര്യം പറയുകയാവും നല്ലത് എന്ന്.”

ഞാൻ വാർഡിലേക്ക് വന്നു. അമ്മ എന്നെ കാത്തിരിക്കും എന്നെനിക്കറിയാമായിരുന്നു. അവർ ചോദിച്ചു,

“ഡോക്ടർ എന്തു പറഞ്ഞു?”

അവരുടെ അടുത്തേക്ക് പോകുംമുമ്പ് ഞാൻ ശക്തി സംഭരിച്ചിരുന്നു. എനിക്ക് നല്ല വായു ശ്വസിക്കണമായിരുന്നു, ആശുപത്രി മണമല്ലാതെ.

പുറത്ത് ചെറുതായി മഞ്ഞുപെയ്യുന്നുണ്ടായിരുന്നു. മുറ്റം സൂക്ഷിപ്പുകാരൻ കോരികവെച്ച് അവയെ കൂമ്പാരമാക്കി ഇടുന്നുണ്ടായിരുന്നു. ഒരു പൂച്ച ആ നിമിഷം അതുവഴി ഓടിപ്പോയി. ഞാൻ വിചാരിച്ചു അതെന്റെ തമ്പ്റ്റാക്ക് ആണ് എന്ന്. ഞാൻ അവളെ വിളിച്ചു. എന്നാൽ അത് ഒരു പുതിയ രൂപത്തിലുള്ള തമ്പ്റ്റാക്ക് ആയിരുന്നു.

എനിക്ക് അക്കാര്യം പറഞ്ഞുതന്ന ഡോക്ടറെ ഞാൻ ഓർത്തു.

സന്ദേശവും സന്ദേശവാഹകനും.

ഞാൻ അവിടെയിരുന്ന് ഒരേ കാര്യം വ്യത്യസ്തമായ രീതിയിൽ കേൾക്കുകയും അല്പം സഹതാപം ശ്രവിക്കുകയും ചെയ്യട്ടെ എന്ന് അദ്ദേഹത്തിന് അഭിപ്രായപ്പെടാമായിരുന്നു.

ഇത്തരം വാർത്തകളുടെ മട്ട്, തണുത്ത വികാരരഹിതമായി വരണ്ട രീതികൾക്കെതിരെയുള്ള അദ്ദേഹത്തിന്റെ പ്രതിരോധമാകും.

മുറ്റം സൂക്ഷിപ്പുകാരൻ മൂക്കു ചൊറിഞ്ഞുകൊണ്ട് ചിരിച്ചു, ഒന്ന് അഹന്ത കാണിക്കുന്ന മട്ടിൽ. എത്ര മൂക്കട്ടയാണ് എന്റെ മൂക്കിലുള്ളത് എന്നൊന്ന് നോക്കൂ. ഈ ഭാഗത്ത് എത്രയാണെന്നും!

വൃദ്ധദമ്പതികൾ സംസാരിച്ചുകൊണ്ട് കടന്നുപോയി.

"അങ്ങനെയാണെങ്കിൽ കരളിൽ വരുന്ന കാൻസർ തന്നെയാണ് മറ്റുള്ളവയേക്കാൾ നല്ലത്."

ഇതൊക്കെ ഇത്ര വ്യക്തമായ ഓർമ്മയായി എന്റെ മനസ്സിൽ കടന്നു വരുന്നതെങ്ങനെയെന്ന് അറിയുന്നില്ല.

ഞാൻ വാർഡിലേക്കു പോയപ്പോൾ അമ്മ ചോദിച്ചു,

"പിന്നെ, അയാൾ എന്താണ് പറഞ്ഞത്?"

"എല്ലാം ശരിയാവാൻ പോവുകയാണെന്ന്."

അമ്മയ്ക്ക് വേദനസംഹാരികൾ കൊടുത്തപ്പോൾ ഉറങ്ങി.

ഞാൻ അവരുടെ അടുത്തിരുന്ന് ജനാലയിലൂടെ മഞ്ഞിൻകണങ്ങൾ വീഴുന്നത് നോക്കി. ആകാശത്തിന്റെ പ്രകാശമയമായ പശ്ചാത്തലത്തിന് എതിരായി കറുത്ത വശവും കണ്ടു. ഉറക്കത്തിലേക്ക് വീണുകഴിഞ്ഞു. എന്നാൽ ഉടനെതന്നെ ഞെട്ടി ഉണർന്ന് കണ്ണു തുറക്കുകയും ചെയ്തു. അവർ വാർഡിനുചുറ്റും നോക്കി എന്നെ കണ്ടിട്ട് പറഞ്ഞു,

"ആ അദ്ഭുതകൃത്യം സംഭവിക്കുമെന്ന് ഞാനും വിശ്വസിക്കുന്നു. നിനക്കറിയാമോ ഒരു അദ്ഭുതം സംഭവിച്ചിരിക്കയാണ്. ഞാനതിന് തയ്യാറായിക്കഴിഞ്ഞു. ഞാൻ ഒന്നിനെയും ഒരിക്കലും ഭയപ്പെടില്ല."

അമ്മയുടെ രോഗം പുതിയ ഘട്ടത്തിലെത്തി. അവർ പൊടുന്നനെ സമാധാനിക്കാനും കാര്യങ്ങൾ അംഗീകരിക്കാനും തുടങ്ങി. അവർ തനിയെ ആയിരിക്കുന്നതിൽ അവർക്ക് ഭയമുണ്ടായിരുന്നു. എന്നാൽ ഇപ്പോൾ അവരുടെ ഇടുങ്ങിയ ലോകത്ത് വല്ലവരും കടന്നുകയറുന്നതിനെ അവർ ഭയന്നു.

മുമ്പൊക്കെ അവർ അവരുടെ സുഹൃത്തുക്കളെ വിളിച്ച് ആശുപത്രിയിൽ അവരെ കാണാൻ ചെല്ലണമെന്ന് ഇടയ്ക്കിടെ എന്നോട് ആവശ്യപ്പെടുമായിരുന്നു. അവർ പറഞ്ഞു, ആളുകളൊക്കെ ഒരാൾക്ക് സുഖമില്ലെന്നു കണ്ടാൽ അവരെ ഒഴിവാക്കാൻ ശ്രമിക്കുമെന്ന്.

"നിങ്ങൾക്ക് ആൾക്കാർക്കായി എന്തെങ്കിലുമൊക്കെ കൊടുക്കാൻ സാധിച്ചില്ലെങ്കിൽ അവർ നിങ്ങളെ വിട്ടുപോകും."

എന്നാൽ ഇപ്പോൾ അവർ കുറച്ചെങ്കിലും സന്ദർശകർ ഉണ്ടോ എന്ന് ചോദിച്ചു. ആരെങ്കിലും വന്നാലോ അവരോട് അധികനേരവും ഒന്നും മിണ്ടില്ല. അവർ പോകാനായി കാത്തിരിക്കും.

അവസാനദിവസങ്ങളിൽ ഞാനും അമ്മയും തമ്മിൽ സംസാരിച്ചിരുന്നില്ല. ആവശ്യമില്ലാത്ത ഏതാനും വാക്കുകൾ അങ്ങോട്ടുമിങ്ങോട്ടും സംസാരിച്ചാലായി.

ഒരിക്കൽ അവർ ഒരു സീൽ ചെയ്ത കവർ എന്റെ കൈയിൽ തന്നിട്ട് പറഞ്ഞു, അവരുടെ ശവമടക്കലിന് ഞാൻ എന്തൊക്കെ ചെയ്യണം എന്ന് ചിന്തിച്ച് എഴുതിയതാണ് അതിന്റെ ഉള്ളിൽ എന്ന്.

"അനാവശ്യമായി നീ ഒന്നിനും പണം ചിലവാക്കില്ല എന്ന് നീ എനിക്ക് വാക്കു താ. എനിക്കുവേണ്ടി വെറുതേ കാശ് ചിലവാക്കരുത്. നീ വാക്കുതരില്ലേ?"

ഞാൻ തലകുലുക്കി.

അമ്മയുടെ രൂപവും വളരെ മാറി. അവർക്ക് കാൻസർ രോഗമാണല്ലോ. അവർ ഉണങ്ങിച്ചുരുങ്ങിപ്പോയി. കിടക്കയിൽ തിരിഞ്ഞും മറിഞ്ഞും കിടക്കാൻ എളുപ്പമായി. അവരുടെ കൺപോളകൾ കറുപ്പു നിറമായി. അവർക്ക് ഭയങ്കര വിശപ്പുണ്ടായിരുന്നു. എന്നാൽ അവർക്ക് ഒന്നും തിന്നാൻ കഴിഞ്ഞില്ല. ഓരോ സമയത്തും ആഹാരം കഴിച്ചാലുടൻ അത് എല്ലാം തിരികെ പുറത്തേക്കുതന്നെ പോയി. ആദ്യമൊക്കെ ഈ ഛർദ്ദിയും മറ്റും ഞാൻ കാണുന്നതിൽ അമ്മയ്ക്ക് നാണക്കേടായിരുന്നു. അവർക്ക് ഞാൻ അവരെ അങ്ങനെ കാണുന്നതിന് ഇഷ്ടമുണ്ടായിരുന്നില്ല. എന്നാൽ പിന്നീട് അവർക്ക് നാണിക്കാൻപോലുമുള്ള ശക്തിയുണ്ടായില്ല. ഞാൻ അവരുടെ അടുത്തിരുന്ന് തോളുകൾ തിരുമ്മിക്കൊടുത്തു. അവർ അപ്പോൾ അവസാനിച്ച ഛർദ്ദിക്കാനുള്ള ഞരമ്പുവലിയുടെ വേദനയാൽ ഞരങ്ങുകയായിരുന്നു. വീണ്ടും ഛർദ്ദിക്കാൻ തുടങ്ങുമോ എന്ന ഭയവും ഉണ്ടായിരുന്നു.

ഞാൻ എപ്പോഴും അവരുടെ പ്രതീക്ഷകൾ ഉയർത്തിക്കൊണ്ടുതന്നെ വന്നു, എല്ലാം ശരിയാകുമെന്നും പറഞ്ഞ്. അവർ ആ പ്രതീക്ഷയിൽ കടിച്ചുതൂങ്ങിക്കൊണ്ടിരുന്നു. എന്നാൽ അവരുടെ കൂട്ടുകാരികളിൽ ഒരാൾ ഇടനാഴിയിൽവെച്ച് കണ്ടപ്പോൾ പറഞ്ഞു,

"സാഷ, നിന്റെ അമ്മയ്ക്ക് അവരെപ്പറ്റി എല്ലാം അറിയാം. അധിക

കാലം ജീവിതമില്ലെന്ന് അവർ അറിഞ്ഞിരിക്കുന്നു. ഇത് നിന്നോട് പറയണ്ട എന്നു പറഞ്ഞു. നീ വിഷമിക്കരുതല്ലോ."

അവർ പൊട്ടിക്കരഞ്ഞു.

"പാവം, അവർ ഒരുപാടായി സഹിക്കുന്നു. അത് വേഗം നടക്കട്ടെ."

അമ്മ പരാതി പറഞ്ഞു,

"മരണം എല്ലാവർക്കും ഉണ്ടാകും. എനിക്കത് ഇത്രയും വേദനാജനകമാകാൻ ഞാനെന്ത് തെറ്റ് ചെയ്തു? ഞാൻ എന്തുകൊണ്ട് ഇത്രയും സഹിക്കുന്നു? അന്തസ്സോടെ എന്റെ അവസാനകാലം കഴിയണമെന്നുണ്ട്. എന്നാൽ ഇങ്ങനെ വേദനയുണ്ടെങ്കിൽ എന്ത് അന്തസ്സാണ് ഉണ്ടാവുക? ഏറ്റവും ഭയങ്കര കാര്യമെന്തെന്നുവെച്ചാൽ ഞാൻ മനുഷ്യരെയൊന്നും നോക്കാറില്ല, ഞാൻ അവരെ ശ്രദ്ധിക്കുന്നത് നിർത്തുകയും ചെയ്തു."

അവർക്ക് രാത്രികാലങ്ങളെ ഭയമായിരുന്നു. അവർ രണ്ടു പ്രാവശ്യം വേദനാസംഹാരികൾ ചോദിച്ചുവാങ്ങി. ചില സമയങ്ങളിൽ അവർ അവരുടെ സാധാരണ ഇഞ്ചക്ഷൻ കഴിഞ്ഞ് അരമണിക്കൂർ ആവുമ്പോഴേക്കും കൂടുതൽ മരുന്നിന് ആവശ്യപ്പെട്ടു.

എനിക്ക് അവർക്കായി കൂടുതൽ എന്തെങ്കിലും ചെയ്യണമെന്നുണ്ടായിരുന്നു. എന്നാൽ അപ്രധാനമായ ചെറിയ കാര്യങ്ങൾ ഒഴിച്ചാൽ എനിക്ക് ചെയ്യാൻ കഴിയുന്ന ഒന്നും ഉണ്ടായിരുന്നില്ല. തലയിണ നേരെയാക്കി വെയ്ക്കുക, അല്ലെങ്കിൽ അവരുടെ കീഴിൽ വെയ്ക്കുംമുമ്പ് തണുത്ത ബെഡ് പാൻ ഒന്ന് ചൂടാക്കുക എന്നൊക്കെയല്ലാതെ.

പിന്നീട് ഞാൻ അവരെ തനിയെ വിട്ടിട്ട് വീട്ടിലേക്ക് പോയി.

ഒരു ദിവസാവസാനത്തിന് തൊട്ടുമുൻപ് അമ്മ എന്നോട് ആ രാത്രി അവരോടൊപ്പം കൂടെ താമസിക്കാൻ പറഞ്ഞു. അവർ ആ ഇടനാഴിയിലെ സംഭാഷണം കേട്ടിരുന്നു. അപ്പോൾ വിചാരിച്ചു പിറ്റേന്ന് കാലത്ത് വരെ അവർ ജീവിക്കില്ല എന്ന്. അവർ പറയുന്നത് അമ്മയെക്കുറിച്ചുതന്നെ എന്നവർ മനസ്സിലാക്കിയിരുന്നു. അവർ നിരാശയുള്ളതുപോലെ, യാചനാരൂപേണ പറഞ്ഞതിനാൽ ഞാൻ ഡ്യൂട്ടി ഡോക്ടറോട് ചോദിച്ച് അന്ന് അവിടെ തങ്ങി. പിറ്റേന്ന് എനിക്ക് ജോലിക്കു പോകേണ്ടിയിരുന്നു. അവർ എനിക്ക് കരകര ശബ്ദമുണ്ടാക്കുന്ന പഴയ ഒരു കട്ടിൽ തന്നു. അതിൽ ആരോഗ്യമുള്ള ഒരാൾക്ക് കിടക്കാൻ കഴിയില്ലായിരുന്നു. രോഗികൾക്കേ സാധിക്കുമായിരുന്നുള്ളൂ.

അമ്മ അസ്വസ്ഥയായിരുന്നു. അവർക്കുനേരെ കിടക്കാൻ കഴിഞ്ഞില്ല. ഞാൻ അവരുടെ കിടപ്പുമുറി തണുപ്പിക്കാനുള്ള സൗകര്യം എപ്പോഴും ഒരുക്കിക്കൊടുത്തു.

അവർ വല്ലാതെ സഹിക്കുകയായിരുന്നു. ഞാൻ അവരുടെ കൈകൾ പിടിച്ച് അമർത്തിക്കൊണ്ട് ഞങ്ങൾ അവരുടെ പൂച്ചയെ എങ്ങനെയാണ്

ഉറക്കിയിരുന്നത് എന്നു ചിന്തിച്ചു. പൂച്ചയ്ക്ക് കുറേ നാളായി സുഖമില്ലായിരുന്നു. ഞങ്ങൾ അതിനെ ഡോക്ടറെ കാണിച്ചപ്പോൾ ഡോക്ടർ അതിനെ നോക്കി ഞങ്ങളോട് ചോദിച്ചു,

“നിങ്ങളെന്തിനാണ് ഒരു മിണ്ടാപ്രാണിയെ ഇങ്ങനെ ഉപദ്രവിക്കുന്നത്?”

ഭേദമാകുമെന്ന പ്രതീക്ഷയുണ്ടായിരുന്നില്ല. ഞങ്ങൾ ബലം പ്രയോഗിച്ച് പൂച്ചയെ ഇല്ലാതാക്കാം എന്നു കരുതി. അമ്മ അതിനെ കൈകളിലെടുത്ത് അതിന് ഇഞ്ചക്ഷൻ കൊടുത്തു. പൂച്ച ചുരുണ്ടുകൂടി സന്തോഷ ശബ്ദമുണ്ടാക്കി. എത്ര സുഖകരവും ആസ്വാദ്യകരവും ആയിട്ടാണ് അതിന് അനുഭവപ്പെട്ടതെന്നോ. ഇഷ്ടപ്പെട്ട കൈകളിൽ കിടന്നുള്ള മരണം.

നമ്മൾ പൂച്ചകളോട് ദയ കാണിച്ച് അവരുടെ ജീവിതത്തിലെ സഹനത്തിന് വിരാമമിടുന്നത് എത്ര വിചിത്രമാണ് എന്ന് ഞാൻ ഓർത്തു.

എന്നാൽ മനുഷ്യരോടാകുമ്പോൾ അവരോട് സഹതപിക്കുകയും അവരുടെ ജീവിതം നീട്ടിക്കിട്ടാൻ വേണ്ടതൊക്കെ ചെയ്യുകയും ചെയ്യുന്നു.

ഞാനും അമ്മയും തമ്മിൽ അന്നു രാത്രി എന്തെങ്കിലും പ്രധാന കാര്യങ്ങൾ സംസാരിക്കുമെന്നു കരുതി. എന്നാൽ ഞങ്ങൾ സാധാരണ കാര്യങ്ങളേ സംസാരിച്ചുള്ളൂ.

എനിക്ക് നന്നായി ഉറക്കം വരുന്നുണ്ടായിരുന്നു. അതിനാൽ ഞങ്ങൾ ഏറ്റവും പ്രധാന കാര്യങ്ങളൊന്നുംതന്നെ സംസാരിച്ചില്ല.

അവർക്ക് ഉറങ്ങാനായി ശക്തമായ ഇഞ്ചക്ഷനുകൾ നൽകി. എന്നാൽ അതോടെ അവർ ജോലി നിർത്തിയിരുന്നു.

അമ്മയ്ക്ക് ശബ്ദം നഷ്ടപ്പെട്ടിരുന്നു. അവർ മന്ത്രിക്കുകയാണ് ചെയ്തത്.

“വേദന ശക്തമാകുമ്പോൾ ഞാനൊരു മനുഷ്യസ്ത്രീയേ അല്ലാതാകുന്നു.”

അവർ എന്താണ് പറയുന്നതെന്നറിയാൻ നേഴ്സുമാർ കുനിഞ്ഞ് താഴുന്നത് ഞാൻ കണ്ടു. എന്നാൽ കാൻസർ അവരുടെ ശ്വാസം വഴിയെങ്ങാൻ തങ്ങൾക്ക് പകരുമോ എന്ന മട്ടിൽ അവർ വേഗം ശ്വാസം തട്ടാതെ നിവർന്നുനിന്നു.

അമ്മ ഇടയ്ക്കിടെ മന്ത്രിച്ചു,

“അത് വേഗമാകട്ടെ!”

അവസാനമായി ഞാൻ അമ്മയെ കണ്ടപ്പോൾ അവർ വളരെ മോശപ്പെട്ട സ്ഥിതിയിലായിരുന്നു. അവർ ഞരങ്ങുകയും അവരുടെ വായ ഉണങ്ങുകയും വിയർപ്പ് മുത്തുമണികളായി നെറ്റിയിൽ ഉരുണ്ടുകൂടുകയും ചെയ്തു. ഒരു ചെറിയ അളവ് ചായ കുടിച്ചാൽപോലും ഛർദ്ദിയും തല

കറക്കവും. പരുഷമായി ബുദ്ധിമുട്ടിയുള്ള ശ്വാസോച്ഛ്വാസം. ട്യൂമറുകൾ അവരെ ശരീരത്തിൽനിന്നും ഞെക്കി പുറത്തുകളഞ്ഞുകൊണ്ടിരുന്നു.

ആരോ എന്നെ ജോലിസ്ഥലത്ത് വിളിച്ച് എന്നോട് വേഗം വരാൻ പറഞ്ഞു. എന്റെ അമ്മ മരിക്കുകയായിരുന്നു. ഞാൻ അച്ഛനെ വിളിച്ചു.

അദ്ദേഹം കുറെനേരം ഫോണെടുത്തില്ല. ഫോൺ എടുത്ത് സംസാരിച്ചപ്പോൾ ഉടനെ എനിക്കു മനസ്സിലായി ആ മധ്യാഹനത്തിലും അദ്ദേഹം കുടിച്ചിട്ടുണ്ട് എന്ന്.

"മുയൽക്കുട്ടീ, ഞാൻ ഇന്നലെ എന്താണ് കണ്ടതെന്നു പറ."

"അച്ഛാ, ഇതൊരു പ്രധാന കാര്യമാണ്. ശ്രദ്ധിക്കൂ!"

"കമ്പിളി ബൂട്ടുകൾ! മുകളിൽ ഇടാനുള്ള റബ്ബർ ബൂട്ടുകൾ! പുതിയ ബ്രാൻഡ്!"

"അച്ഛാ, അമ്മ മരിച്ചുകൊണ്ടിരിക്കുകയാണ്."

ഞാൻ അദ്ദേഹത്തോട് ആശുപത്രിയിലേക്ക് വരാൻ പറഞ്ഞു. അദ്ദേഹം എന്തോ പിറുപിറുത്തു.

കുറേനേരം ട്രാമുകളൊന്നും വന്നില്ല. കാത്തുനിന്ന് ഒടുവിൽ തിരക്കേറിയ ഒന്നിൽ കയറിപ്പറ്റി.

തീവണ്ടിസ്റ്റേഷനിൽ എത്തിയപ്പോൾ എന്റെ അച്ഛൻ ട്രാമിൽ കയറി. അദ്ദേഹം എന്നെ കണ്ടില്ല. ഞാൻ അദ്ദേഹത്തെ വിളിച്ചു വിളിച്ചില്ല എന്നായി. അപ്പോൾ പക്ഷേ അദ്ദേഹം ആരുമായോ വാഗ്വാദത്തിൽ ഏർപ്പെട്ടു നിൽക്കുകയായിരുന്നു. എനിക്ക് നാണക്കേട് തോന്നി. അത് എന്റെ അച്ഛനാണെന്ന് മറ്റുള്ളവർ അറിയുന്നതിൽ.

ഞങ്ങൾ ഫോണിൽ സംസാരിച്ചശേഷം അദ്ദേഹം കൂടുതൽ കുടിച്ചിട്ടുണ്ട് എന്ന് എനിക്ക് മനസ്സിലായി.

ഞാൻ അദ്ദേഹത്തെ കുറച്ചു കാലമായി കണ്ടിട്ട്. അദ്ദേഹം എത്ര വൃദ്ധനായിരിക്കുന്നു എന്നുകണ്ട് ഞാൻ അതിശയപ്പെട്ടു. ആകെ കുനിഞ്ഞ്, ഉലഞ്ഞ് ഷേവ് ചെയ്യാത്ത കവിളുകളും വളർന്ന നരച്ച കുറ്റിത്താടിയുമായി നിൽക്കുന്നു. ശരിയല്ലാത്ത രീതിയിൽ തുന്നിയ ഒരു തൊപ്പിയും ബട്ടൺ നേരെയിടാത്ത ഒരു വൃത്തികെട്ട കോട്ടും. ട്രാമിലെ എല്ലാവരും കേൾക്കാനായി അദ്ദേഹം വീണ്ടും വീണ്ടും പറഞ്ഞുകൊണ്ടിരുന്നു.

"അങ്ങനെ അവൾ മരിക്കുകയാണ് അല്ലേ? നമ്മളും മരിക്കില്ലേ? ട്രാമിൽ സഞ്ചരിക്കുന്നു! എന്നാൽ നമ്മളൊക്കെ എങ്ങോട്ടാണ് പോകുന്നത്? അതേ സ്ഥലത്തേക്ക്. എവിടേക്കാണോ അതേ ഇടത്തേക്ക്! വലിയ കാര്യംതന്നെ. അവൾ മരിക്കാൻ പോകുന്നു! നീന്തുന്ന മുയൽ!

പിന്നീട് അദ്ദേഹം ആരെയോ സമീപിച്ച് സംസാരം തുടങ്ങി.

"നിങ്ങൾ എന്തിനാണ് എന്നെ ഇങ്ങനെ നോക്കുന്നത്? കമ്പിളി ബൂട്ടുകൾ, മുകളിലിടുന്ന റബ്ബർബൂട്ടുകൾ? ആഹാ, അവ ശരിക്കും

നന്നായി പ്രവർത്തിക്കും പഴയ കൈത്തുന്നൽ ഉടുപ്പുകൾപോലെ, എന്നാൽ മഞ്ഞിൽ അവയ്ക്ക് ഒരു ദുർഗന്ധവുമില്ല."

ചോക്കലേറ്റുകളെയും മുട്ടുവരെ എത്തുന്ന റബ്ബർഷൂസുകളെയും കുറിച്ച് അദ്ദേഹം എന്തോ പറഞ്ഞ് പിറുപിറുത്തു.

എനിക്ക് അദ്ദേഹത്തിന്റെ അടുത്തേക്ക് ചെല്ലാൻ കഴിഞ്ഞില്ല. അദ്ദേഹം ഒടുവിൽ എന്നെ ശ്രദ്ധിക്കുകയും ഞങ്ങൾ ഒന്നിച്ച് ആശുപത്രിയുടെ അവിടെ ഇറങ്ങുകയും ചെയ്തു. എന്റെ അടുത്തേക്ക് വന്ന് ആഞ്ഞ് എന്നെ ചുംബിക്കാൻ ശ്രമിച്ചു. ഞാൻ തള്ളിമാറ്റി.

"സ്വയം ഒന്നു നോക്കൂ."

അദ്ദേഹം ക്ലേശിച്ച് എന്റെ പിന്നാലെ എന്തൊക്കെയോ പിറുപിറുത്തുകൊണ്ട് നടന്നു.

ഞങ്ങൾ ഒരുപാട് വൈകിപ്പോയിരുന്നു. അമ്മ അപ്പോഴേക്കും യാത്രയായിക്കഴിഞ്ഞിരുന്നു.

എനിക്ക് ഒരിക്കലും നേരെയാക്കാൻ കഴിയാത്ത എന്തൊക്കെയോ നടന്നതായി എനിക്കു തോന്നി. അമ്മ പോയതുകൊണ്ടല്ല, അവർക്ക് സുഖമില്ലാതിരുന്ന കാലം മുഴുവൻ ഞാൻ ഇതിനായി തയ്യാറെടുക്കുകയായിരുന്നു.

ആ മാസങ്ങളിലൊക്കെ എനിക്ക് അവരോട് ഒരു അപരാധബോധം തോന്നുമായിരുന്നു. എന്തിനാണെന്നറിയില്ലായിരുന്നു. ചിലപ്പോൾ അവർ പോവുകയും ഞാൻ ഇവിടെ ജീവിക്കുകയും ചെയ്യുന്നു എന്നതുകൊണ്ടാവണം. ഞാൻ വിചാരിച്ചു, ഈ ചിന്തയൊക്കെ കടന്നുപോകും. അവർ മരിക്കുന്ന നിമിഷം ഞാൻ കൂടെ ഉണ്ടായാൽ. എനിക്ക് അവരോടൊപ്പം നിന്ന് അവരുടെ കൈകൾ പിടിക്കണമെന്ന് ആഗ്രഹമുണ്ടായിരുന്നു. എന്നാൽ ഞാൻ അവിടെ എത്താൻ ഒരുപാട് വൈകി. അവർ അസുഖകാലം മുഴുവൻ എന്റെ കൂടെ ഉണ്ടായിരുന്നു. എന്നാൽ അവർ തനിയെ മരിച്ചു. അതാണ് എന്നെ വിഷമിപ്പിച്ചത്. അത്രയും മാത്രം.

കുറേ മാസങ്ങൾക്കുശേഷം അവരുടെ മുഖം ശാന്തവും സമാധാനപൂർണ്ണവും ആയി കണ്ടു. അവരുടെ ദുരിതങ്ങൾക്ക് ശമനമായി.

എന്റെ അച്ഛൻ അവരുടെ അടുത്തുനിന്ന് കരഞ്ഞു. കൈകൾകൊണ്ട് മുഖം പൊത്തിക്കൊണ്ട്. കൈകളിൽ നിറം മാറിയ കുത്തുകൾ. അദ്ദേഹത്തിന്റെ കരൾ മോശം നിലയിലാണെന്ന് എനിക്ക് മനസ്സിലായി.

എനിക്ക് പ്രമാണങ്ങൾ കൈകാര്യം ചെയ്യലും ശവമടക്കിനുള്ള തയ്യാറെടുപ്പുകൾ നടത്തുകയും ചെയ്യേണ്ടിവന്നത് നന്നായി. ഇത്തരം കാര്യങ്ങളുമായി കൂടിക്കുഴഞ്ഞ് നടന്നപ്പോൾ എന്റെ മനസ്സിൽനിന്നും മറ്റു കാര്യങ്ങൾ കുറേ മാഞ്ഞുപോയി.

വൈകുന്നേരം ഞാൻ ഫോണിനരികെ അമ്മയുടെ അഡ്രസ് ബുക്കുമായി ഇരുന്ന് അവരുടെ കൂട്ടുകാരികളെ വിളിച്ച് അവർ മരിച്ച വിവരം

അറിയിച്ചു. അതൊരു വല്ലാത്ത അനുഭവമായിരുന്നു. ഓരോ സമയത്തും ഞാൻ ആരെയെങ്കിലും പുതിയ ഒരാളെ വിളിച്ചു. അവർ വീണ്ടും ജീവിതത്തിലേക്ക് തിരികെ വന്നു, ഞാൻ പറഞ്ഞ ശേഷമേ മരിച്ചുള്ളൂ.

"എന്റെ അമ്മ മരിച്ചു."

എല്ലാം വളരെ വിചിത്രമായി തോന്നി. റീത്തുകൾ, റിബ്ബണുകൾ, ശവമഞ്ചം, ഞാൻ ഈ ലോകത്തേക്കു കടന്നുവന്ന ആ ചലനമറ്റ ശരീരം. ഒരിക്കൽ ഞാനവരുടെ ശരീരത്തിനുള്ളിലായിരുന്നു. ഞാൻ മറ്റെവിടെയുമായിരുന്നില്ല. ഇപ്പോൾ അവർ എന്റെ ഉള്ളിലാണ്. അവർ മറ്റെവിടെയുമായിരുന്നില്ല.

ഞാൻ അമ്മയെ ഒരുക്കി. അവർക്ക് പെർഫ്യൂം അടിച്ചുകൊടുത്തു. കുപ്പി ശവമഞ്ചത്തിൽത്തന്നെ വെയ്ക്കുകയും ചെയ്തു.

അമ്മ എല്ലാറ്റിനും മുൻകൂർ പണം കൊടുത്തിരുന്നു. എന്ന് മനസ്സിലായി. അവർക്ക് ശ്മശാനത്തിൽ ഒരു സ്ഥലം ഉണ്ടായിരുന്നു. അത് എന്റെ അമ്മൂമ്മയുടെ പഴയ ശവക്കുഴി ആയിരുന്നു. അവരുടെ ആദ്യത്തെ കുട്ടിയേയും അവിടെയാണ് അടക്കിയിരുന്നത്. എന്തോ കാരണവശാൽ അവർ എന്നെ ഒരിക്കലും ശ്മശാനത്തിലേക്ക് കൊണ്ടുപോയിട്ടേ ഇല്ലായിരുന്നു. ഇപ്പോൾ അവർക്ക് അവരോടൊപ്പംതന്നെ കിടക്കണം. അവർ ഒരു പഴയ ഫോട്ടോ തിരഞ്ഞെടുത്തു കൊടുത്തിരുന്നു, പ്രധാന കല്ല് കാണാനായിട്ട്. അതിൽ അമ്മ ചെറുപ്പക്കാരിയും സുന്ദരിയുമായിരുന്നു. ആ ഒരു ഗുണമാണ് അച്ഛനമ്മമാർക്കുള്ളത്. അവർ സ്വന്തം മക്കൾ വൃദ്ധരാകുന്നതു കാണാൻ നിൽക്കാതെ പൊയ്ക്കളയും. അമ്മ എന്നെ ഒരിക്കലും കരയുന്ന, അസ്വസ്ഥയാകുന്ന വൃദ്ധയായി കാണില്ല, ഞാൻ അവരെ കണ്ടതുപോലെ.

എനിക്ക് വിരോധം തോന്നിയിരുന്നപ്പോൾ അവരുമായി വഴക്കുകൂടിയിരുന്നത് ഞാൻ ആലോചിച്ചു. ഹൃദയശൂന്യയായി, ചെറുപ്പക്കാരിയായ ഞാൻ ഒരിക്കൽ അവർ മരിച്ചുപോകണേ എന്നുപോലും പ്രാർത്ഥിച്ചിരുന്നു. ഇപ്പോൾ നോക്ക്, അത് സംഭവിച്ചുകഴിഞ്ഞിരിക്കുന്നു.

ശവമടക്കിന്റെ ദിവസം പുലർച്ചെയ്ക്ക് കട്ടിയായി മഞ്ഞ് വീണ് ശ്മശാനമാകെ മഞ്ഞ് പ്രതിമകളുടെ ലോകംപോലെ തോന്നിച്ചു. മരങ്ങൾ, കുറ്റിച്ചെടികൾ, വേലികൾ, കല്ലറകൾ ഒക്കെ അവയല്ലാതായി മാറി.

എല്ലാവരും നനഞ്ഞ മഞ്ഞിനെ അവരുടെ കോട്ടുകളിൽനിന്നും തൊപ്പികളിൽനിന്നും തട്ടിക്കളഞ്ഞു. അച്ഛനാകട്ടെ തിങ്ങിയ പുരികത്തിൽനിന്ന് മഞ്ഞിനെ തുടച്ചുകളഞ്ഞു.

അകത്തേക്കു കയറുന്ന വഴിയിൽ ഒരു ശവമടക്ക് നടന്നുകൊണ്ടിരുന്നതിനാൽ ഞങ്ങൾക്ക് കാത്തുനിൽക്കേണ്ടിവന്നു. ശവമഞ്ചത്തിൽനിന്ന് മുഖത്തെ താടിരോമങ്ങൾ പുറത്തേക്ക് ഉന്തിനിന്നിരുന്നതിൽ മഞ്ഞു വീണ് മൂടിയിരുന്നു. അത് താടിയില്ലാത്ത ഒരു കൊച്ച് മഞ്ഞു പ്രതിമയായി മാറി. മറ്റേ ശവമടക്കിന് പാട്ടുണ്ടായിരുന്നു. പാട്ടുകാർ അവരുടെ

ഉപകരണങ്ങളിൽനിന്നും മഞ്ഞ് തട്ടിക്കളഞ്ഞ് ചുണ്ടിൽ വെയ്ക്കുന്ന ഭാഗത്തെ തുപ്പൽ തുടച്ച് അവരുടെ കാലുകൾ അതൃപ്തിയോടെ മഞ്ഞിൽ ആഞ്ഞ് ചവിട്ടി വെച്ചു. അവരിലൊരാൾ ഒരു ചെറിയ കുപ്പിയിൽനിന്നും ആരും കാണാതെ കോന്യാക്ക് കുടിക്കുന്നുണ്ടായിരുന്നു.

ശവപ്പറമ്പിൽ അവിടെയും ഇവിടെയും മഞ്ഞ് അലിയിക്കാനായി തീ കൂട്ടിയിരുന്നു. മഞ്ഞുകട്ടകൾ വീഴുന്നതിനനുസരിച്ച് പുക ഞങ്ങളിലേക്ക് ഒഴുകിയെത്തി. എന്റെ അമ്മയെയല്ല, കുഴിച്ചിടുന്നത് മറ്റാരെയോ ആണെന്ന വിചിത്രമാർന്ന തോന്നൽ എനിക്കുണ്ടായി.

എനിക്കറിയാമായിരുന്നു അത് അവരായിരുന്നില്ല എന്ന്. എന്തെന്നാൽ ശരീരമില്ലാതെ ഒരു ശവപ്പെട്ടി ശൂന്യമാണ്. അമ്മയ്ക്ക് അതിനുള്ളിൽ കിടക്കാനാവില്ല. മഞ്ഞുമൂടിയ അസൗകര്യമുള്ള മരപ്പെട്ടിക്കുള്ളിൽ നഗ്നമായ നീലനിറമുള്ള കൈകൾ ചുളുങ്ങിയ മാറിടത്തിൽ കവച്ചുവെച്ചു കൊണ്ട്. എന്നാൽ ശവപ്പെട്ടിയിലെ ഈ മരിച്ചുകിടക്കുന്ന സ്ത്രീയുമായി എന്റെ അമ്മയ്ക്ക് സാമ്യമുണ്ട് എന്നോർക്കുമ്പോൾ അത് അസഹനീയ മായിരുന്നു. എന്റെ കണ്ണിൽനിന്ന് കണ്ണുനീർ ഉതിർന്ന് വീഴാനാരംഭിച്ചു.

പ്രത്യേകിച്ച് അവരുടെ കൈകളിൽനിന്നോ, മുഖത്തുനിന്നോ മഞ്ഞ് ഉരുകാത്ത അവസ്ഥയിൽ എനിക്ക് എന്റെ കയ്യുറകൊണ്ട് അവയെ തൂത്തു കളയേണ്ടിവന്നു.

അവർ ശവപ്പെട്ടി അടയ്ക്കുംമുമ്പ് ഞാൻ അവരിലേക്ക് കുനിഞ്ഞു നിന്നപ്പോൾ ഞാൻ അവസാനമായി അവരെ മണത്തു. പെർഫ്യൂമി നോടൊപ്പം ശവപ്പെട്ടിക്കുള്ളിലെ ശവക്കച്ചയുടെയും മഞ്ഞിന്റെയും തീയു ടെയും പൂക്കളുടെയും ശവശരീരത്തിന്റെയും മണം ഒന്നിച്ചുചേർന്നതാ യിരുന്നു അത്. അതൊന്നും അമ്മയുടെ മണമായിരുന്നില്ല.

എന്റെ അച്ഛൻ അദ്ദേഹത്തിന്റെ നെറ്റി അവരുടേതിൽ മുട്ടിച്ചു. പിന്നീട് അദ്ദേഹം എന്റെ അടുത്തുവന്നു. തലയിൽനിന്നും ഇറങ്ങിയ വെള്ള ത്തുള്ളികൾ മൂക്കിൽ വന്ന് നിന്നിരുന്നു. അദ്ദേഹം എന്തോ പറയാ നാഞ്ഞു. എന്നാൽ നീന്തുമ്പോൾ ചെവിയിൽ വെള്ളം കയറിയാൽ എന്ന പോലെ അദ്ദേഹം തലയാട്ടുക മാത്രം ചെയ്തു. ഞാൻ അദ്ദേഹത്തിന്റെ മൂക്കിനു താഴെ എന്റെ കർച്ചീഫ് കൊണ്ട് തുടച്ചുകൊടുത്ത് അദ്ദേഹത്തെ കെട്ടിപ്പിടിച്ച് എന്റെ തല അദ്ദേഹത്തിന്റെ നനഞ്ഞ തലമുടിയോട് ചേർത്തു വെച്ചു.

"അച്ഛാ, തൊപ്പി ഇടൂ. അല്ലെങ്കിൽ അച്ഛന് ജലദോഷം പിടിക്കും."

ഒരു പണിക്കാരൻ ശവപ്പെട്ടിക്കടിയിലൂടെ അമ്മയെ കുഴിയിൽ താഴ്ത്താനായി കയറുകെട്ടി. ആ നിമിഷം ഓരോരുത്തരും ആരെയെ ങ്കിലും കെട്ടിപ്പിടിക്കാൻ ആഗ്രഹിച്ചു. അയാൾ ശവപ്പെട്ടിയെ കെട്ടിപ്പിടിച്ചു.

അവരുടെ അടുത്ത സ്ത്രീസുഹൃത്തുക്കളെ കൂടാതെ എനിക്കറി യാത്ത മറ്റു ചിലരും ശവസംസ്കാരചടങ്ങിന് എത്തിയത് എന്നെ അതി ശയപ്പെടുത്തി. ഒരു സ്ത്രീ എന്നെ ചുംബിച്ചുകൊണ്ട് പറഞ്ഞു,

"സാഷ, നിനക്ക് അമ്മയുടെ എന്തൊരു ഛായയാണുള്ളത്!"

ഞങ്ങൾ ശവകുടീരങ്ങളുടെ ഇടയിലൂടെ, കുറേക്കാലമായി ശവമടക്കൽ നടക്കാത്ത പാതയുള്ള ഇടത്തിലൂടെ, ഞങ്ങളുടെ സെമിത്തേരിയുടെയും ഇടയിലൂടെ നടന്നു. എനിക്ക് എന്റെ അമ്മയെ ഒരിക്കലും കെട്ടിപ്പിടിക്കാനാവില്ല എന്ന ചിന്ത എന്നിൽ നിറഞ്ഞു. എന്നാൽ ചില മരങ്ങൾക്ക് തങ്ങളുടെ വേരുകൾകൊണ്ട് അവരെ കെട്ടിപ്പിടിക്കുകയും അവരോട് പറ്റിച്ചേർന്നു കിടക്കുകയും ചെയ്യാം.

യാങ്കയെ ഞാൻ പ്രതീക്ഷിച്ചിരുന്നുവെങ്കിലും അവൾ ശവമടക്കിന് വന്നില്ല. അവൾ ആശുപത്രിയിലും ഞാൻ അവളുടെ വീട്ടിലും താമസിച്ച സമയത്ത് അവൾക്ക് എന്തോ സംഭവിച്ചു. ഞങ്ങൾ നല്ല കൂട്ടുകാരായിരുന്നു. എന്നാൽ ഇപ്പോൾ അവൾ വിളിച്ചില്ല, വന്നില്ല, എന്നോട് കുട്ടികളോടൊപ്പം ഇരിക്കാനും പറഞ്ഞില്ല. ഞാൻ കഷ്ടപ്പെട്ട് ഒരു പുതുവത്സരമരം വാങ്ങി വീട്ടിൽ കൊണ്ടുവന്ന് അലങ്കരിച്ച് അതിനടിയിൽ ആൺകുട്ടികൾക്കുള്ള സമ്മാനങ്ങളും വെച്ച് കുട്ടികളുമൊത്ത് ഒരു പാർട്ടി നടത്താൻ ആഗ്രഹിച്ചു. എന്നാൽ യാങ്ക കുട്ടികൾക്ക് ജലദോഷമാണെന്നും പറഞ്ഞ് അവരെ എന്റെ അടുത്തേക്ക് അയച്ചില്ല. ഫോണിലൂടെ കുട്ടികൾ ആന്റി സാഷയെ കാണണമെന്നു പറഞ്ഞ് നിലവിളിക്കുന്നത് എനിക്കു കേൾക്കാമായിരുന്നു.

അമ്മ മരിച്ചതിനുശേഷം ഞാൻ എല്ലാ കടലാസുകളും ഫോട്ടോകളും തരം തിരിച്ചു നോക്കി. അച്ഛനെ നേരിൽ കണ്ടു. അവയിൽ ചിലത് അച്ഛൻ ആവശ്യപ്പെട്ടു. അദ്ദേഹം ഓർമ്മക്കുറിപ്പുകൾ എഴുതാൻ തുടങ്ങി എന്നും ഇതെല്ലാം ഉപകാരപ്രദമായിരിക്കുമെന്നും പറഞ്ഞു. ഞാൻ അദ്ദേഹത്തോട് അതെനിക്കൊന്ന് വായിക്കാൻ തരണമെന്ന് പറഞ്ഞു. അദ്ദേഹം അത് നിരസിച്ചു.

"എല്ലാം സമയമാകുമ്പോൾ തരാം."

ഞങ്ങൾ അമ്മയെക്കുറിച്ചും അവർക്ക് മരിക്കാൻ എത്ര വിഷമമായിരുന്നു എന്നതിനെക്കുറിച്ചും സംസാരിച്ചു.

"നീ ഇപ്പോഴും ചെറുപ്പമാണ്. മുയൽക്കുട്ടിയാണ്. ഈ ജീവിതത്തെക്കുറിച്ച് നിനക്കൊന്നും ഒന്നും അറിയില്ല! അസുഖങ്ങൾ ആവശ്യമാണ്. അവ സഹായിക്കും! സഹിക്കാനുള്ള ബുദ്ധിമുട്ടുകൾ അത്ര ശക്തമാണെങ്കിൽ മരിക്കാൻ ഭയക്കുകയൊന്നും വേണ്ട!"

അദ്ദേഹം കുറച്ച് കുടിച്ചിരുന്നു. കുറെക്കൂടി കുടിച്ച് ഉച്ചത്തിൽ ഘോഷിക്കാൻ തുടങ്ങി,

"കൊച്ചുകുട്ടികൾക്കുള്ളതുപോലെ തടിച്ച കവിളുകൾ ഉണ്ടാക്കാനായി അവർ മരിച്ച ഒരുത്തന്റെ വായ്ക്കകത്ത് കീറത്തുണികൾ തിരുകിവെച്ചു. തലയിൽ സുഗന്ധതൈലം പൂശുകയും അയാളുടെ മുഖത്ത് സന്തോഷകരമായ മുഖം പെയിന്റ് ചെയ്ത് വെയ്ക്കുകയും ചെയ്തു. അവർ ആ കോമാളിവേഷം എന്റെ മുഖത്ത് ചെയ്യുമോ എന്നോർത്താൽ

എനിക്ക് അസുഖമുള്ളതുപോലെ തോന്നും! എനിക്ക് മണ്ണിൽ കിടക്കുന്നത് ഓർക്കാൻതന്നെ ഇഷ്ടമല്ല. എനിക്കിത് വേണ്ട! എനിക്ക് ഒരു നാവികനാവണം. കടലിലേക്ക് പെട്ടെന്ന് വീഴണം!"

"അച്ഛാ, നിങ്ങൾക്ക് വീണ്ടും കല്യാണം കഴിക്കാൻ കഴിയുമായിരുന്നു!"

എന്നെ ക്ഷീണിപ്പിച്ചുകഴിഞ്ഞ ആ ആശുപത്രിവാസം കഴിഞ്ഞു. കാൻസർ, ഇഞ്ചക്ഷനുകൾ, ബെഡ്പാനുകൾ ഛർദ്ദിയുടെയും ഞരക്കങ്ങളുടെയും അഴുകിയ ശരീരത്തിന്റെയും ദുർഗന്ധങ്ങൾ ഒക്കെ ഇല്ലാതായപ്പോൾത്തന്നെ ആകെ ഒരു സുഖമായി എനിക്ക്. അമ്മയെ കാണുവാൻ വൈകുന്നേരങ്ങളിൽ പോകുന്നത് എനിക്ക് ശീലമായിരുന്നു. അവരോട് എങ്ങനെ എന്റെ അന്നത്തെ ദിവസത്തെ നല്ലതും ചീത്തയുമായ കാര്യങ്ങൾ പറയുമെന്നോർത്തതും കുറേ നടന്നതും ക്യൂവിൽ നിന്നതും ആധി പിടിച്ചതും ഒക്കെ എനിക്ക് എത്ര ബുദ്ധിമുട്ടായിരുന്നു! എങ്ങനെ അവയെല്ലാംകൂടി ഞാൻ കൈകാര്യം ചെയ്തു എന്ന് ചിന്തിക്കുകയാണ് ഞാൻ ഇപ്പോൾ.

ഞാൻ അമ്മയുടെ സാധനങ്ങൾ മാറ്റിവെച്ചു. ചീർപ്പുകൾ, പൗഡർ ടിന്നുകൾ, ചെറിയ കണ്ണാടികൾ, സെന്റ് കുപ്പികൾ, തലമുടി പിന്നുകൾ, ചെറിയ ജാറുകൾ, ട്വീസറുകൾ, കത്രിക, ബ്രഷുകൾ - ഒരു സ്ത്രീയുടെ മാത്രം സാധനങ്ങൾ - എല്ലാം ചവറ്റുകുട്ടയിലായി.

ഞാൻ അവരുടെ പഴയ വസ്ത്രങ്ങൾ അലമാരിയിൽ നിന്നെടുത്തു. അവ വേർതിരിക്കുമ്പോൾ ഓരോന്നും അവർ എപ്പോൾ, എവിടെ ഇട്ട് ഞാൻ കണ്ടതാണെന്ന് ഓർക്കാൻ ശ്രമിച്ചു. ചിലപ്പോൾ എനിക്ക് ഒന്നും ഓർക്കാനേ കഴിഞ്ഞിരുന്നില്ല. എന്നാൽ ചിലപ്പോൾ ജീവനുള്ള ചിത്രം ഉടനടി തെളിയുമായിരുന്നു. അതിൽ അമ്മ നീൽവെൽവെറ്റ് വസ്ത്രമണിഞ്ഞ്, തല ചീകി, കണ്ണാടിക്കു മുന്നിലെ രൂപത്തിലേക്ക് നോക്കി അവരുടെ പുരികങ്ങളെപ്പോലെ മറ്റാർക്കുമില്ലെന്ന് ഉറപ്പുവരുത്തി തിയേറ്ററിലേക്ക് പോകാൻ തയ്യാറാവുകയായിരുന്നു. പിന്നീട് അവരുടെ ആകാശനീലിമയിൽ വ്യാളികൾ ഉള്ള ചൈനയിലെ വസ്ത്രം ഞാൻ തോണ്ടിയെടുത്തു. ഒഴുകുന്ന ആ പട്ടിൽ ഞാൻ മുഖമമർത്തി. എന്നാൽ അതിന് നനച്ചുവെച്ച പഴയ മണം മാത്രമേ ഉണ്ടായിരുന്നുള്ളൂ.

പിന്നീട് കടലാസ് കവറുകൾ. എല്ലാം വൃത്തിയായി തലക്കെട്ടോടുകൂടി ഉള്ളവയായിരുന്നു. അവ ഒട്ടിച്ചുവെച്ചിരുന്നു.

"സാഷൻകയുടെ ആദ്യത്തെ പല്ല്."

ഞാൻ ഓർത്തു അത് എന്റേതോ അവന്റേതോ?

"സാഷൻകയുടെ മുടി - ഒരു വയസ്സും മൂന്നു മാസവും! അപ്പോഴും അത് എന്റേതെന്നു പറയാൻ എനിക്ക് കഴിഞ്ഞില്ല. അത് എന്റേതാണോ അല്ലയോ?

വേനൽക്കാലവസതിയിലായിരുന്നപ്പോൾ ഞാൻ അവർക്കായി

ഉണ്ടാക്കിക്കൊടുത്ത വിശറികൾ കണ്ടു. വണ്ടുകളെ പായിക്കാനായിരുന്നു അവ. എന്തോ കാരണവശാൽ അവരത് സൂക്ഷിച്ചുവെച്ചിരുന്നു.

ഞാൻ ഫോട്ടോകളിലേക്ക് നോക്കി അതിശയപ്പെട്ടു. അവരുടെ ചെറുപ്പകാലത്ത് ഞാൻ അവരെപ്പോലെ തന്നെ ഇരുന്നിരുന്നു. ഞാൻ വൃദ്ധയായാൽ എന്നെ കാണാൻ അസുഖം പിടിച്ച അവരെപ്പോലെതന്നെ ഇരിക്കുമോ?

ചില ഫോട്ടോകൾക്ക് അമ്മയുടെ കൈയക്ഷരത്തിൽ തിയ്യതികൾ എഴുതിയിരുന്നു. ഒരു ഫോട്ടോയിൽ അച്ഛൻ അമ്മയെ മഞ്ഞുവീഴുന്ന എവിടെയോവെച്ച് കെട്ടിപ്പിടിക്കുന്നുണ്ട്. ഒക്ടോബറിൽ മഞ്ഞുവീഴ്ച വിചിത്രമായ ഒരു കാര്യംതന്നെ. അവർ പഴയ മാതൃകയിലുള്ള, മഞ്ഞിലൂടെ തെന്നിതെന്നി നീങ്ങാൻ പാകത്തിലുള്ള വേഷങ്ങളാണ് ധരിച്ചിരുന്നത്. തെന്നിനീങ്ങാനുള്ള സാധനമൊന്നും കണ്ടില്ല. ഞാൻ ശ്രദ്ധിച്ച് നോക്കി സമയം കണക്കുകൂട്ടി. എന്നെ ഗർഭം ധരിച്ച അതേസമയത്താണ് ഈ ഫോട്ടോ എടുത്തിരിക്കുന്നത്. അമ്മ ചിരിക്കുകയായിരുന്നുവെങ്കിലും അവരുടെ കണ്ണുകളിൽ ഒരു ഗൗരവം കണ്ടു. അച്ഛനാകട്ടെ വായ മുഴുവൻ പൊളിച്ച് ചിരിച്ചിരുന്നു. അദ്ദേഹത്തിന് അപ്പോഴും അദ്ദേഹത്തെക്കുറിച്ചോ അമ്മയെക്കുറിച്ചോ എന്നെക്കുറിച്ചോ ഒന്നും അറിയില്ലായിരുന്നു. പൊതുവെ പറഞ്ഞാൽ പഴയ ഫോട്ടോകളിൽനിന്ന് ഒരാൾക്കും തങ്ങളെപ്പറ്റി ഒന്നും പറയാനാവില്ല.

അമ്മ ഒരിക്കൽ എന്നോട് അവർ ഉപയോഗിച്ചിരുന്ന ചില മുൻകരുതലുകളെക്കുറിച്ച് പറഞ്ഞിരുന്നു. അവർ വാസ്‌ലിൻ പുരട്ടിയ ലോഹ വളയം ഗർഭാശയത്തിന്റെ മുഖത്ത് വെയ്ക്കുമായിരുന്നുവത്രെ. എന്നാൽ ആർത്തവസമയത്ത് അത് പുറത്തെടുത്തിരുന്നു. എപ്പോഴും താൻ ഈ വളയം ധരിക്കാറില്ലെന്നും പകരം ആസിഡ് പഞ്ഞികളാണ് ഉപയോഗിച്ചിരുന്നത് എന്നും പറഞ്ഞു. അച്ഛനോടൊപ്പം കിടക്കാൻ പോകുമ്പോൾ കുറച്ച് സിട്രിക് ആസിഡ് എടുത്ത് പഞ്ഞിയിൽ നനച്ച് അകത്തേക്ക് കടത്തിവെയ്ക്കുമായിരുന്നുവത്രെ.

എന്നാൽ അവർക്ക് എന്നെ വേണമായിരുന്നു. എനിക്ക് ആ രാത്രിയെക്കുറിച്ച് എനിക്ക് ജന്മം നൽകാൻ കാരണമായ രാത്രിയെക്കുറിച്ച് നന്നായി വിഭാവന ചെയ്യാൻ കഴിഞ്ഞു.

അമ്മയുടെ ശവമടക്കിന്റെ അന്ന് വീണ മഞ്ഞുവീഴ്ചപോലെയുള്ള അവർ രണ്ടുപേരും വൈകി എത്തി. തന്റെ അറഖാൻ കോട്ട് ഉണങ്ങാനായി അമ്മ തൂക്കിവെച്ചു.

അച്ഛൻ അവരുടെ സ്റ്റോക്കിംഗ്സ് ഊരുന്നത് ഞാൻ കാണുന്നു. അവർ മന്ത്രിക്കുന്നു,

"സൂക്ഷിച്ച്. നിങ്ങൾ അത് ഉയർത്തിത്തന്നെ വെയ്ക്കണം കേട്ടോ!" അമ്മ എന്നോട് പറഞ്ഞിരുന്നു അവിടെ തീവണ്ടി സ്റ്റേഷനിൽ ഒരു ചെറിയ റിപ്പയർ കട ഉണ്ടായിരുന്നുവെന്നും അതിൽ സ്റ്റോക്കിംഗ്സ് ഏണിപോലെ

ഉയർത്തിവെക്കാനുള്ളത് വെച്ചുകൊടുക്കും എന്നും മറ്റും. അവിടെ സ്ത്രീകൾ ക്യൂവായി നിൽക്കുമായിരുന്നുവത്രെ.

അമ്മ വൃത്തിയായി സ്റ്റോക്കിംഗ്സ് മടക്കി എടുത്തുവെയ്ക്കുമ്പോൾ അച്ഛൻ അവരെ അക്ഷമയോടെ ചുംബിച്ചിരുന്നിരിക്കാം. അലങ്കാരപ്പണിക്കായി ചെയ്ത റബ്ബർബാൾ ഉള്ള ബെൽട്ട് ഊരാനായി അമ്മ വളഞ്ഞു. അല്ലെങ്കിൽ അവരുടെ സൂക്ഷ്മമായ ശ്രദ്ധ ഇണചേരലിന്റെ ദൈർഘ്യം നീട്ടിക്കൊണ്ടുപോകുക എന്നതായിരുന്നിരിക്കുമോ?

എനിക്ക് അവരെക്കുറിച്ച് ഒന്നും അറിയില്ല. എന്നാൽ പിന്നീടുള്ളത് എനിക്കറിയാം. ഞാൻ ഉണ്ടായ കാലത്ത് ഉണർന്ന് ജനാലയ്ക്കൽ - മഞ്ഞുകാലമായിട്ടും അടയ്ക്കാത്തത് - സിഗരറ്റ് വലിക്കാനായി അച്ഛൻ അവിടെനിന്നു.

“നോക്കൂ, വീണ്ടും നിറയെ മഞ്ഞുപൊഴിയുകയാണ്. ഇവിടെ വരൂ.” അമ്മ അവരുടെ നഗ്നമായ ശരീരത്തിലേക്ക് അറാഖാൻ കോട്ടിട്ട് നഗ്നപാദങ്ങളോടെ അദ്ദേഹത്തിന്റെ നേർക്ക് കോളർ ഒതുക്കിപ്പിടിച്ചുകൊണ്ട് നടന്നു. ലൈംഗികബന്ധത്തിനുശേഷം അവർ ജനാലയ്ക്ക് നേരെ കുനിഞ്ഞുനിന്ന് ജനാലപ്പടിയിൽ പറ്റിപ്പിടിച്ച മഞ്ഞ് കോരി തിന്നാൻ തുടങ്ങി. അവർ ഇരുട്ടിൽ തുറന്ന ജനാലയ്ക്കടുത്ത് മഞ്ഞുവീഴ്ചയും നോക്കിനിന്നു.

അച്ഛൻ ഒരു കൈകൊണ്ട് അമ്മയെ ചുറ്റിപ്പിടിച്ചു. സിഗരറ്റിനെ മറ്റേ കൈയിൽ പിടിച്ച് അദ്ദേഹത്തിന്റെ വായുടെ കോണിലൂടെ കട്ടിയായി പുക ഊതിവിട്ടു.

മഞ്ഞുകാലത്തെ കോട്ട് അച്ഛനോട് ചേർത്തമർത്തി അവരുടെ ജ്വലിക്കുന്ന തൊലിയിൽ, അവരുടെ കഴുത്തിലായി വെച്ചു. അവരുടെ കൈമുട്ടുവരെ നഗ്നമായിരുന്നതിനാൽ പുറത്തെ വെളിച്ചത്തിൽ അവരുടെ കൈ നീണ്ട ഓപ്പറ ഗ്ലൗസിട്ടതുപോലെ വെളുവെളുത്ത് ഇരുന്നു.

എന്റെ സാഷൻക!

ഇവിടെ മഴ തുടങ്ങി. അത് ഇടതടവില്ലാതെ പെയ്യുകയാണ്.

ഞങ്ങൾ ക്യാംപിലേക്ക് മടങ്ങിയെത്തി. ഈ നിമിഷത്തിൽ മഴ ഞങ്ങളുടെ കൂടാരത്തിനുമുകളിൽ, എന്റെ തലയ്ക്കു മുകളിൽ കൊട്ടിക്കൊട്ടി പെയ്യുകയാണ്. മഞ്ഞനിറത്തിലുള്ള മണ്ണ് നീങ്ങിക്കൊണ്ടേയിരിക്കുന്നത് ഞാൻ നോക്കിക്കൊണ്ടിരിക്കുകയാണ്. ചെളിക്കുണ്ടുകളിൽ കുമിളകളുണ്ട്.

ഈ കൂടാരത്തിനുള്ളിൽ എല്ലാം നനഞ്ഞും സഹിക്കാൻ വയ്യാത്തത്ര തരത്തിൽ വൃത്തികെട്ടും ഇരിക്കുന്നു. എന്നാൽ വിപരീതമായി പുറത്ത് എല്ലാം വെളുത്ത് വൃത്തിയായി ഇരുന്നു. എല്ലാ പൊടിയും കഴുകിക്കളയപ്പെട്ടിരുന്നു.

അത് പെയ്യാൻ തുടങ്ങിയപ്പോൾ എല്ലാവരും ആദ്യം സന്തോഷിക്കുകയും പാചകപ്പാത്രങ്ങളിലും ബക്കറ്റുകളിലുമൊക്കെ മഴവെള്ളം പിടിച്ചുവെയ്ക്കുകയും ചെയ്തു. തുണികൾ ഊരി ഒരു കുളി കഴിഞ്ഞ് നഗ്നരായി മഴയത്ത് ഓടിയശേഷം യൂണിഫോമുകളും അടിവസ്ത്രങ്ങളും നനയ്ക്കുകയും ചെയ്തു. ഈ ഭാഗത്ത് വടക്കുനിന്നാണ് മഴയെത്തുന്നത്. പുകപോലെയും ശക്തമായതുമാണ്.

ഞങ്ങൾ എല്ലാം കഴുകി. എന്നാൽ അതൊന്നും എവിടെയും ഉണക്കാനിടാൻ പറ്റില്ലായിരുന്നു. ഇപ്പോൾ എല്ലാം കൂടാരത്തിൽ തൂക്കിയിട്ടിരിക്കുകയാണ്. കൂടാരം മുഴുവൻ മണ്ണിന്റെ മണമായി.

ക്യാൻവാസ് കൂടാരത്തിനു മുകളിലെ ഈ താളംകൊട്ടൽ എന്നെ ഭ്രാന്ത് പിടിപ്പിക്കുന്നു.

ഞാൻ രാവിലെ മുതൽ വിറയ്ക്കുകയാണ്. എനിക്ക് പനി പിടിച്ചു എന്നു തോന്നുന്നു. ഒരു പ്രത്യേകതരം അനുഭവം. എനിക്ക് എല്ലാം കാണുകയും കേൾക്കുകയും ചെയ്യാം. പുറത്തുനിന്നുള്ളവ മാത്രം.

ചില സമയങ്ങളിൽ പെട്ടെന്ന് ബോധം നഷ്ടപ്പെടും. എനിക്ക് വ്യക്തമായ കാര്യങ്ങൾ പോലും മനസ്സിലാവില്ല. ഉദാഹരണത്തിന് ഈ ആളുകളൊക്കെ എന്റെ ജീവിതത്തിൽ എങ്ങനെ വന്നെത്തി എന്നെനിക്ക് മനസ്സിലാവുന്നില്ല. അല്ലെങ്കിൽ ആളുകൾ സന്തോഷത്തോടെ ഉറക്കെ സംസാരിക്കുന്ന, തോൾബെൽട്ടുകൾ ഊരുന്ന, ഹുയാങ്ജ്യൂ മണക്കുന്ന ഇവരോടൊപ്പം ഞാൻ എങ്ങനെ ഈ പുകനിറഞ്ഞ ഇരുണ്ട കൂടാരത്തിൽ വന്നെത്തി? അവരിലൊരാൾ മൂക്കിലെ രണ്ട് ദ്വാരങ്ങളിലൂടെയും പുക വിട്ടു. മറ്റൊരാൾ തന്റെ സൈനികതൊപ്പി ഇട്ടതുമൂലമുണ്ടായ നെറ്റിയിൽ ചുവന്ന പാടുള്ളയാൾ, മറ്റൊരാൾ തലയിൽ ഒരൊറ്റ രോമവും ഇല്ലാത്തയാൾ, അയാളുടെ തൊലി സിഗരറ്റിലെ നേർത്ത കടലാസ്പോലെ തിളങ്ങുന്നതായിരുന്നു. അവർ ഇപ്പോൾ മെലാനൈറ്റ് ഷെല്ലുകളുടെ പ്രവർത്തനങ്ങളെക്കുറിച്ച് ചർച്ചചെയ്ത് ശപഥം ചെയ്തുകൊണ്ടിരിക്കുകയാണ്.

എനിക്ക് ശരിക്കും പനിയുണ്ടോ? എനിക്ക് ശരിക്കും അസുഖം പിടിപെടേണ്ടതാണ്. ജീവിതത്തിന്റെ രീതി അങ്ങനെ കുത്തഴിഞ്ഞിട്ടുള്ളതാണ്.

പാചകക്കാരൻ പരാതിപ്പെടുന്നു, വെണ്ണ ഇല്ലാത്തതിനാൽ അയാൾ എല്ലാം സോയാബീൻ എണ്ണയിലാണ് പാചകം ചെയ്യുന്നത് എന്ന്.

ഞാൻ ഉയർന്ന ഉദ്യോഗസ്ഥന്റെ കൂടാരത്തിനു മുന്നിലൂടെ നടന്നു. അവിടെ കോഴികളുടെ കൂടുകൾ ഉണ്ടായിരുന്നു. എനിക്ക് മനസ്സിലാവുന്നില്ല.

എന്താണ് അവിടെ മനസ്സിലാക്കാൻ ഉള്ളത്? കോഴികൾ, കൂടുകൾ, മഴ, ഒരു ഉയർന്ന ഉദ്യോഗസ്ഥൻ, എന്നാലും ഇങ്ങനെയൊക്കെയായാലും എനിക്ക് മനസ്സിലാവാത്ത ഒന്നുണ്ട്.

അഡ്മിറൽ അലക്സീവിന്റെ വരവിനോടനുബന്ധിച്ച് ഞങ്ങൾ ഒരു പരിശോധന സംഘടിപ്പിച്ചിരുന്നു. നന്നായി വസ്ത്രധാരണം ചെയ്ത്, മിടുക്കരായി സൈനികതൊപ്പിയും വൃത്തിയായി തിളങ്ങുന്ന ബാഡ്ജും ധരിച്ച് എല്ലാവരും അതിരാവിലെ മഴയത്ത് വരിവരിയായി നിന്നു. അവർ രണ്ടു മണിക്കൂർ കാത്തു. സൈനികവിഭാഗത്തലവൻ വന്നു. സല്യൂട്ട് ചെയ്ത് കാലാൾപ്പടയിലെ ഒരാളുടെ തോക്ക് പിടിച്ച് നോക്കി. അത് വൃത്തിയില്ലാത്തതായിരുന്നു. അയാൾ എല്ലാവർക്കും ചെവിനിറച്ച് കൊടുത്തു. എന്നാൽ ഇതൊക്കെക്കൊണ്ട് എനിക്കെന്ത് കാര്യം?

ഞങ്ങളൊക്കെ ആരാണെന്നും എവിടെയാണ് എന്നും എന്തിനാണ് ഞങ്ങൾ ഒന്നിച്ചതെന്നും എനിക്ക് അറിയുന്നില്ല. ഈ മഴയും എവിടുന്നോ കേൾക്കുന്ന വെടിയൊച്ചയുമൊക്കെ വിശദീകരിക്കാൻ ആവാത്തതാണ്. ഈ എഴുത്തുകുത്തുകൾ, എനിക്ക് പകർത്തിയെഴുതേണ്ടവ ഒരിക്കലും തീരാത്തതും സങ്കല്പിക്കാനൊന്നും പറ്റാത്തതുമാണ്. നിനക്ക് പ്രേമലേഖനം എഴുതുന്ന അതേ കൈകൊണ്ട് മറ്റൊരു കൂട്ടർക്ക് ദുഃഖത്തിന്റെ വരികൾ എഴുതി, ആരെയെങ്കിലും ആ വീട്ടിലേക്ക് ഞാനെന്ന ഒരു സന്ദേശവാഹകൻ ചീത്ത വാർത്തകൾ അറിയിക്കാൻ പോകുന്നപോലെ അയയ്ക്കുക എന്നിവയൊക്കെയാണ് എന്റെ ജോലികൾ. ഞാനൊരു സന്ദേശവാഹകനൊന്നുമല്ല.

കിറിൽ ഒരു യിഹേവ്റ്റാനിന്റെ ശരീരത്തിൽ ഒരു മന്ത്രത്തകിട് കണ്ടു. അയാളുടെ കഴുത്തിൽ കെട്ടിയ ചരടിൽ കോർത്ത കൂടിൽ ഒരു കഷണം കടലാസ് ഉണ്ടായിരുന്നു. ചുവന്ന നിറത്തിൽ ഒരു മന്ത്രം അതിൽ എഴുതിയിരുന്നു. ആ കടലാസ് അയാളെ മുറിവുകളിൽനിന്ന് രക്ഷിക്കും എന്നതാവും അർത്ഥം. കിറിൽ അയാളുടെ സ്വന്തം കഴുത്തിൽ അത് തൂക്കി.

എനിക്ക് വളരെകുറച്ചേ അതിനെക്കുറിച്ച് മനസ്സിലായുള്ളൂ. ഞാനും അയാളും വീണ്ടും തമ്മിൽ വഴക്ക് കൂടി.

സൈനികർ ഒരിക്കലും ഷേക്സ്പിയറെ വായിച്ചിട്ടുണ്ടാവില്ല. എന്നാൽ യുദ്ധത്തിനുമുമ്പ് എന്നും അധികം ഭക്ഷണം കഴിക്കരുത് എന്നും വയറിൽ പുണ്ണുണ്ടായാൽ അവരുടെ അവസ്ഥ വഷളാകുമെന്നും അവർക്കറിയാം. വൃത്തികെട്ട മുറിവുകൾ മൂത്രംകൊണ്ട് കഴുകുകയോ പഴുക്കാതിരിക്കാൻ പൊള്ളിക്കുകയോ ആവും ചെയ്യുക എന്നും അവർക്കറിയാം. അവസാന ആശ്രയം എന്ന നിലയ്ക്ക് വെടിയുണ്ടയിലെ പൊടിയും ഉപയോഗിക്കുന്നു.

ഡെന്മാർക്കിലെ രാജാവിന്റെ ആത്മപ്രഭാഷണങ്ങൾകൊണ്ട് അവർക്ക് എന്തുചെയ്യാൻ കഴിയും? ആയിരിക്കും അല്ലെങ്കിൽ ആയിരിക്കില്ല. അസംബന്ധം. മനസ്സിലാക്കാൻ പ്രയാസം.

കൂടാരത്തിനു മുകളിൽ വെള്ളം ചെറുകുഴികളായി കെട്ടിനിന്നു. കിറിൽ ക്യാൻവാസിൽ മുളകൊണ്ട് തട്ടി അത് കളയാൻ ശ്രമിക്കുമ്പോൾ ഭാരം

കൊണ്ട് മുള വളഞ്ഞു. ഞാൻ എന്തിനാണ് ഇതൊക്കെ എഴുതുന്നത്? എനിക്കറിയില്ല.

പട്ടണം കൊള്ളയടിക്കുന്ന കാര്യം സംയമനമില്ലാത്തതും മതിവരാത്ത തുമാണ്. അവർ എല്ലാം കൊള്ളയടിച്ചു. ഇംഗ്ലീഷുകാരൻ ക്യാപ്റ്റൻ ബെയ്‌ലി കമാന്ററായി നിയമിതനായി. കൊള്ള തടയാനായി അയാൾ ഉടനെ ഇംഗ്ലണ്ട് സേനയിലെ ഒരു ശിപായിയെ വെടിവെച്ച് കൊന്നു. ഞങ്ങളുടെ മുതിർന്ന ഓഫീസർമാർ ഒന്നുംതന്നെ കൂടുതലായി അവരെ ചെയ്യാൻ സമ്മതിക്കരുത് എന്നു കരുതി രണ്ട് റഷ്യൻ സൈനികരെ വെടി വെച്ച് കൊന്നു.

അവർ ആദ്യം കൈയിൽ കിട്ടിയ രണ്ടുപേരെ വെടിവെക്കുകയായി രുന്നു. ജനറൽ ഫുകുഷിമ ഇതേക്കുറിച്ച് അറിഞ്ഞപ്പോൾ മൂന്ന് ജപ്പാൻ സൈനികരെ വെടിവെച്ച് കൊല്ലാൻ ഉത്തരവിട്ടു.

ഞാൻ ആ രണ്ട് സൈനികരെക്കുറിച്ചുള്ള രേഖകൾ ഉണ്ടാക്കി. വാസിലി അലക്സാന്ദ്രോവിച്ച് സിമിൻ, അലക്സാണ്ടർ മിഖായ്‌ലോവിച്ച് ലോക്ടേവ്. ഒരാൾ ഇരുപത് വയസ്സുകാരനും മറ്റേയാൾ ഇരുപത്തിഒന്നും. യാദൃച്ഛികമായി, ഇയാളുടെ പിറന്നാൾ മൂന്നു ദിവസം മുമ്പ് കഴിഞ്ഞതേ യുള്ളൂ.

വിലകൂടിയ പട്ടുതുണികൾകൊണ്ട് സൈനികക്കൂട്ടം അവരുടെ തോക്കു തുടയ്ക്കുന്നത് ഞാൻ കണ്ടു. ഇതൊക്കെ എന്താണിങ്ങനെ എന്നൊന്നും എനിക്ക് മനസ്സിലാകുന്നില്ല.

എന്നെ ഭ്രാന്തുപിടിപ്പിക്കാൻ ഈ മഴ മതി. എനിക്ക് ആകെ അറിയാ വുന്നത് ലോക്ടേവ്, വിളറിയ കണ്ണുകളും വെളുത്ത മുടിയും പുരിക ങ്ങൾ ഏകദേശം ഇല്ലാത്തതുമായ ഒരാളാണ്.

ഇത് എഴുതിക്കൊണ്ടിരിക്കുമ്പോൾ ഗ്ലാസ്നാപ് ഈ മഴയത്ത് അല്പം ചൂടുവെള്ളം കിട്ടുമോ എന്നറിയാൻ ഓടി. തിരിച്ചുവരുമ്പോൾ അയാൾ വഴുക്കി. അയാളുടെ ഇടതുകാലിൽ തിളച്ച വെള്ളം വീണു. അയാൾ ശബ്ദമില്ലാതെ കരഞ്ഞുകൊണ്ട് അവിടെ ഇരുന്നു. അയാളുടെ തൊലി ചുവന്ന് പൊള്ളിയിരുന്നു. എല്ലാവരും അയാളെ ഉപദേശങ്ങൾകൊണ്ട് ശല്യപ്പെടുത്തി. അപ്പോൾ അയാൾ ആ സന്നദ്ധസംഘങ്ങളുടെ ഇടയിൽ നിന്ന് പോയി.

മറ്റന്നാൾ മഴ ഉണ്ടായാലും ഞങ്ങൾ പീക്കിംഗിലേക്ക് പോവുകയാണ്. ഇന്ന് കവാത്ത് ചെയ്യുന്നതിനെക്കുറിച്ചുള്ള പദ്ധതി ഞാൻ ഒരു വൃത്തി യുള്ള കടലാസിൽ പകർത്തിയെഴുതി. പ്രധാന ഓഫീസ് മന്ദിരത്തിന്റെ കൂടാരത്തിലെ മുകൾഭാഗത്തുനിന്ന് വെള്ളം ഇറ്റിറ്റുവീഴുകയായിരുന്നു. വെള്ളത്തുള്ളികൾ ശരീരത്തിൽ വീഴാതിരിക്കാൻ ഞാൻ എപ്പോഴും ശ്രദ്ധി ക്കണമായിരുന്നു. അവർ പീക്കിംഗ് എന്നതുകൊണ്ട് എന്താണ് അർത്ഥ മാക്കുന്നത്? ഭൂമുഖത്ത് അത് എവിടെയെങ്കിലും ഉണ്ടോ?

നടന്നുപോകാൻ ബുദ്ധിമുട്ടുള്ള ഈ മണ്ണിലൂടെ ഞങ്ങളെങ്ങനെ നടക്കും?

ശ്രദ്ധിക്കാൻ ഞാൻ പണിപ്പെട്ടു. എന്റെ വയറ് വല്ലാത്ത ഒരു ഭീതിജനകമായ അവസ്ഥയിലായിരുന്നു. ഞാൻ ഒന്നും കഴിക്കാതിരുന്നാൽ അത്ര പ്രശ്നമില്ല. എന്നാൽ ഞാൻ കഴിച്ചാൽ വയറിളക്കവും ഛർദ്ദിയും ഉണ്ടാകുന്നു. അവർ ഒരുതരം പൊടി ആതുരാലയത്തിൽനിന്നും വരുത്തിതന്നു. അതൊന്നും സഹായിച്ചില്ല.

എനിക്ക് എപ്പോഴും വിശപ്പ് തോന്നാൻ തുടങ്ങി.

ഷേവ് ചെയ്യാതെയും മറ്റും ഒരുവിധം ജീവിച്ചുപോകുന്ന എന്നെ നീ കാണാതിരിക്കുന്നത് നന്നായി. ഇവിടെ എല്ലാവരും ഒരുപോലെയാണ്. മണ്ണിൽ മുങ്ങി ഇരിക്കുന്നു. ഞങ്ങളുടെ കിടക്കകളും തുണികളും ഒക്കെ അങ്ങനെതന്നെ. ഞാൻ അതേപ്പറ്റി മുമ്പ് നിനക്ക് എഴുതിയിരുന്നു എന്ന് കരുതുന്നു. ഉണ്ടെങ്കിൽ അത് എന്തിന്?

എന്തിനാണ് ആളുകൾ എഴുതുന്നത്? എഴുതുംതോറും അവർ ജീവിക്കുന്നു എന്നാണ് അർത്ഥം. നീ ഈ വരികൾ വായിക്കുമ്പോൾ അതിനർത്ഥം എന്റെ മരണം നീണ്ടുപോയി എന്നാണ്. ഞാൻ ഷെഹറാസാദുമായും അവളുടെ കഥകളുമായും സാമ്യമുള്ളവനാണ്. ഞാനുമായി താരതമ്യം ചെയ്യുമ്പോൾ അവൾ പണക്കാരിയായ ഒരു സ്ത്രീയായിരുന്നു എന്നുമാത്രം. ഒരു ആയിരം രാത്രികൾ, വെറുതെ ഒന്ന് ചിന്തിച്ചുനോക്ക് - അതൊരു അനശ്വരതയാണ്. ഇനി എത്ര രാത്രികളായിരിക്കും എനിക്ക് അനുവദിച്ചിട്ടുള്ളത്? ആ അക്കങ്ങൾ എവിടെയോ ഇരിപ്പുണ്ട്. എന്നെയും കാത്ത്, കണ്ടുപിടിക്കാത്ത അമേരിക്കപോലെ.

ചിലപ്പോൾ ഞാൻ ഞാൻ അല്ലാതാവും. എനിക്കു വീണ്ടും എന്നെ കണ്ടുപിടിക്കാനും കണ്ടെത്താനും സ്വയം നിറയാനുമൊക്കെ എന്റെ പ്രിയതമേ, എനിക്ക് നിന്നെ വേണം. എന്തെങ്കിലും യാഥാർത്ഥ്യമായതൊന്നിൽ ഞാൻ പിടിച്ചുതൂങ്ങണം. അതിനാൽ ഞാൻ നിന്നിൽ പറ്റിപ്പിടിക്കും.

ഞാൻ നിനക്ക് എഴുതുകയാണ് എന്നാൽ എല്ലാം ശരിയായി, ഞാൻ ജീവനോടെ ഇരിക്കുന്നു എന്നർത്ഥം. ഞാൻ എഴുതുന്നു, അതുകൊണ്ട് ജീവിച്ചിരിക്കുന്നു. വിചിത്രംതന്നെ, എനിക്ക് അതിൽനിന്നാണ് മോചനം വേണ്ടുന്നതും. എന്നാൽ എനിക്കതിന് കഴിയുന്നില്ല.

ചിലപ്പോൾ സംഭവിക്കുന്നത് എല്ലാം വിശദീകരിക്കാനാവാത്ത സ്വപ്നം പോലെയാണ്. പരിഹാസ്യമാണ്. എന്നാൽ വേദനാജനകമായി യാഥാർത്ഥ്യം, ചൂടും ചൂരും ശബ്ദവും നിറഞ്ഞതാണ്. എനിക്ക് യാഥാർത്ഥ്യത്തിലേക്ക് ഉണർന്നാൽ കൊള്ളാമെന്നുണ്ട്. എന്നാൽ കൂടാരത്തിൽ മുഴുവൻ ചോർന്നുവീഴുന്ന വെള്ളത്തുള്ളികളിൽനിന്ന്, പൂപ്പൽ പിടിച്ച ഉണങ്ങാത്ത വസ്ത്രങ്ങൾക്കിടയിൽനിന്ന് എങ്ങോട്ട് ഉണർന്നെഴുന്നേൽക്കാനാണ്?

ഞാൻ തിരിച്ച് ചിന്തിച്ചുനോക്കി. ഉണർന്നില്ലെങ്കിൽ ഉറങ്ങുകതന്നെ ചെയ്യുക. എന്നാൽ അതും സാധിച്ചില്ല. എന്റെ തല കട്ടികൂടി ഭാരമേറിയതായി.

ഞാൻ കുറച്ച് വെള്ളം കുടിച്ചു. പല്ലുകൾക്കിടയിൽ മണൽ ഞെരിഞ്ഞു.

ഗ്ലാസ്നാപ് അയാളുടെ കൈയിൽ ബാൻഡേജ് ഇട്ടുകൊണ്ട് തിരിച്ചുവന്നു. അയാൾ കട്ടിലിൽ ഇരുന്ന് വെളുത്ത വൃത്തിയുള്ള കെട്ടലും നോക്കി ഒരു നിമിഷം വിസ്മയിച്ച് ആലോചനാപൂർവ്വം പറഞ്ഞു,

"ഈ ലോകത്തിലുള്ള എല്ലാംതന്നെ മറ്റെന്തിന്റെയൊക്കെയോ ലക്ഷണമാണ്, അല്ലേ? എല്ലാറ്റിനും അർത്ഥമുണ്ട്. അവ നമ്മോട് എന്തൊക്കെയോ പറയുന്നു. ഇത് എന്നോട് എല്ലാം ശരിയാകും എന്ന് പറയുകയാണോ?

അയാൾ പറഞ്ഞത് ഞാൻ മാത്രമേ കേട്ടിരുന്നുള്ളൂ എന്നതൊരു കാര്യമായി.

വിഡ്ഢിയായ ഗ്ലാസ്നാപിനെപ്പോലെ ഇതെല്ലാം മറന്ന് ഉറങ്ങാനും സമയത്ത് ഉണരാനും എല്ലാം ഒരു ദുഃസ്വപ്നമായി കാണാനും കഴിയും എന്നത് വിശ്വസിക്കാൻ കഴിയുന്നതല്ല.

അവസാനം മരണം എന്താണ് എന്നതിനെപ്പറ്റി ഒന്നും എനിക്ക് അറിയുവാൻ കഴിയുന്നില്ല. അറിയുകയുമില്ല.

എനിക്ക് എപ്പോഴെങ്കിലും മനസ്സിലാകുമോ എന്തോ!

ഞാൻ സ്വപ്നവുംകണ്ട് ഉറക്കത്തിലാവും. ചിലപ്പോൾ ഞാൻ ഉണർന്നേക്കും. എനിക്ക് ഉണരാൻ കഴിഞ്ഞാൽ! എനിക്കതിനെക്കുറിച്ച് കൂടുതൽ ഒന്നും അറിയില്ല.

ഇപ്പോൾ എന്റെ ചുറ്റും ഇരിക്കുന്ന ആളുകൾ ചായ കുടിക്കുന്നുണ്ട്.

എനിക്കു ചുറ്റുമുള്ളവർ ആരാണോ എന്തോ? എന്നോട് അവർ എന്താണ് പറയുക എന്നറിയില്ല.

ഞാനെന്താണ് ഇവിടെ ചെയ്യുന്നത് എന്നെനിക്ക് അറിയുന്നില്ല. എന്താണ് ഞാൻ നിന്റെ കൂടെ ഇല്ലാത്തത്?

എന്റെ സാഷൻക! എനിക്ക് അറിയേണ്ടുന്ന എല്ലാം അറിഞ്ഞു കഴിഞ്ഞു എന്നാണ് വിചാരിക്കേണ്ടത്. അതുമതി എനിക്ക്. എനിക്ക് നിന്റെ അടുത്തേക്ക് വരണം. എന്നാൽ അവർ ഞങ്ങളെ എവിടേക്കെങ്കിലും ഒരിടത്തേക്ക് ഓടിക്കും. അല്ലെങ്കിൽ ഈ നടക്കാൻ പറ്റാത്ത മണ്ണിലൂടെ മറ്റൊരിടത്തേക്ക്.

സാഷ, ഞാൻ ഇവിടെ ഓരോ ചുവടും വെയ്ക്കുന്നതിന് അർത്ഥമുണ്ട്. കാരണം അത് നിന്റെ അടുത്തേക്കുള്ള ചുവടുവെയ്പാണ്. എന്റെ പ്രേമഭാജനമേ, ഞാൻ എവിടേക്ക് നടന്നാലും അത് നിന്നിലേക്കുള്ളതാണ്.

ഞാൻ മഴ വീഴുന്ന താളം കേട്ടു. എന്റെ തലയിൽ എന്റെ തല ച്ചോറിനെ അടിച്ചിറക്കുംപോലെ തോന്നി. വേനൽക്കാല വസതിയിൽ മഴ വീഴുന്നത് ഞാൻ ഓർക്കുന്നു. എന്തൊരു നല്ല ശബ്ദമാണ് വേനൽക്കാല വസതിയിൽ മഴ ഉണ്ടാക്കിയിരുന്നത്! രാവിലെ വരാന്തയിലെ മുകൾ ഭാഗത്ത് ആരോ പിറുപിറുക്കുംപോലെ.

ജനാലയിലൂടെ കരിയിലകളുടെ ശബ്ദവും കേട്ട് കൊച്ചുകട്ടിലിൽ വായിച്ചുകൊണ്ട് കിടക്കാൻ കഴിഞ്ഞാൽ ഈ മഴദിനങ്ങളെ ഞാനെത്ര ഇഷ്ടപ്പെടുമെന്നോ!

ഇപ്പോൾ എനിക്ക് ആ ചൂടുകാലത്ത് സന്തോഷമായി ഇരിക്കാൻ കഴിഞ്ഞിരുന്നില്ല എന്നത് അതിശയിപ്പിക്കുന്നു. തീർച്ചയായും ഞാൻ സന്തോഷവാനായിരുന്നു, എനിക്ക് അത് അറിയില്ലായിരുന്നു എന്നു മാത്രം. എന്നാൽ എനിക്ക് എല്ലാം അറിയുകയും മനസ്സിലാവുകയും ചെയ്തിരുന്നു എന്നു തോന്നുന്നു. ഞാൻ ഹാംലെറ്റിൽ വായിച്ചത് ഞാനോർക്കുന്നു, 'സമയം ശരിയായിട്ടുള്ളതല്ല.'

എല്ലാം എനിക്ക് വ്യക്തമായിരുന്നു. മനസ്സിലാക്കാൻ എന്താണിത്ര പ്രയാസം?

എന്നാൽ ഇവിടെവെച്ചാണ് എനിക്ക് അതു മനസ്സിലായത്. അദ്ദേഹം എന്താണ് ഉദ്ദേശിച്ചത് എന്ന് ഇപ്പോൾ എനിക്ക് അറിയാം.

ഷേക്സ്പിയർ എന്താണ് എഴുതിയിരുന്നത് എന്നറിയാമോ? സമയം ശരിയായിത്തന്നെ തിരികെയെത്തും എന്നും നമ്മൾ വീണ്ടും കണ്ടുമുട്ടിയ ശേഷം എന്റെ തല നിന്റെ മടിയിൽവെച്ച് കിടക്കുമെന്നും ഉള്ള സത്യമാണ്.

എന്റെ ഒരേയൊരു പ്രേമമേ!

ഞാൻ നിനക്ക് എഴുതിയിട്ട് കുറേക്കാലമായി.

ഇവിടെ എല്ലാം ശരിയാണ്.

എനിക്ക് ക്ഷീണമാണ് എന്നു മാത്രം.

ഞാൻ പരാതി പറയുകയാണെന്ന് കരുതരുത്. ഞാൻ ശക്തയാണ്. അല്ലെങ്കിൽ മറിച്ച്. ഞാനെന്റെ സഹോദരിയാണ്. അവളാണ് ശക്തിമതി. എനിക്ക് ഒരു കാരണവുമില്ലാതെ കരയാനേ കഴിയൂ. അത് എനിക്ക് എത്ര എളുപ്പമാണെന്ന് നിനക്കറിയാമല്ലോ.

ഞാൻ വീണ്ടും സഹോദരി എന്നൊക്കെ പറഞ്ഞ് ഉണ്ടാക്കുന്നു.

എനിക്ക് എന്നെത്തന്നെ ശീലമാകുന്നില്ല. ഞാൻ എന്റെ ജീവിത കാലം മുഴുവൻ ശ്രമിച്ചു. എന്നാൽ കഴിയുന്നില്ല. നന്നായി ശ്രമിച്ചു വെങ്കിലും എനിക്ക് ജീവിതവുമായി പൊരുത്തപ്പെടാനാവുന്നില്ല. നീതി യുടെയും ദയയുടെയും നല്ല ചിരട്ടകളെ വേർതിരിച്ചെടുക്കാൻ വളരെ പാടാണ്. എനിക്ക് എല്ലാം അറിയാം. എനിക്കെല്ലാം മനസ്സിലാകും. എന്നാൽ അത് ബുദ്ധിമുട്ടാണ്. എന്നും രാവിലെ ഇരുട്ടത്ത് എഴുന്നേൽ ക്കുന്നു. പിന്നീട് തനിയെ തിരിച്ചുവരുന്നു, വീണ്ടും ഇരുട്ടുതന്നെ.

എന്നാൽ അവൾ അങ്ങനെയല്ല. അവൾക്ക് എല്ലാം എളുപ്പമാണ്. അവൾ എല്ലാം വേറെ രീതിയിൽ കാണുകയും അനുഭവിക്കുകയും ചെയ്യുന്നു. ഇതൊന്നും ആരോടും വിശദീകരിക്കാനാവില്ല. എന്നാൽ നീ മനസ്സിലാക്കും. ഉദാഹരണത്തിന് ഞാൻ രാവിലെ ജോലിക്കുപോകും എന്ന് വിചാരിക്കുക. ഞാൻ ട്രാമിനായി കാത്തുനിൽക്കുന്നു. തണുത്ത മഞ്ഞുപോലത്തെ കാറ്റ് എന്റെ കണ്ണുകളെ നീരണിയിക്കുന്നു. എന്റെ കവിളുകൾ തണുത്ത് ചുരുങ്ങുന്നു. ട്രാംസ്റ്റോപ്പിലെ തണുത്ത് മരവിക്കുന്ന ആളുകൾ മുഖം കറുത്ത് നിശ്ശബ്ദരായി നിൽക്കുന്നു. നിഴലുകളല്ല, ആളുകളുമല്ല. ട്രാം അപ്പോഴും വന്നിട്ടില്ല. ഇനി ചിലപ്പോൾ വരികയേ ഇല്ല. അവർ നൃത്തം ചെയ്യുംപോലെ മുകളിലേക്കും താഴേക്കും ചാടി. ചുമയ്ക്കുകയും തുപ്പുകയും ചെയ്ത് ഉറക്കം തൂങ്ങിയുള്ള നിൽപ്പിൽ ട്രാമിൽ ഇടംപിടിക്കുന്നു. ഞാൻ എന്റെ കണ്ണുകൾ അടച്ചു. എന്നാൽ ഇതൊന്നും കാണേണ്ടല്ലോ.

എന്നാൽ അവൾ നോക്കുന്നു. വ്യത്യസ്തമായി അവൾ എന്തോ കാണുകയും ചെയ്തു.

മഞ്ഞ് പൊടിയായി ചെരിഞ്ഞ് അങ്ങനെ നിലത്തുകൂടി പൊടിയായി ഇടറിനീങ്ങി. മഞ്ഞിൽ കുഞ്ഞ് നക്ഷത്രങ്ങൾ. രാത്രിയിൽ മരങ്ങളും ഇലക്ട്രിക് കമ്പികളും മറ്റും വിരലിന്റെ അത്ര കട്ടിയുള്ള കമ്പിളിരോമം പോലുള്ള പൊടിമഞ്ഞ് പുതച്ച് നീണ്ടുനിന്നു. ചവറുകളുടെ അറ്റംപോലും വധുവിനെപ്പോലെ സുന്ദരിയായി.

കട്ടിയേറിയ പുകയുന്ന വൃക്ഷക്കൂട്ടം ട്രാം സ്റ്റോപ്പിലെ ആൾക്കൂട്ടത്തിന് ചുറ്റും ഉണ്ടായിരുന്നു. സ്വയം പൊട്ടിമുളച്ച് കിളിർക്കുന്ന വിത്തുകളെ പ്പോലെ ആത്മാവ് ചിന്നിച്ചിതറി. ട്രാം ഗർജ്ജിച്ചുകൊണ്ട് വരികയും കഠോരമായി ശബ്ദിക്കുകയും ചെയ്തു. കമ്പികളിൽ ഉരഞ്ഞ് തീ പാറുന്നു.

ട്രാം സ്റ്റോപ്പിലെ നിഴലുകൾ അനങ്ങുകയും തമ്മിൽ മുട്ടി തിരക്കു കയും ചെയ്തു.

ഞങ്ങൾ എങ്ങനെയോ അതിനുള്ളിൽ ഞെരുങ്ങിനിന്നു. കണ്ടക്ട റമ്മ ഞങ്ങളെ ചീത്ത പറഞ്ഞ് ചില്ലറ സഞ്ചി ഇളക്കി. അവരുടെ കണ്ണട യിൽ ആവി നിറഞ്ഞു. ഞാൻ ഒരു പിടിവള്ളിയിൽ പിടികൂടി ആടുക യായിരുന്നു. ആ തോലിന്റെ കണ്ണിയിൽനിന്നും പുളിച്ച എന്തോ വന്നു.

ട്രാം തിരിഞ്ഞുതിരിഞ്ഞ് സഞ്ചരിച്ച് അതിലെ മനുഷ്യരെ അതാത് സ്ഥലങ്ങളിലെത്തിച്ചു.

ചെറിയ വിളക്കുകളുടെ നേർത്ത പ്രകാശത്തിൽ ഇന്നലത്തെ 'സായാഹ്നവാർത്ത' ഒരു മുങ്ങിമരിച്ച മനുഷ്യന്റെ തൊലിപോലെ തോന്നിച്ചു. യുദ്ധം ആദ്യത്തെ പേജിലും പദപ്രശ്നം അവസാനത്തേ തിലും. പ്രെസ്റ്റർ ജോണിന്റെ രാജ്യം നമ്മെ വിശ്വാസവഞ്ചന ചെയ്ത് ആക്രമിക്കുകയാണ്. ദൂരക്കാഴ്ചയോടെയുള്ള ക്രോഡീകരിക്കപ്പെട്ട കാര്യ ങ്ങളാണ് വരികളിൽ. ലോകത്തിന്റെ കേന്ദ്രം, കൈനിറയെ കത്തുകൾ.

വാർത്തകൾ ഒരേപോലെയാണ്. ചിലരൊക്കെ കുത്തിമുറിവേൽപ്പിക്കപ്പെട്ടു. എന്നാൽ ഇവർ മരണത്തിനു കീഴടങ്ങി. ഫറവോമാരുടെ ശവകുടീരങ്ങൾ സൂക്ഷ്മപരിശോധന നടത്തി. അവർ ജീവിച്ചിരിക്കുമ്പോൾ ത്തന്നെ. ആടുകളുടെ ജനനം മഞ്ഞുകാലത്തിന്റെ അവസാനമെന്ന് വിളംബരം ചെയ്യുന്നു. നീ തിന്മയുടെ ഭാഗത്തേക്കു പോയി, എന്നാൽ ഞങ്ങൾ നന്മയുടെ ഭാഗത്തേക്കും പോയി. ഇപ്പോൾ ഈ നിമിഷം ഒരു തോണിക്കാരൻ ഒരു വഴുക്കുന്ന പൂപ്പലും പായലും പിടിച്ച ഭിത്തിയിൽ ചാരി കാലുകൊണ്ട് വള്ളത്തെ തള്ളിനീക്കുന്നു.

ട്രാമിന്റെ ഉള്ളിൽ ഇളംചൂടാർന്ന ചോരയുള്ള നമ്മുടെ ശ്വാസോച്ഛ്വാസം എങ്ങനെ ചൂടാർന്നതും നനവുള്ളതും ആയി എന്ന് ശാസ്ത്രജ്ഞർ നമ്മെ ഉദ്ബോധിപ്പിക്കുന്നു. എന്നാൽ എല്ലാ സ്റ്റോപ്പിൽനിന്നും കാറ്റ് എന്റെ പാവാടയ്ക്കുള്ളിൽ നുഴഞ്ഞ് കയറി.

പരീക്ഷണങ്ങൾ നടത്തുന്നവർ സമയത്തെ ഒഴിയാബാധയായി കാണുന്നു. എല്ലാത്തിനും ഉപരിയായി നേർത്ത കഞ്ഞിപോലെ അറ്റം വരെ നിറയ്ക്കുക എന്നതുമാത്രമല്ല, കട്ടിയായ കഞ്ഞിപോലെ സംഭരിക്കുക എന്നതിലും അവർ പരീക്ഷണം നടത്തി വളരെ കാലംമുമ്പുതന്നെ കണ്ടുപിടിച്ചിരുന്നു. എന്നാൽ ഇപ്പോൾ ഒരു പ്രശ്നം അത് സംഭരിച്ച രീതിയിൽ കടന്നുവന്നിട്ടുണ്ട്. ഏറ്റവും ഒടുവിലത്തെ വിവരങ്ങൾ അനുസരിച്ച് അത് ചരിത്രരേഖകൾ എഴുതുന്നവർക്കേ സൂക്ഷിച്ചുവെക്കാൻ കഴിയൂ. അതും ഒന്നിനു പുറകെ ഒന്നായി മാത്രം, ഒരു കാര്യം കഴിഞ്ഞാൽ മറ്റൊന്ന്, ട്രാം പാളങ്ങളിലൂടെ പിന്നോട്ട് പോയി അവ ചേരുന്ന ഭാഗം; രേഖാരൂപമായ സമയസൗകര്യം. മക്റോണിയുടേതുപോലെ നീണ്ട നൂലുള്ളത്, ഒക്കെ കൈയിലൊതുങ്ങുന്ന വാക്കുകളുടെ കഷണങ്ങളായി മുറിച്ചെടുക്കപ്പെട്ടു.

വായനക്കാരുടെ കത്തുകൾ. എല്ലാം ചെറിയ കുട്ടികൾക്കും കളിക്കാനുള്ള കളിയുണ്ട് - വൃത്താകൃതിയിലും ചതുരാകൃതിയിലുമുള്ള മുറിച്ചെടുക്കാൻ പാകത്തിലുള്ള ഒരുപാട് സാധനങ്ങൾ ഉണ്ട്. അവ എടുത്ത് കാര്യമായി ഒഴിഞ്ഞ ഭാഗങ്ങളിൽ ചേർത്ത് യോജിപ്പിച്ചുവെക്കണം. നിങ്ങൾക്ക് ഒരെണ്ണം നഷ്ടപ്പെട്ടാൽ ഒഴിഞ്ഞ ഭാഗം നികത്താൻ മറ്റൊന്നുമുണ്ടാവില്ല. ചെറിയ വീട് ഉണ്ടാവില്ല. ആ വിടവ് നികത്താനുമാവില്ല. എനിക്ക് എന്റെ ജീവിതം ആ ശൂന്യതയാർന്ന വിടവുകളാണ്. വീട്, ഭർത്താവ്, പ്രേമം, ഈ സായാഹ്നം ഒന്നും അതൊന്നും നിറയ്ക്കാൻ പ്രാപ്തമല്ല. ഒരുപാട് ആളുകൾ വർഷങ്ങൾതോറും വിട്ടുപോകുമ്പോൾ ആ ഗർത്തങ്ങൾ ഉണ്ടായിക്കൊണ്ടേയിരിക്കുന്നു. പ്രപഞ്ചത്തിലെ ഗർത്തങ്ങൾ, അവ സ്ഥൂലചിത്രങ്ങളായിരിക്കുന്നു.

വിദേശകാലാവസ്ഥ: സൂര്യപ്രകാശം, ചൂട്.

നാളത്തെ ജാതകഫലം: വളഞ്ഞതും പിരിഞ്ഞതും

ആവശ്യമുണ്ട്:

സുഖമില്ലാത്ത ചുവന്ന കണ്ണുകളുമായി, രാത്രി ഉറക്കം കിട്ടാതെ ശ്വാസംമുട്ടിയും നെടുവീർപ്പിട്ടും അടഞ്ഞ മൂക്കുമായി വായും പൊളിച്ച് അവൾ ഉറങ്ങേണ്ട അവസ്ഥയിൽ, സ്വന്തം കൂർക്കംവലി കേട്ട് വീണ്ടും വീണ്ടും ഉണർന്ന് മൂക്കു മുഴുവൻ മൂക്കട്ടയും തല മുഴുവൻ ഭാരവുമായി, മൂക്കു മുഴുവൻ തുറക്കത്തക്കവിധത്തിൽ, അവൾ ശക്തിയായി ശ്വസിച്ച് തൂവാല നനച്ചുപിഴിഞ്ഞ് റേഡിയേറ്ററിൽ ഉണക്കി അത് എപ്പോഴും വടി പോലെ ആക്കി. എല്ലാറ്റിന്റെ ഇടയിൽ തനിച്ച് സന്തോഷവതിയായി അവൾ ഇരുന്നു. എല്ലാം കാണുകയും എല്ലാറ്റിനെയുംകുറിച്ച് അറിയു കയും ചെയ്തു. അവൾക്ക് സന്തോഷം ലഭ്യമാവുകയും കൂടുതലായി ആവശ്യപ്പെടുകയും ചെയ്തു. എന്റെ പ്രിയനേ...

ഞാൻ ഭാഗ്യവതിയാണ്. ഞാൻ ജനാലയ്ക്കരികിൽ ഇരിക്കുന്നു. ഞാൻ എന്റെ കൈയുറ എന്റെ പല്ലുകൊണ്ട് വലിച്ചെടുത്ത് ഗ്ലാസിലേക്ക് ശ്വസിച്ച് പൊടിമഞ്ഞിലെ ഒരു കുഴിയിൽ വിരൽകൊണ്ട് തിരുമ്മി. ട്രാം ഇളകിക്കൊണ്ട് അതിന്റെ പാളത്തിലൂടെ ഗർജിച്ചുകൊണ്ട് കടന്നുപോയി.

ഞാൻ ഒരു കണ്ണിലൂടെ ഒളിഞ്ഞുനോക്കുന്ന ഭാഗത്തുകൂടി നോക്കി യപ്പോൾ നദി തുടങ്ങുന്ന സ്ഥലത്ത് പ്രത്യക്ഷമാകുന്ന ഉദയം കണ്ടു. സ്കീയിംഗ് പാത പോകുന്ന വഴിയിലൂടെ അത് കടന്നുപോകുന്നു. ഞങ്ങൾക്ക് ഇവിടെയും ശാരീരിക വ്യായാമക്ലാസുകൾ ഉണ്ട്. പാലത്തിന് താഴെയുള്ള ഇത്തിരി സ്ഥലത്തുകൂടി എന്റെ പഴയ സ്കീയിംഗ് ഉപകരണ ത്തിൽക്കൂടി തെന്നിപ്പാഞ്ഞപ്പോഴുണ്ടായ, അസാധാരണമായി തോന്നിയ ഒരദ്ഭുതം ഞാൻ ഓർത്തു.

എന്റെ തലയ്ക്കു മുകളിലൂടെ തീവണ്ടിപ്പാതകൾ. കാണാൻ കഴി യാത്ത ട്രാമിന്റെ ഗർജ്ജനം. ഞാൻ ശൂന്യതയ്ക്ക് മുകളിൽ ഉയർന്നു പറക്കുകയാണ്. എന്റെ സ്കീയിംഗിന്റെ താഴെ അഗാധമായ ഗർത്തമാണ്. ചെറിയ തണ്ടുകൾകൊണ്ട് വെള്ളത്തെ ബലമായി തെറിപ്പിച്ചുകൊണ്ട് വെള്ളത്തിനു മുകളിലൂടെ വിലക്ഷണമായി അങ്ങനെ പൊങ്ങിപ്പോകു ന്നത് വളരെ രസകരമായിരുന്നു.

ഓരോ സമയത്തും ഈ പാലത്തിലൂടെ കുലുങ്ങിക്കൊണ്ട് കടന്നു പോകുമ്പോൾ ഞാൻ വലിയ മഞ്ഞുകൂനകൾക്കു മുകളിലൂടെയുള്ള സന്തോഷം കലർന്ന നിലവിളി ഓർക്കുന്നു. ഈ നദിതന്നെ ആയിരു ന്നിരിക്കുമോ?

ഞാൻ ആ കുഴിയിലേക്കു നോക്കി. അവിടെ ചാന്ദ്രപ്രഭ നിറഞ്ഞി രുന്നു. തണുപ്പിലുണ്ടാകുന്ന പുക ഫാക്ടറിയുടെ മുകളിൽ സാധാരണ യിലും കവിഞ്ഞ് ഉണ്ടായിരുന്നു. ഗ്യാസ് ഉപയോഗിക്കുന്നവർ കുറേക്കാല മായി ഒഴുക്കിനൊത്ത് നീങ്ങുന്നു. സിഗ്നൽ വിളക്കുകൾ ഉപയോഗിക്കുന്നു. പിന്നെ സ്കൂൾ സ്റ്റോപ്പായി - അവിടെ ക്ലാസ്മുറിയിൽ പൊടിമഞ്ഞു വീണു കിടക്കുന്ന ജനാലപ്പടികളിൽ ആദ്യത്തെ ക്ലാസ് തുടങ്ങുകയും ഉറക്കം തൂങ്ങി കോട്ടുവായിടുന്നവരോട് നിങ്ങൾ ചന്ദ്രനിലേക്ക് കൂടുതൽ നേരം നോക്കരുത്, നിങ്ങൾക്ക് വട്ടായിപ്പോകും എന്നും ആ കൊച്ചുപയ്യന്മാർ

സൈനികരും കൊച്ചുപെൺകുട്ടികൾ നഴ്സുമാരുമാണ് എന്നും ഒരു പുൽച്ചാടിയുടെയും ഒരു ചിത്രശലഭത്തിന്റെയും സ്വത്വങ്ങൾ വളരെ വ്യത്യസ്തവും എന്നാൽ ഒരുപോലെയുമാണ് എന്നും പറയുന്നു.

എനിക്ക് അവസാനത്തെ സ്റ്റോപ്പുവരെ യാത്ര ചെയ്യേണ്ടതുണ്ട്. ട്രാം ശൂന്യമാവുകയും ആളുകളെ കയറ്റി വീണ്ടും മഞ്ഞിലൂടെ കുതിക്കുകയും ചെയ്യുന്നു.

ഞാൻ പുറത്തേക്കിറങ്ങി. പൊടിമഞ്ഞ് വെട്ടിനിരത്താത്ത വെൽവെറ്റുപോലെ വേലി കാരണം വളഞ്ഞുപുളഞ്ഞ് സ്വർണവർണമാർന്ന ചിത്രലിപികൾ മണ്ണിൽ പുതഞ്ഞതുപോലെ ഇരുന്നു. ശുനകവർഗ്ഗം? മനുഷ്യൻ? ഞാൻ എന്റെ മനസ്സിലൂടെ എന്നും കടന്നുപോയ കാര്യങ്ങളെയോർത്ത് അതിശയിച്ചു.

അസ്ഥികൾക്ക് ബലക്ഷയമുള്ളവർക്കായുള്ള ചെരുപ്പ് ധരിച്ചുകൊണ്ട് ഒരു സ്ത്രീ ഓരോ പടിയിലും വെച്ച് കാൽ ഒന്നുകൂടി അതിലേക്ക് തിരുകി പോർച്ചിലെ പടികൾ കയറി. അവർ ലൈബ്രറിയിലാണ് ജോലി ചെയ്യുന്നത്. അവർ വായനക്കാരെ വെറുക്കുന്നു. കാരണം, പുസ്തകങ്ങൾ വായിച്ചശേഷം അവ ഒട്ടുന്ന പാൻകേക്കുപോലെ പേജുകൾ അടർന്ന് വീഴാറായിട്ടാവും തിരികെ കൊടുക്കുക. പ്രതികാരംപോലെ ഡിറ്റക്ടീവ് നോവലുകളുടെ ആദ്യപേജിൽത്തന്നെ കൊലയാളി ആരാണ് എന്ന് അവർ എഴുതിവെയ്ക്കുന്നു.

ഓഫീസിലെ രേഖകളിൽ അദൃശ്യനായ ഒരു മനുഷ്യൻ ജനാലയ്ക്കു പിന്നിൽനിന്ന് പിറുപിറുക്കുന്നു, ഒരു മുയൽ ക്യാരറ്റ് കരണ്ടുതിന്നുംപോലെ വാക്കുകൾ കരളുന്നു.

ഞാൻ എന്റെ സ്ഥലത്തേക്ക് പോകുന്നു, വലത്തേക്ക് തിരിഞ്ഞ് രണ്ടാമത്തെ നിലയിലേക്ക്. അവിടെ ഓഫീസ് വാതിൽക്കൽ ഒരു ചിഹ്നമുണ്ട്: അങ്ങനെ ജീവിതത്തിന്റെ റാണി, സ്ത്രീകളിലെ വെപ്പാട്ടി. ശീതകാല വസ്ത്രങ്ങൾ അണിഞ്ഞ അവർ ക്യൂവായി ഇരുന്ന് കലങ്ങിയ മൂത്രത്തെക്കുറിച്ചും ഒരു കുഞ്ഞുകൂടി വേണം എന്നതിനെക്കുറിച്ചും ഒരു പല്ല് കുറവുള്ളത്, ഒരു കൊച്ച് വട്ടത്തിലുള്ള മത്തനെപ്പോലെ ഉള്ളതാണെങ്കിൽ ആൺകുട്ടിയും തണ്ണിമത്തനെപ്പോലുള്ളതാണെങ്കിൽ പെൺകുട്ടിയും അങ്ങനെ... എനിക്ക് അവരുടെ എല്ലാ കാര്യങ്ങളും അറിയാമായിരുന്നു.

ഇതിനായി ഇവർക്ക് രാത്രികൾ അനന്തവും എന്നാൽ വർഷങ്ങൾ ഓടിപ്പോകുന്നവയുമാകുന്നു. ജീവിതം നിർത്താതെ കളയുന്ന ഉരുളക്കിഴങ്ങ് തൊലിപോലെ ഒടുവിൽ ചുരുണ്ടുപോകുന്നു.

ഇവർക്ക് എല്ലാവരെയുംപോലെ എല്ലാം വേണമെന്നാണ്. ഭർത്താവ്, കുട്ടി, ഒന്നിച്ച് കാലത്ത് പ്രാതൽ കഴിക്കുക തുടങ്ങിയവയൊക്കെ. എന്നാൽ അവൾക്കറിയില്ല, എങ്ങനെ സാധിക്കണമെന്ന്. കഴിഞ്ഞ വർഷം അവൾ വിനോദത്തിനായി ഒരു കപ്പൽ വാങ്ങി. ഇതുതന്നെ അത്, ഞാനെവിടെയും പിൻവാങ്ങില്ല. തനിയെ ലോകംചുറ്റി അവധിക്കാലയാത്രകൾ നടത്തി

സന്തോഷമായി തിരിച്ചെത്തും. അവിടെ അതാ ഇന്നലെ വൈകുന്നേരം അവൾ മേൽത്തട്ടിൽ ഇരുന്ന് കൈവരിയിലിരുന്ന് തന്നെ നോക്കുന്ന കടൽക്കാക്കയെത്തന്നെ തിരിച്ചുനോക്കി. കടൽക്കാക്ക വിചാരിക്കുന്നു, "നമ്മൾ സഹോദരിമാരാണ്, അല്ലേ? ആരും പറന്നിറങ്ങാത്ത ആ ഇറങ്ങാനുള്ള വേദിയിൽ നീയും ഞാനും മാത്രം."

ലാൻഗ്വാറസ്. ആടിന്റെ കണ്ണുകൾപോലുള്ള ഇവരാകട്ടെ ഒരു ഭാവിയുമില്ലാത്ത ഒരു ചിത്രകാരിയാണ്. അവർ അവരുടെ പെയിന്റിംഗുകൾ എല്ലാവർക്കും അവരവരുടെ പിറന്നാൾദിനങ്ങളിൽ നൽകുന്നു. അവർക്ക് അവകൊണ്ട് എന്തു ചെയ്യണമെന്ന് അറിയുന്നില്ല. കഴിഞ്ഞ വർഷം ഈ ദമ്പതികൾ - അയാൾ വലിയവായുള്ള ഒരു മയക്കുമരുന്നിന് അടിമയും ഒരു ഭാഗ്യമുള്ള ഭൂതവുമാണ്. "ഏത് കൈയിലാണ് അത്?" എന്ന് അവർ ചോദിക്കുമ്പോൾ അയാൾക്ക് എപ്പോഴും ശരിയായത് കിട്ടുന്നു. അവളാകട്ടെ നായകളെ പരിപാലിക്കുന്ന സ്ഥലത്താണ് ജോലി ചെയ്യുന്നത്. കുളിപ്പിക്കുകയും രോമം കത്രിക്കുകയും ചെയ്യുന്നു. വളരെ ചൂടുള്ള, എല്ലാം ഇറുക്കി അടച്ച സ്ഥലത്താണ് കുളി. കാരണം കുളി കഴിഞ്ഞാൽ കൊച്ച് പട്ടിക്കുട്ടിക്ക് ജലദോഷം വരും. അതിനാൽ അവർ ചൂടെടുത്ത് നായയുടെ രോമത്തിൽ കുളിച്ച് വിയർത്തൊലിച്ച് ഒന്ന് സിഗരറ്റ് വലിക്കാൻ പുറത്തേക്ക് ഓടുന്നു. അവളുള്ളപ്പോൾ ആളുകൾ ഏതായാലും കലാകാരിയുടെ ചിത്രം ഊൺമുറിയിൽ തൂക്കുകയും അവൾ പോയാലുടൻ താഴേക്ക് എടുക്കുകയും പിന്നീട് അവൾ വരുമ്പോൾ തൂക്കാൻ മറക്കുകയും ചെയ്യുന്നു. അവൾ വരുമ്പോൾ പിന്നീട് ആ ഭാഗത്ത് അവളുടെയും ജീവിതത്തിൽ പഴകിയ ഒരു ക്ലോക്ക് തൂങ്ങുന്നുണ്ടാവും.

അവൾ ഇപ്പോൾ ജനാലയ്ക്കരികിലെ കൊച്ചുബെഞ്ചിൽ ഇരുന്ന് കൈവിരൽകൊണ്ട് എന്തോ ചിന്തയിൽ മുഴുകി ഇരിക്കുകയാണ്.

ഞാൻ അകത്തേക്ക് നടന്നു. എന്റെ വസ്ത്രങ്ങൾ ഊരി കതകിനു പിന്നിലെ ഹാംഗറിൽ തൂക്കി. വടിപോലത്തെ വെള്ള കോട്ടിട്ടു.

ഞാൻ തുടങ്ങി.

"അടുത്തയാൾ!"

അവൾ അവളുടെ ഇളംചൂടാർന്ന ലെഗ്ഗിങ്സും പാന്റീസും അഴിച്ചു. ഒലിക്കുന്ന മൂക്ക് കൈപ്പത്തികൊണ്ട് തുടച്ചു. തണുത്ത കസേരയിലേക്ക് പ്രയാസപ്പെട്ട് കയറി ഇരുന്നു. അവളുടെ മെലിഞ്ഞ് നീലിച്ച തുടകളിൽ രോമങ്ങൾ എഴുന്നേറ്റ് നിന്നു. അവളുടെ നിതംബം ഇലാസ്തിക് ഇട്ട് ചുവന്ന പാടുള്ളതായിരുന്നു. ചുരുണ്ട മുടിച്ചുരുളുകൾ.

ന്യായത്തിന്റെയും ദയയുടെയും നല്ല നൂലിഴകൾ.

ഇന്ന് പുലർച്ചെ മഞ്ഞും പകുതി വെളിച്ചവും മാത്രം അപ്പോഴും ഒന്നിച്ചുനിൽക്കുന്ന ട്രാം സ്റ്റോപ്പിൽ ഒരു പെൺകുട്ടി ജലദോഷം കാരണം ആവർത്തിച്ച് മൂക്ക് ചീറ്റുന്നത് കണ്ടിരുന്നു.

ഞാനവളുടെ അടുത്ത് കുറെനേരം നിന്നു. ആ നേരമത്രയും ട്രാം വന്നില്ല.

പിന്നീട് ആരോ മന്ത്രിച്ചു.

"അതാ വരുന്നുണ്ട്."

ട്രാം സ്റ്റോപ്പിൽ തിക്കിത്തിരക്ക് തുടങ്ങി.

"നമ്പർ അഞ്ച്? അതോ നമ്പർ പന്ത്രണ്ടോ?"

"അഞ്ച്."

ട്രാം അടുത്തടുത്ത് വന്നു. എന്നാൽ പെൺകുട്ടി ഒരു ഒഴിഞ്ഞ സ്ഥലത്തേക്ക് ഒരു മറവിലേക്ക് പെട്ടെന്നുതന്നെ മാറിപ്പോയി കുനിഞ്ഞുനിന്ന് ഛർദ്ദിക്കാനായി വിമ്മിട്ടപ്പെട്ടു തുടങ്ങി. അവളുടെ അമ്മൂമ്മയുടെ ഉപ്പിട്ട വെള്ളരിക്ക ഛർദ്ദിയിൽ വെളിച്ചം കണ്ടു. കൂടെ കുറേ സാലഡിന്റെ അംശങ്ങളും അരിഞ്ഞ സാധനങ്ങളും ഒക്കെ.

അവൾക്ക് ശ്വാസം തിരികെ കിട്ടിയപ്പോൾ അവൾ അവസാന കഷണവും തുപ്പിക്കളഞ്ഞു. അപ്പോഴേക്കും ട്രാം വളരെ ദൂരം പൊയ്ക്കഴിഞ്ഞിരുന്നു.

ഞാൻ അവിടെ തങ്ങി.

ഛർദ്ദിയിൽനിന്നും ആവി പൊങ്ങി. ഒരു പ്രാവ് പറന്നുവന്ന് അവിടെ ചെരിഞ്ഞിരുന്ന് നോക്കി. അത് ആ ചൂടുള്ള ഭക്ഷണം കൊത്തിത്തിന്നാൻ തുടങ്ങി.

ഞാൻ അവളുടെ അടുത്തേക്ക് ചെന്നു. ഞങ്ങളുടെ ശ്വാസം ഒന്നിച്ച് ചേർന്നു. ഞാൻ ചോദിച്ചു,

"നിങ്ങൾക്ക് സുഖമായോ?"

അവൾ മഞ്ഞുകൊണ്ട് വായ തുടച്ച് ഇടംകണ്ണുകൊണ്ട് എന്നെ നോക്കി, ഇങ്ങനെ പറയുംപോലെ, 'പോയി തുലയ്'.

ഞാൻ,

"നിങ്ങൾക്കെത്ര വയസ്സായി?

അവൾ,

"അതൊന്നും നിങ്ങളറിയേണ്ട കാര്യമല്ല."

ഞാൻ,

"തീർച്ചയായും അല്ല. എനിക്ക് ഒരിക്കൽ നിങ്ങളെപ്പോലെ ഒരു മകളുണ്ടാവുമായിരുന്നു. ഞാൻ നിങ്ങളെ നോക്കിയപ്പോൾ പെട്ടെന്ന് അവൾ നിങ്ങളെപ്പോലെ ഉണ്ടാകുമായിരുന്നു എന്നു തോന്നി.

അവൾ,

"നിങ്ങൾക്കെന്താണ് വേണ്ടത്? ആരാണ് നിങ്ങൾ?"

ഞാൻ,

"അതറിഞ്ഞിട്ട് എന്തു കാര്യം? ഞാൻ ട്രാമിനുവേണ്ടി കാത്തുനിൽക്കുന്നു. ചുരുക്കത്തിൽ ഞാൻ ജീവിതത്തിന്റെ റാണിയാണ്. സന്ദേശവും സന്ദേശവാഹകയും ആണ്. അത് പ്രധാനമല്ല. എന്നെ ഭയക്കണ്ട."

അവൾ,

"എനിക്ക് ഭയമൊന്നുമില്ല."

ഞാൻ,

"എനിക്ക് എല്ലാം അറിയാം."

അവൾ,

"നിങ്ങൾക്കൊന്നും അറിയില്ല."

ഞാൻ,

"പാപഭാരമില്ലാതെ ഗർഭിണിയായി. ആരും നിങ്ങളെ വിശ്വസിക്കുന്നില്ല."

അവൾ,

"നിങ്ങൾ സ്വന്തം കാര്യം നോക്കിയാൽ മതി."

ഞാൻ,

"പിന്നെ ഇതെവിടുന്ന് ഉണ്ടായി? കുളത്തിൽ നീന്താൻ പോയപ്പോൾ സംഭവിച്ചതാണോ?"

അവൾ,

"ഞാൻ പക്ഷേ ഒരു തെറ്റും ചെയ്തിട്ടില്ല. ഞാൻ ആണയിടുന്നു. ഞാൻ ഒന്നും ചെയ്തിട്ടില്ല."

ഞാൻ,

"ശരി. എന്റെ കുഞ്ഞുപെൺകുട്ടീ, ഇതൊക്കെ സംഭവിക്കും. നിങ്ങൾ അത് പെറുക്കിയെടുത്ത് അവിടെ ഒട്ടിക്കണമായിരുന്നു. ചില പക്ഷികൾ ബീജത്തെ ചിറകിൽ വഹിക്കുംപോലെ."

അവൾ,

"പക്ഷികൾ അതുകൊണ്ട് എന്തുചെയ്യുന്നു?"

ഞാൻ,

"പക്ഷികൾക്ക് അതുകൊണ്ട് എന്തും ചെയ്യാനാവും. എന്നാൽ മനുഷ്യന്, നിങ്ങൾക്ക് ഇതിനെപ്പറ്റി ഒന്നും അറിയില്ല. മനുഷ്യൻ തനിച്ചാണ്. ഒരു സ്ത്രീ ഗർഭിണിയാകുമ്പോഴാണ് അവൾ ശരിക്കും തനിച്ചല്ലാതെയാകുന്നത്. വിഡ്ഢീ, സന്തോഷിക്ക്! നിങ്ങൾ വിചാരിക്കുന്നുണ്ടോ നിങ്ങൾ ഒരാൾ മാത്രമേ ഇങ്ങനെ ഉള്ളൂ എന്ന്? എന്താണ് വലിയ കരാറ്? എല്ലാത്തരത്തിലുള്ളതും സംഭവിക്കുക? നിങ്ങൾ ആദ്യത്തേതോ, അവസാനത്തേതോ അല്ല. കുട്ടികൾ വിത്തുകളിൽനിന്ന് ജനിക്കുന്നവരല്ല. അതിനാൽ ഇതിനെ വിശുദ്ധ ഗർഭധാരണമായി കരുതുക."

അവൾ,

"എനിക്ക് ഭയമാകുന്നു."

ഞാൻ,

"എല്ലാം ശരിയാകും. നിങ്ങൾ നോക്കിക്കോളൂ. ഒന്നും അങ്ങനെ എടുക്കരുത്. നിങ്ങൾ ആരോഗ്യവതിയും സുന്ദരിയുമാണ്. നിങ്ങൾക്ക് കൈകാര്യം ചെയ്യാൻ കഴിയും. നിങ്ങൾക്ക് ആരോഗ്യമുള്ള, സൗന്ദര്യമുള്ള കുഞ്ഞ് ജനിക്കും."

അവൾ,

"എനിക്ക് വേണ്ട. ഞാൻ ഇതുംകൊണ്ട് മുന്നോട്ട് പോകണ്ട എന്ന് തീരുമാനിച്ചു."

ഞാൻ,

"എന്നാൽ നിങ്ങളല്ലല്ലോ വേണമോ, വേണ്ടയോ എന്ന് തീരുമാനിക്കാൻ. ആരാണ് നിങ്ങളോട് ഇങ്ങനെയൊക്കെ പറയുന്നത്? നിങ്ങൾ നിങ്ങളുടെ വയറിനെക്കുറിച്ചു മാത്രം ചിന്തിക്കുന്നു. തണ്ണിമത്തനായാൽ ആണും മത്തങ്ങയാൽ പെണ്ണും. അത് അടിസ്ഥാനപരമായി മാറുന്ന രീതിയാണ്.

അവൾ,

"അല്ല!"

ഞാൻ,

"ശാന്തയാകൂ, ബുദ്ധിയുള്ള പെൺകുട്ടീ! നിങ്ങൾ ഇപ്പോൾ ആ നീർക്കുണ്ടിന് നന്ദി പറയുക. മിൽപോണ്ടിലെ അൽയോനുഷ്ക്കയെപ്പോലെ നല്ല സാധാരണനിലയിൽ ഒരു കുട്ടിയുണ്ടാവണമെന്ന് വിചാരിക്ക്. വലിയ കണ്ണുകളുള്ള, എല്ലാം കൃത്യസ്ഥാനങ്ങളിലുള്ള, കൈകൾ, കാലുകൾ, തല, നിങ്ങൾക്കറിയാം, എല്ലാം അങ്ങനെതന്നെ സംഭവിക്കാൻ.

അവൾ,

"ഞാൻ ഒന്നും വഹിക്കാൻ പോകുന്നില്ല."

ഞാൻ,

"ഉണ്ട്. നിങ്ങളത് ചെയ്യും! നിങ്ങളുടെ ഉത്സാഹം പുറത്തേക്ക് വരട്ടെ! എന്റെ കൈലേസ്കൊണ്ട് ഇതാ മൂക്കുചീറ്റ്. എന്നിട്ട് കേൾക്ക്. ഒരിടത്ത് ഒരു കൊച്ചു പെൺകുട്ടി ഉണ്ടായിരുന്നു. നിങ്ങളെപ്പോലെ അതേ ജലദോഷവും ആയി അവൾ നിങ്ങളെപ്പോലെ മൂക്ക് ചീറ്റുകയും ചെയ്തു. നിങ്ങളെപ്പോലെ പാപഭാരം ഇല്ലാതെ ഗർഭിണി ആവുകയും ചെയ്തു. ആരും അവളെ വിശ്വസിച്ചില്ല. അവളുടെ പെൺബുദ്ധിയിൽ നിങ്ങൾ ചിന്തിച്ചപോലെ തന്നെയായിരുന്നു കാര്യങ്ങൾ. നദിയിലെ മഞ്ഞിൻ കഷ്ണങ്ങൾ പൊട്ടിവരാൻ തുടങ്ങിയിരുന്നു. അവൾ ഒരു ദിവസം രാത്രി അവളുടെ പാപഭാരത്തെ മഞ്ഞുപാളിയിൽ ഇറക്കിവെച്ചു. കുഞ്ഞ്

നദിയിൽ ഒഴുകിനടക്കാൻ തുടങ്ങി. കരഞ്ഞുകരഞ്ഞ് അവൾ നദിക്കരയിൽനിന്ന് പോയി. അവളുടെ വീട്ടിലേക്കല്ലാത്ത സ്ഥലത്തേക്ക് പോയി. ജീവിതമില്ലായ്മയാണ് അവിടെ ഉള്ളത് എന്ന് അവൾക്കു മനസ്സിലായി. അവൾ നിരത്തുകളിലൂടെ രാത്രി മുഴുവൻ അലഞ്ഞു. മുലകളിൽനിന്ന് പാൽ ഒഴുകിവീണു. കാരണം സ്ത്രീയെ സൃഷ്ടിക്കുമ്പോൾ മുലപ്പാലിന്റെ ഉറവ അടയ്ക്കാനുള്ള അടപ്പ് കൂടി വെയ്ക്കേണ്ടതായിരുന്നു. കുട്ടിയുടെ കരച്ചിൽ ഏതുസമയവും അവളുടെ കാതിൽ മുഴങ്ങി. ക്രമേണ അവൾക്ക് സഹിക്കാൻ കഴിയാതെ അവൾ നദിക്കരയിലേക്ക് തിരിച്ചുപോയി. കുട്ടിയുടെ കരച്ചിൽ അടുത്തടുത്ത് കേട്ടു. അവൾ കണ്ടത് ആ കുഞ്ഞ് ഭാണ്ഡക്കെട്ട് ഇക്കരെനിന്ന് അക്കരെ എത്തിയിരിക്കുന്നതാണ്. അവൾ നദിയിലേക്ക് ചാടി മഞ്ഞിൻകഷണങ്ങളിലൂടെ ഓടി വെള്ളത്തിൽ പല പ്രാവശ്യം വീണ് കഷ്ടിച്ച് കുഞ്ഞിനെ എത്തിപ്പിടിച്ചു. ജീവൻ പോകാറായ കുഞ്ഞിനെ എത്തിപ്പിടിച്ച് അവൾ പ്രയാസപ്പെട്ട് കരയ്ക്കുകയറി. അവൾ മഞ്ഞിൻമുകളിലിരുന്ന് അവളുടെ ചൂടുള്ള മുല കുട്ടിയുടെ വായിൽ തിരുകി. കുട്ടി അത് വലിച്ച് കുടിക്കാൻ തുടങ്ങി. ജീവിതം അവിടെ തുടങ്ങി, ആരവത്തോടെ, സുഗന്ധപൂർണമായി, അനശ്വരമായി."

എന്റെ സാഷൻക!

ഞങ്ങൾ കുറേനാളായി അണിയണിയായി പടനീക്കം ചെയ്തുകൊണ്ടിരിക്കുകയായിരുന്നു.

എന്റെ തലയിൽ കഷ്ടിച്ച് കുറച്ച് കാര്യങ്ങളേ ഉള്ളൂ. അവ കുറേശ്ശെ നിനക്ക് എഴുതാം.

മഴ നിന്നു. ഞങ്ങൾ ക്യാമ്പിൽ തീക്കുണ്ഡങ്ങൾ ഉണ്ടാക്കി. രാത്രി എല്ലായിടത്തും ഇരുട്ടായിരുന്നു. എനിക്ക് ഒന്നും കാണാൻ കഴിഞ്ഞില്ല. മുഖങ്ങൾ മാത്രം വെളിച്ചത്തിൽ ഉണ്ടായിരുന്നു.

രാത്രി എല്ലാവരും വ്യത്യസ്തരും അപരിചിതരുമായിരുന്നു. എല്ലാവരും ക്ഷീണിച്ച് ദേഷ്യമുള്ളവരുമായിരുന്നു.

ചിലപ്പോൾ ക്യാമ്പിലെ തീ പൊങ്ങിയുയരുമ്പോൾ പെട്ടെന്ന് എനിക്ക് ഒരു വണ്ടിയും കുതിരയുടെ മുഖവും കാണാൻ കഴിഞ്ഞു. പിന്നീട് വീണ്ടും ഇരുട്ട് എല്ലായിടവും മൂടാൻ തുടങ്ങി.

എനിക്ക് പനിയുണ്ടായിരുന്നു. എന്റെ തലയ്ക്കുള്ളിലും വെളിച്ചത്തിന്റെ ക്ഷണികപ്രഭ ഉണ്ടായിരുന്നു. പിന്നീട് എല്ലായിടത്തും ഇരുട്ടായി. ചിന്തകൾ ഉയർന്നുയർന്ന് വന്നു. എന്നാൽ വളരെ അകന്നവയായിരുന്നു അവ. ഓർക്കുക, മോണോലിസയെക്കുറിച്ച് എന്റെ അഭിപ്രായം എന്ത് എന്ന് നീ ചോദിച്ചിരുന്നില്ലേ? ഇപ്പോൾ എനിക്കറിയാം അവർ എന്തിനാണ് പുഞ്ചിരിക്കുന്നത് എന്ന്. അവർ ചിരിക്കുന്നതിനു കാരണം അവർ അവിടെയും നമ്മൾ ഇവിടെയും ആണ് എന്നതിനാലാണ്. അവർ അവിടെനിന്ന് നമ്മെ നോക്കി ചിരിക്കുന്നു. അത് ഒരു പുഞ്ചിരി ഒന്നുമല്ല. നമുക്ക് ഇതുവരെ അറിയാത്തതെല്ലാം അവർക്ക് പണ്ടേ അറിയാം.

അവിടെ എന്തോ ഉണ്ടെന്ന് നാം വിചാരിക്കുന്നു. എന്നാൽ അവർക്കറിയാം അവിടെ ഒന്നുമില്ല എന്ന്. നമ്മളൊക്കെ ഇത്ര വിഡ്ഢികളാണല്ലോ എന്നോർത്ത് അവർ വികൃതച്ചിരി ചിരിക്കുകയാണ്.

എനിക്ക് പനിയാണ്. എല്ലാംകൂടി എന്റെ തലയിൽ കൂടിക്കുഴഞ്ഞ് ഇരിക്കുകയാണ്. ഒരു ദിവസം കഴിഞ്ഞു. മഴ വീണ്ടും പെയ്യുകയാണ്. കാറ്റുമുണ്ട്. അത് എന്നത്തേക്കാൾ ഭയങ്കരമായി വീശുന്നുണ്ട്. ഞങ്ങളുടെ കൂടാരത്തിന്റെ മുകൾഭാഗം പടപട എന്ന് അടിച്ചുകൊണ്ടിരിക്കുന്നു. എന്റെ തലയ്ക്ക് നല്ല ചൂട് തോന്നുന്നുണ്ട്. കാലുകൾ തണുത്തിരിക്കുന്നു.

എല്ലാവരും ദിവസം മുഴുവൻ നനഞ്ഞുകുതിർന്നാണ് നടക്കുന്നത്. ഒന്ന് ഉണക്കാൻ ഒരു മാർഗ്ഗവുമില്ല.

എന്തോ മോശമായത് എനിക്ക് സംഭവിക്കുകയാണ്. ഞാൻ എവിടെയാണെന്നും എനിക്ക് എന്താണ് സംഭവിക്കുന്നത് എന്നും എനിക്ക് ഇടയ്ക്കിടെ മനസ്സിലാവുന്നില്ല.

എല്ലായിടത്തും ഇരുട്ടും ചിലപ്പോൾ മാത്രം വെളിച്ചത്തിന്റെ കണികകളുമുണ്ട്.

നനഞ്ഞ ക്യാൻവാസ് പറക്കുകയാണ്. പക്ഷേ, എന്തെങ്കിലും ചെയ്യാൻ എനിക്കിപ്പോൾ കഴിയുന്നില്ല.

മഴയോടൊപ്പം കൊതുകുകളും നിരന്നു. എന്റെ മുഖവും കൈകളുമൊക്കെ കടികൊണ്ട് ആകെ വീങ്ങിയിരിക്കുകയാണ്. ഈ നിമിഷം കണ്ണുകൾ ഇറുക്കി, തലയാട്ടിക്കൊണ്ടാണ് ഞാൻ എഴുതുന്നത്.

നിരത്തുകൾ തകർന്നുപോയി. ചാലുകളിൽ ഞങ്ങളുടെ മുട്ടുവരെ വെള്ളമാണ്. ഒട്ടുന്ന മണ്ണ് കാലുകളിൽ ഒട്ടിപ്പിടിച്ച് തൂങ്ങുകയും വണ്ടിചക്രങ്ങളിൽ കട്ടിയായി പറ്റിപ്പിടിക്കുകയും ചെയ്തു. കുതിരകൾക്ക് വളരെ കഷ്ടമാണ്.

എനിക്ക് സഹിക്കാൻ വയ്യാത്ത അത്രയും ദാഹമുണ്ട്. ഞാൻ വെള്ളക്കുഴികളിൽനിന്നും നിറയെ വെള്ളം കുടിച്ചു. അത് എന്റെ കേടുവന്ന വയറിനെ വീണ്ടും കേടാക്കി. എന്നാൽ എനിക്ക് അസഹനീയമായ ദാഹമായിരുന്നു.

നെൽവയലുകളിൽ മുഴുവൻ വെള്ളം നിറഞ്ഞിരുന്നു. ഒരുപാട് പാമ്പുകളും അവയിലൊക്കെ ഉണ്ട്. അവ മുകളിൽ പിണഞ്ഞ് ഇരിക്കുന്നുണ്ട്. അവയുടെ ബാക്കി ഭാഗങ്ങൾ കുറെ നേരം കഴിയുംവരെ കാണാൻ പറ്റും.

ഞാൻ നടക്കുമ്പോൾ എപ്പോഴും അടുത്തുള്ള പുല്ലുകളൊക്കെ ഇളകി. അവയുടെ മർമ്മരം കേൾക്കാൻ കഴിഞ്ഞു.

ഇന്നലെ അവർ ഒരു ഉച്ച അവധി എല്ലാവർക്കും ഒരുക്കിത്തന്നു. എല്ലാവരും വല്ലാതെ ക്ഷീണിതരായിരുന്നു. പലരും നിന്നിടത്തുനിന്ന് ബോധരഹിതരായി വീണു. ഉറങ്ങുമ്പോൾ കണ്ടുപിടിച്ച ചത്ത പാമ്പിനെ എല്ലാവർക്കും കാണിച്ചുകൊടുത്തു.

"ആ കയറ് എന്താണ് എന്റെ വശത്തുകിടന്ന് ശല്യം ചെയ്യുന്നത് എന്ന് ഞാൻ അദ്ഭുതപ്പെട്ടു."

ആകെ സംഭ്രാന്തിയായി. പിന്നാലെ നടന്ന ആളുകൾ ഒന്നിച്ച് ചേർന്നു നടന്നു. ആളുകൾ ഭയന്ന് വെടിവെച്ചുകൊണ്ടിരുന്നു. ഇന്നലെ ഇംഗ്ലീഷുകാർ വിചാരിച്ചു ചില ഗ്രാമങ്ങൾ പിടിച്ചടക്കിയ റഷ്യൻ പട്ടാളക്കാരൊക്കെ ചൈനക്കാരാണെന്ന്. അവർ ഷെല്ലുകൾ വർഷിക്കാൻ തുടങ്ങി. ഒരുപാട് ആളുകൾക്ക് പരിക്ക് പറ്റി. കാലാൾപ്പടയിലെ ഒരാൾ ആതുരാലയത്തിലേക്ക് കൊണ്ടുപോകുംവഴി മരിച്ചു. അയാൾക്ക് ഒരുപാട് രക്തം നഷ്ടപ്പെട്ടിരുന്നു.

ആക്രമിക്കുന്നവർക്കായി പല പല പദ്ധതികളും അവസാനമില്ലാതെ മാറി മാറി വന്നുകൊണ്ടിരുന്നു. ഇപ്പോൾ ജപ്പാൻകാർ ആണ് മുന്നേറുന്നവരിൽ മുൻനിരയിലുള്ളത്. ഞങ്ങൾ പിന്നാലെയുണ്ട്. അമേരിക്കക്കാർ ഞങ്ങളുടെ പുറകെ ഉണ്ട്.

ഇന്ന് ജപ്പാൻകാർ തകർത്തിരുന്ന ആൾത്താമസമില്ലാത്ത ഒഴിഞ്ഞ ഗ്രാമങ്ങളിലൂടെ ഞങ്ങൾ നടന്നു.

ഒരു ഗ്രാമത്തിൽനിന്ന് കൂടുതലായി കൂട്ടിച്ചേർത്തിരുന്ന ഞങ്ങളുടെ സൈനികരുടെ നേർക്ക് വെടിവെയ്പ് തുടങ്ങി. ജനറൽ സ്റ്റെസ്സെൽ ഒരു പീരങ്കിപ്പടയുടെ സൈനികവിന്യാസം നടത്തി. അതോടെ മിനിട്ടുകൾക്കുള്ളിൽ പിന്നെ ആ ഗ്രാമത്തിൽ ഒന്നും അവശേഷിച്ചില്ല.

ഞങ്ങൾ പെയ്ഹോയുടെ വലതുഭാഗത്തേക്കാണ് മുന്നേറിക്കൊണ്ടിരുന്നത്. ചൈനയുടെ സൈന്യം താറുമാറായി പിൻവാങ്ങി. ഗ്രാമങ്ങളിൽ അവർ തങ്ങിയ ഭാഗങ്ങളിലൂടെ ഞങ്ങൾ നടന്നു. എല്ലാം ഉപേക്ഷിക്കപ്പെട്ട് താറുമാറായ നിലയിലായിരുന്നു. അവർ എല്ലാം പിന്നിൽ ഉപേക്ഷിച്ചു. ഷെല്ലിന്റെ കഷണങ്ങൾ, വെടിയുണ്ടകൾ, തോക്കുകൾ. ജപ്പാൻകാർ കടന്നുപോയ ഗ്രാമങ്ങളെല്ലാം പൂർണമായി തവിടുപൊടിയാക്കപ്പെട്ടിരുന്നു. അവർ ഭക്ഷ്യയോഗ്യമായ സാധനങ്ങളെല്ലാം കൈക്കലാക്കുകയും അവശേഷിച്ചവ ചൈനക്കാരെക്കൊണ്ട് ചുമപ്പിക്കുകയും ചെയ്തു. അവർ മറ്റുള്ളവരെ വിരട്ടാനായി കുറെപ്പേരെ വെടിവെച്ച് കൊന്നു. അത്തരത്തിൽ കൊല ചെയ്യപ്പെട്ടവരുടെ ശരീരം ചിന്നിച്ചിതറി ആ ഗ്രാമങ്ങളിൽ മുഴുവനും കിടന്നിരുന്നു.

കൂടുതലൊന്നും എടുത്തുകൊണ്ടുപോകാൻ കഴിയില്ലെങ്കിലും ഞങ്ങളുടെ ആൾക്കാർ കൊള്ളയടിക്കൽ തുടർന്നു. അവർ ഗ്രാമങ്ങളിൽ ചുറ്റിനടന്ന് കഷ്ടപ്പെട്ട് തണ്ണിമത്തനുകളും മത്തനുകളും പച്ചക്കറികളും കോഴികളുമൊക്കെ വലിച്ചിഴച്ച് കൊണ്ടുവന്നു.

ചൈനക്കാർ ബ്രെഡ്ഡ് കഴിക്കാത്തവരാണ്. പകരം അവർ വെന്ത ചോറും പാൻകേക്കുകളും ഉപ്പില്ലാതെ കഴിക്കുന്നവരാണ്.

പട്ടാളക്കാർ പന്നിയെ തിന്നുന്നത് നിർത്തി. അവ എവിടെയും ഒരുപാട്

ഉണ്ട്. അവ വിളകളെല്ലാം നശിപ്പിച്ച് ഗ്രാമങ്ങളിൽ ചുറ്റിലും ചപ്പുചവറുകൾ വലിച്ചുവാരി ഇട്ടു. ചത്തവയെ മാറ്റാൻ ആരും ഉണ്ടായില്ല.

നിയുക്തസൈന്യങ്ങൾക്കെല്ലാം പല രീതിയിൽ വഴിതെറ്റലുകളുണ്ടായി. ഞങ്ങൾ നടന്നുകൊണ്ടേ ഇരുന്നു. ജപ്പാൻകാർ പിന്നാലെ അവരുടെ അവസാനമില്ലാത്ത ഘോഷയാത്ര തന്നെ നടത്തി. അല്ലെങ്കിൽ ടിയറ്റ്സനിലേക്കുള്ള മടക്കയാത്ര. എല്ലാവരും ദേശവ്യത്യാസമില്ലാതെ വയറിളക്കം പിടിപെട്ടവരാണ്. റഷ്യക്കാരനാകട്ടെ, ജപ്പാൻകാരനാകട്ടെ എല്ലാവരും വഴിവക്കിൽ ട്രൗസറും ഊരി മുഖത്ത് വേദനയോടെ കുത്തിയിരുന്നു. ഞങ്ങളുടെ ആളുകൾ ജപ്പാൻകാർക്കിടയിലെ ഏറ്റവും മോശപ്പെട്ട അവസ്ഥയിലുള്ളവരെ തിരഞ്ഞെടുത്ത് ഇരുചക്രവണ്ടിയിലും ആതുരാലയത്തിലേക്കുള്ള വണ്ടികളിലും വലിയ തോക്കുകൾക്കു മുകളിൽവരെ കയറ്റി ഇരുത്തി.

അതൊരു ചൂടുള്ള ദിവസമായിരുന്നു. കാറ്റിന്റെ പൊടിപോലും ഇല്ല. നിരത്തുകൾ ഉണങ്ങിയിരുന്നില്ല. പെയ്ഹോ നദിയിൽ വെള്ളപ്പൊക്കമുണ്ടാകുമ്പോൾ വയലുകളെ രക്ഷിക്കാനായി ചിറകൾ കെട്ടിവെച്ചിരുന്നവയുടെ കൂടെ നദി ഒഴുകിയിരുന്നു. എല്ലായിടത്തും കുഴികളിൽ ഓടവെള്ളം ആയിരുന്നു. അവ എല്ലായിടത്തും ദുർഗന്ധം പരത്തി. കേടുവന്ന വയറുകളുടെ, ഛർദ്ദിയുടെ അവശിഷ്ടങ്ങൾ എങ്ങും ഉണ്ട്.

എല്ലാവരും പതിയിരുന്നുള്ള ആക്രമണം ഭയന്നിരുന്നു. ഇടയ്ക്കിടെ കുറ്റിക്കാടുകളിൽനിന്നും വെടിയുണ്ടകൾ ഉതിർന്നിരുന്നു. കാവോലിങ് ആകട്ടെ പഴുതുകളില്ലാത്തവിധം കട്ടിയേറിയതും അതുപോലെതന്നെ പൊക്കമുള്ളതുമായിരുന്നതിനാൽ അതിന് ഒരു കുതിരസവാരിക്കാരനായ ഒരാളെ ഒളിപ്പിക്കാൻ കഴിയുമായിരുന്നു. ചില സമയങ്ങളിൽ സൈനികരുടെ ഞരമ്പുകൾ എഴുന്നേറ്റുനിന്നു. അവർ കുറ്റിക്കാടുകളിലേക്ക് അപ്പോൾ വെടിയുതിർത്തു. ആരെങ്കിലും ഒളിച്ച് പതുങ്ങി ഇരിക്കുന്നുണ്ടോ എന്ന് എപ്പോഴും സംശയം ജനിപ്പിച്ചിരുന്നു.

കുറച്ചുകൂടി വാക്കുകളെഴുതാൻ എന്റെ കൈയിനെ ഞാൻ ഒരുക്കിവെച്ചിരിക്കയാണ്. അതേ ഗ്രാമങ്ങൾ, അതേ കാവോലിയാങ്. നിബിഡവനമാകട്ടെ വളരെയധികം കൂടിച്ചേർന്ന് ഒരാളെ അപ്രത്യക്ഷമാക്കാൻ അയാൾ ഏതാനും അടികൾ അങ്ങോട്ട് നടന്നാൽ മതി എന്ന അവസ്ഥയിലാണ്. സൈനികർ അതിനുള്ളിലേക്ക് സ്വയം ഓടിപ്പോയി വിശ്രമിച്ചിരുന്നു. വയറ് തുറന്ന് മലർന്ന് മരിച്ചുകിടക്കുന്ന രീതിയിലുള്ള സംഭവങ്ങൾ അവിടെ ഒരുപാട് ഉണ്ടാകുന്നുണ്ട്.

ക്ഷമിക്കൂ എന്റെ പ്രിയപ്പെട്ട സാഷ, നിനക്ക് നല്ലൊരു കത്ത് എഴുതിയിട്ട് കുറേനാളായി. എന്റെ തലയിൽ തങ്ങിനിന്നതെന്തോ അതുമാത്രം ഞാനെഴുതുകയാണ്.

ഇപ്പോൾ ഇവിടെ നടക്കുന്ന കാര്യങ്ങളിൽനിന്ന് എനിക്ക് മോചനം

വേണം. എന്നാലും ഞാൻ എഴുതുന്നു. എന്റെ കത്തുകൾ ആർക്കെങ്കിലും എപ്പോഴെങ്കിലും പ്രയോജനപ്പെട്ടാലോ?

ചിലപ്പോൾ ഞങ്ങളെക്കുറിച്ച് എന്തെങ്കിലും ചിലർക്കൊക്കെ അറിയേണ്ടിവരും. ഞാൻ ഇന്ന് കണ്ടതിനെക്കുറിച്ചും. രാത്രിയാകുംവരെ നടന്ന് നനഞ്ഞ നിലത്ത് രാത്രികൂടാരങ്ങൾപോലും ഇല്ലാതെ കഴിച്ചുകൂട്ടിയതെങ്ങനെ എന്നതിനെക്കുറിച്ചും. ഓരോരുത്തരും എവിടെ കണ്ടാലും അങ്ങോട്ട് കയറിച്ചെല്ലുകയായിരുന്നു. മഴ കളിമൺനിരത്തുകളെ കുഴമ്പുരൂപത്തിലുള്ള മണ്ണാക്കിമാറ്റിയിരുന്നു. തീവണ്ടി വാഗണുകളും അവയിലെ എളുപ്പം വളയുന്ന തോക്കുകളും വാഗണുകളുടെ ചക്രങ്ങൾ വരെ മുങ്ങിപ്പോയതിനാൽ സൈനികർ അവ വെറുംകൈയാൽ വലിച്ചെടുത്തുകൊണ്ട് നടക്കുകയും ചെയ്തു. ഇന്ന് എന്റെ കാല് കളിമൺവെള്ളത്തിൽ താഴ്ന്നുപോവുകയും ഞാനത് വലിച്ചെടുത്തപ്പോൾ എന്റെ ബൂട്ട് അതിൽപ്പെടുകയും ചെയ്തു.

എന്നാൽ ആർക്കാണ് എന്റെ ബൂട്ടിൽ താത്പര്യം?

എല്ലാം ഒരേപോലെ. എന്തായാലും ഞാൻ എഴുതാൻ പോവുകയാണ്.

വീണ്ടും രാത്രി. ഞങ്ങൾ തകർക്കപ്പെട്ട ഒരു ഗ്രാമത്തിലാണ് കഴിച്ചുകൂട്ടിയത്. ഞങ്ങളുടെ അടിവസ്ത്രങ്ങളും മേൽവസ്ത്രങ്ങളും ആകെ നനഞ്ഞ് കുതിർന്നിരുന്നു.

ഞങ്ങളുടെ കണങ്കാലിൽ കെട്ടുന്ന പട്ടീസ് ഉണക്കാൻ ഒരു സാധ്യതയും ഉണ്ടായിരുന്നില്ല. ഞങ്ങൾ ചൈനീസ് കടലാസ് വിളക്കുകൾക്കുള്ളിൽ മെഴുകുതിരികൾ വെച്ച് കത്തിച്ചുനോക്കി. ചെറിയൊരു വെളിച്ചംപോലും കിട്ടിയില്ല. ഞങ്ങൾ ഇരുണ്ട, മണമുള്ള ചൈനീസ് ചായ ഒരു സൈനികന്റെ കാനിൽ ചേർത്ത് കുടിച്ചു. ഞാൻ മൂന്ന് മുട്ടയോളം ഉണ്ടാക്കി കഴിച്ചു. കൊതുകുകൾ, അസഹനീയമായ ചൂട്, കുളങ്ങളിൽനിന്നും ഓടകളിൽനിന്നും ബുദ്ധി മരവിപ്പിക്കുന്ന നീരാവിയും.

ആളുകൾക്ക് കിണറുകളിൽനിന്ന് വെള്ളം കുടിക്കാൻ ഭയമായിരുന്നു. അവർ ചൈനീസ് ചായയുണ്ടാക്കാനുള്ള വെള്ളം അവയിൽനിന്നുതന്നെ എടുത്തു. വൃദ്ധരായവർ ഗ്രാമം ഉപേക്ഷിച്ചിരുന്നില്ല. വെള്ളമാകട്ടെ കടലസൂപ്പുപോലെ തവിട്ടുനിറത്തിലാണ് ഉണ്ടായിരുന്നത്.

ജപ്പാൻകാർ ഞങ്ങൾക്ക് മുമ്പാണ് നടന്നിരുന്നത് എന്ന് ഞാൻ നിന്നോട് പറഞ്ഞു. ഞങ്ങൾ ഇപ്പോൾ ഒരു മരത്തെ കടന്നുപോയി. അവിടെ പുരുഷന്മാർ പന്നിവാലിൽ കെട്ടിത്തൂങ്ങി മരിച്ചുകിടക്കുന്നുണ്ടായിരുന്നു.

പകൽസമയങ്ങളിൽ അവിടെ കൊടുംചൂടാണ്. അപ്പോൾ ആളുകൾക്ക് സൂര്യാഘാതം ഏൽക്കുന്നത് വീണ്ടും പതിവായി. അല്ലെങ്കിൽ ഒരു ഉഷ്ണമേഖല പ്രദേശത്തെ മഴ ഒറ്റ മണിക്കൂറിനുള്ളിൽ ആ പ്രദേശത്തെയാകെ വെള്ളപ്പൊക്കത്തിൽ ആഴ്ത്തും. കളിമൺഭൂമിയിൽ വെള്ളമിറങ്ങാത്തതുകാരണം കുഴികളെയും ഒഴിഞ്ഞ ഭാഗങ്ങളെയുമെല്ലാം

നദികളാക്കുകയും ഓടകളെയും അരുവികളെയുമൊക്കെ ആഴമുള്ള നദികളാക്കി മാറ്റുകയും ചെയ്തു.

ആളുകൾ തലകറങ്ങി വീണ്, ക്ഷീണിച്ച് അവശരായി. അവരെ ഉയർന്ന ഉണങ്ങിയ ഭാഗങ്ങളിലേക്ക് മാറ്റി. അല്ലെങ്കിൽ അവർ കുളങ്ങളിലേക്കോ കുന്നുകളിലേക്കോ ആഴ്ന്നുപോകുമായിരുന്നു.

മുന്നോട്ടു പോകാനുള്ള സൈനികവിഭാഗത്തിന്റെ കമാന്റർ അയാളുടെ സൈന്യവിഭാഗത്തെ ഒരു കാവൽസൈന്യമായി രൂപീകരിച്ചു. മഴ പെയ്യുന്നുണ്ടായിരുന്നു. കാവൽപ്പടസൈനികർ മുട്ടുവരെ വെള്ളത്തിൽ കാവൽ നിൽക്കേണ്ടിയിരുന്നു. പോസ്റ്റുകൾ താഴ്ന്ന നിലങ്ങളിലാക്കിയത് വേണമെന്നുവെച്ചിട്ടുതന്നെയായിരുന്നു. രാത്രികളിൽ മുകളിലേക്ക് നോക്കുമ്പോൾ നല്ല വ്യക്തമായ കാഴ്ചകൾ കാണാം.

കാവോലിയാങ്ങിന്റെ മുകളിൽ മരക്കൂട്ടങ്ങൾ ഉണ്ടായിരുന്നു. അത് ശവമടക്ക് സ്ഥലങ്ങളോ ഗ്രാമങ്ങളോ ആയിരുന്നു. തുറസ്സായ ആകാശത്തിനുകീഴെ ഒരു രാത്രി ഞങ്ങൾ കഴിച്ചുകൂട്ടി. എല്ലാവരും ഒന്നിച്ച് ഒരു കൂട്ടമായി കിടന്നു. കാവോലിയാങ്ങിന്റെ മർമ്മരം ഞങ്ങൾക്കുമേൽ ആരോ ഇഴയുംപോലുള്ള കിരുകിരാ ശബ്ദംപോലെ തോന്നിച്ചു.

ചെറിയ ഒരു വിശ്രമവേള കിട്ടിയാൽ ഉടനെ സൈനികർ കിടന്നു. ആളുകൾ ക്ഷീണിച്ചിരുന്നതിനാൽ പെട്ടെന്ന് വെറും നിലത്താണെങ്കിലും കിടന്ന് ഉറങ്ങി.

ഞങ്ങൾ രാത്രി മുഴുവൻ നടന്നു. ഞങ്ങൾക്കു ചുറ്റുമുള്ള എല്ലാ ഗ്രാമങ്ങളും കത്തിയെരിഞ്ഞിരുന്നു. ആ വെളിച്ചത്തിൽ ഞങ്ങൾക്ക് ആകാശത്തിലെ എല്ലാം കാണാൻ കഴിയുമായിരുന്നു. വീണ്ടും മഴ തുടങ്ങി. എന്നാൽ ആ വെളിച്ചം ഞങ്ങളെ മുന്നോട്ട് നയിച്ചു. ചുവന്ന നിറമുള്ള മഴ, അങ്ങനെയൊന്ന് ഉണ്ടായിട്ടില്ല.

നിരത്ത് സാധാരണപോലെ ഒട്ടുംതന്നെ പറ്റാത്തതായിരുന്നു. ഇടയ്ക്കിടെ ഞങ്ങൾക്ക് വണ്ടികളെ മണ്ണിൽ പൂണ്ടുപോകാതിരിക്കാനായി വലിച്ചിഴച്ചുകൊണ്ടുപോകാനുള്ള കുതിരകളെ സഹായിക്കണമായിരുന്നു.

ഞാൻ വല്ലാതെ ക്ഷീണിച്ച് വീണു. കുറേനേരം വസ്ത്രങ്ങളോ ബൂട്ടോ പോലും അഴിക്കാതെ കിടന്നുറങ്ങി. ഞങ്ങൾ ഏതെങ്കിലും മൺകുടിലിൽ തിരക്കിക്കയറി. സൈനികർ തളർന്ന് നിലത്തുവീണു. ഒരാൾ മറ്റേയാളെ തലയിണയാക്കി. എല്ലാവർക്കും പൂപ്പലിന്റെയും വിയർപ്പിന്റെയും രൂക്ഷമായ ചെറിയുടെയും ദുർഗന്ധമായിരുന്നു.

എന്റെ ദുർഗന്ധംതന്നെ വല്ലാതെ അസഹനീയമായിരുന്നു.

പുറത്ത് വളരെ നിശ്ശബ്ദതയായിരുന്നു. എന്നാൽ പിന്നീട് വയലുകളിൽനിന്നും നിലവിളിയോ ഞരക്കങ്ങളോ ഒക്കെ കേട്ടു. കിറിൽ ചോദിച്ചു,

“അതൊരു പക്ഷിയാണോ?”

“അല്ല, അവർ മുറിവേറ്റവരെ എടുത്ത് മാറ്റിയിട്ടുണ്ടാവില്ല.”

ഞങ്ങളെ ശരിക്കും ഉറങ്ങാൻ അനുവദിച്ചിരുന്നില്ല. രാവിലെ നേരത്തെ കാവൽക്കാർ ആരെയോ കണ്ടു എന്നും പറഞ്ഞ് വെടിവെയ്പ് തുടങ്ങി. അതൊരു പട്ടി ആയിരുന്നു.

ആളുകളുടെ ക്ഷമ നശിച്ച് അവർ കുപിതരായി ചെറിയ കാര്യങ്ങൾക്കുപോലും അങ്ങോട്ടുമിങ്ങോട്ടും നിലവിളിച്ചു.

എല്ലാവരും രോഷാകുലരായതിനാൽ അവർ നിഷ്ഠുരരായി മാറി. എവിടെയും അക്രമങ്ങളാണ്.

ചൈനീസ് പട്ടാളക്കാർ മറവുകളിൽനിന്ന്, കാവോലിയാങ് കാടുകൾക്കുള്ളിൽനിന്ന് ഒളിഞ്ഞിരുന്ന് വെടിവെച്ചു. എന്തെങ്കിലും അപകടമുണ്ടായാൽ അവർ ജാക്കറ്റുകൾ ഊരി തോക്കുകൾ കളഞ്ഞ് പതുക്കെ ഇഴഞ്ഞ് സമാധാനപ്രിയരായ താമസക്കാരെപ്പോലെ അഭിനയിക്കും. ഇപ്പോൾ ജപ്പാൻകാരും ഇംഗ്ലീഷുകാരും ഞങ്ങളും കാണുന്ന എല്ലാവരെയും കൊല്ലുകയാണ്.

കൊസ്സാക്കുകൾ വയലിലൂടെ കടന്നുപോകുമ്പോൾ ഒരുപാട് ആളുകളെ എന്റെ കൺമുന്നിൽ വെച്ച് കൊന്നൊടുക്കി. ചിലപ്പോൾ അവർ സൈന്യത്തെ കണ്ടപ്പോൾ ഒളിച്ചിരുന്നു. പാവപ്പെട്ട കർഷകർ ആയിരുന്നിരിക്കാം. എന്നാൽ ഇതെല്ലാം ആര് അന്വേഷിക്കാൻ പോകുന്നു? ആര് ശ്രദ്ധിക്കാൻ?

ഈ ആളുകളുടെ മരണത്തെയോ ജീവനുകളെയോകുറിച്ച് ഒന്നും തന്നെ ആരും ഒരിക്കലും കണ്ടെത്താൻ പോകുന്നില്ല.

ബയണറ്റ് കൊണ്ട് സ്വയം കുത്തി മുറിവേല്പിച്ച് ആ ബയണറ്റും പിടിച്ച് തിരിച്ചുപിടിക്കാൻ തുനിഞ്ഞുനിൽക്കുന്ന ഒരാളെ ഞാൻ കണ്ടു.

ഒരു ഗ്രാമത്തിൽ അവർ ഒരു ചെറുപ്പക്കാരനെ പിടിച്ച് എന്റെ മുന്നിൽവെച്ച് ചോദ്യം ചെയ്യാൻ തുടങ്ങി. കിറിൽ പരിഭാഷകനായി. പിടികൂടപ്പെട്ടവന്റെ പന്നിത്തലമുടിയിൽ കൈകൾ പുറകിലേക്ക് പിടിച്ചു കെട്ടിയതിനാൽ അയാൾ തല പിന്നോട്ട് ഇട്ടാണ് നിലത്തിരുന്നത്. മെലിഞ്ഞ് ഉണങ്ങിയ ഒരാൾ. കണ്ണുനിറച്ച് വെറുപ്പും ഭയവും. ഒരു ശുഷ്കിച്ച വൃത്തികെട്ട മുഖം. എല്ലാ ചോദ്യത്തിനും ചെറുപ്പക്കാരൻ 'മിയു' എന്നു പറഞ്ഞു. അതിനർത്ഥം ഇല്ല എന്നാണ്. അവർ അയാളുടെ കാലിൽ വെടിവെച്ചു. അയാൾ വേദനകൊണ്ട് പുളഞ്ഞ് നിലത്തുകിടന്ന് കരഞ്ഞു. രക്തം ഒഴുകി. എന്നിട്ടും അയാൾ 'മിയു' എന്ന വാക്കു മാത്രമേ പറഞ്ഞുള്ളൂ. അവർ അയാളെ പുറത്തേക്ക് വലിച്ചിഴച്ച് ഒരു കിണറിനുള്ളിലേക്ക് വലിച്ചിട്ടു.

സാഷൻക, ഞാൻ മരിച്ചതുപോലെ ക്ഷീണിതനാണ്.

നീ എന്നെ കാത്തിരിക്കുന്നു എന്നതു മാത്രമാണ് എനിക്ക് ഊർജം പകരുന്നത്.

ഞാനിത് പിറ്റേദിവസമാണ് എഴുതുന്നത്. കിറിൽ കൊല്ലപ്പെട്ടു.

ഇങ്ങനെയാണ് സംഭവം. ഞങ്ങളുടെ കുറേ സൈനികരെ അടുത്തുള്ള ഗ്രാമത്തിലേക്ക് പറഞ്ഞയച്ചു. കിറിലും അവരോടൊപ്പം പോയി. അവർ ഒരുപാട് ദൂരം പോയി. കൂടുതൽ ആളുകളെ അയച്ചു. അവർ തിരികെ വന്നു പറഞ്ഞു, ആ ഗ്രാമം മുഴുവൻ ലഹള നടക്കുകയാണെന്ന്. ഞങ്ങൾ അങ്ങോട്ടേക്ക് കുതിച്ചു.

ഞങ്ങളെന്താണ് അവിടെ കണ്ടതെന്ന് എനിക്ക് പെട്ടെന്ന് പിടികിട്ടിയില്ല.

എനിക്ക് പിടികിട്ടിയില്ലെങ്കിലും മനസ്സിലാക്കണമെന്നുണ്ടായിരുന്നില്ല.

അവരെല്ലാം കൊല്ലപ്പെട്ടിരുന്നു. എന്നാൽ അതിനുമുമ്പ് അവരെ ഭയങ്കരമായി പീഡിപ്പിച്ചിരുന്നു. അവരുടെ ശരീരങ്ങൾ വികൃതമാക്കപ്പെട്ടിരുന്നു. ഞാൻ കണ്ടതിനെക്കുറിച്ച് എനിക്ക് എഴുതണമെന്നില്ല.

ഞങ്ങളുടെ ആളുകൾ വീടുകൾക്ക് തീ കൊടുത്തുവെങ്കിലും മഴയത്ത് ഒന്നും കത്തിയില്ല.

ഗ്രാമത്തിന്റെ അറ്റത്ത് അവർ ഒരു വൃദ്ധനെ കാണുകയും കാൽമുട്ടിൽ വലിച്ചിഴച്ച് കൊണ്ടുവരികയും ചെയ്തു. അയാൾ മഞ്ഞനിറമുള്ള മണ്ണിൽ കുളിച്ചിരുന്നു. അവർ അയാളെ വിട്ടപ്പോൾ അയാൾ മുഖംകുത്തി വീണു. എന്നാൽ ജീവനുണ്ടായിരുന്നു. അവർ അയാളെ ബൂട്ടുകൊണ്ട് തിരിച്ചിട്ടു.

പന്നിത്തലമുടിയുള്ള വൃദ്ധൻ കഴുത്ത് ചുരുട്ടി ചുരുണ്ട് കിടന്നു. അവർ അയാളെ ബൂട്ടുകൊണ്ടും തോക്കുകൊണ്ടും അടിക്കാൻ തുടങ്ങി. ഞാൻ ഇടപെട്ട് അവരെ അതിൽനിന്ന് പിൻതിരിപ്പിക്കാൻ നോക്കി. എന്നാൽ അവരെന്നെ ശക്തിയായി പിടിച്ചുതള്ളിയപ്പോൾ ഞാൻ നിലത്ത് മണ്ണിലേക്ക് വീണു.

ആരോ ഒരാൾ അയാളുടെ കഴുത്തിലെ മുഴയിൽ ചവിട്ടിയപ്പോൾ അയാളുടെ കഴുത്ത് ഒടിയുന്ന ശബ്ദം കേട്ടു.

ഞങ്ങൾ ഇപ്പോൾ ചായ കുടിക്കുകയാണ്. ചൂടുള്ള പാനീയം കുടിക്കുന്നത് സുഖകരമാണ്.

എന്താണ് ഈ ദിവസത്തിന്റെ അർത്ഥം?

എന്തൊരു വിഡ്ഢിച്ചോദ്യം. എന്റെ ജീവിതകാലം മുഴുവൻ ഞാൻ വിഡ്ഢിച്ചോദ്യങ്ങൾ ചോദിക്കുകയായിരുന്നു.

ഈ ദിവസത്തിന്റെ അർത്ഥം, അങ്ങനെ ഒന്ന് ഉണ്ടെങ്കിൽ, അത് ഈ ദിവസവും കഴിഞ്ഞുപോയി എന്നതു മാത്രമാണ്.

മറ്റൊരു ദിവസവുംകൂടി കഴിഞ്ഞ് നമ്മുടെ കണ്ടുമുട്ടാനുള്ള സമയത്തെ കൂടുതൽ അടുപ്പിക്കുകയാണ്.

വൊളോഡെൻക!

എനിക്ക് നിന്നെ വളരെ ആവശ്യമാണ്. നീ എന്നെ അറിയുന്നപോലെ മറ്റാർക്കും എന്നെ തിരിച്ചറിയാൻ കഴിയില്ല. ഒരുപക്ഷേ, എനിക്കുപോലും.

ഞാൻ നല്ല കാര്യങ്ങൾ മാത്രമാണ് നീയുമായി പങ്കിടാൻ ഇഷ്ടപ്പെടുന്നത്. എല്ലാം നീയുമായി പങ്കിടുക എന്നത് എനിക്കു വളരെ പ്രധാനമാണ്.

ഞാൻ നിന്നോട് പരാതി പറയാൻ ആഗ്രഹിക്കുന്നില്ല. എന്റെ സന്തോഷം പങ്കിടാം.

മറ്റുള്ളവർ ദുഃഖിക്കുമ്പോൾ ഞാൻ സന്തോഷത്തോടെ ഇരിക്കുന്ന ഒരു നിമിഷമാണിത്.

ഞാനിത് ആരോടും പറയാനാഗ്രഹിക്കുന്നില്ല. നിന്നോട് മാത്രം. നിനക്കിത് മനസ്സിലാവും.

ഞാൻ 'ദേജാവു' എന്നത് എന്താണെന്ന് പഠിച്ചു. എന്റെ അമ്മയുടെ മരണസർട്ടിഫിക്കറ്റ് കിട്ടി. ഞാൻ എന്റെ അച്ഛനുവേണ്ടിയുള്ള നിയമാനുസൃതമായ കാര്യങ്ങൾ ചെയ്തുകൊണ്ടിരിക്കുകയാണ്. ഒരേ രേഖകൾ, ഒരേ വാക്കുകൾ, അതേ ബഹളം, ശവമടക്കിനെക്കുറിച്ചുള്ള കാര്യങ്ങൾ, വിചിത്രമായ അനാവശ്യമായ അനുഷ്ഠാനങ്ങൾ, അയഥാർത്ഥമായ ചടങ്ങുകൾ എന്നിവ എന്റെ ശരിക്കുള്ള അമ്മയ്ക്കോ അച്ഛനോ ആയി യാതൊരുവിധ ബന്ധവുമില്ലാത്തതാണ്.

അച്ഛൻ വീട്ടിൽവെച്ച് മരിച്ചു. അതാണ് അദ്ദേഹത്തിന് വേണ്ടിയിരുന്നതും.

ശവമടക്ക് വിശേഷാൽ പരിഹാസ്യരൂപത്തിലായി.

ലിഫ്റ്റ് വളരെ ചെറുതും പടികൾ വളരെ ഇടുങ്ങിയവയുമായിരുന്നു. അഞ്ചാമത്തെ നിലയിൽനിന്ന് അച്ഛനെ താഴോട്ടു കൊണ്ടുവരിക എന്നത് ശരിക്കും ബുദ്ധിമുട്ടായിരുന്നു. ശവപ്പെട്ടിയുടെ വശങ്ങൾ ഭിത്തിയിലും റെയിലിങ്ങിലും ഇടിച്ചുകൊണ്ടിരുന്നു. പോർട്ടർമാർ അങ്ങോട്ടുമിങ്ങോട്ടും നിലവിളിച്ചു.

ശബ്ദംകേട്ട അയൽക്കാർ തുറന്ന വാതിലിലൂടെ എത്തിനോക്കി. ഒരുപാട് സ്ത്രീകൾ വായിൽ കൈയും പൊത്തി അകത്തേക്ക് കടന്നു വരുന്ന വഴിയിൽ നിന്നിരുന്നു.

കാൽപ്പന്ത് കളിച്ചുകൊണ്ടിരുന്ന ആൺകുട്ടികൾ നിലവിളിച്ചുകൊണ്ട് ശവമടക്ക് കാണാൻ ഓടിവന്നു. പന്ത് കാലുകൊണ്ട് ആകാശത്തേക്ക് തട്ടിയത് കൃത്യമായും ശവപ്പെട്ടിയിൽത്തന്നെ വന്നുവീണു.

അച്ഛൻ ശവപ്പെട്ടിയിൽ രണ്ട് നല്ല ഷൂസുകൾപോലെ കൈകൾ മടക്കിപ്പിടിച്ചാണ് കിടന്നത്. ഞാൻ അദ്ദേഹത്തിന്റെ നെഞ്ച് തിരുമ്മി. മരിക്കുന്നതിന് തൊട്ടുമുമ്പുള്ള നിമിഷങ്ങളിലെന്നപോലെ ശക്തിയിലല്ലാതെ ശാന്തമായി തിരുമ്മി.

അദ്ദേഹത്തിന്റെ നെറ്റിയിൽനിന്നും ഒരു കട്ട മുടിയെടുത്ത് ഞാൻ മാറ്റി. ഞാൻ വൃത്തികെട്ട രീതിയിൽ ഷേവ് ചെയ്തുകൊടുത്തിരുന്ന കവിളുകളിൽ ഞാൻ എന്റെ കണ്ണുനീർപാടുകൾ കണ്ടു.

അത് ചൂടുള്ള സമയമായിരുന്നു. അച്ഛന്റെ പുറത്ത് വന്നിരുന്ന ഈച്ച കളെ ഞാൻ ഓടിച്ചുവിട്ടു.

ശവമടക്കുന്ന സ്ഥലത്ത് ഞങ്ങൾ ബെഞ്ചുകളിൽ കാത്ത് ഇരിക്കു മ്പോൾ എനിക്ക് അദ്ദേഹത്തിന്റെ കാൽമുട്ടാണ് കാണാൻ കഴിഞ്ഞത്. അച്ഛൻ കഴിച്ച ഒരുപാട് ഗുളികകൾ കാരണം വയർ ആകെ വീർത്തി രുന്നു. അത് ശവമഞ്ചത്തിന്റെ രണ്ടറ്റവും മുട്ടി വീർത്തുപൊന്തിനിന്നി രുന്നു. ഞാൻ നോക്കിക്കൊണ്ടിരുന്നപ്പോൾ അദ്ദേഹത്തിന്റെ നെഞ്ചിൽ വെച്ച കൈയും അവയ്ക്കു പിന്നിൽ കണ്ട ജനൽപ്പിടിയും തമ്മിൽ താരതമ്യം ചെയ്തപ്പോൾ പെട്ടെന്ന് എനിക്കു തോന്നി അച്ഛൻ ശ്വസി ക്കുന്നുണ്ട് എന്ന്.

വന്നുചേർന്ന ആളുകളിൽ എനിക്ക് അറിയാത്ത ചില സ്ത്രീകളും ഉണ്ടായിരുന്നു. പ്രേമിച്ചിരുന്നവരാണോ? ഒന്നിച്ച് താമസിച്ചിരുന്നവരാണോ? അദ്ദേഹം അവരെ പ്രേമിച്ചിരുന്നോ? അവർ അദ്ദേഹത്തെ ഇഷ്ടപ്പെട്ടി രുന്നോ? ഒന്നും എനിക്ക് അറിയില്ല.

ഞാൻ അച്ഛനെ അവസാനമായി ചുംബിച്ചപ്പോൾ അദ്ദേഹത്തിന്റെ തോളിൽ ഒരു പെൺപക്ഷി വന്നിരുന്നത് ശ്രദ്ധിച്ചു. ഞാൻ അതിനെ തട്ടി മാറ്റി. ഇല്ലെങ്കിൽ അതും കത്തിപ്പോകുമായിരുന്നു.

ദഹിപ്പിക്കുന്ന അടുപ്പിന്റെ ചൂട് എത്രയായിരിക്കും എന്ന് ആരോ അന്വേഷിക്കുന്നത് കേട്ടു.

അവർ ശവപ്പെട്ടി അടച്ചപ്പോൾ അച്ഛൻ ചിരിക്കുന്നത് ഞാൻ കേട്ടു.

ഞാൻ ഇപ്പോൾ അച്ഛൻ അവസാനംവരെ എന്തോ എഴുതിക്കൊണ്ടി രിക്കുന്ന ഒരു പുസ്തകം വായിക്കുകയാണ്. അത് ഒരിക്കലും അദ്ദേഹം എന്നെ കാണിച്ചിരുന്നില്ല.

അദ്ദേഹം തന്റെ ഓർമ്മകൾ എഴുതാൻ പോവുകയാണെന്ന് കുറേ ക്കാലമായി പറയുന്നുണ്ടായിരുന്നു. വേണമെന്ന് ചിലപ്പോൾ ശരിക്കും തോന്നിക്കാണും. എന്നാൽ ഒരു മെലിഞ്ഞ, എഴുതിയതിലധികം പേജു കൾ കീറിയ രീതിയിലുള്ള ഒരു പുസ്തകമാണ് ഇവിടെ ഉപേക്ഷിച്ചിരി ക്കുന്നത്.

അദ്ദേഹം ജീവിതത്തിന്റെ പുസ്തകമാണ് എഴുതുന്നത് എന്ന് അദ്ദേഹം തമാശ പറയുമായിരുന്നു.

"ഇത് ഞാൻ ജീവിച്ചിരുന്നതിന്റെ ലഘുലേഖയാണ്, മുയൽക്കുട്ടീ. ഞാൻ അവസാനംവരെ എഴുതിക്കഴിയുമ്പോൾ അവസാനത്തെ കുത്തും ഇട്ടുകഴിയുമ്പോൾ നിനക്കിത് വായിക്കാം."

അദ്ദേഹത്തിന് രോഗബാധയുണ്ടായപ്പോൾ ഞാൻ അദ്ദേഹത്തോ ടൊപ്പം ഒരുപാട് സമയം ചിലവഴിച്ചിരുന്നു. അദ്ദേഹത്തിന്റെ വലതുവശം

മരവിച്ചുപോയിരുന്നു. വായുടെ ഒരു വശവും കൺപോളയുടെ അറ്റവും കോടിച്ചുപോയി – തിരിച്ചു പോയി. വാക്കുകൾക്കുപകരം കൊഴകൊഴാന്നുള്ള സംസാരമായി. എന്നാൽ അദ്ദേഹത്തെ പഠിക്കാനായി ഏതാണ്ട് ശ്രമിച്ചുകൊണ്ടിരുന്നു. വീണ്ടും എഴുന്നേൽക്കാൻ തുടങ്ങുംമുമ്പ് അദ്ദേഹം ഇടതുകൈകൊണ്ട് ഓർമ്മക്കുറിപ്പെഴുതാൻ തുടങ്ങിയിരുന്നു. ഞാൻ അദ്ദേഹത്തിനുവേണ്ടി എഴുതിക്കൊടുക്കാമെന്നു പറഞ്ഞു. എന്നാൽ എന്നെ സമ്മതിച്ചില്ല."

പൊതുവേ പറഞ്ഞാൽ അദ്ദേഹം വേഗം രോഗമുക്തനായി. കുറേ നാളൊന്നും അദ്ദേഹം ആശുപത്രിയിൽ കഴിഞ്ഞില്ല. അദ്ദേഹത്തിന് അവിടെ കിടക്കേണ്ടായിരുന്നു. അദ്ദേഹം പറഞ്ഞു, നഴ്സുമാരൊക്കെ കാണാൻ വൃത്തികെട്ടവരായിരുന്നു എന്നും അവർ കൂടുതൽ വയ്യാത്ത ആളുകൾക്കുമാത്രമേ വേണ്ടത് ചെയ്തുകൊടുക്കൂ എന്നും മറ്റെവിടേക്കും നോക്കില്ല എന്നും പറഞ്ഞു.

വീട്ടിൽ വന്ന് അച്ഛനെ വ്യായാമം ചെയ്യിക്കാൻ വന്ന നഴ്സ് കോപവും അവജ്ഞയും ഉള്ള സ്വരത്തിൽ പറഞ്ഞു, എന്റെ അച്ഛൻ അവരുടെ ഉന്തിനിൽക്കുന്ന ശരീരഭാഗങ്ങളിലൊക്കെ സ്വാധീനമുള്ള കൈകൊണ്ട് പിടിച്ച് അമർത്തുകയാണ് എന്ന്.

ഞാൻ മറുപടി പറഞ്ഞു.

"അതിനർത്ഥം അദ്ദേഹം ആരോഗ്യം വീണ്ടെടുക്കുകയാണ് എന്നാണ്.

"എന്നാൽ എനിക്ക് ഒന്നും ചെയ്യാൻ കഴിയില്ല. നിങ്ങളുടെ അച്ഛൻ എന്റെ മുലകളിൽ പിടിക്കുന്നു."

"ആ കൈയിൽ അടിക്കൂ. അതിന് അസുഖമൊന്നുമില്ലല്ലോ."

ഞാൻ എന്റെ അച്ഛനോട് പറഞ്ഞു,

"അച്ഛൻ എന്താണ് ചെയ്യുന്നത്? അച്ഛന് അല്പംപോലും ക്ഷമയില്ലേ?"

അദ്ദേഹം തന്റെ കോടിയ വായിലൂടെ എന്തൊക്കെയോ പിറുപിറുത്തു.

"ഇതാ ഇവിടെ ഞാൻ അദ്ദേഹത്തിന്റെ പുസ്തകക്കുറിപ്പുകളിലൂടെ. അതിൽ ഒന്നുമില്ല. എനിക്ക് അറിയേണ്ടുന്നതായ ഒരു കാര്യവും എനിക്ക് കാണാൻ കഴിഞ്ഞില്ല. എന്നെക്കുറിച്ചോ എന്റെ കുട്ടിക്കാലത്തെക്കുറിച്ചോ ഒന്നുമില്ല. ഒരേ ഒരു പ്രാവശ്യമേ അതിൽ എന്നെക്കുറിച്ച് സൂചിപ്പിച്ചിട്ടുള്ളൂ."

> "ചിലപ്പോൾ ഞാൻ എന്റെ ജീവിതത്തെക്കുറിച്ച് ഓർക്കുന്നു. അതൊക്കെ അങ്ങ് താഴേക്ക് ഒലിച്ചുപോയി. എന്നാൽ ഞാൻ ചിലപ്പോൾ ചിന്തിക്കും. ഇല്ല, എനിക്ക് സാഷയെപ്പോലെ ഒരു മകളെ കിട്ടിയല്ലോ. എന്റെ ആത്മാവിനെ രക്ഷിക്കുന്നത്

അവളായിരിക്കും. അവൾക്കായി എന്റെ ഭ്രാന്തമായ ജീവിതം മുഴുവനായി ക്ഷമിക്കപ്പെട്ടേക്കും.”

ഒരു കുട്ടിയുടെ കണ്ണിൽനിന്നു മറച്ചുപിടിച്ചിട്ടുള്ള ഒരു ജീവിതവും പിന്നെ എന്നെക്കുറിച്ചും എന്തെങ്കിലുമൊക്കെ അതിലുണ്ടാവുമോ എന്ന് കണ്ടെത്താൻ കഴിയുമോ എന്ന് പ്രതീക്ഷിച്ച് അത് കണ്ടുപിടിക്കാൻ ശ്രമിക്കുകയായിരുന്നു. അതിനുപകരം ഈ ലോകത്തെ എല്ലാറ്റിനെയും കുറിച്ചും ഒന്നുമില്ലായ്മയെക്കുറിച്ചും ഉള്ള ഛിന്നഭിന്നമായ കുറിപ്പുകളാണ് ഉണ്ടായിരുന്നത്.

“രാത്രിയിൽ ഞാൻ വാച്ചിനെ ശ്രദ്ധിച്ചു, എന്റെ ജീവനെടുക്കുന്നത്. മറ്റുള്ള എല്ലാം തനിച്ചല്ല എന്ന് കാണുമ്പോഴാണ്, നിങ്ങൾക്ക് ഒന്നും ഇല്ലാതായി എന്ന് കാണുമ്പോഴാണ് നിങ്ങൾ തനിച്ചായി എന്ന് പറയുക. എന്റെ ഉറക്കമില്ലായ്മയുടെ ഇടയിൽ നഗ്നനായി, വൃദ്ധനായി ഞാൻ കുളിമുറിയിലെ കണ്ണാടിക്കു മുന്നിൽനിന്നു. ഞാനെന്റെ ശരീരത്തിലേക്ക് നോക്കി. ഇതെന്നെ ചതിക്കുകയാണ്. നിറമില്ലാത്ത കണ്ണിനടിയിലെ തൂങ്ങിവീർത്ത ഭാഗം, എന്റെ ചെവിയിൽനിന്ന് നീണ്ടുവളർന്നു നിൽക്കുന്ന മുടി. പല്ലുതേക്കുന്ന ബ്രഷ് കൊണ്ട് തോളുകൾ മാന്തി ഞാൻ ചിന്തിച്ചു, ഞാൻ വേഗം മരിക്കും. എങ്ങനെ ആയിരുന്നു ഇതിലേക്ക് ഞാൻ എത്തിപ്പെട്ടത്?”

“ഞാൻ മരണത്തെ ലഘുവായി എടുക്കണം. സമയമാകുമ്പോൾ മരണം നിങ്ങളെ തേടിയെത്തും. ഒന്നും തൃപ്തികരമായി ചെയ്തുതീർക്കാൻ കഴിയില്ല.”

“സമയം വീണ്ടും മാറിക്കൊണ്ടിരിക്കുന്നു. അവ അവസാനഘട്ടത്തിലാണ് മാറിയത് എന്ന മട്ടിലാണ്. ഞാൻ ധൃതികൂട്ടി വേഗം തന്നെ എന്തെങ്കിലും എഴുതുന്നതാണ് നല്ലത്. അല്ലെങ്കിൽ അവർ അവയെ ഒന്നിച്ച് ഇല്ലാതാക്കും.”

“എന്റെ ചെറുപ്പത്തിൽ ഞാൻ എപ്പോഴാണ് വളർന്ന് എന്റെ ഓർമ്മക്കുറിപ്പുകൾ എഴുതുക എന്ന് ചിന്തിക്കുമായിരുന്നു. അതിനാൽ ഞാൻ പിന്നീട് കൈയിൽ കിട്ടത്തക്കവിധം ഡയറിക്കുറിപ്പുകൾ എഴുതാൻ തുടങ്ങി. ഇതാ ഇവിടെ ഇപ്പോൾ ജീവിതത്തിന്റെ മറ്റേ അറ്റത്ത് നിൽക്കുമ്പോൾ - ഇക്കാലമത്രയും കഴിഞ്ഞ് - ചെറുപ്പമായിരിക്കുമ്പോൾ എഴുതിയതു കാരണം അതെനിക്ക് എന്റെ ജീവിതത്തിന്റെ പ്രധാന അനുഭവങ്ങളും കാര്യങ്ങളും എഴുതാൻ തക്കവിധം അങ്ങേയറ്റം സഹായകമായി. എന്നാൽ ഇപ്പോൾ തോന്നുന്നത് ഏത് പ്രധാനമെന്നു തോന്നിയോ അതൊക്കെ വിഡ്ഢിത്തരമായിരുന്നു എന്നാണ്. ഏതാണ് ശരിക്കും ഏറ്റവും പ്രധാനം എന്നൊന്നും ശ്രദ്ധിച്ചിട്ടേയില്ലായിരുന്നു. അതിനർത്ഥം ഇപ്പോൾ ഞാൻ എന്നെക്കുറിച്ച് എഴുതിയാൽ അതൊരു നുണയായിരിക്കും എന്നാണ്.”

"ഞാൻ കുട്ടിയായിരിക്കുമ്പോൾ അച്ഛൻ എന്നെ വളർത്തുമൃഗങ്ങളുള്ള കടയിലേക്ക് കൊണ്ടുപോയി ഒരു ആമയെ വാങ്ങിത്തന്നത് ഞാൻ ഓർക്കുന്നു. എനിക്ക് സന്തോഷമായി. അതൊരു തണുത്ത മഞ്ഞുകാലമായിരുന്നു. ഞാൻ വീട്ടിലേക്ക് തിരക്കിട്ട് നടന്നു. എനിക്ക് ഭയമായിരുന്നു. എന്റെ ആമയ്ക്ക് ജലദോഷം പിടിപെടുമോ എന്ന്. ആ വളർത്തുമൃഗങ്ങളുടെ കട അവിടെ ഇപ്പോഴും ഉണ്ട്. അതേ കെട്ടിടത്തിൽത്തന്നെ. ഇനി ഒരു അരനൂറ്റാണ്ടെങ്കിലും അവിടെ കാണുകയും ചെയ്യും. ഞാൻ അതിനെ കടന്നുപോയപ്പോൾ ഒരു മിനിട്ട് അവിടെ ഒന്നു കയറി. എനിക്ക് എന്താണ് വേണ്ടിയിരുന്നത്. എന്റെ ചെറുപ്പത്തിന്റെ സന്തോഷമായിരുന്നോ?"

"എന്തുകൊണ്ട് അഖിലേസിന് കൂടയിൽ കിടക്കുന്ന ആമയെ പിടിക്കാൻ കഴിഞ്ഞില്ല എന്ന് ഉച്ചത്തിൽ പറയുന്ന അച്ഛനോട്, ഈ യാഥാർത്ഥ്യബോധമില്ലാത്ത കാൽനടക്കാരനുമായി ആ ആൺകുട്ടിക്ക് എന്തു സാമ്യമാണുള്ളത്? എന്താവാം? ഒന്നുമില്ല."

"ഞാൻ ഉയർത്തെഴുന്നേൽപ്പിനെക്കുറിച്ച് വായിച്ചു. പിന്നീട് ഷേവ് ചെയ്യാൻ തീരുമാനിച്ചു. ഞാൻ എന്റെ നരച്ച കുറ്റിരോമങ്ങളിലേക്ക് നോക്കി. ദേഹാന്തരപ്രാപ്തിയുള്ള ആത്മാക്കൾ എല്ലാകാലത്തും ഉണ്ടാകും. നമ്മൾ നമ്മളിലേക്കുതന്നെ കുടിയേറുക. ഒരിക്കൽ ഒരു ആൺകുട്ടി വൃദ്ധനായി. അവന്റെ ആത്മാവ് ഒരു ശരീരം വിട്ട് മറ്റൊരു ശരീരത്തിലേക്ക് എണ്ണിയാലൊടുങ്ങാത്ത പ്രാവശ്യം കൂടുമാറുന്നു. എല്ലാ പുലർച്ചെകളിലും. നമ്മുടെ ശ്രദ്ധ കൂടാതെതന്നെ നമ്മുടെ ശരീരം രാത്രിയിൽ വ്യത്യസ്തതയുള്ള ഒന്നായിത്തീരുന്നു."

എന്റെ അച്ഛൻ ചെറുപ്പത്തിൽ വ്യായാമങ്ങൾ ചെയ്തിരുന്നത് ഞാൻ ഓർക്കുന്നു. ഞങ്ങൾ ഊഞ്ഞാൽ കളിക്കുമായിരുന്നു. അദ്ദേഹം കൈനീട്ടിപ്പിടിക്കും. ഞാൻ കൈത്തണ്ടയിൽ പിടിച്ച് ആടും. എന്നാൽ ദേഹം മരവിച്ചപ്പോൾ അദ്ദേഹത്തെ നോക്കാൻതന്നെ ഭയമായി. പകുതി വാക്കുകളേ സംസാരിക്കൂ. അദ്ദേഹത്തിന്റെ വലത്തേ കൈ ചലനമറ്റതായി. ശരീരഭാരവും കുറഞ്ഞു. കഴുത്തിലെ തൊലി ഉലഞ്ഞ് തൂങ്ങി. അച്ഛന് മുമ്പും അസുഖങ്ങളുണ്ടായിരുന്നു. എന്നോട് പറഞ്ഞതേ ഇല്ല. സുഖമില്ലാതെ എന്റെ അടുത്തുവരാൻ ഭയം തോന്നിക്കാണും. ഒരിക്കൽ അദ്ദേഹം വയറിന്റെ അൾസറിന് ഓപ്പറേഷൻ ചെയ്യാൻ ആശുപത്രിയിൽ പോയി; എന്നോട് പറഞ്ഞില്ല. ഫോണും ചെയ്തില്ല. രോഗം ഭേദപ്പെട്ടശേഷം അദ്ദേഹം തനിക്ക് സുഖമുണ്ടായിരുന്നില്ല എന്നേ പറഞ്ഞുള്ളൂ.

ഇപ്പോൾ സ്വയം അസുഖത്തെ അംഗീകരിക്കേണ്ടിവന്നു.

ആദ്യത്തെ കുറച്ചു ദിവസങ്ങൾ വളരെ ബുദ്ധിമുട്ടായിരുന്നു. എന്റെ അമ്മയുടെ അസുഖത്തെക്കുറിച്ചുള്ള ഭയവും ബുദ്ധിമുട്ടുകളുമൊക്കെ

അപ്പോൾ തീർന്നതേ ഉണ്ടായിരുന്നുള്ളൂ. അപ്പോഴേക്കും എന്നും ഞാൻ അച്ഛനെ കാണാൻ പോകാൻ തുടങ്ങി.

വീട്ടുപകരണങ്ങൾ ഒന്നുമില്ലാതെ ആകപ്പാടെ എല്ലാം അലങ്കോലപ്പെട്ട മട്ടിലാണ് അദ്ദേഹം താമസിച്ചിരുന്നത്. അവിടെ പാത്രങ്ങൾ വെയ്ക്കാൻ ഒന്നുമുണ്ടായിരുന്നില്ല. അദ്ദേഹം ആഷ്ട്രേയുടെ പുറത്താണ് ഫ്രയിംഗ് പാൻ വെച്ചിരുന്നത്. കർട്ടനിലാണ് അദ്ദേഹം കൈതുടച്ചിരുന്നത്. എനിക്ക് എല്ലാ സാധനങ്ങളും വാങ്ങുകയോ വീട്ടിൽനിന്ന് കൊണ്ടുവരികയോ ചെയ്യേണ്ടിവന്നു

ബെഡ്പാനിന്റെ വടുക്കൾ, കിടക്കയിൽ കിടന്നുണ്ടാകുന്ന വ്രണങ്ങൾ, സ്പൂണിൽ കോരിക്കൊടുക്കൽ. മരവിപ്പ് കഴിഞ്ഞ ഉടൻ അദ്ദേഹം ലൈംഗിക കാര്യങ്ങളിൽ നിയന്ത്രണമില്ലാത്തവനായി. ഞാൻ അദ്ദേഹത്തിന്റെ ശരീരത്തിനടിയിൽ ചെറിയ കുട്ടിക്കെന്നപോലെ നാപ്കിനുകൾ വെയ്ക്കുമായിരുന്നു.

പിന്നീട് തിരിച്ചായി. അദ്ദേഹത്തിന് മലബന്ധം തുടങ്ങിയപ്പോൾ എനിമ നൽകേണ്ടിവന്നു.

ഒരിക്കൽ അദ്ദേഹത്തിന്റെ വിസർജ്യം ഷീറ്റ് മുഴുവൻ ഒഴുകി ഒലിച്ചത് ഞാൻ വൃത്തിയാക്കി. ദുർഗന്ധത്താൽ മുഖം ചുളിച്ചുകൊണ്ട് അദ്ദേഹം എന്തോ പിറുപിറുത്തു. എനിക്ക് മനസ്സിലായില്ല.

“എന്താ അച്ഛാ, എന്തുവേണം?”

അദ്ദേഹം എന്നോട് ക്ഷമായാചനം നടത്തുകയായിരുന്നു.

“അയ്യോ, അതൊന്നും സാരമില്ല അച്ഛാ. അച്ഛനും എന്റെ പിൻഭാഗം തുടച്ചിട്ടില്ലേ?”

ആ സമയത്ത് അദ്ദേഹം ഒരു കുട്ടിയെപ്പോലെ അഭിനയം തുടങ്ങുമായിരുന്നു. ഞാൻ കുളിപ്പിക്കാൻ തുടങ്ങുമ്പോൾ അദ്ദേഹം നാടകം കളി തുടങ്ങും. വെള്ളം കൂടുതൽ ചൂടാണ്, തണുപ്പാണ് എന്നൊക്കെ പറഞ്ഞ്. ഞാൻ കുട്ടികളുടെ സോപ്പുതേപ്പിച്ച് സ്പോഞ്ചുകൊണ്ട് കുളിപ്പിക്കുമ്പോൾ അദ്ദേഹം അസ്വസ്ഥത കാണിച്ചു. സ്പോഞ്ച് തൊലിയെ ഉരച്ച് വേദനിപ്പിക്കുന്നുവത്രെ. എനിക്ക് എന്റെ കൈകൊണ്ട് സോപ്പ് തേപ്പിക്കേണ്ടിവന്നു. അദ്ദേഹത്തിന്റെ തൊലി അയഞ്ഞ് തൂങ്ങി ശരീരത്തിൽ നിന്നും വിട്ട് വരുമ്പോലെ ഉണ്ടായിരുന്നു. ഞാൻ അദ്ദേഹത്തിന്റെ മടക്കുകളിലും ചുളിവുകളിലുമൊക്കെ വെള്ളംകൊണ്ട് കഴുകിവിട്ടു.

വയ്യാത്ത കൈയിനെ ഞാൻ ഉഴിഞ്ഞുകൊടുത്തുകൊണ്ടിരുന്നു. ഞാൻ ഒരിക്കൽ കുരങ്ങിനെപ്പോലെ തൂങ്ങിക്കളിച്ചിരുന്ന ആ ബലവത്തായിരുന്ന കൈയിന് എന്തുപറ്റി എന്ന് ഞാൻ അദ്ഭുതപ്പെട്ടു. കൈകളും പുനരവതരിക്കണം, ഈ മരവിപ്പ് കയറുപോലെയുള്ള ബലഹീനത കുടിയേറിയ, ഈ അയഞ്ഞുതൂങ്ങിയ ഞെരമ്പുകളും തവിട്ടുകുത്തുകളുമുള്ള കൈകളുടെ സ്ഥാനത്ത് അതുണ്ടാവണം.

ഞാൻ അദ്ദേഹത്തിന്റെ നഖങ്ങളും മുടിയും മുറിച്ചുകൊടുത്തു. കാലുകളിലെ തഴമ്പുകൾ ചൂടുവെള്ളത്തിൽ കുതിർത്തി. കാൽവിരലുകളിൽ വളർന്നുനിന്നിരുന്ന മഞ്ഞനഖങ്ങൾ, കുതികാലിൽ ഉണ്ടായിരുന്ന മുഴകൾ. കാൽവിരലുകൾ തമ്മിൽ പിണഞ്ഞുപോയിരുന്നു. അദ്ദേഹം തമാശയായി പറഞ്ഞത് അത് ഭാഗ്യമാണെന്നായിരുന്നു.

ഞാൻ അദ്ദേഹത്തിന്റെ എല്ലായിടത്തും വൃത്തിയാക്കി. മെലിഞ്ഞ തുടകളും ഒതുങ്ങിയ അരക്കെട്ടും തുടയിടുക്കുമൊക്കെ വൃത്തിയാക്കി. ഒരുകാലത്ത് ഞാൻ ശരിക്കും അവിടെ ഉണ്ടായിരുന്നോ? ആ ചുരുണ്ടുകിടക്കുന്ന ചുളിവുകൾ നിറഞ്ഞ, കൂട്ടമായി വളർന്ന നരച്ച രോമങ്ങൾ നിറഞ്ഞ അതിൽ?

അദ്ദേഹത്തിന് പ്രോസ്ട്രേറ്റ് കാൻസർ കൂടി ഉണ്ടായിരുന്നോ എന്ന് ഭയമുണ്ടായിരുന്നു. എനിക്ക് അദ്ദേഹത്തിന്റെ പ്രോസ്റ്റേറ്റിക് ഗ്രന്ഥി തടഞ്ഞു.

“അച്ഛാ, താങ്കൾക്ക് ഭേദമായി താങ്കൾ എനിക്ക് സഹോദരന്മാരെയും സഹോദരിമാരെയും തരും.”

എന്റെ അച്ഛൻ മെഡിക്കൽ പുസ്തകങ്ങൾ വായിച്ച് ഡോക്ടർമാരോട് തർക്കിച്ചു. അവർ അദ്ദേഹത്തെ എങ്ങനെയാണ് ചികിത്സിക്കേണ്ടത് എന്ന് അവർക്ക് പറഞ്ഞുകൊടുത്തു.

അവർ അദ്ദേഹത്തോട് പുകവലിക്കരുത് എന്ന് പറഞ്ഞു. അദ്ദേഹം ഒന്നും സംഭവിക്കാത്തമട്ടിൽ പുക വലിച്ചുവിട്ടു. ഞാൻ അത് ഒരു ചീത്ത ജോലി എന്ന മട്ടിൽ മൗനം പാലിച്ചു.

ഞാൻ അദ്ദേഹത്തിന് സമോലിന ഉണ്ടാക്കിക്കൊടുത്തു. അദ്ദേഹം അത് നീരസം പൂണ്ട് സ്പൂണോടുകൂടി എടുത്ത് മാറ്റിവെച്ച്, തുമ്മി, വിരൽ കൊണ്ട് പ്ലേറ്റിൽ കുത്തി, ശബ്ദം ശരിയാക്കി, മുഖം ചുളിച്ചു.

“ഒരു കഷണം മീനും കുറച്ച് ഉള്ളിയുംകൂടി ഉണ്ടായിരുന്നെങ്കിൽ നന്നായിരുന്നേനേ.”

“അത് കഴിക്കൂ. ഇല്ലെങ്കിൽ ഞാൻ ഇത് തലയിലൂടെ കോരി ഒഴിക്കും.”

അദ്ദേഹം ഒരിക്കൽ എന്റെ മേൽ കെഫീർ കോരി ഒഴിച്ചത് ഓർത്തിട്ട് അനുസരണയോടെ സമോലിന ഇരുന്ന് കഴിച്ചു. ഞാൻ അദ്ദേഹത്തോടൊപ്പം ഇരുന്ന് എന്റെ കുട്ടിക്കാലം ഓർത്തു രസിച്ചു. ചില കാര്യങ്ങൾ വളരെ നന്നായി എനിക്ക് ഓർമ്മവന്നു. ഞാൻ നന്നായി ഓർത്ത പലതും അദ്ദേഹത്തിന് ഓർമ്മയില്ല എന്നത് വിചിത്രമായി തോന്നി.

എന്നാൽ അദ്ദേഹത്തിന് ഹാവായിയൻ നൃത്തം ഓർമ്മയുണ്ടായിരുന്നു – കൈകൾ പോക്കറ്റിൽ തിരുകിക്കൊണ്ടുള്ളത്.

ഒരിക്കൽ അദ്ദേഹം ജപ്പാനിലെ പുസ്തകം സമ്മാനമായി തന്നു. എനിക്ക് അതൊന്ന് നേരെ നോക്കാൻ കഴിയുംമുമ്പ് അമ്മ അത് കണ്ടു. ദേഷ്യം വന്ന് ആകെ ചുവന്ന് അത് അവർ എന്റെ കൈയിൽനിന്നും വാങ്ങിക്കൊണ്ടുപോയി. അതിനുള്ളിൽ എന്തായിരുന്നുവെന്ന് അതിനാൽ തന്നെ ഞാൻ കണ്ടിട്ടേയില്ലായിരുന്നു.

അദ്ദേഹം ഉത്തരധ്രുവപ്രദേശത്തെ ഒരു പൈലറ്റ് ആയിരുന്നപ്പോഴുള്ള തോലിന്റെ മണം അതിശയകരമായിരുന്നു.

അദ്ദേഹം തന്റെ വലിയ കണ്ണടയുള്ള ഹെൽമറ്റും മറ്റും എന്റെ തലയിൽ വെച്ചിട്ട് തന്റെ വലിയ രോമബൂട്ടിലേക്ക് കയറുമായിരുന്നു.

ഞാൻ ആ സിനിമ കണ്ടിട്ട് പിന്നീട് അദ്ഭുതപ്പെടുകയോ അസ്വസ്ഥ യാവുകയോ ചെയ്തു. കാരണം സിനിമ നന്നല്ലാത്തതായിരുന്നില്ല. എന്നാൽ അച്ഛൻ ഒരു മോശം അഭിനേതാവാണെന്ന് തോന്നിയിട്ട്. അഭിനയം യാഥാർത്ഥ്യമാണെന്ന് തോന്നിച്ചില്ല.

അദ്ദേഹം തലയിൽ ഒരു കെട്ടുംകെട്ടി, കാലുകൾ കുറുകെ വെച്ച് പ്രെസ്റ്റർ ജോണിനെപ്പോലെ കണ്ണ് എത്തുന്ന ദൂരത്തോളം രാജ്യം വലു താക്കുമ്പോൾ അദ്ദേഹം ശരിയായ രീതിയിലായിരുന്നു.

പിന്നെ ആ വെള്ളയും കറുപ്പും സിംഹങ്ങളും ഗ്രൈഫോണുകളും മെറ്റ ഗലോറിനറിയും ലാമിയകളും?

അദ്ദേഹത്തിന് ഓർമ്മവരാനിടയില്ലാത്ത ചിലതൊക്കെ ഞാൻ ഓർത്തു.

"ഞാൻ അച്ഛന്റെ മുറിയിൽ പോയി. അച്ഛൻ ഉറങ്ങുകയായിരുന്നു. ചുരുണ്ട് ഇറുകിപ്പിടിച്ച് ഒരു കുട്ടിയെപ്പോലെ ഉറങ്ങുന്നതുകണ്ട് ഞാൻ അദ്ഭുതപ്പെട്ടു."

ഞാൻ വർഷങ്ങളായി ചെയ്തിരുന്ന എന്തോ പ്രതികാരംപോലത്തെ ധിക്കാരവും അപമാനവുമൊക്കെ ക്ഷമിക്കാൻ ഞാൻ അദ്ദേഹത്തോട് പറഞ്ഞു. ഞാൻ എന്തിന് പ്രതികാരം ചെയ്യണം? കാരണം അദ്ദേഹം ഭരണാധികാരികളിലെ ഭരണാധികാരിയോ അല്ലെങ്കിൽ എല്ലാ ദൈവ ങ്ങളിലുംവെച്ച് ദൈവമോ എന്തുകൊണ്ട് ആയില്ല? അദ്ദേഹം തലസ്ഥാന ങ്ങളിൽവെച്ച് തലസ്ഥാനത്തോ, ആൾക്കാർ ഉള്ളതോ ഇല്ലാത്തതോ ആയ പ്രധാന നാടുകളിലെ പ്രധാന നഗരത്തിലോ ആയിരുന്നില്ല താമസം?

അദ്ദേഹം പിടിയാനപ്പുറത്തെ ചെറിയ ഗോപുരത്തിനുള്ളിലിരുന്ന് തന്റെ സ്ഥലങ്ങളിലൂടെ എഴുന്നള്ളിപ്പ് നടത്തിയില്ലല്ലോ?

അച്ഛനെയും അമ്മയെയും അവജ്ഞയോടെ നിന്ദിച്ചു എന്ന് എന്തി നാണ് ഞാൻ പറഞ്ഞത്? ഞാൻ അവരെ നിന്ദിച്ചു എന്നത് ശരിക്കും സത്യമാണോ?

"അച്ഛാ, ഞാൻ അപ്പോൾ പെരുമാറിയ രീതികാരണം എന്നോട് ക്ഷമിക്കൂ! നിങ്ങളെ വേദനിപ്പിച്ച എല്ലാറ്റിനും! ഞാൻ അമ്മയോടും ക്ഷമിക്കാൻ പറയണമായിരുന്നു. എന്നാൽ ഇപ്പോൾ ആരോടും ചോദിക്കാനാവില്ലല്ലൊ!

അച്ഛൻ ഉത്തരം പറഞ്ഞു,

"അയ്യോ സാഷൻക! ഞാൻ നിന്നോട് എന്നോ ക്ഷമിച്ചു. വളരുന്ന പ്രായത്തിൽ ആളുകൾ അങ്ങനെയൊക്കെ ആയിരിക്കും."

ഞാൻ ഷെൽഫിൽനിന്ന് ഒരു പുസ്തകമെടുത്ത് തുറന്നു. പേജുകൾക്കിടയിൽ തലമുടിയിലെ നുറുങ്ങുകൾ ഉണ്ടായിരുന്നു. അത് അമ്മ അച്ഛൻ വായിച്ചുകൊണ്ടിരിക്കുമ്പോൾ മുടി വെട്ടിക്കൊടുത്തിരുന്നതിനാൽ ആകണം ഉണ്ടായത് എന്ന് ഞാൻ മനസ്സിലാക്കി.

അടുക്കും ചിട്ടയുമില്ലാത്ത അലമാരയിൽ ചെസ് ബോർഡിന്റെ ഭാഗങ്ങൾ ഉണ്ടായിരുന്നത് കണ്ടു.

"അച്ഛന് കളിക്കാൻ ഇഷ്ടമാണോ? നമ്മൾ മുൻപ് കളിച്ചിരുന്നതുപോലെ? നമ്മൾ ഒരു ആയിരം കൊല്ലമായിക്കാണും കളിച്ചിട്ട്!"

ഞങ്ങൾ കളിക്കാൻ തുടങ്ങി. ഞാൻ പെട്ടെന്ന് ജയിച്ചു.

"അച്ഛൻ വേണമെന്ന് വെച്ച് തോറ്റതാണോ?"

അദ്ദേഹം ചിരിച്ചു. എന്നാൽ വേണമെന്നുവെച്ചല്ല, തോറ്റതുതന്നെ എന്ന് എനിക്ക് മനസ്സിലായി. അദ്ദേഹം ഒരു മോശം ചെസ്സ് കളിക്കാരനായിരുന്നു.

"നിനക്കറിയാമോ, എന്റെ അച്ഛനെ ഞാൻ എന്നിൽത്തന്നെ ഉണ്ടെന്ന് തിരിച്ചറിഞ്ഞത് കുറേക്കാലം മുമ്പാണ്. അദ്ദേഹത്തിന്റെ ചലനങ്ങൾ, ഏങ്കോണിച്ച ചിരി, ആംഗ്യങ്ങൾ എല്ലാം എനിക്ക് എന്നിൽ അനുഭവപ്പെട്ടു. എങ്ങനെ അദ്ദേഹം എന്റെ ഉള്ളിൽ വന്നു? അദ്ദേഹത്തെപ്പോലെ ആവരുത് എന്ന് ഞാൻ ഏറ്റവുമധികം ആശിച്ച ഒരു കാലമുണ്ടായിരുന്നു. എന്നാൽ ബാങ്...! അതെടുത്തോ? എന്നാൽ അദ്ദേഹം കൗശലത്തോടെ എന്നെ തോല്പിച്ചു. ഇതിലും ഞാൻ അദ്ദേഹത്തോട് തോറ്റു."

അച്ഛൻ എന്നോട് അദ്ദേഹത്തിന്റെ മാതാപിതാക്കളെക്കുറിച്ച് ഒന്നും തന്നെ പറഞ്ഞിരുന്നില്ല. അവർ ദൂരെ എവിടേക്കോ പോയി അവിടെവെച്ച് മരിച്ചു എന്നു മാത്രമേ പറഞ്ഞിരുന്നുള്ളൂ. അതിനാൽ അച്ഛമ്മയും അച്ഛച്ഛനുമൊന്നും ഇല്ലാതെയാണ് ഞാൻ വളർന്നത്.

ഒരിക്കൽ അദ്ദേഹം പറഞ്ഞു,

"ആ സമയത്ത് എന്ത് സംഭവിച്ചു എന്ന് ആരും അറിഞ്ഞില്ല. ആരോ അയാളുടെ ഓർമ്മക്കുറിപ്പുകൾ എഴുതിയപ്പോൾ അതൊരു സംഭവം മാത്രമായി. നിനക്കറിയാമോ ഓർമ്മക്കുറിപ്പുകളിൽ ഏറ്റവും പ്രധാനമായതെന്താണെന്ന്? നീ പറയാത്തതെന്തോ അതെല്ലാം."

അദ്ദേഹത്തോട് തെറ്റുചെയ്ത തന്റെ ശത്രുക്കളോട് പ്രതികാരം ചെയ്യുന്നത് അവരെയൊന്നും അതിൽ പ്രതിപാദിക്കാതിരിക്കുന്നത് വഴിയാണെന്ന് അദ്ദേഹം പറഞ്ഞു.

"ഒരക്ഷരംപോലും ഉണ്ടാവില്ല. അവരൊന്നും ജീവിച്ചിരുന്നിട്ടില്ലാത്ത മാതിരി ആയിരിക്കും. ജീവിതത്തിൽനിന്ന് അവരെ വെട്ടിക്കളഞ്ഞമാതിരി ആയിരിക്കും. സാഷ്ക, ഇപ്പോൾ പറയ്, അതല്ലേ ശരിയായ കൊലപാതകം?"

എന്നോടൊപ്പം അദ്ദേഹം ആദ്യമായി പുറത്തേക്ക് വന്നപ്പോൾ ഞങ്ങൾ കെട്ടിടത്തിനുചുറ്റും പതുക്കെ അടിവെച്ചടിവെച്ച് നടന്നു. അദ്ദേഹം തന്റെ പുസ്തകത്തിൽ ഇങ്ങനെ കുറിച്ചു,

"എത്രയധികം ഞാൻ ചുരുങ്ങിപ്പോയി!

എന്റെ ആമക്കഴുത്തിന് ഷർട്ടിന്റെ കോളർ എത്ര വലുതാണ്! എനിക്ക് അഖിലേസും ആമയും വീണ്ടും വന്നതെന്തിനെന്ന് മനസ്സിലാകുന്നില്ല. എന്നാൽ ഇപ്പോൾ എനിക്ക് മനസ്സിലാകുന്നു, ഞാനാണ് ആമ എന്നും അഖിലെസിന് എന്നോടൊപ്പമെത്താൻ ഒരിക്കലും കഴിയില്ല എന്നും."

പഴയ ചില വരികൾ ഇതാ.

> "ബുദ്ധിപരത ജീവിതവിജയത്തിന് കരുതിവെയ്ക്കണം. എന്നാൽ ഞാൻ എന്താണ് കരുതിവെച്ചത്? വൃദ്ധനായ ഒരു വിഡ്ഢിയല്ലെ ഞാൻ? ഒരിക്കൽ വളരെ പ്രധാനമായിരുന്ന എല്ലാ ചോദ്യങ്ങൾക്കുമുള്ള ഉത്തരങ്ങൾ ഞാൻ കരുതിവെച്ചു. എന്നാൽ ഇപ്പോൾ അവ തീർത്തും അപ്രധാനമായിരിക്കുന്നു. അനിഷേധ്യമായ കാര്യം എന്താണെന്നുവെച്ചാൽ ഞാൻ വേഗം ഇല്ലാതാകും എന്നത് ഞാൻ അവ്യക്തമായേ അറിയുന്നുള്ളൂ."

> "അവർ റേഡിയോയിൽ വംശനാശം സംഭവിച്ചുകൊണ്ടിരിക്കുന്ന ചെടികളെയും പക്ഷികളെയുംകുറിച്ച് സംസാരിച്ചുകൊണ്ടിരിക്കുന്നു. ചില നിർഭാഗ്യമുള്ള മൃഗങ്ങളാകട്ടെ ഭൂമുഖത്തുനിന്ന് ഇല്ലാതാവുകയാണ്. എന്നാൽ അത് ഞാനാണ്, ഞാനാണ് ഈ ഭൂമുഖത്തുനിന്ന് മറയാൻ പോകുന്ന മൃഗം!"

"ഞാൻ വൈകുന്നേരം കെട്ടിടത്തിനുചുറ്റും മെല്ലെ നടക്കാനായി പോയി. സ്വയം വെറുതെ ഒന്ന് നടക്കുക എന്നത് എത്ര നല്ലതാണ്! മരവിപ്പുണ്ടായതിനാൽ നല്ലതിലേക്ക് വേഗം തിരിയണം. നിരത്തിലെ വെളിച്ചത്താൽ ടാറിട്ട ഭാഗത്ത് പ്രതിഫലിക്കുന്ന എന്തോ ഒന്നു നോക്കി ഞാൻ ശ്വാസം പിടിച്ച് നിന്നു. ഒരു പുഴുവോ, ഒച്ചോ ജീവിതത്തിൽ അതിന്റെ പങ്ക് നിലനിർത്തി ഇഴഞ്ഞുപോവുകയായിരുന്നു. അത് അതിന്റെ ലോകത്താണോ, എന്റെതന്നെ ലോകത്താണോ ഇഴഞ്ഞുപോകുന്നത്? അതിനെക്കുറിച്ച് ഞാനിവിടെ എഴുതി. അതിനൊരിക്കലും ഇതേക്കുറിച്ച് അറിയില്ല. എന്തോ കാരണത്താൽ ഞാൻ സന്തുഷ്ടനായി. ഞാൻ ഒരു ബെഞ്ചിലേക്ക്

ചാടിക്കയറി സാധാരണ ചെയ്യുംപോലെ ടാപ്പ് നൃത്തം തുടങ്ങി. എന്തൊരു ചെറുപ്പക്കാരൻ! എനിക്ക് എത്ര വയസ്സായിക്കാണും അപ്പോൾ?"

ഞാൻ ഒരു പുസ്തകത്തിൽ അമ്മയെക്കുറിച്ച് എന്തെങ്കിലും ഉണ്ടാകുമെന്ന് കരുതി. എന്നാൽ ഒന്നും ഉണ്ടായിരുന്നില്ല. കുടുംബത്തെക്കുറിച്ച് ഒരു പദപ്രയോഗമുള്ളത് മാത്രമേ എനിക്കതിൽ കാണാൻ കഴിഞ്ഞുള്ളൂ.

> "അങ്ങോട്ടുമിങ്ങോട്ടും പിരിഞ്ഞിരിക്കാൻ കഴിയാത്ത ആളുകളുടെ പകയാണ് ഒരു കുടുംബം."

അമ്മയെ പിരിഞ്ഞതിൽ വിഷമമുണ്ടോ എന്ന് ഞാൻ അച്ഛനോട് ചോദിച്ചു.

"ഇല്ല." അദ്ദേഹം ഉത്തരം പറഞ്ഞു, "ഞങ്ങൾ അങ്ങോട്ടുമിങ്ങോട്ടും കടിച്ചുകീറി തുണ്ടംതുണ്ടമാക്കാൻ മൽപ്പിടുത്തം നടത്തിയ മൃഗങ്ങളെപ്പോലെയായിരുന്നു. നിങ്ങൾക്ക് ഒരിക്കൽ മാന്യത നഷ്ടപ്പെട്ടാൽ വേർപിരിയുന്നതാണ് നല്ലത്. നിനക്ക് വിശ്വസിക്കാൻ കഴിയുമോ? ഒരു വഴക്കിനുശേഷം അവൾ ശ്വാസം കഴിക്കാനായിരിക്കണം, ജനാലയിലേക്ക് കുനിഞ്ഞു. ഞാൻ അടുക്കളയിലേക്ക് പോവുകയായിരുന്നു. അവളുടെ കാലുപിടിച്ച് തള്ളിമാറ്റാതിരിക്കാൻ എനിക്ക് കഴിഞ്ഞില്ല."

ഒരിക്കൽ എന്റെ അച്ഛൻ ചോദിച്ചു,

"നിനക്കറിയണോ ഞാനും നിന്റെ അമ്മയും എന്തിനാണ് പിരിഞ്ഞത് എന്ന്?"

"വേണ്ട."

മറ്റൊരിക്കൽ ഒരു അപ്രതീക്ഷിത സന്ദർഭത്തിൽ അദ്ദേഹം എന്നോട് പറഞ്ഞു, എല്ലാം ഒരു സ്ത്രീ കാരണമാണെന്ന് അമ്മ ഉറച്ച് വിശ്വസിച്ചു എന്ന്. എന്നാൽ അത് മാത്രമായിരുന്നില്ല യാഥാർത്ഥ്യം.

"ഞാൻ അവളുടെ കണ്ണുകളിലേക്ക് നോക്കിയപ്പോൾ ഭയന്നു, ഒരു ആരാച്ചാരുടേതുപോലെ ഇരുന്ന്."

"അച്ഛൻ എന്തിനാണ് ഇതൊക്കെ എന്നോട് പറയുന്നത്? അച്ഛൻ അമ്മയോട് പറയണമായിരുന്നു."

"അതാണ് ഞാൻ നിന്നോട് പറയുന്നത്. അവളോട് പറഞ്ഞില്ലല്ലോ."

"അതുകൊണ്ട് ഇപ്പോഴെന്താണ് കാര്യം?"

"എനിക്കറിയില്ല. അവൾ എന്നോട് ക്ഷമിക്കാൻ വേണ്ടിയായിരിക്കുമോ?"

"അതിനുവേണ്ടി മാത്രമാണോ?"

"അതിനും മറ്റെല്ലാറ്റിനുംവേണ്ടി. എന്നാൽ എല്ലാറ്റിനും ഉപരിയായി, അതെ, അതിനുവേണ്ടിത്തന്നെ."

"അതൊക്കെ ശരി. എല്ലാം ശരിയാണ്. അവർ ക്ഷമ തന്നിരുന്നുവെങ്കിൽ, ബാക്കിയുള്ള എല്ലാറ്റിനുംകൂടിയും. എന്തൊരു തലക്കനമുള്ള ഭാര്യാ

ഭർത്താക്കന്മാരാണ് നിങ്ങൾ! മരണത്തിനുശേഷവും താങ്കൾക്ക് ഞാനില്ലാതെ ഒന്നും അംഗീകരിക്കാൻ കഴിയുന്നില്ല."

അച്ഛൻ സംശയങ്ങൾ ചോദിച്ചിരുന്നു, അച്ഛന്റെ അച്ഛനോട്.

> "ഞാൻ കാലത്ത് നേരത്തെ എഴുന്നേറ്റു. എന്നാൽ എന്തിനെന്ന് ഓർമ്മ വന്നില്ല. പിന്നീട് എനിക്ക് ഓർമ്മ വന്നു. ശരിക്കും മരണത്തെ കാണാൻ എങ്ങനെയിരിക്കുമെന്ന് ഞാൻ അതിശയിക്കാൻ തുടങ്ങി. വാളും പിടിച്ച് ഒരു അസ്ഥികൂടംപോലെയാണോ അവൻ? ഒരിക്കൽ ഞാൻ എന്റെ അച്ഛനോട് ചോദിച്ചു, അദ്ദേഹമെന്തിനാണ് നുണ പറഞ്ഞത് എന്ന്. അദ്ദേഹം ഉത്തരം പറഞ്ഞു, "നീ വലുതാകുമ്പോൾ നമുക്ക് ഇതേക്കുറിച്ച് സംസാരിക്കാം." ഇപ്പോൾ ഞാൻ വളരെക്കാലം മുമ്പുതന്നെ വലുതായി. ഞാൻ പിന്നോട്ട് വളരുകയുമാണ്. ഞാൻ അദ്ദേഹത്തോട് കുറച്ചു വ്യത്യസ്തമായി ചോദിക്കുകയാണ്, "അച്ഛാ, മരണം കാണാൻ എങ്ങനെയിരിക്കും? നിങ്ങൾക്കറിയാമല്ലോ. പറയൂ." "മരണം കാണാൻ വളരെ ലഘുവായതല്ലേ?" ഒരു ഉത്തരമോ അല്ലെങ്കിൽ ഒരു ജനാലയോ. ഭിത്തിയിലെ ഒട്ടിച്ച കടലാസ്സിലെ ഒരു രൂപം. നമ്മൾ അവസാനമായി കണ്ട മുഖം."

അദ്ദേഹം എന്നോട് തമാശ പറഞ്ഞ് സന്തോഷമായി ഇരിക്കാൻ ശ്രമിച്ചു.

എന്നാൽ ആ പുസ്തകത്തിൽ അദ്ദേഹം സ്വയം സംസാരിക്കുന്നു.

> "മരണശേഷം ആളുകൾ വെറുതെ തിരിച്ചുപോകുന്നു. അവർ എന്തായിരുന്നോ അതായിത്തന്നെ മാറുന്നു. ഒന്നുമില്ല."

"എവിടെയോ ഞാൻ വായിച്ചിട്ടുണ്ട് ഇന്ത്യയിൽ അവർ ശവദാഹത്തിനുള്ള തീയിൽ മരിച്ചയാളെ ദഹിപ്പിക്കുമ്പോൾ തല ചെസ്റ്റ്നട്ട് പൊട്ടുംപോലെ പൊട്ടും എന്ന്. എന്തുകൊണ്ടോ എനിക്കത് വിശ്വസിക്കാൻ കഴിഞ്ഞില്ല. എന്നാൽ എന്റെ ഒരു പരിചയക്കാരൻ എന്നോട് പറഞ്ഞു, അയാളുടെ അമ്മയെയാണ് അപ്പോൾ തുറന്ന ഒരു ശവപ്പറമ്പിൽ മുൻപന്തിയിൽ ദഹിപ്പിച്ചത് എന്ന്. ഒരു ജനാലയിലൂടെ ബന്ധുക്കൾക്ക് ശവമെരിയുന്നത് കാണാമായിരുന്നുവത്രെ. എന്തുകൊണ്ട് എന്ന് എനിക്കു മനസ്സിലായില്ല. അയാൾ സ്വന്തം അമ്മ ആ തീയിൽ നിവർന്നിരുന്നത് കണ്ടുവത്രെ!"

അച്ഛൻ എന്നോട് ഇടയ്ക്ക് പറയുമായിരുന്നു അദ്ദേഹത്തെ മണ്ണിൽ കുഴിച്ചിടരുത് എന്ന്.

"ഞാൻ മുഴുവനായും മാഞ്ഞുപോയിട്ടില്ല. എന്നാൽ ഞാൻ രണ്ടു മീറ്റർ താഴ്ചയുള്ള മണ്ണിൽ കിടന്ന് കുറേശ്ശെ അഴുകുന്നു എന്നറിയുന്നതിൽ എന്ത് സന്തോഷമാണുള്ളത്? എന്റെ മുകളിൽ ഒരു കല്ലും!

അവർക്ക് കല്ലുവെയ്ക്കുന്നത് ശീലമാണ്. മരിച്ചവർ പുറത്തേക്ക് എഴുന്നേറ്റ് വരില്ലല്ലോ."

അദ്ദേഹം അമ്മയുടെ കുഴിമാടത്തിലേക്ക് എന്റെ കൂടെ വന്നില്ല. അദ്ദേഹത്തിന് ശവക്കല്ലറകൾക്ക് മീതെ നിൽക്കാൻ ഇഷ്ടമല്ലത്രെ. എന്നാൽ ഞാൻ അദ്ദേഹത്തിന്റെ പുസ്തകത്തിൽനിന്നും അവിടേക്ക് ശിശിരകാലത്തിനുശേഷം പോയിരുന്നു എന്ന് കണ്ടു.

> "എന്റെ മുയലിനായി പൂക്കൾ വാങ്ങാൻ ആഗ്രഹമുണ്ടായിരുന്നു. അവർ ടുളിപ്പുകൾ വിൽക്കുന്നുണ്ടായിരുന്നു. ജീവിച്ചിരിക്കുമ്പോൾ ഒരിക്കലും അവൾക്ക് ഞാനൊരു ബൊക്കേ നൽകിയിട്ടില്ല. പിന്നെ ഞാൻ ചിന്തിച്ചു, അവ ഏതായാലും ശവക്കല്ലറയിൽനിന്ന് മോഷണം പോകും. ഞങ്ങളുടെ മകൾ ഒരു വിഡ്ഢിക്കല്ലിന് കല്പന കൊടുത്തു. എന്നാൽ കല്ലറക്കല്ലുകൾ ഒരിക്കലും മിടുക്കരായിട്ടില്ല. ഞാൻ ഇരുന്ന് ചിന്തിച്ചു. അത് നല്ലതായിരുന്നു. ശബ്ദമില്ലാത്തതും ദുഃഖകരവുമായിരുന്നു. മഞ്ഞ് ഉണ്ടായിരുന്നില്ല. കഴിഞ്ഞ കൊല്ലത്തെ ഇലകളുടെ മണം. ഞാൻ കുറച്ച് ഇരുമ്പ് വേലി വെയ്ക്കട്ടെ എന്ന് കരുതി. എന്നാൽ ഇക്കാലത്ത് അതൊക്കെ വളരെ ചിലവുള്ളതാണല്ലോ. ഞാൻ അവിടെ കുറേ നേരം ഇരുന്നു. ഞാനാണ് അവസാനം പുറത്തുകടന്നത്. അവർ എന്റെ പിന്നിൽ കതകുകൾ അടച്ചു. വേലിക്കരികിലൂടെ നടക്കുമ്പോൾ ചില വൃദ്ധന്മാരും വൃദ്ധകളും അതിലൂടെ പുറത്തുകടക്കുന്നത് കണ്ടു. അതൊരു തമാശപോലെ തോന്നി. ശവപ്പറമ്പിൽ നിന്ന് ഓടുക!"

അദ്ദേഹം എന്നോട് തന്നെ ദഹിപ്പിക്കണമെന്നും ചാരം ഏതെങ്കിലും നാട്ടിൻപുറത്ത് വിതറണം എന്നും പറഞ്ഞു.

"അച്ഛാ, താങ്കൾ എന്താണ് പറയുന്നത്?"

"അതിലെന്താണ് തെറ്റ്? ഞാൻ എന്നെ അങ്ങനെതന്നെ നിർത്തി നോസ്ട്രാമസിനെപ്പോലെ കത്തിക്കാൻ പറഞ്ഞില്ലല്ലോ. അവർ എന്നെ കത്തിച്ച് ചാരം വിതറണമെന്നാണ് എന്റെ ആഗ്രഹം. എനിക്ക് മറയണം. അലിഞ്ഞുപോകണം. വല്ല പച്ചക്കറിത്തോട്ടത്തിലോ മറ്റോ വിതറണം. നിനക്ക് വാക്ക് തരാമോ?"

"ശരി."

"സഹനമാണ് ഉയർച്ച എന്നു പറഞ്ഞ ആ തീപ്പൊരി ആരാണ്? വിഡ്ഢിത്തരം! സഹനം താഴ്ചയാണ്."

അദ്ദേഹം ഇടയ്ക്ക് പറയുമായിരുന്നു, തനിക്ക് അമ്മയെപ്പോലെ സഹിച്ച് മരിക്കണ്ട എന്ന്. അദ്ദേഹത്തിന് അത് സ്വയം ചെയ്യണമത്രെ.

> "എല്ലാറ്റിനുമുപരിയായി ഞാനിത് ഒരുപാട് പ്രാവശ്യം ചിന്തിച്ചു കഴിഞ്ഞിട്ടുണ്ട്. എന്താണ് അതുകൊണ്ട് തെറ്റ്? ഫ്ളാറ്റിൽ വേണ്ട.

അവിടെ മറ്റുള്ളവർ ഉണ്ട്. അത് അവരെ അസ്വസ്ഥരാക്കും. ഒരു ദിവസം അടുത്ത വീട്ടിലെ സ്ത്രീയോട് ഞാൻ ഒരു അവധിക്കാല യാത്രയ്ക്ക് പോവുകയാണെന്നാവും പറയുക - മറയുക. എന്റെ മകളോട് എന്തെങ്കിലും പറയണം എന്നതു മാത്രമാണ് എന്നെ പിടിച്ചുനിർത്തുന്ന ഒരു കാര്യം. എന്താണ് അവളോട് എനിക്കു പറയാൻ കഴിയുക?"

അദ്ദേഹം എന്റെ അടുത്തേക്ക് ഒട്ടിപ്പിടിക്കുകയായിരുന്നു. ഞാൻ കുറെ നാളത്തേക്ക് ഫോണിൽക്കൂടിപോലും അദ്ദേഹത്തോട് സംസാരിച്ചില്ല.

രോഗത്തിനുശേഷം അദ്ദേഹം എന്നോട് പറഞ്ഞു,

''സാഷൻക, ഞാൻ ശരിക്കും വല്ലാതെ സഹിക്കുന്നുണ്ട്. നീ എന്നെ ഒന്ന് കൊന്നുതരുമോ? നിനക്ക് അറിയാമല്ലോ എനിക്ക് എന്താണ് വേണ്ടത് എന്ന്."

"അച്ഛന് എന്താണ് കുഴപ്പം?"

അദ്ദേഹം വീണ്ടും കുടിക്കാൻ തുടങ്ങി. വേണമെന്നുവെച്ചുതന്നെ. സ്വന്തമായി വാങ്ങി തീരുംവരെ കുടിച്ചു. എനിക്ക് ഒന്നുംതന്നെ ചെയ്യാൻ കഴിഞ്ഞില്ല. ഞാൻ ഇവിടെ ഇല്ലാത്തപ്പോഴും കുടിച്ചു. പിന്നെ ബുദ്ധി മുട്ടി. അദ്ദേഹം പറഞ്ഞു, അത് ദഹനക്കേടായിരുന്നു, ബയോകാർബണേറ്റ് സോഡ ഗ്ലാസിനു പുറകെ ഗ്ലാസായി കുടിച്ചതാണ് എന്ന്. ഒരു പ്രാവശ്യം ഞാൻ അദ്ദേഹത്തെ ബോധവാനാക്കാൻ നോക്കി. എന്നാൽ അദ്ദേഹം കിടക്കയ്ക്കരികിലെ ലോക്കറിലേക്ക് എല്ലാ കുപ്പികളും മരുന്നുപെട്ടികളും മാറ്റിവെച്ചു.

മേയ് അവസാനം രണ്ടാമതും രോഗാവസ്ഥ - സ്ട്രോക്ക് - ഉണ്ടായി. അതിൽനിന്ന് അദ്ദേഹം ഒരിക്കലും മുക്തനായില്ല.

അദ്ദേഹം ഒരിക്കൽ തന്റെ ബുക്കിൽ ഇങ്ങനെ എഴുതി,

"എന്റെ മരണദിവസംതന്നെ ഒന്നും മാറുകയില്ല. ഒന്നും സംഭവി ക്കുകയുമില്ല. അവർ സ്റ്റേഷനിൽ അതേ പഴയ സൂര്യകാന്തി വിത്തു കൾ വിൽക്കുകയും സഞ്ചിയിൽനിന്ന് കുറച്ചെടുത്ത് ഗ്ലാസുകളിൽ നിറച്ച് തുറന്നിരിക്കുന്ന പോക്കറ്റിലേക്ക് ഇടുകയും ചെയ്യുന്നു. അവർ ഒരു മൂലയിലിരുന്ന് കുറേശ്ശെ ബിയർ കുടിക്കുകയും അവ രുടെ മീശയിൽ പറ്റിപ്പിടിച്ച പത നക്കിയെടുക്കുകയും ചെയ്യുന്നു. ഒരു സ്ത്രീ ജനാലയ്ക്കരികിൽനിന്ന് അതിന്റെ ഫ്രെയിം കഴുകുന്നു. എല്ലാറ്റിലുംവെച്ച് ഏറ്റവും രസകരമായ കാര്യം എന്തെന്നാൽ ആ ദിവസം അവിടെത്തന്നെ ഉണ്ടാകും എന്നതാണ്. കലണ്ടറിൽ എല്ലാ വർഷവും ആ ദിവസം വരികയും ചെയ്യും. അത് സ്മരണ നിലനിർത്തും. അത് നിലനിൽക്കുന്നു. എനിക്കു മാത്രം അത് ഇനിയും വെളിവാകുന്നില്ല. ചില നിയമങ്ങളെയോ അല്ലെങ്കിൽ ചില ദ്വീപുകളെയോപോലെ."

ഞാൻ ഇത് ഇപ്പോൾ വായിക്കുകയും ചിന്തിക്കുകയും ചെയ്യുന്ന തെന്തുകൊണ്ടെന്നാൽ അച്ഛൻ ജൂൺ അഞ്ചാംതീയതി മരിച്ചു. അതാണ് മരണദിവസം. എന്നാൽ അത് അദ്ദേഹത്തിന്റെ മരണദിവസമായിരുന്നു, മുമ്പും എപ്പോഴും അങ്ങനെതന്നെ ആയിരുന്നുതാനും. ദിവസം നില നിൽക്കുന്നു. എന്നാൽ മരണത്തിന് നിലനില്പില്ല. കഴിഞ്ഞ വർഷം ആ ദിവസം എന്തു സംഭവിച്ചു എന്ന് എനിക്ക് ഓർക്കാൻ കഴിയുന്നില്ല. എപ്പോഴുമെന്നപോലെതന്നെ - സൂര്യകാന്തി വിത്തുകൾ, ബിയർ, ജനാല ഫ്രെയിം തുടച്ച് വൃത്തിയാക്കുന്ന ഒരു സ്ത്രീ...

ഞാൻ അദ്ദേഹത്തിന്റെ മഞ്ഞനിറമാർന്ന കൈകളും കാന്തി മങ്ങിയ നഖങ്ങളും തലോടിക്കൊടുത്തു. അവയെല്ലാം പോകാറായി നിൽക്കുക യായിരുന്നു.

അവസാനദിവസങ്ങളിൽ ഞങ്ങൾ ശരിക്ക് സംസാരിച്ചില്ല. അമ്മയോട് ഉണ്ടായിരുന്ന അതേപോലെ അർത്ഥമില്ലാത്ത ചില വാക്കുകൾ കൈമാറി.

ഞാൻ അടുക്കളയിൽനിന്ന് വരുമ്പോൾ അദ്ദേഹം മന്ത്രിക്കുന്നു.

"നീ കാപ്പി കുടിക്കുകയായിരുന്നോ?"

അദ്ദേഹം അത് മണത്തറിഞ്ഞു.

ഞാൻ അദ്ദേഹത്തിന്റെ നഖത്തിന്റെ വശങ്ങളിലെ തള്ളിനിൽക്കുന്ന തൊലി മുറിച്ചെടുത്താൽ അദ്ദേഹത്തിന് ദേഷ്യം വരുമായിരുന്നു.

"നിർത്ത്."

അദ്ദേഹത്തിന് തക്കാളിപോലുള്ള മധുരപ്പഴം തിന്നാൻ വേണമായി രുന്നു. ഞാൻ ചന്തയിൽ പോയി വാങ്ങി ഒരെണ്ണം പകുതി മുറിച്ചു കൊടുത്തു. ഞാൻ സ്പൂൺകൊണ്ടാണ് കോരിക്കൊടുത്തത്. എന്നാൽ അദ്ദേഹം അത് തിന്നില്ല.

"എനിക്ക് ഇത് വേണ്ട."

ചൂടുകാലമായിരുന്നു. ഞാൻ ജനാല തുറന്നുവെച്ചു. അത് കൂടുതൽ ചൂടുള്ള വായുവിനെ അകത്തേക്ക് വിട്ടു. എന്റെ തണുത്ത കൈകൾ അദ്ദേഹത്തിന്റെ നെറ്റിയിൽ വെയ്ക്കാൻ പറഞ്ഞു. ഞാൻ പൈപ്പിലെ വളരെ തണുത്ത വെള്ളത്തിൽ കൈകൾ നനച്ച് കൂടുതൽ തണുപ്പിച്ചു.

തൊട്ടുമുമ്പത്തെ ദിവസം അദ്ദേഹം എല്ലാം മണത്തറിഞ്ഞു. അദ്ദേഹം എന്താണ് പറഞ്ഞത് എന്ന് എനിക്ക് പിടികിട്ടിയില്ല.

"മോളേ, ഞാൻ മരിക്കുകയാണ്."

"അങ്ങനെ അയാൾ മരിക്കുകയാണ് അല്ലേ? നമ്മളൊക്കെ മരിക്കുന്ന വരല്ലേ? ട്രാമിൽ തനിയെ യാത്രചെയ്യുന്നവർ?"

അദ്ദേഹത്തിന്റെ മുഖം മുറുകി. അതൊരു പുഞ്ചിരിയായിരുന്നു. അദ്ദേഹം പതുക്കെ പറഞ്ഞു,

"സാഷ, ഞാൻ നിന്നെ എത്ര സ്നേഹിക്കുന്നുവെന്നോ?"

അമ്മ ഞാൻ ഇല്ലാത്തപ്പോൾ മരിച്ചു. അതിന് എന്ത് വിശദീകരണം നൽകണമെന്ന് അറിയില്ല. എന്നാൽ അത് സംഭവിക്കുമ്പോൾ അദ്ദേഹത്തിന്റെ കൈകൾ പിടിച്ചുനിൽക്കണമെന്നത് ഏറ്റവും പ്രധാനമായിരുന്നു എനിക്ക്.

ഞാൻ അദ്ദേഹത്തോട് പറഞ്ഞു,

"അച്ഛാ, അച്ഛൻ മരിക്കുമ്പോൾ കൈകൾ പിടിച്ചുകൊണ്ട് എനിക്ക് നിൽക്കണമെന്നുണ്ട്. ഞാൻ ഇല്ലാത്തപ്പോൾ അച്ഛൻ മരിക്കില്ല. എന്നെനിക്ക് വാക്കുതരൂ."

അദ്ദേഹം കൺപോളകൾ താഴ്ത്തി.

പിന്നീട് അദ്ദേഹത്തിന്റെ അവസാനസമയം വന്നെത്തി. അച്ഛൻ വല്ലാതെ ഉച്ചത്തിൽ ശ്വാസം വലിച്ചു. കിടക്ക തന്നെ അദ്ദേഹത്തിന്റെ അടിയിൽ കിടന്ന് ഇളകി. എന്റെ മുഖത്തേക്കുതന്നെ എന്തോ യാചിക്കുന്ന കണ്ണുകൾ തറപ്പിച്ചുനിർത്തി ഒന്നും സംസാരിക്കാൻ വയ്യാതെ കിടക്കുകയായിരുന്നു. എനിക്ക് മനസ്സിലായി, എന്താണ് അദ്ദേഹം യാചിക്കുന്നത് എന്ന്.

എനിക്ക് അദ്ദേഹത്തെ കെട്ടിപ്പിടിക്കണം എന്നു തോന്നി. ഞാൻ കിടക്കയ്ക്കരികിലിരുന്ന് അദ്ദേഹത്തിനുനേരെ ചാഞ്ഞ് കണ്ണുകളിൽ ത്തന്നെ നോക്കി. അദ്ദേഹത്തിന്റെ കണ്ണുകളിലെ ഭാവം മാറി. അദ്ദേഹം എന്നെ നോക്കുകയായിരുന്നു. എന്നാൽ യാചനാഭാവം ഉണ്ടായിരുന്നില്ല. ഒരുതരം ആശ്ചര്യമായിരുന്നു അതിൽ.

അദ്ദേഹം പോവുകയായിരുന്നു. അദ്ദേഹം അപ്പോഴും എന്റെ കൂടെ ഉണ്ടായിരുന്നു. പകുതിയടച്ച കണ്ണുകൾകൊണ്ട് എന്നെ നോക്കുന്നുണ്ടായിരുന്നു. അദ്ദേഹം നിർത്തി, അതിർത്തി വരയിൽ ഒന്ന് തൂങ്ങിയാടി നിന്നു. എനിക്ക് ആ മുറിയിൽ കാണാൻ കഴിയാതിരുന്ന എന്തോ ഒന്നിനെ അദ്ദേഹം കാണുകയായിരുന്നു.

അച്ഛൻ എന്നോട് എന്തോ പറയാൻ വെമ്പി.

"എന്താ അച്ഛാ, പറയൂ എന്താണ്?"

അദ്ദേഹത്തിന്റെ തൊണ്ടയിൽനിന്നും ഗദ്ഗദസ്വരം ഉയർന്നു. അങ്ങോട്ട് പതുക്കെ നോക്കിയ നോട്ടത്തിനുശേഷം പെട്ടെന്ന് എനിക്ക് കാര്യം പിടികിട്ടി. അവിടെ ശരിക്കും നശിക്കാത്ത മനുഷ്യരും മിണ്ടാൻ വയ്യാത്ത ചീവീടുകളുമാണ് ഉള്ളത് എന്നാണ് അദ്ദേഹം പറയാൻ ശ്രമിച്ചത്.

അദ്ദേഹം ഒരുപാട് തവണ എന്നോട് പറഞ്ഞിരുന്നു അദ്ദേഹത്തിന്റെ ഓർമ്മക്കുറിപ്പിന്റെ അവസാനഭാഗം എന്തായിരിക്കും എന്ന്. പകർപ്പെഴുത്തുകാരൻ തൃപ്തിയായി പൂർത്തിയാക്കിയ അവരുടെ പുസ്തകങ്ങളിൽ ഉള്ള അവസാനഭാഗം അദ്ദേഹം എവിടെയോ കണ്ടെത്തിയിരുന്നു.

"പ്രത്യക്ഷത്തിൽ അവസാന വിവരങ്ങളനുസരിച്ച് മരിച്ച മനുഷ്യന് മരിച്ചുകഴിഞ്ഞാലും കേൾക്കാൻ കഴിയും. എല്ലാ ചടങ്ങുകളും കഴിഞ്ഞാലും കേൾവിശക്തിയാണത്രെ അവസാനം നശിക്കുക. സാഷ, എന്റെ മോളേ, എന്നോട് എന്തെങ്കിലും പറയ്."

ഞാൻ ഇതെല്ലാം എഴുതുന്നത് ആ അദ്ഭുതകരമായ അനുഭവത്തെപ്പറ്റി എഴുതാനാണ്. ആ സമയത്ത് അദ്ദേഹത്തിന്റെ കൈപിടിച്ച് എനിക്ക് നിൽക്കാൻ കഴിഞ്ഞത് ഏറ്റവും വിലപ്പെട്ട ഒരനുഭവമായിരിക്കും എന്റെ ജീവിതത്തിൽ. ഞാൻ സന്തുഷ്ടയായി.

സാഷൻക!

എന്റെ പ്രിയപ്പെട്ടവളേ!

പറയൂ, എന്റെ ചുറ്റുമുള്ളതൊന്നിനും ശരിക്ക് നിലനില്പില്ല എന്നു പറയാൻ കഴിയുമോ?

വീണ്ടും മഴ. എല്ലാ സമയത്തും പെയ്തുകൊണ്ടിരിക്കുന്നു.

ഇതെല്ലാം സത്യസന്ധമായി വരാൻ കഴിവുള്ളതാണോ, എന്റെ സത്യാവസ്ഥയോ? തീർച്ചയായും അതാവില്ല.

അതെ, ശരി, മഴ, അതൊരു വ്യത്യസ്തമായ മഴയാണോ? അങ്ങനെ ആവാൻ കഴിയുമോ? പലതരത്തിലുള്ള മഴകളുണ്ട്. അവ എല്ലാം തന്നെ യാഥാർത്ഥ്യമല്ല അല്ലേ?

ചിലപ്പോൾ വേനൽക്കാല വസതിയിലെ ആ മഴ. അത് പുലർച്ചെ തന്നെ വന്നൊഴുകി എത്തുന്നു. ആ സ്ഥലത്ത് എല്ലാം യാഥാർത്ഥ്യമായിരുന്നു. വരാന്തയിൽ കൊതുകുകളുടെ ശബ്ദം. ചോരുന്ന ഉത്തരം. താഴെ വെച്ച ബേസിനിലേക്ക് വീഴുന്ന മഴത്തുള്ളികളുടെ ശബ്ദം. ജനാലപ്പടിയൊക്കെ മഴ കാരണം പൊടിയിൽ കുളിച്ചുനിൽക്കുന്നു. പകുതി തുറന്ന ജാലകത്തിലൂടെ പുറത്തെ പൂന്തോട്ടത്തിൽനിന്നും മർമ്മരശബ്ദം കേൾക്കുന്നു. നനഞ്ഞ് കുതിർന്ന ലൈലാക്കിന് പ്രത്യേകമായ മഴയുടെ മണമാണ്. പോർച്ചിലെ കുഴികളിൽ വെള്ളം കെട്ടിനിൽക്കുന്നു.

ഞാൻ കൊച്ചുകട്ടിലിൽ ചാരിക്കിടന്ന് മടിയിൽ വലിയ ഷേക്സ്പിയർ വാല്യങ്ങൾ വെച്ച് ഈ അതേ നോട്ട്ബുക്കിൽ എഴുതുകയാണ്. ഓരോന്ന് ഉണ്ടാക്കി എഴുതുന്നു. ഓരോന്ന് രചിക്കാൻ എന്തു രസമാണ്! പ്രേമത്തെക്കുറിച്ചും മരണത്തെക്കുറിച്ചും ലോകത്തിലെ എല്ലാറ്റിനെയുംകുറിച്ചും എഴുതാൻ! അതിനുശേഷം എനിക്ക് എഴുതിയ എല്ലാംതന്നെ ചുട്ടെരിക്കാനും കഴിയും. കഴിയില്ലേ? എത്ര അദ്ഭുതകരമാണ് അത്!

ഞാൻ പുസ്തകവുംവെച്ച് ആലോചിച്ച് കിടക്കുകയായിരുന്നു. ഞാൻ വാച്ചിലേക്ക് നോക്കി. അതിൽ രണ്ടുമണിയാകാൻ പത്തുമിനിട്ടായിക്കഴിഞ്ഞിരിക്കുന്നു. നീ എന്നെ കാത്തുനിൽക്കുകയുമാവുമല്ലോ. ഞാൻ എന്റെ റബ്ബർബൂട്ടിലേക്കു കയറി. പഴയ മഴക്കോട്ട് ധരിച്ച് ഇറങ്ങി. നമ്മുടെ

വഴിയിലേക്ക്. ആദ്യം എന്റെ അയൽക്കാരൻ വെച്ചുപിടിപ്പിച്ചിട്ടുള്ള വേലിക്കു പിന്നിലെ ചായയുടെ നിറമുള്ള റോസിന്റെ ആ മൂലയിലേക്ക്, പിന്നെ അവിടുന്ന് കാട്ടിലൂടെ മലയിടുക്കിന് മുകളിലുള്ള പാലത്തിലേക്ക്; അവിടുന്ന് നോക്കിയാൽ എനിക്ക് നീ താമസിക്കുന്ന വേനൽക്കാല വസതി കാണാം. എനിക്ക് കാട്ടിനുള്ളിലൂടെയുള്ള ആ വഴി പ്രത്യേകിച്ചും ഇഷ്ടമാണ്. ഞാൻ ചെടികളുടെ പേരു പറയുമ്പോൾ നീ അദ്ഭുതം കൂറുന്ന ആ രീതി എനിക്ക് വല്ലാതെ ഇഷ്ടമാണ്. എന്താണ് അതിന് ഇത്ര പ്രത്യേകത? ആർക്കും ചെയ്യാവുന്നതാണ്.

എന്റെ പ്രിയപ്പെട്ടവളേ! കുറച്ചുനേരംകൂടി കാക്കുക! ഞാൻ വരുന്നു!

എന്റെ ഒരേയൊരു പ്രേമഭാജനമേ!

ഞാൻ നേരത്തെ എഴുന്നേറ്റ് നിന്നെയും ഓർത്ത് അവിടെത്തന്നെ കിടന്നു.

അതൊരു വല്ലാത്ത സന്തോഷം തരുന്ന ഒരു കത്തായിരുന്നു.

എന്നാൽ തുടങ്ങുംമുമ്പ് എനിക്കു നിന്നോട് ക്രമത്തിൽ എല്ലാം പറയണം. ആദ്യംതന്നെ പട്ടണം മുഴുവൻ മഞ്ഞുമൂടിയിരിക്കുന്നു എന്നതാണ്.

ഞാൻ അർദ്ധരാത്രി ഉണർന്ന് ചിന്തിച്ചു, പിറ്റേന്ന് എനിക്ക് ജോലിക്ക് പോകേണ്ടല്ലോ എന്ന്. കിടക്കയിൽത്തന്നെ കിടന്നുരുണ്ട് ശാന്തമായി കിടക്കാമല്ലോ. അപ്പോഴാണ് കുറേ ദിവസങ്ങളും ആഴ്ചകളുമായിട്ട് ഞാൻ എത്ര ക്ഷീണിതയാണ് എന്നെനിക്ക് മനസ്സിലായത്. വർഷങ്ങളായിട്ടും അങ്ങനെതന്നെ. എന്നാൽ ജനാലയ്ക്കു പുറത്ത് വിചിത്രമായ തിളക്കം അനുഭവപ്പെട്ടു. ഞാൻ പുറത്തേക്ക് നോക്കി. എല്ലാം മഞ്ഞിൽ മൂടി നിൽക്കുന്നു. ഞാൻ വീണ്ടും ചിത്രശലഭപ്പുഴുവിനെപ്പോലെ പുതച്ചുമൂടി എനിക്ക് ഇഷ്ടപ്പെട്ട രീതിയിൽ പുതപ്പിലെ ഒരു ദ്വാരത്തിലൂടെ പുറത്തേക്ക് ജനാലയിലൂടെ മഞ്ഞിനെയും നോക്കി കിടന്നു. വീണ്ടും ഉറങ്ങാൻ എന്തൊരു സുഖമായിരുന്നു!

ഞാൻ ശീലംകൊണ്ട് പിറ്റേന്ന് നേരത്തെ ഉണർന്നു. പുറത്ത് അപ്പോഴും ഇരുട്ടായിരുന്നു. മൺകോരിക ഉരയുന്ന ശബ്ദം പുറത്തുനിന്നു കേട്ടപ്പോഴാണ് മഞ്ഞു വീഴുന്നുണ്ടായിരുന്നു എന്ന് ഓർത്തത്. ഞാൻ വീണ്ടും സന്തോഷപ്രവാഹത്തിലായി. എനിക്ക് വീണ്ടും ഉറക്കം വന്നു. ഇപ്രാവശ്യം ഉച്ചവരെ, എന്റെ ഹൃദയം നിറയുംവരെ ഞാൻ ഉറങ്ങി.

മഞ്ഞുവീഴുന്നതും നോക്കി ഞാൻ പ്രാതൽ കഴിച്ചു.

പിന്നീട് ഞാൻ അവിടെ ജനാലയുടെ മുന്നിൽ അതൊരു വേദിയാണ് എന്ന മട്ടിൽ ഇരുന്നു. മഞ്ഞിൻകണങ്ങൾ ഗ്ലാസിൽ തട്ടി പതുക്കെ താഴോട്ട് ഊർന്നുവീഴുന്നതും നോക്കിയാണ് ഞാൻ ഇരുന്നത്.

ഞാൻ കുറച്ച് ചായയുണ്ടാക്കി. ഒരിടത്തും ഓടാനില്ല. വളരെ നല്ലത്!

ജനാലയുടെ ഗ്ലാസിൽ ചൂടുള്ള ചായയുടെ നിറം പ്രതിഫലിച്ചു.

എനിക്ക് കാത്തിരിക്കാൻ വയ്യായിരുന്നു. ഞാൻ നടക്കാൻ പോയി. ഞാൻ മഞ്ഞുവീഴുന്ന ഇടത്ത് ഇറങ്ങിനടന്നു.

ഞാൻ കുറെ നടന്നു. നല്ല ശുചിത്വത്തിന്റെ പുത്തൻമണം എന്നെ മത്തുപിടിപ്പിച്ചു.

ആ ദിവസം മണത്തോടൊപ്പം കടന്നുപോയി, തന്റെ ഭാഗം മറന്ന്, നിൽക്കുമ്പോൾ ചുണ്ടുകൾ വെറുതെ പിറുപിറുക്കുന്ന രീതിയിലായിരുന്നു അത്.

പട്ടണം മുഴുവൻ മതിമറന്നതുപോലെയായിരുന്നു.

നിരത്തിലെ നാലുംകൂടിയ മുക്ക് മഞ്ഞുകൊണ്ടുള്ള കഞ്ഞി വായിൽ നിറച്ചതുപോലെയായിരുന്നു. അത് എന്തോ പിറുപിറുക്കുന്നുമുണ്ടായിരുന്നു.

പ്രതിമയ്ക്ക് കറുപ്പുനിറമുള്ള മുടിയായിരുന്നു. ഇപ്പോൾ അതിന്റെ ശരീരവും മുഖവും ഒക്കെ വെളുത്ത്, കണ്ണ് ചുവന്ന മട്ടിലുള്ള അവസ്ഥയിലുമാണ്.

വെറുപ്പ് തോന്നിക്കുന്ന ഈ മഞ്ഞുമനുഷ്യൻ എവിടെയാണ് ജീവിക്കുന്നത് എന്ന് അവർ അദ്ഭുതപ്പെട്ടിരുന്നു. ഇതാ ഇവിടെ അയാൾ ഞങ്ങളുടെ കൊച്ചു പൂന്തോട്ടചത്വരത്തിൽ ഉണ്ട്.

വലിയ മരക്കൊമ്പുകൾ ആളുകളുടെ പിരടി നോക്കി പിടിക്കാനെന്നപോലെ ചാഞ്ഞുവളഞ്ഞു. എല്ലാവരും അവിടെയെത്തുമ്പോൾ കുനിഞ്ഞ് വളഞ്ഞ് നടന്നു.

എത്ര രസകരമാണ് മഞ്ഞുകാലവും മഞ്ഞും! പ്രത്യേകിച്ച് മഞ്ഞ്! അത് എല്ലാറ്റിനെയും പുതിയതാക്കുന്നു.

പാർക്ക് ആളൊഴിഞ്ഞ് ആരുമില്ലാതെയായിട്ടും പകുതി മഞ്ഞുകാലം വരെ തുറന്നിരിക്കുമായിരുന്നു. എന്നാൽ ഇപ്പോൾ അത് കൊട്ടാരസദൃശമായ ശില്പചാതുരികൊണ്ട് പലതും മഞ്ഞിൽ തീർത്തിരിക്കുന്നു - കമാനങ്ങൾ, ഗോപുരങ്ങൾ, സ്തംഭങ്ങൾ. നിരത്തിൽ മരങ്ങൾ നന്നായി താഴോട്ടു കുനിഞ്ഞിരിക്കുക കാരണം കാറുകൾ മഞ്ഞ് നിറഞ്ഞ ഗേറ്റിലൂടെ ഓടിച്ചുവരുന്നതായാണ് തോന്നുക.

ചുരുക്കത്തിൽ മഞ്ഞുവീഴ്ച എല്ലാറ്റിനെയും ഒരൊറ്റ ഒന്നിലേക്ക് ഒതുക്കിയിരിക്കുന്നു. ഈ ലോകത്ത് എല്ലാവരും സ്വന്തമായി ജീവിക്കുന്നു. എന്നാൽ ഇപ്പോൾ ഓരോ ബെഞ്ചും തൂണുമൊക്കെ, പോസ്റ്റ്ബോക്സിനെപ്പറ്റി പറയണ്ട, സമൃദ്ധമായ, വിട്ടുപോകാത്ത ഒരുമയുടെ നിലനില്പിനെക്കുറിച്ച് മനസ്സിലാക്കുന്നു.

ബുദ്ധിയുള്ള ഒരാൾ കാൽനടക്കാരൻ കുട നിവർത്തിക്കൊണ്ട് മഞ്ഞിൽ നിന്നും രക്ഷനേടുന്നു; മറ്റുള്ളവരാകട്ടെ മഞ്ഞിനെ വെറുതെ

പൊടിപോലെ തട്ടിക്കളഞ്ഞ് അവരുടെ കൈയുറകൾ തമ്മിൽതട്ടി കുടഞ്ഞുകളയുന്നു. എന്നാൽ അവരുടെ തോളുകളും തൊപ്പികളുമൊക്കെ മഞ്ഞുനിറഞ്ഞ് കേക്കിന് പൂപ്പൽ വന്നപോലെ ഇരുന്നു, എല്ലായിടത്തും.

എല്ലാ മുറ്റങ്ങളിലും കുട്ടികൾ മഞ്ഞുമനുഷ്യനെ ഉണ്ടാക്കുകയും മഞ്ഞ് ഉരുട്ടിക്കളിക്കുകയും ചെയ്തു.

മഞ്ഞ് നനഞ്ഞ് ഒട്ടുന്നതായിരുന്നു. ഞാൻ മഞ്ഞിനെ കൈയിലെടുത്ത് ഉരുട്ടി. തടിച്ച ഭാഗം നോക്കി ഞാൻ ഒരു കടി കടിച്ചു. എനിക്കത് നിയന്ത്രിക്കാനായില്ല.

നേർത്തതായി തുടങ്ങി ക്രമത്തിൽ ഭയങ്കരമായി മഞ്ഞ് വീണുകൊണ്ടിരുന്നു. അത് പട്ടണത്തെ മുഴുവൻ ബാധിച്ചു. പ്രത്യേകിച്ച് കൊച്ച് ആൺകുട്ടികളെയും പട്ടികളെയും. സ്കൂൾമുറ്റത്ത് വലിയ കുട്ടികൾ മഞ്ഞുകൊണ്ടുള്ള പന്തുകളുണ്ടാക്കി തമ്മിൽ യുദ്ധം ചെയ്യും. മഞ്ഞ് വാരിയെടുത്ത് അങ്ങോട്ടുമിങ്ങോട്ടും കഴുത്തിലേക്കോ ശരീരത്തിലേക്കോ എറിയും. സ്കാർഫുകളും തൊപ്പികളും താഴെ വീണുകിടക്കും. ഒരു നാടൻപട്ടി മഞ്ഞുപന്തുകളുടെ പിന്നാലെ കുരച്ചുകൊണ്ട് ഓടുന്നു. ഉഗ്രമായി ശ്വാസോച്ഛ്വാസം ചെയ്ത് മഞ്ഞിനെ കടിക്കുന്നു.

ഞാൻ ഇവിടെ തുപ്പലും ഒലിപ്പിച്ച് മുന്നോട്ടും പിന്നോട്ടും ആടിക്കളിക്കുന്ന ഒരു പട്ടിയെയും നോക്കിനിന്നു. പെട്ടെന്ന് അത് എന്റെ മുന്നിൽ എന്നെ അതിശയത്തോടെ നോക്കി, ഇങ്ങനെ പറയുന്ന മട്ടിൽ. "അവിടെ വെറുതെ നിൽക്കണ്ട, ഇവിടെ വാ." പിന്നീടത് കോട്ടുവായിട്ട് താടി ചേർത്തുപിടിച്ച് ശബ്ദമുണ്ടാക്കി മഞ്ഞുകണികകളെ വാലുകൊണ്ട് തട്ടി സന്തോഷത്തോടെ ഉറക്കെ കുരച്ചുകൊണ്ട് ഓടിപ്പോയി.

എവിടെ പോകുന്നു എന്നറിയാതെ ഞാൻ നടന്നു. ഇത് ഇത്ര കട്ടിയായി വീഴുന്നതുകൊണ്ട് എന്ത് വ്യത്യാസമാണ് ഉണ്ടാവുക?

ഹെറിങ് മത്സ്യത്തിന്റെ മുള്ളുകൾപോലെ ഷൂസിന്റെ കാലടിപ്പാടുകൾ, പുതുവത്സരമരങ്ങൾപോലെ.

മഞ്ഞ് അലിഞ്ഞുപോകാനുള്ള കുഴിയുടെ ഭാഗത്ത് കറുത്ത നിറത്തിൽ എന്തോ കൂടിക്കിടക്കുന്നുണ്ടായിരുന്നു.

നിരത്തുകളുടെ പേരെഴുതിയതിലൊക്കെ കുമ്മായമടിച്ചതുപോലെ മഞ്ഞുവീണുകിടക്കുന്നു.

മഞ്ഞ് രോഷത്തോടെ പെയ്തുകൊണ്ടിരുന്നു. ജനാലപ്പടികളിലും മറ്റും നിരപ്പല്ലാത്ത മട്ടിൽ ചെരിഞ്ഞ് വീണുകൊണ്ടിരുന്നു.

നനഞ്ഞ മഞ്ഞ് മരത്തിന്റെ ഒരു ഭാഗത്ത് മാത്രം ഒട്ടിപ്പിടിച്ചിരുന്നു, അവയ്ക്ക് വെളുത്ത നിറത്തിൽ ട്രൗസർ സ്ട്രാപ്പ് ഉള്ളതുപോലെ.

ഏതോ ഒരു ചെടി ബീറ്റ്റൂട്ടിന്റെ ചുവന്ന തണ്ടുപോലെ മഞ്ഞുപാളികൾക്കിടയിലൂടെ പൊങ്ങി എന്റെ നേരെ വന്നത് കണ്ടു. നിനക്കറിയാമല്ലോ അതിനെ എന്താണ് പറയുക എന്ന്?

മഞ്ഞിനെതിരെ സൈക്കിൾ ഓടിക്കുന്ന ഒരാളുടെ സൈക്കിൾ ടയറിൽ മഞ്ഞ് കമ്പിച്ചുരുൾപോലെ ഒട്ടി. ഇപ്പോൾ അയാൾ ഹാൻഡിൽബാറിൽ പിടിച്ച് ചാടിയിറങ്ങി.

ഞാൻ ഒരു കെട്ടിടംപണി നടക്കുന്ന ഭാഗത്തുകൂടി നടന്നു. ചുരുണ്ട സ്പ്രിംഗിന്റെ മേലാപ്പിലൂടെ നടന്നപ്പോൾ അത് ഓരോ അടിവെയ്പിലും എന്നെ ഇട്ട് അമ്മാനമാട്ടി സന്തോഷിപ്പിച്ചു.

മുടി ഡ്രസ്സ് ചെയ്യുന്ന ഒരുവൾ സലൂണിൽനിന്ന് സിഗരറ്റ് വലിക്കാനായി പുറത്തു കടന്നു. അവരുടെ തിളങ്ങുന്ന സിഗരറ്റിന്റെ അറ്റത്ത് മഞ്ഞുപെയ്തു. അവരുടെ തലമുടി അല്ലെങ്കിൽത്തന്നെ വെള്ളനിറത്തിലൊരു പാളിയായിരുന്നു. ആരോ പുറത്തുവന്നപ്പോൾ തലമുടി ഡ്രെസ്സ് ചെയ്യാനുള്ള രാസപദാർത്ഥങ്ങളുടെ ചെടിപ്പിക്കുന്ന മണം വാതിലിലൂടെ പുറത്തുവന്നു. എങ്ങനെയാണ് ദിവസം മുഴുവൻ അത് ശ്വസിക്കാൻ കഴിയുക?

പിന്നീട് ഞാൻ കിന്റർഗാർട്ടനിലേക്ക് പോയി ജനാലയിലൂടെ ഉള്ളിലേക്ക് നോക്കി.

അമ്മമാരും അമ്മൂമ്മമാരുമൊക്കെ കുട്ടികളെ ആടയാഭരണങ്ങൾ അണിയിച്ച് ഡ്രസ്സ് ചെയ്യിക്കുന്നു - മുയലുകൾ, മഞ്ഞുപാളികൾ, കുറുക്കന്മാർ, കരടികൾ. ഒരു ആൺകുട്ടി ചെന്നായയുടെ മുഖംമൂടിയണിഞ്ഞ് എല്ലാവരെയും പേടിപ്പിക്കുന്നു. ഒരു കൊച്ചുപെൺകുട്ടി ഒരു വെള്ള സോക്സ് ഇട്ട് ഒറ്റക്കാലിൽ ചാടിച്ചാടി നടക്കുന്നു.

മറ്റൊരു ജനാലയ്ക്കൽ നന്നായി അലങ്കരിച്ച വലിയ ഒരു പുതുവത്സര മരം തിളങ്ങുകയും മങ്ങുകയും ചെയ്തുകൊണ്ടിരിക്കുന്നു. ഒരു മൂലയിൽ സഞ്ചിയിൽ സമ്മാനങ്ങൾ കരുതിവെച്ചിരിക്കുന്നു.

തെരുവിന്റെ അവസാനത്തെ ജനാലയ്ക്കൽ മഞ്ഞുകൊണ്ടുള്ള അപ്പൂപ്പൻ മഞ്ഞുകൊണ്ടുള്ള പെൺകുട്ടിയുടെ ഉടുപ്പിന്റെ ഹുക്ക് ഇട്ടുകൊടുക്കുന്നു. അവൾ കണ്ണാടിയിലേക്ക് തുറിച്ചുനോക്കി ലിപ്സ്റ്റിക് ഇടുകയാണ്. മഞ്ഞിൽ ഉണ്ടാക്കിയതാണെങ്കിലും ജീവൻ തുടിക്കുന്നത്. വലിയ അതിശയപ്രകടനങ്ങളൊന്നും ആരും കാണിക്കുന്നില്ല.

ഞാൻ വീട്ടിലേക്ക് മടങ്ങി.

ഞാൻ കടലാസുകൾ തിരഞ്ഞുമാറ്റിക്കൊണ്ട് ചിന്തിക്കാൻ തുടങ്ങി, എന്റെ ചുണ്ടുവരെ ആ കടലാസുകെട്ട് ഉയർന്നുനിന്നു. എന്തോ വിഡ്ഢിത്തം സംഭവിച്ചു. ഒരു കടലാസ് കഷണത്തിന്റെ അറ്റം തട്ടി എന്റെ ചുണ്ട് മുറിഞ്ഞു. ചെറിയൊരു മുറിവ്. എന്നാലും വളരെ വേദനിച്ചു.

വൈകുന്നേരം ഒരു സംഗീതപരിപാടിക്ക് പോകുവാൻ ഉറച്ചു. എനിക്ക് സ്കാൻഡിനേവിയൻ രചയിതാക്കളെ അത്ര ഇഷ്ടമല്ല, എങ്കിലും.

സംഗീതം ഇല്ലാതെ എനിക്ക് ജീവിക്കാനാവില്ല. എല്ലാ ഉപരിപ്ലവമായതും വ്യർത്ഥമായതും. ഒക്കെ പറന്നുപോകും ഒരു ഉണങ്ങിയ തൊണ്ടുപോലെ. യാഥാർത്ഥ്യമായതെന്തോ അത് നിലനിൽക്കും.

എന്നാൽ ഇപ്പോൾ എന്തോ കാരണത്താൽ എനിക്ക് ശ്രദ്ധിക്കാൻ കഴിഞ്ഞില്ല. എന്റെ ചുറ്റിലുമുള്ള എല്ലാംതന്നെ എന്നെ അസ്വസ്ഥയാക്കുകയും എന്റെ കാര്യങ്ങളിൽ ഇടപെടുകയും ചെയ്തു.

ക്ലോക്ക്റൂമിൽ ആളുകൾ നിലത്തുനിന്ന് മഞ്ഞുമൂടിയ തങ്ങളുടെ കണ്ണടകൾ സ്വയം വൃത്തിയാക്കി.

ഞാൻ സ്ത്രീകളുടെ മുറിയിൽ പോയി. സ്ത്രീകൾ പൗഡർ ഇടുകയും മേക്കപ്പ് ചെയ്യുകയും ചെയ്തുകൊണ്ടിരുന്നു. കുളിമുറിയിലെ ശബ്ദം എന്റെ ചെവിയിൽ അലച്ചു. ഞാൻ സംഗീതവിരുന്ന് നടക്കുന്നിടത്തേക്ക് പോയി.

ഞാൻ സംഗീതത്തിലേക്ക് ശ്രദ്ധിക്കാൻ നോക്കി. എന്നാൽ വേണ്ടത്ര അതിൽ ലയിക്കാൻ കഴിഞ്ഞില്ല. സംഗീതത്തിനും വശങ്ങളിലേക്ക് നീണ്ടു കൂർത്തുനിൽക്കുന്ന നഖങ്ങളുണ്ട് എന്നതുപോലെയായിരുന്നു അത്.

ഞാൻ അവിടെ കണ്ട പെട്ടികൾക്കും വൃത്തങ്ങൾക്കുമൊക്കെ മുകളിലൊട്ടിച്ചിരുന്ന ഗിൽറ്റുകളും പഴയ വെൽവെറ്റുമൊക്കെ നോക്കി ഇരുന്നു.

ആരോ ഒരാൾ ക്ലോക്ക്റൂം ടാഗുള്ള മിഠായി കടലാസ് കിരുകിരാ ശബ്ദമുണ്ടാക്കി നിലത്ത് വലിച്ചെറിഞ്ഞു. പുറത്ത് നിരത്തിൽ ഞാൻ ഫയർ എഞ്ചിന്റെയോ, ആംബുലൻസിന്റെയോ അലാറം കേട്ടു.

ഞാൻ ചുണ്ടിലെ മുറിവ് നാക്കിന്റെ അറ്റംകൊണ്ട് തൊട്ടു. ഞാൻ സംഗീതത്തെക്കുറിച്ച് ചിന്തിച്ചു. എന്നാൽ എന്റെ ചിന്തകൾ ഏതോ ഗർത്തങ്ങളിലേക്ക് ചിതറിപ്പോയി.

ഞാനപ്പോൾ എന്തോ കാരണത്താൽ നീ സൈക്കിൾ നേരെയാക്കുവാനായി വേനൽക്കാലവസതിയിൽ എത്തിയതും വരാന്തയുടെ മുന്നിൽ സൈക്കിൾ ടയറുകൾ മുകളിലേക്കാക്കി നിർത്തിയിരുന്നതുമൊക്കെ ഓർത്തു. പണിസാധനങ്ങൾ പത്രത്തിനു മുകളിൽ കിടക്കുകയായിരുന്നു. എന്റെ പുറകുവശം അബദ്ധത്തിൽ പെഡലിൽ തട്ടിയപ്പോൾ അത് നേർത്ത മർമ്മരശബ്ദമുണ്ടാക്കിക്കൊണ്ട് കറങ്ങാൻ തുടങ്ങി. എന്തിനാണ് ഞാനിതൊക്കെ ഓർക്കുന്നത്?

എന്റെ മുന്നിലിരുന്ന സ്ത്രീ സംഗീതപരിപാടിയുടെ ആദ്യഭാഗത്ത് അവരുടെ കഴുത്തിൽ കിടന്ന പവിഴമുത്തുകളിന്മേൽ കൈവെച്ചു കൊണ്ടേയിരുന്നു. ഇടവേളയിൽ അവർ എഴുന്നേറ്റപ്പോൾ അവരുടെ കസേരയിൽ ഉടക്കിയതുകാരണം അവരുടെ പാവാട പൊങ്ങിപ്പോയി. അത് ആ ഇരിപ്പിടത്തിന് തടുക്കാനേ ആയില്ല.

രണ്ടാംഭാഗത്തിന്റെ ഇടവേളയ്ക്കുമുമ്പ് ഞാൻ സ്ഥലംവിട്ടു.

കൂടുതൽ മഞ്ഞ് വീണുകിടക്കുകയാണ്. മതിവരാതെ അത് സമൃദ്ധമായി വീണുകൊണ്ടേയിരുന്നു.

കാറുകൾ നിശ്ശബ്ദമായി തെന്നിക്കൊണ്ടാണ് സഞ്ചരിച്ചത്. ഒരു കാർ ചത്വരത്തിൽ കിടന്ന് വട്ടത്തിൽ കറങ്ങി. അവർ സന്തോഷമായി മെറി-ഗോ-റൗണ്ട് പ്ലാൻ ചെയ്ത് വട്ടത്തിൽ കറങ്ങി. മഞ്ഞിൻകട്ടകൾ നിരത്തിലെ ഓരോ വിളക്കിൻചുവട്ടിലും കൂട്ടംകൂടി കിടന്നു. എനിക്ക് അവയുടെ നിഴൽ കാണാമായിരുന്നു.

നിരത്തിലെ വിളക്കുകൾ ഇല്ലെങ്കിലും എല്ലായിടത്തും മഞ്ഞിന്റെ ധവള നിറമായിരുന്നു.

നിരത്ത് മുറിച്ചുകടക്കേണ്ട ഇടങ്ങളിൽ മഞ്ഞിന്റെ വെള്ളനിറമാർന്ന വെളിച്ചം നിരത്ത് മുറിച്ച് കടക്കാമെന്നതിന്റെ സൂചനയായിരുന്നു.

ഞാൻ ജനാലയ്ക്കൽ നിന്നു. കുട്ടികളുടെ ഇളംചൂടാർന്ന, ആനയുടെ തലയുള്ള ചെരുപ്പുകൾ. ഞാൻ അവയെ നോക്കി. അവ എന്നെയും നോക്കി.

ഞാൻ വീട്ടിലേക്ക് പോയി.

ഞാൻ കിടന്നുകഴിഞ്ഞശേഷം വീണ്ടും എഴുന്നേറ്റ് ഉടുപ്പിട്ട് പുറത്തേക്ക് ഇറങ്ങി.

നിശ്ശബ്ദവും ഒന്നുമില്ലാത്ത അവസ്ഥയും മഞ്ഞും മാത്രം. അത് ശ്വാസോച്ഛ്വാസം എളുപ്പമാക്കി.

ഞാൻ എനിക്കായി ഒരു കൊച്ചുപെൺകുട്ടിയെ ഉണ്ടാക്കാൻ തീരുമാനിച്ചു.

എനിക്ക് ഒരു മകളുണ്ടാകാൻ പോകുന്നു.

ഞാൻ കുറച്ച് മഞ്ഞ് കൈയിലെടുത്തു. അത് വഴങ്ങുന്നതും യാഥാർത്ഥ്യമുള്ളതുമായിരുന്നു. എല്ലാം നന്നായി വന്നു. കുഞ്ഞിക്കൈകൾ, കുഞ്ഞിക്കാലുകൾ.

എന്റെ കൈകൾ മരവിച്ചപ്പോൾ കൈകൾ പോക്കറ്റിലിട്ട് ചൂടാക്കി വീണ്ടും ഉണ്ടാക്കാൻ തുടങ്ങി.

കൊച്ച് കവിളുകളും കുഞ്ഞിമൂക്കും. കൊച്ച് കൈവിരലുകളും കുഞ്ഞിക്കാലുകളും. മിനുസമാർന്ന ഉറച്ച പിൻഭാഗം. ഒരു നാഭിയും.

അവൾ ഭംഗിയുള്ള ഒരു കൊച്ചുപെൺകുട്ടിയായി മാറി!

ഞാൻ അവളെ പതുക്കെ സൂക്ഷിച്ച് എടുത്തുകൊണ്ട് വീട്ടിലേക്ക് പോയി.

ഞാൻ അവളെ കിടക്കയിൽ നിവർത്തി കിടത്തിവെച്ചു.

ഞാൻ അവളുടെ കാലിൽ തൊട്ടു. കൊച്ച് മഞ്ഞ് പാളി. ഞാൻ അവയെ ചൂടാക്കാൻ തുടങ്ങി. അതിലേക്ക് ശ്വാസംവിടുകയും തിരുമ്മുകയും ഉമ്മവെയ്ക്കുകയും ചെയ്തു.

ഞാൻ അവൾക്ക് റാസ്പ്ബെറി ചായ ഉണ്ടാക്കാനായി ചായപ്പാത്രം വെച്ചു.

ഞാൻ അവളുടെ കുഞ്ഞിക്കാലുകൾ ചൂടാക്കി. എന്നിട്ട് അവളോട് ഒരിടത്ത് ഒരു രാജ്യമുണ്ട് എന്നും അവിടുത്തെ ആളുകൾ ഒറ്റക്കാലിലാണ് നടക്കുന്നത് എന്നും അവർ ചാടിച്ചാടി രണ്ടു കാലുകൾ ഉള്ളവരേക്കാൾ വേഗത്തിൽ സഞ്ചരിക്കും എന്നും അവരുടെ കാല് ഭയങ്കര വലുതാണ് എന്നും അത്യുഷ്ണസമയത്ത് അവർ സൂര്യതാപത്തിൽനിന്നും രക്ഷ നേടാൻ ഈ കാലുകൾക്ക് അടിയിലാണ് നിൽക്കുക എന്നും അവിടെ ജീവിക്കുന്ന മറ്റുള്ളവർ പഴങ്ങളുടെ മണം മാത്രം ശ്വസിച്ചാണ് ജീവിക്കുന്നത് എന്നും അവർ വലിയ യാത്രയ്ക്കായി പുറപ്പെടുമ്പോൾ പഴങ്ങൾ എടുത്ത് അവയെ മണക്കുകയാണ് പതിവ് എന്നും ഞാൻ പറഞ്ഞുകൊടുത്തു.

ഞാൻ അവളോട് ഇതൊക്കെ പറയുമ്പോൾ ഞാൻ അവളുടെ കുഞ്ഞിക്കാലുകൾ തിരുമ്മി. ഞാൻ കണ്ണാടിയിൽ നോക്കി. അത് ജനാലയെ പ്രതിഫലിപ്പിച്ചു. മഞ്ഞുവീഴുന്നത് അതിലൂടെ ഞാൻ കണ്ടു.

കുഞ്ഞിക്കാലുകൾ ചൂടായി. അവൾ ഉറങ്ങിക്കഴിഞ്ഞു എന്ന് ഞാൻ കരുതി.

ഞാൻ അവളിലേക്ക് കുനിഞ്ഞ് ശുഭരാത്രി ആശംസിച്ച് ചുംബിച്ചു. അവൾ ചോദിച്ചു,

"അമ്മേ, എന്താണത്?"

"ഞാൻ കുറച്ച് കടലാസുകൾ മുറിച്ചതാണ്. ഒന്നുകൊണ്ടും വേവലാതിപ്പെടേണ്ട. ഉറങ്ങിക്കോളൂ."

ഞാൻ അവളെ ഇറുക്കി പുതപ്പിച്ചു. എല്ലാവശത്തുനിന്നും കമ്പിളി കൊണ്ട് മുറുക്കിപ്പൊതിഞ്ഞു. ഞാൻ പോകാൻ തുടങ്ങുമ്പോഴേക്കും അവൾ വിളിച്ചു

"അമ്മേ..."

"എന്താ ഇപ്പൊ വേണ്ടത്?"

"എനിക്ക് ആ ആനയുടെ തലയുള്ള ചെരിപ്പ് വാങ്ങിത്തരുമോ?"

"തരാം, തരാം, ഞാൻ വാങ്ങിത്തരാം. ഇപ്പോൾ ഉറങ്ങി."

സാഷൻക!

എന്റെ പ്രേമഭാജനമേ!

ഇവിടെ ഇപ്പോൾ ഒന്നുമില്ല!

എവിടെയാണ് ഹെല്ലെബോറിൻ? എവിടെയാണ് വുഡ് സോറെൽ?

ചതുപ്പുനിലത്തിലെ ജമന്തിപ്പൂക്കളില്ല, മേച്ചിൽസ്ഥലത്തെ വയലറ്റ് പൂക്കളില്ല. തടിച്ച കാരമുള്ളുചെടികൾ ഇല്ല. പച്ചനിറത്തിലുള്ള ചെടികളും പൂക്കളുമില്ല.

ബക്തോണുകൾ എവിടെ? ഓർക്കിഡ് എവിടെ? വയലുകളിലെ സ്താബിയസ് എവിടെ?

എന്താണ് നീണ്ടുമെലിഞ്ഞ മരുന്നുചെടി ഇല്ലാത്തത്?

ബിയർ ബെറി എവിടെ? ചൂല് എവിടെ?

പക്ഷികൾ? എവിടെ പക്ഷികൾ?

യെല്ലോ വാമ്മർ എവിടെ? കറുത്ത മരംകൊത്തി എവിടെ? ഗാന്നെറ്റ് എവിടെ?

ഫിഷ് ഷാഫ്, ഷിഫ്ഷാഫ് എവിടെ?

എന്റെ പ്രിയപ്പെട്ടവനേ!

എന്റെ വൊളോഡെൻക!

ഓരോ ദിവസവും നീ എന്നോട് കൂടുതൽ അടുക്കുകയാണ്.

ഇന്ന് സാധാരണ ഒരു ദിവസം.

ഞാൻ അവളെ ഉണർത്താൻ ശ്രമിച്ചു. അവൾ പുതപ്പിനുള്ളിൽ കിടന്ന് തൊഴിക്കുകയും തല കമ്പിളിയിൽ പൂഴ്ത്തുകയും ചെയ്തു.

"മുയൽക്കുട്ടീ, സമയമായി."

അവൾ പിറുപിറുത്തു.

"ഇല്ല, ആയിട്ടില്ല. ഇപ്പോഴും ഇരുട്ടാണ്. ഞാൻ നിങ്ങളെ സ്വപ്നം കാണുകയാണ്."

എന്താണിവളെ ചെയ്യുക? എല്ലാറ്റിനും ഇങ്ങനെയാണ്.

ഞാൻ രാത്രി വളരെ വൈകിയിട്ടാണ് കിടക്കാൻ പോവുക. തല തലയിണയിൽ തട്ടിയാലുടൻ ഞാൻ ഉറങ്ങും. ഞാൻ ഒരു ചിറകിലാണ് ഉറങ്ങുന്നത് എന്ന് ചിലപ്പോൾ തോന്നും. എന്നാൽ അലാറം വെച്ച് ഞാൻ നേരത്തെ ഉണരുകയും ചെയ്യും. നേരത്തെ ഉണരുക എന്നത് വളരെ അത്യാവശ്യമാണ്, കാരണം എനിക്കായി അല്പസമയം.

ജനാലയുടെ പുറത്ത് ഇരുട്ട്. അവസാനിക്കാത്ത തണുപ്പുകാലം. മഞ്ഞ്.

ഞാൻ കാപ്പി കുടിച്ച് അപ്പോൾ തുടങ്ങാൻ പോകുന്ന ആ ദിവസത്തെക്കുറിച്ച് ചിന്തിച്ചു. നിന്നെക്കുറിച്ചും ലോകത്തിലെ എല്ലാറ്റിനെയുംകുറിച്ചും.

ഞാൻ കുളിമുറിയിലേക്ക് പോകുംവഴി എന്റെ കൊച്ചുമുയൽക്കുട്ടിയെ വിളിച്ചുണർത്തി. അതൊരു പതിവാണ്. ഞാൻ അവളുമായി ഉറങ്ങുന്ന സുന്ദരി കളിക്കും. അവളുടെ പ്രിയപ്പെട്ട രാജകുമാരൻ മലകളും നാടുകളും താണ്ടിയെത്തുന്നത് എല്ലാം കമ്പിളി പുതച്ച അവൾക്കുവേണ്ടി. ഞാനാകട്ടെ രാജകുമാരൻ ചാടിയിറങ്ങി അവളെ ചുംബിക്കാൻ തുടങ്ങുമ്പോൾ അവൾ സംതൃപ്തിയോടെ ശ്വാസം വിട്ടുകൊണ്ട് ഉണരുകയാണ്. എന്നാൽ അതൊന്നും സമ്മതിച്ചുതരാതെ കിടന്നു. അവളുടെ പുറംകഴുത്തിന് മറ്റൊരു മണവും പറ്റിപ്പിടിക്കാതിരുന്നതിനാൽ എന്തൊരു മണമാണെന്നോ!

എന്നാൽ രാജകുമാരൻ രക്ഷിക്കാതിരുന്നപ്പോൾ അവളെ ഉണർത്താൻ കമ്പിളിക്കുള്ളിൽ ഞാൻ വള്ളിച്ചെടികൾ ഇട്ടു. എന്റെ കൊച്ചു മുയൽക്കുട്ടി ചാടിയെണീറ്റ് സന്തോഷത്തോടെ നിലവിളിച്ച് എന്റെ കഴുത്തിൽ തൂങ്ങി. ദിവസം ആരംഭിച്ചു.

ഞാൻ കുളിച്ചുവന്നപ്പോഴും അവൾ വസ്ത്രം ധരിച്ചിരുന്നില്ല. അവളുടെ ഇറുകിയ കാലുറകൾ അവളുടെ കാൽപ്പത്തിയുടെ ഉയർച്ചയ്ക്കൊപ്പം മുകളിലേക്ക് വലിച്ചുകയറ്റാൻ അവൾക്ക് കഴിഞ്ഞില്ലായിരുന്നു. അവൾ ആകെ നനഞ്ഞ് വിറയ്ക്കുന്നുണ്ടായിരുന്നു. എന്നാൽ ഒന്നും ചെയ്യാതെ, ഉടുപ്പ് ഇടാതെ അവൾ അവിടെ ഇരുന്ന് വേഗം എന്തൊക്കെയോ കളിച്ചു.

അവൾക്ക് ഒരു ആടുന്ന പല്ല് ഉണ്ടായിരുന്നു. അവൾ അതിൽ വിരൽ കൊണ്ട് സ്പർശിച്ചുകൊണ്ടിരുന്നു.

ഞാൻ അവളുടെ കൈയിൽ ഒരു അടി കൊടുത്തു. അവൾ മുഷിച്ചിൽ കാട്ടി.

ഞാൻ അടുക്കളയിൽ പോയി കഞ്ഞി ഉണ്ടാക്കി. ഞങ്ങൾക്ക് രണ്ടു പേർക്കും ഓട്സ്കഞ്ഞി തിളച്ചുമറിഞ്ഞു പൊന്തിവരുന്നതു കാണാൻ വളരെ ഇഷ്ടമായിരുന്നു. ഞാൻ വിളിച്ചു,

"എവിടെ? നീ എവിടെ?"

അവൾ വന്നു, ജമ്പർ വലിച്ചിട്ട് അവൾക്ക് ഒരു കൈ നഷ്ടപ്പെട്ട മാതിരി ശൂന്യമായ ഉടുപ്പിന്റെ കൈ അന്തരീക്ഷത്തിൽ വീശി ചിരിക്കാൻ തുടങ്ങി.

"നിന്റെ കുട്ടിക്കളി നിർത്ത്. ഇരിക്ക് അവിടെ."

പുതിയ കളി തുടങ്ങി. അവൾ കഞ്ഞി പ്ലേറ്റിൽ ചുറ്റും പരത്തിവെച്ചിട്ട് അതിലെന്തോ വരയ്ക്കാൻ തുടങ്ങി.

"മുയൽക്കുട്ടീ, സമയം വൈകുന്നു."

അവൾ ഗാംഭീര്യത്തോടെ പറയുന്നു,

"നേരം വെളിച്ചമായിട്ടല്ലേ ഉള്ളൂ, എങ്ങനെ വൈകും?"

അവൾ കഞ്ഞിയിലേക്ക് പുക വിടുയും ഊതുകയും ചെയ്തുകൊണ്ടിരുന്നു. ഞാനാവട്ടെ എന്തോ ചിന്തയിൽ മുഴുകി പുറത്ത് ജനാലയിലൂടെ നോക്കിയപ്പോൾ അവിടമാകെ മഞ്ഞുതരികൾ കനത്തിൽ വീണുകിടക്കുന്നതു കണ്ടു. ഞാൻ വിരൽ കടിച്ചുനിന്നു.

"അമ്മേ വിരലു കടിക്കണ്ട. എത്ര പ്രാവശ്യം ഞാൻ പറഞ്ഞിരിക്കുന്നു!" എനിക്ക് വിരലുകളിൽ ഒരടി കിട്ടി.

ഞാൻ മുറിയിലേക്കു പോയി വസ്ത്രം ധരിച്ച് വേഗം തിരിച്ച് വന്നു. അവളാകട്ടെ ബ്രഡ്ഡിന്റെ അരിക് സന്തോഷത്തോടെ നുള്ളിത്തിന്നുകൊണ്ട് പറഞ്ഞു,

"അമ്മേ നോക്കൂ, ഈ ബ്രഡ്ഡിന്റെ അരികുകൾ കോട്ടുവായിടുന്നു."

അസംബന്ധങ്ങൾ സന്തോഷപൂർവ്വം വിളമ്പാൻ തുടങ്ങി. ഞങ്ങൾ വൈകിക്കഴിഞ്ഞിരുന്നു. ഇരട്ടി വേഗത്തിൽ ഞങ്ങൾ ഞങ്ങളുടെ കോട്ടുകൾ എടുത്തിട്ടു. എന്നാൽ തലേദിവസം വൈകുന്നേരം ഞങ്ങൾ ഒതുക്കി എടുത്തുവെച്ചിരുന്ന സാധനങ്ങളൊക്കെ ഒളിച്ചുകളി നടത്തുകയായിരുന്നു. എല്ലാം കാണാതായി. കൈയുറകൾ, തൊപ്പി, സ്കാർഫ്, ഷൂസ് ഒരു ജോടിയും സോക്സും. ഞാൻ അവളുടെ ചെവി മൂടിക്കെട്ടി. എന്റെ സ്വന്തം കോട്ട് കോണിപ്പടിയിറങ്ങുമ്പോൾ ഇറുക്കിക്കെട്ടി. പുറത്തിറങ്ങുന്ന വഴിയിൽ വെച്ചുതന്നെ തണുപ്പ് എന്നെ ശ്വാസംമുട്ടിച്ചു. ഞങ്ങൾ തണുത്തുറയുന്ന ഇരുട്ടിലേക്ക് വഴുതിവീണു.

ഞങ്ങൾ സ്റ്റോപ്പിലേക്ക് ധൃതിയിൽ ഓടി. ഇരുട്ട് കനത്ത് വിങ്ങി. നടപ്പാതയിൽ കാലൊച്ചകൾ അമർന്നു. എവിടെയും മഞ്ഞ്. ഞാൻ ആഗ്രഹിച്ചു, വഴുക്കിവീഴരുതേ എന്ന്.

ഞങ്ങൾ ചപ്പുചവറുകൾ കൂന കൂട്ടിയതിലൂടെ നടന്നു. ഞാൻ സാധാരണ ഇവിടെക്കൂടി ഓടാറുള്ളതാണ്. ഇന്ന് മണംപോലും തണുത്തുറഞ്ഞിരിക്കുന്നു.

മുയൽക്കുട്ടി ഞങ്ങളുടെ നടത്തത്തിനിടയ്ക്ക് സംസാരിച്ചു. വലിയ വലിയ കാര്യങ്ങളാണ് എനിക്ക് ക്ലാസ്സെടുക്കുന്നതുപോലെ പറയുന്നത്. എന്നാൽ ഞാൻ അവൾ പറയുന്നതൊന്നും കേൾക്കുന്നില്ല. കൊച്ചു വെളുത്ത പുകവൃത്തങ്ങൾ അവളുടെ വായിൽനിന്നും വരുന്നതുമാത്രം കാണാൻ കഴിയുന്നുണ്ട്.

അപ്പോഴും ആകാശത്ത് ഒരുപാട് നക്ഷത്രങ്ങൾ ഉണ്ടായിരുന്നു. എന്നാൽ മരവിപ്പിക്കുന്ന തണുപ്പ് കാരണം എന്റെ കണ്ണുകൾ നിറഞ്ഞ് നക്ഷത്രങ്ങളെ മങ്ങിയിട്ടേ കാണാൻ കഴിഞ്ഞുള്ളൂ.

ഞങ്ങൾ ട്രാം വരുന്നതിന് തൊട്ടുമുമ്പ് കൃത്യസമയത്ത് സ്റ്റോപ്പിൽ എത്തി. ഞങ്ങൾക്ക് ഒന്നിച്ചിരിക്കാൻ രണ്ട് സീറ്റുകൾ ഉണ്ടായിരുന്നു. ഞങ്ങളുടെ ഓട്ടത്തിന്റെ അവസാനം ഞങ്ങൾ കവിളുകൾ തിരുമ്മി മഞ്ഞിനെ അലിയിച്ചുകളഞ്ഞിരുന്നു. ഇപ്പോൾ അവ മരവിച്ചുപോയിരിക്കുന്നു.

മുയൽക്കുട്ടിയാകട്ടെ മഞ്ഞുമൂടി മരവിച്ച ട്രാം ജനാലയ്ക്കടുത്തിരുന്ന് ശ്വാസംവിട്ട് അതിൽ വിരൽകൊണ്ടൊരു വട്ടം കുഴിച്ചു.

ഒരു സാധാരണ ട്രാം ഉച്ചത്തിൽ ശബ്ദം മുഴക്കി തീപ്പൊരി ചിതറിച്ചുകൊണ്ട് ഉള്ളത്. യാത്രക്കാർ ഉറക്കത്തിലാണ്. ചൂടാക്കാനായി യാത്രക്കാർ സ്കാർഫുകൾകൊണ്ട് തലമൂടിക്കെട്ടിയിരുന്നു.

നന്നായി വർത്തമാനം പറയുന്ന കണ്ടക്ടറമ്മയാണ് ഞങ്ങളുടെ ട്രാമിൽ ഉണ്ടായിരുന്നത്.

"ആങ്, പിന്നെ... ചുടുരക്തമുള്ള ജീവികളേ, വടിപോലെ മരവിച്ചു

അല്ലേ? സാരമില്ല. നിങ്ങൾ പെട്ടെന്നുതന്നെ സ്ഥലം ചൂടാക്കി ചുടുവായു ശ്വസിക്കും."

ആരോ എന്റെ തലയ്ക്കു മുകളിൽ ദിനപ്പത്രം തുറന്നു. യുദ്ധം ആദ്യത്തെ പേജിലും പദപ്രശ്നം അവസാനത്തെ പേജിലും.

"അമ്മേ, അമ്മേ, ഒരു ആന."

"എന്ത് ആന?"

"ഒരു ആന, അതാ അവിടെ! നമ്മൾ ആനയെ കടന്നുപോയി."

"ഈ മഞ്ഞുകാലത്ത് എവിടെയും ആനയൊന്നും ഉണ്ടാവില്ല."

അവൾ മുഷിച്ചിൽ കാട്ടി ചുണ്ട് കോട്ടി തിരിഞ്ഞിരുന്നു. വീണ്ടും ഒളികണ്ണിട്ട് നോക്കാൻ തുടങ്ങി.

"പക്ഷേ, അവിടെ ഒരു ആന ഉണ്ടായിരുന്നു. ഞാൻ കണ്ടു!"

അവൾക്ക് ഒതുങ്ങി ഇരിക്കാൻ വയ്യ.

"ഇത് സത്യമാണ്. നമ്മൾ അതിനെ കടന്നുപോയി."

ഞാൻ അവളെ പിടിച്ചിരുത്തി കഴുത്തിനുപിന്നിൽ ചുംബിച്ചു.

അവളെ ഞാൻ കുളിപ്പിക്കണം എന്ന് എനിക്ക് അപ്പോൾ തോന്നി. അതൊരു സന്തോഷമാണ്. അവൾക്ക് കുളിമുറി ഇഷ്ടവുമാണ്. എത്ര മണിക്കൂറുകൾ വേണമെങ്കിലും അവിടെ ഇരുന്ന് കളിച്ചോളും. എന്തെങ്കിലും പുതിയത് അവൾ എപ്പോഴും ചിന്തിക്കുന്നു. ഉദാഹരണത്തിന് ആവി നിറഞ്ഞ ഭിത്തിയിൽ എന്തെങ്കിലും വരയ്ക്കാൻ അവൾ ശ്രമിച്ചുകൊണ്ടിരിക്കും. അല്ലെങ്കിൽ സോപ്പുപെട്ടിയെ കപ്പലായി സങ്കല്പിച്ച്, ജനവാസമില്ലാത്ത ദ്വീപുകൾ. അങ്ങനെ ഓരോരോ ഭാവനകൾ അവൾ നെയ്തെടുക്കും.

കൂടുതൽ ചൂടാക്കിയ ഈർപ്പമുള്ള കുളിമുറിയിലേക്ക് പോയി അവളോടൊപ്പം ചേരാനെനിക്ക് ഇഷ്ടമായിരുന്നു. തണുത്ത കാറ്റിനെ അകത്തു വരാൻ സമ്മതിക്കാതെ ഞാൻ വേഗം കതകടച്ചു. ഗ്യാസ് കൊണ്ടുള്ള സ്തംഭംപോലുള്ളതിൽനിന്ന് ചൂടുള്ള ഷവർ വെള്ളം അവളെ കൂർത്ത സൂചിയിലെന്നപോലെ കുത്തിക്കൊണ്ടിരുന്നു. അവൾ നിലവിളിക്കുകയും വെള്ളം തെറിപ്പിക്കുകയും ചെയ്തു.

ഞാൻ അവളുടെ മുടി "കർ" എന്ന ശബ്ദമുണ്ടാകും വരെ കഴുകി വൃത്തിയാക്കി.

അവൾ എപ്പോഴും ചങ്ങല വലിച്ച് പ്ലഗ് ചെയ്യുന്ന ദ്വാരം തനിയെ തുറക്കുകയും വേൾപൂൾ തിരിയുന്നതിനെ വിരൽകൊണ്ട് കറക്കി സഹായിക്കുകയും ചെയ്തു.

ഞാൻ റേഡിയേറ്ററിൽനിന്ന് ചൂട് ടവൽ എടുത്ത് അവളെ ചുറ്റി ടോയ്‌ലറ്റിൽ ഇരുന്ന് അവളെ മടിയിൽ ഇരുത്തി, കുഞ്ഞു പുറംഭാഗവും കൊച്ചുവയറും കുഞ്ഞിക്കാലുകളും തിരുമ്മി. ഞങ്ങൾ രണ്ടുപേർക്കും

അങ്ങനെ ഇരുന്ന് വെള്ളം തുള്ളിതുള്ളിയായി വീഴുന്ന കളകള ശബ്ദവും അവ ഒന്നിച്ച് ഓടയിലൂടെ ഒഴുകിപ്പോകുന്ന കാഴ്ചയും ഇഷ്ടമായിരുന്നു. ഞങ്ങൾ ആ ഘുർഘുരാരവത്തിന് കാതോർത്തിരുന്നു. അവൾ അവളുടെ വെള്ളംതട്ടി ചുളുങ്ങിയ കൈവിരലുകൾ നോക്കി അവ എപ്പോഴാണ് പഴയതുപോലെ ആവുക എന്ന് സൂക്ഷിച്ചു നോക്കിക്കൊണ്ടിരുന്നു. അവൾ ആദ്യം അങ്ങനെ കണ്ടപ്പോൾ കരഞ്ഞ് ബഹളം വെച്ചു. കൊച്ചുകുട്ടിയായ അവളും വൃദ്ധയെപ്പോലെ കൈവിരലുകളും. അഞ്ചുമിനിട്ടിനുശേഷം നേരായ സ്വന്തം കൈവിരലുകൾ കാണുന്നതുവരെ അവൾക്ക് അടങ്ങിയിരിക്കാൻ കഴിഞ്ഞില്ല.

ചിലപ്പോൾ ഞാൻ അവളെ നോക്കുമ്പോൾ എനിക്ക് ഞാൻ ചെറുപ്പത്തിൽ എങ്ങനെയിരുന്നോ അങ്ങനെതന്നെ ആണെന്ന് തോന്നി. ഞാൻ ഒരിക്കൽ ആപ്പിൾ തിന്നപ്പോൾ കർട്ടന്റെ വിടവിലൂടെ വന്ന നിലത്തുണ്ടായ വെളിച്ചത്തിലൂടെ അങ്ങുമിങ്ങും നടന്ന് അതേപോലെയാണ് തിന്നുമായിരുന്നത്. എന്റെ അമ്മ ഉണ്ടാക്കുന്ന പാൽകൊണ്ടുള്ള പലഹാരം എനിക്ക് വളരെ ഇഷ്ടമായിരുന്നു, അവളെപ്പോലെതന്നെ.

ഞാൻ അവരുണ്ടാക്കുംപോലെ ബ്രഡ്ഡ് മുറിച്ച് ചെറിയ ചതുരക്കഷണങ്ങളാക്കി അവ ചൂടുള്ള പാലിൽ മുക്കി അവയ്ക്കു മുകളിൽ സ്പൂൺ കൊണ്ട് പഞ്ചസാര വിതറുകയും ചെയ്തു. അമ്മ എന്നെ കിടക്ക ശരിയാക്കാനും പഠിപ്പിച്ചിരുന്നു. തലയിണ ഉറയുടെ വക്കുകൾ കമ്പിളിയുടെ പുറത്തേക്ക് വരുംവിധം എങ്ങനെ ചെയ്യാമെന്ന് ഞാൻ എന്റെ മുയൽക്കുട്ടിക്ക് കാണിച്ചുകൊടുത്തു. ഇപ്പോൾ കിടക്ക വിരിച്ചുംകഴിഞ്ഞു.

എന്നാൽ ചില കാര്യങ്ങൾ അവളുടെ സ്വന്തമായിരുന്നു. ഉദാഹരണത്തിന് അവൾ ആർക്കും കാണാൻ കഴിയാത്ത, അവൾക്കു മാത്രം കാണാൻ സാധിക്കുന്ന ഒരു മൃഗവുമായി കളിച്ചു. അത് അവളുടെ കളിപ്പാട്ടങ്ങളുടെ കൂട്ടത്തിലുള്ള ശംഖിലാണത്രെ താമസിക്കുന്നത്. അതെ, ഞങ്ങളുടെ സ്ട്രോംബസ് സ്ട്രോം ബിദാസ്! ഇപ്പോൾ മറ്റാരുടെയോ വീടായിക്കഴിഞ്ഞു.

ഞാൻ അവൾ ഈ അദൃശ്യജീവിയുമായി കളിക്കുന്നത് കാണാൻ ഇഷ്ടപ്പെട്ടു. അതിന് ആഹാരം കൊടുക്കുക, ചായ കൊടുക്കുക എന്നിവയൊക്കെ ചെയ്യുന്നത് കാണാൻ. ഇപ്പോഴും എനിക്കറിയില്ല ഏതുതരം മൃഗമാണ് അത് എന്ന്. മുയൽക്കുട്ടി അതിന്റെ സോസറിൽ ദയാലുവായി ഇടിക്കും. എന്നാൽ അതിന്റെ വായ പൊള്ളിപ്പോകില്ലത്രെ. ആർത്തിയോടെ ചായ കുടിക്കരുത് എന്നും ഇറക്കുംമുമ്പ് മുഖത്തൊന്നും ആക്കരുതെന്നും അടിക്കടി കുറ്റപ്പെടുത്തി ഓർമ്മിപ്പിച്ചു. ഒരു കർച്ചീഫ് തുപ്പൽ കൊണ്ട് നനച്ച് അതിന്റെ മുഖത്തെ അഴുക്ക് കളഞ്ഞ് എന്റെ രീതിയിൽ അതിനെ വഴക്ക് പറഞ്ഞു. അതിന് അസുഖമാവുമ്പോൾ അവൾ പ്രത്യേക മരുന്നുപയോഗിച്ച് ശുശ്രൂഷിച്ചു. അവൾ പുതുവത്സരമരത്തിന്റെ

അടുത്തുള്ള വലിയ പെട്ടിയിൽ സൂക്ഷിച്ചിട്ടുള്ള മധുരപലഹാരങ്ങളുടെ കൂട്ടത്തിലുള്ള ചോക്കലേറ്റിന്റെ മണം അവിടേക്ക് കടന്നുവന്നു.

ചിലപ്പോൾ എനിക്ക് നിയന്ത്രിക്കാൻ കഴിയില്ല. ഞാൻ അവളെ പിടിച്ച് തലങ്ങും വിലങ്ങും ഉമ്മവെയ്ക്കും. അവളുടെ കുഞ്ഞ് കഴുത്തിൽ, കവിളുകളിൽ, നെറുകയിൽ ഒക്കെ. അവൾ കുതറി സ്വതന്ത്രയാകാൻ നോക്കും. വേണ്ട അമ്മേ, ഇനി വേണ്ട, എന്നെ വിടൂ എന്നും പറഞ്ഞ്!

ഒരിക്കൽ ഞാൻ അവളുടെ കിടക്ക വിരിക്കുമ്പോൾ അവൾ ചോദിച്ചു.

"അമ്മേ, ഞാൻ എവിടുന്നാണ് വന്നത്?"

"ഞാൻ നിന്നെ മഞ്ഞുകൊണ്ട് ഉണ്ടാക്കി."

"സത്യമല്ല. എനിക്കറിയാം കുട്ടികൾ എവിടുന്നാണ് വരിക എന്ന്."

അവൾ ഒരു തമാശക്കാരി.

സ്റ്റേഷനിൽനിന്ന് എന്റെ അച്ഛൻ ട്രാമിൽ കയറുന്നു. ഒരുപാട് ആളുകൾ അതിലുണ്ട്. ഞങ്ങൾ പുറകിൽ ഇരിക്കുകയായിരുന്നു. അദ്ദേഹം ആദ്യവാതിലിലൂടെ അകത്തുകയറി. ഞാൻ അദ്ദേഹത്തിനു നേരെ കൈ കാണിച്ചു. അദ്ദേഹം കണ്ടില്ല. ഒരു വേദിയിൽ കയറി നിൽക്കുകയാണെന്ന മട്ടിൽ അദ്ദേഹം ഉറക്കെ സംസാരിച്ചു. രാവിലെ തന്നെ ആദ്യപരിപാടിയായി കുടിച്ചിരുന്നു. ഞാൻ കുഞ്ഞായിരിക്കുമ്പോൾ അവർ അദ്ദേഹത്തിന് എങ്ങനെ റബ്ബർ ഷൂസ് വാങ്ങിക്കൊടുത്തു എന്ന വിവരം ട്രാമിലെ എല്ലാവരോടുമായി വർണിക്കുകയായിരുന്നു അദ്ദേഹം.

"ആ റബ്ബർ ഷൂസുകൾ ആ ദിവസത്തെ വലിയ ആഘോഷമുള്ളതാക്കി മാറ്റി. മൃദുവായ ക്രിംസൺ കമ്പിളിത്തുണിയായിരുന്നു ഉള്ളിൽ. റബ്ബറിന്റെ നല്ല മണവും. അവ ഇട്ട് പുത്തനായി മഞ്ഞുവീഴുന്നിടത്തേക്ക് പുറത്തു പോകാനായിട്ട് കാത്തിരിക്കാൻ എനിക്ക് വയ്യായിരുന്നു. കാരണം മഞ്ഞിൽ പുതിയ റബ്ബർഷൂകളുടെ അടയാളങ്ങൾ പതിയുമ്പോൾ ചോക്കലേറ്റ് ബാറുകൾപോലെ അവ ഇരിക്കുമായിരുന്നു. ഞങ്ങൾ അത് ഞങ്ങളുടെ ചോക്കലേറ്റുകളാക്കി മാറ്റി. ഞാൻ എന്റെ കൈയുറ ഊരി. ഞാൻ കൃത്യമായി അതേ അളവിൽ പെറുക്കിയെടുത്ത് കൈയിലെടുത്ത് കുടിച്ചു. ഞങ്ങൾ ആ മഞ്ഞ് ചോക്കലേറ്റ് വാരിവിഴുങ്ങുക പതിവായിരുന്നു."

"അമ്മേ, ഇനിയും കുറേ ദൂരം പോകണോ?"

"വേണ്ട, നമ്മൾ ഉടനെ അവിടെ എത്തും."

കണ്ടക്ടറമ്മയുടെ കണ്ണടച്ചില്ലുകൾ പുകകൊണ്ട് മങ്ങി. അവൾ അത് നെറ്റിയിലേക്ക് ഉയർത്തിവെച്ച് അവരുടെ പണസഞ്ചിയിലേക്ക് ചില്ലറ എണ്ണി. ഉറ്റ്റെഷ്റ്റിലെ തലയില്ലാത്ത നാണയങ്ങൾ പരിശോധിച്ചു.

"അമ്മേ, ഇനിയും കുറേദൂരം പോകണോ?"

ഞാൻ അവളെ എന്നോട് ചേർത്ത് ചെവിയിൽ മന്ത്രിച്ചു,

"കേൾക്ക്, എനിക്ക് നിന്നോട് ഒരു കാര്യം പറയാനുണ്ട്. അവിടെ ഒരാൾ ഉണ്ടാകും. അയാൾ എന്റെ മടിയിൽ തലവെച്ചാൽ നീ അദ്ഭുതപ്പെടരുത്."

"എന്തുകൊണ്ട്? അയാൾ നിങ്ങളെ പ്രേമിക്കുന്നുണ്ടോ?"

"ഉവ്വ്."

"ഞാനും നിങ്ങളെ ഇഷ്ടപ്പെടുന്നു. ഒരുപാട്, ഒരുപാട്."

അവൾ എന്റെ മടിയിൽ തല ചായ്ച്ചു.

സാഷൻക!

എന്റെ പ്രിയതമേ...

ഞാൻ നിന്റെ അടുത്തേക്ക് വരാനുള്ള വഴിയിലാണ്. ഒരല്പംകൂടിയേ മുന്നോട്ടു പോകാനുള്ളൂ.

അദ്ഭുതകരമായ ചില കാര്യങ്ങൾ എനിക്ക് സംഭവിച്ചിരിക്കുന്നു.

ഞാൻ പെട്ടെന്ന് അത് കേട്ടു.

"വലത്തേക്ക് തിരിയൂ. നിങ്ങളുടെ മസിലുകൾ എന്നെ കാണിക്ക്."

എനിക്ക് മനസ്സിലാവാതെ ഞാൻ ചോദിച്ചു,

"നിങ്ങൾ ആരാണ്?"

അയാൾ പറഞ്ഞു,

"ഞാനാരെന്നോ? നിനക്ക് കാണുന്നില്ലേ? ഞാൻ പ്രെസ്റ്റർ ജോൺ ആണ്. ഇവിടെ ചുറ്റും കാണുന്നതൊക്കെ എന്റെ രാജ്യമാണ്. ശബ്ദമുഖരിതമായ, സുഗന്ധപൂരിതമായ, നശിക്കാത്തതായ എന്റെ രാജ്യം. ഞാൻ ദൈവങ്ങളുടെ ദൈവവും എല്ലാ ഭരണാധികാരികളുടെയും ഭരണാധികാരിയുമാണ്. എന്റെ രാജ്യത്ത് എല്ലാവർക്കും അവരവരുടെ ഭാവി അറിയാം. എന്നാൽ സ്വന്തം ജീവിതം അവർ ജീവിക്കുന്നു. പ്രേമിക്കുന്നവർ അവർ കണ്ടുമുട്ടുംമുമ്പുതന്നെ പ്രേമിക്കുന്നു, തമ്മിൽ അറിയുന്നു, സംസാരിക്കുന്നു. നദികളാകട്ടെ പകൽ ഒരു ഭാഗത്തുകൂടിയും രാത്രിയിൽ മറുഭാഗത്തുകൂടിയും ഒഴുകുന്നു. ക്ഷീണിച്ചോ?"

ഞാൻ,

"ഉവ്വ്."

അയാൾ,

"ഇരിക്ക്, ഞാൻ ചായയ്ക്ക് വെള്ളം വെയ്ക്കാം."

ഞാൻ,

"എനിക്ക് കഴിയില്ല. ഞാൻ പൊയ്ക്കൊണ്ടിരിക്കുകയാണ്."

അയാൾ,

"എനിക്കറിയാം."

ഞാൻ,

"എനിക്ക് വേഗത്തിൽ പോകണം. ഒരിടത്തേക്ക്..."

അയാൾ,

"എനിക്കറിയാം. എനിക്ക് എല്ലാം അറിയാം. അവൾ നിന്നെ കാണാൻ കാത്തിരിക്കുകയാണ്."

ഞാൻ,

"എനിക്കു സമയമില്ല. എനിക്ക് അവളുടെ അടുത്ത് പോകണം. ഞാൻ പോകും."

അയാൾ,

"നിൽക്ക്, നിനക്ക് എന്നെക്കൂടാതെ അവളെ കാണാൻ കഴിയില്ല. ഞാൻ വഴികാട്ടിത്തരാം. ഒന്ന് ഇരുന്ന് ശ്വാസംവിടുക. എനിക്ക് ഒരേയൊരു കാര്യമേ ചെയ്യാനുള്ളൂ. പിന്നീട് നമ്മൾ പോകും. ഞാൻ വേഗം വരാം."

ഞാൻ,

"എന്നോട് പറയൂ, ആ ഭിത്തിയിലെ ചിത്രം?"

അയാൾ,

"തുടര്, തുടര്, ഞാൻ എഴുതുന്നതോർത്ത് നിങ്ങൾ വിഷമിക്കണ്ട. ഞാൻ ഇത് തീർക്കാൻ പോകയാണ്. ഞാൻ കേൾക്കുന്നുണ്ട്. കുറച്ചേ ബാക്കിയുള്ളൂ."

ഞാൻ,

"എവിടുന്നാണ് നിങ്ങൾക്കിത് കിട്ടിയത്?"

അയാൾ,

"എന്ത്?"

ഞാൻ,

"ആവിക്കപ്പലിന്റെ കുറുകെയുള്ള ആ ഭാഗം? നങ്കൂരഭാഗത്ത് ഇഴഞ്ഞു നീങ്ങുന്ന ഒരു നാവികൻ, അതാ അയാൾ ഒരു ബക്കറ്റും ബ്രഷുമായി."

അയാൾ,

"നിനക്കിത് കൈയിൽ എടുക്കാം. നിനക്ക് ആ ആണി ഇളക്കി യെടുത്ത് ചുരുട്ടി ട്യൂബിനുള്ളിലാക്കാം. ആ... അപ്പോൾ നിനക്കറിയുമോ നങ്കൂരം മാത്രമേ ഒരു കപ്പലിൽ അവർ പെയിന്റ് ചെയ്യാതെ ഉണ്ടാകൂ എന്ന്? ശരി, അതൊരു നിസ്സാര കാര്യം. പ്രധാനപ്പെട്ട എല്ലാം മറക്കാതെ നീ എടുക്കണം. ആലോചിച്ച് വേണ്ടതുപോലെ ചെയ്യുക."

ഞാൻ,

"പക്ഷേ, എനിക്ക് ഒന്നുംതന്നെ എടുക്കാനില്ലല്ലോ."

അയാൾ,

"എന്താ നീ മറന്നോ? നീ പറഞ്ഞു അനാവശ്യവസ്തുക്കളാണ് ഏറ്റവും അത്യാവശ്യം എന്ന്. അതാ അത് കേട്ടുവോ?'

ഞാൻ,

"ഒരു മരക്കമ്പ് വേലിയിൽ ഉച്ചത്തിൽ ശബ്ദമുണ്ടാക്കുന്നതോ?"

അയാൾ,

"അതെ. എല്ലാവരും നടന്നുപോകുമ്പോൾ ഒരു രസത്തിനായി വലിയ ശബ്ദമുണ്ടാക്കുന്നു. ചിലർ കമ്പുകൊണ്ട്, ചിലർ കുടകൊണ്ട്. ഇപ്പോൾ നീ അത് കേൾക്കുന്നുണ്ടോ - പുൽച്ചാടികൾ കരയുന്നത്? ആരോ ചെറിയൊരു വാച്ചിന് താക്കോൽ കൊടുക്കുന്നതുപോലെ? അതാ ഒരു ട്രാം കടകടാ ശബ്ദത്തോടെ ദൂരെനിന്നും അതിന്റെ സ്ഥലത്തേക്കെത്താൻ കുതിച്ചുവരുന്ന ശബ്ദമാണ്.

ഞാൻ,

"എന്താണിത്?"

അയാൾ,

"അത് ഒട്ടുന്ന മുള്ളുകളാണ്. നീ അവ അവളുടെ തലയിൽ കുത്തിക്കൊടുത്തു. നീ പിന്നെ അവ പിടിച്ചുവലിച്ചു എങ്കിലും അവ അവിടെ ഇറുകിക്കിടന്നു. നിനക്ക് അവയെല്ലാം വലിച്ച് എടുക്കേണ്ടിവന്നു. അതിന്റെ മണം! നിനക്ക് ആ മണം ബാക്കിയാക്കി പോകാൻ കഴിയില്ല! കേക്കുണ്ടാക്കുന്ന കടയിൽനിന്നുവരുന്ന മണം ഓർമ്മയുണ്ടോ? വാനില, കറുവപ്പട്ട, ചോക്കലേറ്റ്, റം നിറച്ച മധുരക്കേക്ക്."

ഞാൻ,

"നോക്കൂ, എന്റെ സൂക്ഷിച്ചുവെച്ച ചെടികളുടെ പട്ടികയിൽ റിബ്വർട്ട്, പ്ലാന്റ്റ്റാഗോ എന്ന് കുട്ടികളുടെ മട്ടിൽ വളരെ വിഷമിച്ച് എഴുതിവെച്ചിട്ടുണ്ട്. അതും നമ്മൾ എടുക്കുന്നുണ്ടോ?"

അയാൾ,

"സാധാരണമാണത്. നിന്റെ മുറിയിലെ നിലത്തുനിന്ന് മുകൾഭാഗം വരെ അടുക്കിവെച്ചിട്ടുള്ള പുസ്തകങ്ങൾ. നിന്റെ അമ്മയുടെ മോതിരം, ഉൾഭാഗം കാണാവുന്ന നേർത്ത കൊച്ചുസ്വർണവൃത്തം അതാ, ഇപ്പോഴും ജനൽപ്പടിയിൽ കിടന്ന് വീഴാറായി കറങ്ങുകയും ആടുകയും ചെയ്യുന്നുണ്ട്. ഒരു പ്രത്യേക വ്യക്തി സ്വന്തം ടൈകൊണ്ട് ഗ്ലാസുകൾ മിനുക്കുന്നതും കാണുക."

ഞാൻ,

"ക്ഷൗരം ചെയ്ത മുറിവിൽ ഒരു കഷണം വർത്തമാനക്കടലാസ് ഒട്ടിയിരിക്കുന്നുണ്ടോ?"

അയാൾ,

"അതേ, ഉവ്വ്. തീർച്ചയായും. എല്ലാറ്റിനുമുപരി ഓരോ കടലാസ് കഷണത്തിനും മറ്റുള്ളവരെപ്പോലെ അല്ലാതെ അതിന്റേതായ ഓരോ വ്യക്തിയുണ്ട്. അയാൾക്ക് ഡയലിൽ ഗ്ലാസ് അടപ്പ് ഇല്ലാത്ത തന്റെ വാച്ചിന്റെ സൂചികളെ വിരൽകൊണ്ട് തപ്പിനോക്കി സമയം അനുഭവിച്ചറിയാനാകും."

ഞാൻ,

"നമുക്ക് പോകാൻ സമയമായി."

അയാൾ,

"അതെ, അതെ. നമ്മൾ ഒരു നിമിഷത്തിനകം പോകും."

ഞാൻ,

"അമരത്വത്തിന്റെ ആ വൃത്താകൃതിയിലുള്ള കല്ല് എവിടെ?"

അയാൾ,

"ഞാനത് ദൂരേക്ക് കളഞ്ഞു. അത് എന്റെ കീശയിൽവെച്ച് ഞാൻ നടക്കാൻ പോയി. അവിടെ ഒരു കുളമുണ്ടായിരുന്നു. അമരത്വം വെള്ളത്തിൽ രണ്ടു പ്രാവശ്യം വഴുതിവീണു. പിന്നീട് താഴ്ന്നുപോയി. അവിടെ വളരെ നേരത്തോളം വൃത്തവലയങ്ങളല്ലാതെ ഒന്നും ഉണ്ടായില്ല."

ഞാൻ,

"നമുക്ക് പോകാം?"

അയാൾ,

"നിൽക്ക്, ഒരു നിമിഷം. നിന്നോട് എന്തോ പറയണമെന്നുണ്ടായിരുന്നു. എനിക്ക് അത് ഓർമ്മിക്കാൻ കഴിയുന്നില്ല. ആങ്... അതാണ്... ഡെമോക്രിറ്റിസിനെ കേൾക്കണ്ടേ! ശരീരങ്ങൾക്ക് തമ്മിൽ തൊടാം. എന്നാൽ ആത്മാക്കൾക്ക് തമ്മിൽ അന്തരവുമില്ല. ആളുകൾ എങ്ങനെ ആയിരുന്നുവോ അങ്ങനെതന്നെ ഇളംചൂടുള്ളവരും പ്രകാശമുള്ളവരുമായിരിക്കും. ഇനി നമുക്ക് പോകാം. സമയമായി. നീ ഒന്നും മറന്നിട്ടില്ലല്ലോ എന്ന് സൂക്ഷിച്ചുനോക്കുക. ഞാനിതാ, ഇതിവിടെ അവസാനിപ്പിക്കുകയാണ്. അതാണ്...! വൃത്തിയായി കഴുകിയ മുടി വിരലുകളിൽ ശബ്ദമുണ്ടാക്കി നീങ്ങുംപോലെ പേന വഴുക്കുന്നു. എന്റെ ക്ഷീണിച്ച കൈ വേഗത്തിലും സമയം പാഴാക്കാതെയും അവസാനത്തേത് പകർത്തുന്നു: കപ്പൽ സമുദ്രത്തിന്റെ അടിത്തട്ടിലേക്ക് താഴ്ന്നുപോയി എന്നത് പകർത്തിയെഴുത്തുകാരന്റെ ഈ പുസ്തകത്തിന്റെ അവസാനമാണ് എന്നറിയിക്കുന്നതിൽ സന്തോഷിക്കുന്നു.

■

www.ingramcontent.com/pod-product-compliance
Lightning Source LLC
LaVergne TN
LVHW100631051026
849519LV00001B/178

* 9 7 8 9 3 8 8 8 3 0 0 8 9 *